ಜಿ ಎನ್ ನಾಗರಾಜ್

ಜಿ ಎನ್ ನಾಗರಾಜ್ ಹೋರಾಟದ ಜಗತ್ತು ಕಂಡ ಅಪರೂಪದ ಸಂಶೋಧಕ, ಚಿಂತಕ.

ಇಂದಿಗೂ ಜನಪರ ಹೋರಾಟದ ಜೀವಗಳು ಯಾವುದೇ ಪ್ರಶ್ನೆ ಎದುರಾದಾಗಲೂ ಒಮ್ಮೆ ಈ ವಿಷಯದ ಬಗ್ಗೆ ನಾಗರಾಜ್ ಅವರ ಕಣ್ಣೋಟ ಏನು ಎಂದು ತಿಳಿಯಲು ಪ್ರಯತ್ನಿಸುತ್ತವೆ ಎನ್ನುವುದು ನಾಗರಾಜ್ ಅವರ ಆಳ ಚಿಂತನೆಗೆ, ಅಪಾರ ಓದಿಗೆ ಸಿಕ್ಕ ಮನ್ನಣೆ.

ತಮ್ಮ ಬಾಲ್ಯದ ದಿನಗಳಿಂದಲೇ ಓದಿನ ಲೋಕಕ್ಕೆ ಮಾರುಹೋದವರು. ಸಮಾಜದ ಕಣ್ಣೋಟ ಸಿಕ್ಕಿದ್ದು ಪುಸ್ತಕಗಳು ಹಾಗೂ ವೈಜ್ಞಾನಿಕ ಮನೋಭಾವದ ಬೀಜ ಬಿತ್ತಿದ ಹಿರಿ ಜೀವ ಎಚ್ ನರಸಿಂಹಯ್ಯ ಅವರಿಂದ.

ಬೆಂಗಳೂರಿನ ನ್ಯಾಷನಲ್ ಹೈಸ್ಕೂಲು ಮತ್ತು ಕಾಲೇಜಿನಲ್ಲಿ ಎಚ್ ನರಸಿಂಹಯ್ಯ ಅವರ ಗರಡಿಯಲ್ಲಿ ಬೆಳೆದ ವಿದ್ಯಾರ್ಥಿ ಜಿ ಎನ್ ನಾಗರಾಜ್. ಅಂಧಶ್ರದ್ಧೆ, ಪವಾಡಗಳನ್ನು ಬಯಲು ಮಾಡುತ್ತಾ, ಪ್ರಶ್ನೆ ಕೇಳುವ ಮನೋಭಾವವನ್ನು ಹುಟ್ಟುಹಾಕಿದ ಎಚ್ ನರಸಿಂಹಯ್ಯ ಅವರಂತೆಯೇ ನಾಗರಾಜ್ ಅವರಿಗೂ ಪ್ರಶ್ನೆ ಕೇಳುವುದು ಪ್ರೀತಿಯ ಹವ್ಯಾಸವಾಯಿತು. ಪ್ರಶ್ನೆ ಕೇಳುವುದು ಎಂತಹ ಹೆಬ್ಬಂಡೆಯನ್ನೂ ಅಲುಗಾಡಿಸಬಲ್ಲುದು ಎನ್ನುವ ಕಟು ಸತ್ಯ ಅವರಿಗೆ ಗೊತ್ತಾಗುತ್ತಾ ಹೋಯಿತು.

ಹಾಗಾಗಿ ಪ್ರಶ್ನೆ ಕೇಳುವ ಆ ಮೂಲಕ ಯಥಾಸ್ಥಿತಿಯನ್ನು ಬದಲಾಯಿಸುವ, ಬದಲಾವಣೆಗೆ ತುಡಿಯುವ, ವ್ಯವಸ್ಥೆಯನ್ನು ಅಲುಗಾಡಿಸುವ ಕೆಲಸವನ್ನು ಪ್ರೀತಿಯಿಂದ ಒಪ್ಪಿಕೊಂಡವರು ಜಿ ಎನ್ ನಾಗರಾಜ್. ಕೃಷಿ ಇಲಾಖೆಯ ಉನ್ನತ ಅಧಿಕಾರಿಯಾಗಿದ್ದ ಜನರ ನಡುವೆ ಇರಲು ಬಯಸಿ ತಮ್ಮ ಹುದ್ದೆಗೆ ರಾಜೀನಾಮೆ ನೀಡಿದರು. ನರಗುಂದ ರೈತರ ಹೋರಾಟ ಅವರಿಗೆ ಕಲಿಸಿದ ಕಟುಸತ್ಯ, ಕೃಷಿ ಇಲಾಖೆಯ ಅಧಿಕಾರ ಸ್ಥಾನದಿಂದ ಅವರು ನೋಡಿದ ಸರ್ಕಾರಕ್ಕೂ ಜನರಿಗೂ ಇರದ ಬೆಸುಗೆ ಇವರು ನೇರವಾಗಿ ವೈಜ್ಞಾನಿಕ ಪ್ರಶ್ನೆಗಳ ತಳಹದಿಯ ಮೇಲೆ ನಿಂತ ಮಾರ್ಕ್ಸ್ ವಾದಿ ಕಮ್ಯುನಿಸ್ಟ್ ಪಕ್ಷದ ಕಡೆಗೆ ನಡೆದು ಬರುವಂತೆ ಮಾಡಿತು.

ರೈತರು, ಕೃಷಿ ಕೂಲಿಕಾರರ ಸಮಸ್ಯೆಗಳಿಗೆ ಚೌಕಟ್ಟು ನೀಡುವಲ್ಲಿ ಹಾಗೂ ಅವರ ಸಮಸ್ಯೆಗಳಿಗೆ ಒಂದಿಷ್ಟಾದರೂ ಬೆಳಕು ಸಿಗುವಲ್ಲಿ ನಾಗರಾಜ್ ಅವರ ಪಾತ್ರ ದೊಡ್ಡದು.

ಇದೆಲ್ಲಕ್ಕಿಂತ ಮಿಗಿಲಾಗಿ ಜಿ ಎನ್ ನಾಗರಾಜ್ ಒಬ್ಬ ಮಹತ್ವದ ಸಂಶೋಧಕರು.

ದಶಕಗಳ ಕಾಲದಿಂದ ಇವರು ನಡೆಸಿರುವ ಲಿಂಗಾಯತ ಚಳವಳಿಯ ಬಗೆಗಿನ ಅಧ್ಯಯನ ಇವರ ಅನೇಕ ಬರಹಗಳ ಮೂಲಕ ಬೆಳಕು ಕಂಡಿದೆ. ಇವರ 'ಏನಿದು ಲಿಂಗಾಯತ ಸ್ವತಂತ್ರ ಧರ್ಮ?' ಕೃತಿ ಲಿಂಗಾಯತ–ವೀರಶೈವ ವಿವಾದ ಕುರಿತ ಗೊಂದಲವನ್ನು ಅರ್ಥ ಮಾಡಿಸಲು ನೆರವಾಯಿತು.

'ಬಹುರೂಪಿ' ಇವರ 'ನಿಜ ರಾಮಾಯಣದ ಅನ್ವೇಷಣೆ'ಯನ್ನು ಪ್ರಕಟಿಸಿದೆ. ನೂರಾರು ರಾಮಾಯಣಗಳನ್ನು ಮುಂದಿಟ್ಟುಕೊಂಡು ನಡೆಸಿದ ಮಹತ್ವದ ವಿಶ್ಲೇಷಣೆ ಇದು.ಈ ಕೃತಿ ತಮಿಳಿಗೂ ಅನುವಾದಗೊಂಡಿದೆ.

ಪ್ರಸ್ತುತ 'ಜಾತಿ ಬಂತು ಹೇಗೆ?' ಕೃತಿ ಕರ್ನಾಟಕದಲ್ಲಿ ಜಾತಿ ವ್ಯವಸ್ಥೆ ಮತ್ತು ಅಸ್ಪೃಶ್ಯತೆಯ ಉಗಮವನ್ನು ಶೋಧಿಸಿದೆ. ಜಾತಿ ಮತ್ತು ಅಸ್ಪೃಶ್ಯತೆಯ ಬಗ್ಗೆ ಜಿ ಎನ್ ನಾಗರಾಜ್ ಅವರು ಮಾಡಿರುವ ಆಳ ಸಂಶೋಧನೆ ಬೆರಗು ಹುಟ್ಟಿಸುತ್ತದೆ.

'ಬಹುರೂಪಿ' ಪ್ರಕಟಿಸುತ್ತಿರುವ ಜಿ ಎನ್ ನಾಗರಾಜ್ ಅವರ ಮೂರನೆಯ ಕೃತಿ ಇದು.

ಜಾತಿ ಬಂತು ಹೇಗೆ?

ಕರ್ನಾಟಕದಲ್ಲಿ ಜಾತಿ ವ್ಯವಸ್ಥೆ ಮತ್ತು ಅಸ್ಪೃಶ್ಯತೆಯ ಉಗಮ

ಜಿ ಎನ್ ನಾಗರಾಜ್

ಬಹುರೂಪಿ
ಎಂಬೆಸಿ ಸೆಂಟರ್, 111, ಮೊದಲನೇ ಮಹಡಿ,
ಕ್ರೆಸೆಂಟ್ ರಸ್ತೆ, ಕುಮಾರಪಾರ್ಕ್ ಈಸ್ಟ್,
ಬೆಂಗಳೂರು 560 001.
ದೂರವಾಣಿ: 70191 82729.

editor.bahuroopi@gmail.com
bahuroopi.in
bahuroopi.official/

31

JAATI BANTU HEGE..?-
An analytycal study on the origin of caste system and untouchability in Karnataka
By **G N Nagaraj,** Renowned Scholor
Mobile: 94480 40728
gnnagaraj51@gmail.com

ಬಹುರೂಪಿ
ಪ್ರಕಟಣೆಗಳಿಗಾಗಿ
ಈ
QR ಕೋಡ್
ಅನ್ನು
ಸ್ಕ್ಯಾನ್ ಮಾಡಿ.

Published By
Bahuroopi
Embassy Centre, 111, First Floor,
Crescent Road, Kumarapark East,
Bangalore 560 001.
--
editor.bahuroopi@gmail.com
Mobile: 70191 82729

online book store:
bahuroopi. in

Paper: 70 GSM Maplitho
Size: 1/8 Demy
First Edition: October 2020
ISBN: 978-81-942917-6-3

Pages: 256
Price: Rs. 300

Cover: **Gousi Arts**
Inside Design: **Sagads99**

ಅರ್ಪಣೆ

ಈ ಪುಸ್ತಕ ಹೊರತರುವುದರಲ್ಲಿ
ತೊಡಗಿದ್ದಾಗಲೇ ನಮ್ಮನ್ನು ಬಿಟ್ಟು ಅಗಲಿದ,
ನನ್ನ ಬೆಳವಣಿಗೆ, ಬರಹಗಳಲ್ಲಿ ಅತೀವ
ಆಸಕ್ತಿ ಹೊಂದಿದ್ದ
ನನ್ನ ಪ್ರೀತಿಯ ತಾಯಿ
ಬಿ ಎಂ ವೆಂಕಟಲಕ್ಷ್ಮಮ್ಮನವರಿಗೆ,

ಜಾತಿ ವ್ಯವಸ್ಥೆಯ ಅಧ್ಯಯನ ಮಾತ್ರವಲ್ಲದೆ
ಜಾತಿ ವಿನಾಶದ ಗುರಿಗಾಗಿ ಜೀವನ
ಪರ್ಯಂತ ತೇದುಕೊಂಡ
ಡಾ ಬಿ ಆರ್ ಅಂಬೇಡ್ಕರ್ ರವರಿಗೆ

ಜಾತಿ ಬೇಧ ಮತ್ತು ಅಸ್ಪೃಶ್ಯತೆಯ ವಿರುದ್ಧ
ಹಲವು ಹೋರಾಟಗಳಲ್ಲಿ ಜೈಲುವಾಸ
ಅನುಭವಿಸಿದ **ಎ ಕೆ ಗೋಪಾಲನ್**
ಮತ್ತು ಜಾತಿ ವ್ಯವಸ್ಥೆಯ
ಅಧ್ಯಯನದಲ್ಲಿ ಮುಖ್ಯರಾದ
ಇ ಎಂ ಎಸ್ ನಂಬೂದರಿಪಾದ್,
ಬಿ ಟಿ ರಣದಿವೆಯವರಿಗೆ.

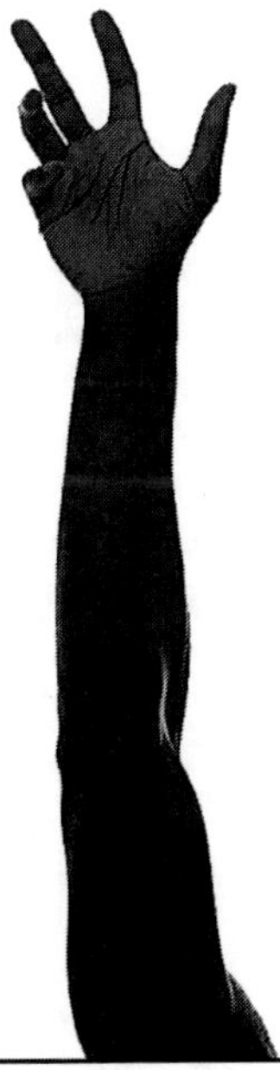

ಜಾತಿ ವ್ಯವಸ್ಥೆಯ ಅರಿವಿನೆಡೆಗೊಂದು ಪಯಣ

ನಾನು ಹುಟ್ಟಿದ್ದು ಒಂದು ಹಳ್ಳಿಯಲ್ಲಿ. ಹೈಸ್ಕೂಲ್ ಪ್ರವೇಶಕ್ಕೆ ಮೊದಲು ಬೆಳೆದದ್ದು ಕೇವಲ ನಾಲ್ಕು ಜಿಲ್ಲೆಗಳ ಹತ್ತು ಹಳ್ಳಿಗಳಲ್ಲಿ. ಹೈಸ್ಕೂಲ್ ಸೇರಿದ ಮೇಲೆ ಕೂಡ ನಗರದ ಗರ್ಭದೊಳಗೆ ಸೇರಿ ಹೋಗಿದ್ದ ಮೂರು ಹಳ್ಳಿಗಳಲ್ಲಿ. ಗ್ರಾಮೀಣ ಪರಿಸರದಲ್ಲಿ ಕಳೆದ ಬಾಲ್ಯದಲ್ಲಿ, ನನಗೆ ಏನು, ಏಕೆ ಎಂದು ಅರಿವಾಗುವ ಮೊದಲೇ ಜಾತಿಯ ಅನುಭವ ಹಲವು ರೂಪದಲ್ಲಿ ಎದುರಾಗಿತ್ತು. ಬೇರೆ ಬೇರೆ ಹಳ್ಳಿಗಳ ಜಾತಿ ಸಮುದಾಯಗಳು, ಅವುಗಳ ನಡುವಣ ಸಮೀಕರಣಗಳು ಭಿನ್ನ ಭಿನ್ನವಾಗಿದ್ದರೂ ವ್ಯವಸ್ಥೆಯ ಅನುಭವದಲ್ಲಿ ಬಹಳ ವ್ಯತ್ಯಾಸ ಇರಲಿಲ್ಲವೆಂಬುದು ನನ್ನ ನೆನಪು. ಬ್ರಾಹ್ಮಣರ ಮನೆಗಳಲ್ಲಿ ಬಾಗಿಲ ಹೊರಗೇ ನಿಂತು ಮಾತನಾಡಿ ಹೊರಬರುವ, ಊಟ ಮಾಡುವ ಪ್ರಸಂಗ ಬಂದರೆ ಬಾಗಿಲ ಬಳಿ ಕುಳಿತು ಎಲೆಯಲ್ಲಿ ಊಟ ಮಾಡಿ ಎಲೆ ಎತ್ತಿ ಹಾಕಿ, ಸಾರಿಸಿ ಗೋಮಯ ಮಾಡಿ ಬರುವ ಅನುಭವ. ಅದೇ ಮನೆಯಲ್ಲಿನ ನಮ್ಮ ಸಹಪಾಠಿಗಳ ಮುಂದೆ, ಶಾಲೆಯಲ್ಲಿ

ಯಾರ ಜೊತೆ ಪಾಠಗಳಲ್ಲಿ ಪೈಪೋಟಿ ನೀಡಿ ಹಲವು ಬಾರಿ ನಾವೇನೂ ಕಡಿಮೆಯಿಲ್ಲ ಎಂದು ಬೀಗುತ್ತಿದ್ದೆವೋ, ಆಟಗಳಲ್ಲಿ ಒಟ್ಟಿಗೆ ಕಲೆತು ಆಟವಾಡುತ್ತಿದ್ದೆವೋ ಅವರ ಕಣ್ಣಲ್ಲಿ ಕಾಣುತ್ತಿದ್ದ ಮೇಲ್ಮೆಯ ಅಹಂನ ಮುಂದೆ ತಲೆ ತಗ್ಗಿಸಿ ಬರುತ್ತಿದ್ದೆವು.

ಅದೇ ಸಮಯದಲ್ಲಿ ನಮ್ಮ ಮನೆಯಲ್ಲಿ ಅಸ್ಪೃಶ್ಯರನ್ನು ಮನೆಯಿಂದ ಹೊರಗೆ ನಿಲ್ಲಿಸುವ, ನೀರು, ಊಟವನ್ನು ಮೇಲಿನಿಂದ ಎತ್ತಿ ಹಾಕುವ ಮತ್ತೊಂದು ದಿಕ್ಕಿನ ಅವಮಾನ ಮಾಡುವ ಅನುಭವಕ್ಕೆ ಸಾಕ್ಷಿಯಾಗುತ್ತಿದ್ದೆವು. ನಮ್ಮ ಮನೆಯಲ್ಲಿ ಯಾವಾಗಲೂ ಎರಡು ಹಸುಗಳು ಇರುತ್ತಿದ್ದವು. ಹೀಗಾಗಿ ಶಾಲೆಯ ಜೊತೆ ದನ ಕಾಯುವುದು ನನ್ನ ಕೆಲಸವಾಗಿತ್ತು. ಆಗ ದನ ಕಾಯುವ ಜೊತೆಯ ಹುಡುಗರ ಜೊತೆಗಿನ ಆಟ, ವಿವಿಧ ಸಾಹಸಗಳು ಮತ್ತೊಂದು ಲೋಕ. ಅಲ್ಲಿ ನಾನು ಕಲಿತದ್ದು ಶಾಲೆಯ ಕಲಿಕೆಗಿಂತ ಹಲವು ಪಟ್ಟು ಹೆಚ್ಚು. ಕೇಳಿದ ಕತೆಗಳು, ಹಾಡುಗಳು ಶಾಲೆಯ ಪಠ್ಯಗಳ ಪಾಠ, ಕವನಗಳಿಗಿಂತ ಮನಸ್ಸನ್ನು ಸೆಳೆಯುತ್ತಿದ್ದವು.

ಅಲ್ಲಿ ಊರಿನೊಳಗಡೆ ಕಾಣುತ್ತಿದ್ದ ಬೇಧಗಳು ಆ ಪ್ರಮಾಣದಲ್ಲಿ ಕಾಣುತ್ತಿರಲಿಲ್ಲ ಮಾತ್ರವಲ್ಲ, ಯಾರ ತಂದೆ, ತಾಯಂದಿರು ನಮ್ಮ ಮನೆಗೆ ಬಂದರೆ ಹೊರಗೆ ನಿಲ್ಲುತ್ತಿದ್ದರೋ ಅವರೇ ಈ ಸಾಹಸ ಶಾಲೆಯಲ್ಲಿ ನನಗೆ ಗುರುಗಳು. ಹಲವು ವಿಷಯಗಳಲ್ಲಿ ಅವರ ತಿಳುವಳಿಕೆಯ ಮುಂದೆ ನಮ್ಮದು ಬಹಳ ಪೇಲವವಾಗಿರುತ್ತಿತ್ತು. ಆ ಅಮಿತ ಕಲಿಕೆಗೆ ಪ್ರತಿಯಾಗಿ ನಾನು ಮಣ್ಣಿನಲ್ಲಿ ಅವರ ಹೆಸರುಗಳನ್ನು ಬರೆಯುವುದನ್ನು ಕಲಿಸಿದ್ದಷ್ಟೇ. ಕೆಲವರಿಗೆ ಕೂಡಿ ಕಳೆಯುವುದನ್ನು .

ಮುಂದೆ ಹೈಸ್ಕೂಲಿಗೆ ಸೇರಿದ್ದು ಬೆಂಗಳೂರಿನಲ್ಲಿ. ಸ್ವಾತಂತ್ರ್ಯ ಚಳುವಳಿಯ ನೆಲೆಯಾಗಿದ್ದ ಒಂದು ಪ್ರಸಿದ್ಧ ಶಾಲೆಯಲ್ಲಿ. ಬ್ರಾಹ್ಮಣರೇ ಸರಿಸುಮಾರು ಅಲ್ಲಿನ ಎಲ್ಲ ಮೇಷ್ಟ್ರುಗಳು. ಸಹಪಾಠಿಗಳು ಹೆಚ್ಚಾಗಿ ಬ್ರಾಹ್ಮಣರು, ಕೆಲ ವೈಶ್ಯರು, ಶೂದ್ರರು ಕಡಿಮೆ. ದಲಿತರು ಇರಲೇ ಇಲ್ಲ ಎನ್ನುವಷ್ಟು. ಸ್ವಾತಂತ್ರ್ಯ ಬಂದ ಮೊದಲ ವರ್ಷಗಳಲ್ಲಿ ಪ್ರಾಥಮಿಕ ಶಾಲೆಯಲ್ಲಿಯೇ ದಲಿತ ಸಹಪಾಠಿಗಳು ಅಲ್ಲೊಬ್ಬರು ಇಲ್ಲೊಬ್ಬರು. ಇನ್ನು ಹೈಸ್ಕೂಲಿನಲ್ಲಿ ಅವರನ್ನು ಕಾಣುವುದೆಂತು?.

ಸ್ವಾತಂತ್ರ್ಯದ ಮೊದಲ ವರ್ಷಗಳ ಪ್ರಜಾಪ್ರಭುತ್ವದ ಸಮಾನತೆಯ ಆಶಯಗಳ ಪರಿಣಾಮವೋ ಏನೋ ಹೈಸ್ಕೂಲಿನಲ್ಲಿ ಮೇಷ್ಟ್ರುಗಳಲ್ಲಾಗಲಿ, ವಿದ್ಯಾರ್ಥಿಗಳಲ್ಲಾಗಲಿ ಜಾತಿ ಬೇಧದ ವರ್ತನೆಯನ್ನು ನೋಡಲಿಲ್ಲ. ಬ್ರಾಹ್ಮಣ ಗೆಳೆಯರ ಮನೆಗೆ ಯಾವ ಅಡ್ಡಿಯಿಲ್ಲದೆ ಹೋಗುತ್ತಿದ್ದೆ. ಗ್ರೂಪ್ ಸ್ಟಡಿ ಎಂದು ಸೇರುತ್ತಿದ್ದ ಮನೆಗಳಲ್ಲಂತೂ ಸ್ವಚ್ಛಂದವಾಗಿ ಎಲ್ಲೆಡೆ ತಿರುಗಾಡುತ್ತಿದ್ದೆ. ನನ್ನ ಬಹಳಷ್ಟು ಸಹಪಾಠಿಗಳ ಹೆಸರುಗಳು ಜಾತಿ ಸೂಚಕವಾಗಿರಲಿಲ್ಲ. ಹಾಗೆಯೇ ನನ್ನ ಹೆಸರೂ, ನನ್ನೆಲ್ಲ ಸೋದರ, ಸೋದರಿಯರದೂ ಸಹಾ.

ಆದರೆ ನಾನು ವಾಸ ಮಾಡುತ್ತಿದ್ದ ಪ್ರದೇಶದಲ್ಲಿ ಇದಕ್ಕೆ ವಿರುದ್ಧವಾದ ಅನುಭವ. ಇಲ್ಲಿಯವರೆಗೆ ನಾನು ಬೆಳೆದ ಹಳ್ಳಿಗಳಲ್ಲಿ ಜಾತಿ ಬೇಧಗಳು ಪ್ರಖರವಾಗಿದ್ದವು. ಆದರೆ ಅವು ಜಾತಿ ವೈಷಮ್ಯವಾಗಿರಲಿಲ್ಲ.

ಬೆಂಗಳೂರಿನ ಒಳಗೆ ನಾನು ವಾಸಮಾಡುತ್ತಿದ್ದದ್ದು ಕೂಡಾ ಹಳ್ಳಿಯೇ, ನಗರದೊಳಗಿನ ಹಳ್ಳಿ. ಇಲ್ಲಿ ಬ್ರಾಹ್ಮಣ– ಶೂದ್ರರ ನಡುವಣ ಬೇಧಕ್ಕಿಂತ ಶೂದ್ರ– ದಲಿತರ ನಡುವಣ ಬೇಧವೇ ಹೆಚ್ಚಾಗಿತ್ತು ಮಾತ್ರವಲ್ಲದೆ ಅದು ದಲಿತರ ಬಗ್ಗೆ ಅಸೂಯೆಯಾಗಿ ಬೆಳೆದಿತ್ತು. ಅಲ್ಪಸ್ವಲ್ಪ ಭೂಮಿಯ ಒಡೆಯರಾಗಿದ್ದ ಊರೊಳಗಿನ ಶೂದ್ರರ ಮನೆಗಳಿಗಿಂತ ದಲಿತರಿಗೆ ಎರಡು ಪಟ್ಟು ವಿಸ್ತಾರವಾದ ಮನೆಗಳು, ಯಾರಿಗೂ ಇಲ್ಲದ ಮನೆ ಮುಂದಿನ ಜಾಗ, ಕೆಳವರ್ಗದ ಸರ್ಕಾರಿ ಕೆಲಸಗಳು ಅದಕ್ಕೆ ಕಾರಣವಾಗಿತ್ತು.

ಈ ಎಲ್ಲವೂ ಅಪ್ರಜ್ಞಾಸ್ಥಿತಿಯಲ್ಲಿ ನನ್ನೊಳಗೆ ಸೇರಿಕೊಂಡಿದ್ದ ವಿಷಯಗಳೇ ಹೊರತು ಆ ಹಂತದಲ್ಲಿ ಪ್ರಜ್ಞೆಯಲ್ಲಿ ಪ್ರವೇಶ ಪಡೆದ ವಿಷಯಗಳಾಗಿರಲಿಲ್ಲ. ಕಾಲೇಜು ಸಮಯದಲ್ಲಿ ಓದಿದ ಕುವೆಂಪುರವರ ಕವನಗಳು, ನಾಟಕಗಳು, 'ಮಲೆಗಳಲ್ಲಿ ಮದುಮಗಳು' ಕಾದಂಬರಿ, ಕಾರಂತರ 'ಚೋಮನ ದುಡಿ' ಕಾದಂಬರಿ ಸ್ವಲ್ಪ ಎಚ್ಚರ ಮೂಡಿಸಿದವು. ಮುಂದೆ ಬಸವಲಿಂಗಪ್ಪನವರ ಹಲವು ಭಾಷಣಗಳು, ಬೂಸಾ ಚಳುವಳಿ, ಲೋಹಿಯಾ ಬರಹಗಳು, ಬರಹಗಾರ ಮತ್ತು ಕಲಾವಿದರ ಒಕ್ಕೂಟ ಮೊದಲಾದವು ಜಾತಿ ವ್ಯವಸ್ಥೆಯ ಬಗ್ಗೆ ಪ್ರಜ್ಞೆಯನ್ನು ಮೂಡಿಸಲಾರಂಭಿಸಿದವು. ದಲಿತ– ಬಂಡಾಯ ಸಾಹಿತ್ಯ, ಅಂಬೇಡ್ಕರ್‌ರವರ ಬರಹಗಳ ಓದು ಜಾತಿ ವ್ಯವಸ್ಥೆಯ ಬಗ್ಗೆ ಹೆಚ್ಚು ವಿವರವಾಗಿ ಗಮನಿಸಲು, ಅರ್ಥ ಮಾಡಿಕೊಳ್ಳಲು ಪ್ರೇರೇಪಿಸಿದವು.

ಮುಂದೆ ಸರ್ಕಾರಿ ಹುದ್ದೆಗೆ ರಾಜೀನಾಮೆ ನೀಡಿ ರೈತ ಚಳುವಳಿ, ನಂತರ ತಳ ಸಮುದಾಯಗಳೇ ಬಹುಸಂಖ್ಯೆಯಲ್ಲಿರುವ ಕೃಷಿ ಕೂಲಿಕಾರ ಚಳುವಳಿಗೆ ಧುಮುಕಿದೆ. ಆಗ ರಾಜ್ಯಾದ್ಯಂತ ಸಾವಿರಾರು ಹಳ್ಳಿಗಳಿಗೆ ಭೇಟಿ ನೀಡಿ, ಅಲ್ಲಿ ಉಳಿದುಕೊಳ್ಳುತ್ತಿದ್ದುದರಿಂದ ಜಾತಿ ವ್ಯವಸ್ಥೆಯ ಬಗ್ಗೆ ಮತ್ತಷ್ಟು ವಿವರವಾದ ಅರಿವು ಸಾಧ್ಯವಾಯಿತು. ಇದೇ ಸಮಯದಲ್ಲಿ ಹಲವು ವಿಚಾರ ಸಂಕಿರಣಗಳಲ್ಲಿ, ಅಧ್ಯಯನ ಶಿಬಿರಗಳಲ್ಲಿ ಜಾತಿ ವ್ಯವಸ್ಥೆಯ ಬಗ್ಗೆ ಉಪನ್ಯಾಸ ಕೊಡಬೇಕಾಯಿತು. ಇವು ನಿತ್ಯ ಬದುಕಿನಲ್ಲಿ ಮಾತ್ರವಲ್ಲದೆ ಸಾಮಾಜಿಕ, ಆರ್ಥಿಕ, ಐತಿಹಾಸಿಕ, ಸಾಂಸ್ಕೃತಿಕ, ತತ್ವಶಾಸ್ತ್ರೀಯ ಮೊದಲಾದ ಹಲವು ಆಯಾಮಗಳಲ್ಲಿ ಜಾತಿ ವ್ಯವಸ್ಥೆಯನ್ನು ಅಧ್ಯಯನ ಮಾಡಲು ಒತ್ತಾಯ ಮಾಡಿದವು. ಮಾರ್ಕ್ಸ್‌ವಾದ ಮತ್ತು ಭಾರತಕ್ಕೆ ಅದರ ಅನ್ವಯದ ಅಧ್ಯಯನದಿಂದ ಬಹು ಆಯಾಮದ ಈ ಅಧ್ಯಯನಕ್ಕೆ ಬಹಳ ಸಹಾಯವಾಯಿತು.

ಈ ಉಪನ್ಯಾಸಗಳಿಗೆ ಬಾಲ್ಯದ ನನ್ನ ಅನುಭವ, ಕರ್ನಾಟಕದ ವಿವಿಧ ಪ್ರದೇಶಗಳ ಭೇಟಿ, ತಾತ್ವಿಕ ಅಧ್ಯಯನ ಸಹಾಯವಾದರೂ ಇವೆಲ್ಲ ಕೇವಲ ಮೌಖಿಕ ಸ್ವರೂಪದಲ್ಲಿಯೇ ಉಳಿದಿದ್ದವು. ಮಾತು ಬರಹದ ಶತ್ರು ಅನ್ನುತ್ತಾರೆ ನೋಡಿ. ಹಾಗೆ ಮಾತಿನಲ್ಲಿಯೇ ಎಲ್ಲವನ್ನೂ ಹೊರಹಾಕಿ ಅಷ್ಟರಲ್ಲಿಯೇ ತೃಪ್ತಿ ಪಡೆಯುತ್ತಿದ್ದೆ. ನನ್ನ ಅನುಭವ ಮತ್ತು ಅಧ್ಯಯನ ಇಲ್ಲಿನ ಪ್ರಬಂಧಗಳ ರೂಪಕ್ಕೆ ಇಳಿದದ್ದು ಬೇರೆಯೇ ಕತೆ.

***

ಕುವೆಂಪು ಭಾಷಾ ಭಾರತಿ ಪ್ರಾಧಿಕಾರ ಕೆ.ವಿ.ನಾರಾಯಣ್‌ರವರ ನೇತೃತ್ವದಲ್ಲಿ ಕರ್ನಾಟಕದ ಸಾಮಾಜಿಕ ಆರ್ಥಿಕ ಚರಿತ್ರೆಯ ಬಗ್ಗೆ ಹಲವು ಸಂಪುಟಗಳ ಮಾಲೆಯನ್ನು ಹೊರತರುವ ಒಂದು ಮಹತ್ವಾಕಾಂಕ್ಷೆಯ ಯೋಜನೆಯನ್ನು ಕೈಗೆತ್ತಿಕೊಂಡಿತು. ಈ ಯೋಜನೆಗೆ ಪ್ರಸಿದ್ಧ ಇತಿಹಾಸಕಾರರಾದ ಡಾ.ಎಸ್ ಚಂದ್ರಶೇಖರ್, ಡಾ. ಸುರೇಂದ್ರರಾವ್ ಸಂಪಾದಕರಾಗಿ ನಿಯೋಜನೆಗೊಂಡರು. ಈ ಸಂಪುಟಗಳಲ್ಲೊಂದಕ್ಕೆ ಹನ್ನೆರಡನೆಯ ಶತಮಾನದ ಸಂಕ್ರಮಣ ಕಾಲದಲ್ಲಿ ಜಾತಿ– ವರ್ಗ ಎಂಬರ್ಥದ ತಿರುಳು ಇರುವ ಪ್ರಬಂಧವೊಂದನ್ನು ಬರೆದುಕೊಡಬೇಕೆಂಬ ಪತ್ರ ನನ್ನನ್ನು ತಲುಪಿತು.

ಈ ಬಗ್ಗೆ ಕೆಲವು ಅಧ್ಯಯನ ನಡೆಸಿ ಟಿಪ್ಪಣಿ ಮಾಡಿಕೊಳ್ಳಲಾರಂಭಿಸಿದೆ. ಆಗ ನನಗೆ ಒಂದು ಪ್ರಶ್ನೆ ಕಾಡಿತು. ಹನ್ನೆರಡನೆಯ ಶತಮಾನದಲ್ಲಿ ಜಾತಿ– ವರ್ಗ ಸಂರಚನೆಯಲ್ಲಾದ ಬದಲಾವಣೆಗಳ ಬಗ್ಗೆ ನನ್ನ ಪ್ರಬಂಧದಲ್ಲಿ ಮಾಡುವ ವಿಶ್ಲೇಷಣೆ, ಇದೇ ಮಾಲೆಯಲ್ಲಿ ಇತಿಹಾಸದ ಆರಂಭ ಕಾಲದಿಂದ ಹನ್ನೆರಡನೇ ಶತಮಾನದವರೆಗಿನ ಜಾತಿ ವ್ಯವಸ್ಥೆಯ ಸ್ವರೂಪದ ಬಗ್ಗೆ ಬರೆದಿರಬಹುದಾದ, ಪ್ರಬಂಧಗಳಲ್ಲಿನ ವಿವರಣೆ ಮತ್ತು ವಿಶ್ಲೇಷಣೆಗೆ ಹೊಂದುತ್ತದೆಯೋ ಇಲ್ಲವೋ ಎನ್ನುವುದೇ ಆ ಪ್ರಶ್ನೆ. ಇವುಗಳ ನಡುವೆ ಬಹಳ ವ್ಯತ್ಯಾಸವಾದರೆ ಈ ಮಾಲೆಯ ಒಟ್ಟಾರೆ ಸ್ವರೂಪಕ್ಕೆ ಭಂಗ ಬರಬಹುದು ಎನಿಸಿತು. ಆದ್ದರಿಂದ ಬರೆಯುವ ಮೊದಲು ಈ ಬಗೆಗಿನ ಇತರ ಪ್ರಬಂಧಗಳ ಮೇಲೊಮ್ಮೆ ಕಣ್ಣಾಡಿಸುವುದೊಳಿತು ಎನಿಸಿತು.

ಮಾಲೆಯ ಸಂಪಾದಕರಲ್ಲೊಬ್ಬರಾದ ಡಾ. ಚಂದ್ರಶೇಖರ್‌ರವರಿಗೆ ಫೋನಾಯಿಸಿ ಹಿಂದಿನ ಸಂಪುಟಗಳಿಗೆ ಬರೆಸಿದ, ಜಾತಿ ವ್ಯವಸ್ಥೆಯ ಆರಂಭದ ಕಾಲದಿಂದ ಹನ್ನೆರಡನೆಯ ಶತಮಾನದ ವರೆಗಿನ ಕಾಲದ ಬಗೆಗಿನ ಪ್ರಬಂಧಗಳನ್ನು ಕಳಿಸಿಕೊಡಲು ಸಾಧ್ಯವೇ, ಅವುಗಳ ವಿವರಣೆ, ವಿಶ್ಲೇಷಣೆಯನ್ನು ನನ್ನ ಪ್ರಬಂಧ ಬರೆಯುವಾಗ ಗಮನದಲ್ಲಿಟ್ಟುಕೊಳ್ಳುವ ಪ್ರಯತ್ನ ಮಾಡುತ್ತೇನೆ. ಅವುಗಳ ನಿಲುವು, ವಿಶ್ಲೇಷಣೆಗೂ ನನ್ನ ವಿಶ್ಲೇಷಣೆಗೂ ಬಹಳ ವ್ಯತ್ಯಾಸ ಬಂದರೆ ನಿಮ್ಮೊಡನೆ ಚರ್ಚಿಸುತ್ತೇನೆಂದು ಕೇಳಿದೆ. ಅದಕ್ಕೆ ಅವರ ಉತ್ತರ ನನಗೆ ಆಶ್ಚರ್ಯ ತಂದಿತು. ಏಕೆಂದರೆ ಹಿಂದಿನ ಯಾವ ಸಂಪುಟಗಳಲ್ಲಿಯೂ ಹನ್ನೆರಡನೇ ಶತಮಾನಕ್ಕೆ ಮೊದಲಿನ ಕಾಲದ ಜಾತಿ ವ್ಯವಸ್ಥೆಯ ಬೆಳವಣಿಗೆಯ ಬಗ್ಗೆ ಪ್ರಬಂಧಗಳಿಲ್ಲ ಎಂದು ಅವರು ತಿಳಿಸಿದರು.

ಸಾಮಾಜಿಕ ಚರಿತ್ರೆಯ ಬಗೆಗಿನ ಮಾಲೆಯಲ್ಲಿ ಜಾತಿ ವ್ಯವಸ್ಥೆಯ ಉಗಮದ ಬಗ್ಗೆ, ಹನ್ನೆರಡನೇ ಶತಮಾನದವರೆಗೆ ಜಾತಿ ವ್ಯವಸ್ಥೆ ತಳೆದ ಸ್ವರೂಪದ ಬಗ್ಗೆ ಯಾವ ಪ್ರಸ್ತಾಪವೂ ಇಲ್ಲದೆ ಹನ್ನೆರಡನೇ ಶತಮಾನದಲ್ಲಿ ಉಂಟಾದ ಬದಲಾವಣೆಗಳೇನು ಎಂಬ ಬಗ್ಗೆ ಬರೆಯುವುದು ಹೇಗೆ ಎಂಬ ಪ್ರಶ್ನೆ ನನ್ನನ್ನು ಕಾಡಿತು. ಜಾತಿ ವ್ಯವಸ್ಥೆಯ ಉಗಮ, ಅದರ ಕಾರಣಗಳು, ಮುಂದಿನ ಬೆಳವಣಿಗೆ ಬಗ್ಗೆ ಬರೆಯಲೇಬೇಕಾದ ಅನಿವಾರ್ಯತೆ ಎದುರಾಯಿತು. ಇದು ನಾನು ಈಗಾಗಲೇ ಮಾಡಿದ ಅಧ್ಯಯನಕ್ಕಿಂತ ಬೇರೆಯೇ ಆದ, ಮತ್ತಷ್ಟು ವಿಸ್ತಾರವಾದ ಅಧ್ಯಯನ. ಒಂದು ಶತಮಾನದ್ದಲ್ಲ, ಹನ್ನೆರಡು ಶತಮಾನಗಳ ಕಾಲಘಟ್ಟದ ಅಧ್ಯಯನ.

ಈ ಬಗ್ಗೆ ಕರ್ನಾಟಕದ ಕೆಲ ಇತಿಹಾಸಕಾರರು ಅಧ್ಯಯನ ಮಾಡಿದ್ದಾರೆ, ಅದನ್ನು ಸಾರಾಂಶಗೊಳಿಸಿ ನನ್ನ ಪ್ರಬಂಧ ಮುಂದುವರೆಸಬಹುದು, ಅವರ ನಿರೀಕ್ಷೆಯಂತೆ ಆದಷ್ಟು ಬೇಗ ಬರೆದುಕೊಡೋಣ ಎಂದು ಯೋಚಿಸಿ ಹುಡುಕಾಡಿದೆ. ಆದರೆ ಕರ್ನಾಟಕದಲ್ಲಿನ ಜಾತಿ ವ್ಯವಸ್ಥೆಯನ್ನು ಕೇಂದ್ರೀಕರಿಸಿ ಮಾಡಿದ ಅಧ್ಯಯನಗಳೇ ಕಾಣಲಿಲ್ಲ. ಕೇವಲ ರಾಜ ವಂಶಗಳ ಆಡಳಿತದ ಚರಿತ್ರೆಯ ಸಂದರ್ಭದಲ್ಲಿ ಒಂದೆರಡು ಪ್ಯಾರಾಗಳ ತಾತ್ಪೂರ್ತಿಕ ವಿವರಣೆ ಬಿಟ್ಟರೆ ಬೇರೇನೂ ಸಿಗಲಿಲ್ಲ. ಅವುಗಳೂ ಕೂಡಾ ಹನ್ನೆರಡು ಶತಮಾನಗಳ ದೀರ್ಘ ಕಾಲಕ್ಕೆಲ್ಲ ಒಂದೇ ರೀತಿಯ ವಿವರಣೆ. ಕರ್ನಾಟಕದಲ್ಲಿ ಇತಿಹಾಸಪೂರ್ವ ಕಾಲದಿಂದಲೇ ವರ್ಣ ವ್ಯವಸ್ಥೆ ಅದರ ಪೂರ್ಣ ಸ್ವರೂಪದಲ್ಲಿ ಅಸ್ತಿತ್ವದಲ್ಲಿದೆಯೆಂಬ ರೀತಿಯ ವಿವರಣೆ. ಇದನ್ನು ನನಗೆ ಅರಗಿಸಿಕೊಳ್ಳುವುದು ಕಷ್ಟವಾಯಿತು.

ಹೀಗಾಗಿ ಜಾತಿ ವ್ಯವಸ್ಥೆ ಕರ್ನಾಟಕಕ್ಕೆ ಬಂದದ್ದು ಯಾವಾಗ, ಹೇಗೆ, ಇಲ್ಲಿಯ ಸಮಾಜ ಈ ವ್ಯವಸ್ಥೆಯನ್ನು ಏಕೆ ಅಂಗೀಕರಿಸಿತು ಎಂಬ ಬಗ್ಗೆ ಅಧ್ಯಯನ ಆರಂಭಿಸಿದೆ. ಅದು ನನ್ನನ್ನು ಒಂದು ದೀರ್ಘ ಅರಿವಿನ ಪಯಣಕ್ಕೆ ಕೊಂಡೊಯ್ದು ಬಿಟ್ಟಿತು. ಈ ಓಘದಲ್ಲಿ ನನಗೆ ಕೊಟ್ಟಿದ್ದ ನಿರ್ದಿಷ್ಟ ವಿಷಯದ ಮೇಲಿನ ಪ್ರಬಂಧವನ್ನು ಮರೆತೇ ಬಿಟ್ಟೆ.

ಈ ಮಧ್ಯೆ ಪ್ರಾಧಿಕಾರದಿಂದ ನೆನಪೋಲೆಗಳು, ಚಂದ್ರಶೇಖರ್‌ರವರಿಂದ ಫೋನಿನ ಮೇಲೆ ಫೋನು ಬರತೊಡಗಿದವು. ನಾನೇನು ಉತ್ತರ ಹೇಳಲಿ ? ಕೊನೆಗೆ ಅವರು ಸಿಟ್ಟುಕೊಂಡು ಫೋನು ಮಾಡುವುದನ್ನೇ ಬಿಟ್ಟರು. ನಾನೂ ಕೂಡಾ ಸಂಪುಟ ಮಾಲೆಗೆ ಪ್ರಬಂಧ ಬರೆಯುವ ಯೋಚನೆ ಕೈಬಿಟ್ಟು ಜಾತಿ ವ್ಯವಸ್ಥೆಯ ಉಗಮದ ಬಗೆಗೆ ವಿವರವಾದ ಅಧ್ಯಯನ ಮಾಡಲಾರಂಭಿಸಿದೆ. ಇದು ಹಲವು ಪುಸ್ತಕ ಭಂಡಾರಗಳು, ಹಲವರ ಮನೆಗಳಿಗೆ ಎಡತಾಕಿಸಿತು. ಸುಮಾರು ಒಂದು ವರ್ಷ ಕಾಲ ನೂರಾರು ಪುಸ್ತಕಗಳು, ಲೇಖನಗಳ ಅಧ್ಯಯನದಲ್ಲಿ ಮುಳುಗಿದೆ. ನಮ್ಮ ಚಳುವಳಿಯ ಕೆಲಸಕ್ಕೆ ಗಮನ ಕೊಡುತ್ತಲೇ ಈ ಅಧ್ಯಯನ ಮುಂದುವರೆಯಿತು.

ಈ ಅಧ್ಯಯನ ಒಂದು ಘಟ್ಟಕ್ಕೆ ಬಂದಿತೆನಿಸಿದಾಗ ಹನ್ನೆರಡನೆಯ ಶತಮಾನಕ್ಕೆ ಸೀಮಿತವಾಗುವ ಬದಲಾಗಿ ಇತಿಹಾಸ ಪೂರ್ವ ಕಾಲದಿಂದ ಎಂಟನೇ ಶತಮಾನದವರೆಗಿನ ಕಾಲಘಟ್ಟದ ಬಗ್ಗೆ ಪ್ರಬಂಧ ಬರೆಯಲಾರಂಭಿಸಿದೆ. ಆ ವೇಳೆಗಾಗಲೇ ಈ ಮಾಲೆಯ ಸಂಪುಟಗಳು ಅಂತಿಮಗೊಂಡಿರಬೇಕು, ಅಲ್ಲದೆ ಅವರು ನನಗೆ ವಹಿಸಿದ ಪ್ರಬಂಧ ಬಿಟ್ಟು ಬೇರೆಯೇ ಪ್ರಬಂಧ ಬರೆಯುತ್ತಿದ್ದೇನೆ, ಅದು ಅವರಿಗೆ ಅವಶ್ಯಕತೆ ಬರಲಿಕ್ಕಿಲ್ಲ ಎಂದು ಸಂಪಾದಕರನ್ನಾಗಲಿ, ಕಛೇರಿಯನ್ನಾಗಲೀ ಸಂಪರ್ಕಿಸಲೇ ಇಲ್ಲ.

ಹೀಗಿರುವಾಗ, 'ಇತಿಹಾಸ ದರ್ಶನ' ಪತ್ರಿಕೆಯ ಸಂಪಾದಕರಾಗಿ ನನಗೆ ಪರಿಚಿತರಾಗಿದ್ದ ಹಂ. ಗು ರಾಜೇಶ್ ಬೇರೇನೋ ವಿಷಯಕ್ಕೆ ಫೋನ್ ಮಾಡಿದರು. ಆಗ ನಾನು ಪ್ರಾಸಂಗಿಕವಾಗಿ ಅವರು ಕೊಟ್ಟ ವಿಷಯ ಬಿಟ್ಟು ಬೇರೆಯೇ ಅಧ್ಯಯನ ಮಾಡಿದ್ದರ ಬಗ್ಗೆ ತಿಳಿಸಿದೆ. ಅವರು ಅದೂ ನಮ್ಮ ಸಂಪುಟಗಳಿಗೆ ಅಗತ್ಯವಾದದ್ದೇ. ಸಂಪಾದಕರುಗಳ ಗಮನಕ್ಕೆ ತರುತ್ತೇನೆ, ಕಳುಹಿಸಿ ಎಂದು ಹೇಳಿದರು. ನಾನು ಅಲ್ಲಿಯವರೆಗೆ ಬರೆದ ಅಪೂರ್ಣ ಪ್ರಬಂಧವನ್ನು ಕಳುಹಿಸಿದೆ. ಆಗ ಹಂ.ಗು.ರಾಜೇಶ್ ಹಾಗೂ ಎಸ್.ಚಂದ್ರಶೇಖರ್‌ರವರು ಫೋನ್ ಮಾಡಿ

ಅಧ್ಯಯನ ಬಹಳ ಚೆನ್ನಾಗಿದೆ ಮತ್ತು ದೀರ್ಘವಾಗಿದೆ. ಅದನ್ನು ಪೂರ್ಣಗೊಳಿಸಿ ಮತ್ತು ನಮ್ಮ ಅಗತ್ಯಕ್ಕೆ ತಕ್ಕಂತೆ ಎರಡು ಭಾಗ ಮಾಡಿ ಕಳುಹಿಸಿ, ಉಪಯೋಗಿಸಿಕೊಳ್ಳುತ್ತೇವೆ ಎಂದರು. ಇದು ಇಲ್ಲಿನ ಮೊದಲೆರಡು ಪ್ರಬಂಧಗಳು ರೂಪುಗೊಂಡ ಕತೆ.

ಈ ಪ್ರಬಂಧಗಳ ಜೊತೆಗೆ ನಾನು ಜಾತಿ ವ್ಯವಸ್ಥೆಯ ಮುಖ್ಯ ಅಂಶವಾದ ಅಸ್ಪೃಶ್ಯತೆಯ ಉಗಮದ ಬಗ್ಗೆ ಮತ್ತೊಂದು ಪ್ರಬಂಧ ಬರೆಯಲಾರಂಭಿಸಿದ್ದೆ. ಆದರೆ ಈ ಮಾಲೆಯ ಸಂಪುಟಗಳು ಮುದ್ರಣಕ್ಕೆ ಹೋಗುವ ಹಂತದಲ್ಲಿದ್ದುದರಿಂದ ಅದನ್ನು ಈ ಮಾಲೆಯ ಸಂಪುಟಗಳಲ್ಲಿ ಒಳಗೊಳ್ಳಲಾಗಲಿಲ್ಲ. ಅದನ್ನು ಈ ಪುಸ್ತಕದಲ್ಲಿ ಮೂರನೇ ಪ್ರಬಂಧವಾಗಿ ಸೇರಿಸಲಾಗಿದೆ.

'ಕರ್ನಾಟಕದ ಸಾಮಾಜಿಕ ಮತ್ತು ಆರ್ಥಿಕ ಚರಿತ್ರೆಯ ಕೆಲವು ನೆಲೆಗಳು' ಮಾಲೆಯ ಎರಡನೇ ಸಂಪುಟದಲ್ಲಿ ಹಾಗೂ ಎರಡನೆಯ ಪ್ರಬಂಧ ಏಳನೆಯ ಸಂಪುಟದಲ್ಲಿ ಈ ಪ್ರಬಂಧಗಳು ಪ್ರಕಟವಾಗಿವೆ. ಈ ಎರಡು ಪ್ರಬಂಧಗಳಿಗೆ ಮತ್ತಷ್ಟು ಸೇರ್ಪಡೆ, ಮಾರ್ಪಾಡುಗಳನ್ನು ಮಾಡಿದ ರೂಪದಲ್ಲಿ ಈ ಪುಸ್ತಕದಲ್ಲಿ ಒಳಗೊಳ್ಳಲಾಗಿದೆ.

ಈ ಪ್ರಬಂಧಗಳು ಕರ್ನಾಟಕದಲ್ಲಿ ವರ್ಣ– ಜಾತಿ ವ್ಯವಸ್ಥೆ ಅಸ್ತಿತ್ವಕ್ಕೆ ಬಂದ ಮತ್ತು ಗಟ್ಟಿಯಾಗಿ ಬೇರೂರಿದ ಕಾಲಘಟ್ಟದ ಬಗೆಗಿನ ಅಧ್ಯಯನ ಮಾತ್ರ. ಅಂದರೆ ಇತಿಹಾಸಪೂರ್ವ ಕಾಲದಿಂದ ಆರಂಭಿಸಿ ಒಂಬತ್ತನೆಯ ಶತಮಾನದ ಕಾಲಘಟ್ಟವನ್ನು ಮಾತ್ರ ವ್ಯಾಪಿಸಿದೆ. ನಂತರದ ನಗರೀಕರಣದ ಕಾಲ, ವಚನ ಚಳುವಳಿಯ ಕಾಲದ ಬಹು ಮುಖ್ಯ ಬೆಳವಣಿಗೆಗಳು, ಅವುಗಳಿಂದ ಜಾತಿ ವ್ಯವಸ್ಥೆಯ ಮೇಲಾದ ಪರಿಣಾಮಗಳು, ಜಾತಿ ವ್ಯವಸ್ಥೆಯನ್ನು ನಿರಾಕರಿಸಿದ ವಚನ ಚಳುವಳಿ ತಾನೇ ಮತ್ತೊಂದು ವಿಶಿಷ್ಟ ಜಾತಿ ಗುಚ್ಛವಾಗಿ ರೂಪುಗೊಂಡ ಬಗೆ, ಹತ್ತೊಂಬತ್ತನೆಯ ಹಾಗೂ ಇಪ್ಪತ್ತನೆಯ ಶತಮಾನದಲ್ಲಿ, ಪ್ರಜಾಪ್ರಭುತ್ವದಲ್ಲಿ ಕೂಡಾ ಉಳಿದು ಪಡೆದ ಜಾತಿವಾದದ ರೂಪ ಈ ಎಲ್ಲಾ ಅಂಶಗಳನ್ನು ವಿವರಿಸಲು ಮತ್ತೆ ನಾಲ್ಕು ಸಂಪುಟಗಳು ಅವಶ್ಯ. ಅವುಗಳನ್ನು ಮುಂದೆ ಬರೆದು ಪೂರ್ಣ ಗೊಳಿಸಬೇಕೆಂದುಕೊಂಡಿದ್ದೇನೆ

– ಜಿ ಎನ್ ನಾಗರಾಜ್

ಕೃತಜ್ಞತೆಗಳು –

ಜಾತಿ ವ್ಯವಸ್ಥೆಯ ಬಗ್ಗೆ ಹಲವು ವಿಚಾರ ಸಂಕಿರಣಗಳು, ಅಧ್ಯಯನ ಶಿಬಿರಗಳಲ್ಲಿ ಉಪನ್ಯಾಸ ನೀಡಲು ಆಹ್ವಾನಿಸಿ ಮತ್ತೆ ಮತ್ತೆ ಈ ಬಗ್ಗೆ ಅಧ್ಯಯನ ಮಾಡಲು ಅವಕಾಶ ಒದಗಿಸಿದ ಎಸ್‌ಎಫ್‌ಐ, ಡಿವೈಎಫ್‌ಐ, ಸಿಪಿಎಂ, ಕರ್ನಾಟಕ ಪ್ರಾಂತ ಕೃಷಿ ಕೂಲಿಕಾರ ಸಂಘ, ದಲಿತ ಸಂಘರ್ಷ ಸಮಿತಿ ಮೊದಲಾದ ಜನ ಚಳುವಳಿಗಳ ನಾಯಕರಿಗೆ, ಅಲ್ಲಿ ನೂರಾರು ಪ್ರಶ್ನೆಗಳ ಮೂಲಕ ಕಡೆಗಣಿಸಲ್ಪಟ್ಟ ಆಯಾಮಗಳ ಬಗ್ಗೆ ನನ್ನ ಕಣ್ತೆರೆಸಿದ ಶಿಬಿರಾರ್ಥಿಗಳಿಗೆ,

ಈ ಎಲ್ಲ ಉಪನ್ಯಾಸಗಳಲ್ಲಿಯೂ ಹೆಚ್ಚು ಗಮನ ನೀಡಲಾಗದ ಕರ್ನಾಟಕದ ನಿರ್ದಿಷ್ಟ ಸಂದರ್ಭದಲ್ಲಿ ಜಾತಿ ವ್ಯವಸ್ಥೆ ಅಸ್ತಿತ್ವಕ್ಕೆ ಬಂದ ಹಾಗೂ ಬೆಳೆದ ಬಗೆಯನ್ನು ಅನ್ವೇಷಿಸಲು ಪ್ರಚೋದನೆ ನೀಡಿದ, ಕನ್ನಡದ ಬಗೆಗಿನ ಅನೇಕ ಹೊಸ ದೃಷ್ಟಿಯ ಯೋಜನೆಗಳ ರೂವಾರಿ, ಭಾಷಾ ತಜ್ಞ ಕೆ.ವಿ.ನಾರಾಯಣ್‌ರವರಿಗೆ.

ಈ ಮಾಲೆಯ ಸಂಪಾದಕರಾಗಿ ನಾನೆಷ್ಟು ಬೇಸರ ಪಡಿಸಿದರೂ ಎಡಬಿಡದೆ ನನ್ನನ್ನು ಬರವಣಿಗೆಗೆ ದೂಡಿದ ನಾಡಿನ ಮಹತ್ವದ ಇತಿಹಾಸಕಾರ ಎಸ್.ಚಂದ್ರಶೇಖರ್‌ರವರಿಗೆ,

ಈ ಮಾಲೆಯ ಮತ್ತೊಬ್ಬ ಸಂಪಾದಕರಾದ , ಅವರ ಬರಹ ಮತ್ತು ಸಂವಾದಗಳ ಮೂಲಕ ಉಪಕಾರ ಮಾಡಿದ ಬಿ. ಸುರೇಂದ್ರ ರಾವ್‌ರವರಿಗೆ,

ಈ ಮಾಲೆಗೆ ಪ್ರಬಂಧಗಳನ್ನು ಬರೆಯುವುದನ್ನು ಕೈಬಿಟ್ಟ ಸಂದರ್ಭದಲ್ಲಿಯೂ ಬಿಡದೆ ನನಗೆ ಉತ್ತೇಜಿಸಿ ಪ್ರಬಂಧ ಬರೆಸಿದ ಮತ್ತು ಅದನ್ನು ತಿದ್ದಿದ ಹಂ.ಗು.ರಾಜೇಶ್‌ರವರಿಗೆ,

ಈ ಪ್ರಬಂಧಗಳ ಅಕ್ಷರಕ್ಷರವನ್ನೂ ಪರಿಶೀಲಿಸಿ, ಉಲ್ಲೇಖಗಳನ್ನು ವ್ಯವಸ್ಥೆಗೊಳಿಸಿ ಮಾಲೆಯ ಸಂಪುಟಗಳಲ್ಲಿ ಪ್ರಕಟಣೆಗೆ ಅನುವುಗೊಳಿಸಿದ ಡಾ.ಎಸ್. ರಶ್ಮಿಯವರಿಗೆ ,

ಈ ಯೋಜನೆಯನ್ನು ರೂಪಿಸಿ, ನನ್ನ ಪ್ರಬಂಧಗಳನ್ನು ತಮ್ಮ ಮಾಲೆಯ ಸಂಪುಟಗಳಲ್ಲಿ ಪ್ರಕಟಿಸಿದ, ಮೇಲಿನ ವಿದ್ವಾಂಸರನ್ನು ಒಳಗೊಂಡ ಕುವೆಂಪು ಭಾಷಾ ಭಾರತಿ ಪ್ರಾಧಿಕಾರ ಸಂಸ್ಥೆಗೆ, ಮತ್ತು ಈ ಪ್ರಬಂಧಗಳನ್ನು ಪ್ರಕಟಿಸಲು ಪ್ರಾಧಿಕಾರ ನೀಡಿದ ಸ್ವಾತಂತ್ರ್ಯಕ್ಕೆ.

ಈ ಅಧ್ಯಯನಕ್ಕೆ ಅವಶ್ಯವಾದ ಕೆಲವು ಪುಸ್ತಕಗಳನ್ನು ನೀಡಿ ಸಹಾಯ ಮಾಡಿದವರು ಹಲವರು ವಿದ್ವಾಂಸರು, ಗೆಳೆಯರು– ಇತಿಹಾಸ ಪ್ರಾಧ್ಯಾಪಕರಾದ ತಂಬಂಡ ವಿಜಯ್ ಪೂಣಚ್ಚ, ಶ್ರೀನಿವಾಸಯ್ಯ, ಸಿ. ಯತಿರಾಜ್, ಡಾ. ಇಂದಿರಾ ಹೆಗ್ಡೆ, ದಲಿತ ಚಳುವಳಿಯ ಮುಖಂಡರಾದ ಸಿ.ಮುನಿಯಪ್ಪ, ಗೆಳೆಯರಾದ ಎನ್. ಕೆ. ವಸಂತರಾಜ್, ಎಚ್.ಎಸ್. ಜಯಕುಮಾರ್, ಡಾ.ವಡ್ಡಗೆರೆ ನಾಗರಾಜಯ್ಯ, ಪ್ರಸನ್ನ ಲಕ್ಷ್ಮೀಪುರ ಮೊದಲಾದವರಿಗೆ,

ನನ್ನ ಅರಿವಿನ ನಿರಂತರ ಆಸರೆಗಳಾದ ರಾಜ್ಯ ಕೇಂದ್ರ ಗ್ರಂಥಾಲಯ, ಐಸಿಎಚ್‌ಆರ್ ಬೆಂಗಳೂರು ಪ್ರಾದೇಶಿಕ ಕೇಂದ್ರ, ಮಿಥಿಕ್ ಸೊಸೈಟಿ, ಜೆ.ಎನ್‌ಯು, ಎಕೆಜಿ ಭವನ್ ನವದೆಹಲಿ, ಸಿಪಿಎಂ ರಾಜ್ಯ ಸಮಿತಿ ಕಛೇರಿ, ಕನ್ನಡ ವಿವಿ ಹಂಪಿ ಮೊದಲಾದ ಪುಸ್ತಕ ಭಂಡಾರಗಳು ಮತ್ತು ಅವುಗಳ ಭಂಡಾರಿಗಳಿಗೆ,

ಈ ಮಾಲೆಯ ಸಂಪುಟಗಳಲ್ಲಿನ ಪ್ರಬಂಧಗಳನ್ನು ಓದಿ ಮೆಚ್ಚಿ ಪ್ರೋತ್ಸಾಹಿಸಿದ ಸಾಹಿತಿಗಳಾದ ಮೂಡ್ನಾಕೂಡು ಚಿನ್ನಸ್ವಾಮಿ, ಸಿ.ಪಿ.ನಾಗರಾಜ್ ಮೊದಲಾದವರಿಗೆ,

ಮಂಜುನಾಥ ಅದ್ದೆ, ಎಸ್.ಜೆ. ಸೋಮಶೇಖರ್ ಕೆ.ಎ.ಎಸ್. ಮತ್ತು ಎಚ್.ಎಸ್. ಜಯಕುಮಾರ್‌ರವರ ನೆರವಿಗೆ

ಇದಕ್ಕೊಂದು ಚಂದ ಸ್ವರೂಪ ಕೊಟ್ಟ ಬಹುರೂಪಿ ಬಳಗಕ್ಕೆ.

– ಜಿ ಎನ್ ನಾಗರಾಜ್

ಮೊದಲನೇ ಪ್ರಬಂಧ

ಕರ್ನಾಟಕದಲ್ಲಿ ವರ್ಣ–ಜಾತಿ ವ್ಯವಸ್ಥೆಯ ಉಗಮ ಆರಂಭಿಕ ಘಟ್ಟ

ಎರಡನೇ ಪ್ರಬಂಧ

ಪೌರಾಣಿಕ ಹಿಂದೂ ಧರ್ಮ

ವರ್ಣ–ಜಾತಿ ವ್ಯವಸ್ಥೆಯ ವಿಸ್ತರಣೆ

ಮೂರನೇ ಪ್ರಬಂಧ

ಕರ್ನಾಟಕದಲ್ಲಿ ಅಸ್ಪೃಶ್ಯತೆಯ ಉಗಮ

– ಕಾರಣಗಳು

ಮೊದಲನೇ ಪ್ರಬಂಧ

ಕರ್ನಾಟಕದಲ್ಲಿ ವರ್ಣ-ಜಾತಿ ವ್ಯವಸ್ಥೆಯ ಉಗಮ

ಆರಂಭಿಕ ಘಟ್ಟ

ಅಧ್ಯಾಯ ಒಂದು

ಜಾತಿ ವ್ಯವಸ್ಥೆಯ ಇರವು-ಅರಿವು

ಭಾರತ ಉಪಖಂಡದ ವರ್ಣ-ಜಾತಿ ವ್ಯವಸ್ಥೆ ಇಡೀ ವಿಶ್ವದಲ್ಲಿಯೇ ವಿಶಿಷ್ಟವಾದದ್ದು ಮತ್ತು ಈ ಉಪಖಂಡಕ್ಕೆ ಮಾತ್ರ ಸೀಮಿತವಾದದ್ದು. ಇಂದಿನ ಭಾರತ ದೇಶದಲ್ಲಿ ಮಾತ್ರವೇ ಅಲ್ಲದೆ ಉಪಖಂಡದ ಇತರ ದೇಶಗಳಲ್ಲಿಯೂ ಜಾತಿ ವ್ಯವಸ್ಥೆ ವಿವಿಧ ರೂಪಗಳಲ್ಲಿ ಅಸ್ತಿತ್ವದಲ್ಲಿದೆ. ಮೂರು ಸಾವಿರ ವರ್ಷಗಳ ದೀರ್ಘ ಕಾಲದ ಇತಿಹಾಸದಲ್ಲಿ ಹಲವು ರಾಜಕೀಯ, ಸಾಮಾಜಿಕ ಬದಲಾವಣೆಗಳನ್ನೆದುರಿಸಿ ಜಾತಿವ್ಯವಸ್ಥೆ ಉಳಿದುಕೊಂಡು ಬಂದಿರುವುದು ಅದರ ಸ್ವರೂಪದ ವೈಶಿಷ್ಟತೆಯಾಗಿದೆ. ರಾಷ್ಟ್ರ ಮಟ್ಟದಲ್ಲಿ ಜಾತಿ ವ್ಯವಸ್ಥೆಯ ಚರಿತ್ರೆ ರಚನೆ ಗಣನೀಯವಾಗಿ ಬೆಳೆದಿದೆ. ಎ.ಎಲ್.ಬಾಷಂ, ಆರ್.ಎಸ್.ಮಜುಂದಾರ್, ಎಸ್.ಎನ್. ಕೇತ್ಕರ್, ಪಿ.ವಿ.ಕಾಣೆ, ಡಿ.ಡಿ.ಕೊಸಾಂಬಿ, ಆರ್.ಎಸ್.ಶರ್ಮ, ರೊಮಿಲಾ ಥಾಪರ್, ತಪನ್ ರಾಯ್ ಚೌಧುರಿ, ಸುವೀರಾ ಜೈಸ್ವಾಲ್, ಡಿ.ಎನ್. ಝಾ, ಇರ್ಫಾನ್ ಹಬೀಬ್, ಬಿ.ಡಿ.ಚಟ್ಟೋಪಾಧ್ಯಾಯ, ದೇವರಾಜ್ ಚನಾನ, ನಿರ್ಮಲ್ ಕುಮಾರ್ ಬೋಸ್, ಎನ್.ಕೆ.ದತ್ ಮೊದಲಾದ ನೂರಾರು ಇತಿಹಾಸ ಕಾರರು ಮತ್ತು ಇರಾವತಿ ಕರ್ವೆ, ಸರ್ದೇಸಾಯ್, ಎಂ.ಎನ್.ಶ್ರೀನಿವಾಸ್ ಮೊದಲಾದ ಸಮಾಜ ಶಾಸ್ತ್ರಜ್ಞರು, ಮಾನವ ಶಾಸ್ತ್ರಜ್ಞರು ಹಲವು ಆಯಾಮಗಳಿಂದ ಹಾಗೂ ದೃಷ್ಟಿಕೋನಗಳಿಂದ

ಜಾತಿ ವ್ಯವಸ್ಥೆಯ ಅಧ್ಯಯನ ಮಾಡಿದ್ದಾರೆ. ಈ ದೇಶದ ವಿದ್ವಾಂಸರು ಮಾತ್ರವಲ್ಲದೇ ಜೆ.ಸಿ ನೆಸ್ಫೀಲ್ಡ್, ಎಚ್.ಎಚ್.ರಿಸ್ಲೇ, ಲೂಯಿ ಡುಮಾಂಟ್, ಮ್ಯಾಕ್ಸ್ ವೀಬರ್, ಜೆ.ಎಚ್.ಹಟ್ಟನ್, ವಿಲ್ ಡ್ಯುರಾಂಟ್, ಮಾರ್ಟನ್ ಕ್ಲಾಸ್, ಬರ್ಟನ್ ಸ್ಟೇನ್, ಸೆಲೆಸ್ಟೀನ್ ಬೌಗ್ಲೆ ಆದಿಯಾಗಿ ಅನೇಕ ವಿದೇಶಗಳ ವಿದ್ವಾಂಸರೂ ಆಸಕ್ತಿ ತೋರಿದ್ದಾರೆ ಹಾಗೂ ಗಣನೀಯ ಕೊಡುಗೆ ನೀಡಿದ ಅಧ್ಯಯನಗಳನ್ನು ಮಾಡಿದ್ದಾರೆ.

ಜ್ಯೋತಿ ಬಾ ಫುಲೆ, ಮಹಾತ್ಮ ಗಾಂಧಿ, ಪೆರಿಯಾರ್, ನಾರಾಯಣ ಗುರು, ಬಾಬಾ ಸಾಹೇಬ್ ಅಂಬೇಡ್ಕರ್, ಇ.ಎಂ.ಎಸ್. ನಂಬೂದರಿಪಾದ್, ರಾಮ ಮನೋಹರ್ ಲೋಹಿಯಾ, ಬಿ.ಟಿ.ರಣದಿವೆ ಮೊದಲಾದ ಸಮಾಜ ಸುಧಾರಕರು, ಸಾಮಾಜಿಕ ಚಳುವಳಿಗಾರರು ಮತ್ತು ರಾಜಕೀಯ ನಾಯಕರು ಕೂಡ ಜಾತಿ ವ್ಯವಸ್ಥೆಯ ಬಗ್ಗೆ ತಮ್ಮ ವಿಶ್ಲೇಷಣೆಗಳನ್ನು ಮಾಡಿದ್ದಾರೆ. ಇವರ ವಿಚಾರಗಳು ಜನ ಸಾಮಾನ್ಯರ ಮೇಲೆ ಗಣನೀಯ ಪ್ರಭಾವ ಬೀರಿವೆ.

ಇತಿಹಾಸ, ಸಮಾಜಶಾಸ್ತ್ರ, ಮಾನವ ಶಾಸ್ತ್ರ ಮೊದಲಾದ ಅಧ್ಯಯನಗಳು ಮತ್ತು ಬರಹಗಳ ಮೂಲಕ ಭಾರತದ ವರ್ಣ ವ್ಯವಸ್ಥೆಯ ಬಗ್ಗೆ, ಅದು ಜಾತಿ ವ್ಯವಸ್ಥೆಯಾಗಿ ರೂಪುಗೊಂಡ ಬಗ್ಗೆ ಸಾಕಷ್ಟು ಚರ್ಚೆಯಾಗಿದೆ. ಈ ಕುರಿತು ವಾಗ್ವಾದಗಳು, ವೈಚಾರಿಕ ಸಂಘರ್ಷಗಳು ನಡೆದಿವೆ. ಒಟ್ಟಿನಲ್ಲಿ ಹಲವು ಭಿನ್ನ ಅಭಿಪ್ರಾಯಗಳ ನಡುವೆಯೂ ಜಾತಿ ವ್ಯವಸ್ಥೆಯ ಬಗ್ಗೆ ವಿದ್ವಾಂಸರಲ್ಲಿ ಒಂದು ಸಾಮಾನ್ಯವಾದ ವೈಜ್ಞಾನಿಕ ಅರಿವು ರೂಪುಗೊಂಡಿದೆ ಮತ್ತು ಭಾರತದ ಸಾಮಾಜಿಕ ಸಂರಚನೆಯನ್ನು ರೂಪಿಸುವುದರಲ್ಲಿ ವರ್ಣ–ಜಾತಿ ವ್ಯವಸ್ಥೆಯ ಪಾತ್ರವನ್ನು ಕಂಡುಕೊಳ್ಳುವಲ್ಲಿ ಯಶಸ್ವಿಯಾಗಿವೆ. ಆದರೆ ಹಲವು ದಶಕಗಳಲ್ಲಿ ನೂರಾರು ವಿದ್ವಾಂಸರ ಮತ್ತು ಇತರ ಸಾಮಾಜಿಕ ನಾಯಕರ ಶ್ರಮದ ಫಲವಾದ ಈ ಅಧ್ಯಯನಗಳಿಂದ ಪಡೆದ ಅರಿವನ್ನು ಜನ ಸಾಮಾನ್ಯರಲ್ಲಿ ವ್ಯಾಪಕವಾಗಿ ಪಸರಿಸುವ ಪ್ರಯತ್ನವನ್ನು ಭಾರತವನ್ನು ಆಳಿದ ಸರ್ಕಾರಗಳು, ವಿಶ್ವ ವಿದ್ಯಾಲಯಗಳು ಮತ್ತಿತರ ಅಕಾಡೆಮಿಕ್, ಸಾಂಸ್ಕೃತಿಕ ಸಂಸ್ಥೆಗಳು, ಪತ್ರಿಕೆ, ಮಾಧ್ಯಮಗಳು ಆಸಕ್ತಿಯಿಂದ ಮತ್ತು ಪ್ರಜಾಪ್ರಭುತ್ವ ನಿಷ್ಠೆಯಿಂದ ಕೈಗೊಳ್ಳಬೇಕಾಗಿತ್ತು.

ಈ ವೈಜ್ಞಾನಿಕ ಅರಿವಿನ ಒಟ್ಟಂದವನ್ನು ಲೆಕ್ಕಕ್ಕೆ ತೆಗೆದುಕೊಳ್ಳದೆ ತಂತಮ್ಮ ಮೂಗಿನ ನೇರಕ್ಕೆ, ತಂತಮ್ಮ ಹಿತಗಳಿಗೆ ಅನುಗುಣವಾಗಿ ಪೂರ್ವಗ್ರಹಗಳನ್ನು ಬಿತ್ತುವ ಕೆಲಸವೂ ಸಹ ನಡೆದಿದೆ. ಸಿನೆಮಾ, ಟಿ.ವಿ. ಧಾರಾವಾಹಿಗಳು ಅನೇಕ ಬಾರಿ ಜಾತಿ ಭೇದವನ್ನು ಉಲ್ಬಣಗೊಳಿಸುವ ಕ್ರಿಯೆಗೆ ಸಹಾಯಕವಾಗಿವೆ. ಸಾಮಾಜಿಕ, ರಾಜಕೀಯ ರಂಗಗಳ ವ್ಯಕ್ತಿಗಳು ಮಾತ್ರವೇ ಅಲ್ಲದೆ ಇತಿಹಾಸಕಾರರು, ಸಾಮಾಜಿಕ ವಿಜ್ಞಾನಿಗಳೂ ಕೂಡ ಈ ಪ್ರವೃತ್ತಿಗೆ ಬಲಿಯಾಗಿದ್ದಾರೆ ಎಂಬುದು ಅತ್ಯಂತ ವಿಷಾದಕರ ಸಂಗತಿ.

ಸಮಾನತೆ, ಸೋದರತ್ವಗಳೇ ಆಧಾರವಾದ ಇಂದಿನ ಪ್ರಜಾಪ್ರಭುತ್ವ ವ್ಯವಸ್ಥೆಯಲ್ಲಿಯೂ ಜಾತಿ ವ್ಯವಸ್ಥೆ ರಾಜಕಾರಣ, ಸಾಮಾಜಿಕ, ಸಾಂಸ್ಕೃತಿಕ ರಂಗ, ಆರ್ಥಿಕ ರಂಗಗಳಲ್ಲಿ

ಮುಖ್ಯ ಪಾತ್ರ ವಹಿಸುತ್ತಿದೆ. ಜಾತಿ ವ್ಯವಸ್ಥೆಗೆ ಸಂಬಂಧಿಸಿದ ಪ್ರಶ್ನೆಗಳು ಅಪನಂಬಿಕೆ, ದ್ವೇಷ, ಭಾವೋದ್ರೇಕಕ್ಕೆ, ಸಂಘರ್ಷ, ಕೊಲೆಗಳಿಗೆ ಕಾರಣವಾಗುತ್ತಿವೆ. ಜಾತಿಯ ಗಡಿಯನ್ನು ಮೀರಿದ ವಿವಾಹಗಳು ಹೆತ್ತ ತಂದೆ ತಾಯಿಯರಿಂದ, ಸೋದರರಿಂದಲೇ ಯುವತಿಯರು ಮರ್ಯಾದಾ ಹತ್ಯೆ ಕ್ರೌರ್ಯಕ್ಕೆ ಕಾರಣವಾಗಿದೆ. ಇವೆಲ್ಲಾ ವರ್ಣ-ಜಾತಿ ವ್ಯವಸ್ಥೆಯ ಪ್ರಶ್ನೆಯ ಬಗ್ಗೆ ಅಧ್ಯಯನ ಪೂರ್ಣ ವಸ್ತುನಿಷ್ಠ ದೃಷ್ಟಿ ರೂಪಿಸಿಕೊಳ್ಳುವುದರ ಪ್ರಾಮುಖ್ಯತೆಯನ್ನು ಎತ್ತಿ ಹೇಳುತ್ತವೆ. ಅಷ್ಟು ಮಾತ್ರವಲ್ಲದೆ ಅದನ್ನು ಸಮಾಜದಲ್ಲಿ ವ್ಯಾಪಕವಾಗಿ ಪಸರಿಸುವುದೂ ಕೂಡ ಇಂದಿನ ತುರ್ತುಗಳಲ್ಲೊಂದು ಎಂಬುದನ್ನು ನಿರೂಪಿಸುತ್ತವೆ.

ಆದರೆ ಅದೇ ಸಮಯದಲ್ಲಿ ಈ ಅಧ್ಯಯನಗಳು ಅಖಿಲ ಭಾರತ ಮಟ್ಟದಲ್ಲಿ ಕಾಣುವಂತೆ ವರ್ಣ ವ್ಯವಸ್ಥೆ ಮತ್ತು ಜಾತಿ ವ್ಯವಸ್ಥೆಯ ಬಗ್ಗೆ ಸಾಮಾನ್ಯೀಕರಣಗಳ ತೀರ್ಮಾನಕ್ಕೆ ಬರುವಲ್ಲಿ ಹೆಚ್ಚು ಆಸಕ್ತಿ ತೋರಿಸುತ್ತವೆ. ಈ ದೃಷ್ಟಿಯಿಂದಲೇ ಭಾರತದ ವಿವಿಧ ಪ್ರದೇಶಗಳ ಮಾಹಿತಿಯನ್ನು ಆಯ್ಕೆ ಮಾಡಿಕೊಳ್ಳುತ್ತವೆ. ಈ ಅಧ್ಯಯನಗಳು ಇಂಗ್ಲಿಷಿನಲ್ಲಿ ಲಭ್ಯವಿರುವ ಶಾಸನಗಳು ಮತ್ತು ಸಂಸ್ಕೃತ, ಪ್ರಾಕೃತಗಳ ಸಾಹಿತ್ಯಿಕ ಆಕರಗಳ ಮೇಲಷ್ಟೇ ಹೆಚ್ಚಾಗಿ ಆಧರಿಸಿವೆ. ಕೊಸಾಂಬಿಯಂತಹ ಅಪರೂಪದ ಕೆಲ ಇತಿಹಾಸಕಾರರನ್ನು ಹೊರತು ಪಡಿಸಿದರೆ ಕ್ಷೇತ್ರ ಅಧ್ಯಯನಗಳ ಕೊರತೆಯೂ ಈ ಅಧ್ಯಯನಗಳನ್ನು ಕಾಡಿದೆ. ಮಾನವ ಶಾಸ್ತ್ರೀಯ ಅಧ್ಯಯನಗಳು, ಅಖಿಲ ಭಾರತ ಮತ್ತು ಪ್ರಾದೇಶಿಕ ಸಮೀಕ್ಷೆಗಳು, ಗ್ರಾಮಗಳ ಕ್ಷೇತ್ರ ಅಧ್ಯಯನಗಳು, ಪ್ರಾದೇಶಿಕ ಭಾಷೆಗಳ ಸಾಹಿತ್ಯ, ಜಾನಪದ ಆಚರಣೆಗಳು, ಜಾನಪದ ಸಾಹಿತ್ಯ ಮೊದಲಾದ ಆಕರಗಳನ್ನು ಈ ಅಧ್ಯಯನಗಳಲ್ಲಿ ಒಳಗೊಳ್ಳಲಾಗಿಲ್ಲ. ಅದರಿಂದಾಗಿ ಜಾತಿ ವ್ಯವಸ್ಥೆಯ ಒಂದು ಸಾಮಾನ್ಯ ರೂಪದ ಅಧ್ಯಯನ ಮಾತ್ರ ಸಾಧ್ಯವಾಗಿದೆ. ಈ ಅಧ್ಯಯನಗಳು ಭಾರತದ ವಿವಿಧ ಪ್ರದೇಶಗಳಲ್ಲಿ ಜಾತಿ ವ್ಯವಸ್ಥೆ ತಳೆದ ವೈವಿಧ್ಯಮಯ ಸ್ವರೂಪವನ್ನು ಬಹುಮಟ್ಟಿಗೆ ಗಣನೆಗೆ ತೆಗೆದುಕೊಳ್ಳುವುದಿಲ್ಲ. ಇದರಿಂದಾಗಿ ಜಾತಿ ವ್ಯವಸ್ಥೆಯ ಬಗೆಗೆ ಪಡೆಯಬೇಕಾದ ಸಮಗ್ರ ತಿಳಿವಳಿಕೆ ಸೊರಗಿದೆ.

ಕರ್ನಾಟಕದಲ್ಲಿ ವರ್ಣ-ಜಾತಿ ವ್ಯವಸ್ಥೆಯ ಅಧ್ಯಯನ

ಭಾರತ ವ್ಯಾಪಿಯಾದ ವರ್ಣ-ಜಾತಿ ವ್ಯವಸ್ಥೆಯ ಸಾಮಾನ್ಯ ರೂಪದ ಚೌಕಟ್ಟು ಕರ್ನಾಟಕದಲ್ಲಿ ಪಡೆದ ನಿರ್ದಿಷ್ಟ ಸ್ವರೂಪದ ಬಗ್ಗೆ, ಅದರಿಂದಾಗಿ ಇಲ್ಲಿನ ಸಾಮಾಜಿಕ ಸಂರಚನೆಯ ಮೇಲೆ ಮತ್ತು ಜನ ಸಮುದಾಯಗಳ ಮೇಲೆ ಆದ ಪರಿಣಾಮದ ಬಗ್ಗೆ ಹಲವು ಆಯಾಮಗಳಿಂದ ಅಧ್ಯಯನ ನಡೆಯಬೇಕಾಗಿದೆ. ವರ್ಣ ವ್ಯವಸ್ಥೆ ಮತ್ತು ಜಾತಿ ವ್ಯವಸ್ಥೆಯ ನಡುವಣ ಸಂಬಂಧದ ಬಗ್ಗೆ ಕೂಡ ಅಧ್ಯಯನಗಳು ಗಮನ ಹರಿಸಬೇಕಾಗಿದೆ. ಕರ್ನಾಟಕದಲ್ಲಿ ಜಾತಿ ವ್ಯವಸ್ಥೆ ರೂಪುಗೊಂಡ ಕಾಲಘಟ್ಟ, ಅದಕ್ಕೆ ಕಾರಣವಾದ ಸಾಮಾಜಿಕ-ಆರ್ಥಿಕ, ರಾಜಕೀಯ, ಧಾರ್ಮಿಕ ಕಾರಣಗಳು ಹಾಗೂ

ಅದರ ಹಿಂದಿನ ತಾತ್ವಿಕ ವಿಚಾರ ಪ್ರಣಾಲಿಗಳ ಬಗ್ಗೆ ಅಧ್ಯಯನ ಮಾಡಬೇಕಾಗಿದೆ. ಬೇಟೆ ಮತ್ತು ಆಹಾರ ಸಂಗ್ರಹಣೆಯಿಂದ ಪಶುಸಂಗೋಪನೆಗೆ, ನಂತರ ಕೃಷಿಯ ಕಡೆಗೆ ಜನ ಸಮುದಾಯಗಳು ಚಲಿಸುತ್ತಿದ್ದಾಗ ಶ್ರಮದ ಸ್ವರೂಪದಲ್ಲಿ, ಶ್ರಮ ವಿಂಗಡಣೆಯಲ್ಲಿ, ಶ್ರಮಿಕರ ಜೀವನ ಪರಿಸ್ಥಿತಿಯಲ್ಲಿ ಆದ ಬದಲಾವಣೆಗಳಿಗೂ ವರ್ಣ-ಜಾತಿ ವ್ಯವಸ್ಥೆಗೂ ಇರುವ ಸಂಬಂಧಗಳ ಬಗ್ಗೆ ಹೆಚ್ಚಿನ ಅಧ್ಯಯನ ನಡೆಯಬೇಕಾಗಿದೆ. ಜಾತಿ ವ್ಯವಸ್ಥೆ ಅಸ್ತಿತ್ವಕ್ಕೆ ಬಂದ ಮೇಲೆ ಈ ಎಲ್ಲ ಪರಿಸ್ಥಿತಿಗಳಲ್ಲಿ ಹಲವು ಬದಲಾವಣೆ ಗಳಾದವು. ಅನೇಕ ರಾಜ್ಯ, ಸಾಮ್ರಾಜ್ಯಗಳು ಅಳಿದು ಮತ್ತನೇಕ ರಾಜ್ಯ, ಸಾಮ್ರಾಜ್ಯಗಳು ಅಧಿಕಾರಕ್ಕೆ ಬಂದವು. ಮುಂದೆ ನಗರೀಕರಣದ ಎರಡು ಹಂತಗಳಲ್ಲಿ ಶ್ರಮದ ಸ್ವರೂಪ ಮತ್ತು ಶ್ರಮಿಕರ ಪರಿಸ್ಥಿತಿಗಳಲ್ಲಿ ಗಣನೀಯ ಬದಲಾವಣೆಗಳಾದವು. ಹಾಗೆಯೇ ಹೊಸ ಧಾರ್ಮಿಕ ಪಂಥಗಳು, ಸಂಸ್ಥೆಗಳು ಬೆಳೆದರೂ ಕೂಡ ಅವುಗಳನ್ನು ಅರಗಿಸಿಕೊಂಡು ಜಾತಿ ವ್ಯವಸ್ಥೆಯ ಒಟ್ಟಾರೆ ಅಸ್ತಿತ್ವಕ್ಕೆ ಧಕ್ಕೆಯಾಗದೆ ಉಳಿದುಕೊಂಡು ಬಂದಿದೆ. ಜಾತಿ ವ್ಯವಸ್ಥೆಯ ಇಂತಹ ಗುಣದ ಕಾರಣಗಳ ಬಗ್ಗೆ ತಲಸ್ಪರ್ಶಿ ಅಧ್ಯಯನ ಬೇಕಾಗಿದೆ.

ಕರ್ನಾಟಕ ಎಂದಕೂಡಲೇ ಅದೊಂದು ಏಕರೂಪಿ ಸಾಮಾಜಿಕ ಘಟಕವೇನಲ್ಲ. ಕರ್ನಾಟಕವೆಂದು ಇಂದು ಹೆಸರು ಪಡೆದ ಭೌಗೋಳಿಕ ಮತ್ತು ಸಾಮಾಜಿಕ ಘಟಕ ಭೌಗೋಳಿಕ ವೈವಿಧ್ಯತೆ, ಪರಿಸರ ವೈವಿಧ್ಯತೆ, ಸಾಮಾಜಿಕ ವೈವಿಧ್ಯತೆ, ಧಾರ್ಮಿಕ ವೈವಿಧ್ಯತೆ ಮತ್ತು ಭಾಷಾ ವೈವಿಧ್ಯತೆಗಳ ಆಗರವಾಗಿದೆ. ಈ ಎಲ್ಲಾ ವೈವಿಧ್ಯತೆಗಳು ವಿವಿಧ ಪ್ರದೇಶಗಳಲ್ಲಿ ಯಾವ ಜಾತಿಗಳು ಅಸ್ತಿತ್ವದಲ್ಲಿವೆ, ಯಾವ ಜಾತಿಗಳು ಅಸ್ತಿತ್ವ ಪಡೆದಿಲ್ಲ, ಈ ಜಾತಿಗಳೊಳಗಿನ ಉಪ ಜಾತಿಗಳ ಸ್ವರೂಪ, ಜಾತಿ ಜಾತಿಗಳ ಹಾಗೂ ಉಪಜಾತಿಗಳ ನಡುವಣ ಸಂಬಂಧಗಳು, ಅವುಗಳ ಶ್ರೇಣೀಕರಣದ ಮೇಲುಕೀಳುಗಳ ವ್ಯತ್ಯಾಸಗಳು ಇತ್ಯಾದಿ ಅನೇಕ ಆಯಾಮಗಳಿಗೆ ಸಂಬಂಧಿಸಿ ಒಟ್ಟಾರೆ ವ್ಯವಸ್ಥೆಯ ರಚನೆಯ ಸ್ವರೂಪದಲ್ಲಿಯೂ ನಿರ್ದಿಷ್ಟ ಪ್ರಾದೇಶಿಕ ವೈವಿಧ್ಯತೆಗಳಿಗೂ ಕಾರಣವಾಗಿವೆ. ಈ ವೈವಿಧ್ಯತೆಯನ್ನು ಶೋಧನೆಗೆ ಒಳಪಡಿಸದೆ ಕರ್ನಾಟಕದ ಜಾತಿ ವ್ಯವಸ್ಥೆಯ ಬಗೆಗಿನ ತಿಳುವಳಿಕೆ ಅಪೂರ್ಣವಾಗುತ್ತದೆ. ಹಲವು ಕಂದರಗಳು ಉಳಿಯುತ್ತವೆ. ಕರ್ನಾಟಕದ ಜಾತಿ ವ್ಯವಸ್ಥೆಯ ಬಗ್ಗೆ ನಡೆಯಬೇಕಾದ ಹಲವು ಆಯಾಮಗಳ ಅಧ್ಯಯನ ಒಟ್ಟಾರೆ ಭಾರತದ ಜಾತಿ ವ್ಯವಸ್ಥೆಯ ಬಗೆಗಿನ ಸರ್ವಸಾಮಾನ್ಯ ಸ್ವರೂಪದ ಬಗೆಗಿನ ಅರಿವನ್ನು ಶ್ರೀಮಂತಗೊಳಿಸಬಲ್ಲದು.

ಆದರೆ ಕರ್ನಾಟಕದಲ್ಲಿ ಮತ್ತು ಕರ್ನಾಟಕದ ಬಗ್ಗೆ ನಡೆದ ಅಧ್ಯಯನಗಳು ಜಾತಿ ವ್ಯವಸ್ಥೆಯ ಚರಿತ್ರ-ಲೇಖನಶಾಸ್ತ್ರ (ಹಿಸ್ಟಿರಿಯೋಗ್ರಫಿ) ಎಂದು ಕರೆಯಬಹುದಾದ ಸ್ವರೂಪವನ್ನೇ ಪಡೆದಿಲ್ಲ. ರಾಷ್ಟ್ರ ಮಟ್ಟದಲ್ಲಿ ಕೈಗೊಂಡ ಅಧ್ಯಯನಗಳು, ನಡೆದ ಚರ್ಚೆಗಳು ಹಾಗೂ ಅದರಿಂದ ಪಡೆಯಬಹುದಾದ ತಿಳುವಳಿಕೆಯ ಲಾಭವನ್ನು ಬಹುಮಟ್ಟಿಗೆ ಪಡೆದಿಲ್ಲ. ಕರ್ನಾಟಕದ ಚರಿತ್ರ-ಲೇಖನದಲ್ಲಿ ಸಾಮಾನ್ಯವಾಗಿ ಕಾಣುವುದೆಂದರೆ ವಿವಿಧ ರಾಜವಂಶಗಳ ಚರಿತ್ರೆಯಲ್ಲಿ ಸಾಮಾಜಿಕ ಪರಿಸ್ಥಿತಿಯ ಬಗೆಗಿನ

ಅಧ್ಯಾಯದಲ್ಲಿ ಅಥವಾ ಆರ್ಥಿಕ, ಸಾಂಸ್ಕೃತಿಕ, ದೇವಾಲಯ ಅಥವಾ ಧಾರ್ಮಿಕ ವಿಷಯಗಳಿಗೆ ಸಂಬಂಧಿಸಿದ ಅಧ್ಯಯನಗಳಲ್ಲಿ ಉಪ ಉತ್ಪನ್ನವಾಗಿ ಮಾತ್ರವೇ ಜಾತಿ ವ್ಯವಸ್ಥೆ ಪ್ರಸ್ತಾಪಿಸಲ್ಪಟ್ಟಿದೆ. ಇದಕ್ಕೆ ಉದಾಹರಣೆಯಾಗಿ ಹಲವಾರು ಅಧ್ಯಯನಗಳನ್ನು ನೋಡಬಹುದು. ಈ ಅಧ್ಯಯನಗಳು ರಾಷ್ಟ್ರ ಮಟ್ಟದ ಅಧ್ಯಯನಗಳಂತೆಯೇ ಹೆಚ್ಚಾಗಿ ರಾಜ ಪ್ರಭುತ್ವಗಳ ದಾಖಲೆಗಳಾದ ಶಾಸನಗಳು ಮತ್ತು ಸಾಹಿತ್ಯ ಕೃತಿಗಳನ್ನೇ ಆಧರಿಸಿವೆ. ರಾಷ್ಟ್ರ ಮಟ್ಟದ ಅಧ್ಯಯನಗಳಿಗಿಂತ ಇವು ಬಳಸಿಕೊಂಡ ಶಾಸನಗಳ ವ್ಯಾಪಕತೆ ಹೆಚ್ಚಿದೆ ಮತ್ತು ಪ್ರಾದೇಶಿಕ ಭಾಷೆಗಳ ಸಾಹಿತ್ಯವನ್ನು ಬಳಸಿಕೊಳ್ಳಲಾಗಿದೆ ಎಂಬುದಷ್ಟೇ ವಿಶೇಷ. ಆದರೆ ಇಂತಹ ಆಕರಗಳಲ್ಲಿ ಜನ ಸಮುದಾಯದ ಗೈರು ಹಾಜರಿ ನಿರೀಕ್ಷಿತವಾದದ್ದೇ. ಆದ್ದರಿಂದ ಜನ ಸಮುದಾಯವನ್ನು ವ್ಯಾಪಿಸಿದ ಜಾತಿ ವ್ಯವಸ್ಥೆಯ ತಳಮಟ್ಟದ ವಾಸ್ತವದ ನೈಜ ಚಿತ್ರಣ ದೊರಕುವುದಿಲ್ಲ. ಜಾನಪದ ಆಚರಣೆಗಳು ಬಹು ದೀರ್ಘಕಾಲದಿಂದ ತಮ್ಮ ಅಸ್ತಿತ್ವವನ್ನು ಉಳಿಸಿಕೊಂಡು ಬಂದಿರುವಂತಹವುಗಳಾದ್ದರಿಂದ ಅವುಗಳ ಅಧ್ಯಯನ ನಮಗೆ ಜನರ ಬದುಕಿನ ಹಿಂದಿನ ಕಾಲಘಟ್ಟದ ಕೆಲವು ಅಂಶಗಳನ್ನು ತಿಳಿದುಕೊಳ್ಳಲು ನೆರವಾಗುತ್ತವೆ. ನಂತರ ಜಾನಪದ ಪುರಾಣಗಳು, ವಿವಿಧ ಜಾತಿ ಪುರಾಣಗಳು ಹಾಗೂ ಸ್ಥಳ ಪುರಾಣಗಳು, ವೀರನಾಯಕರ ಕಥಾನಕಗಳು, ಜಾನಪದ ಕಾವ್ಯಗಳು, ಬಖೈರುಗಳು, ಕೈಫಿಯತ್ತುಗಳು ಮತ್ತಿತರ ಆಕರಗಳನ್ನು ಉಪಯೋಗಿಸದೆ ಜನ ಸಮುದಾಯದ ಬದುಕಿನಲ್ಲಿ ನಿತ್ಯ ಆಚರಣೆಯಲ್ಲಿರುವ ಜಾತಿ ವ್ಯವಸ್ಥೆಯ ಸಂಕೀರ್ಣತೆಯ ವಾಸ್ತವ ಚಿತ್ರಣ ದೊರಕುವುದಿಲ್ಲ.

ಇತಿಹಾಸ ರಚನೆಗೆ ಈ ಆಕರಗಳನ್ನು ಉಪಯೋಗಿಸುವಾಗ ಎದುರಾಗುವ ಸವಾಲುಗಳು ಬಹಳ ಸಂಕೀರ್ಣವಾದದ್ದು ಎಂಬ ಬಗ್ಗೆ ಅನುಮಾನವಿಲ್ಲ. ಆದರೆ ಈ ಸವಾಲುಗಳಿಗೆ ಇತಿಹಾಸಕಾರ ಎದುರಾಗದೆ ಗತ್ಯಂತರವಿಲ್ಲ.[1] (ಅಡಿ ಟಿಪ್ಪಣಿಗಳು–ಪುಟ 113) ಈ ಬಗ್ಗೆ ಭಾರತದಲ್ಲಿ ಡಿ.ಡಿ.ಕೊಸಾಂಬಿಯವರು 1956ರಿಂದಲೇ ತಮ್ಮ ಸಂಶೋಧನೆಗಳ ಮೂಲಕ ಮತ್ತು ಇತಿಹಾಸ ರಚನಾ ಶಾಸ್ತ್ರದ ಬಗೆಗಿನ ಬರಹಗಳ ಮೂಲಕ ಒಂದು ಮಾದರಿಯನ್ನು ಮುಂದಿಟ್ಟಿದ್ದಾರೆ.[1ಎ] ಆದರೆ ಆನಂತರವೂ ಈ ದಾರಿಯನ್ನು ತುಳಿದ ಇತಿಹಾಸಕಾರರು ಬಹಳವೇನಿಲ್ಲ. ಕರ್ನಾಟಕದಲ್ಲಿ ಡಿ.ಡಿ.ಕೊಸಾಂಬಿಯವರ ಸಂಶೋಧನೆಗಳ ಉಲ್ಲೇಖ ಮತ್ತು ವಿಶ್ಲೇಷಣೆಯ ಬಳಕೆಯನ್ನು ಕೆಲವು ಮಟ್ಟಿಗೆ ನೋಡುತ್ತಿದ್ದರೂ ಆಶ್ಚರ್ಯಕರವಾಗಿ ಕನ್ನಡ ಸಾಹಿತ್ಯದ ಕೆಲವು ವಲಯಗಳಿಗೆ ಮಾತ್ರ ಸೀಮಿತವಾಗಿದೆ. ಕರ್ನಾಟಕದ ಇತಿಹಾಸಕಾರರಲ್ಲಿ ಅವರ ಸಂಶೋಧನಾ ವಿಧಾನಗಳನ್ನು, ಅವರು ಸೂಚಿಸಿದ ವ್ಯಾಪಕವಾದ ಆಕರಗಳ ಬಳಕೆಯನ್ನು ಮಾಡಿದವರು ಅಪರೂಪ.[2] ಜಾತಿ ವ್ಯವಸ್ಥೆಯ ಬಗ್ಗೆ ರಾಷ್ಟ್ರ ಮಟ್ಟದ ಸಂಶೋಧನೆಗಳ ಅಧ್ಯಯನ ಮಾಡಿರುವವರಲ್ಲಿ ಕರ್ನಾಟಕದ ಕೆಲವು ಇತಿಹಾಸಕಾರರು ಇದ್ದರೂ

ಕೂಡ ಅವರು ಕರ್ನಾಟಕದ ಜಾತಿ ವ್ಯವಸ್ಥೆಯ ಉಗಮ, ಬೆಳವಣಿಗೆ ಬಗ್ಗೆ ವಸ್ತುನಿಷ್ಠ ಅಧ್ಯಯನ ಕೈಗೊಳ್ಳುವ ಸಾಹಸಕ್ಕೆ ಕೈ ಹಾಕಿಲ್ಲವೆಂಬುದು ದುರದೃಷ್ಟಕರ. ಇದು ಇಂದು ಜಾತಿ ವ್ಯವಸ್ಥೆಯ ಬಗೆಗಿನ ಅಧ್ಯಯನ ಎದುರಿಸಬೇಕಾದ ಸಾಂಸ್ಥಿಕ ಮಿತಿಗಳು ಮತ್ತು ಸಾಮಾಜಿಕ, ರಾಜಕೀಯ ಪರಿಸ್ಥಿತಿಯ ಸವಾಲುಗಳನ್ನು ಎತ್ತಿ ತೋರಿಸುತ್ತದೆ.

ವರ್ಣ-ಜಾತಿ ವ್ಯವಸ್ಥೆಯ ಅಧ್ಯಯನ ಮಾಡುವಾಗ ಅದಕ್ಕೆ ಬಲವಾದ ಅಸ್ತಿವಾರವನ್ನು ಹಾಕಿದ ಧಾರ್ಮಿಕ ಗ್ರಂಥಗಳು ಮತ್ತು ಅದರಲ್ಲಿ ಅಡಕವಾದ ತತ್ವಶಾಸ್ತ್ರೀಯ ಸಿದ್ಧಾಂತಗಳ ಪಾತ್ರದ ಕಡೆ ಕೂಡ ಗಮನ ಹರಿಸಬೇಕಾಗುತ್ತದೆ. ಈ ವಿಚಾರಗಳ ಪ್ರಸರಣ ಮತ್ತು ಇವು ಜನ ಸಮುದಾಯಗಳ ಮನಸ್ಸನ್ನು ಆವರಿಸಲು ಉಪಯೋಗಿಸಿದ ವಿಧಾನಗಳ ಅಧ್ಯಯನವೂ ಮುಖ್ಯವಾಗುತ್ತದೆ. ಈ ಸಿದ್ಧಾಂತಗಳು ವಿವಿಧ ಜನಸಮುದಾಯದ ಮೇಲೆ ಬೀರಿದ ಪರಿಣಾಮಗಳು ಗಾಢವಾಗಿರುವುದೇ ಈ ಅಧ್ಯಯನದ ಪ್ರಾಮುಖ್ಯತೆಯನ್ನು ಎತ್ತಿ ತೋರಿಸುತ್ತದೆ. ಆದ್ದರಿಂದ ವರ್ಣ-ಜಾತಿ ವ್ಯವಸ್ಥೆಯ ಇತಿಹಾಸದ ಅಧ್ಯಯನವೆಂದರೆ ಅದಕ್ಕೆ ಆಧಾರವಾಗಿರುವ ಸಿದ್ಧಾಂತಗಳ ಇತಿಹಾಸವನ್ನು ಒಳಗೊಳ್ಳಬೇಕಾಗುತ್ತದೆ. ಜಾತಿ ವ್ಯವಸ್ಥೆ ಎರಡು ಸಾವಿರ ವರ್ಷಗಳಿಗಿಂತ ಹೆಚ್ಚು ಕಾಲ ಬಲವಾಗಿ ಬೇರೂರಿರುವುದರಿಂದ ಅದರ ಬೇರುಗಳನ್ನು ಹುಡುಕುವುದು ಅನಿವಾರ್ಯ. ವಿವಿಧ ಕಾಲಘಟ್ಟದಲ್ಲಿ ವರ್ಣ-ಜಾತಿ ವ್ಯವಸ್ಥೆಯ ವಿಚಾರ, ಆಚರಣೆಗಳಿಗೆ ಸವಾಲು ಹಾಕಿದ ಸಿದ್ಧಾಂತ ಹಾಗೂ ಧಾರ್ಮಿಕ ವಿಚಾರಗಳು, ಆಚರಣೆಗಳನ್ನು, ಅವುಗಳ ಪರಿಣಾಮಗಳನ್ನು ಕೂಡಾ ಈ ನಿಟ್ಟಿನಲ್ಲಿ ಅಧ್ಯಯನ ಮಾಡಬೇಕಾಗುತ್ತದೆ. ಈ ಅಂಶದ ಬಗ್ಗೆ ಇತಿಹಾಸಕಾರರಲ್ಲಿ ಕೆಲವರ ಹೊರತು ಉಳಿದವರು ಹೆಚ್ಚು ಗಮನವನ್ನೇ ಕೊಡದಿರುವುದು ರಾಷ್ಟ್ರಮಟ್ಟದಲ್ಲಿಯೂ ಜಾತಿ ವ್ಯವಸ್ಥೆಯ ಅಧ್ಯಯನಗಳನ್ನು ಬಡವಾಗಿಸಿದೆ.

ಹೀಗೆ ಇತಿಹಾಸ, ಸಮಾಜಶಾಸ್ತ್ರ, ಮಾನವ ಶಾಸ್ತ್ರ, ಭಾಷಾ ಶಾಸ್ತ್ರ, ಜಾನಪದ ಅಧ್ಯಯನ, ಧಾರ್ಮಿಕ ಅಧ್ಯಯನ, ತತ್ವಶಾಸ್ತ್ರ ಇತ್ತೀಚೆಗೆ ಬೆಳೆಯುತ್ತಿರುವ ಜೈವಿಕ ತಂತ್ರಜ್ಞಾನ ಮಾತ್ರವಲ್ಲದೆ ಇನ್ನೂ ಅನೇಕ ಜ್ಞಾನ ಶಿಸ್ತುಗಳನ್ನು ಒಳಗೊಂಡಾಗ ಹಾಗೂ ಆ ಎಲ್ಲ ಶೋಧಗಳ ತೀರ್ಮಾನಗಳನ್ನು ಸಮಗ್ರೀಕರಿಸಿದಾಗ ಮಾತ್ರ ಯಾವುದೇ ಕಾಲಘಟ್ಟದ ಜಾತಿ ವ್ಯವಸ್ಥೆಯ ಸಂಕೀರ್ಣತೆಯನ್ನು ಹಿಡಿಯಲು ಸಾಧ್ಯ. ಕರ್ನಾಟಕದ ಜಾತಿ ವ್ಯವಸ್ಥೆಯ ಚರಿತ್ರೆ ರಚನೆಗೆ ಈ ಎಲ್ಲಾ ಶಾಸ್ತ್ರಗಳ ಅಧ್ಯಯನ ವಿಭಾಗಗಳು ನೀಡಿದ ಗಮನ ಕಡಿಮೆ. ಜಾತಿ ವ್ಯವಸ್ಥೆಯ ಸಂಕೀರ್ಣತೆಯ ಅರಿವನ್ನು ಪಡೆಯಲು ಈ ಎಲ್ಲಾ ಶಾಸ್ತ್ರಗಳ ಅಧ್ಯಯನಕಾರರು ಮತ್ತು ಪ್ರಾಧ್ಯಾಪಕರು ಇತ್ತ ಗಮನ ನೀಡುವರೆಂಬ ಆಶಯ ಈ ಪ್ರಬಂಧಕಾರನದು.

ಈ ಪ್ರಬಂಧ ಕರ್ನಾಟಕಕ್ಕೆ ವರ್ಣ ವ್ಯವಸ್ಥೆಯ ಸಾಮಾಜಿಕ ರಚನೆಯ ವಿಚಾರಗಳು ಪ್ರವೇಶ ಪಡೆದ ಬಗೆ, ಮೊದಲ ರಾಜಪ್ರಭುತ್ವಗಳು ಅಂದು ಲಭ್ಯವಿದ್ದ ವಿವಿಧ ಧಾರ್ಮಿಕ ಪರ್ಯಾಯಗಳ ನಡುವೆ ವರ್ಣ ವ್ಯವಸ್ಥೆಯ ರಚನೆಯನ್ನು ಆಯ್ಕೆ

ಮಾಡಿಕೊಂಡ ಕಾರಣಗಳು ಮತ್ತು ವರ್ಣ–ಜಾತಿ ವ್ಯವಸ್ಥೆ ಅಸ್ತಿತ್ವಕ್ಕೆ ಬಂದ ಬಗೆಯ ಬಗ್ಗೆ, ಅಸ್ಪೃಶ್ಯತೆಯ ಉಗಮದ ಬಗ್ಗೆ ಅನ್ವೇಷಿಸುವ ಸೀಮಿತ ಗುರಿಯುಳ್ಳದ್ದು. ಇದಕ್ಕೆ ಆರಂಭಿಕ ಹಂತದಲ್ಲಿ ಅಸ್ತಿತ್ವದಲ್ಲಿದ್ದ ವಿವಿಧ ರಾಜಪ್ರಭುತ್ವಗಳು ಹಾಗೂ ಅವರು ನೀಡಿದ ಬ್ರಹ್ಮಾದೇಯಗಳು, ನಿರ್ಮಿಸಿದ/ಪ್ರೋತ್ಸಾಹಿಸಿದ ಅಗ್ರಹಾರಗಳು, ದೇವಾಲಯಗಳು ಇವುಗಳ ಪಾತ್ರಗಳ ಅಧ್ಯಯನ ಮುಖ್ಯವಾಗಿದೆ. ಈ ಸಂಸ್ಥೆಗಳ ಹಿಂದಿದ್ದ ಧಾರ್ಮಿಕ ಸಿದ್ಧಾಂತಗಳು, ಆಚರಣೆಗಳು, ಕಟ್ಟಲೆಗಳ ಪಾತ್ರದ ಅರಿವು ಅಗತ್ಯ. ಕರ್ನಾಟಕದ ಇತಿಹಾಸ ಪೂರ್ವ ಕಾಲದಲ್ಲಿನ ಬುಡಕಟ್ಟುಗಳು ಕೃಷಿ ಕೈಗೊಂಡು ಕುಲಗಳಾಗಿ, ಕುಲಾಧಿಪತ್ಯಗಳಾಗಿ ಬೆಳೆದ ಬಗೆ, ವಿವಿಧ ಜನ ಸಮುದಾಯಗಳು/ಜನಪದಗಳು ರೂಪುಗೊಂಡ ಬಗೆ, ಈ ಬೆಳವಣಿಗೆಗಳು ಮತ್ತು ವರ್ಣ ವ್ಯವಸ್ಥೆಯ ನಡುವಣ ಪರಸ್ಪರ ಸಂಪರ್ಕ, ಈ ಪ್ರಕ್ರಿಯೆಗಳನ್ನು ವಿವರವಾಗಿ ಸಂಶೋಧನೆ ಮಾಡುವುದು ಇವುಗಳ ಪರಿಣಾಮವಾಗಿ ರೂಪುಗೊಂಡ ಸಂಕೀರ್ಣವಾದ ವರ್ಣ–ಜಾತಿ ವ್ಯವಸ್ಥೆಯ ಅಧ್ಯಯನಕ್ಕೆ ಅತ್ಯವಶ್ಯ. ಹಾಗೇ ಜಾತಿ ವ್ಯವಸ್ಥೆಯಲ್ಲಿ ನಂಬಿಕೆಯಿರದ ಅಥವಾ ವಿರೋಧಿಸಿದ ಜೈನ, ಬೌದ್ಧ ಧರ್ಮಗಳು ಮತ್ತು ಧಾರ್ಮಿಕ ಪಂಥಗಳು ಕರ್ನಾಟಕಕ್ಕೇ ವಿಶಿಷ್ಟವಾದ ವಚನ ಚಳುವಳಿ ಮುಂದಿರಿಸಿದ ಸಾಮಾಜಿಕ ರಚನೆಯ ವಿಚಾರಗಳು ಬೀರಿದ ಪರಿಣಾಮವನ್ನೂ ವಿಶ್ಲೇಷಣೆಗೊಳಪಡಿಸಬೇಕಾಗಿದೆ. ವರ್ಣ–ಜಾತಿ ವ್ಯವಸ್ಥೆಯ ಅತ್ಯಂತ ಅಮಾನವೀಯ ಅಂಗವಾದ ಅಸ್ಪೃಶ್ಯತೆಯ ಉಗಮಕ್ಕೆ ಕಾರಣಗಳು ಮತ್ತು ಆ ಪ್ರಕ್ರಿಯೆಯ ಬಗ್ಗೆ ತಲಸ್ಪರ್ಶಿ ಅಧ್ಯಯನ ಮಾಡದೇ ವರ್ಣ–ಜಾತಿ ವ್ಯವಸ್ಥೆಯ ಅಧ್ಯಯನ ಅಪೂರ್ಣವಾಗುತ್ತದೆ.

ಕರ್ನಾಟಕದಲ್ಲಿನ ವರ್ಣ–ಜಾತಿ ವ್ಯವಸ್ಥೆಯ ಬಗೆಗಿನ ಚರ್ಚೆಗಳು

(ವರ್ಣಾಶ್ರಮ ಎಂಬ ಸಂಯುಕ್ತ ಪದವನ್ನು ಶಾಸನಗಳು ಮತ್ತು ಶಾಸ್ತ್ರ ಗ್ರಂಥಗಳು ಬಳಸಿವೆ. ಇದು ವರ್ಣ ವ್ಯವಸ್ಥೆಯ ಜೊತೆಗೆ ಆಶ್ರಮ ಪದ್ಧತಿಯನ್ನೂ ತಳುಕು ಹಾಕಿಕೊಂಡಿದೆ. ಆಶ್ರಮವೆಂದರೆ ಬ್ರಹ್ಮಚರ್ಯ ಮೊದಲಾಗಿ ವಾನಪ್ರಸ್ಥದವರೆಗಿನ ವ್ಯಕ್ತಿ ಜೀವನದ ಹಂತಗಳನ್ನು ಒಳಗೊಂಡಿದೆ. ಸಮಾಜ ವ್ಯವಸ್ಥೆ ನಮ್ಮ ಅಧ್ಯಯನದ ವಿಷಯವಾದ್ದರಿಂದ ಆಶ್ರಮ ಪದ್ಧತಿಯನ್ನು ಈ ಅಧ್ಯಯನದ ಪರಿಧಿಯಿಂದ ಹೊರತುಪಡಿಸಲಾಗಿದೆ. ಆದ್ದರಿಂದ ವರ್ಣ ವ್ಯವಸ್ಥೆ ಎಂದು ಅದನ್ನು ಹೆಸರಿಸಲಾಗಿದೆ. ಮುಂದೆ ವರ್ಣ ವ್ಯವಸ್ಥೆಯ ತತ್ವಗಳನ್ನು ಒಳಗೊಂಡೇ ಜಾತಿ ವ್ಯವಸ್ಥೆಯಾಗಿ ರೂಪುಗೊಂಡಿದೆ. ಆದ್ದರಿಂದ ವರ್ಣ–ಜಾತಿ ವ್ಯವಸ್ಥೆ ಎಂಬ ಸಂಯುಕ್ತ ಪದವನ್ನು ಹೆಚ್ಚಾಗಿ ಬಳಸಲಾಗಿದೆ.)

ಕರ್ನಾಟಕದಲ್ಲಿ ಚಾತುರ್ವರ್ಣ್ಯ–ಜಾತಿ ವ್ಯವಸ್ಥೆ ಅಸ್ತಿತ್ವಕ್ಕೆ ಬಂದಿತೆಂಬುವುದು ಸ್ವಯಂ ಸಿದ್ಧವೆಂಬಂತೆ ಬಹಳಷ್ಟು ಇತಿಹಾಸಕಾರರು ಪರಿಗಣಿಸಿದ್ದಾರೆ. ಕರ್ನಾಟಕದ ಮೊದಲ ರಾಜ ಪ್ರಭುತ್ವಗಳಲ್ಲೊಂದಾದ ಕದಂಬ ವಂಶದ ಇತಿಹಾಸಕಾರರು 'ಕದಂಬರು ರಾಜಕೀಯ ಪ್ರಾಮುಖ್ಯತೆ ಪಡೆಯುವ ಪೂರ್ವದಲ್ಲೇ ಚಾತುರ್ವರ್ಣ

ವ್ಯವಸ್ಥೆಯನ್ನು ಸಮಾಜ ಒಪ್ಪಿಕೊಂಡಾಗಿತ್ತು' ಎಂದು ವಿವರಿಸಿದ್ದಾರೆ.[3] ಬಾದಾಮಿ ಚಾಲುಕ್ಯರ ಕಾಲದ ಬಗ್ಗೆಯೂ 'ಚಾತುರ್ವರ್ಣ ವ್ಯವಸ್ಥೆ ಮುಂದುವರಿದಿತ್ತೇನೋ ನಿಜ. ಆದರೆ ವಾಸ್ತವಿಕವಾಗಿ ಇದು ಹೇಗೆ ಕಾರ್ಯಗತವಾಗಿತ್ತೆಂದು ಲಭ್ಯವಾಗಿರುವ ಶಾಸನಗಳೇ ಮೊದಲಾದುವುಗಳಿಂದ ಸ್ಪಷ್ಟವಾಗಿ ತಿಳಿಯುವುದಿಲ್ಲ' ಎನ್ನುತ್ತಾರೆ.[4] ಅದಕ್ಕೂ ಮೊದಲಿನ ಶಾತಕರ್ಣಿಗಳ/ಶಾತವಾಹನರ, ಮೌರ್ಯರ ಕಾಲದ ಇತಿಹಾಸದ ಬಗ್ಗೆ ಬರೆಯುವಾಗಲೂ ಕೂಡ ವರ್ಣ-ಜಾತಿ ವ್ಯವಸ್ಥೆ ಆಗಲೇ ಅಸ್ತಿತ್ವದಲ್ಲಿತ್ತು ಎಂಬಂತೆಯೇ ಬರೆದಿದ್ದಾರೆ (ಜಾತಿ ವ್ಯವಸ್ಥೆ ಅಸ್ತಿತ್ವದಲ್ಲಿದ್ದು, ಮೂರನೆಯ ವರ್ಣಕ್ಕೆ ಸೇರಿದ ವೈಶ್ಯರಿಗೆ ಬ್ರಾಹ್ಮಣ ಮತ್ತು ಕ್ಷತ್ರಿಯರಿಗಿದ್ದಷ್ಟು ಸಾಮಾಜಿಕ ಸ್ಥಾನಮಾನಗಳಿರಲಿಲ್ಲ).[5] ವರ್ಣ ಮತ್ತು ಜಾತಿ ವ್ಯವಸ್ಥೆಗಳ ನಡುವೆ ಯಾವ ಭೇದವನ್ನೂ ಮಾಡದೆ ಒಂದಕ್ಕೆ ಬದಲಾಗಿ ಮತ್ತೊಂದು ಪದವನ್ನು ಸಮಾನಾರ್ಥಕ ಎಂಬಂತೆ ಬಳಸಿದ್ದಾರೆ. ಇತಿಹಾಸ ಪೂರ್ವ ಕಾಲದ ಬಗೆಗಿನ ಇತಿಹಾಸಕಾರರು ವರ್ಣ-ಜಾತಿ ವ್ಯವಸ್ಥೆಯ ಉಗಮದ ಶೋಧ ತಮಗೆ ಸಂಬಂಧಿಸಿಯೇ ಇಲ್ಲವೆಂಬಂತೆ ನವ ಶಿಲಾಯುಗ, ಬೃಹತ್ ಶಿಲಾಯುಗ, ಕಬ್ಬಿಣ ಯುಗಗಳ ಬಗ್ಗೆ ತಮ್ಮ ಶೋಧಗಳನ್ನು ಮಂಡಿಸಿದ್ದಾರೆ.[6]

ಕೆಲವು ಇತಿಹಾಸಕಾರರು ಕರ್ನಾಟಕದಲ್ಲಿ ಎಲ್ಲಾ ವರ್ಣಗಳೂ ಇದ್ದುವೇ? ಇಲ್ಲಿಯ ರಾಜರು ಯಾರಾದರು ಕ್ಷತ್ರಿಯರೇ? ಇಲ್ಲಿ ಕೃಷಿ, ವ್ಯಾಪಾರಗಳಲ್ಲಿ ತೊಡಗಿದವರಿದ್ದಾರೆ, ಆದರೆ ಅವರು ವೈಶ್ಯ ವರ್ಣದವರಾಗಿದ್ದರೆ? ಎಂಬ ಮೌಲಿಕ ಪ್ರಶ್ನೆಗಳನ್ನು ಎತ್ತಿದ್ದಾರೆ.[7]

ಅದೇ ಸಮಯದಲ್ಲಿ ಸಾಹಿತ್ಯ ಅಧ್ಯಯನದ ಭಾಗವಾಗಿ 'ಕನ್ನಡ ಶಾಸನಗಳ ಸಾಂಸ್ಕೃತಿಕ ಅಧ್ಯಯನ' ಕೈಗೊಂಡ ಚಿದಾನಂದಮೂರ್ತಿಯವರು "ಪ್ರಾಚೀನ ಕರ್ನಾಟಕದಲ್ಲಿ ವರ್ಣ ಪದ್ಧತಿಯು ಬಹುಮಟ್ಟಿಗೆ ಕುಸಿದುಹೋಗಿತ್ತೆಂದು ಹೇಳಬಹುದು" ಎಂದಿದ್ದಾರೆ. ಇದಕ್ಕೆ ಅವರು ನೀಡಿದ ಕಾರಣಗಳಿವು: "ವರ್ಣ ವ್ಯವಸ್ಥೆಯನ್ನು ಅದರ ಶುದ್ಧ ರೂಪದಲ್ಲಿ ಉಳಿಸುವುದು ಕ್ರಮೇಣ ಕಷ್ಟವಾಗುತ್ತ ಬಂದಿರಬೇಕು. ಬೇರೆ ಬೇರೆ ವರ್ಣಗಳವರು ಬೇರೆ ಬೇರೆ ವೃತ್ತಿಗಳನ್ನವಲಂಬಿಸಿದರು. ಬೇರೆ ಬೇರೆ ವರ್ಣಗಳ ಸ್ತ್ರೀಯರ ಸಂಪರ್ಕವನ್ನು ಪಡೆದರು. ಇದರಿಂದ ವರ್ಣ ಸಾಂಕರ್ಯವುಂಟಾಯಿತು... ಯಾವಾಗ ಒಂದು ವರ್ಣದವರು ಇನ್ನೊಂದು ವರ್ಣದವರ ವೃತ್ತಿಯನ್ನು ಕೈಗೊಂಡರೋ ಆಗಲೇ ವರ್ಣವ್ಯವಸ್ಥೆಯು ಕುಸಿಯಿತೆಂದು ಹೇಳಬಹುದು" ಎನ್ನುತ್ತಾರೆ.[8] ಅವರ ಈ ಅಭಿಪ್ರಾಯ ಕನ್ನಡ ಸಾಹಿತ್ಯ ಅಧ್ಯಯನ ವಿಭಾಗದಲ್ಲಿ ಸಂಶೋಧನೆ ಮಾಡಿದ ಹಲವರಲ್ಲಿ ಮತ್ತೆ ಮತ್ತೆ ಅನುರಣನಗೊಂಡಿದೆ. ನಂತರ ಚಿದಾನಂದಮೂರ್ತಿಯವರ 'ಮಧ್ಯಕಾಲೀನ ಕನ್ನಡ ಸಾಹಿತ್ಯ ಮತ್ತು ಅಸ್ಪೃಶ್ಯತೆ' ಪುಸ್ತಕದಲ್ಲಿ ವರ್ಣವ್ಯವಸ್ಥೆ ಬೆಳೆದ ಬಗ್ಗೆ ದೀರ್ಘ ವಿವರಣೆ ಇದ್ದರೂ ಕರ್ನಾಟಕದಲ್ಲಿ ಅದು ಕುಸಿದ ಬಗ್ಗೆ ಪ್ರಸ್ತಾಪ ಇಲ್ಲ ಎಂಬ ವಿಷಯ ಬೇರೆ.

ಇತ್ತೀಚೆಗೆ ಪ್ರಸಿದ್ಧ ಇತಿಹಾಸಕಾರ ಷ.ಶೆಟ್ಟರ್‌ರವರು ತಮ್ಮ ಹಳಗನ್ನಡ-ಲಿಪಿ,

ಲಿಪಿಕಾರ, ಲಿಪಿ ವ್ಯವಸಾಯ ಕೃತಿಯ ಮೊದಲ ಮಾತಿನಲ್ಲಿ 'ಕರ್ನಾಟಕದ ಮೊದಲ ಸಹಸ್ರಮಾನದ ಶಾಸನಗಳ ಅಧ್ಯಯನ ಮಾಡುತ್ತಾ ವರ್ಣ ವ್ಯವಸ್ಥೆಯು ಗ್ರಾಂಥಿಕ ಜ್ಞಾನವೋ ಅಥವಾ ವಾಸ್ತವ ವ್ಯವಸ್ಥೆಯೋ?' ಎಂಬ ಗಂಭೀರ ಪ್ರಶ್ನೆಯನ್ನು ಎತ್ತಿದ್ದಾರೆ. ಅವರು ಅದನ್ನು ಹೀಗೆ ಮಂಡಿಸಿದ್ದಾರೆ. "ಸೋಜಿಗದ ಸಂಗತಿ ಎಂದರೆ ಈ ಕಾಲದ ಎರಡು ಸಹಸ್ರ ಕನ್ನಡ ಶಾಸನಗಳಲ್ಲಿ ಒಮ್ಮೆಯೂ ವರ್ಣ ಪದ ಬಳಕೆಯಾಗದಿರುವುದು. 'ಜಾತಿ' ಪದವಿದ್ದರೂ ಅದು ಜಾತಃ > ಜನನ ಎಂಬ ಅರ್ಥದಲ್ಲಿ ಬಂದಿರುವುದು. 'ಕುಲ' ಪದವನ್ನು ವಂಶ ಅಥವಾ ಮನೆತನ (ಯಾದವ ಕುಲ) ಎಂಬ ಅರ್ಥದಲ್ಲಿ ಮಾತ್ರ ಬಳಸಿರುವುದು. ಅಂದರೆ ವೈದಿಕ ಸಾಮಾಜಿಕ ಶ್ರೇಣೀಕರಣಕ್ಕೆ ಸರಿಹೊಂದುವ ಅರ್ಥದಲ್ಲಿ ಈ ಮೂರೂ ಪದಗಳು ಬಳಕೆಯಾಗಿಲ್ಲ ಎನ್ನಬಹುದು. ಇದರಿಂದಾಗಿ ಈವರೆಗೂ ನಾವು ನಿರ್ಮಿಸಿಕೊಂಡು ನಂಬುತ್ತಾ ಬಂದಿರುವ ವರ್ಣವ್ಯವಸ್ಥೆಯು ಗ್ರಾಂಥಿಕಜ್ಞಾನವೋ ಅಥವಾ ವಾಸ್ತವ ವ್ಯವಸ್ಥೆಯೋ? ಎಂಬ ಭೂತಾಕಾರದ ಪ್ರಶ್ನೆಯೊಂದು ಉದ್ಭವಿಸಿದೆ". ಕರ್ನಾಟಕದ ಪ್ರಮುಖ ಸಂಶೋಧಕರಿಬ್ಬರು ವ್ಯಕ್ತಪಡಿಸಿದ ಈ ಎರಡು ವಿಭಿನ್ನ ಅಭಿಪ್ರಾಯಗಳನ್ನು ವಿಶದವಾಗಿ ಪರಿಶೀಲಿಸಿ ವಾಸ್ತವವೇನೆಂದು ಕಂಡುಕೊಳ್ಳಬೇಕಾಗಿದೆ.

ಇನ್ನು ವರ್ಣ ಮತ್ತು ಜಾತಿ ವ್ಯವಸ್ಥೆಗಳ ನಡುವಣ ಸಂಬಂಧ ವರ್ಣ–ಜಾತಿ ವ್ಯವಸ್ಥೆಯ ಕೇಂದ್ರ ಪ್ರಶ್ನೆ. ಅಖಿಲ ಭಾರತ ಮಟ್ಟದಲ್ಲಿ ಬಹಳ ಚರ್ಚೆಗೊಳಗಾದ ವಿಷಯ. ವರ್ಣ ವ್ಯವಸ್ಥೆಯ ಒಡಲಿನಿಂದಲೇ ಜಾತಿ ವ್ಯವಸ್ಥೆ ಹುಟ್ಟನ್ನು ಪಡೆದುಕೊಂಡಿದೆ. ಇದು ಅದರ ಮುಂದುವರಿಕೆ ಎಂಬ ಸಂಶೋಧನೆ ಒಂದು ಕಡೆ. ವರ್ಣವ್ಯವಸ್ಥೆಯೇ ಬೇರೆ ಜಾತಿ ವ್ಯವಸ್ಥೆಯೇ ಬೇರೆ, ಎರಡಕ್ಕೂ ಸಂಬಂಧವೇ ಇಲ್ಲ ಎಂಬ ಅಭಿಪ್ರಾಯ ಮತ್ತೊಂದು ಕಡೆ ಹಲವು ಇತಿಹಾಕಾರರು ಮತ್ತು ಸಮಾಜ ಶಾಸ್ತ್ರಜ್ಞರಲ್ಲಿ ಕಂಡುಬರುತ್ತದೆ. ಗಾಂಧೀಜಿಯವರು ಕೂಡ ತಮ್ಮ ಬರಹ ಮತ್ತು ಭಾಷಣಗಳಲ್ಲಿ ಈ ಎರಡಕ್ಕೂ ಸಂಬಂಧವೇ ಇಲ್ಲ ಎಂದು ಬಲವಾಗಿ ಪ್ರತಿಪಾದಿಸಿದ್ದಾರೆ.[9] ಇದನ್ನು ಅಂಬೇಡ್ಕರ್, ಇ.ಎಂ.ಎಸ್.ನಂಬೂದರಿಪಾದ್, ಸರ್ದೇಸಾಯಿ, ಬಿ.ಟಿ.ರಣದಿವೆ ಮೊದಲಾದ ಸಾಮಾಜಿಕ ಚಳುವಳಿಕಾರರು ಬಲವಾಗಿ ಪ್ರಶ್ನಿಸಿದ್ದಾರೆ. ಕರ್ನಾಟಕದ ಇತಿಹಾಸಕಾರ ಸೂರ್ಯನಾಥ ಕಾಮತ್‌ರವರು ಇತರ ಅನೇಕ ಇತಿಹಾಸಕಾರರಂತೆ 'ಕರ್ನಾಟಕದಲ್ಲಿ ಆರ್ಯೀಕರಣ ಆರಂಭವಾಗಿ ವೈದಿಕ ಸಂಪ್ರದಾಯದ ನಾಲ್ಕು ವರ್ಣಗಳನ್ನೊಳಗೊಂಡ ಸಮಾಜೀಕರಣ ಸ್ಥಾಪಿತವಾಗಿದೆ' ಎನ್ನುತ್ತಾರೆ.[10] ಅದೇ ಸಮಯದಲ್ಲಿ ಇತಿಹಾಸಕಾರರ ನಡುವೆ ಚರ್ಚೆಗೊಳಗಾಗಿ ಬಹಳಷ್ಟು ಇತಿಹಾಸಕಾರರ ನಡುವೆ ಒಂದು ಒಮ್ಮತ ಅಥವಾ ಬಹುಮತಕ್ಕೆ ಬಂದ ವಿಷಯಗಳನ್ನು ಮಾತ್ರ ಸಾಮಾನ್ಯ ಜನರ ಮುಂದಿಡಬೇಕಾದ ಕರ್ನಾಟಕದ ಗೆಜೆಟಿಯರ್‌ನಂತಹ ಸರ್ಕಾರದ ಅಧಿಕೃತ ಮತ್ತು ಸಾರ್ವತ್ರಿಕ ಪ್ರಕಟನೆಯಲ್ಲಿ ಕೂಡ ಹೀಗೆ ಬರೆದಿದ್ದಾರೆ. "ಕರ್ನಾಟಕದ ಅನೇಕ ಜಾತಿಗಳು ಬುಡಕಟ್ಟು ಮೂಲದವು. ವರ್ಣಾಶ್ರಮದ ಫಲವಾಗಿ ಮೂಡಿ ನಿಂತ

ವರ್ಗೀಕರಣಕ್ಕೂ ಅವುಗಳಿಗೂ ಸಂಬಂಧವೇ ಇಲ್ಲ."[11] ಇಂತಹದೇ ಚಿಂತನೆಗಳನ್ನು ಅನೇಕ ಉಚ್ಚ ವರ್ಣದ ಸಾಹಿತಿಗಳು ಮತ್ತು ಚಿಂತಕರು ವ್ಯಕ್ತಪಡಿಸಿದ್ದಾರೆ. ಆದರೆ ಕರ್ನಾಟಕದ ಅನೇಕ ಇತಿಹಾಸಕಾರರು ವರ್ಣ ವ್ಯವಸ್ಥೆ ಮತ್ತು ಜಾತಿ ವ್ಯವಸ್ಥೆಗಳ ನಡುವಣ ಸಂಬಂಧದ ಪ್ರಶ್ನೆಯ ಸವಾಲನ್ನು ಎದುರಿಸುವುದೇ ಇಲ್ಲ. ಒಂದರಿಂದ ಮತ್ತೊಂದಕ್ಕೆ ಸುಲಭವಾಗಿ ಜಾರಿಕೊಂಡು ಬಿಡುತ್ತಾರೆ. ಇತ್ತೀಚೆಗೆ ಒಂದು ಗುಂಪು ವರ್ಣ ವ್ಯವಸ್ಥೆಗೂ ಜಾತಿ ವ್ಯವಸ್ಥೆಗೂ ಸಂಬಂಧವೇ ಇಲ್ಲ... ಜೊತೆಗೆ ಜಾತಿ ಎಂಬ ವ್ಯವಸ್ಥೆಯೇ ಇಲ್ಲ ಎಂಬ ವಾದವನ್ನು ಮಂಡಿಸುತ್ತಿದ್ದಾರೆ.

ವರ್ಣ–ಜಾತಿಗಳ ನಡುವಣ ಸಂಬಂಧದಲ್ಲಿ ಹಲವು ಇತಿಹಾಸಕಾರರು ಅಖಿಲ ಭಾರತದ ಮಟ್ಟದಲ್ಲಿಯೂ, ಮೇಲೆ ಕಾಮತರ ಬಗ್ಗೆ ಉಲ್ಲೇಖಿಸಿದಂತೆ ಕರ್ನಾಟಕದಲ್ಲಿಯೂ ಎತ್ತಿರುವ ಬಹಳ ಮುಖ್ಯ ಪ್ರಶ್ನೆಗಳಲ್ಲೊಂದು ಬುಡಕಟ್ಟು ಮತ್ತು ಜಾತಿಯ ನಡುವಣ ಸಂಬಂಧದ ಪ್ರಶ್ನೆ. ಆ ಮೂಲಕ ಅದು ವರ್ಣ ವ್ಯವಸ್ಥೆ ಮತ್ತು ಬುಡಕಟ್ಟು ಸಾಮಾಜಿಕ ರಚನೆಯ ನಡುವಣ ಸಂಬಂಧದ ಪ್ರಶ್ನೆ. ಈ ಪ್ರಶ್ನೆಯಲ್ಲಿ ಅನುಷಂಗಿಕವಾಗಿ ಅಡಗಿರುವ ಮತ್ತೊಂದು ಪ್ರಶ್ನೆಯೂ ಇದೆ. ಅದು ಕನಕದಾಸರು ಕೇಳಿದ ಪ್ರಶ್ನೆ 'ನಿಮ್ಮ ಕುಲದ ನೆಲೆಯನೇನಾದರೂ ಬಲ್ಲಿರಾ?', 'ನಿಮ್ಮ ಕುಲಂಗಳಾಂತು ಮಾರ್ಮಲೆದು ತಿಂಬುವೇ' ಎಂದು ಆದಿಕವಿ ಪಂಪ ಎತ್ತಿದ ಪ್ರಶ್ನೆಯಾಗಿದೆ. ಆದರೆ ಇತಿಹಾಸಕಾರರು (ಮೇಲಿನ ಉಲ್ಲೇಖವೊಂದರಲ್ಲಿ ಶೆಟ್ಟರ್‌ರವರು ಪ್ರಾಸಂಗಿಕವಾಗಿ ಕುಲವನ್ನು ಪ್ರಸ್ತಾಪಿಸಿದ್ದಾರೆ). ಕುಲ ಮತ್ತು ಜಾತಿಗಳ ನಡುವಣ ಸಂಬಂಧದ ಪ್ರಶ್ನೆಯನ್ನು ಗಂಭೀರವಾಗಿ ಪರಿಗಣಿಸಿಲ್ಲ. ಬುಡಕಟ್ಟು–ಕುಲ–ಜಾತಿಗಳ ತ್ರಿವಳಿ ಸಂಬಂಧ ವರ್ಣ ವ್ಯವಸ್ಥೆ ವರ್ಣ–ಜಾತಿ ವ್ಯವಸ್ಥೆಯಾಗಿ ರೂಪುಗೊಳ್ಳುವುದರಲ್ಲಿ ಮುಖ್ಯ ಪಾತ್ರ ವಹಿಸಿದೆ. ಕರ್ನಾಟಕದಲ್ಲಿ ವರ್ಣ–ಜಾತಿ ವ್ಯವಸ್ಥೆಯ ಅಸ್ತಿತ್ವದ ಈ ಎಲ್ಲ ಸಂಕೀರ್ಣ ಪ್ರಶ್ನೆಗಳಿಗೆ ಉತ್ತರವನ್ನು ಪಡೆದುಕೊಳ್ಳುವ ಒಂದು ಪ್ರಯತ್ನ ಈ ಪ್ರಬಂಧ.

ಕರ್ನಾಟಕದಲ್ಲಿ ವರ್ಣ–ಜಾತಿ ವ್ಯವಸ್ಥೆ ರೂಪುಗೊಳ್ಳುವ ಪ್ರಕ್ರಿಯೆ ಒಂದು ದೀರ್ಘ ಕಾಲದ ಪ್ರಕ್ರಿಯೆಯಾಗಿದೆ. ಸಾಮಾನ್ಯವಾಗಿ ಅಧ್ಯಯನಕಾರರು ನೋಡಿರುವಂತೆ ಅದನ್ನು ಸ್ಥೂಲವಾಗಿ ಮಾತ್ರ ನೋಡಿದರೆ ಈ ಪ್ರಕ್ರಿಯೆಯ ವಿವರಗಳು ಕಣ್ತಪ್ಪಿ ಹೋಗುವ ಸಂಭವ ಹೆಚ್ಚು. ಅದರಲ್ಲಿಯೂ ಇತಿಹಾಸ ಪೂರ್ವ ಕಾಲದ ಹಾಗೂ ಇತಿಹಾಸ ಕಾಲದ ಆರಂಭಿಕ ಘಟ್ಟವೇ ವರ್ಣ–ಜಾತಿ ವ್ಯವಸ್ಥೆ ಕರ್ನಾಟಕದಲ್ಲಿ ಅಸ್ತಿತ್ವಕ್ಕೆ ಬಂದ ಬಹು ಮುಖ್ಯವಾದ ಮತ್ತು ಸೂಕ್ಷ್ಮವಾದ ಬೆಳವಣಿಗೆಗಳ ಘಟ್ಟ ಆಗಿದೆ. ಆ ಕಾಲಘಟ್ಟಗಳೇ ಆಕರಗಳು, ದಾಖಲೆಗಳ ಕೊರತೆಯ ಕಾಲವೂ ಆಗಿರುವುದರಿಂದ ಬಹಳ ವಿವರವಾಗಿ ಮತ್ತು ಸೂಕ್ಷ್ಮವಾಗಿಯೂ ಪರಿಶೀಲಿಸಬೇಕಾಗಿದೆ. ಆದ್ದರಿಂದ ಅದನ್ನು ಮೂರು ಹಂತಗಳಲ್ಲಿ ವಿಶ್ಲೇಷಣೆಗೆ ಒಳಪಡಿಸಲಾಗಿದೆ.

1. ಇತಿಹಾಸ ಪೂರ್ವ ಕಾಲದ ಘಟ್ಟ–1– ಕರ್ನಾಟಕದಲ್ಲಿ ಬುಡಕಟ್ಟುಗಳು ಕುಲಗಳಾಗಿ ರೂಪುಗೊಂಡ ಕಾಲ. ಬ್ರಾಹ್ಮಣರ ಪ್ರವೇಶದವರೆಗೆ

2. ಇತಿಹಾಸ ಪೂರ್ವ ಕಾಲದ ಘಟ್ಟ–2– ಕರ್ನಾಟಕಕ್ಕೆ ಬ್ರಾಹ್ಮಣರ ಪ್ರವೇಶ ಕಾಲದಿಂದ ಮೊದಲ ರಾಜ್ಯಗಳ ಕಾಲದವರೆಗೆ.
3. ಮೊದಲ ರಾಜ ಪ್ರಭುತ್ವಗಳ ಸ್ಥಾಪನೆ ಮತ್ತು ವಿಸ್ತಾರದ ಹಂತ– ಕದಂಬ, ಗಂಗ, ಬಾದಾಮಿ ಚಾಲುಕ್ಯರ ರಾಜ್ಯಗಳಲ್ಲಿ.

ಕರ್ನಾಟಕಕ್ಕೆ ವರ್ಣ ವ್ಯವಸ್ಥೆಯ ವಿಚಾರಗಳ ಪ್ರವೇಶ

ಕರ್ನಾಟಕದಲ್ಲಿ ಮೊದಲು ರಾಜ್ಯವನ್ನು ಸ್ಥಾಪಿಸಿ ಆಳಿದ ಮೊದಲ ರಾಜವಂಶಗಳು ಕದಂಬರು ಮತ್ತು ಗಂಗರು ಎಂದು ಜನಜನಿತ. ಆದರೆ ಅವುಗಳಿಗಿಂತ ಪೂರ್ವದಲ್ಲಿ ಶಾತವಾಹನರು ಕರ್ನಾಟಕದ ಉತ್ತರ ಭಾಗಗಳೂ ಸೇರಿ ದಕ್ಷಿಣ ಭಾರತದ ಹಲವು ಭಾಗಗಳನ್ನು ಆಳುತ್ತಿದ್ದರು. ನಂತರ ಚುಟು, ಇಕ್ಷ್ವಾಕು, ವಿಷ್ಣುಕುಂದಿನರು, ಸಾಲಂಕಾಯನರು, ಬೃಹತ್ಫಲಾಯನರು ಮೊದಲಾದ ಆದಿಮ ರಾಜವಂಶಗಳು ಕರ್ನಾಟಕದಲ್ಲಿ ಮತ್ತು ನೆರೆ ಹೊರೆಯ ಪ್ರದೇಶಗಳಲ್ಲಿ ಆಳಲಾರಂಭಿಸಿದ್ದವು. ಈ ಆದಿ ರಾಜ ವಂಶಗಳು, ನಂತರ ಕದಂಬರು ಮತ್ತು ಗಂಗರು ಬ್ರಾಹ್ಮಣರನ್ನು ಆಹ್ವಾನಿಸಿ ಬ್ರಹ್ಮದೇಯಗಳನ್ನು ನೀಡಿದ ದಾಖಲೆಗಳನ್ನು ಆಧರಿಸುತ್ತ ಬ್ರಾಹ್ಮಣ ಮೊದಲಾದ ಗಂಗಾ ನದಿ ಬಯಲಿನ ಸಮುದಾಯಗಳು ಸಾಮಾನ್ಯವಾಗಿ ಮೂರು–ನಾಲ್ಕನೆಯ ಶತಮಾನದಲ್ಲಿ ಕರ್ನಾಟಕದ ಪ್ರದೇಶಕ್ಕೆ ಪ್ರವೇಶಿಸಿದರು ಎಂದು ಭಾವಿಸಲಾಗಿದೆ.[12] ಆದರೆ ಶಾಸನಗಳ ಆಧಾರಕ್ಕೆ ಮಾತ್ರ ಮಿತಿಗೊಳ್ಳದೆ ಇತರ ಮಾಹಿತಿಗಳನ್ನೂ ಗಣನೆಗೆ ತೆಗೆದುಕೊಂಡರೆ ಮೊದಲ ಸಹಸ್ರಮಾನದ ಮಧ್ಯ ಭಾಗದ ಗಂಗಾನದೀ ಬಯಲಿನ ನಗರೀಕರಣದ ಆರಂಭ ಕಾಲಘಟ್ಟದಿಂದಲೇ ಕರ್ನಾಟಕದ ಪ್ರದೇಶಗಳಲ್ಲಿ ಬ್ರಾಹ್ಮಣರು ವಾಸವಾಗಿದ್ದರು. ಆ ಕಾಲದಿಂದಲೇ ತಮ್ಮೊಡನೆ ತಂದ ಗಂಗಾ ನದಿ ಬಯಲಿನ ಬದುಕಿನ, ಧಾರ್ಮಿಕ ಪದ್ಧತಿಗಳ ಮತ್ತು ಸಾಮಾಜಿಕ ರಚನೆಯ ತಿಳುವಳಿಕೆಯನ್ನು ಹರಡಲಾರಂಭಿಸಿದ್ದರು ಎಂಬುದನ್ನು ಕಾಣಬಹುದು.

ಅಶೋಕನ ಶಾಸನಗಳಲ್ಲಿ ಪದೇ ಪದೇ ಬ್ರಾಹ್ಮಣರು ಮತ್ತು ಶ್ರಮಣರು ಎಂಬ ಮಾತುಗಳು ಬರುತ್ತವೆ. ಕಳಿಂಗ ವಿಜಯದ ಬಗ್ಗೆ ತನ್ನ ಪಶ್ಚಾತ್ತಾಪವನ್ನು ವ್ಯಕ್ತಪಡಿಸಿದ ಕ್ರಿ.ಪೂ. 258ರ ಬಂಡೆ ಶಾಸನ 13ರಲ್ಲಿ ಯೋನ ಜನಪದವನ್ನು ಹೊರತುಪಡಿಸಿ (ಯೋನ ಎಂದರೆ ಯವನರು–ಇಂದಿನ ಅಫ್ಘಾನಿಸ್ತಾನದ ಸುತ್ತಮುತ್ತಲಿನ ಪ್ರದೇಶದಲ್ಲಿದ್ದವರು) ಭಾರತದ ಎಲ್ಲ ಜನಪದಗಳಲ್ಲಿಯೂ ಬ್ರಾಹ್ಮಣರು ಮತ್ತು ಶ್ರಮಣರು ಇದ್ದಾರೆ ಎಂದು ಹೇಳುತ್ತದೆ.[12ಎ] ಇದು ಅಶೋಕನ ಸಾಮ್ರಾಜ್ಯದ ಒಂದು ರಾಜಧಾನಿಯಾದ ಸುವರ್ಣಗಿರಿಯಿಂದ ಆಳಲ್ಪಡುತ್ತಿದ್ದ ಕರ್ನಾಟಕದ ಪ್ರದೇಶಗಳಿಗೂ ಅನ್ವಯಿಸುತ್ತದೆ. ಈ ಕಾಲಕ್ಕೂ ಮೊದಲೇ, ಕ್ರಿ.ಪೂ. ನಾಲ್ಕನೆ ಶತಮಾನದ ವೇಳೆಗಾಗಲೇ ತಮಿಳುನಾಡಿನ ಪಾಂಡ್ಯ ಮತ್ತು ಮದುರೈಗಳ ಉಲ್ಲೇಖಗಳು ಕಂಡುಬರುತ್ತವೆ. ಮುಂದೆ ಅಶೋಕನ ಶಾಸನಗಳಲ್ಲಿಯೂ ಈ ರಾಜ್ಯದ ಉಲ್ಲೇಖವಿದೆ. ಈ ಹೆಸರುಗಳು

ಮಹಾಭಾರತದ ಪಾಂಡವರು ಮತ್ತು ಕೃಷ್ಣನ ಮಥುರಾವನ್ನು ಅನುಕರಿಸಿದ ಹೆಸರುಗಳೆಂದು ಇತಿಹಾಸಕಾರರು ಅಭಿಪ್ರಾಯ ಪಟ್ಟಿದ್ದಾರೆ.[13] ಕ್ರಿ.ಪೂ. ಎರಡನೆಯ ಶತಮಾನದ ಶಾತವಾಹನರ ನಾನಾಘಾಟ್ ಶಾಸನದಲ್ಲಿ 20 ಯಜ್ಞಗಳನ್ನು ಮಾಡಿ ಅಪರಿಮಿತ ದಾನಗಳನ್ನು ಮಾಡಿದ ಬಗ್ಗೆ ಉಲ್ಲೇಖಿಸಲಾಗಿದೆ.[13ಅ]

ಕರ್ನಾಟಕದಲ್ಲಿಯೇ ಕ್ರಿ.ಪೂ. ಒಂದನೆಯ ಶತಮಾನದ್ದು ಎನ್ನಬಹುದಾದ ಯೂಪಸ್ಥಂಬವೊಂದರ ಮೇಲಿರುವ ಪ್ರಾಕೃತ ಭಾಷೆಯ ಶಾಸನವೊಂದರಲ್ಲಿ ಕಶ್ಯಪ ಗೋತ್ರದ ಬ್ರಾಹ್ಮಣನೊಬ್ಬ ಅನೇಕ ಕ್ರತುಗಳನ್ನು, ಮೂರು ವಾಜಪೇಯ ಯಾಗವನ್ನು ಮಾಡಿದನೆಂದು ಹೇಳಲಾಗಿದೆ. ಇಂತಹ ಯೂಪಸ್ಥಂಬಗಳು, ಯಜ್ಞಗಳಲ್ಲಿ ಬಳಸುವ ಉಖಾಪಾತ್ರ ಇತ್ಯಾದಿಗಳು ಇನ್ನೂ ಕೆಲವೆಡೆಗಳಲ್ಲಿ ದೊರಕಿವೆ. ಇದರಿಂದ ಕ್ರಿಸ್ತಪೂರ್ವದಲ್ಲಿಯೇ ಬ್ರಾಹ್ಮಣರು ಕರ್ನಾಟಕದಲ್ಲಿಯೂ, ನೆರೆಹೊರೆ ಪ್ರದೇಶಗಳಲ್ಲಿಯೂ ವಾಸಿಸುತ್ತಿದ್ದರು ಮತ್ತು ಪ್ರಭಾವ ಬೀರುತ್ತಿದ್ದರೆಂದು ಸ್ಪಷ್ಟವಾಗುತ್ತದೆ.[14]

ಇವುಗಳ ಜೊತೆಗೆ ಅಗಸ್ತ್ಯ, ಪರಶುರಾಮರ ಬಗೆಗಿನ ಮತ್ತು ಆ ರೀತಿಯ ಇತರ ಐತಿಹ್ಯಗಳನ್ನು ಕೂಡ ಇತಿಹಾಸಕಾರರು ಆಕರವಾಗಿ ಬಳಸಿಕೊಂಡು ಆರ್ಯಾವರ್ತದ ಬ್ರಾಹ್ಮಣರು, ವಣಿಕರು ದಕ್ಷಿಣಾಪಥದಲ್ಲಿ ಸಾಗಿ ಬಂದ ಬಗ್ಗೆ ಮಾಹಿತಿಯನ್ನು ಹೊರತೆಗೆಯಲು ಪ್ರಯತ್ನಿಸಿದ್ದಾರೆ.[15] ಅಗಸ್ತ್ಯನು ವಿಂಧ್ಯ ಪರ್ವತ ಶ್ರೇಣಿಯನ್ನು ದಾಟಿ ಬಂದದ್ದು, ವಿದರ್ಭ ದೇಶದ ಕನ್ಯೆ ಲೋಪಾಮುದ್ರೆಯನ್ನು ಮದುವೆಯಾದದ್ದು, ಬಾದಾಮಿಗೆ ಸಂಬಂಧಿಸಿದ ವಾತಾಪಿ, ಇಲ್ವಲರನ್ನು ಕೊಂದ ಬಗ್ಗೆ, ಕಾವೇರಿ ನದಿಯ ಉಗಮಕ್ಕೆ ಕಾರಣವಾದ ಬಗ್ಗೆ ಹಲವು ಐತಿಹ್ಯಗಳಿವೆ. ಜೊತೆಗೆ ತಮಿಳುನಾಡಿನ ಶಂಗಂ ಸಾಹಿತ್ಯದಲ್ಲಿ ಅವನೇ ಮೊದಲ ಶಂಗಂ ಹಾಗೂ ಎರಡನೆ ಶಂಗಂ ಸಾಹಿತಿಗಳ ಸಮಾವೇಶದ ಅಧ್ಯಕ್ಷತೆ ವಹಿಸಿದ್ದನೆಂದು ಮತ್ತು ಅವನೇ ತಮಿಳಿನ ಮೊದಲ ವ್ಯಾಕರಣ ಬರೆದನೆಂದು, ಅದನ್ನು ಅಗತ್ತಿಯಂ ಎಂದು ಕರೆಯಲಾಗಿದೆ. ಇದರಂತೆ ಇನ್ನೂ ಹಲವು ಐತಿಹ್ಯಗಳಿವೆ.[16] ಇವುಗಳನ್ನು ಕೇವಲ ಸೃಷ್ಟಿಯೆಂದು ಅಥವ ಪುರಾಣವೆಂದು ತಳ್ಳಿ ಹಾಕಲಾಗುವುದಿಲ್ಲ. ಅಗಸ್ತ್ಯನೆಂಬ ವ್ಯಕ್ತಿ ಇದ್ದನೆ ಇಲ್ಲವೇ, ಈ ಎಲ್ಲ ಐತಿಹ್ಯಗಳ ಮೂಲದಲ್ಲಿ ಒಬ್ಬ ವ್ಯಕ್ತಿಯೇ ಇದ್ದಾನೆಯೇ ಅಥವಾ ಈ ಐತಿಹ್ಯಗಳಿಗೆ ಕಾರಣವಾದ ವ್ಯಕ್ತಿಗಳು ಬೇರೆ ಬೇರೆಯೇ ಎಂಬುದು ಚರ್ಚಾರ್ಹವಿರಬಹುದು. ಆದರೆ ಈ ಐತಿಹ್ಯಗಳ ಮೂಲದಲ್ಲಿ ಅಗಸ್ತ್ಯನಂತಹ ಹಲವು ಬ್ರಾಹ್ಮಣರ ಗುಂಪುಗಳು ಈ ಪ್ರದೇಶಗಳನ್ನು ಪ್ರವೇಶಿಸಿದ್ದರೆಂಬ ವಾಸ್ತವ ಸಂಗತಿಯ ಸೂಚನೆಯಿದೆ ಎಂದು ಗ್ರಹಿಸಬಹುದು. ರಾಮಾಯಣ ಕಾವ್ಯದಲ್ಲಿ ಗೋದಾವರಿ ನದೀ ತೀರದ ಜನಸ್ಥಾನದವರೆಗೆ ಮತ್ತು ಇನ್ನೂ ದಕ್ಷಿಣಕ್ಕೆ ಹಲವು ವೈದಿಕ ಗುಂಪುಗಳು ಆಗಮಿಸಿ ತಮ್ಮ ಆಶ್ರಮಗಳನ್ನು ಸ್ಥಾಪಿಸಿಕೊಂಡಿದ್ದರು ಎಂಬ ಸೂಚನೆಯಿದೆ. ಕ್ರಿಸ್ತಪೂರ್ವದ ಶಂಗಂ ಸಾಹಿತ್ಯದ ಪ್ರತಿ ಸಂಕಲನದಲ್ಲಿಯೂ ಬ್ರಾಹ್ಮಣರ ಪ್ರಸ್ತಾಪ ಇದೆ. ಅವರು ತಮಿಳಹಂನ ಕೆಲ ಪ್ರದೇಶಗಳಲ್ಲಿ

ಸಾವಿರಾರು ಸಂಖ್ಯೆಯಲ್ಲಿ ವಾಸಿಸುತ್ತಿದ್ದರೆಂಬ ಸೂಚನೆ ಇದೆ.[17] ಶಾತಕರ್ಣಿಗಳ ಕಾಲದ ಶಾಸನಗಳು ಹಾಗೂ ಕೆಲವು ಸಾಂದರ್ಭಿಕ ಆಧಾರಗಳು ಕ್ರಿ.ಪೂ. ಅವಧಿಯಲ್ಲಿಯೇ ಕರ್ನಾಟಕವೂ ಸೇರಿದಂತೆ ದಕ್ಷಿಣ ಭಾರತಕ್ಕೆ ಬ್ರಾಹ್ಮಣರು ಪ್ರವೇಶಿಸಿದ್ದರು ಮತ್ತು ಇಲ್ಲಿನ ಸಮುದಾಯಗಳು ಇವರ ಪ್ರಭಾವಕ್ಕೆ ಒಳಗಾಗಿದ್ದವು ಎಂಬುದನ್ನು ಸೂಚಿಸುತ್ತದೆ. ನೀಲಕಂಠಶಾಸ್ತ್ರಿಗಳು ದಕ್ಷಿಣ ಭಾರತಕ್ಕೆ ಆರ್ಯನ್ನರ ಪ್ರವೇಶ ಕ್ರಿ.ಪೂ. 1000ದ ವೇಳೆಗಾಗಲೇ ಆರಂಭವಾಗಿತ್ತೆಂದು ಅಭಿಪ್ರಾಯ ಪಟ್ಟಿದ್ದಾರೆ.[18] ಬಿ.ಆರ್.ಗೋಪಾಲ್ ಅವರು ಈ ದಿನಾಂಕವನ್ನೇ ಅನುಸರಿಸಿದ್ದಾರೆ.[19] ಆದರೆ ಅಷ್ಟು ಹಿಂದಿನ ಕಾಲಕ್ಕೆ ಸ್ಪಷ್ಟ ಆಧಾರಗಳನ್ನೇನೂ ನೀಡುವುದಿಲ್ಲ. ಎರಡನೆಯ ನಗರೀಕರಣದ ಕಾಲಘಟ್ಟದಲ್ಲಿ ತೆರೆದುಕೊಂಡ ಹೊಸ ವ್ಯಾಪಾರ ಮಾರ್ಗಗಳು, ಅದರಲ್ಲಿ ಸಂಚರಿಸಲಾರಂಭಿಸಿದ್ದ ವ್ಯಾಪಾರದ ತಂಡಗಳಾದ ಸಾರ್ಥವಾಹಗಳ ಜೊತೆಗೆ ಗಂಗಾ ನದಿ ಬಯಲಿನ ಬ್ರಾಹ್ಮಣರು ಈ ಪ್ರದೇಶಗಳಿಗೆ ಬರಲಾರಂಭವಾಗಿರುವ ಸಾಧ್ಯತೆಯೇ ಹೆಚ್ಚು. ರಾಮಾಯಣವೂ ಈ ನಗರೀಕರಣದ ಕಾಲದಲ್ಲಿಯೇ ರಚಿತವಾಗುತ್ತಿದ್ದ ಕಾವ್ಯವೆಂದು ನಿಶ್ಚಯಿಸಲಾಗಿದೆ. ಒಟ್ಟಿನಲ್ಲಿ ಈ ಮೇಲಿನ ಆಧಾರಗಳಿಂದ ಕ್ರಿ.ಪೂ. ಮೊದಲನೆಯ ಸಹಸ್ರಮಾನದ ದ್ವಿತೀಯಾರ್ಧದಲ್ಲಿ ಗಣನೀಯವಾದ ಸಂಖ್ಯೆಯಲ್ಲಿ ದಕ್ಷಿಣ ಭಾರತಕ್ಕೆ ಪ್ರವೇಶಿಸಿದ್ದರೆಂದು ಖಚಿತವಾಗಿ ಹೇಳಬಹುದು.

ಹೀಗೆ ಗಂಗಾ ನದಿ ತೀರದ ಬ್ರಾಹ್ಮಣರು ಕರ್ನಾಟಕದ ವಿವಿಧ ಪ್ರದೇಶಗಳಿಗೆ ಪ್ರವೇಶ ಮಾಡುವ ಸಮಯದಲ್ಲಿ ಅಲ್ಲಿನ ಧಾರ್ಮಿಕ ಸಿದ್ಧಾಂತ ಮತ್ತು ಆಚರಣೆಗಳನ್ನು ಮಾತ್ರವೇ ಅಲ್ಲದೆ ಪ್ರಭುತ್ವಗಳ ಸ್ಥಾಪನೆಯ ಮತ್ತು ಸಮಾಜ ರಚನೆಯ ಅನುಭವವನ್ನೂ ಹೊತ್ತು ತಂದರು. ಈ ಬಗ್ಗೆ ಹಲವಾರು ಶಾಸನಗಳಲ್ಲಿ ಬ್ರಹ್ಮದೇಯವನ್ನು ಪಡೆದ ಬ್ರಾಹ್ಮಣರನ್ನು 'ಮನು ಯಾಜ್ಞವಲ್ಕ್ಯ ಪ್ರಣೀತ ಸ್ಮೃತಿ ವಿಹಿತ ಧರ್ಮ್ಮಾನುರಕ್ತರುಂ ರಾಮಾಯಣ ಭಾರತಾದಿ ಪುರಾಣಾರ್ಥ ವಿಚಾರ ಕೋವಿದರ್', 'ಶ್ರುತಿ ಸ್ಮೃತಿ ಶೃತ್ಯಾರ್ಥ ಕೀರ್ತಿತ್ಯ ಸಂಪಂನರಪ್ಪ' ಎಂದು ವರ್ಣಿಸಿವೆ.[20] ಕರ್ನಾಟಕದಲ್ಲಿ ಅಸ್ತಿತ್ವಕ್ಕೆ ಬಂದ ಸಾಮಾಜಿಕ ರಚನೆಯಲ್ಲಿ ವೈದಿಕ ಧರ್ಮದ ವರ್ಣ ಪದ್ಧತಿ ಹೇಗೆ, ಯಾವ ರೂಪದಲ್ಲಿ ಅನ್ವಯವಾಗಿದೆ, ವರ್ಣ ವ್ಯವಸ್ಥೆಯ ಸಾಮಾಜಿಕ ರಚನೆ ಹಾಗೂ ಅದಕ್ಕೆ ಆಧಾರಭೂತವಾದ ಚಿಂತನೆಗಳು ಕರ್ನಾಟಕದಲ್ಲಿ ವ್ಯಾಪಿಸಲು ಮತ್ತು ಜನರ ಮನಸ್ಸುಗಳನ್ನು ಆವರಿಸಲು ಕಾರಣವಾದ ಅಂಶಗಳೇನು ಎಂಬುದನ್ನು ಅಧ್ಯಯನ ಮಾಡಬೇಕಾಗಿದೆ. ಮೇಲೆ ಹೇಳಿದಂತೆ ಕರ್ನಾಟಕದಲ್ಲಿ ಜಾತಿ ವ್ಯವಸ್ಥೆಯ ವಿರುದ್ಧ ಮೂಡಿದ ವಚನ ಚಳುವಳಿಯ ಚಿಂತನೆಯೂ ಸೇರಿದಂತೆ ಹಲವು ಬಿರುಗಾಳಿಗಳನ್ನು ಎದುರಿಸಿಯೂ ಕೂಡ ಉಳಿದುಕೊಳ್ಳಲು ಗಂಗಾ ನದಿ ಬಯಲಿನಲ್ಲಿ ಮೂಡಿಬಂದ ವರ್ಣ ವ್ಯವಸ್ಥೆ ನೀಡಿದ ತಾತ್ವಿಕತೆಯ ಕೊಡುಗೆ ಏನು ಎಂಬ ಬಗ್ಗೆ ಕೂಡ ಅಧ್ಯಯನ ಮಾಡಬೇಕಾಗಿದೆ.

ಅಧ್ಯಾಯ ಎರಡು

ವೇದಗಳ ಕಾಲದಲ್ಲಿ ವರ್ಣ ವ್ಯವಸ್ಥೆಯ ಉಗಮ

ಭಾರತದಲ್ಲಿ ವರ್ಣ ವ್ಯವಸ್ಥೆಯ ಅತ್ಯಂತ ಮೊದಲ ಉಲ್ಲೇಖವೆಂದು ಗುರುತಿಸಲ್ಪಟ್ಟದ್ದು ಋಗ್ವೇದದ ಪುರುಷ ಸೂಕ್ತ. ಈ ಸೂಕ್ತ ಋಗ್ವೇದ ಸಂಕಲನದ ಶ್ಲೋಕಗಳ ರಚನೆಯ ಕೊನೆಯ ಅವಧಿಗೆ (ಹತ್ತನೆಯ ಮಂಡಲದ 90 ನೆಯ ಸೂಕ್ತ) ಸಲ್ಲುತ್ತದೆ ಎಂಬುದನ್ನು ಗಮನಿಸಬೇಕು.

ಬ್ರಾಹ್ಮಣೋಸ್ಯ ಮುಖಮಾಸೀತ್ । ಬಾಹೂ ರಾಜನ್ಯ ಃ ಕೃತಃ ।
ಊರೂ ತದಸ್ಯಯದ್ವೈಶ್ಯಃ। ಪದ್ಭಾಗ್ ಂ ಶೂದ್ರೋ ಅಜಾಯತ॥[21]

ಡಿ. ವಿ. ಗುಂಡಪ್ಪನವರು ಮಾಡಿದಂತೆ ಈ ಸೂಕ್ತದ ಅನುವಾದ ಹೀಗಿದೆ.

ವದನದಿಂ ಬ್ರಾಹ್ಮಣಂ, ಬಾಹುವಿಂ ಕ್ಷತ್ರಿಯನುಂ।
ಉದಿಸಿದ ವಿಶನೂರುವಿಂ, ಪದದೆ ಶೂದ್ರಂ॥[22]

ಇದರ ಅರ್ಥ ಅವರೇ ಮಾಡಿದ ರೀತಿಯಲ್ಲಿ "ಅವನ ಮುಖ ಬ್ರಾಹ್ಮಣನಾಯಿತು. ಅವನ ತೋಳುಗಳಿಂದ ರಾಜರಾದರು. ತೊಡೆಗಳಿಂದ ವೈಶ್ಯರೂ, ಅಡಿಗಳಿಂದ ಶೂದ್ರರೂ ಹುಟ್ಟಿದರು."[23]

ಈ ಸೂಕ್ತ ಮೊದಲು ದೊರೆಯುವುದು ಋಗ್ವೇದದಲ್ಲಾದರೂ ಇದು ಅಥರ್ವಣ ವೇದದಲ್ಲಿ, ಶುಕ್ಲ ಯಜುರ್ವೇದದಲ್ಲಿ ಮತ್ತೆ ಮತ್ತೆ ಉಲ್ಲೇಖಿತವಾಗಿದೆ.[23ಅ] ಅಷ್ಟೇ ಅಲ್ಲ ಡಿ.ವಿ.ಜಿ.ಯವರು ಹೇಳುವಂತೆ "ಈ

ವೇದಭಾಗಕ್ಕೆ ಬಂದಿರುವಷ್ಟು ಪ್ರಾಚುರ್ಯ, ಗಾಯತ್ರಿಯ ವಿನಾ ಇನ್ನಾವುದಕ್ಕೂ ಬಂದಿಲ್ಲ. ಪುರುಷ ಸೂಕ್ತವು ಬ್ರಾಹ್ಮಣರ ನಿತ್ಯಾನುಷ್ಠಾನದಲ್ಲಿ ದೇವಪೂಜೆಯಲ್ಲಿಯೂ, ಅಧ್ಯಯನದಲ್ಲಿಯೂ, ಎಲ್ಲ ವೈದಿಕ ಕರ್ಮದಲ್ಲಿಯೂ ರೂಢಿಯಾಗಿ ಬಂದಿರುತ್ತದೆ. ಈ ಒಂದು ಸೂಕ್ತದ ನಿತ್ಯ ಪಾರಾಯಣವು ಸಕಲೋಪನಿಷತ್ಪಾರಾಯಣಕ್ಕೆ ಸಮಾನವೆಂದು ಹೇಳುವುದುಂಟು."[24] ಹೀಗೆ ಪುರುಷ ಸೂಕ್ತವು ಕೇವಲ ಋಗ್ವೇದದ ಒಂದು ಮಂತ್ರ ಮಾತ್ರವಲ್ಲ. ಇಪ್ಪತ್ತನೆಯ ಶತಮಾನದಲ್ಲಿಯೇ ಹೀಗೆ ಹೇಳಲಾಗಿದೆಯೆಂದರೆ ಪ್ರಾಚೀನ ಹಾಗೂ ಮಧ್ಯಕಾಲೀನ ಕರ್ನಾಟಕದಲ್ಲಿ ಬ್ರಾಹ್ಮಣರಲ್ಲಿ ಬಹಳ ಜನಕ್ಕೆ ಗೊತ್ತಿದ್ದ ಸೂಕ್ತ ಎಂದೆನ್ನಲು ಯಾವ ಅಡ್ಡಿಯೂ ಇಲ್ಲ. ಆದ್ದರಿಂದ ಈ ಸೂಕ್ತ ಋಗ್ವೇದದಲ್ಲಿ ಮೊದಲಿನಿಂದ ಇತ್ತೋ ಇಲ್ಲವೋ, ನಂತರ ಸೇರಿಸಲಾಯಿತೋ ಎಂಬ ಬಗೆಗೆ ವಿದ್ವಾಂಸರ ನಡುವೆ ಹಲವು ಚರ್ಚೆಗಳಿವೆ. ಆ ಚರ್ಚೆಗಳ ಫಲಿತಾಂಶ ಏನೇ ಇರಲಿ ಅದನ್ನು ಮೀರಿ ಪುರುಷ ಸೂಕ್ತದ ಈ ಶ್ಲೋಕ ದೇಶದ ವರ್ಣ ವ್ಯವಸ್ಥೆಯ ಮೇಲೆ ಪರಿಣಾಮ ಬೀರಿದೆ ಎಂದಾಯಿತು. ವರ್ಣ-ಜಾತಿ ವ್ಯವಸ್ಥೆ ರೂಪುಗೊಳ್ಳುತ್ತಿದ್ದ ಕಾಲಘಟ್ಟದಲ್ಲಿ ಬ್ರಾಹ್ಮಣರಲ್ಲಿ ವ್ಯಾಪಕವಾಗಿ ಪ್ರಚಲಿತವಾಗುವ ಮೂಲಕ ಅವರ ಮಾನಸಿಕ ಪ್ರಪಂಚವನ್ನು, ಬೇರೆ ವರ್ಣಗಳ ಮತ್ತು ಜಾತಿಗಳ ಜನರ ಬಗ್ಗೆ ಅವರ ದೃಷ್ಟಿಕೋನವನ್ನು ಪ್ರಭಾವಿಸಿತು ಎಂದು ಭಾವಿಸುವುದು ಸಕಾರಣವಾಗಿದೆ.

ಋಗ್ವೇದದ ಹತ್ತನೆಯ ಮಂಡಲದಲ್ಲಿ ಚಾತುರ್ವರ್ಣ್ಯ ಎಂದು ನಂತರ ಕರೆಯಲಾದ ಪದ್ಧತಿಯ ರೂಪ ಮೊದಲ ಬಾರಿಗೆ ಪ್ರಸ್ತಾಪಿಸಲ್ಪಟ್ಟಿದ್ದರೂ ಅದು ಆ ಮಂಡಲದಲ್ಲಿ ಧುತ್ತೆಂದು ಕಾಣಿಸಿಕೊಂಡದ್ದಲ್ಲ. ಈ ಋಕ್ಕಿಗೆ ಮೊದಲೇ ಹಲವಾರು ಶತಮಾನಗಳಿಂದ ಇದಕ್ಕೆ ಪೂರ್ವಭಾವಿಯಾದ ಬೆಳವಣಿಗೆಗಳು ಸಂಭವಿಸುತ್ತಿದ್ದವು. ಅಂದಿನ ಸಮಾಜದ ಬದಲಾವಣೆಯ ಹಲವು ಪ್ರಕ್ರಿಯೆಗಳು ಈ ಋಕ್ಕಿನಲ್ಲಿ ಕಂಡ ಸಮಾಜದ ರಚನೆಯ ಆವಿರ್ಭಾವಕ್ಕೆ ಕಾರಣವಾಗಿದ್ದುವು. ಚಾತುರ್ವಣ್ಯದ ರೂಪ ಪಡೆಯುವುದಕ್ಕೆ ಮೊದಲು ತ್ರೈವರ್ಣ್ಯದ ರೂಪದಲ್ಲಿ ಸಮಾಜದ ಶ್ರಮ ವಿಂಗಡಣೆ ಕಾಣಿಸಿಕೊಂಡಿದ್ದಿತು ಎಂಬುದರ ಸೂಚನೆ ವೇದಗಳಲ್ಲಿಯೇ ದೊರಕುತ್ತದೆ.

ಗಂಗಾ ನದಿ ಬಯಲಿನಲ್ಲಿ ಆರ್ಯರು ವಸತಿ ಹೂಡಿದ ಮೇಲೆ ಅವರ ಜೀವನದ ಪರಿಸ್ಥಿತಿಯಲ್ಲಿ ಗಣನೀಯ ಬದಲಾವಣೆಗಳಾದವು. ಅಲ್ಲಿಯ ಮಳೆ, ನದಿ ನೀರಿನ ಲಭ್ಯತೆ, ಫಲವತ್ತಾದ ಮೆಕ್ಕಲು ಮಣ್ಣಿನ ಭೂಮಿ ಮತ್ತು ಆ ವೇಳೆಗಾಗಲೇ ಕಲಿತ ಕೃಷಿ ಮತ್ತು ಕಬ್ಬಿಣದ ಉಪಕರಣಗಳ ಲಭ್ಯತೆಯಿಂದ ಅರಣ್ಯ ಭೂಮಿಯನ್ನು ಕೃಷಿಗಾಗಿ ತೆರವುಗೊಳಿಸಲು ಸಾಧ್ಯವಾಗಿದ್ದು ಇವೆಲ್ಲವುಗಳಿಂದ ಆಹಾರ ಉತ್ಪಾದನೆಯಲ್ಲಿ ದೊಡ್ಡ ಪ್ರಮಾಣದ ಹೆಚ್ಚಳವುಂಟಾಯಿತು. ಇವೆಲ್ಲ ಆರ್ಯರು ಅಲ್ಲಿ ನೆಲೆಗೊಳ್ಳುವುದಕ್ಕೆ ಕಾರಣವಾಯಿತು. ಆಗಿಂದಾಗ್ಗೆ ವಲಸೆ ಬರುವುದು ಒಂದು ಪ್ರದೇಶದಲ್ಲಿ ಕೆಲವು ಕಾಲ ಜೀವಿಸುವುದು, ನಂತರ ವಲಸೆ. ಅದರಲ್ಲಿ ಕೆಲ ಜನರು ಅಲ್ಲಿಯೇ ನೆಲಸುವುದು ಉಳಿದವರು ಬೇರೆ ಬೇರೆ ದಿಕ್ಕುಗಳಲ್ಲಿ ಮತ್ತೆ ವಲಸೆ ಹೋಗುವುದು. ಹೀಗೆ ಜೀವನ

ನಡೆಸುತ್ತಿದ್ದುದರಿಂದ ಅವರ ಸಮಾಜ ವ್ಯವಸ್ಥೆಯೂ ಅದಕ್ಕೆ ಪೂರಕವಾಗಿತ್ತು. ಬುಡಕಟ್ಟುಗಳಿಂದ ರೂಪುಗೊಂಡಿದ್ದ ಕುಲಗಳ ಸ್ವರೂಪವನ್ನೇ ಉಳಿಸಿಕೊಂಡಿತ್ತು. ರಾಜತ್ವ ರೂಪುಗೊಂಡಿದ್ದರೂ ಅವರು ಕುಲಾಧಿಪತಿಗಳಾಗಿದ್ದರು. ಋಗ್ವೇದದ ಆರ್ಯರು ಕೇವಲ ಆದಿಮ ಬುಡಕಟ್ಟು ಸಮುದಾಯವಾಗಿರಲಿಲ್ಲ. ಆ ವೇಳೆಗೆ ಅವರಲ್ಲಿ 'ರಾಜನ್ಯ'ರೆಂಬ ಆದಿಮ ರಾಜತ್ವದ ರೂಪ ನೆಲೆಗೊಂಡಿತ್ತು. ಅವರು ಒಂದು ಪ್ರದೇಶದ ರಾಜರಾಗಿರದೆ ಪರಸ್ಪರ ಬಂಧುತ್ವವುಳ್ಳ ಹಲವು ಬುಡಕಟ್ಟುಗಳ ಜನರನ್ನೊಳಗೊಂಡ ಕುಲಗಳ ಜನರನ್ನು ಆಳುವ ಕುಲಾಧಿಪತಿಗಳಾಗಿದ್ದರು. ವಲಸೆಯಲ್ಲಿ ತೊಡಗಿದ್ದ ಆರ್ಯರ ನಡುವೆ ಇನ್ನೂ ನಿರ್ದಿಷ್ಟ ಪ್ರದೇಶದ ಒಡೆತನ, ಆಳ್ವಿಕೆಯ ಕಲ್ಪನೆ ಮೂಡಿರಲಿಲ್ಲ. ನಂತರದ ರಾಜ್ಯ, ಸಾಮ್ರಾಜ್ಯಗಳಿಗೂ ಈ ಆದಿಮ ಆಳ್ವಿಕೆಗಳಿಗೂ ಮುಖ್ಯ ವ್ಯತ್ಯಾಸವೇನೆಂದರೆ ಈ ಆದಿಮ ರಾಜರುಗಳ ಆಳ್ವಿಕೆ ಪ್ರದೇಶಾಧಾರಿತವಾಗಿರಲಿಲ್ಲ. ಅದೇ ಸಂದರ್ಭದಲ್ಲಿ ಅವರು ದಿನದಿನವೂ ಚಲಿಸುತ್ತಿದ್ದ ವಲಸೆಗಾರರೂ ಅಲ್ಲ. ಒಂದು ಪ್ರದೇಶದಲ್ಲಿ ವಾಸ ಮಾಡಿ, ಅಲ್ಲಿ ಕೃಷಿ ಮತ್ತು ಪಶು ಸಂಗೋಪನೆಯಲ್ಲಿ ತೊಡಗಿದ್ದವರು, ಕೆಲ ಕಾಲವಾದ ಮೇಲೆ ಜನಸಂಖ್ಯೆ ಹೆಚ್ಚಿದಂತೆ ಅಥವಾ ಇನ್ನೂ ಉತ್ತಮ ಪ್ರದೇಶಗಳು ಕಂಡಂತೆ ಕೆಲವರು ವಲಸೆ ಹೋಗುವುದು, ಮತ್ತೆ ಕೆಲ ಜನರು ಅಲ್ಲಿಯೇ ನೆಲೆಸುವುದು ಅವರ ಜೀವನ ವಿಧಾನವಾಗಿತ್ತು. ಇಂತಹ ಸಂಕ್ರಮಣ ಸ್ಥಿತಿಯಲ್ಲಿದ್ದ ಈ ಕುಲಮೂಲದ ರಾಜರುಗಳು ಆ ಹೊತ್ತಿಗಾಗಲೇ ಹಲವು ಕಂಭಗಳಿದ್ದ ಅರಮನೆಗಳಲ್ಲಿ ವಾಸ ಮಾಡುತ್ತಿದ್ದರು. ಅವರು ಋತ್ವಿಜರಿಗೆ, ಪುರೋಹಿತರಿಗೆ ಹೇರಳವಾದ ದಕ್ಷಿಣೆ ಕೊಡಲು ಸಮರ್ಥರಾಗಿದ್ದರು ಮತ್ತು ಕೊಡುತ್ತಿದ್ದರು ಎಂಬುದಕ್ಕೆ ಋಗ್ವೇದದ ಹಲವು ಸೂಕ್ತಗಳು ಉದಾಹರಣೆ ಯಾಗಿವೆ.[25]

ಇದರಿಂದ ಋಗ್ವೇದದ ಮೊದಲ ಹಂತದಲ್ಲಿ ಮೂರು ಜನ ವಿಭಾಗಗಳಿದ್ದುವೆಂದು ಸ್ಪಷ್ಟವಾಗುತ್ತದೆ. ರಾಜನ್ಯರು, ಬ್ರಾಹ್ಮಣರು, ವಿಶ್ ಎಂಬ ಸಾಮಾನ್ಯ ಜನರು. ವಿಶ್ ಎಂಬ ಸಾಮಾನ್ಯ ಜನರು ದುಡಿಮೆಗಾರರು, ತೆರಿಗೆಗಳನ್ನು ಕೊಡುವವರು. ಹೀಗೆ ಆರ್ಯರ ಒಳಗೆಯೇ ಮೂರು ವರ್ಣಗಳ ವಿಭಜನೆಯುಂಟಾಗಿತ್ತು. ಅದರಂತೆ ವಿಶ್ ಎಂಬ ಜನರೂ ಕೂಡಾ ಸಂಸ್ಕೃತ ಭಾಷೆ ಮಾತಾಡುತ್ತಿದ್ದ, ವೇದಗಳ ದೇವತಾ ಸಮೂಹವನ್ನು, ಯಜ್ಞಗಳ ಮೂಲಕ ಆರಾಧಿಸುವ ಮಾದರಿಯನ್ನು ಅನುಸರಿಸುತ್ತಿದ್ದ ಜನರು. ಆದ್ದರಿಂದ ಅವರಿಗೆ ಯಜ್ಞಗಳು ನಡೆಯುವ ಜಾಗಗಳಿಗೆ ಪ್ರವೇಶವಿತ್ತು. ಅವರಿಗೆ ಉಪನಯನವೆಂಬ ಆರ್ಯ ಪದ್ಧತಿ ಅನ್ವಯವಾಗುತ್ತಿತ್ತು. ಆದ್ದರಿಂದ ಅವರು ದ್ವಿಜರು. ಉಳಿದಂತೆ ಅವರು ಕೃಷಿ, ಪಶು ಸಂಗೋಪನೆಯಲ್ಲಿ ದುಡಿಯುತ್ತಿದ್ದ ಸಾಮಾನ್ಯ ದುಡಿಮೆಗಾರರು ಸಹ ಆಗಿದ್ದರು. ಋಗ್ವೇದ ಕಾಲದ ಆರ್ಯರೊಳಗಿನ ಸರಳ ಮೂರು ವರ್ಣಗಳ ವಿಭಜನೆಯಿಂದ ಆರ್ಯೇತರರನ್ನೂ ಒಳಗೊಂಡ ಚತುರ್ವರ್ಣಗಳ ವಿಭಜನೆಯತ್ತ ಅಂದಿನ ಸಮಾಜ ಸಾಗಿದ ಸಂಕೀರ್ಣ ಪ್ರಕ್ರಿಯೆಗಳನ್ನು ಮುಂದಿನ ಕಾಲಘಟ್ಟದ ಸಾಹಿತ್ಯಗಳಾದ ಯಜುರ್ವೇದ, ಅಥರ್ವಣ ವೇದ, ವೇದಗಳಿಗೆ ಜೋಡಿ ಸಲ್ಪಟ್ಟ ಬ್ರಾಹ್ಮಣಗಳೆಂಬ ಗ್ರಂಥಗಳ ಮೂಲಕ ತಿಳಿಯಬಹುದು.

ಕ್ಷತ್ರಿಯ ವರ್ಣ

ಆಗಿಂದಾಗ್ಗೆ ಒಂದು ಪ್ರದೇಶದಿಂದ ಮತ್ತೊಂದಕ್ಕೆ ಸಾಗುತ್ತಾ ವಲಸೆ ಹೋಗುವುದನ್ನು ಬಿಟ್ಟು ಒಂದೇ ಪ್ರದೇಶದಲ್ಲಿ ನೆಲೆಯೂರುವ ಹಂತ. ಆರ್ಯರ ಜೀವನದಲ್ಲಿ ಒಂದು ಬಹಳ ಮುಖ್ಯ ಹಂತ. ಇದು ಅವರ ಜೀವನ ವಿಧಾನ, ಸಮಾಜ ರಚನೆ, ರಾಜಕೀಯ ನಿಯಂತ್ರಣ ಇವುಗಳಲ್ಲಿ ಬದಲಾವಣೆಗಳನ್ನು ತಂದಿತು. ಹೀಗೆ ತಾವು ನೆಲೆ ನಿಂತ ಪ್ರದೇಶವನ್ನು ಶಾಶ್ವತವಾಗಿ ತಮ್ಮ ಅಧೀನದಲ್ಲಿಟ್ಟುಕೊಳ್ಳುವ ಯೋಚನೆ ಮಾಡಬೇಕಾಯಿತು. ಒಂದು ಕಡೆ ತಾವು ನೆಲೆಸಿದೆಡೆಗಳಲ್ಲಿ ಹಿಂದೆ ವಾಸಿಸುತ್ತಿದ್ದ ಜನರನ್ನು ನಿರ್ಣಾಯಕವಾಗಿ ಸೋಲಿಸಬೇಕು, ಅವರನ್ನು ಅಧೀನದಲ್ಲಿಟ್ಟುಕೊಳ್ಳಬೇಕು. ಮತ್ತೊಂದು ಕಡೆ ತಮ್ಮ ಪ್ರದೇಶದ ಮೇಲೆ ಇತರರು ದಾಳಿ ಮಾಡದಂತೆ ಅದನ್ನು ಭದ್ರಪಡಿಸಿಕೊಳ್ಳಬೇಕು. ಅದಕ್ಕಾಗಿ ಪಶ್ಚಿಮದಲ್ಲಿ ತಾವು ಹಿಂದೆ ವಸತಿ ಮಾಡಿದ್ದ ಪ್ರದೇಶಗಳಲ್ಲಿ ನೆಲೆ ಕಂಡುಕೊಂಡ ತಮ್ಮದೇ ಸಮುದಾಯದ ಕುಲಪ್ರಭುಗಳೊಂದಿಗೆ ಜೊತೆ ಸೆಣಸಬೇಕು. ಮತ್ತೊಂದು ಕಡೆ ಪೂರ್ವದಲ್ಲಿ ಆರ್ಯೇತರ ಜನ ಸಮುದಾಯಗಳು ತಮ್ಮ ಮೇಲೆ ಧಾಳಿ ಮಾಡದಂತೆ ಕಾಪಾಡಿಕೊಳ್ಳಬೇಕು. ಮತ್ತು ಕೆಲವೊಮ್ಮೆ ತಮ್ಮ ತಮ್ಮಲ್ಲೇ ಇರುವ ಕುಲಗಳ ನಡುವಣ ಕದನಗಳಿಗೂ ಸಜ್ಜಾಗ ಬೇಕು. ಈ ಎಲ್ಲ ಯುದ್ಧಗಳಿಂದಾಗಿ ಕ್ಷತ್ರಿಯರ ಸಂಖ್ಯೆ ಮತ್ತು ಬಲ ವೇಗವಾಗಿ ಹೆಚ್ಚಾಯಿತು. ಬುಡಕಟ್ಟು ಮತ್ತು ಕುಲಾಧಿಪತ್ಯಗಳ ಕಾಲಘಟ್ಟದಲ್ಲಿ ಜಗಳ, ಕದನ ಅವಶ್ಯವಾದ ಸಮಯದಲ್ಲಿ ಇಡೀ ಬುಡಕಟ್ಟಿನ ಮತ್ತು ಕುಲಗಳ ಇಡೀ ಜನರು ಕದನಗಳಲ್ಲಿ ಪಾಲ್ಗೊಳ್ಳುತ್ತಿದ್ದರು. ಆದರೆ ಮೊದಲ ಬಾರಿಗೆ ಯುದ್ಧಗಳಿಗೆಂದೇ ಮೀಸಲಾದ ಖಾಯಂ ಸೈನ್ಯ ಪಡೆ, ಶಸ್ತ್ರಾಗಾರ ಇತ್ಯಾದಿಗಳ ಅವಶ್ಯಕತೆ ಉಂಟಾಯಿತು. ಇದರಿಂದಾಗಿ ರಾಜತ್ವ ಬಲಗೊಂಡಿತು. ಆಳುವ ಮತ್ತು ಯುದ್ಧಗಳ ನಾಯಕತ್ವ ಮಾಡುವ ಪರಿಣತರಾದ ಕ್ಷತ್ರಿಯ ವರ್ಣ ರೂಪುಗೊಳ್ಳತೊಡಗಿತು.

ಜೊತೆ ಜೊತೆಗೇ ರಾಜರು, ಸೇನಾಧಿಪತಿಗಳು ಮತ್ತು ಸೈನ್ಯದ ವೆಚ್ಚವನ್ನು ಭರಿಸಲು ಸಾಮಾನ್ಯ ಜನರ ಮೇಲೆ ಹೆಚ್ಚು ಹೆಚ್ಚು ತೆರಿಗೆಗಳನ್ನು ವಿಧಿಸಲಾಯಿತು. ಅಥರ್ವಣ ವೇದದಲ್ಲಿ ಕುರುಗಳ ರಾಜ ಪರೀಕ್ಷಿತನ ಬಗ್ಗೆ ಹೀಗೆ ಹೇಳಿದೆ: 'ಅವನು ಎಲ್ಲ ಜನಗಳ ರಾಜ, ನರರ ನಡುವಣ ದೇವನೇ ಅವನು. ತನ್ನ ನಿಯಂತ್ರಣದ ಪ್ರದೇಶದಲ್ಲಿ ಹಳ್ಳಿ, ಕುದುರೆಗಳು ದನಗಳು ಇವೆಲ್ಲವುಗಳಲ್ಲಿ ಪಾಲು ಪಡೆಯುವ ಅಧಿಕಾರವಿದೆ,' ಅಥರ್ವಣ ವೇದ ಮತ್ತೂ ಹೇಳುತ್ತದೆ: 'ಇಂದ್ರನೇ ಈ ಆದಾಯದಲ್ಲಿ ಶತ್ರುಗಳು ಪಾಲು ಪಡೆಯದಂತೆ ಮಾಡು.' ಆದರೆ ಅದೇ ಸಮಯದಲ್ಲಿ ಶತ್ರುಗಳ ಮನೆಗಳನ್ನು ವಶ ಮಾಡಿಕೊಳ್ಳಲು, ಅವರನ್ನು ಅವರು ವಾಸ ಮಾಡುತ್ತಿದ್ದ ಪ್ರದೇಶದಿಂದ ಓಡಿಸಲು ಇವರು ಬಯಸುತ್ತಾರೆ. (22.2,7; 122.7–10).

ಅಂದರೆ ಆಗಲೇ ರಾಜ ದೇವರೆಂದು ಪರಿಗಣಿತವಾಗುವಷ್ಟು ಪ್ರಾಮುಖ್ಯತೆ ಪಡೆದಿದ್ದಾನೆ. ತನ್ನ ಪ್ರಜೆಗಳಿಂದ ಅವರ ದುಡಿಮೆಯಲ್ಲಿ ಪಾಲು, ಶತ್ರುಗಳ ಪ್ರದೇಶವನ್ನು ವಶ ಪಡಿಸಿಕೊಳ್ಳುವ ಕಾತರ. ಆಗ ಬಲಿ ಎಂದು ಕರೆಯಲ್ಪಡುತ್ತಿದ್ದ ತೆರಿಗೆ, ಕಪ್ಪ ಕಾಣಿಕೆಗಳ ಬಗ್ಗೆ ಅನೇಕ ಕೃತಿಗಳಲ್ಲಿ ಪದೇ ಪದೇ ಉಲ್ಲೇಖ ಕಾಣುತ್ತದೆ. ಇದು ರಾಜತ್ವದ ಆಧಾರ ಸಿದ್ಧವಾಗಿದೆ ಎಂಬುದನ್ನು ಸೂಚಿಸುತ್ತದೆ.

ರಾಜತ್ವದ ಪ್ರಾಬಲ್ಯದ ಬೆಳವಣಿಗೆ ಶತಪಥ ಬ್ರಾಹ್ಮಣದಲ್ಲಿ ಕಾಣುವಂತೆ ರಾಜನ ಪರಿವಾರದ ಬೆಳವಣಿಗೆಯಲ್ಲಿ ಕಾಣುತ್ತದೆ. ಆಗಲೇ ರಾಜ ಪರಿವಾರವನ್ನು ರತ್ನಗಳು ಎಂದು ಕರೆಯಲು ಆರಂಭಿಸಲಾಗಿದೆ. ಈ ಬ್ರಾಹ್ಮಣ 11 ರತ್ನಗಳನ್ನು ಹೆಸರಿಸಿದೆ.

1. ಸೇನಾನಿ
2. ಪುರೋಹಿತ
3. ರಾಣಿ
4. ಸೂತ (ಸಲಹೆಗಾರ)
5. ಗ್ರಾಮಣಿ (ಗ್ರಾಮಗಳ ಮುಖ್ಯಸ್ಥ ಮತ್ತು ತೆರಿಗೆಗಳ ಸಂಗ್ರಾಹಕ)
6. ಕ್ಷತ್ರಿ (ಅರಮನೆ ವ್ಯವಹಾರಗಳ ನಿರ್ವಹಣೆಗಾರ)
7. ಸಂಗ್ರಾಹಿತ್ರಿ (ರಥದ ಸಾರಥಿ)
8. ಭಾಗಾದುಘ (ಸಂಬಳ ಕೊಡುವವನು)
9. ಅಕ್ಷವಾಪ (ಪಗಡೆ ದಾಳಗಳ ಸಂರಕ್ಷಕ)
10. ಗೋವಿಕರ್ತನ (ಗೋವಧೆ ಮಾಡಿ ಮಾಂಸ ಒದಗಿಸುವವನು / ಬೇಟೆಗಾರ)
11. ಪಾಲಾಗಲ (ಸಂದೇಶವಾಹಕ)

ಇಂತಹ ಆಡಳಿತ ರಚನೆಯ ನೆರವಿನಿಂದ ರಾಜ್ಯಗಳು ವಿಸ್ತಾರವಾಗತೊಡಗಿದುವು. ಅನೇಕ ಕುಲಾಧಿಪತ್ಯಗಳು ಒಂದನ್ನೊಂದು ಸೋಲಿಸಿದುವು. ಒಂದರೊಡನೊಂದು ಸೇರಿಕೊಂಡವು. ಹಿಂದೆ ಭರತರು ಎಂಬ ಬುಡುಕಟ್ಟು ಪ್ರಬಲವಾಗಿದ್ದೆಡೆಗಳಲ್ಲಿ ಕುರು–ಪಾಂಚಾಲ ಎಂಬ ಜೋಡಿ ಹೆಸರಿನ ಬುಡಕಟ್ಟು ಕಾಣತೊಡಗುತ್ತದೆ. ಹಾಗೆಯೇ ಕಾಶಿ ಮತ್ತು ವಿದೇಹ ಕೆಲವೆಡೆ ಪ್ರತ್ಯೇಕವಾಗಿ ಮತ್ತು ಕೆಲವೆಡೆಗಳಲ್ಲಿ ಜೋಡಿಯಾಗಿ ಹೆಸರಿಸಲ್ಪಡುತ್ತವೆ.

ಕುರು, ಪಾಂಚಾಲ ಮೊದಲಾದ ವಿವಿಧ ಆರ್ಯ ಕುಲಗಳು ವಿವಿಧ ಪ್ರದೇಶಗಳನ್ನು ಆಳಲು ಪ್ರಾರಂಭಿಸಿದವು. ಈ ಪ್ರದೇಶಗಳಲ್ಲಿ ವಾಸವಾಗಿದ್ದ, ತಮ್ಮದೇ ಕುಲಗಳಿಗೆ ಹೊರತಾಗಿದ್ದ ವಿವಿಧ ರೀತಿಯ ಜನ ಸಮುದಾಯಗಳು ಈ ಕುಲಗಳ ಅಧಿಪತಿಗಳ ಆಡಳಿತಕ್ಕೆ ಒಳಪಟ್ಟವು. ಅದರಲ್ಲಿ ಒಂದನೆಯದಾಗಿ, ಆ ಪ್ರದೇಶದಲ್ಲಿ ಪ್ರಧಾನವಾಗಿದ್ದ ಆ ಪ್ರದೇಶಕ್ಕೆ ಹೆಸರನ್ನು ಕೊಟ್ಟ ಆರ್ಯ ಕುಲ. ಎರಡನೆಯದಾಗಿ, ಈ ಪ್ರಧಾನ ಆರ್ಯ ಕುಲದಿಂದ ಸೋಲಿಸಲ್ಪಟ್ಟ ಅಥವಾ ಅವರ ಜೊತೆ ಮಿಳಿತವಾದ ಬೇರೆ

ಆರ್ಯ ಕುಲಗಳ ಜನ ಸಮುದಾಯಗಳು, ಬೇರೆ ಆರ್ಯ ಕುಲಗಳಿಂದ ವಿವಿಧ ಕಾರಣಗಳಿಗಾಗಿ ಬೇರ್ಪಟ್ಟ ಬಿಡಿ ಕುಟುಂಬಗಳು ಕೂಡ. ಮೂರನೆಯದಾಗಿ, ಆರ್ಯೇತರ ಬುಡಕಟ್ಟುಗಳಿಗೆ ಸೇರಿದ, ಆಳುವ ಆರ್ಯ ಕುಲದಿಂದ ಪರಾಜಿತರಾದ ಜನ ಸಮುದಾಯಗಳು.

ಹೀಗೆ ಒಂದು ಪ್ರದೇಶದಲ್ಲಿ ವಾಸಿಸುತ್ತಿದ್ದ ಈ ಎಲ್ಲ ರೀತಿಯ ಜನ ಸಮುದಾಯಗಳು ಸೇರಿ ಅಲ್ಲಿಯ ಜನಪದಗಳಾದವು. ಮುಂದೆ ಬೌದ್ಧ ಸಾಹಿತ್ಯದಲ್ಲಿ 16 ಜನಪದಗಳನ್ನು ಹೆಸರಿಸಲಾಗಿದೆ. ತಮ್ಮ ತಮ್ಮಲ್ಲಿಯೇ ಕಾದಾಡುತ್ತಿದ್ದ ಆರ್ಯ ಕುಲಗಳು ಮತ್ತು ಬೇರೆ ಬೇರೆಯಾಗಿ ಜೀವಿಸುತ್ತಿದ್ದ ಆರ್ಯೇತರ ಕುಲಗಳು ಇವರೆಲ್ಲರೂ ಒಂದು ಪ್ರದೇಶ ಆಧಾರಿತವಾದ ರಾಜಪ್ರಭುತ್ವದ ಅಡಿಯಲ್ಲಿ ಒಂದು ಸಮಾಜವಾಗಿ ಜೀವಿಸುವ ಪ್ರಕ್ರಿಯೆ ಆರಂಭವಾಯಿತು. ಪಶು ಸಂಗೋಪನೆ ಮತ್ತು ಕೃಷಿಗಳನ್ನು ಒಂದು ವ್ಯವಸ್ಥೆಗೆ ತರಲು ಇದರಿಂದ ಸಾಧ್ಯವಾಯಿತು. ಇದು ಕೃಷಿ ಹಾಗೂ ಪಶುಗಳ ಉತ್ಪಾದನೆಗೆ ಒಂದು ದೊಡ್ಡ ನೆಗೆತವನ್ನು ನೀಡಿತು. ಈ ಉತ್ಪಾದನೆಯ ಗಣನೀಯ ಪಾಲನ್ನು ಬಲಿಯಾಗಿ (ತೆರಿಗೆ) ಪಡೆದು ರಾಜಪ್ರಭುತ್ವಗಳು ಪ್ರಬಲವಾದವು.

ಹೀಗೆ ಬಂಧುತ್ವದ ಮೇಲೆ ಆಧಾರಿತವಾದ ಬುಡಕಟ್ಟುಗಳ ಹಾಗೂ ಕುಲಾಧಿಪತ್ಯಗಳ ಸಮಾಜದಿಂದ, ಪ್ರದೇಶಾಧಾರಿತವಾದ ಜನಪದಗಳ ಸಮಾಜ ರಚಿತವಾದದ್ದು ಮಾನವ ಸಮಾಜದ ಬೆಳವಣಿಗೆಯ ಇತಿಹಾಸದಲ್ಲಿ ಒಂದು ಮುಖ್ಯ ಹಂತ. ಬುಡಕಟ್ಟುಗಳ ಹಂತದಿಂದ ಪ್ರಭುತ್ವದ ಹಂತಕ್ಕೆ ಮಾನವ ಸಮುದಾಯ ಜಿಗಿದದ್ದರ ಗುರುತು ಇದು. ಸಾಮಾನ್ಯವಾಗಿ ಇತಿಹಾಸಕಾರರು ಈ ಸಂಕ್ರಮಣ ಕಾಲದ ಸಮಾಜದಲ್ಲಿ ಆದ ಬದಲಾವಣೆಗಳಿಗೆ ಸರಿಯಾದ ಪ್ರಾಮುಖ್ಯತೆ ನೀಡಿಲ್ಲ. ರಾಜ ಪ್ರಭುತ್ವಗಳ ಇತಿಹಾಸದ ಮೇಲೆಯೇ ಹೆಚ್ಚು ಗಮನ ಹರಿಸಿದ್ದಾರೆ. ಅಪರೂಪಕ್ಕೆ ಕೊಸಾಂಬಿಯವರಂತಹ ಕೆಲವೇ ವಿದ್ವಾಂಸರು ಮಾತ್ರ ಇದನ್ನು ಆಳವಾಗಿ ಅಧ್ಯಯನ ಮಾಡಿದ್ದಾರೆ.

ಬುಡಕಟ್ಟುಗಳ ಸಮಾಜಗಳು ಸಾಮಾನ್ಯವಾಗಿ ಅಲೆಮಾರಿ ಸಮುದಾಯಗಳು. ಈ ಸಮುದಾಯುಗಳಿಗೆ ಯಾವುದೇ ಪ್ರದೇಶದ ಹಂಗಿಲ್ಲ. ಇನ್ನೂ ಕೃಷಿ ಪ್ರಧಾನ ಜೀವನಾಧಾರವಾಗದ ಹಂತ ಇದು. ಪ್ರದೇಶದಿಂದ ಪ್ರದೇಶಕ್ಕೆ ವಲಸೆ ಹೋಗುವುದರಿಂದ ತಮ್ಮ ಬುಡಕಟ್ಟುಗಳ ಜನರನ್ನು ಗುರುತಿಸಲು ಹಾಗೂ ತಮ್ಮ ಬುಡಕಟ್ಟಿಗೆ ಸೇರದ ಇತರ ಸಮುದಾಯಗಳನ್ನೂ ಗುರುತಿಸಲು ಅನೇಕ ಕಟ್ಟುಕಟ್ಟಳೆ, ಗುರುತುಗಳನ್ನು ರೂಪಿಸಿಕೊಂಡಿರುತ್ತವೆ. ಇವುಗಳನ್ನು. ಬುಡಕಟ್ಟು ಆಡಳಿತ, ನ್ಯಾಯ ಪಂಚಾಯತಿಗಳು, ಮದುವೆಯ ಕಟ್ಟಳೆಗಳು ಇತ್ಯಾದಿಗಳ ಮೂಲಕ ಬಹಳ ಕಟ್ಟುನಿಟ್ಟಾಗಿ ಜಾರಿಗೆ ತರುತ್ತವೆ. ಆಹಾರದ, ನೀರಿನ ತೀವ್ರ ಕೊರತೆಯನ್ನು ಎದುರಿಸಬೇಕಾದ್ದರಿಂದ ಇತರೆಲ್ಲ ಬುಡಕಟ್ಟುಗಳನ್ನು ತಮ್ಮ ಎದುರಾಳಿಗಳೆಂದೇ ಕಾಣುತ್ತಾರೆ. ಬುಡಕಟ್ಟು

ನಿಷ್ಠೆಯನ್ನು ಬಹಳ ಕಠಿಣವಾಗಿ ಪಾಲಿಸುತ್ತಾರೆ. ತಮ್ಮ ಬುಡಕಟ್ಟಿನ ಪ್ರತಿಯೊಬ್ಬರ ರಕ್ಷಣೆ ಪ್ರತಿಯೊಬ್ಬರಿಗೂ ಸೇರಿದ್ದು ಎಂಬುದು ಆಳವಾದ ನಂಬಿಕೆ ಮತ್ತು ಕಟ್ಟಳೆ. ಹೀಗೆ ಹಲವನ್ನು ವಿವರಿಸಬಹುದು.

ಆದರೆ ಒಂದು ಪ್ರದೇಶದಲ್ಲಿ ನೆಲೆಗೊಂಡು ಬೇರೆ ಬೇರೆ ಬುಡಕಟ್ಟುಗಳೊಂದಿಗೆ ಒಂದೇ ವಾಸ ಪ್ರದೇಶದಲ್ಲಿ ಬದುಕಲಾರಂಭಿಸಿದ ಮೇಲೆ ಸಾವಿರಾರು ವರ್ಷಗಳಿಂದ ಈ ಸಮುದಾಯಗಳನ್ನು ಕಾಪಾಡಿದ ಬುಡಕಟ್ಟು ಕಟ್ಟಳೆಗಳು ಈಗಿನ ಬದುಕಿಗೆ ಅಡ್ಡಿಯಾಗತೊಡಗುತ್ತವೆ. ಆದ್ದರಿಂದ ಬುಡಕಟ್ಟುಗಳ ಸಮಾಜದ ಕಟ್ಟುಕಟ್ಟಳೆಗಳು ಅನಿವಾರ್ಯವಾಗಿ ಸಡಿಲವಾಗತೊಡಗಿದುವು. ಹೊಸ ಬದುಕಿನ ರೀತಿಗೆ ಅನುಗುಣವಾಗಿ ಹೊಸ ಕಟ್ಟಳೆಗಳು ರೂಪುಗೊಳ್ಳತೊಡಗಿದುವು. ಆದರೆ ಈ ಕಟ್ಟಳೆಗಳಿಗೂ ಹಿಂದಿನ ಬುಡಕಟ್ಟು ಸಮಾಜದ ಕಟ್ಟಳೆಗಳಿಗೂ ಒಂದು ಬಹಳ ಮುಖ್ಯ ವ್ಯತ್ಯಾಸ. ಬುಡಕಟ್ಟು ಸಮಾಜದ ಕಟ್ಟಳೆಗಳು ಇಡೀ ಸಮುದಾಯದ ತಲೆ ತಲೆಮಾರುಗಳ ಅನುಭವದಲ್ಲಿ ರೂಪುಗೊಂಡ ಕಟ್ಟಳೆಗಳು. ಅಂದರೆ ಜನ ಸಮುದಾಯವೇ ರೂಪಿಸಿಕೊಂಡ ಕಟ್ಟಳೆಗಳು. ಅಂದು ಬುಡಕಟ್ಟುಗಳಿಗೆ ಒಬ್ಬರೋ ಇಬ್ಬರೋ ನಾಯಕರಿರುತ್ತಿದ್ದರು. ಈಗಲೂ ಭಾರತದ ಹಾಗೂ ವಿಶ್ವದೆಲ್ಲಾ ಬುಡಕಟ್ಟುಗಳಲ್ಲಿ ಇದನ್ನು ಕಾಣಬಹುದು. ಬುಡಕಟ್ಟುಗಳ ಅಧ್ಯಯನ ಮಾಡಿದ ಹಲವು ಮಾನವ ಶಾಸ್ತ್ರಜ್ಞರು ಈ ವಿಷಯವನ್ನು ಗಮನಿಸಿದ್ದಾರೆ. ಒಬ್ಬ ಗೌಡ, ಮತ್ತೊಬ್ಬ ಬುದ್ವಂತ. ಇವರ ಹೆಸರುಗಳು ಪ್ರದೇಶದಿಂದ ಪ್ರದೇಶಕ್ಕೆ ಬೇರೆಯಾಗಿವೆ. ಇಬ್ಬರೂ ಇಡೀ ಬುಡಕಟ್ಟಿನ ಜನರಿಂದ ಆಯ್ಕೆಯಾದವರು. ಏನೇ ತೀರ್ಮಾನವಾಗಬೇಕಾದರೂ ಅದು ಬುಡಕಟ್ಟಿನ ಎಲ್ಲ ಜನರ–ಗಂಡಸರಿಗೆ ಮಾತ್ರವಲ್ಲ ಹೆಂಗಸರಿಗೂ ಸಮಾನ ಅವಕಾಶವಿರುವ– ಸಭೆಗಳಲ್ಲಿ ಮಾತ್ರ.

ಆದರೆ ಈಗ ರಕ್ತ ಸಂಬಂಧದಿಂದ ರೂಪಿತವಾದ ಬುಡಕಟ್ಟು/ ಕುಲಗಳಿಗೆ ಬದಲಾಗಿ ಬೇರೆ ಬೇರೆ ಬಡಕಟ್ಟುಗಳು ಸೇರಿದ ಜನಪದಗಳು ಮತ್ತು ಅವುಗಳನ್ನಾಳಲು ರಾಜ ಪ್ರಭುತ್ವ ರೂಪುಗೊಂಡಿದೆ. ಈ ರಾಜ ಪ್ರಭುತ್ವ ತನ್ನ ಪರಿವಾರಕ್ಕೆ, ತನ್ನ ವೈಭವಕ್ಕೆ, ಸೈನ್ಯಕ್ಕೆ ತೆರಿಗೆ, ಕಪ್ಪ ಕಾಣಿಕೆಗಳನ್ನು ಜನರಿಂದ ಕಿತ್ತುಕೊಳ್ಳುತ್ತದೆ. ಈ ತೀರ್ಮಾನಗಳನ್ನು ಎಲ್ಲ ಜನಪದರೂ ಸೇರಿದ ಸಭೆಗಳಲ್ಲಿ ಒಟ್ಟಾಗಿ ತೆಗೆದುಕೊಳ್ಳಲು ಅವಕಾಶ ನೀಡುವ ಸಂಭವವೇ ಉದ್ಭವಿಸುವುದಿಲ್ಲ. ಆದ್ದರಿಂದ ಈ ಹೊಸ ಸಮಾಜದ ಕಟ್ಟು ಕಟ್ಟಳೆಗಳು ಆಳುವವರ ಇಚ್ಛೆಗನುಗುಣವಾಗಿ ರೂಪಿಸಲ್ಪಡುತ್ತದೆ. ಇದೇ ಆಳುವವರು ಮತ್ತು ಆಳಿಸಿಕೊಳ್ಳುವವರು ಎಂಬ ವರ್ಗ ವಿಭಜನೆ ಉದ್ಭವಿಸಿದ ಹೆಗ್ಗುರುತು. ಇಂತಹ ಪ್ರಭುತ್ವ ವ್ಯವಸ್ಥೆಗೆ ಪೂರ್ಣವಾಗಿ ಬೇರೆಯೇ ರೀತಿಯ ಕಟ್ಟಳೆಗಳು ಬೇಕಾಗುತ್ತವೆ.

ಬಲಗೊಂಡ ರಾಜ ಪ್ರಭುತ್ವಗಳು–ಬಲಗೊಂಡ ಚಾತುರ್ವರ್ಣ್ಯ ವ್ಯವಸ್ಥೆ

ರಾಜ್ಯ ವಿಸ್ತಾರವಾಗಬೇಕು. ರಾಜನ ಕುಟುಂಬಕ್ಕೆ ಹೆಚ್ಚು ಆದಾಯ ದೊರೆಯಬೇಕು.

ತನ್ನ ಪ್ರಭುತ್ವದ ಆಧಾರವಾದ ತನ್ನ ಕುಲದ ಜನರಿಗೆ, ತನಗೆ ಅತ್ಯಂತ ನಿಷ್ಠರಾದ ಜನರಿಗೆ ಹೆಚ್ಚು ಭೂಮಿ ದೊರೆಯಬೇಕು. ಸರಿ. ಪುರೋಹಿತರೊಡನೆ ಚರ್ಚಿಸಿ ಅಶ್ವಮೇಧ ಯಾಗಕ್ಕೆ ಸಿದ್ಧತೆ ನಡೆಸಿದರು. ಶುದ್ಧ ತಳಿಯ, ಸಲಕ್ಷಣಗಳ ಕುದುರೆಯನ್ನು ಆರಿಸಿ, ವೇದಮಂತ್ರ ಘೋಷದಿಂದ ಋತ್ವಿಜರು ಅರ್ಚಿಸಿ ಅದನ್ನು ದಿವ್ಯಾಶ್ವವನ್ನಾಗಿಸಿದ್ದಾರೆ. ಈ ಕುದುರೆಯ ಹಿಂದೆ ರಾಜನ ಕುಟುಂಬದ ಅಥವಾ ನಂಬಲರ್ಹ ಸೇನಾಧಿಪತಿಯ ನೇತೃತ್ವದಲ್ಲಿ ಸೈನ್ಯ ದಳವೊಂದು ಸಿದ್ಧವಾಗಿ ಹೊರಟಿತು.

ಒಂದು ವರ್ಷ ಕಾಲ ಯಾವೆಲ್ಲ ಪ್ರದೇಶಗಳಲ್ಲಿ ಅದು ಸುತ್ತಾಡುತ್ತದೆಯೋ ಆ ಎಲ್ಲ ಪ್ರದೇಶಗಳಲ್ಲಿ ರಾಜ ಪ್ರಭುತ್ವಗಳಿದ್ದರೆ ಅವರನ್ನು ಸೋಲಿಸಿ ಕಪ್ಪ ಕಾಣಿಕೆಗಳನ್ನು ಪಡೆಯುತ್ತಾರೆ. ಪೂರ್ವದಲ್ಲಿ, ದಕ್ಷಿಣದಲ್ಲಿ ಅನಾರ್ಯ ಬುಡಕಟ್ಟುಗಳವರು, ಪಶ್ಚಿಮದಲ್ಲಾದರೆ ಹಿಂದಿನ ತಮ್ಮದೇ ಸಮುದಾಯದ ಜ್ಞಾತಿಗಳು ಈಗ ಪರಕೀಯರಾದ ಇರಾನಿಯನ್ನರು, ಗಾಂಧಾರರು, ಬಾಹ್ಲಿಕರು. ಕೆಲವೊಮ್ಮೆ ಸಿಂಧೂ ನದಿ ಮತ್ತು ಗಂಗಾ ನದಿಯ ಬಯಲುಗಳಲ್ಲಿ ವಾಸಿಸುತ್ತಿರುವ, ರಾಜ್ಯಗಳನ್ನು ಸ್ಥಾಪಿಸಿಕೊಂಡಿರುವ ತಮ್ಮವರೇ ಆದ ಕುರು, ಪಾಂಚಾಲ, ಕಾಶಿ, ವಿದೇಹ ಮೊದಲಾದ ಕುಲಗಳವರೂ ಇರಬಹುದು.

ರಾಜ ಪ್ರಭುತ್ವ ಸ್ಥಾಪನೆಯಾಗದ ಪ್ರದೇಶಗಳಲ್ಲಿ ಅಲ್ಲಿರುವ ವಿವಿಧ ಬುಡಕಟ್ಟು ಜನರನ್ನು ಬೆದರಿಸಿ ಅಧೀನರನ್ನಾಗಿಸುತ್ತಾರೆ. ಅವರಿಂದ ಪಡೆಯಬಹುದಾದುನ್ನೆಲ್ಲ ಸುಲಿಯುತ್ತಾರೆ. ಬಹಳ ಸಂಪತ್ತೇನೂ ಇಲ್ಲದ ಸರಳ ಜೀವನದ ಈ ಬುಡಕಟ್ಟುಗಳ ಬಳಿ ಹೆಚ್ಚೇನೂ ಇಲ್ಲದಿರುವ ಪರಿಸ್ಥಿತಿಯೇ ಬಹಳ. ಈ ಬುಡಕಟ್ಟುಗಳ ಯುವಕ, ಯುವತಿಯರನ್ನು ತೊತ್ತಾಗಿ ಪಡೆದು ವಿಜಯ ಘೋಷ ಹಾಕುತ್ತಾ ಸೈನ್ಯ ಹಿಂದಿರುಗುತ್ತದೆ. ರಾಜನಿಗೆ ಒಪ್ಪಿಸುತ್ತದೆ.

ಕುದುರೆಯ ಬರವಿನೊಂದಿಗೆ ಅಶ್ವಮೇಧ ಯಾಗ ಭರದಿಂದ ನಡೆಯುತ್ತದೆ. ಸಾವಿರಾರು ಋತ್ವಿಜರುಗಳನ್ನು ಸೇರಿಸಲಾಗುತ್ತದೆ. ಯಾಗ ನಡೆಯುವಷ್ಟು ದಿನವೂ ಮಂತ್ರಘೋಷ. ಈ ಯಾಗದ ಸುದ್ದಿ ಕೇಳಿಯೇ ಮತ್ತಷ್ಟು ಬ್ರಾಹ್ಮಣರುಗಳು ನೆರೆಯುತ್ತಾರೆ. ಹಲವಾರು ದಿನಗಳ ಕಾಲ ನಡೆಯುವ ಈ ಕಾರ್ಯಕ್ರಮದಲ್ಲಿ ರಾಜ ಯಾಗದ ಯಜಮಾನ. ಈ ಯಾಗದ ಕೊನೆಯಲ್ಲಿ ರಾಜನಿಗೆ ಎಲ್ಲಾ ಅಧೀನ ರಾಜರುಗಳು, ಮುಖ್ಯಸ್ಥರು, ವಿವಿಧ ಪ್ರದೇಶಗಳ/ ಗ್ರಾಮಗಳ ಜನ ಸಮುದಾಯಗಳ ಮುಖ್ಯಸ್ಥರು ಬುಡಕಟ್ಟುಗಳ ನಾಯಕರುಗಳು ಇತ್ಯಾದಿ ಜನರಿಂದ ಕಪ್ಪ, ಕಾಣಿಕೆಗಳ ಸಮರ್ಪಣೆ, ತಮ್ಮ ಸಮಾನರಾದ ನೆರೆಹೊರೆಯ ರಾಜರುಗಳಿಗೂ ಆಹ್ವಾನ. ಅವರಿಂದಲೂ ಕೊಡುಗೆಗಳು ಮತ್ತು ಅವರಿಗೆ ರಾಜನಿಂದ ಗೌರವ. ಯಾಗದ ಕೊನೆಗೆ ಋತ್ವಿಜರಿಗೆ ಅವರವರ ಪಾತ್ರಕ್ಕೆ ಅನುಗುಣವಾಗಿ ಭೂರಿ ದಕ್ಷಿಣೆ.

ಇದು ಯಜುರ್ವೇದ, ವಿವಿಧ ಬ್ರಾಹ್ಮಣಗಳಲ್ಲಿ ದೊರೆಯುವ ಅಶ್ವಮೇಧ ಯಾಗದ ಒಂದು ಸ್ಥೂಲ ಚಿತ್ರಣ. ಇದರಿಂದ ಅಂದಿನ ಸಮಾಜದ ರಚನೆಯ ವಿವಿಧ ಸ್ತರಗಳ, ತರತಮಗಳ ಒಂದು ಚಿತ್ರಣವನ್ನೂ ನೀಡುತ್ತದೆ.

ಆದರೆ ಅಶ್ವಮೇಧವೆಂಬುದು ಹಿಂದೆ ಪಶು ಸಂಗೋಪನೆಯ ಕಾಲದಲ್ಲಿ ಇಡೀ ವರ್ಷ ಪಶುಗಳಿಗೆ ಮೇವಿನ ಲಭ್ಯತೆ ಖಾತರಿಗೊಳಿಸುವ ಒಂದು ಅತ್ಯವಶ್ಯ ಪದ್ಧತಿಯಾಗಿತ್ತು. ಮಳೆಗಾಲಗಳು, ಅದರ ಪ್ರಮಾಣ, ಹುಲ್ಲುಗಾವಲುಗಳ ವಿಸ್ತಾರ ಇವುಗಳಿಗನುಗುಣವಾಗಿ ದನಗಳ ಹಾಗೂ ಕುದುರೆಗಳಿಗೆ ಮೇವನ್ನರಸುತ್ತಾ ಸಾಗುವ ಬುಡಕಟ್ಟು ಜನರ ವಾರ್ಷಿಕ ಸಂಚಾರ ಚಕ್ರದ ಆಚರಣೆಯಾಗಿತ್ತು. ದನಗಳ ದೊಡ್ಡ ಹಿಂಡುಗಳು ಮತ್ತು ಜನರು ಹೋಗುವ ಮೊದಲೇ ಕುದುರೆಯೊಂದಿಗೆ ಕೆಲ ಜನರು ಹೋಗಿ ಪರಿಸ್ಥಿತಿಯನ್ನು ಅಜಮಾಯಿಷಿ ಮಾಡಿ ಮುಂದೆ ವಿವಿಧ ಋತುಗಳಲ್ಲಿ ತಮ್ಮ ಪಶುಗಳಿಗೆ ಮೇವು ದೊರಕುವ ಪ್ರದೇಶಗಳನ್ನು ಗುರುತಿಸಿಕೊಂಡು ಬರುವ ಪದ್ಧತಿಯೇ ಅಂದಿನ ಅಶ್ವಮೇಧ. ಅದು ಬಹಳ ಸರಳವಾದ, ಆದಿಮ ಬುಡಕಟ್ಟು ಕಲ್ಪನೆಗಳಿಗೆ ಸಂಬಂಧಿಸಿದ ಆಚರಣೆ.

ಇಂತಹ ಪಶು ಸಂಗೋಪನೆಯ ಕಾಲದ ಅಶ್ವಮೇಧವೆಂಬ ಆಚರಣೆ ರಾಜ ಪ್ರಭುತ್ವಗಳ ಅಗತ್ಯಕ್ಕನುಗುಣವಾಗಿ ಅಶ್ವಮೇಧ ಯಾಗವಾಗಿ ತಳೆದ ರೂಪದ ನಡುವಣ ಅಪಾರ ವ್ಯತ್ಯಾಸವನ್ನು ಕಾಣಬಹುದು. ಹೀಗೆ ಅಶ್ವಮೇಧ ಯಾಗಗಳು ಹೆಚ್ಚು ಹೆಚ್ಚು ಪ್ರಾಮುಖ್ಯತೆಯನ್ನು ಪಡೆಯುತ್ತಾ ಹೋಗಿದೆ. ಸಾಮ್ರಾಜ್ಯಗಳನ್ನು ಅಪಾರವಾಗಿ ವಿಸ್ತರಿಸುವುದಕ್ಕೆ ಹಾಗೂ ತಮ್ಮ ಅಧಿಪತ್ಯವನ್ನು ಸ್ಥಿರಗೊಳಿಸಿಕೊಳ್ಳುವುದಕ್ಕೆ ಇವು ನೆರವಾಗತೊಡಗಿದುವು. ಈ ಯಜ್ಞಗಳ ಆಚರಣೆ ರಾಜರುಗಳು ಪ್ರಜೆಗಳು, ಅಧೀನ ಆಡಳಿತಗಾರರುಗಳಿಂದ ಕಪ್ಪ, ಕಾಣಿಕೆಗಳನ್ನು ಪಡೆದುಕೊಳ್ಳುವ ಸಂದರ್ಭಗಳೂ ಆದವು. ಹಾಗೆ ಕಪ್ಪ ಕಾಣಿಕೆ ಅರ್ಪಿಸುವುದು ರಾಜರು, ಸಾಮ್ರಾಟರುಗಳಿಗೆ ತಮ್ಮ ಅಧೀನರ ನಿಷ್ಠೆಯನ್ನು ಪರೀಕ್ಷಿಸುವ ಮತ್ತು ಕಪ್ಪ ಕಾಣಿಕೆ ನೀಡದವರನ್ನು ಶಿಕ್ಷಿಸಿ ವಸೂಲಿ ಮಾಡುವ ಸಂದರ್ಭಗಳೂ ಆಗಿ ಪರಿಣಮಿಸಿದವು.

ಅಶ್ವಮೇಧದ ಜೊತೆಗೆ ರಾಜನ ಪಟ್ಟಾಭಿಷೇಕ ಮಹೋತ್ಸವಗಳೂ ಹೆಚ್ಚು ವೈಭವೀಕರಣಗೊಳ್ಳುತ್ತಾ ಹೋಯಿತು. ಅದಕ್ಕಾಗಿ ರಾಜಸೂಯ ಯಾಗವೊಂದನ್ನು ಅಥರ್ವಣ ವೇದ, ಯಜುರ್ವೇದಗಳ ಕಾಲದಿಂದ ನಡೆಸುತ್ತಿರುವುದನ್ನು ಕಾಣುತ್ತೇವೆ.

ಇಂತಹ ಆಚರಣೆಗಳನ್ನು ವಿಸ್ತಾರವಾದ ರೂಪದಲ್ಲಿ ಶಾಸ್ತ್ರಬದ್ಧಗೊಳಿಸುವುದಕ್ಕಾಗಿಯೇ ಯಜುರ್ವೇದ ಹಾಗೂ ಅದಕ್ಕೆ ಸಂಬಂಧಿಸಿದ ವಿಧಿಗಳನ್ನು ಬಿಗಿಗೊಳಿಸುವುದಕ್ಕಾಗಿಯೇ ಬ್ರಾಹ್ಮಣಗಳ ರಚನೆಯಾಗಿವೆ. ವಿವಿಧ ಬಗೆಯ ಯಾಗಗಳ ವೈಭವ ಹೆಚ್ಚಾದಷ್ಟೂ ಬ್ರಾಹ್ಮಣರ ಪಾತ್ರವೂ ಹೆಚ್ಚು ಪ್ರಾಮುಖ್ಯತೆ ಪಡೆಯತೊಡಗಿತು.

ಬ್ರಾಹ್ಮಣ ವರ್ಣ

ಈ ಹಿನ್ನೆಲೆಯಲ್ಲಿ ಬ್ರಾಹ್ಮಣರ ಸ್ಥಾನ ಎಲ್ಲಕ್ಕಿಂತ ಮೇಲಿನದೆಂದು ಚಿತ್ರಿತವಾಯಿತು. ಅವರು ಆದಾಯಿ(ದಕ್ಷಿಣೆಗಳ ಸ್ವೀಕಾರ ಮಾಡುವವರು, ಆಪಾಯಿ(ಆರಾಧನೆಯ ವಸ್ತುಗಳನ್ನು ಪಡೆಯುವವರು) ಎಂದು ಐತರೇಯ ಬ್ರಾಹ್ಮಣ–7, 29.2 ಹೇಳುತ್ತದೆ. ಅವರಿಗೆ ಭೂರಿ ದಕ್ಷಿಣೆಗಳನ್ನು ನೀಡಬೇಕೆಂದು ಧನ, ಧಾನ್ಯ, ಗೋವುಗಳ ದೊಡ್ಡ ಹಿಂಡು ಮತ್ತು ಭೂಮಿಯನ್ನು ನೀಡಬೇಕೆಂದು ಇವುಗಳಲ್ಲಿ ವಿಧಿಸಲಾಗಿದೆ. ವಿವಿಧ ಬ್ರಾಹ್ಮಣಗಳಲ್ಲಿ ಉಲ್ಲೇಖಿತವಾದ ಈ ದಕ್ಷಿಣೆಗಳ ಪ್ರಮಾಣ ಎಷ್ಟಿವೆಯೆಂದರೆ ಇಂದು ಕೂಡ ಯಾರಾದರೂ ಬೆಚ್ಚಿ ಬೀಳುವಷ್ಟಿದೆ. ಭೂಮಿಯ ಬಗ್ಗೆ ಅಂದೇ ಆರಂಭವಾದ, ಮುಂದೆ ಅನೇಕ ಶತ ಶತಮಾನಗಳ ಕಾಲ ಮುಂದುವರಿದ ಪದ್ಧತಿ ಎಂದರೆ ಬೇರೊಬ್ಬ ಬ್ರಾಹ್ಮಣನಿಗೆ ಸೇರದ, ಇತರ ಯಾರಿಗೆ ಸೇರಿದ ಭೂಮಿಯನ್ನಾದರೂ ಬ್ರಾಹ್ಮಣರಿಗೆ ದಕ್ಷಿಣೆಯಾಗಿ ನೀಡಬಹುದು ಎಂಬುದು. (ಶಥಪಥ ಬ್ರಾಹ್ಮಣ, 13, 6.2.18,7.1.13)

ಈ ಭೂದಾನಗಳು ಅಂದಿನಿಂದಲೇ ಆರಂಭವಾಗಿ ಮುಂದೆ ಅನೇಕ ಶತಮಾನಗಳ ಕಾಲ ಬ್ರಹ್ಮದೇಯ ಪದ್ಧತಿಯಾಗಿ ಮುಂದುವರಿಯಿತು. ಹಾಗೆಯೇ ಗೋ ಸಹಸ್ರ ದಾನ (ಗೋಸಾಸ) ಕೂಡ ಕರ್ನಾಟಕದ ಅನೇಕ ರಾಜ ವಂಶಗಳು ನಿಷ್ಠೆಯಿಂದ ಅನುಸರಿಸಿದ ಪದ್ಧತಿ.

ಅಥರ್ವಣ ವೇದವು ಬ್ರಾಹ್ಮಣರು ದೇವತೆಗಳಿಗೆ ಪ್ರಿಯರಾದವರು ಆದ್ದರಿಂದ ಪೂಜಾರ್ಹರು, ಅವರ ಪತ್ನಿಯರು ಮತ್ತು ಗೋವುಗಳನ್ನು ಯಾರೂ ಮುಟ್ಟಬಾರದು ಎಂದು ವಿಧಿಸುತ್ತದೆ. ಹಾಗೆಯೇ ಅವರು ಪ್ರದೇಶದಿಂದ ಪ್ರದೇಶಕ್ಕೆ ಸಂಚರಿಸುವುದಕ್ಕೆ ಯಾರೂ ಅಡ್ಡಿ ಪಡಿಸಬಾರದು ಎಂದು ಐತರೇಯ ಬ್ರಾಹ್ಮಣ ಹೇಳುತ್ತದೆ.

ಈ ಸಂಗತಿಗಳು ಬ್ರಾಹ್ಮಣರೆಂಬ ವರ್ಣದ ಬೆಳವಣಿಗೆಯಲ್ಲಿ ಪ್ರಮುಖ ಪಾತ್ರ ವಹಿಸಿದವು. ಹಿಂದೆ ರಾಜರುಗಳು ಕುಲಾಧಿಪತಿಗಳಾಗಿ ತಮ್ಮ ಕುಲಗಳಿಗೆ ಮಾತ್ರ ಸೀಮಿತರಾಗಿದ್ದರು. ಆ ಸಮಯದಲ್ಲಿ ಬ್ರಾಹ್ಮಣರೂ ಕೂಡ ತಮ್ಮ ಕುಲಗಳಿಗೆ ಮಾತ್ರ ಬದ್ಧರಾದ ಕುಲ ಪುರೋಹಿತರಾಗಿದ್ದರು. ನಂತರ ಒಂದು ಪ್ರದೇಶದ ಒಡೆಯರಾಗಿ ತಮ್ಮ ಕುಲವನ್ನು ಮೀರಿ ಇತರ ಜನರಿಗೂ ರಾಜರುಗಳಾದ ಪ್ರಕ್ರಿಯೆಯ ಬಗ್ಗೆ ಮೇಲೆ ವಿವರಿಸಲಾಗಿದೆ. ಅದೇ ಪ್ರಕ್ರಿಯೆಯ ಭಾಗವಾಗಿ ತಮ್ಮ ಕುಲಕ್ಕೆ ಮಾತ್ರ ಪುರೋಹಿತರಾಗಿ ಸೇವೆ ಸಲ್ಲಿಸಬೇಕಾದ ಕುಲ ನಿಷ್ಠೆಯಿಂದ ಬ್ರಾಹ್ಮಣರೂ ಬಿಡುಗಡೆಗೊಂಡರು. ಯಾಗ, ಯಜ್ಞಗಳನ್ನು ಯಾವ ರಾಜ ವೈಭವದಿಂದ ನಡೆಸುತ್ತಾರೋ ಅಲ್ಲೆಲ್ಲಾ ಸಾವಿರ ಸಾವಿರ ಸಂಖ್ಯೆಯಲ್ಲಿ ನೆರೆದು ಅಂತಹ ಯಾಗದ ಯಜಮಾನನಿಂದ ದಾನ, ದಕ್ಷಿಣೆಗಳನ್ನು ಪಡೆಯುವ ಪದ್ಧತಿ ನೆಲೆಗೊಂಡಿತು. ಹೀಗೆ ಬೇರೆ ಬೇರೆ ಪ್ರದೇಶ, ರಾಜ್ಯಗಳಿಗೆ ಹೋಗಿ ನೆಲೆ ನಿಲ್ಲುವ ಸ್ವಾತಂತ್ರ್ಯವನ್ನು ಪಡೆದುಕೊಂಡರು. ಅವರು ಒಂದು ವರ್ಣವಾಗಿ ರೂಪುಗೊಂಡರೆಂಬುದನ್ನು ಐತರೇಯ ಬ್ರಾಹ್ಮಣ ಹೇಳುತ್ತದೆ. ಹೀಗೆ ಬಿಗಿಯಾದ

ಕುಲ ನಿಷ್ಠೆಯ ನಂಬಿಕೆ, ಕಟ್ಟಲೆಗಳಿಗೆ ಬದಲಾಗಿ ವರ್ಣ ಆಧಾರಿತ ನಂಬಿಕೆ ನಿಷ್ಠೆಗಳು, ಕಟ್ಟಲೆಗಳು ಅಸ್ತಿತ್ವಕ್ಕೆ ಬಂದವು. ಹೀಗೆ ಬ್ರಾಹ್ಮಣರು ಪಡೆದ ಚಲನಾ ಸ್ವಾತಂತ್ರ್ಯವೇ ಗಂಗಾ ನದಿ ಬಯಲಿನಿಂದ ದೇಶದೆಲ್ಲೆಡೆಗೂ ಅವರು ಪ್ರಯಾಣ ಮಾಡುವ, ಆರ್ಯ ಜನ ಸಮುದಾಯದಿಂದ ದೂರವಾಗಿ ಏಕಾಂಗಿಯಾಗಿ ಅಥವಾ ಸಣ್ಣ ಗುಂಪುಗಳಲ್ಲಿ ನೆಲೆಸುವ ಅವಕಾಶ ನೀಡಿತು. ದಕ್ಷಿಣ ಭಾರತಕ್ಕೂ, ಇಂದಿನ ಕರ್ನಾಟಕದ ವಿವಿಧ ಪ್ರದೇಶಗಳಿಗೂ ಬಂದು ನೆಲೆಸಿದ ಬಗ್ಗೆ ಈ ಮೊದಲೇ ವಿವರಿಸಲಾಗಿದೆ.

ವೈಶ್ಯ ವರ್ಣ

ವೈಶ್ಯರು ಎಂಬ ಪದದ ಬಳಕೆ ಋಗ್ವೇದದಲ್ಲಿರುವಂತೆಯೇ ಅಥರ್ವಣ ವೇದದಲ್ಲಿಯೂ ಬಹು ಅಪರೂಪ. ಐತರೇಯ ಬ್ರಾಹ್ಮಣದಲ್ಲಿ ವೈಶ್ಯರನ್ನು ಉಲ್ಲೇಖಿಸಿ ಅವರನ್ನು ಅನ್ಯಾಸ್ಯ (ಬಲಿ, ತೆರಿಗೆ, ಕಪ್ಪಗಳನ್ನು ಕೊಡಬೇಕಾದವರು) ಯಥಾಕಾಮ ಜಯೇಯಾಃ(ಬೇರೆಯವರಿಂದ ಜಯಿಸಲ್ಪಡಬಹುದಾದವರು) ಎಂದು ವರ್ಣಿಸಿದೆ. ಅವರ ಬಗೆಗಿನ ವರ್ಣನೆಗಳನ್ನು ನೋಡಿದರೆ ಅವರು ಬ್ರಾಹ್ಮಣರಲ್ಲದ, ಕ್ಷತ್ರಿಯರಲ್ಲದ ಇತರೆಲ್ಲಾ ಸಾಮಾನ್ಯ ಆರ್ಯ ಜನರು. ರಾಜರಿಗೆ ತೆರಿಗೆ, ಬ್ರಾಹ್ಮಣರಿಗೆ ದಕ್ಷಿಣೆಯನ್ನು ಕೊಡಬೇಕಾದ ವಿವಿಧ ವೃತ್ತಿಗಳಲ್ಲಿ ತೊಡಗಿದ ದುಡಿಮೆಗಾರರು ಎಂಬುದನ್ನು ಸೂಚಿಸುತ್ತದೆ. ಅವರು ಕೃಷಿಕರೂ, ಪಶು ಸಂಗೋಪನೆಗಾರರೂ, ಕುಶಲ ಕರ್ಮಿಗಳೂ ಆಗಿರಬಹುದು. ಮುಂದೆ ದಸ್ಯು ಮೊದಲಾದ ವಿವಿಧ ಅನಾರ್ಯ ಜನರ ಜೊತೆಗೆ ಸಂಪರ್ಕ, ಸಂಘರ್ಷ ಬಂದ ಮೇಲೆ ಅವರನ್ನು ಹೆಚ್ಚು ಹೆಚ್ಚಾಗಿ ದಾಸರನ್ನಾಗಿ ಮಾಡಿಕೊಳ್ಳಲಾಯಿತು ಮತ್ತು 'ವಿಶ್' ಜನರ ಕಠಿಣ ದುಡಿಮೆ ಶೂದ್ರರಿಗೆ ವರ್ಗಾಯಿಸಲ್ಪಟ್ಟಿತು. 'ವಿಶ್' ಜನರು ವ್ಯಾಪಾರಿಗಳು, ಭೂಮಿಯ ಒಡೆಯರಾದರು ಅಂದರೆ ವೈಶ್ಯರಾದರು.

ಶೂದ್ರ ವರ್ಣ

ಯಜುರ್ವೇದ ಹಾಗೂ ಬ್ರಾಹ್ಮಣಗಳ ಕಾಲಕ್ಕೆ ದಾಸ, ದಸ್ಯು ಎಂಬ ಜನ ಸಮುದಾಯಗಳ ಉಲ್ಲೇಖ ಅಪರೂಪವಾಗತೊಡಗಿದೆ. ಆ ಜಾಗದಲ್ಲಿ ಶೂದ್ರ ಎಂಬ ಪದ ಬಳಕೆಯಾಗಿದೆ. ಶೂದ್ರರು ಅಂದಿನ ಆರ್ಯೇತರ ಜನರು ಎಂಬುದನ್ನು ಇದು ಸೂಚಿಸುತ್ತದೆ. ಐತರೇಯ ಬ್ರಾಹ್ಮಣದ ಪ್ರಕಾರ ಅವನು ವೈಶ್ಯರಂತೆ ಅನ್ಯಾಸ್ಯ ಮಾತ್ರವಲ್ಲ ಅನ್ಯಾಸ್ಯ ಪ್ರೇಕ್ಷ್ಯ (ಬೇರೆಯವರ ಸೇವಕನಾಗಿರಬೇಕಾದವನು.), ಕಾಮೋತ್ಥಾಪ್ಯ (ಯಜಮಾನನ ಇಚ್ಛೆಯಂತೆ ಹೊರಹಾಕಲ್ಪಡುವವನು), ಯಥಾ ಕಾಮ ವಧ್ಯ(ಇಚ್ಛೆ ಬಂದರೆ ಕೊಲ್ಲಿಸಬಹುದಾದವನೂ ಕೂಡ)[31]. (7, 29.4). ಪಂಚವಿಂಶ ಬ್ರಾಹ್ಮಣದ ಪ್ರಕಾರ ಅವನು ಹಲವು ಗೋವುಗಳ ಒಡೆಯನಾದರೂ

ಅವನ ಸೇವಕ ಸ್ಥಾನ ಹೋಗುವುದಿಲ್ಲ (6, 1.11)[32], ತಪಸ್ಸು ಮಾಡಿದವನಾದರೂ ಕೂಡ ಅವನ ಶೂದ್ರತ್ವ ಹೋಗುವುದಿಲ್ಲ.[33] (ವಾಜಸನೇಯಿ 30, 5) ಅಥರ್ವಣ ವೇದದಲ್ಲಿ ಹಾಗೂ ಬ್ರಾಹ್ಮಣಗಳಲ್ಲಿ ಇರುವ ದಾಸ, ದಾಸೀ ಉಲ್ಲೇಖಗಳು ಶೂದ್ರರಿಗೆ ಸಂಬಂಧಿಸಿದ ಅತ್ಯಂತ ಶ್ರಮದಾಯಕ ಹಾಗೂ ಕೀಳು ಕೆಲಸಗಳನ್ನು ವಿಧಿಸುತ್ತವೆ. ಆರ್ಯ ಜನರಿಗೆ ಬರುವ ಜ್ವರ ಮತ್ತು ಕಾಯಿಲೆಗಳು ಇವರ ಕಡೆಗೆ ಹೋಗಲಿ ಎಂಬ ಹಾರೈಕೆಗಳೂ ಕಾಣುತ್ತವೆ. ಆರ್ಯ ದೇವತೆಗಳನ್ನು ಆರಾಧಿಸದ, ಯಜ್ಞಗಳನ್ನು ಮಾಡದ, ಉಪನಯನ ಮಾಡಿಕೊಳ್ಳದ ದಾಸ ಜನ ಸಮುದಾಯವನ್ನು ಆರ್ಯರು ತಮ್ಮವರೆಂದು ಪರಿಗಣಿಸಲಿಲ್ಲ, ಪ್ರತ್ಯೇಕವಾಗಿಟ್ಟರು. ವರ್ಣ ವ್ಯವಸ್ಥೆಯ ಒಳಗೆ ವಿಲೀನಗೊಳಿಸಿಕೊಂಡರೂ ಮೊದಲೇ ಇದ್ದ ಮೂರು ವರ್ಣಗಳಾಚೆಗೆ ಹೊಸದಾಗಿ ನಾಲ್ಕನೇ ವರ್ಣವನ್ನು ಸೃಷ್ಟಿಸಿ ಅದರಲ್ಲಿ ಸಮಾವೇಶಗೊಳಿಸಿದರು.[26] ಇದರಿಂದೆಲ್ಲ ಶೂದ್ರರು ಆರ್ಯ ಜನರೊಂದಿಗೆ ಜೀವಿಸುತ್ತಿದ್ದ ಆದರೆ ಯಾವ ಹಕ್ಕುಗಳೂ ಇಲ್ಲದ ಆರ್ಯೇತರ ಜನ ಸಮುದಾಯಗಳು ಎಂಬುದು ಶ್ರುತವಾಗುತ್ತದೆ.

ಈ ಸಮಯದಲ್ಲಿ ಶೂದ್ರರನ್ನು ಪ್ರತ್ಯೇಕಿಸಲೆಂದೇ ಹೊಸ ಪದ್ಧತಿ ಆರಂಭವಾಗುತ್ತದೆ. ಇಡೀ ವಿಶ್ವದಲ್ಲೆಲ್ಲೂ ಕಾಣದ ಮಡಿ, ಮೈಲಿಗೆಯ ಅಮಾನವೀಯ ಪದ್ಧತಿ. ಇದು ಬದುಕಿನ ಒಂದು ಅಗತ್ಯವಾದ ಸ್ವಚ್ಛತೆಯನ್ನೂ ವರ್ಣಾಧಾರಿತವಾಗಿಸಿದೆ. ಮೊದಲು ಶೂದ್ರರನ್ನು ಈ ಕಟ್ಟಲೆಗೆ ಗುರಿಯಾಗಿಸಿದರೂ ನಂತರ ಎಲ್ಲ ಬ್ರಾಹ್ಮಣೇತರರನ್ನೂ ವಿವಿಧ ಪ್ರಮಾಣದಲ್ಲಿ ದೂರ ಇಡುವ ಈ ಕಟ್ಟಲೆಗಳು ರೂಪುಗೊಂಡವು. ಮಡಿ ಮೈಲಿಗೆಗಳಿಗೆ ಕೂಡಾ ದೈವ ಸಂಬಂಧಿ ಪರಿವೇಷ ತೊಡಿಸಲ್ಪಟ್ಟಿದೆ. ಆದ್ದರಿಂದ ಭಯದ ಮೂಲಕ ಅನುಲ್ಲಂಘನೀಯವಾಗಿಸಿದೆ. ಬ್ರಾಹ್ಮಣರ ಶ್ರೇಷ್ಠತೆಯನ್ನು ಸಮಾಜದೆಲ್ಲರಿಗೂ ಒಡೆದು ಕಾಣುವಂತೆ ಸಾರುವುದೇ ಮಡಿ ಮೈಲಿಗೆಯ ಪರಿಕಲ್ಪನೆಯ ಗುರಿಯಾಗಿತ್ತೆಂಬುದು ಈ ಪದ್ಧತಿಯ ರೂಢಿಗಳನ್ನು ನೋಡಿದರೆ ಸ್ವಯಂ ವಿಧಿತ. ಇವುಗಳು ಬ್ರಾಹ್ಮಣ ಗ್ರಂಥಗಳಲ್ಲಿ ಆರಂಭವಾಗಿ ಮನುಸ್ಮೃತಿ ಮೊದಲಾದ ಗ್ರಂಥಗಳಲ್ಲಿ ಮತ್ತಷ್ಟು ವಿಸ್ತರಿಸಲ್ಪಟ್ಟಿವೆ. ಮತ್ತಷ್ಟು ಕಟುವಾಗಿವೆ. ಶಥಪಥ ಬ್ರಾಹ್ಮಣ ಹೇಳುವಂತೆ 'ಶೂದ್ರರು ಯಾವುದೇ ಯಜ್ಞ ಯಾಗಾದಿಗಳನ್ನು ಮಾಡುವಂತಿಲ್ಲ. ಮಾತ್ರವಲ್ಲ, ಯಜ್ಞದ ಯಜಮಾನನು ಅವನೊಂದಿಗೆ ನೇರವಾಗಿ ಮಾತನಾಡುವಂತಿಲ್ಲ. ಒಬ್ಬ ಋತ್ವಿಜನು ಶೂದ್ರರನ್ನು ಮುಟ್ಟಿಸಿಕೊಳ್ಳುವುದಿರಲಿ, ಒಬ್ಬ ಹೆಂಗಸನ್ನು ಹಾಗೂ ಶೂದ್ರನನ್ನು ನೋಡಲೂ ಬಾರದು.' ಈ ಸಂಗತಿಗಳಿಂದ ಮೇಲಿನ ವಿಚಾರಗಳು ಮತ್ತಷ್ಟು ದೃಢಪಡುತ್ತದೆ.

ಋಗ್ವೇದದ ನಂತರದ ಈ ಕಾಲಘಟ್ಟದಲ್ಲಿ ವರ್ಣವ್ಯವಸ್ಥೆ ಮತ್ತಷ್ಟು ವಿಸ್ತರಿಸಿ, ಮೇಲು ಕೀಳೆಂಬ ಅಸಮಾನತೆಯನ್ನು ಆಳಗೊಳಿಸುವ ಮತ್ತಷ್ಟು ಕಟ್ಟಲೆಗಳನ್ನು ಸೇರಿಸಿಕೊಂಡದ್ದನ್ನು ನೋಡಬಹುದು. ವರ್ಣಗಳು ಹುಟ್ಟಿನಿಂದಲೇ ವ್ಯಕ್ತಿಯ ಮೇಲೆ ಆರೋಪಿಸಲ್ಪಡುತ್ತದೆ ಎಂಬುದು ಮತ್ತಷ್ಟು ಸ್ಪಷ್ಟವಾಗುತ್ತದೆ. ಶೂದ್ರನೊಬ್ಬ ಹಲವು ಗೋವುಗಳ ಒಡೆಯನಾದರೂ ಅಥವಾ ತಪಸ್ಸು ಮಾಡಿದರೂ ಅವನ ಶೂದ್ರತ್ವ

ಅಳಿಯುವುದಿಲ್ಲ ಎಂಬ ಬ್ರಾಹ್ಮಣಗಳ ನಿರ್ದೇಶವು ವರ್ಣ ವ್ಯವಸ್ಥೆ ವ್ಯಕ್ತಿಯ ಸಾಮರ್ಥ್ಯದ ಬೆಳವಣಿಗೆಯ ಮೇಲೆ ಎಂತಹ ಹೆಬ್ಬಂಡೆಯನ್ನು ಹೇರಲಾಗಿತ್ತು ಎಂಬುದನ್ನು ತೋರಿಸುತ್ತದೆ. ರಾಮಾಯಣದ ಒಂದು ಪ್ರಸಂಗವಾದ ಶಂಬೂಕ ವಧೆಗೆ ಆಧಾರವಾದ ಮೂಲ ಕಟ್ಟಲೆಗಳು ಈ ಬ್ರಾಹ್ಮಣಗಳ ಕಾಲದಲ್ಲಿಯೇ ರೂಪಿತವಾಗಿರುವುದನ್ನು ಕಾಣಬಹುದು. ಮಡಿ–ಮೈಲಿಗೆ ಜಾತಿ ವ್ಯವಸ್ಥೆಯ ಮೇಲು ಕೀಳುಗಳ ಮನಸ್ಥಿತಿಗೆ ಸಮರ್ಥನೆ ಒದಗಿಸುತ್ತದೆ. ಎಲ್ಲಕ್ಕಿಂತ ಮಿಗಿಲಾಗಿ ಮಡಿ ಮೈಲಿಗೆಯ ಬೇಧಕ್ಕೆ ತುತ್ತಾದ ಶೂದ್ರರೂ ಸೇರಿದಂತೆ ಇಡೀ ಸಮಾಜ ಆಚರಿಸುವ, ವರ್ಣ–ಜಾತಿ ವ್ಯವಸ್ಥೆಯ ಅತ್ಯಂತ ಕ್ರೂರ ರೂಪವಾದ ಅಸ್ಪೃಶ್ಯತೆಗೆ ಪ್ರಧಾನ ಆಧಾರವಾಗಿದೆ.

ಮೇಲೆ ಉಲ್ಲೇಖಿಸಲಾದ ಪುರುಷ ಸೂಕ್ತದ ಹದಿಮೂರನೆಯ ಋಕ್ಕು ಜನ ಸಮುದಾಯಗಳ ಈ ಶ್ರಮ ವಿಂಗಡಣೆ ಕೇವಲ ಶ್ರಮ ವಿಂಗಡಣೆ ಮಾತ್ರವೇ ಆಗಿರಲಿಲ್ಲ ಎಂದು ಹೇಳುತ್ತದೆ. ಪುರುಷನ ದೇಹದ ಬೇರೆ ಬೇರೆ ಭಾಗಗಳಿಂದ ಈ ಜನ ವಿಭಾಗಗಳು ಹುಟ್ಟಿದರೆಂಬುದು, ಈ ಜನ ವಿಭಾಗಗಳು ಆ ಹೊತ್ತಿಗೆ ಹುಟ್ಟಿನಿಂದಲೇ ಬೇರೆ ಬೇರೆಯಾಗಿ ಗುರುತಿಸಲ್ಪಡುತ್ತಿದ್ದರೆಂಬುದನ್ನು ಸಂಕೇತಿಸುತ್ತದೆ. ಹೀಗೆ ಹುಟ್ಟಿನಿಂದಲೇ ಗುರುತಿಸಲ್ಪಡುವ ಶ್ರಮ ವಿಭಜನೆ ಭಾರತದ ವರ್ಣ ವ್ಯವಸ್ಥೆಯ ಮೂಲ ಲಕ್ಷಣ ಎಂಬುದನ್ನು ಜಾತಿ ವ್ಯವಸ್ಥೆಯ ಬಗ್ಗೆ ಅಧ್ಯಯನ ಮಾಡಿದವರೆಲ್ಲಾ ಗುರುತಿಸಿದ್ದಾರೆ. ಇದೇ ಬೇರೆ ದೇಶ, ಸಂಸ್ಕೃತಿಗಳ ಸಮಾಜ ರಚನೆಗೂ ಭಾರತದ ವರ್ಣ–ಜಾತಿ ವ್ಯವಸ್ಥೆಗೂ ಇರುವ ಪ್ರಧಾನ ವ್ಯತ್ಯಾಸ. ಈ ಅಂಶವೇ ಜಾತಿ ವ್ಯವಸ್ಥೆಯನ್ನು ಅತ್ಯಂತ ಜಿಗುಟಾದ ಚಲನರಾಹಿತ್ಯ ಅಸಮಾನತೆಯ ಸಮಾಜ ರಚನೆಯಾಗಿಸಿದ್ದು. ಈ ಲಕ್ಷಣ ಬ್ರಾಹ್ಮಣ, ಕ್ಷತ್ರಿಯ, ವೈಶ್ಯ ಎಂಬ ಮೂರು ವಿಭಾಗಗಳಿದ್ದಾಗಲೇ ಋಗ್ವೇದದ ಮೊದಲ ಕಾಲದಲ್ಲಿಯೇ ಆರಂಭವಾಗಿತ್ತೋ ಅಥವಾ ಶೂದ್ರ ಎಂಬ ವಿಭಾಗ ಸೇರಿ ನಾಲ್ಕು ವಿಭಾಗಗಳಾದ ಮೇಲೆ ಸೇರಿಕೊಂಡಿತೋ ತಿಳಿಯದು. ಆದರೆ ಮುಂದಿನ ವೇದಗಳು, ಇತರ ವೈದಿಕ ಗ್ರಂಥಗಳ ಕಾಲಕ್ಕಾಗಲೇ, ಹುಟ್ಟಿನಿಂದಲೇ ಒಬ್ಬರ ವರ್ಣ ನಿರ್ಧಾರವಾಗುವುದು ವರ್ಣ ವ್ಯವಸ್ಥೆಯ ಪ್ರಧಾನ ಲಕ್ಷಣವಾಗಿ ವ್ಯಕ್ತವಾಗುತ್ತದೆ.

ಪುರುಷ ಸೂಕ್ತ ಕೇವಲ ಹುಟ್ಟಿನಿಂದಲೇ ವರ್ಣಗಳು ನಿರ್ಧಾರವಾಗುವ ಪ್ರಕ್ರಿಯೆ ಮಾತ್ರವಲ್ಲ ಅವುಗಳ ಮೇಲು ಕೀಳು ಸ್ಥಾನಗಳನ್ನೂ ನಿರ್ದೇಶಿಸುತ್ತದೆ. ಪುರುಷನ ದೇಹದ ಯಾವ ಭಾಗದಿಂದ ಯಾವ ವರ್ಣ ಹುಟ್ಟಿದೆಯೆಂಬುದರ ಮೂಲಕ ಆ ವರ್ಣಗಳ ಸ್ಥಾನಗಳನ್ನು ಸೂಚಿಸಿದೆ. ಆ ಮೂಲಕ ಮಾನವರಲ್ಲಿ ಮೇಲು ಕೀಳುಗಳೆಂಬುದನ್ನೂ ನಿರ್ಧಾರಕವಾಗಿ ಸಾರಿದೆ. ಈ ಅಂಶ ಕೇವಲ ಋಗ್ವೇದದಲ್ಲಿ ಮತ್ತು ಪುರುಷ ಸೂಕ್ತವನ್ನು ಉಲ್ಲೇಖಿಸಲಾದ ಬೇರೆಲ್ಲ ವೇದಗಳಲ್ಲಿ ಮತ್ತು ಬ್ರಾಹ್ಮಣಗಳಲ್ಲಿ ಬಹಳ ಸ್ಪಷ್ಟವಾಗಿದೆ. ಹಲವು ಶತಮಾನಗಳ ನಂತರ ರಚಿಸಲ್ಪಟ್ಟ ಸ್ಮೃತಿಗಳಲ್ಲಿಯೂ ಮತ್ತೆ ಮತ್ತೆ ಉಲ್ಲೇಖಿಸಲ್ಪಟ್ಟಿದೆ. ಪುರುಷನ ದೇಹದ ಅಂಗಗಳಲ್ಲಿರುವ

ಮೇಲು ಕೀಳೆಂಬ ವಿಚಾರವೇ ಅಂದಿನಿಂದ ಸಾವಿರಾರು ವರ್ಷಗಳ ಕಾಲ ಮಾನವ ಸಮಾಜದ ಮೇಲು ಕೀಳಿಗೂ ಆಧಾರವಾಗಿದೆ. ಮನುಷ್ಯನ ಎಲ್ಲ ಅಂಗಗಳೂ ಒಂದೇ. ಯಾವ ವರ್ಣದವರು ಎಲ್ಲಿಂದ ಜನಿಸಿದರೂ ಕೂಡ ಒಂದೇ, ಅದು ಮೇಲು ಕೀಳನ್ನು ಸೂಚಿಸುವುದಿಲ್ಲ ಎಂಬ ವಾದಗಳನ್ನು ಇತ್ತೀಚೆಗೆ ಮಂಡಿಸಲಾಗುತ್ತಿದೆ. ಆದರೆ ಮನುಸ್ಮೃತಿ ಈ ರೀತಿಯ ವಾದಗಳನ್ನು ಸಾವಿರಾರು ವರ್ಷಗಳ ಹಿಂದೆಯೇ ಸುಳ್ಳು ಮಾಡಿಬಿಟ್ಟಿದೆ.

ಉತ್ತಮಾಂಗೋದ್ಭವಾಜ್ ಜ್ಯೇಷ್ಠ್ಯಾದ್ಬ್ರಹ್ಮಣಸ್ಚೈವ ಧಾರಣಾತ್ ।
ಸರ್ವಸ್ಯೈವಾಸ್ಯ ಸರ್ಗಸ್ಯ ಧರ್ಮತೋ ಬಾಹ್ಮಣಃ ಪ್ರಭುಃ ॥[27]

ಮುಖದಿಂದ ಜನಿಸಿದ್ದರಿಂದ, ಮೊಟ್ಟಮೊದಲಿಗೆ ಹುಟ್ಟಿದ್ದರಿಂದ, ಜ್ಞಾನವನ್ನು ಧಾರಣ ಮಾಡಿರುವುದರಿಂದ ಈ ಸಮಸ್ತ ಬ್ರಹ್ಮ ಸೃಷ್ಟಿಯ ಎಲ್ಲಕ್ಕೂ ಬ್ರಾಹ್ಮಣನೇ ಒಡೆಯನಾಗಿರುವನು[28] ಎಂದು ಹೇಳುವ ಈ ಶ್ಲೋಕ ವರ್ಣಗಳ ಮೇಲು ಕೀಳು ಸ್ಥಾನಕ್ಕೂ ಪರುಷ ಸೂಕ್ತದ ಮಂತ್ರಕ್ಕೂ ಇರುವ ಸಂಬಂಧವನ್ನು ಖಚಿತವಾಗಿ ಸಾರುತ್ತದೆ. ಶತಪಥ ಬ್ರಾಹ್ಮಣವು ಬಾಹ್ಮಣರಿಗೆ ಅಧ್ಯಯನ, ಅಧ್ಯಾಪನವನ್ನು ವಿಧಿಸುವಾಗಲೂ ಕೂಡ ಬ್ರಾಹ್ಮಣ್ಯವೆಂಬುದು ವಂಶಾನುಕ್ರಮವಾಗಿ ಹುಟ್ಟಿನಿಂದಲೇ ಆರಂಭವಾಗುವ ಬೇಧ ಎಂಬುದರ ಮತ್ತೊಂದು ಸಾಕ್ಷಿಯಾಗಿದೆ.

ರಾಜ ಪ್ರಭುತ್ವ ಸ್ಥಾಪನೆಗೆ ಮತ್ತು ಅವು ಗಟ್ಟಿಗೊಳ್ಳುವುದಕ್ಕೆ ಅವರದೇ ಕುಲಗಳ ಇತರ ಜನರಿಂದ ಬೇರೆಯಾಗಿ ಎಲ್ಲ ಜನರಿಂದ ಬಹಳ ಮೇಲ್ಮಟ್ಟದವರೆಂದು ಸ್ಥಾಪಿಸಲು, ಉಳಿದೆಲ್ಲರನ್ನು ಅವರಿಗೆ ವಿಧೇಯರನ್ನಾಗಿಸಲು ಒಂದೆಡೆ ಕ್ಷತ್ರಿಯ ವರ್ಣದ ಸೃಷ್ಟಿ ಮತ್ತು ಸೈನ್ಯ, ಮತ್ತೊಂದೆಡೆ ಬ್ರಾಹ್ಮಣರ ಯಜ್ಞ ಯಾಗಾದಿಗಳು, ವರ್ಣ ವ್ಯವಸ್ಥೆಯ ನಿರ್ಬಂಧಗಳು ಅಡಿಪಾಯವಾದವು. ಯಜ್ಞ, ದಾನ ಆಚರಣೆಗಳು ಕ್ಷತ್ರಿಯರನ್ನು ಮತ್ತು ಬ್ರಾಹ್ಮಣರನ್ನು ಪರಸ್ಪರಾವಲಂಬಿಗಳಾಗಿಸಿದೆ. ಈ ಆಚರಣೆಗಳು ತಮ್ಮ ಪರಿಣಾಮದಲ್ಲಿ ಈ ಎರಡೂ ವರ್ಣಗಳನ್ನೂ ಪ್ರಭುತ್ವದ ದಮನ ಶಕ್ತಿ ಕೊಡಮಾಡಿದ ಸಂಪತ್ತಿನ ಪಾಲುದಾರರಾಗಿಸಿವೆ. ರಾಜ ಪ್ರಭುತ್ವದ ಸಾವಿರಾರು ವರ್ಷಗಳ ಕಾಲಘಟ್ಟದಲ್ಲಿ ಬ್ರಾಹ್ಮಣರು ಮತ್ತು ಕ್ಷತ್ರಿಯ ವರ್ಣಗಳನ್ನು ಆಳುವ ಕೂಟದ ಸಹಭಾಗಿಗಳಾಗಿ ಬೆಸೆಯುವ ಪ್ರಕ್ರಿಯೆಯೂ ಈ ಆಚರಣೆಗಳ ಪರಿಣಾಮವಾಗಿದೆ. ಹೀಗೆ ಯಾಗ ಯಜ್ಞ ಮೊದಲಾದ ಆಚರಣೆಗಳು ಧಾರ್ಮಿಕತೆಯ ಪರಿವೇಷ ತೊಟ್ಟ ರಾಜಕೀಯ ಸಾಧನಗಳಾಗಿವೆ. ಈ ಕೂಟದ ವೈಭವದ ಜೀವನಕ್ಕೆ, ಮೊದಲು ವೈಶ್ಯರು ನಂತರ ಶೂದ್ರರು ತೆರಿಗೆ, ಕಾಣಿಕೆ ಮತ್ತು ತಮ್ಮ ಸೇವೆ ಹಾಗೂ ದುಡಿಮೆಯಿಂದ ಅವಶ್ಯವಾದ ವಸ್ತುಗಳನ್ನು ಒದಗಿಸುವವರಾಗಿದ್ದರು ಎಂಬುದು ಬ್ರಾಹ್ಮಣಗಳ ನಿರ್ದೇಶಗಳಿಂದ ತಿಳಿಯುತ್ತದೆ. ಒಂದು ಕಡೆ ರಾಜ ವಂಶಗಳ ಆಳ್ವಿಕೆಯ ಹಕ್ಕು, ರಾಜರುಗಳು ಮತ್ತು ಪುರೋಹಿತರ ಆಳುವ ಕೂಟ ರೂಪುಗೊಳ್ಳುವುದು ಮತ್ತೊಂದು ಕಡೆ ವರ್ಣ ವ್ಯವಸ್ಥೆಯ ಉಗಮ, ಅದರ ವಿಸ್ತರಣೆ, ಮೇಲು–ಕೀಳು, ಮಡಿ–ಮೈಲಿಗೆಗಳ ಕಟ್ಟಲೆಗಳ

ನಿರೂಪಣೆ ಈ ಎರಡೂ ಅಂಶಗಳು ಅಂದು ರೂಪುಗೊಂಡ ಪ್ರಭುತ್ವ ವ್ಯವಸ್ಥೆಯ ಅವಿಭಾಜ್ಯ ಅಂಗಗಳು ಎಂಬುದು ಈ ಸಂಗತಿಗಳಿಂದ ಸ್ಪಷ್ಟವಾಗುತ್ತದೆ.

ಋಗ್ವೇದದ ಈ ಋಕ್ಕನ್ನು ಆಧಾರವೆಂದು ತೋರಿಸುತ್ತಾ ವರ್ಣ ವ್ಯವಸ್ಥೆಯಲ್ಲಿ ಸ್ಥಾಪಿಸಿದ ಹುಟ್ಟಿನಿಂದಲೇ ಆರಂಭವಾಗುವ ಮೇಲು ಕೀಳು ಬೇಧ ಜಾತಿ ವ್ಯವಸ್ಥೆಗೂ ಆಮದಾಗಿದೆ. ಆರಂಭದಲ್ಲಿ ದುಡಿಯುವ ಜನರಾಗಿದ್ದ ವೈಶ್ಯರು ನಂತರ ವ್ಯಾಪಾರಿ ಮತ್ತು ಭೂಮಾಲಿಕ ವರ್ಗವಾಗಿ ಮೇಲ್ದರ್ಜೆಗೆ ಏರಿಸಲ್ಪಟ್ಟರು. ವರ್ಣ ವ್ಯವಸ್ಥೆಯ ಒಳಗೇ ಸೀಮಿತ ಚಲನೆಗೆ ಅವಕಾಶ ನೀಡುವ ಈ ಲಕ್ಷಣವೇ ವರ್ಣ– ಜಾತಿ ವ್ಯವಸ್ಥೆ ಬಹಳ ಕಾಲ ಉಳಿದು ಬರುವುದಕ್ಕೂ ಕಾರಣವಾಗಿದೆ. ಸಾವಿರಾರು ವರ್ಷಗಳ ಕಾಲದ ವಿವಿಧ ಸಾಮಾಜಿಕ ಬೆಳವಣಿಗೆಗಳನ್ನು ತನ್ನಲ್ಲೇ ಅರಗಿಸಿಕೊಳ್ಳಬಲ್ಲ ತನ್ನ ಸ್ಥಿತಿ ಸ್ಥಾಪಕ ಶಕ್ತಿಯನ್ನು ವರ್ಣ ವ್ಯವಸ್ಥೆ ಪ್ರದರ್ಶಿಸಿದೆ. ಈ ಮುಖ್ಯ ಲಕ್ಷಣಗಳನ್ನು ಅದು ತನ್ನ ಉಗಮದಲ್ಲಿಯೇ ಹುದುಗಿಸಿಕೊಂಡಿದೆ. ಕರ್ನಾಟಕದಲ್ಲಿ, ಭಾರತದಲ್ಲಿ ಜಾತಿ ವ್ಯವಸ್ಥೆ ರೂಪುಗೊಂಡ ರೀತಿಯನ್ನು ಅರ್ಥ ಮಾಡಿಕೊಳ್ಳಲು ಈ ಅಂಶವನ್ನು ಗಮನಿಸುವುದು ಅವಶ್ಯಕ.

ಕರ್ನಾಟಕದಲ್ಲಿಯೂ ಕೂಡ ರಾಜಪ್ರಭುತ್ವಗಳನ್ನು ಸ್ಥಾಪನೆ ಮಾಡುವ ಹಂತದಲ್ಲಿ ಆ ಆದಿಮ ರಾಜರುಗಳು ಒಂದೇ ಕುಲಕ್ಕೆ ಸೇರಿದವರಾಗಿದ್ದರೂ ತಮ್ಮ ಕುಲಬಂಧುಗಳಿಗಿಂತ ತಾವು ಬೇರೆ ಮತ್ತು ಶ್ರೇಷ್ಠರು ಎಂದು ಸ್ಥಾಪಿಸಲು ಪ್ರಯತ್ನಿಸುತ್ತಿದ್ದರು. ಇಂತಹ ಅಗತ್ಯವನ್ನು ಗಂಗಾ ನದಿ ಬಯಲಿನಿಂದ ಇಲ್ಲಿಗೆ ವಲಸೆ ಬಂದ ಬ್ರಾಹ್ಮಣರು ಪೂರೈಸಲು ಹಲವು ರೀತಿಯಲ್ಲಿ ನೆರವಾದರು. ಮೇಲೆ ವಿವರಿಸಿದ ಯಜ್ಞ ಮತ್ತು ಯಾಗಗಳನ್ನು ಆಚರಿಸಿ ತಮ್ಮ ಶ್ರೇಷ್ಠತೆಯನ್ನು ಸ್ಥಾಪಿಸುವ ತಂತ್ರವನ್ನು ಇಲ್ಲಿ ಹೊಸದಾಗಿ ರಾಜ್ಯಗಳನ್ನು ಸ್ಥಾಪಿಸಿದ ಆಳುವ ವಂಶಗಳಿಗೂ ಕಲಿಸಿದರು. ಆ ಹೊತ್ತಿಗೆ ಉತ್ತರ ಭಾರತದಲ್ಲಿ ಯಜ್ಞ ಯಾಗಾದಿಗಳ ವೈಭವಕ್ಕೆ ವ್ಯರ್ಥವಾಗಿ ಹತ್ತಾರು ಸಾವಿರ ವಿವಿಧ ಪ್ರಾಣಿಗಳ ಬಲಿಯಾಗುವುದರ ವಿರುದ್ಧ ಮಾತ್ರವಲ್ಲ ವೈದಿಕ ಧರ್ಮದ ವಿರುದ್ಧ ಗೌತಮ ಬುದ್ಧ ಹಾಗೂ ಮಹಾವೀರರು ದನಿಯೆತ್ತಿದ್ದರು. ಅದರ ಭಾಗವಾಗಿ ವರ್ಣ ವ್ಯವಸ್ಥೆಯ ವಿರುದ್ಧವೂ ವೈಚಾರಿಕತೆಯ ದನಿ ಮೊಳಗಿತ್ತು. ಮೌರ್ಯ ಸಾಮ್ರಾಟ ಅಶೋಕನಂತೂ ವಿಶಾಲವಾಗಿದ್ದ ತನ್ನ ಸಾಮ್ರಾಜ್ಯದ ಎಲ್ಲೆಡೆಗೆ ಬೌದ್ಧ ಧರ್ಮದ ವಿಚಾರಗಳನ್ನು ಪಸರಿಸಿದ್ದ. ಅಶೋಕನ ಶಿಲಾ ಶಾಸನಗಳು, ಬುದ್ಧನ ಮರಣದ ಹಲವು ಶತಮಾನಗಳ ನಂತರದ ಬೌದ್ಧ ಗೋಷ್ಠಿಗಳು ಬಹಳ ಪ್ರಸಿದ್ಧವಾಗಿವೆ. ಬೌದ್ಧ ಧರ್ಮ ಪ್ರಬಲವಾಗಿದ್ದ ಕಾಲದಲ್ಲಿ ಯಜ್ಞ ಯಾಗಾದಿಗಳ ಆಚರಣೆ ರಾಜ ಪೋಷಣೆಯಿಲ್ಲದೆ ಉಡುಗಿತ್ತು.

ಆದರೆ ಕ್ರಿ.ಪೂ. ಎರಡನೆಯ ಶತಮಾನದ ವೇಳೆಗೆ ಬೌದ್ಧ ಧರ್ಮವನ್ನು ಪೋಷಿಸುತ್ತಿದ್ದ ಮೌರ್ಯ ರಾಜರುಗಳನ್ನು ಕಿತ್ತೊಗೆದು, ಮಗಧದ ಆಳ್ವಿಕೆಯನ್ನು ಶುಂಗ

ವಂಶದ ರಾಜರು ವಶ ಪಡಿಸಿಕೊಂಡಿದ್ದರು. ಬೌದ್ಧ ಧರ್ಮದ ಅಹಿಂಸೆ ಮೊದಲಾದ ಚಿಂತನೆಗಳನ್ನು ಧಿಕ್ಕರಿಸಿ ಮತ್ತೆ ಯಜ್ಞ, ಯಾಗಗಳ ಪರಂಪರೆ ಆರಂಭಿಸಿದ್ದರು. ಇದು ಬೌದ್ಧ ಧರ್ಮ ಆರಂಭಿಸಿದ್ದ ಕ್ರಾಂತಿಯ ವಿರುದ್ಧ ಪ್ರತಿ ಕ್ರಾಂತಿ ಎಂದು ಡಾ. ಅಂಬೇಡ್ಕರ್‌ರವರು ಅಭಿಪ್ರಾಯ ಪಟ್ಟಿದ್ದಾರೆ. ಮುಂದೆ ಮೌರ್ಯ ವಂಶದ ಕೊನೆಯ ರಾಜ ಬೃಹದ್ರಥನ ಸೇನಾಪತಿಯಾಗಿದ್ದ ಪುಷ್ಯಮಿತ್ರನು ಅಧಿಕಾರವನ್ನು ವಶಪಡಿಸಿಕೊಂಡು ಶುಂಗ ವಂಶದ ಆಳ್ವಿಕೆಯನ್ನು ಸ್ಥಾಪಿಸಿದ ಮೇಲೆ ಎರಡು ಅಶ್ವಮೇಧ ಯಜ್ಞಗಳನ್ನು ಮಾಡಿದ್ದಾನೆ. ಕಾಳಿದಾಸನ ನಾಟಕ 'ಮಾಲವಿಕಾಗ್ನಿಮಿತ್ರ'ದ ಕೇಂದ್ರದಲ್ಲಿರುವ ಅಶ್ವಮೇಧವನ್ನು ನಡೆಸಿದವನು ಇವನೇ.[28ಎ] ಇಲ್ಲಿಂದ ಮುಂದಕ್ಕೆ ರಾಜರೆಂದು ಕರೆದುಕೊಳ್ಳುವವರನೇಕರು ಅಶ್ವಮೇಧ ಮೊದಲಾದ ಯಾಗಗಳನ್ನು ಆಚರಿಸುವ ಪರಂಪರೆಗೆ ಇವರುಗಳು ನಾಂದಿ ಹಾಡಿದಂತಾಗಿದೆ.

ದಕ್ಷಿಣ ಭಾರತದಲ್ಲಿ ಮೊದಲ ಸಾಮ್ರಾಜ್ಯವನ್ನು ಸ್ಥಾಪಿಸಿದ ಶಾತವಾಹನರು, ಇಕ್ಷ್ವಾಕುಗಳು, ವಿಷ್ಣುಕುಂಡಿಗಳು, ಚುಟುಗಳು, ಸಾಲಂಕಾಯನರು, ಬಹತ್ಪಲಾಯನರು ಮೊದಲಾದವರೆಲ್ಲ ಅಶ್ವಮೇಧ ಮೊದಲಾದ ಯಜ್ಞಗಳನ್ನು ಆಚರಿಸಿದ್ದಾರೆ.[28ಬಿ] ತಮಿಳುನಾಡಿನ ಅರಸರು ಕೂಡ ರಾಜಸೂಯ ಯಾಗವನ್ನು ಮಾಡಿದವರೆಂಬುದನ್ನು ಹೆಮ್ಮೆಯ ವಿಷಯವಾಗಿ ಗುರುತಿಸಿಕೊಂಡಿದ್ದಾರೆ. ಒಬ್ಬ ಚೋಳ ಅರಸನನ್ನು 'ರಾಜಸೂಯಮ್ ವೇಟ್ಟ ಪೆರುನರ್ಕ್ಕಿಳ್ಳಿ' ಎಂದು ಕರೆಯುತ್ತಿದ್ದರಂತೆ. ಮತ್ತೊಬ್ಬ ರಾಜ 'ಪಲಯಾಗಸಾಲೈ ಮುದುಕುಡುಮಿ ಪೆರು ವಳಂದಿ' ಎಂಬುವನು ಎಷ್ಟು ಯುದ್ಧಗಳನ್ನು ಮಾಡಿದನೋ ಅಷ್ಟು ಯಾಗಶಾಲೆಗಳನ್ನು ಕಟ್ಟಿಸಿದ ಎಂದು ಹೇಳಲಾಗಿದೆ.'[29] ಕರ್ನಾಟಕದ ಕದಂಬರು, ಚಾಲುಕ್ಯರ ರಾಜರುಗಳು ಕೂಡ ಅಶ್ವಮೇಧ ಯಾಗವನ್ನು ಮತ್ತು ಇತರ ಯಾಗಗಳನ್ನು ಮಾಡಿದ್ದಾರೆ. ಅದರ ಬಗೆಗಿನ ವಿವರಗಳನ್ನು ಮುಂದೆ ಕೊಡಲಾಗಿದೆ.

ಹೀಗೆ ದಕ್ಷಿಣ ಭಾರತದ ರಾಜರುಗಳಿಗೆ ಕೂಡಾ ಯಾಗಗಳು ಮೊದಲಾದ ವೈದಿಕ ಆಚರಣೆಗಳನ್ನು ಅಳವಡಿಸಿಕೊಳ್ಳುವ ಮೂಲಕ ಶ್ರೇಷ್ಟತೆಯ ಪ್ರಭಾವಳಿಯನ್ನು ಒದಗಿಸುವುದಕ್ಕೆ ಬ್ರಾಹ್ಮಣರು ಅನಿವಾರ್ಯವಾದರು. ಆದ್ದರಿಂದ ರಾಜರುಗಳೂ ಸೇರಿದಂತೆ ಎಲ್ಲರಿಗಿಂತ ಶ್ರೇಷ್ಟರೆಂದು ಪರಿಗಣಿತವಾದರು.

ಅಧ್ಯಾಯ ಮೂರು

ಆತ್ಮ-ಕರ್ಮ, ಪಾಪ-ಪುಣ್ಯ

ಕೆಳಜಾತಿಗಳ ಜನರೇ ಅವರ ಆ ಹುಟ್ಟಿಗೆ ಕಾರಣ ಎಂದ ಉಪನಿಷತ್ತುಗಳು

ರಾಜ ಪ್ರಭುತ್ವಗಳು ವಿಸ್ತಾರಗೊಳ್ಳಲಾರಂಭಿಸಿದವು. ರಾಜರುಗಳು ಬೇರೆ ಬೇರೆ ಪ್ರದೇಶಗಳನ್ನು ಆಕ್ರಮಿಸಿಕೊಂಡಂತೆಲ್ಲ, ಅಲ್ಲಿ ಸ್ವತಂತ್ರವಾಗಿ, ಸ್ವಚ್ಛಂದವಾಗಿ ತಮ್ಮಷ್ಟಕ್ಕೆ ವಾಸಿಸುತ್ತಿದ್ದ ಬುಡಕಟ್ಟು ಜನರುಗಳನ್ನು ಪ್ರಭುತ್ವದ ಅಡಿಯಾಳಾಗಿಸಿಕೊಳ್ಳುವ, ವರ್ಣ ವ್ಯವಸ್ಥೆಯ ಭಾಗವಾಗಿ ಕೀಳು ಸ್ಥಾನವನ್ನು ಒಪ್ಪಿಕೊಳ್ಳುವಂತೆ ಮಾಡುವುದು ಒಂದು ಸವಾಲಾಗಿತ್ತು.

ಈ ಸವಾಲನ್ನು ಅವರು ವೈದಿಕ ಧರ್ಮದ ಮುಂದಿನ ಬೆಳವಣಿಗೆಯಾದ ಮತ್ತು ವೇದಾಂತವೆಂದು ಹೆಸರಾದ ಉಪನಿಷತ್ತುಗಳ ರಚನೆಯ ಮೂಲಕ ನಿಭಾಯಿಸಿದರು. ಉಪನಿಷತ್ತುಗಳನ್ನು ಮತ್ತು ಅದರಲ್ಲಿನ ಮುಖ್ಯ ತತ್ವಗಳನ್ನು ರೂಪಿಸುವುದರಲ್ಲಿ ಬ್ರಾಹ್ಮಣರು ಮಾತ್ರವೇ ಅಲ್ಲ ಕ್ಷತ್ರಿಯರೂ ಮುಖ್ಯ ಪಾತ್ರ ವಹಿಸಿದ್ದಾರೆ. ಸ್ವತಃ ಉಪನಿಷತ್ತುಗಳಲ್ಲಿಯೇ ಇದಕ್ಕೆ ಸ್ಪಷ್ಟ ಆಧಾರಗಳಿವೆ. ಹಲವು ವಿದ್ವಾಂಸರು ಕೂಡ ತಮ್ಮ ಅಧ್ಯಯನಗಳ ಮೂಲಕ ಇದನ್ನು ನಿರೂಪಿಸಿದ್ದಾರೆ.[34]

ಅನೇಕ ಉಪನಿಷತ್ತುಗಳಲ್ಲಿ ಮುಖ್ಯ ತತ್ವಗಳನ್ನು ಉಪದೇಶಗಳನ್ನು ಬೋಧಿಸಿದವರೇ ರಾಜರುಗಳು. ಭಾರತದ ಇತಿಹಾಸದಲ್ಲಿ ಮೊದಲ

ಬಾರಿಗೆಂಬಂತೆ ಹಲವು ಬ್ರಾಹ್ಮಣರು, ಮುನಿಗಳು ರಾಜರ ಶಿಷ್ಯತ್ವ ಸ್ವೀಕರಿಸಿ ಅವರಿಂದ ಉಪದೇಶ ಪಡೆದುಕೊಂಡಿರುವುದು ಉಪನಿಷತ್ತುಗಳಲ್ಲಿ ದಾಖಲಾಗಿವೆ.

ಬೃಹದಾರಣ್ಯಕ ಉಪನಿಷತ್ತು ಮತ್ತು ಕೌಶೀತಕಿ ಉಪನಿಷತ್ತು ಗಳೆರಡರಲ್ಲಿಯೂ ಉಲ್ಲೇಖಿತವಾದ ಒಂದು ಉದಾಹರಣೆಯನ್ನು ನೋಡೋಣ. ಗಾರ್ಗ್ಯ ಎಂಬ ಒಬ್ಬ ಋಷಿಯು ಕಾಶಿಯ ರಾಜ ಅಜಾತಶತ್ರುವಿಗೆ ಬ್ರಹ್ಮನ್ ಎಂದರೇನೆಂದು ವಿವರಿಸಿದ. ಅದೆಲ್ಲವನ್ನೂ ಅತೃಪ್ತಿಕರವೆಂದು ಅಜಾತ ಶತ್ರು ತಳ್ಳಿಹಾಕಿದ. ಆಗ ಗಾರ್ಗ್ಯನು, 'ರಾಜನ್ ನಾನೇ ಶಿಷ್ಯನಾಗುತ್ತೇನೆ ನನಗೆ ಉಪದೇಶ ಮಾಡು' ಎಂದು ಕೇಳಿಕೊಂಡ. ಆಗ ಅಜಾತಶತ್ರುವು 'ನಿಜವಾಗಿ ಒಬ್ಬ ಬ್ರಾಹ್ಮಣನು ಕ್ಷತ್ರಿಯನೊಬ್ಬನಿಂದ ಬ್ರಹ್ಮನ ಕುರಿತು ತಿಳಿದುಕೊಳ್ಳಬಯಸುವುದು ಸಾಧಾರಣ ರೀತಿಗೆ ವ್ಯತಿರಿಕ್ತವಾಗಿದೆ. ಆದರೆ ಬ್ರಹ್ಮನ್ ಎಂದರೇನೆಂದು ನಿನಗೆ ತಿಳಿಸಿಕೊಡುತ್ತೇನೆ.' ಎಂದು ಹೇಳಿ ನಿದ್ರಾ, ಸ್ವಪ್ನ, ಸುಷುಪ್ತಿಯ ಉದಾಹರಣೆ ನೀಡಿ ವಿವರಿಸುತ್ತಾನೆ. ಬೃಹದಾರಣ್ಯಕೋಪನಿಷತ್ತಿನ ಯಾಜ್ಞವಲ್ಕ್ಯರಂತೆಯೇ ಆತ್ಮವೇ 'ಸತ್ಯಸ್ಯ ಸತ್ಯ' ಎಂದು ಹೇಳುತ್ತಾನೆ.

ಛಾಂದೋಗ್ಯ ಉಪನಿಷತ್ತು ದಾಖಲಿಸಿದಂತೆ ಗೌತಮ ಎಂಬ ಬ್ರಾಹ್ಮಣನೊಬ್ಬ ಪಾಂಚಾಲ ರಾಜನ ಬಳಿ ಹೋಗಿ ತತ್ವಜ್ಞಾನವನ್ನು ಉಪದೇಶ ಮಾಡಬೇಕೆಂದು ವಿನಂತಿಸುತ್ತಾನೆ. ಆಗ ಆ ರಾಜ ಹೇಳುತ್ತಾನೆ "ಓ ಗೌತಮ, ಈ ಜ್ಞಾನವು ನಿನಗಿಂತ ಮೊದಲು ಈವರೆಗೆ ಬ್ರಾಹ್ಮಣರಿಗೆ ದೊರೆತಿಲ್ಲ. ಆ ಕಾರಣದಿಂದ ಸಕಲ ಲೋಕಗಳಲ್ಲಿಯೂ ಅಧಿಕಾರ ಕೇವಲ ಕ್ಷತ್ರಿಯರದ್ದಾಗಿ ಉಳಿದಿದೆ," ಎಂದು. ಇದೇ ಛಾಂದೋಗ್ಯ ಉಪನಿಷತ್ತಿನಲ್ಲಿಯೇ ಮತ್ತೊಂದು ಉದಾಹರಣೆಯಲ್ಲಿ ಉದ್ದಾಲಕ ಅರುಣಿ ಮತ್ತು ಇತರ ಐದು ಜನ ಬ್ರಾಹ್ಮಣ ವಿದ್ವಾಂಸರು ಅಶ್ವಪತಿ ಕೈಕೇಯನೆಂಬ ರಾಜನಿಂದ ಉಪದೇಶ ಪಡೆದು ಆತ್ಮದ ಬಗ್ಗೆ ತಿಳಿದುಕೊಳ್ಳುತ್ತಾರೆ. ಮತ್ತೊಂದು ಕಥೆಯಲ್ಲಿ ಪ್ರವಾಣ ಜವಲಿ ಎಂಬ ರಾಜ ಬ್ರಾಹ್ಮಣರಿಗೆ ಉಪದೇಶ ನೀಡುತ್ತ ಈ ಜ್ಞಾನ ಇಲ್ಲಿಯವರೆಗೆ ಕ್ಷತ್ರಿಯರ ಏಕಸ್ವಾಮ್ಯದಲ್ಲಿತ್ತು. ಮೊದಲ ಬಾರಿಗೆ ನಿಮ್ಮ ಮೂಲಕ ಬ್ರಾಹ್ಮಣರಿಗೆ ಉಪದೇಶಿಸಲ್ಪಡುತ್ತಿದೆ ಎನ್ನುತ್ತಾನೆ.

ಇಂತಹ ಉದಾಹರಣೆಗಳನ್ನಾಧರಿಸಿ ಕೆಲವು ಸಂಶೋಧಕರು ಉಪನಿಷತ್ತುಗಳ ಜ್ಞಾನವೆಲ್ಲ ಕ್ಷತ್ರಿಯರ ಚಿಂತನೆಯೆಂದು ವಾದ ಮಾಡಿದ್ದಾರೆ. ಕೆಲವರು ಆ ಸಮಯದಲ್ಲಿ ಬ್ರಾಹ್ಮಣ ಹಾಗೂ ಕ್ಷತ್ರಿಯರ ನಡುವೆ ತಿಕ್ಕಾಟವಿತ್ತೆಂದು ಕೂಡ ಅಭಿಪ್ರಾಯ ಪಟ್ಟಿದ್ದಾರೆ. ಆದರೆ ಉಪನಿಷತ್ತುಗಳ ಒಟ್ಟು ಚಿಂತನೆಗಳ ಸ್ವರೂಪವನ್ನು ನೋಡುವುದಾದರೆ ಅವುಗಳಲ್ಲಿ ಅನೇಕ ಚಿಂತನಾ ಧಾರೆಗಳಿವೆ. ಅದರಲ್ಲಿ ಆತ್ಮ ಮತ್ತು ಬ್ರಹ್ಮನ್ ಎಂಬ ಕಲ್ಪನೆ–ಯಾವ ಕಲ್ಪನೆ ಇಡೀ ಭಾರತ ದೇಶದ ಸಾಮಾಜಿಕ ವ್ಯವಸ್ಥೆಯನ್ನು ನಿರ್ದೇಶಿಸಿದೆಯೋ ಆ ಚಿಂತನೆ– ಕ್ಷತ್ರಿಯ ರಾಜರ ಹಾಗೂ ಬ್ರಾಹ್ಮಣ ಮಹರ್ಷಿಗಳ ಜೋಡಿ ಪ್ರಯತ್ನವೆಂದು ಕಾಣುತ್ತದೆ. ಯಾವ ವಿಷಯವನ್ನು ಪ್ರಸಿದ್ಧ ಮಹರ್ಷಿ ಯಾಜ್ಞವಲ್ಕ್ಯ ವಿವರಿಸುತ್ತಾರೋ ಅದೇ ವಿಷಯವನ್ನು ಅದೇ ರೀತಿ ಅಜಾತಶತ್ರು

ರಾಜನೂ ವಿವರಿಸುತ್ತಾನೆ. ಬೃಹದಾರಣ್ಯಕೋಪನಿಷತ್ತಿನಲ್ಲಿ ಯಾಜ್ಞವಲ್ಕ್ಯರು ಹೇಳುತ್ತಾರೆ:

"ನಿಜವಾಗಿ, ಆರಂಭದಲ್ಲಿ ಈ ಜಗತ್ತು ಒಂದೇ ಆಗಿತ್ತು. ಅದೇ ಬ್ರಹ್ಮನ್. ಒಬ್ಬಂಟಿಯಾಗಿದ್ದುದರಿಂದ ಅದು ವೃದ್ಧಿ ಹೊಂದಲಿಲ್ಲ. ಅದು ಇನ್ನೊಂದು ಶ್ರೇಷ್ಠತರ ರೂಪದ ಕ್ಷತ್ರಿಯತ್ವವನ್ನು ಸೃಷ್ಟಿಸಿತು. ದೇವರುಗಳೊಳಗಿನ ಕ್ಷತ್ರಿಯರಾದ ಇಂದ್ರ, ವರುಣ, ಸೋಮ, ರುದ್ರ, ಪರ್ಜನ್ಯ, ಯಮ, ಮೃತ್ಯು, ಈಶಾನರನ್ನು ಸಹ ಸೃಷ್ಟಿಸಿತು. ಆದ್ದರಿಂದಲೇ ಕ್ಷತ್ರಿಯನಿಗಿಂತ ಉನ್ನತವಾದುದು ಏನೂ ಇಲ್ಲ. ಆದುದರಿಂದ ರಾಜಸೂಯ ಯಾಗದಲ್ಲಿ ಬ್ರಾಹ್ಮಣನು ಕ್ಷತ್ರಿಯನಿಗಿಂತ ಕೆಳಗಡೆ ಕುಳಿತುಕೊಳ್ಳುತ್ತಾನೆ. ಈ ಗೌರವವನ್ನು ಅವನು ಕ್ಷಾತ್ರತ್ವಕ್ಕೆ ಮಾತ್ರ ನೀಡುತ್ತಾನೆ. ಆದರೆ ಬ್ರಾಹ್ಮಣತ್ವವೇ ಕ್ಷತ್ರಿಯತ್ವದ ಮೂಲವಾಗಿದೆ. ಆದುದರಿಂದ ಕ್ಷತ್ರಿಯನು ಶ್ರೇಷ್ಠತೆಯನ್ನು ಪಡೆದರೂ ಸಹ ಅವನು ಅದಕ್ಕಾಗಿ ತನ್ನ ಮೂಲಾಧಾರವಾದ ಬ್ರಾಹ್ಮಣತ್ವದ ಮೇಲೆ ಅವಲಂಬಿಸಿರುತ್ತಾನೆ. ಆದುದರಿಂದ ಯಾವನು ಬ್ರಾಹ್ಮಣತ್ವವನ್ನು ಹಾನಿಗೊಳಿಸುತ್ತಾನೋ ಅವನು ತನ್ನ ಮೂಲಾಧಾರವನ್ನೇ ಹಾನಿಗೊಳಿಸುತ್ತಾನೆ."

ಈ ಎಲ್ಲಾ ಸಂಗತಿಗಳು ಉಪನಿಷತ್ತುಗಳ ಕಾಲಕ್ಕೆ ಬಲಗೊಂಡಿದ್ದ ರಾಜರು ತಮ್ಮ ಆಳ್ವಿಕೆಗೆ ಅನುಕೂಲವಾದ ತತ್ವಜ್ಞಾನವನ್ನು ಸ್ವತಃ ತಾವೇ ರೂಪಿಸಿದ್ದನ್ನೂ, ಬ್ರಾಹ್ಮಣರೂ ಇದರಲ್ಲಿ ಜೊತೆಗೂಡಿದ್ದನ್ನು ಸ್ಪಷ್ಟವಾಗಿ ಹೇಳುತ್ತವೆ. ಇವೆರಡೂ ವರ್ಣಗಳು ಒಂದಾಗಿ ಪರಸ್ಪರ ಅವಲಂಬನೆಯಿಂದ ದೇಶವನ್ನು ಆಳುತ್ತಾ, ಅದಕ್ಕೆ ಅವಶ್ಯವಾದ ಸಾಮಾಜಿಕ ರಚನೆಯನ್ನು ರೂಪಿಸುತ್ತಾ ಬಂದಿದ್ದಾರೆಂಬುದು ಇದರಿಂದ ಶ್ರುತವಾಗುತ್ತದೆ. ಈ ಎರಡು ವರ್ಣಗಳೇ ವರ್ಣ ವ್ಯವಸ್ಥೆಯನ್ನೂ ಅದಕ್ಕೆ ಆಧಾರವಾದ ತತ್ವಶಾಸ್ತ್ರದ ವಾದಗಳನ್ನೂ ಬೆಳೆಸಿವೆ. ಈ ಎರಡೂ ವರ್ಣಗಳೂ ಸೇರಿಯೇ ಈ ಹೊಸ ತತ್ವಗಳನ್ನು ರೂಪಿಸಿದರೂ ಕೂಡಾ ನಂತರದ ಸಾವಿರಾರು ಶತಮಾನಗಳಲ್ಲಿ ಈ ತತ್ವಜ್ಞಾನ ಕೇವಲ ಬ್ರಾಹ್ಮಣ ಆಚಾರ್ಯರು ಮತ್ತು ವೈದಿಕ ಧಾರ್ಮಿಕ ಸಂಸ್ಥೆಗಳ ಸ್ವತ್ತಾಗಿದೆ. ಅವರಿಗೆ ಮಾತ್ರ ಈ ತತ್ವಗಳನ್ನು ವಿವರಿಸುವ ಅಧಿಕಾರ ಮತ್ತು ಸಾಮರ್ಥ್ಯ ಇದೆಯೆಂದು ಸಾರ್ವತ್ರಿಕವಾಗಿ ಪರಿಗಣಿತವಾಗಿದೆ.

ಆತ್ಮ ಎಂಬ ಕಲ್ಪನೆ, ಅದರ ಜೊತೆಯಲ್ಲಿ ಬ್ರಹ್ಮ ಎಂಬ ಕಲ್ಪನೆ ಭಾರತೀಯ ತತ್ವಶಾಸ್ತ್ರದ, ಭಾರತೀಯ ಸಂಸ್ಕೃತಿಯ ಬಹು ದೊಡ್ಡ ಸಾಧನೆ ಎಂದು ವರ್ಣಿಸಲ್ಪಡುತ್ತಿದೆ. ಆತ್ಮ, ಬ್ರಹ್ಮ ತತ್ವಗಳ ಬಗ್ಗೆ, ಮೋಕ್ಷದ ದಾರಿಯ ಬಗ್ಗೆ ಇಂದಿಗೂ ಪ್ರತಿದಿನವೂ ಹತ್ತಾರು ಸಾವಿರ ಉಪನ್ಯಾಸಗಳು ವಿವಿಧ ರೀತಿಯ ಧಾರ್ಮಿಕ ಸಂಸ್ಥೆಗಳು, ದೇವಾಲಯಗಳು, ಮಠಗಳು, ಭಕ್ತರ ಸಂಘಗಳು, ಭಕ್ತರ ಮನೆಗಳಲ್ಲಿ ನಡೆಯುತ್ತಲೇ ಇರುತ್ತವೆ. ಪರಂಪರಾಗತ ವೈದಿಕ ವಿದ್ವಾಂಸರು ಮಾತ್ರವೇ ಅಲ್ಲದೆ ಇದ್ದಕ್ಕಿದ್ದಂತೆ ಪ್ರಸಿದ್ಧಿ ಪಡೆದ ಆಧುನಿಕ ಸಂತರ ಆಶ್ರಮಗಳಲ್ಲಿ ಕೂಡಾ ಆತ್ಮ, ಬ್ರಹ್ಮ, ಕರ್ಮ ಸಿದ್ಧಾಂತಗಳ

ಬಗ್ಗೆ ಹಲವು ಉಪನ್ಯಾಸಗಳು ನಡೆಯುತ್ತಿರುತ್ತವೆ. ಈ ಶಿಬಿರಗಳಲ್ಲಿ ಆಧುನಿಕ ಯುವಕ, ಯುವತಿಯರು, ಶ್ರೀಮಂತರು ಹೆಚ್ಚಾಗಿ ಕಾಣುತ್ತಾರೆ. ವಿದೇಶಗಳ ಅನೇಕ ಆಸಕ್ತರು, ಭಕ್ತರು ಕೂಡ ಆತ್ಮ, ಬ್ರಹ್ಮನ್‌ಗಳ ಬಗ್ಗೆ ರಹಸ್ಯಗಳನ್ನು ತಿಳಿಯುವುದಕ್ಕೆಂದೇ ಭಾರತಕ್ಕೆ ಬರುತ್ತಾರೆ.

'ಆತ್ಮ' ಎಂಬ ಪರಿಕಲ್ಪನೆ

ಆತ್ಮ ಎಂಬ ಪರಿಕಲ್ಪನೆ ನಮ್ಮ ಜನ ಸಮುದಾಯಗಳ ನಡುವೆ ಹಲವಾರು ರೀತಿಯಲ್ಲಿ ದೈನಂದಿನದ ಭಾಷೆಯ ಭಾಗವಾಗಿ ಬಿಟ್ಟಿದೆ. ಆತ್ಮಾಭಿಮಾನ, ಆತ್ಮಹತ್ಯೆ, ಆತ್ಮವಿಮರ್ಶೆ, ಆತ್ಮಸಾಕ್ಷಿ, ಆತ್ಮನಿಷ್ಠೆ, ಆತ್ಮನಂಬಿಕೆ, ನಿನ್ನಾತ್ಮವನ್ನು ಕೇಳಿಕೋ ಹೀಗೆ. ಜಾನಪದ ಹಾಡು, ನಾಟಕ, ಭಜನೆ, ತತ್ವಪದಗಳಲ್ಲಿ, ಸಿನೆಮಾ ಗೀತೆ, ಸಂಭಾಷಣೆಗಳಲ್ಲಿಯೂ ಸೇರಿದೆ. ಹೀಗೆ ಜನಸಾಮಾನ್ಯರಲ್ಲಿ ಜನಜನಿತವಾಗಿರುವ ಆತ್ಮದ ಪರಿಕಲ್ಪನೆ ಹೇಗೆ ಮೂಡಿತು ಎಂಬುದು ಜಾತಿ ವ್ಯವಸ್ಥೆಯ ಉಗಮದ ಬಗೆಗಿನ ಅಧ್ಯಯನಕ್ಕೆ ಅತ್ಯವಶ್ಯಕ.

ಭಾರತದ ರಾಷ್ಟ್ರಪತಿಗಳೂ ವಿಶ್ವ ಪ್ರಸಿದ್ಧ ತತ್ವಶಾಸ್ತ್ರಜ್ಞರೂ ಆಗಿದ್ದ ಸರ್ವೇಪಲ್ಲಿ ರಾಧಾಕೃಷ್ಣನ್‌ರವರ ನೇತೃತ್ವದಲ್ಲಿ ಸಂಪಾದಿತವಾದ 'ಯುಗಯಾತ್ರೀ ಭಾರತೀಯ ಸಂಸ್ಕೃತಿ' ಸಂಪುಟದಲ್ಲಿ ಮಾಧವಾನಂದರು ಆತ್ಮದ ಬಗ್ಗೆ ಉಪನಿಷತ್ತುಗಳ ಅರಿವನ್ನು ಹೀಗೆ ಸಾರಾಂಶೀಕರಿಸಿದ್ದಾರೆ.

"ನಮ್ಮೆಲ್ಲರಿಗೂ ಗೋಚರವಾಗುತ್ತಿರುವ ಈ ಶರೀರವಲ್ಲದೆ ಆತ್ಮವೊಂದಿದೆ. ಜ್ಞಾನೇಂದ್ರಿಯಗಳು, ಕರ್ಮೇಂದ್ರಿಯಗಳು, ಮನಸ್ಸು, ಬುದ್ಧಿ, ಪ್ರಾಣ ಇವೆಲ್ಲವುಗಳಿಗಿಂತ ಈ ಆತ್ಮವು ಬೇರೆಯಾಗಿ ಮತ್ತು ಸ್ವತಂತ್ರವಾಗಿ ಇರುತ್ತದೆ. ಅಪ್ರಾಕೃತವೂ ಅಸ್ಪಷ್ಟವೂ ಆದ ಅದು ಅವಿನಾಶಿ. ಆದುದರಿಂದ ಶರೀರ ನಾಶವಾದ ಮೇಲೂ ಜೀವಿಸಿರುತ್ತದೆ. ಇದಕ್ಕೆ ಸಾಮಾನ್ಯವಾಗಿ ಜಾಗ್ರತ್, ಸ್ವಪ್ನ, ಸುಷುಪ್ತಿ ಎಂಬ ಮೂರು ಅವಸ್ಥೆಗಳಿರುತ್ತವೆ. ಮರಣಾನಂತರ ಇದು ತನ್ನ ಪೂರ್ವಕೃತ ಕರ್ಮ, ಪೂರ್ವಸಂಪಾದಿತ ವಿದ್ಯೆ(ಉಪಾಸನೆ) ಇವುಗಳಿಗನುಸಾರವಾಗಿ ಉಚ್ಚ ಅಥವಾ ನೀಚ ಲೋಕಗಳನ್ನು ಪಡೆಯುತ್ತದೆ. ಮತ್ತೆ ಈ ಲೋಕಕ್ಕೆ ಹಿಂದಿರುಗಲೂ ಬಹುದು."

ಆತ್ಮಾ ವಾ ಅರೇ ದ್ರಷ್ಟವ್ಯಃ ಶ್ರೋತವ್ಯೋ ಮಂತವ್ಯೋ ನಿಧಿಧ್ಯಾಸಿತವ್ಯಃ
ಮೈತ್ರೇಯಿ ಆತ್ಮನೋ ವಾ ಅರೇ ದರ್ಶನೇನ ಶ್ರವ್ವಣೇನ, ಮತ್ಯಾ ವಿಜ್ಞಾನೇನ ಇದಂ
ಸರ್ವ ವಿದಿತಂ // 2–4–5

ಓ ಮೈತ್ರೇಯಿ (ತನ್ನ ಹೆಂಡತಿಯುನ್ನು ಉದ್ದೇಶಿಸಿ ಯಾಜ್ಞವಲ್ಕ್ಯರು ಬೃಹದಾರಣ್ಯಕೋಪನಿಷತ್ತಿನಲ್ಲಿ ಹೇಳಿದ ಮಾತು), ತಿಳಿಯಿರಿ–ನಿಜವಾಗಿ ನೋಡಬೇಕಾದದ್ದು, ಕೇಳಬೇಕಾದ್ದು, ಚಿಂತಿಸಬೇಕಾದ್ದು, ಮಂಥನ ಮಾಡಬೇಕಾದ್ದು

ಆತ್ಮವನ್ನೇ ಕುರಿತಾಗಿದೆ–ಆತ್ಮನನ್ನು ಈ ರೀತಿ ತಿಳಿದುಕೊಂಡರೆ ಇಡೀ ಜಗತ್ತನ್ನೇ ತಿಳಿದುಕೊಳ್ಳುತ್ತೇವೆ."

ಇದು ಬೃಹದಾರಣ್ಯಕೋಪನಿಷತ್ತಿನಲ್ಲಿ ಯಾಜ್ಞವಲ್ಕ್ಯರು ಹೇಳಿದ್ದಾದರೆ ಛಾಂದೋಗ್ಯ ಉಪನಿಷತ್ತಿನಲ್ಲಿ ಪ್ರಜಾಪತಿಯಿಂದಲೇ ಇಂತಹ ಹೇಳಿಕೆಯನ್ನು ಕೊಡಿಸಲಾಗಿದೆ– "ಆತ್ಮನ್ ದೋಷರಹಿತವಾದುದು, ಕಾಲಬಾಧೆಯಿಲ್ಲದ್ದು, ಅವಿನಾಶಿಯಾದುದು, ದುಃಖವಿಲ್ಲದ್ದು, ಹಸಿವಿಲ್ಲದ್ದು, ತೃಷೆಯಿಲ್ಲದ್ದು, ಸತ್ಯತೆಯೇ ಅದರ ಅಪೇಕ್ಷೆ. ಸತ್ಯವೊಂದೇ ಅದರ ಕಲ್ಪನೆ. ಇಂಥ ಆತ್ಮನನ್ನು ಹುಡುಕಿ ಕಂಡು ಹಿಡಿಯಬೇಕು. ಅದನ್ನು ಅರಿಯುವುದೇ ನಮ್ಮ ಬಯಕೆಯಾಗಬೇಕು. ಇಂಥ ಆತ್ಮನನ್ನು ಕಂಡುಕೊಂಡವನು ಜಗತ್ಸರ್ವವನ್ನೂ, ಸರ್ವ ಅಪೇಕ್ಷೆಗಳನ್ನೂ ಪಡೆಯುತ್ತಾನೆ."

ಸಾಮಾನ್ಯವಾಗಿ ಉಲ್ಲೇಖಿಸಲಾಗುವ ಕಠೋಪನಿಷತ್ತಿನ ಪ್ರಸಿದ್ಧ ವಾಕ್ಯಗಳು ಹೀಗಿವೆ:

"ಆತ್ಮನಾಂ ರಥಿನಂ ವಿದ್ಧಿ ಶರೀರಂ ರಥಮೇವ ತು
ಬುದ್ಧಿಂ ತು ಸಾರಥಿಂ ವಿದ್ಧಿ ಮನಃ ಪ್ರಗ್ರಹಮೇವಚ //

ಜೀವಾತ್ಮನನ್ನು ರಥದ ಮುಖ್ಯಸ್ಥ ಎಂದು ತಿಳಿ. ಶರೀರವೇ ಅವನ ರಥ. ಬುದ್ಧಿಯೇ ಸಾರಥಿ. ಅವನ ಮನಸ್ಸು ಕಡಿವಾಣ.

ಅಜೋ ನಿತ್ಯಃ ಶಾಶ್ವತೋಯಂ ಪುರಾಣೋ
ನ ಹನ್ಯತೇ ಹನ್ಯಮಾನೇ ಶರೀರೇ //

ಜನ್ಮ ರಹಿತನೂ ನಿತ್ಯನೂ ಶಾಶ್ವತನೂ ಆದ ಆತ್ಮನು ಶರೀರವು ನಾಶಗೊಂಡಾಗ ನಾಶವಾಗುವುದಿಲ್ಲ.

ಅಣೋರಣೀಯಾನ್ ಮಹತೋ ಮಹೀಯಾನ್
ಆತ್ಮಾಸ್ಯ ಜಂತೋಃ ನಿಹಿತೋ ಗುಹಾಯಯಾಂ //

ಆತ್ಮನು ಅಣುವಿಗಿಂತ ಅಣುವಾಗಿದ್ದಾನೆ. ಮಹತ್ತಾದುದಕ್ಕಿಂತ ಮಹತ್ತರನಾಗಿದ್ದಾನೆ. ಈ ಜೀವಿಯು ಹೃದಯ ಗುಹೆಯಲ್ಲಿ ಗೂಢನಾಗಿದ್ದಾನೆ."

"ಅಲ್ಲಿ ಸೂರ್ಯ ಹೊಳೆಯುವುದಿಲ್ಲ, ಚಂದ್ರನೂ ಇಲ್ಲ, ನಕ್ಷತ್ರಗಳೂ ಇಲ್ಲ, ಈ ಮಿಂಚುಗಳೂ ಸಹ ಇಲ್ಲ, ಮತ್ತೆ ಈ ಅಗ್ನಿ ಎಲ್ಲಿದ್ದೀತು? ಜ್ಯೋತಿರ್ಮಯವಾದ ಆತ್ಮವನ್ನನುಸರಿಸಿಯೇ ಎಲ್ಲವೂ ಹೊಳೆಯುತ್ತವೆ. ಅದರ ಬೆಳಕಿನಿಂದಲೇ ಇವೆಲ್ಲ ಹೊಳೆಯುತ್ತವೆ." –ಕಠೋಪನಿಷತ್ತು

ಕಠೋಪನಿಷತ್ತಿನ ಈ ಶ್ಲೋಕದಲ್ಲಿ ಬಹಳ ಸ್ಪಷ್ಟವಾಗಿ ವ್ಯಕ್ತವಾಗಿರುವಂತೆ ವೇದಗಳ ತುಂಬೆಲ್ಲಾ ವೈವಿಧ್ಯಮಯವಾಗಿ ಸ್ತುತಿಸಲ್ಪಟ್ಟ, ಪ್ರಕೃತಿಯ ಅಂಗವಾದ ಸೂರ್ಯ, ಅಗ್ನಿಗಳಿಗಿಂತ ಆತ್ಮನೇ ಪ್ರಜ್ವಲಿಸುತ್ತಿದ್ದಾನೆ. ಅವನ ಬೆಳಕಿನಿಂದಲೇ ಸೂರ್ಯ, ಅಗ್ನಿ, ಚಂದ್ರ ನಕ್ಷತ್ರಗಳೂ ಹೊಳೆಯುವುದು. ಇದು ಉಪನಿಷತ್‌ಗಳ ಕಾಲದಲ್ಲಿ ವೈದಿಕ ಚಿಂತನೆ

ಪಡೆದುಕೊಂಡ ತಿರುವು. ಪ್ರಕೃತಿಯ ವಸ್ತು, ಶಕ್ತಿಗಳನ್ನು ನಿರಾಕರಿಸುವ ಕಾಲ್ಪನಿಕ ತತ್ವಗಳಿಗೆ ಎಲ್ಲ ಮಹತ್ವವನ್ನೂ ಆರೋಪಿಸುವ ವಿಚಾರಗಳು.

ಆತ್ಮನ ಕಲ್ಪನೆ ಬಂದದ್ದು ಹೇಗೆ?

ಮಾನವ ಶರೀರದಲ್ಲಿ ಎಲ್ಲೂ ಇಲ್ಲದ ಮತ್ತು ಮನಸ್ಸು, ಬುದ್ಧಿ ಮೊದಲಾದ ಮಾನವ ಶರೀರದ ಕ್ರಿಯೆಗಳಿಗಿಂತ ಭಿನ್ನವಾದ, ಯಾರಿಗೂ ಕಾಣದ ಈ ಆತ್ಮದ ಕಲ್ಪನೆಯನ್ನು ಉಪನಿಷತ್ತುಗಳಲ್ಲಿ ಮೊದಲ ಬಾರಿಗೆ ಮಾಡಲಾಯಿತು. ದೇಹದಿಂದ ದೂರವಾದ ಆತ್ಮನ ಕಲ್ಪನೆಯಂತಹದೇ ಸೋಲ್ ಎಂಬ ಕಲ್ಪನೆ ಯೂರೋಪಿನಲ್ಲಿಯೂ ಇದೆ. ಇದು ಜಗತ್ತಿನ ಬುಡಕಟ್ಟುಗಳಲ್ಲಿಯೂ ವಿವಿಧ ಆದಿಮ ರೂಪಗಳಲ್ಲಿದೆ.

ಈ ಆತ್ಮನ ಕಲ್ಪನೆ ಮನುಷ್ಯನಿಗೆ ಬಂದದ್ದು ಕನಸುಗಳಿಂದ. ಕನಸುಗಳಲ್ಲಿ ಮನುಷ್ಯನಿಗೆ ತಾನು ಏನೇನೋ ಮಾಡಿದಂತೆ ಅಥವಾ ಅವನಿಗೆ ಏನೇನೋ ಆದಂತೆ ಕಂಡರೂ ಕನಸೊಡೆದು ಎದ್ದಾಗ ತಾನು ಮಲಗಿದ ಜಾಗದಲ್ಲಿಯೇ ಇರುವುದನ್ನು ನೋಡಿದಾಗ ತಾನು ತನ್ನ ಶರೀರವನ್ನು ಬಿಟ್ಟು ಬೇರೆಯಾಗಿದ್ದೆ. ಆ ಬೇರೆ ಏನೋ ಕನಸಿನಲ್ಲಿ ಕಂಡಿದ್ದೆಲ್ಲವನ್ನು ಅನುಭವಿಸಿತು ಅಥವಾ ಮಾಡಿತು ಎಂಬ ಭಾವನೆ ಮೂಡಿತು. ಅದರ ಜೊತೆಗೆ ಈ ಕನಸುಗಳಲ್ಲಿ, ಸತ್ತು ಹೋದ, ತಾವೇ ಶರೀರವನ್ನು ಹುಗಿದಿದ್ದ ಅಥವಾ ದಹನ ಮಾಡಿದ್ದ ತಮ್ಮ ಅಮ್ಮ, ಅಪ್ಪ, ಗೆಳೆಯರು ಕೂಡ ಕನಸಿನಲ್ಲಿ ಆಗಾಗ್ಗೆ ಕಾಣುತ್ತಿದ್ದರು.

ಮನಸ್ಸಿನ ಈ ಕ್ರಿಯೆಯನ್ನು ಅರ್ಥೈಸಿಕೊಳ್ಳಲಾಗದ ಅಂದಿನ ಮಾನವ, ಶರೀರದಿಂದ ಬೇರೆಯೇ ಆದ ಏನೋ ಒಂದನ್ನು ಕಲ್ಪಿಸಿಕೊಂಡ. ಅದನ್ನು ಪೂಜಿಸಲಾರಂಭಿಸಿದ. ಗತಿಸಿದ ಪೂರ್ವಜರ ನೆನಪಿನಲ್ಲಿ ಹಿರೇರ ಹಬ್ಬ ಮಾಡಿ ಅವರಿಗೆ ಪ್ರಿಯವಾದ ತಿನಿಸುಗಳನ್ನು ಎಡೆ ಎಂದು ಬಡಿಸಿ ತಮ್ಮ ಹಿರಿಯರು ಬಂದು ಅದನ್ನು ಉಣ್ಣುವರೆಂದು ಭಾವಿಸಿ ಎಡೆಯಿಟ್ಟ ಜಾಗವನ್ನು ಬಾಗಿಲು ಹಾಕಿ ಮುಚ್ಚಿ ಕೊಂಚ ಹೊತ್ತು ಹೊರಗಿರುವುದು. ಅಥವಾ ಸತ್ತ ಮೇಲೆ ಸ್ಮಶಾನದಲ್ಲಿ ಕಾಗೆಯ ರೂಪದಲ್ಲಿ ಬಂದು ಸತ್ತವನ ಆತ್ಮ ಎಡೆಯನ್ನು ತಿನ್ನುವುದೆಂದು ಭಾವಿಸುವುದು. ಕಾಗೆ ಮುಟ್ಟುವ ತನಕ ಕಾಯುವುದು ಇವೆಲ್ಲಾ ಈ ನಂಬಿಕೆಗಳ ಕಾರಣಕ್ಕಾಗಿಯೇ ರೂಢಿಯಲ್ಲಿವೆ.

ಮಾನವನ ಆದಿಕಾಲದಲ್ಲಿ ನಿದ್ದೆಯಲ್ಲಿ ಬೀಳುತ್ತಿದ್ದ ಕನಸುಗಳನ್ನು ಕಂಡವರಿಗೆ ಅವುಗಳನ್ನು ಅರ್ಥ ಮಾಡಿಕೊಳ್ಳಲು ಕಷ್ಟವಾದದ್ದು ಸಹಜವೇ. ಮನಸ್ಸಿನ ಕೆಲಸದ ವಿಧಾನಗಳನ್ನು ಅರ್ಥಮಾಡಿಕೊಳ್ಳಲು ಅನುವಾಗುವ ಮನಃಶ್ಶಾಸ್ತ್ರದ ಬೆಳವಣಿಗೆ ತೀರಾ ಇತ್ತೀಚಿನದು. ಆದ್ದರಿಂದ ಕನಸುಗಳನ್ನು ಕುರಿತು ಪ್ರಾಚೀನ ಕಾಲದ ಜನಮನದಲ್ಲಿ ಹಲವು ರೀತಿಯ ನಂಬಿಕೆ ಮತ್ತು ಆತಂಕಗಳು ಹುಟ್ಟಿದ್ದು ಸಹಜವೇ ಆಗಿತ್ತು. ಈ ಆತಂಕಗಳು, ನಂಬಿಕೆಗಳನ್ನು ಬಳಸಿಕೊಂಡು ಆತ್ಮನ ಬಗ್ಗೆ ತತ್ವಗಳನ್ನು ಕಟ್ಟಲು, ಅದೊಂದು ಬಹಳ ಉನ್ನತ ತತ್ವವೆಂದು ನಿರೂಪಿಸುವ, ಉಚ್ಚ ನೀಚ ಬೇಧ,

ವರ್ಣ–ಜಾತಿ ವ್ಯವಸ್ಥೆಯ ಬಗ್ಗೆ ಸಮರ್ಥನೆಗೆ ಬಳಸಿಕೊಳ್ಳುವ ಪ್ರಯತ್ನ ಬಹಳ ಯಶಸ್ವಿಯಾಯಿತು.

ಬೃಹದಾರಣ್ಯಕೋಪನಿಷತ್ತಿನಲ್ಲಿ ಯಾಜ್ಞವಲ್ಕ್ಯರು ಕನಸಿಗೂ ಆತ್ಮ ಕಲ್ಪನೆಗೂ ಇರುವ ಸಂಬಂಧವನ್ನು ಬಹಳ ಸ್ಪಷ್ಟವಾಗಿಯೇ ಹೇಳುತ್ತಾರೆ. ಕನಸಿನ ಲೋಕವನ್ನು ಉಪಯೋಗಿಸಿಕೊಂಡು ಅವರು ಮತ್ತೊಂದು ಲೋಕವನ್ನೇ ಸೃಷ್ಟಿಸುತ್ತಾರೆ. ಅವರ ಪ್ರಕಾರ 'ಒಬ್ಬ ವ್ಯಕ್ತಿ ಕೇವಲ ಎರಡು ಸ್ಥಿತಿಗಳಲ್ಲಿ ಇರಲು ಶಕ್ಯ. ಒಂದು, ಈ ಲೋಕದಲ್ಲಿ ಇರುವ ಸ್ಥಿತಿ, ಎರಡು, ಪರಲೋಕದಲ್ಲಿ ಇರುವ ಸ್ಥಿತಿ. ಇವೆರಡರ ನಡುವಣ ಮೂರನೆಯ ಸ್ಥಿತಿ ಮತ್ತೊಂದು ಇದೆ. ಅದೇ ನಿದ್ರಾವಸ್ಥೆ. ಈ ಮಧ್ಯಂತರ ಸ್ಥಿತಿಯಲ್ಲಿ ಇರುವಾಗ ಎರಡೂ ಸ್ಥಿತಿಗಳನ್ನೂ –ಈ ಲೋಕದ ಸ್ಥಿತಿಯನ್ನೂ ಹಾಗೂ ಪರಲೋಕದ ಸ್ಥಿತಿಯನ್ನೂ ಆತ ಕಾಣುತ್ತಾನೆ.

ಕತಮ ಆತ್ಮೇತಿ

(ಆತ್ಮನೆಂದರೆ ಯಾವನು?) ಎಂಬ ಪ್ರಶ್ನೆಯನ್ನು ಹಾಕಿಕೊಂಡು ಈ ರೀತಿ ಉತ್ತರ ನೀಡುತ್ತಾರೆ

'ವಿಜ್ಞಾನಮಯನಾದ ಹೃದಯದೊಳಗಿರುವ ಅಂತರ್ಜ್ಯೋತಿಯಾದ ಪುರುಷ.'

ಸನ್ನುಭೌಲೋಕಾವನುಸಂಚರತಿ

(ಅವನು ಎರಡೂ ಲೋಕಗಳಲ್ಲಿ ಸಂಚರಿಸುತ್ತಿರುತ್ತಾನೆ.)

ಸ ಹಿ ಸ್ವಪ್ನೋ ಭೂತ್ವೇಮಂ ಲೋಕಮತಿಕ್ರಾಮತಿ ಮೃತ್ಯೋ ರೂಪಾಣಿ.

(ಅವನೇ ಸ್ವಪ್ನವಾಗಿ ಈ ಲೋಕವನ್ನೂ, ಮೃತ್ಯುವಿನ ಲೋಕವನ್ನೂ ಅತಿಕ್ರಮಿಸುತ್ತಾನೆ.)

ಹೀಗೆ ಸ್ವಪ್ನದಲ್ಲಿ ಕಾಣುವ ಸಂಗತಿಗಳನ್ನು ಆತ್ಮನ ಹಾಗೂ ಪರಲೋಕದ ಸೃಷ್ಟಿಗೆ ಉಪಯೋಗಿಸಿಕೊಳ್ಳುತ್ತಾರೆ.

ಆ ಸ್ವಪ್ನಲೋಕದಲ್ಲಿ

> **"ನ ತತ್ರ ರಥಾ ನ ರಥಯೋಗಾ ನ ಪಂಥಾನೋ ಭವಂತಿ, ಅಥ ರಥಯೋಗಾನ್ ಪಥಃ ನ ತತ್ರಾನಂದಾ ಮುದಃ ಪ್ರಮುದೋ ಭವಂತಿ, ಆಥಾನಂದಾನ್ ಮುದಃ ಪ್ರಮುದಃ ಸೃಜತೇ; ಸ ಹಿ ಕರ್ತಾ"** 4–3–10 ಬೃಹದಾರಣ್ಯಕೋಪನಿಷತ್

ಅಲ್ಲಿ ರಥಗಳಿರುವುದಿಲ್ಲ ರಥಕ್ಕೆ ಕಟ್ಟುವ ಅಶ್ವಗಳಿರುವುದಿಲ್ಲ. ರಥವು ಚಲಿಸುವ ಮಾರ್ಗವಿರುವುದಿಲ್ಲ; ಆದರೂ ರಥಗಳನ್ನೂ ಅಶ್ವಗಳನ್ನೂ ಹಾದಿಗಳನ್ನೂ ಸೃಜಿಸುತ್ತಾನೆ. ಅಲ್ಲಿ ಆನಂದಗಳು, ಮೋದಗಳು, ಪ್ರಮೋದಗಳು ಇರುವುದಿಲ್ಲ. ಆದರೂ ಆಮೋದ ಪ್ರಮೋದಗಳನ್ನು ಸೃಜಿಸುತ್ತಾನೆ. "ಕನಸುಗಳಲ್ಲಿ ಯಾವ ವಸ್ತುವೂ ಇಲ್ಲದೆಯೇ

ಎಲ್ಲವನ್ನೂ ಕಾಣುವ, ಅನುಭವಿಸುವ ಕ್ರಿಯೆ ಮನುಷ್ಯನಿಗೆ ಸೋಜಿಗವನ್ನುಂಟು ಮಾಡುವಂತಹುದೇ. ಯಾಜ್ಞವಲ್ಕ್ಯ ಋಷಿ ಮತ್ತಿತರ ಉಪನಿಷತ್ತುಗಳ ನಿಪುಣರು ಅದನ್ನೇ ಬಳಸಿಕೊಂಡರು. ಸ್ವತಃ ಸೃಷ್ಟಿಯನ್ನು ಮಾಡಿಕೊಳ್ಳಬಹುದಾದ 'ಆ ಅದು' ಸೃಷ್ಟಿಕರ್ತನಿಗೆ ಸಮನಾದುದೇ ಅಲ್ಲವೇ? ಆದ್ದರಿಂದ ಅದು ದೇಹದಿಂದ ಭಿನ್ನವಾದ, ಮನುಷ್ಯನ ಮಿತಿಗಳನ್ನು ಮೀರಿದ ವಿಶೇಷ ಶಕ್ತಿಯುಳ್ಳದ್ದು ಎಂದು ವಾಖ್ಯಾನ ಮಾಡುತ್ತಾರೆ. ಅದಕ್ಕೆ ಆತ್ಮನೆಂಬ ಹೆಸರನ್ನು ಕೊಟ್ಟರು."

ಬುಡಕಟ್ಟು ಜನರ ಮುಗ್ಧ, ಪಿತೃಗಳ/ಹಿರೇರ ಹಬ್ಬದ ಕಲ್ಪನೆಗೂ ಈ ಆತ್ಮನ ಕಲ್ಪನೆಗೂ ಅಗಾಧ ವ್ಯತ್ಯಾಸವಿದೆ. ಈ ಪರಿಕಲ್ಪನೆಯನ್ನು ಸೃಜಿಸಿದ ಮೇಲೆ ಅದನ್ನು ಮತ್ತಷ್ಟು ನಿಗೂಢವಾಗಿಸಿ ಬಹಳ ಮಹತ್ತಾದುದೇನೋ ಅದರಲ್ಲಿದೆ ಎಂದು ಸಾಮಾನ್ಯ ಜನರಿಗೆ ಬಿಂಬಿಸಲು ಪ್ರಯತ್ನ ಪಡಲಾಗಿದೆ.

> **ಯಃ ಸರ್ವೇಷು ಭೂತೇಷು ತಿಷನ್ ಸರ್ವೇಭ್ಯೋ ಭೋತೇಭ್ಯೋಂತರಃ ಯಂ ಸರ್ವಾಣಿ ಭೂತಾನಿ ನ ವಿದುಃ ಯಸ್ಯ ಸರ್ವಾಣಿ ಭೂತಾನಿ ಶರೀರಂ, ಯಂ ಸರ್ವಾಣಿ ಭೂತ್ಯಾನಂತರೋ ಯಮಯತಿ; ಏಷ ಆತ್ಮಾ ಅಂತರ್ಯಾಮ್ಯೈಮೃತಃ** (3–7–15)

ಯಾವನು ಎಲ್ಲಾ ಭೂತಗಳಲ್ಲಿಯೂ ಇರುವವನಾಗಿ ಎಲ್ಲ ಭೂತಗಳಿಂತಲೂ ಒಳಗೆ ಇರುವವನೋ ಯಾವನನ್ನು ಎಲ್ಲ ಭೂತಗಳೂ ಅರಿಯಲು ಸಾಧ್ಯವಿಲ್ಲವೋ, ಯಾವನಿಗೆ ಎಲ್ಲಾ ಭೂತಗಳು ಕೂಡ ಶರೀರವೋ, ಯಾವನು ಭೂತಗಳನ್ನು ಒಳಗಿದ್ದು ಆಳುತ್ತಿರುವನೋ ಅವನೇ ನಿನ್ನ ಅಂತರ್ಯಾಮಿಯಾದ ಆತ್ಮನು.

ಇಂತಹ ಆತ್ಮನನ್ನು ಏಕೆ ಅರಿಯಲಾಗುವುದಿಲ್ಲವೆಂದರೆ

"ಆತ್ಮನು ಅದಲ್ಲ, ಇದೂ ಅಲ್ಲ. (ನೇತಿ ನೇತಿ–ನ ಇತಿ), ಅದನ್ನು ಹಿಡಿಯಲು ಸಾಧ್ಯವಿಲ್ಲ. ಏಕೆಂದರೆ ಅದು ಹಿಡಿಯಲ್ಪಟ್ಟಿರುವುದಿಲ್ಲ. ಅದನ್ನು ನಾಶ ಮಾಡಲು ಸಾಧ್ಯವಿಲ್ಲ, ಏಕೆಂದರೆ ಅದು ಎಂದೂ ನಾಶವಾಗಿಲ್ಲ. ಅದು ಸಂಬಂಧ ಹೊಂದಿರು ವಂತಹದ್ದಲ್ಲ, ಏಕೆಂದರೆ ಅದು ಯಾವುದರೊಂದಿಗೂ ಸಂಬಂಧ ಪಡೆದಿಲ್ಲ. ಅದು ಮಿತಿ ಹಾಗೂ ಬಂಧನಗಳಿಲ್ಲದ್ದು. ಅದಕ್ಕೆ ಸ್ಪಂದನವಿಲ್ಲ. ಅದು ಗಾಯಗೊಳ್ಳದ್ದು." ಹೀಗೆ ಆತ್ಮನೆಂಬ ಈ ವಸ್ತುವಲ್ಲದ ಯಾವುದೋ ಒಂದು ಕೇವಲ ಮನುಷ್ಯರ ದೇಹದೊಳಗೆ ಮಾತ್ರವಲ್ಲ ಎಲ್ಲಾ ಭೂತಗಳ (ಜೀವಿಗಳ) ಒಳಗೂ ಇರುವಂತಹದು ಎಂದು ಕಲ್ಪಿಸಿದರು. ಮನುಷ್ಯನ ಸ್ವಪ್ನ ಲೋಕದಿಂದ ಆರಂಭವಾಗಿ ಸ್ವಪ್ನದ ಸಾಧ್ಯತೆಯೇ ಇಲ್ಲದ ಪ್ರಾಣಿ, ಪಕ್ಷಿಗಳಿಗೂ, ಕ್ರಿಮಿ ಕೀಟ, ಮರ ಗಿಡಗಳಿಗೂ ಆತ್ಮ ವ್ಯಾಪಿಸಿಕೊಂಡು ಬಿಟ್ಟಿತು. ಸರ್ವಾಂತರ್ಯಾಮಿಯಾಗಿ ಬಿಟ್ಟಿತು. ಮನುಷ್ಯನನ್ನೇ ಮೀರಿದ ಅವನನ್ನು ನಿಯಂತ್ರಿಸುವ ಶಕ್ತಿಯನ್ನು ಅವನ ಸ್ವಪ್ನಗಳ ಲೋಕದಿಂದಲೇ ಸೃಷ್ಟಿಸಲಾಯಿತು. ಆತ್ಮನು ಹೇಗೆ ಕನಸುಗಳಲ್ಲಿ, ಅಲ್ಲಿ ಇಲ್ಲದ ವಸ್ತುಗಳನ್ನು ಸೃಷ್ಟಿಸಿಕೊಳ್ಳುವ ಸಾಮರ್ಥ್ಯ ಪಡೆದಿದ್ದಾನೋ ಅದರಂತೆಯೇ ಈ ನಿಜ ಲೋಕವೂ ಆತ್ಮನ ಮಿಥ್ಯಾ ಸೃಷ್ಟಿ ಎಂದು ಭಾವಿಸಿ

ವಿವರಿಸಿದರು. ಇದು ಮುಂದೆ ವಿವರಿಸಲಾಗುವಂತೆ ಬ್ರಹ್ಮನ್ ಎಂಬ ವಸ್ತುವಲ್ಲದ ಮತ್ತೊಂದರ ಸೃಷ್ಟಿಗೆ ಕಾರಣವಾಯಿತು. ಬ್ರಹ್ಮ ಸತ್ಯ ಜಗನ್ಮಿಥ್ಯಾ–ಬ್ರಹ್ಮ ಮಾತ್ರ ಸತ್ಯ ಜಗತ್ತೆಲ್ಲಾ ಮಿಥ್ಯ ಎಂಬ ತತ್ವದ ಸೃಷ್ಟಿಗೆ ಕಾರಣವಾಯಿತು. ಅಂದಿನಿಂದ ಇಂದಿನವರೆಗೆ ಭಾರತದಲ್ಲಿ ಪ್ರಭಾವ ಬೀರುತ್ತಿರುವ, ಜಗತ್ತು, ಸಂಸಾರ 'ಎಲ್ಲಾ ಮಾಯವೋ' ಎಂಬ ವಾದಕ್ಕೆ, ಮಿಥ್ಯಾ ಪ್ರಜ್ಞೆಗೆ ಕಾರಣವಾಯಿತು.

ಆತ್ಮನ ಮೋಕ್ಷಯಾನ

ಆತ್ಮನನ್ನು ಮತ್ತು ಈ ಲೋಕವನ್ನು ಬಿಟ್ಟು ಬೇರೆ ಲೋಕವನ್ನು ಕಲ್ಪಿಸಿದ ಮೇಲೆ ಆ ಲೋಕಗಳಿಗೆ ಆತ್ಮ ಹೇಗೆ ಪ್ರವೇಶಿಸುತ್ತದೆ ಎಂಬ ಬಗ್ಗೆ ವಿವರಿಸಬೇಕಾಯಿತು. ಮಾಧವಾನಂದರು ವಿವರಿಸುವಂತೆ ಉಪನಿಷತ್ತುಗಳು ಹೀಗೆ ಸಾರಿವೆ.

"ಈ ವಿಶ್ವದಲ್ಲಿ ಅನೇಕ ಲೋಕಗಳಿವೆ. ಇವುಗಳಲ್ಲಿ ಸಗುಣ ಬ್ರಹ್ಮನ ಲೋಕವೇ (ಬ್ರಹ್ಮಲೋಕವೇ) ಅತ್ಯುನ್ನತವಾದುದು. ಮರಣಾನಂತರ ಮಾನವನು ತನ್ನ ಯೋಗ್ಯತೆಗೆ (ಎಂದರೆ ಕರ್ಮಕ್ಕೆ) ಅನುಸಾರವಾಗಿ ಈ ವಿವಿಧ ಲೋಕಗಳಿಗೆ ಮಾಡುವ ಪ್ರಯಾಣವನ್ನು ಉಪನಿಷತ್ತುಗಳಲ್ಲಿ (ಛಾಂದೋಗ್ಯ ಉ, ಬೃಹದಾರಣ್ಯಕ ಉ, ಕೌಶೀತಕಿ ಉ.) ವಿವರಿಸಲಾಗಿದೆ. ವಿವಿಧ ಅತಿ ವಾಹಕರು ಜೀವಾತ್ಮನನ್ನು ಕರೆದೊಯ್ಯುವ ಮಾರ್ಗಗಳು ಎರಡು: ಒಂದನ್ನು ದೇವಯಾನ ಮತ್ತೊಂದನ್ನು ಪಿತೃಯಾನ ಎಂದು ಕರೆಯುತ್ತಾರೆ. ಉಪಾಸನಾ ನಿಷ್ಠರೂ, ಸತ್ಯನಿಷ್ಠರೂ ಆಗಿ ಪರಿಶುದ್ಧ ಜೀವನವನ್ನು ನಡೆಸಿದವರು ಮೊದಲನೆಯ ಮಾರ್ಗದಿಂದ ಹೋಗುತ್ತಾರೆ. ಆನಂದಮಯವಾದ ಬ್ರಹ್ಮಲೋಕವನ್ನು ಸೇರಿ ತಮ್ಮ ಉಪಾಸನೆಯನ್ನು ಮುಂದುವರಿಸಿ ಸಂಸಿದ್ಧರಾಗಿ ಕಟ್ಟಕಡೆಯಲ್ಲಿ ಎಲ್ಲ ಲೋಕಗಳನ್ನೂ ಮೀರಿ ನಿರ್ಗುಣ ಪರ ಬ್ರಹ್ಮದಲ್ಲಿ ಒಂದಾಗುತ್ತಾರೆ. ಇದಕ್ಕೆ 'ಕ್ರಮ ಮುಕ್ತಿ' ಎಂದು ಹೆಸರು. ಆದರೆ ಯಾರು ಕೇವಲ ಯಾಂತ್ರಿಕವಾಗಿ ಪುಣ್ಯಕರ್ಮಗಳನ್ನು ಎಸಗುವರೋ ಅವರು ಪಿತೃಯಾನದ ಮಾರ್ಗವಾಗಿ ಹೋಗುತ್ತಾರೆ. ಇವರು ಚಂದ್ರಲೋಕವನ್ನು ಸೇರಿ ಅಲ್ಲಿ ವಾಸಿಸುತ್ತಾ ತಮ್ಮ ಪುಣ್ಯಕರ್ಮಗಳ ಫಲವನ್ನು ಭೋಗಿಸುತ್ತಾ ಅದು ತೀರಿದ ನಂತರ ಮನುಷ್ಯರಾಗಿ ಹುಟ್ಟಲು ಈ ಲೋಕಕ್ಕೆ ಹಿಂತಿರುಗುತ್ತಾರೆ. ಯಾರ ಕರ್ಮಾಶಯವು ಎಂದರೆ ಶೇಷ ಕರ್ಮವು ಪುಣ್ಯರೂಪ ದಲ್ಲಿರುವುದೋ ಅವರು ಉತ್ತಮ ವಂಶಗಳಲ್ಲಿ ಹುಟ್ಟುವರು. ತದ್ವಿರುದ್ಧವಾಗಿ ಯಾರ ಶೇಷ ಕರ್ಮವು ಪಾಪರೂಪವಾಗಿರುವುದೋ ಅವರು ಅದನ್ನು ಸವೆಸಲು ಅಧಮ ವಂಶಗಳಲ್ಲಿಯೋ ಅಥವಾ ಇನ್ನೂ ಕೀಳಾದ ತಿರ್ಯಗ್ಯೋನಿಗಳಲ್ಲಿ (ಕೀಳು ಪ್ರಾಣಿ ಇತ್ಯಾದಿಗಳಾಗಿ) ಹುಟ್ಟುವರು."

ಈ ವಿವರಣೆ ಬಹಳ ಸ್ಪಷ್ಟವಾಗಿ ಆತ್ಮ, ಮೋಕ್ಷ ಮತ್ತು ಪರಲೋಕ, ಪರಬ್ರಹ್ಮ ಮೊದಲಾದ ಪರಿಕಲ್ಪನೆಗಳ ಸೃಷ್ಟಿಯ ಬೇರಿಗೆ ಕೈ ಹಾಕುತ್ತದೆ. ಉಪಾಸನಾ ನಿಷ್ಠರಿಗೆ ಆನಂದಮಯವಾದ ಬ್ರಹ್ಮಲೋಕ, ಪುಣ್ಯಕರ್ಮಗಳನ್ನೇ ಮಾಡಿದರೂ ಉಪಾಸನಾ ನಿಷ್ಠೆಯಿಲ್ಲದೆ ಕೇವಲ ಯಾಂತ್ರಿಕವಾಗಿ ಮಾಡಿದರೆ ಅವರು ಮೋಕ್ಷವನ್ನು

ಪಡೆಯುವುದಿಲ್ಲ. ಈ ಲೋಕಕ್ಕೆ ಹಿಂದಿರುಗುತ್ತಾರೆ. ಉತ್ತಮ ವಂಶದಲ್ಲಿ ಜನಿಸುವುದು ಅಥವಾ ಕೀಳು ವಂಶದಲ್ಲಿ ಜನಿಸುವುದು ಅವರ ಪುಣ್ಯ ಅಥವಾ ಪಾಪ ಕರ್ಮಗಳನ್ನು ಅವಲಂಬಿಸಿದೆ. ಮನುಷ್ಯರಾಗಿ ಮಾತ್ರವಲ್ಲ ಪ್ರಾಣಿಗಳಾಗಿ ಕೂಡ ಹುಟ್ಟಬಹುದು. ಆತ್ಮ, ಬ್ರಹ್ಮನ್, ಪರಲೋಕ, ಬ್ರಹ್ಮಲೋಕ, ಮೋಕ್ಷ ಮೊದಲಾದ ಕಲ್ಪನೆಗಳ ನಿಜ ಅರ್ಥ ಇಲ್ಲಿ ಬಹಳ ಸ್ಪಷ್ಟವಾಗುತ್ತದೆ.

"ಸತ್ಯಮೇವ ಜಯತೇ ನಾನೃತಂ" ಇದು ಬಹಳ ಪ್ರಸಿದ್ಧವಾದ ಮುಂಡಕೋಪನಿಷತ್‌ನ ವಾಕ್ಯ. ಭಾರತದ ತತ್ವಜ್ಞಾನದ ಶ್ರೇಷ್ಠತೆಯನ್ನು ಸಾರುವುದಕ್ಕೆ ಇದನ್ನು ಎಲ್ಲ ಕಡೆ ಉಲ್ಲೇಖಿಸುವ, ಉದಾಹರಣೆಯಾದ ವಾಕ್ಯ. ಈ ವಾಕ್ಯವನ್ನು ಅದರ ಸಂದರ್ಭದಿಂದ ಹೊರಗೆ ನೋಡಿದಾಗ ಒಂದು ಸಾರ್ವಕಾಲಿಕ ಸತ್ಯವನ್ನು ಹೇಳುವಂತೆ ಕಾಣುತ್ತದೆ. ಆದರೆ ಉಪನಿಷತ್‌ನಲ್ಲಿ ಯಾವ ಶ್ಲೋಕದಿಂದ ಎತ್ತಿಕೊಳ್ಳಲಾಗಿದೆಯೋ ಅದರ ಸಂದರ್ಭವನ್ನು ನೋಡಿದಾಗ ಸತ್ಯದ ವಾಖ್ಯೆ ಏನೆಂದು ಅರ್ಥವಾಗುತ್ತದೆ.

"ಸತ್ಯಮೇವ ಜಯತೇ ನಾನೃತಂ
ಸತ್ಯೇನ ಪಂಥಾ ವಿತತೋ ದೇವಯಾನಂ"[37]

ಸತ್ಯವೇ ಜಯಿಸುತ್ತದೆ ಅಸತ್ಯವಲ್ಲ. ಪರಮಾತ್ಮನನ್ನು ಸೇರುವ ದೇವಯಾನ ಎಂಬ ಮಾರ್ಗವು ಸತ್ಯದಿಂದ ಕೂಡಿದೆ ಎನ್ನುವುದು. ಈ ಉಪನಿಷತ್ತಿಗೆ ದೀರ್ಘ ವ್ಯಾಖ್ಯಾನ ಬರೆದ ರಾಮಕೃಷ್ಣಾಶ್ರಮದ ಸೋಮಾನಾಥ ಆನಂದರು ಈ ಸತ್ಯದ ಅರ್ಥವನ್ನು "ಇಲ್ಲಿ ಸತ್ಯವೆಂಬುದನ್ನು ದಿನ ನಿತ್ಯ ಆಡುವ ಮಾತಿಗೆ ಅನ್ವಯಿಸಿದರೆ ಬಹಳ ಸಣ್ಣ ಅರ್ಥವಾಗುವುದು. ಇಲ್ಲಿ ಯಾವುದು ಪರಮಸತ್ಯವಾಗಿರುವುದೋ ಅದು ಸತ್ಯ" ಹೀಗೆ ವಿವರಿಸಿದ್ದಾರೆ.[38]

ಹಾಗಾದರೆ ಅನೃತವೆಂದರೆ ರೂಪ, ರಸ, ಸ್ಪರ್ಶ, ಗಂಧ ಮೊದಲಾದ ತಾತ್ಕಾಲಿಕ ಸಂತೋಷವನ್ನು ಕೊಡುವ ಪಥವನ್ನು ಹಿಡಿಯುವುದು. ಬದುಕಿನೆಲ್ಲಾ ವಿಚಾರಗಳೂ ಅನೃತ. ಈ ಸತ್ಯ ಮತ್ತು ಅನೃತದ ಬಗ್ಗೆ ಈ ಪ್ರಸಿದ್ಧ ವಾಕ್ಯ ಮಾತನಾಡುತ್ತಿದೆಯೇ ಹೊರತು, ಈ ಜಗತ್ತಿನ ಬದುಕಿನಲ್ಲಿ ನಾವು ನರ ಮನುಷ್ಯರು ಬಳಸುವ ಸತ್ಯದ ಬಗ್ಗೆ ಅಲ್ಲ. ಇನ್ನೂ ಹೆಚ್ಚಿನದಾಗಿ ಈ ಶ್ಲೋಕದ ಸತ್ಯ 'ದೇವಯಾನ'ಕ್ಕೆ ಸಂಬಂಧಿಸಿದ್ದು. ಮೇಲೆ ಉಲ್ಲೇಖಿಸಲಾದ ಮಾಧವಾನಂದರ ವಿವರಣೆಯನ್ನು ನೆನಪಿಗೆ ತಂದುಕೊಳ್ಳೋಣ. 'ಉಪಾಸನಾ ನಿಷ್ಠರೂ, ಸತ್ಯನಿಷ್ಠರೂ ಆಗಿ ಪರಿಶುದ್ಧ ಜೀವನವನ್ನು ನಡೆಸಿದವರು ಬ್ರಹ್ಮ ಲೋಕಕ್ಕೆ ಹೋಗುವ ಮಾರ್ಗ ದೇವಯಾನ.' ಹಾಗೆ ಈ ಪ್ರಸಿದ್ಧ ವಾಕ್ಯದ 'ಸತ್ಯ' ಜೀವನ ವಿಮುಖವಾದುದು, ಮಾತ್ರವಲ್ಲ ಉಪಾಸನಾ ನಿಷ್ಠರು ಬ್ರಹ್ಮಲೋಕವನ್ನು ತಲುಪುವುದಕ್ಕೆ ಇರುವ ಮಾರ್ಗಕ್ಕೆ ಸಂಬಂಧಿಸಿದ್ದು. ಸಾಧಾರಣ ಜನರು ಹೋಗುವ ಪಿತೃಯಾನ ಮಾರ್ಗಕ್ಕೆ ಸಂಬಂಧಿಸಿದ್ದಲ್ಲ."

ಜನ್ಮಾಂತರ ಪ್ರಾಪ್ತಿ ಮತ್ತು ಕರ್ಮ ನಿಯಮ

ಹೀಗೆ ದೇಹವೆಂಬ ಭೌತಿಕ ವಸ್ತುವನ್ನು ಬಿಟ್ಟು ಯಾರಿಗೂ ಕಾಣದ ಊಹಾತ್ಮಕವಾದ

ಆತ್ಮವೆಂಬ ಕಲ್ಪನೆಯನ್ನು ಮೋಕ್ಷ, ಕರ್ಮ, ಪಾಪ, ಪುಣ್ಯ, ಪುನರ್ಜನ್ಮ ಇವುಗಳ ಜೊತೆಗೆ ಬೇರ್ಪಡಿಸಲಾಗದಂತೆ ಹೆಣೆಯಲಾಗಿದೆ.

ಯಾಜ್ಞವಲ್ಕ್ಯರು ಬೃಹದಾರಣ್ಯಕೋಪನಿಷತ್ತಿನಲ್ಲಿ ಹೇಳುವಂತೆ

"ಸ ಆಯಮಾತ್ಮಾ ಬ್ರಹ್ಮ ವಿಜ್ಞಾನಮಯೋ ಮನೋಮಯಃ
ಯಥಾಚಾರೀ ತಥಾ ಭವತಿ ಸಾಧುಕಾರೀ ಸಾಧುರ್ಭವತಿ
ಪಾಪಕಾರೀ ಪಾಪೋ ಭವತಿ, ಪುಣ್ಯಃ ಪುಣ್ಯೇನ ಕರ್ಮಣಾ ಭವತಿ ಪಾಪಃ ಪಾಪೇನ

ಆ ಆತ್ಮನೇ ಬ್ರಹ್ಮವು, ಜ್ಞಾನರೂಪನು, ಮನಸ್ಸನ್ನು ಆವರಿಸಿರುವವನು. ಯಾವ ಆಚಾರವನ್ನುಳ್ಳವನಾಗುತ್ತಾನೋ ಇವನು ಅದೇ ಆಗುತ್ತಾನೆ. ಸಾಧುವಾದ ಆಚಾರವುಳ್ಳವನು ಸಾಧುವಾಗುತ್ತಾನೆ. ಪಾಪಕಾರೀ ಆಚಾರವುಳ್ಳವನು ಪಾಪಿಯಾಗುತ್ತಾನೆ. ಪುಣ್ಯಶಾಲಿ ಯಾದವನು ಪುಣ್ಯದಿಂದ ಒಳ್ಳೆಯವನಾಗುತ್ತಾನೆ. ಪಾಪದಿಂದ ಕೆಟ್ಟವನಾಗುತ್ತಾನೆ."

ಈಶಾವಾಸ್ಯ ಉಪನಿಷತ್ತು, ಮತ್ತೊಂದು ಬಹಳ ಅಧ್ಯಯನ ಮಾಡಲ್ಪಟ್ಟ ಮತ್ತು ಭಾರತದ ತತ್ವಜ್ಞಾನದ ಮುಖ್ಯ ಆಕರಗಳಲ್ಲೊಂದು ಎಂದು ಬಣ್ಣಿಸಲ್ಪಟ್ಟ ಉಪನಿಷತ್ತು. ಈ ಉಪನಿಷತ್ತು ಹೀಗೆ ಹೇಳುತ್ತದೆ.

"ಅಸುರ್ಯಾ ನಾಮತೇ ಲೋಕಾ
ಅಂಧೇನ ತಮಸಾವೃತಃ /
ತಾಂಸ್ತೇ ಪ್ರೇತ್ಯಾಭಿಗಚ್ಛಂತಿ
ಯೇ ಕೇ ಚಾತ್ಮಹನೋ ಜನಾನಃ //

ಅಸುರ ಸ್ವಭಾವದ ಮನುಷ್ಯರ ಲೋಕ ಅಜ್ಞಾನದಿಂದ ಕೂಡಿದೆ. ಆತ್ಮಹಾನಿ ಮಾಡಿಕೊಂಡ ಜನರು ಪ್ರೇತಗಳಾಗಿ ಈ ಲೋಕಗಳನ್ನು ಸೇರುತ್ತಾರೆ."

ಕರ್ಮ ಮತ್ತು ಪುನರ್ಜನ್ಮಗಳಿಗೆ ಸಂಬಂಧಿಸಿ ಇನ್ನೂ ಅನೇಕ ಉಪನಿಷತ್ತುಗಳಿಂದ ಉಲ್ಲೇಖಗಳನ್ನು ಯಥೇಚ್ಛವಾಗಿ ನೀಡಬಹುದು.

ಉಪನಿಷತ್ತುಗಳಲ್ಲಿ ರೂಪಿಸಿದ ಈ ತತ್ವಗಳ ಸಾರವನ್ನು ಸಂಸ್ಕೃತ ಹಾಗೂ ತತ್ವಶಾಸ್ತ್ರದ ಹಿರಿಯ ವಿದ್ವಾಂಸರಾದ ಪ್ರೊ. ಹಿರಿಯಣ್ಣನವರು ಹೀಗೆ ನೀಡಿದ್ದಾರೆ. "ಉಪನಿಷತ್ತುಗಳ ಪ್ರಕಾರ ಸತ್ತವರಲ್ಲಿ ಹೆಚ್ಚು ಪಾಲು ಜನ ಮತ್ತೆ ಹುಟ್ಟುತ್ತಾರೆ. ಮೋಕ್ಷವನ್ನು ಪಡೆಯುವವರೆಗೂ ಹುಟ್ಟು ಸಾವುಗಳ ನಿರಂತರ ಪ್ರವಾಹವು ಹರಿಯುತ್ತಲೇ ಇರುತ್ತದೆ. ಜನ್ಮಾಂತರ ಪ್ರಾಪ್ತಿ ಎಂದು ಕರೆದಿರುವುದು ಇದನ್ನೇ. ಪ್ರತಿಬಾರಿ ಸತ್ತಾಗಲೂ ಅಂಥ ಜೀವನು ಯಾವ ರೀತಿಯ ಜನ್ಮವನ್ನು ಪಡೆಯಬೇಕು ಎಂದು ನಿಯಂತ್ರಿಸುವ ನಿಯಮವನ್ನು ಕರ್ಮ ನಿಯಮ ಎನ್ನುತ್ತಾರೆ. ನೋವು ನಲಿವುಗಳಿಂದ ಕೂಡಿದ ಪ್ರತಿಯೊಂದು ಜನ್ಮವೂ ಹಿಂದಿನ ಜನ್ಮಗಳ ಕರ್ಮಗಳ ಅನಿವಾರ್ಯ ಫಲ ಮತ್ತು ತಾನೆ ಅದರಲ್ಲಿ ನಡೆವ ಕರ್ಮಗಳಿಂದ ಮುಂದಿನ ಜನ್ಮಗಳಿಗೆ ಕಾರಣವಾಗುತ್ತದೆ."

ಯಾಜ್ಞ್ಯವಲ್ಕ್ಯರು ಬೃಹದಾರಣ್ಯಕೋಪನಿಷತ್ತಿನಲ್ಲಿ ಹೇಳುವಂತೆ

ಸ ಆಯಮಾತ್ಮಾ ಬ್ರಹ್ಮ ವಿಜ್ಞಾನಮಯೋ ಮನೋಮಯಃ

ಯಥಾಚಾರೀ ತಥಾ ಭವತಿ ಸಾಧುಕಾರೀ ಸಾಧುರ್ಭವತಿ

ಪಾಪಕಾರೀ ಪಾಪೋ ಭವತಿ, ಪುಣ್ಯಃ ಪುಣ್ಯೇನ ಕರ್ಮಣಾ ಭವತಿ ಪಾಪಃ ಪಾಪೇನ

ಆ ಆತ್ಮನೇ ಬ್ರಹ್ಮವು, ಜ್ಞಾನರೂಪನು, ಮನಸ್ಸನ್ನು ಆವರಿಸಿರುವವನು. ಯಾವ ಆಚಾರವನ್ನುಳ್ಳವನಾಗುತ್ತಾನೋ ಇವನು ಅದೇ ಆಗುತ್ತಾನೆ ಸಾಧುವಾದ ಆಚಾರವುಳ್ಳವನು ಸಾಧುವಾಗುತ್ತಾನೆ. ಪಾಪಕಾರೀ ಆಚಾರವುಳ್ಳವನು ಪಾಪಿಯಾಗುತ್ತಾನೆ. ಪುಣ್ಯಶಾಲಿ ಯಾದವನು ಪುಣ್ಯದಿಂದ ಒಳ್ಳೆಯವನಾಗುತ್ತಾನೆ. ಪಾಪದಿಂದ ಕೆಟ್ಟವನಾಗುತ್ತಾನೆ."[35]

ಈ ಕರ್ಮ ನಿಯಮವನ್ನು ಮೊದಲ ಬಾರಿಗೆ ಮತ್ತು ಇಷ್ಟೊಂದು ವಿವರವಾಗಿ ರೂಪಿಸಿದ್ದು ಉಪನಿಷತ್ತುಗಳು. ಅಂದು ರೂಪಿಸಿದ ಈ ಕರ್ಮ ನಿಯಮ ಕಬ್ಬಿಣದ ಸಂಕೋಲೆಯಂತೆ ಇಡೀ ದೇಶದ ಸಾಮಾಜಿಕ, ಆಧ್ಯಾತ್ಮಿಕ ಜೀವನವನ್ನು ಆಳಿದೆ. ಸಾಮಾನ್ಯ ಜನರ ನಂಬಿಕೆಯಲ್ಲಿ ಹಾಸು ಹೊಕ್ಕಾಗಿದೆ. ಕರ್ನಾಟಕದಲ್ಲಿ ಪ್ರಚಲಿತವಾದ ವಿವಿಧ ರೂಪದ ವೈದಿಕ ಧರ್ಮಗಳು ಹಾಗೂ ಪಂಥಗಳು ಮಾತ್ರವೇ ಅಲ್ಲದೆ, ಜೈನ ಧರ್ಮದಂತಹ ಅವೈದಿಕ ಧರ್ಮಗಳೂ ಈ ಚಿಂತನೆಗಳನ್ನು ಜನರ ನಡುವೆ ಪಸರಿಸುವುದಕ್ಕೆ ಕಾರಣವಾಗಿವೆ. ಈ ವಿಷಯದ ಬಗ್ಗೆ ಪೌರಾಣಿಕ ಧರ್ಮಕ್ಕೆ ಸಂಬಂಧಿಸಿದ ಮುಂದಿನ ಪ್ರಬಂಧದಲ್ಲಿ ವಿವರಿಸಲಾಗಿದೆ.

ಇಂತಹ ನಿಯಮಗಳ ಕಲ್ಪನೆಯ ಅವಶ್ಯಕತೆಯೇನು ಎಂಬುದು ಮುಖ್ಯವಾದ ವಿಷಯ. ಈ ಬಗ್ಗೆ ಪ್ರೊ. ಹಿರಿಯಣ್ಣನವರ ವಿಶ್ಲೇಷಣೆ ಹೀಗಿದೆ. "ಈ ಸಿದ್ಧಾಂತವು ಪ್ರದರ್ಶಿಸಿ ತೋರಿಸಬಹುದಾದ ಸತ್ಯವನ್ನು ಒಳಗೊಂಡಿದೆ ಎಂದು ಭಾವಿಸುವಂತಿಲ್ಲ. ಆದರೂ ಜೀವನದಲ್ಲಿ ಕಾಣುವ ಅಸಮತೆ-ಅನ್ಯಾಯಗಳನ್ನು ತರ್ಕಬದ್ಧವಾಗಿ ವಿವರಿಸುವ ಒಂದು ಕಲ್ಪನೆಯಾಗಿ ಅದಕ್ಕೆ ಬೆಲೆಯುಂಟು ಎಂಬುದು ಸ್ಪಷ್ಟವಾಗಿದೆ. ನಮ್ಮಲ್ಲಿ ಹುಟ್ಟಬಹುದಾದ ಕಹಿ ಭಾವನೆಯನ್ನು ಹೋಗಲಾಡಿಸುತ್ತದೆ."[36] ಇದಕ್ಕೆ ಪೂರಕವಾಗಿ ರಾಮಕೃಷ್ಣಾಶ್ರಮದ ಮಾಧವಾನಂದರು ಹೇಳುತ್ತಾರೆ "ಮಾನವನಿಗೆ ತನ್ನ ಈಗಿನ ಅವಸ್ಥೆಗೆ ತನ್ನನ್ನು ತಾನೇ ಅಭಿನಂದಿಸಿಕೊಳ್ಳಬೇಕು ಅಥವಾ ನಿಂದಿಸಿಕೊಳ್ಳಬೇಕು. ನೆಪ ಹೂಡುವುದಕ್ಕೆ ಅವನಿಗೆ ಅವಕಾಶವೇ ಇರುವುದಿಲ್ಲ. ಏಕೆಂದರೆ ಕರ್ಮ ನಿಯಮವು ಕಠೋರವಾದುದು."

ಬುಡಕಟ್ಟು ಜೀವನದ ಸ್ವಾತಂತ್ರ್ಯವನ್ನು, ಸಮಾನತೆಯ ಜೀವನವನ್ನು ಕಳೆದುಕೊಂಡ ಆರ್ಯೇತರ ಬುಡಕಟ್ಟುಗಳು, ಆರ್ಯರಲ್ಲಿಯೇ ಅಂದು ಕೆಳಸ್ತರವಾಗಿದ್ದ ವೈಶ್ಯರು ಸೇರಿದಂತೆ ಸಮಾಜದ ಬಹು ದೊಡ್ಡ ವಿಭಾಗವನ್ನು ಕೀಳೆಂದು ಪರಿಗಣಿಸಿದುದನ್ನು ಅವರೇ ಸ್ವತಃ ಒಪ್ಪಿಕೊಳ್ಳುವಂತೆ ಮಾಡಬೇಕಾದರೆ ಬಹಳ ಪ್ರಬಲವಾದ ನಂಬಿಕೆಗಳ ಸಂಕೀರ್ಣ ಗುಚ್ಛವನ್ನೇ ಒದಗಿಸಬೇಕಾಯಿತು. ಆತ್ಮ, ಮೋಕ್ಷ, ಕರ್ಮ ಸಿದ್ಧಾಂತ ಅದಕ್ಕೆ ಸಾಧಕವಾಯಿತು. ಇದು ನಮ್ಮ ದೇಶದ ಸಾಮಾಜಿಕ ಚರಿತ್ರೆಯಲ್ಲಿ ಬಹಳ

ಮುಖ್ಯ ತಿರುವು. ಶೂದ್ರರು, ಇನ್ನೂ ಕೆಳಗಿನ ಅಸ್ಪೃಶ್ಯರು ತಮ್ಮ ಅಮಾನವೀಯ ದಾಸ್ಯ ಜೀವನದ ವಿರುದ್ಧ ದಂಗೆಯೇಳದಂತೆ ಕಟ್ಟಿ ಹಾಕಿದ್ದೇ ಕರ್ಮ ಸಿದ್ಧಾಂತ. ಇಂತಹ ತತ್ವಗಳನ್ನು ರೂಪಿಸುವುದರಲ್ಲಿ ಬ್ರಾಹ್ಮಣರ ಜೊತೆಗೆ ಆರ್ಯ ರಾಜ, ಮಹಾರಾಜರುಗಳೂ ಪ್ರಮುಖ ಪಾತ್ರ ವಹಿಸಿರುವುದು ಬಹಳ ಸಹಜವಾಗಿದೆ. ರಾಜ ಪ್ರಭುತ್ವದ ಹಿತಾಸಕ್ತಿಗಳಿಗೆ ಅನುಗುಣವಾಗಿದೆ.

"ಸರ್ವ ಖಲ್ವಿದ ಬ್ರಹ್ಮಂ ತಜ್ಜಲಾನೀತಿ ಶಾಂತ ಉಪಾಸೀತ

ಇವೆಲ್ಲವೂ ಬ್ರಹ್ಮದಿಂದಲೇ ಹುಟ್ಟಿ ಲಯವಾಗಿ ಅದರಲ್ಲೇ ಇರುವುದರಿಂದ ಇವೆಲ್ಲವೂ ಬ್ರಹ್ಮವೇ" ಛಾಂದೋಗ್ಯೋಪನಿಷತ್–3–14–1

ಇದು ಪ್ರಸಿದ್ಧ ಉಪನಿಷತ್ ವಾಕ್ಯಗಳಲ್ಲೊಂದು. ಎಲ್ಲವೂ ಬ್ರಹ್ಮವೇ. ಆತ್ಮ ಎಂಬ ಪರಿಕಲ್ಪನೆಯೊಡನೆಯೇ ಉಪನಿಷತ್ತುಗಳಲ್ಲಿ ಕಾಣುವ ಮತ್ತೊಂದು ಕಲ್ಪನೆ ಬ್ರಹ್ಮನ್. ಮೇಲೆ ಆತ್ಮನ ಬಗ್ಗೆ ವಿವರಿಸುವಾಗಲೇ ಬ್ರಹ್ಮನ್ ಬಗೆಗಿನ ಪ್ರಸ್ತಾಪಗಳೂ ಬಂದವು. ಬ್ರಹ್ಮನ್‌ನ ಕಲ್ಪನೆ ಭಾರತೀಯ ತತ್ವಶಾಸ್ತ್ರದ ಪರಮೋಚ್ಛ ಸಾಧನೆಯೆಂದೇ ವರ್ಣಿಸಲ್ಪಡುತ್ತಿದೆ. ಇಡೀ ವಿಶ್ವಕ್ಕೆ ದೊಡ್ಡ ಕೊಡುಗೆಯೆಂಬ ಹೆಗ್ಗಳಿಕೆಯನ್ನೂ ಹೊತ್ತಿದೆ. ಆದರೆ ಈ ಬ್ರಹ್ಮನ್ ಎಂದರೆ ಏನೆಂಬುದನ್ನು ವಿವರಿಸುವಾಗ ಆತ್ಮವನ್ನು ವಿವರಿಸಿರುವಂತೆಯೇ ನೇತಿ, ನೇತಿ ಎಂದರೆ ಅದಲ್ಲ, ಇದೂ ಅಲ್ಲ ಎಂಬಂತೆಯೇ ವಿವರಿಸಲಾಗಿದೆ.

"ಸ ಹೊವಾಚ ಏತದ್ವೈ ತದಕ್ಷರಂ ಗಾರ್ಗಿ ಬ್ರಾಹ್ಮಣಾ ಅಭಿವಂದತಿ"

ಯಾಜ್ಞವಲ್ಕ್ಯರು ಹೇಳಿದರು: ಗಾರ್ಗಿಯೇ, ಈ ಅಕ್ಷರವಾದ (ನಾಶವಿಲ್ಲದ) ಬ್ರಹ್ಮನ ಬಗ್ಗೆ ಬ್ರಾಹ್ಮಣರು ಹೀಗೆ ಹೇಳುತ್ತಾರೆ. –ಅದು ಅಣುವಲ್ಲ, ಸ್ಥೂಲವಲ್ಲ, ಹ್ರಸ್ವವಲ್ಲ, ದೀರ್ಘವಲ್ಲ: ಕೆಂಪು ಬಣ್ಣವುಳ್ಳದ್ದಲ್ಲ, ತೇವವಲ್ಲ, ಛಾಯೆಯಲ್ಲ, ಕತ್ತಲೆಯಲ್ಲ, ವಾಯುವಲ್ಲ, ಆಕಾಶವಲ್ಲ, ಅದು ಸಂಗರಹಿತ, ಅದಕ್ಕೆ ರುಚಿಯಾಗಲೀ, ಗಂಧವಾಗಲಿ ಇಲ್ಲ, ಅದು ಕಣ್ಣಲ್ಲ, ಕಿವಿಯಲ್ಲ, ವಾಕ್ಕಲ್ಲ, ಮನಸ್ಸಲ್ಲ, ತೇಜಸ್ಸಲ್ಲ, ಪ್ರಾಣವಲ್ಲ, ಅದಕ್ಕೆ ಬಾಯಿಯಿಲ್ಲ, ಅಳತೆಯಿಲ್ಲ, ಅದಕ್ಕೆ ಒಳಗು ಹೊರಗುಗಳಿಲ್ಲ, ಅದು ಯಾವುದನ್ನೂ ತಿನ್ನುವುದಿಲ್ಲ, ಅದನ್ನು ಯಾವುದೂ ತಿನ್ನುವುದಿಲ್ಲ. (ಬೃಹದಾರಣ್ಯಕೋಪನಿಷತ್ 3–8–8)

ಹೀಗೆ ಬ್ರಹ್ಮನ್ ಎಂದರೆ ಯಾವುದೂ ಅಲ್ಲ. ಮಾನವ ಮಾತ್ರರಿಗೆ ಗೊತ್ತಿರುವ, ಈ ಪ್ರಪಂಚದ ಯಾವುದೇ ವಸ್ತುವಲ್ಲ ಎಂದು ಹೇಳಲು ಬಹಳ ಶ್ರಮವಹಿಸಿ ಈ 'ಅದಲ್ಲ, ಇದೂ ಅಲ್ಲ' ಎಂಬ ಮಾರ್ಗವನ್ನು ಹುಡುಕಲಾಗಿದೆ. ಆದ್ದರಿಂದ ಇದನ್ನು ಯಾರೂ ಅರ್ಥ ಮಾಡಿಕೊಳ್ಳಲು ಸಾಧ್ಯವಿಲ್ಲ ಎಂದು ಬಿಂಬಿಸುವುದೇ ಗುರಿಯಾಗಿದೆ.

ಹೀಗೆ ವಿವರಿಸಲಾಗದ, ಅರ್ಥ ಮಾಡಿಕೊಳ್ಳಲಾಗದ ಸ್ವರೂಪದ ಆತ್ಮ ಮತ್ತು ಇಂತಹುದೇ ವಿವರಣೆಯಿರುವ ಬ್ರಹ್ಮನ ಪರಿಕಲ್ಪನೆಗಳನ್ನು ಸೃಷ್ಟಿ ಮಾಡಲಾಯಿತು. ಇಂತಹ ಆತ್ಮ ಮತ್ತು ಬ್ರಹ್ಮರ ನಡುವಣ ವ್ಯತ್ಯಾಸವನ್ನು ವಿವರಿಸಲು ಉಪನಿಷತ್ತಿನ

ಋಷಿಗಳಿಗೂ ಬಹಳ ಕಷ್ಟವಾಗಿ ಬಿಟ್ಟಿದೆ. ಎಷ್ಟೋ ಬಾರಿ ಅವರೇ ಗೊಂದಲ ಕ್ಕೊಳಗಾಗುತ್ತಾರೆ ಎನ್ನುತ್ತಾರೆ ಪ್ರೊ. ಹಿರಿಯಣ್ಣನವರು.

ಈ ಎರಡನ್ನೂ ಮನುಷ್ಯ ಮಾತ್ರರು ನೋಡಿರುವ ಯಾವ ವಸ್ತುವಿಗೂ ಹೋಲಿಸಲಾಗದ ಸ್ವರೂಪವನ್ನು ಹೊಂದಿರುವಂತೆ ಇವುಗಳನ್ನು ವರ್ಣಿಸುವುದರಲ್ಲಿಯೇ ಒಂದು ಗೂಢತನ ಕಾಣುತ್ತದೆ. ಸಾಮಾನ್ಯ ಮನುಷ್ಯರಿಗಾರಿಗೂ ಇವುಗಳನ್ನು ಕಾಣಲಾಗುವುದಿಲ್ಲ... ಅರ್ಥಮಾಡಿಕೊಳ್ಳಲಾಗುವುದಿಲ್ಲ ಎಂದು ಬಿಂಬಿಸುವುದೇ ಈ ಎಲ್ಲ ವರ್ಣನೆಯ ಕಾರಣ ಇದ್ದಂತೆ ಕಾಣುತ್ತದೆ.

ಶ್ರೇಷ್ಠನಲ್ಲದವನು ಉಪದೇಶ ಮಾಡಿದಾಗ ಆ ಆತ್ಮವನ್ನು ಚೆನ್ನಾಗಿ ಅರಿಯಲಾಗುವುದಿಲ್ಲ. ಏಕೆಂದರೆ ಅದನ್ನು ಬಗೆಬಗೆಯಾಗಿ ಚಿಂತಿಸಿದ್ದಾರೆ. ಮತ್ತೊಬ್ಬರಿಂದ ಉಪದೇಶ ಪಡೆದಲ್ಲದೆ ಅದನ್ನು ತಿಳಿಯುವುದಕ್ಕಾಗುವುದಿಲ್ಲ. ಏಕೆಂದರೆ ಅದು ಅಣು ಪ್ರಮಾಣಕ್ಕಿಂತಲೂ ಸೂಕ್ಮವಾದುದು ಮತ್ತು ತರ್ಕವನ್ನು ಮೀರಿದುದು. "ಕಠೋಪನಿಷತ್ತು 1–2–8

ಆತ್ಮನ ಬಗ್ಗೆ ತಿಳಿದಿದ್ದೇನೆಂದರೇ ಆಶ್ಚರ್ಯಕರವಾದುದು. ಅದನ್ನು ಶ್ರೇಷ್ಠನಾದವನೇ ಉಪದೇಶ ಮಾಡಬೇಕು.

"ನಾಯಮಾತ್ಮ ಪ್ರವಚನೇನ ಲಭ್ಯೋ
ನ ಮೇಧಯಾ ನ ಬಹುನಾ ಶ್ರುತೇಣ
ಯಮೇವೈಷ ವೃಣುತೇ ತೇನ ಲಭ್ಯಸ್ತಸ್ಯೈಷ
ಆತ್ಮಾ ವಿವೃಣುತೇ ತನೂ ಸ್ವಾಂ
ಕಠೋಪನಿಷತ್ತು 1–2–23

ಈ ಆತ್ಮನನ್ನು ಪ್ರವಚನಗಳಿಂದ ಆಗಲೀ ಅಥವಾ ಚಿಂತನೆಯಿಂದಾಗಲೀ ಧ್ಯಾನದಿಂದಾಗಲೀ ಅಥವಾ ಅನೇಕ ಬಾರಿ ಕೇಳುವುದರಿಂದಾಗಲೀ ಪಡೆದು ಕೊಳ್ಳಲಾಗುವುದಿಲ್ಲ. ಯಾರನ್ನು ಆ ಪರಮಾತ್ಮನು ವರಿಸುವನೋ ಅವನೇ ಅವನನ್ನು ಪಡೆದುಕೊಳ್ಳುತ್ತಾನೆ. ಅಂಥವನಿಗೆ ಆತ್ಮನು ತನ್ನನ್ನು ತಾನು ತೋರಿಸಿಕೊಳ್ಳುತ್ತಾನೆ."

ಮನುಷ್ಯರು ತಮ್ಮ ಯಾವುದೇ ಪ್ರಯತ್ನದಿಂದ ತಿಳಿದುಕೊಳ್ಳಲಾಗುವುದಿಲ್ಲ. ಹೀಗಾಗಿ ಎಲ್ಲರಿಗೂ ಲಭ್ಯನಲ್ಲ. ಪರಮಾತ್ಮನ ಕೃಪೆ ಯಾರ ಮೇಲೆ ಬೀಳುವುದೋ ಅವನು ಮಾತ್ರ ತಿಳಿದುಕೊಳ್ಳಬಲ್ಲನು.

ಉತ್ತಿಷ್ಠತ, ಜಾಗ್ರತ ಪ್ರಾಪ್ಯವರಾನ್ನಿಬೋಧತಃ
ಕ್ಷುರಸ್ಯ ಧಾರಾ ನಿಶಿತಾ ದುರತ್ಯಯಾ
ದುರ್ಗಂ ಪಥಸ್ತ ಕವಯೋ ವದಂತಿ
ಕಠೋಪನಿಷತ್ತು 1–3–14

ಇದು ಕೂಡಾ ಒಂದು ಬಹಳ ಪ್ರಸಿದ್ಧವಾದ ಶ್ಲೋಕ. ಅದರ ಅರ್ಥವೂ ಕೂಡ ಸಾಮಾನ್ಯವಾಗಿ ಅರ್ಥ ಮಾಡಿಕೊಂಡದ್ದಕ್ಕಿಂತ ಭಿನ್ನ. 'ಆತ್ಮ, ಬ್ರಹ್ಮವನ್ನು ಅರ್ಥ

ಮಾಡಿಕೊಳ್ಳುವುದು ಬಹಳ ಕಷ್ಟಕರವಾದುದು. ಕತ್ತಿಯ ಅಲಗಿನಂತೆ ಹರಿತವಾದುದು. ಆದ್ದರಿಂದ ಅದನ್ನು ಅರ್ಥ ಮಾಡಿಕೊಳ್ಳಬೇಕೆಂದರೆ ಶ್ರೇಷ್ಠರಾದವರನ್ನೇ ಆಶ್ರಯಿಸಬೇಕು. ಅದಕ್ಕಾಗಿ ಏಳಿ ಎಚ್ಚರವಾಗಿರಿ.'

ಹೀಗೆ ಆತ್ಮ, ಬ್ರಹ್ಮನ ಅರಿವು ಸಾಮಾನ್ಯರಿಗೆ ಸಿದ್ಧಿಸುವುದೂ ಇಲ್ಲ. ಅದಕ್ಕಾಗಿ ಶ್ರೇಷ್ಠರನ್ನೇ ಆಶ್ರಯಿಸಬೇಕು. ಯಾಜ್ಞವಲ್ಕ್ಯರೇ ಮೇಲೆ ಹೇಳಿದಂತೆ ಬ್ರಹ್ಮವನ್ನು ವರ್ಣಿಸಿದವರೇ ಬ್ರಾಹ್ಮಣರೆಂದು. ಆದ್ದರಿಂದ ಆತ್ಮ, ಪರಮಾತ್ಮ, ಬ್ರಹ್ಮ ಮೊದಲಾದವುಗಳ ಅರಿವನ್ನು ಅವರಿಂದಲೇ ಪಡೆಯಬೇಕು.

ತೈತ್ತೀರಿಯ ಉಪನಿಷತ್ತು ಅದನ್ನು ಮತ್ತಷ್ಟು ಸ್ಪಷ್ಟ ಪಡಿಸುತ್ತದೆ:

ಯೇ ಕೇ ಚಾಸ್ಮಚ್ಛ್ರೇಯಾಂ ಸೋ ಬ್ರಾಹ್ಮಣಾಃ ತೇಷಾಂ ತ್ವಯಾಸನೇ ನ ಪ್ರಶ್ವಸಿತವ್ಯಂ .
ಯೇ ತತ್ರ ಬ್ರಾಹ್ಮಣಾ ಸಂಮರ್ಶಿನಃ

ನಮಗಿಂತಲು ಶ್ರೇಷ್ಠರಾದ ಬ್ರಾಹ್ಮಣರ ಜೊತೆ ಆಸೀನನಾಗಬಾರದು. ಧರ್ಮಾಚರಣೆಯಲ್ಲಿ ತತ್ಪರರಾದ ಬ್ರಾಹ್ಮಣರನ್ನು ಅನುಸರಿಸಬೇಕು.

ಹೀಗೆ ಉಪನಿಷತ್ತುಗಳ ರಹಸ್ಯ ಜ್ಞಾನ-ಆತ್ಮ-ಬ್ರಹ್ಮಗಳ ಜ್ಞಾನ ಬ್ರಾಹ್ಮಣರಿಗೆ ಮೀಸಲಾದದ್ದು, ಅವರು ಮಾತ್ರ ತಿಳಿದುಕೊಳ್ಳಲು ಸಾಧ್ಯವಾದದ್ದು ಎಂಬ ಬಗ್ಗೆ ನೇರಾನೇರ ಸೂಚನೆಗಳು, ಪರೋಕ್ಷ ಸೂಚನೆಗಳೂ ಯಥೇಚ್ಛವಾಗಿವೆ. ಹಿಂದೆ ಯಜ್ಞಾಚರಣೆ ಬ್ರಾಹ್ಮಣಗಳೆಂಬ ಗ್ರಂಥಗಳಲ್ಲಿ ನೇಮಿಸಲ್ಪಟ್ಟಂತೆ ಪುರೋಹಿತ ವರ್ಗಗಳ ಪಾತ್ರ ಪ್ರಮುಖವಾಗಿತ್ತು. ಉಪನಿಷತ್ತುಗಳ ಕಾಲದಲ್ಲಿ ಯಾಗ ಯಜ್ಞಗಳು ಪ್ರಾಮುಖ್ಯತೆ ಕಳೆದುಕೊಂಡವು. ಆತ್ಮಜ್ಞಾನ, ಬ್ರಹ್ಮಜ್ಞಾನ ಪ್ರಧಾನವಾಯಿತು. ಇವುಗಳನ್ನು ವಿವರಿಸಲು ಬ್ರಾಹ್ಮಣರ ಜೊತೆಗೆ ಕ್ಷತ್ರಿಯರೂ ಕೂಡ ಮುಖ್ಯ ಪಾತ್ರ ವಹಿಸಿದರು. ಆದರೂ ಕೂಡ ಈ ಜ್ಞಾನವನ್ನು ಪಡೆಯುವ ಮತ್ತು ವಿವರಿಸುವ ಶ್ರೇಷ್ಠರು ಬ್ರಾಹ್ಮಣರೇ ಆದರು. ಹಿಂದೆ ಬ್ರಾಹಣ ಗ್ರಂಥಗಳು ಬ್ರಾಹ್ಮಣ ವರ್ಣದೊಂದಿಗೆ ಸಮೀಕರಿಸಲ್ಪಟ್ಟಿದ್ದರೆ ಈ ಹಂತದಲ್ಲಿ ಬ್ರಹ್ಮಜ್ಞಾನ ಬ್ರಾಹ್ಮಣರೊಂದಿಗೆ ಸಮೀಕರಣಗೊಳಿಸಲ್ಪಟ್ಟಿತು. 'ಬ್ರಾಹ್ಮಣೋ ವರ್ಣಾನಾಂ ಪ್ರಭು' ಎಂಬ ಬ್ರಾಹ್ಮಣಗಳ ಕಾಲಘಟ್ಟದ ಕಟ್ಟಲೆಯನ್ನು ಯಾಗ, ಯಜ್ಞಗಳಿಗೆ ಪ್ರಾಮುಖ್ಯವಿಲ್ಲದ ಸಂದರ್ಭದಲ್ಲಿಯೂ ಪುನರ್ ಸ್ಥಾಪಿಸಲು ಕೂಡ ಆತ್ಮ, ಬ್ರಹ್ಮನ್, ಮೋಕ್ಷ ಮೊದಲಾದ ಪರಿಕಲ್ಪನೆಗಳು ಬಹಳ ಪ್ರಯೋಜನಕಾರಿಯಾಗಿ ದೊರಕಿದವು.

ಇದನ್ನು ಮುಂದೆ ಅನೇಕ ಸ್ಮೃತಿಗಳು, ಶಂಕರ, ಮಧ್ವ, ರಾಮಾನುಜ ಮೊದಲಾದ ಆಚಾರ್ಯರು ಇನ್ನೂ ಪ್ರಬಲವಾಗಿ ಪ್ರತಿಪಾದಿಸಿದರು.

ಉಪನಿಷತ್ತುಗಳಲ್ಲಿ ಹಲವು ಭಿನ್ನ ರೀತಿಯ ವಿಚಾರಗಳಿದ್ದರೂ ಅವುಗಳಲ್ಲಿ ಪ್ರಧಾನವಾಗಿದ್ದ ಚಿಂತನೆ ಆತ್ಮ, ಬ್ರಹ್ಮ ಇವುಗಳಿಗೆ ಸಂಬಂಧಿಸಿದವು. ಅಂದಿನಿಂದ ಇಂದಿನವರೆಗೂ ಉಪನಿಷತ್ತುಗಳ ವಿಚಾರವೆಂದರೆ ಇವೇ ಎಂದು ಜನ ಸಾಮಾನ್ಯರ ಮುಂದೆ ಹಲವು ಕಾಲಘಟ್ಟಗಳಲ್ಲಿ, ಹಲವು ರೂಪಗಳಲ್ಲಿ ಪ್ರಚಲಿತಗೊಳಿಸುತ್ತಾ

ಬರಲಾಗಿದೆ. ಶಂಕರರ, ರಾಮಾನುಜರ ಅಥವಾ ಮಾಧ್ವ ಮೊದಲಾದ ಆಚಾರ್ಯರು, ನಂತರ ಇವರ ಗ್ರಂಥಗಳಿಗೆ ವ್ಯಾಖ್ಯಾನ ಬರೆದ ನೂರಾರು ವಿದ್ವಾಂಸರ ಗ್ರಂಥಗಳಲ್ಲಿ ಇವೇ ವಿಚಾರಗಳು ಕೆಲವು ಭಿನ್ನತೆಗಳೊಡನೆ ಚರ್ಚಿತವಾಗಿರುವುದನ್ನು ನೋಡಬಹುದು. ಈ ಆಚಾರ್ಯರುಗಳಿಂದ ಸ್ಥಾಪಿತವಾದ ನೂರಾರು ಮಠಗಳು ಉಪನಿಷತ್ತುಗಳ ಈ ವಿಚಾರಗಳ ಪ್ರಸಾರವನ್ನೇ ತಮ್ಮ ಗುರಿಯಾಗಿಸಿಕೊಂಡು ಕೆಲಸ ಮಾಡುತ್ತಿವೆ.

ಕುಂದಿದ ವಿಜ್ಞಾನದ ಬೆಳವಣಿಗೆ

ಮೇಲೆ ಉಲ್ಲೇಖಿಸಲಾದ, ಉಪನಿಷತ್ತುಗಳ ಮತ್ತೊಂದು ಪ್ರಮುಖ ಸಿದ್ಧಾಂತವನ್ನು ವರ್ಣ ವ್ಯವಸ್ಥೆಯಲ್ಲಿನ ಮೇಲು ಕೀಳು ಭಾವನೆಯನ್ನು ಸಮರ್ಥಿಸಲು ಮತ್ತು ತೀವ್ರಗೊಳಿಸಲು ಉಪಯೋಗಿಸಲಾಯಿತು. ಜ್ಞಾನ, ಸತ್ಯ, ವಿದ್ಯೆ ಎಂದರೆ ಅದು ಆತ್ಮನ ಮತ್ತು ಬ್ರಹ್ಮನ ಬಗೆಗಿನ ಅರಿವು ಮಾತ್ರ. ಉಳಿದೆಲ್ಲ ತಿಳುವಳಿಕೆಯೂ ಅವಿದ್ಯೆ. ಇದರಿಂದ ಜ್ಞಾನವನ್ನು ಪಡೆಯಲಾಗುವುದಿಲ್ಲ. ಅವುಗಳಿಂದ ತಿಳಿಯುವುದು ಸತ್ಯವಲ್ಲ. ಈ ಜಗತ್ತು ಅಸತ್ಯ, ಅನೃತ, ಅಸ್ತಿತ್ವದಲ್ಲಿಯೇ ಇಲ್ಲ. ಜಗತ್ತು ಇದೆಯೆಂಬ ಪ್ರಜ್ಞೆಯೇ ಅಜ್ಞಾನದ ಫಲ. ಯಾವಾಗ ಈ ಜಗತ್ತಿನ ಅಸ್ತಿತ್ವವನ್ನು ನಿರಾಕರಿಸಲು ಶಕ್ತರಾಗುತ್ತೇವೆಯೋ ಆಗ ಮಾತ್ರ ನಾವು ಜ್ಞಾನದೆಡೆಗೆ ಸಾಗುತ್ತೇವೆ. ಈ ಜಗತ್ತು ಕೇವಲ ಸ್ವಪ್ನದಂತೆ ಕ್ಷಣಿಕ ಅಸ್ತಿತ್ವವಾದ್ದರಿಂದ ಅದರ ಬಗೆಗಿನ ಜ್ಞಾನವೂ ನಶ್ವರ. ಈ ಜಗತ್ತಿನ ಬಗೆಗೆ ತಿಳಿದುಕೊಳ್ಳಲು ಬಯಸುವುದೇ ನಮ್ಮನ್ನು ಈ ಜಗತ್ತಿನಲ್ಲಿ ಮುಳುಗಿಸುತ್ತದೆ. ಆದ್ದರಿಂದ ಜ್ಞಾನವೆಂದರೆ, ವಿದ್ಯೆಯೆಂದರೆ ಕೇವಲ ಬ್ರಹ್ಮದ ಬಗೆಗಿನ ಚಿಂತನೆ ಮಾತ್ರ. ಹೀಗೆ ಈ ಜಗತ್ತಿನ ಬಗ್ಗೆ ಯಾವ ತಿಳುವಳಿಕೆ ಪಡೆಯುವುದನ್ನೂ ನಿರಾಕರಿಸುತ್ತದೆ ಈ ಚಿಂತನಾ ಕ್ರಮ. ಇದನ್ನು ಹಲವು ರೂಪದಲ್ಲಿ ಚಾಂದೋಗ್ಯ ಉಪನಿಷತ್ತು, ಬೃಹದಾರಣ್ಯಕೋಪನಿಷತ್ತು ಮೊದಲಾದ ಉಪನಿಷತ್ತುಗಳು ಸಾರುತ್ತವೆ.

"ಯಾವುದೇ ವಸ್ತುವನ್ನಾದರೂ ಆತ್ಮದಿಂದ ಪ್ರತ್ಯೇಕವೆಂದು ಗ್ರಹಿಸಿದವನು ನಿಜಕ್ಕೂ ಅಜ್ಞಾನದಲ್ಲಿಯೇ ಮುಳುಗಿರುತ್ತಾನೆ,' ಎನ್ನುತ್ತಾರೆ ಯಾಜ್ಞವಲ್ಕ್ಯರು.

ಚಾಂದೋಗ್ಯ ಉಪನಿಷತ್ತಿನಲ್ಲಿ ನಾರದನೆಂಬ ಋಷಿಯು ಸನತ್ಕುಮಾರನೆಂಬ ತತ್ವಜ್ಞಾನಿಯ ಬಳಿಗೆ ಹೋಗಿ ಹೀಗೆ ನಿವೇದನೆ ಮಾಡಿಕೊಳ್ಳುತ್ತಾನೆ:

"ಸ್ವಾಮಿ, ನಾನು ನಾಲ್ಕು ವೇದಗಳನ್ನು ಬಲ್ಲೆನು. ಐದನೆಯವುಗಳಾದ ಇತಿಹಾಸ, ಪುರಾಣಗಳನ್ನೂ ಬಲ್ಲೆನು. ವ್ಯಾಕರಣ, ಗಣಿತಶಾಸ್ತ್ರ, ಕಾಲಗಣನ ಶಾಸ್ತ್ರ, ತರ್ಕಶಾಸ್ತ್ರ ರಾಜ್ಯಶಾಸ್ತ್ರ, ರಾಜ್ಯಭಾರ ವಿಜ್ಞಾನ, ಹಾವಾಡಿಗ ತಂತ್ರ, ಜ್ಯೋತಿಶ್ಶಾಸ್ತ್ರ, ಶಕುನಶಾಸ್ತ್ರ, ಹಾಗೂ ಕುಶಲ ಕಲೆಗಳನ್ನೂ ಅರಿತಿದ್ದೇನೆ."

ಆಗ ತತ್ವಜ್ಞಾನಿ ಸನತ್ಕುಮಾರನೆನ್ನುತ್ತಾನೆ "ಈ ಎಲ್ಲವೂ ಕೇವಲ ನಾಮ ಮಾತ್ರ."

ಎಂದರೆ ಈ ಜಗತ್ತಿಗೆ ಸಂಬಂಧಿಸಿದ ಎಲ್ಲ ಜ್ಞಾನವೂ, ವೇದಗಳೂ ಕೂಡ ಕೇವಲ

ಹೆಸರಿಗೆ ಮಾತ್ರ. ಇವ್ಯಾವುದೂ ನಿಜವಾದ ಜ್ಞಾನವಲ್ಲ. ಇದೇ ಮಾತನ್ನು ಮುಂಡೂಕ ಉಪನಿಷತ್ತು ಕೂಡ ಹೇಳಿರುವುದನ್ನು ಹಿಂದೆ ಬೇರೆ ಸಂದರ್ಭದಲ್ಲಿ ಉಲ್ಲೇಖಿಸಲಾಗಿದೆ. ಅದು ಈ ಎಲ್ಲವೂ ಅಪರಾ ವಿದ್ಯೆ, ಆತ್ಮನಿಗೆ ಸಂಬಂಧಿಸಿದ್ದು ಮಾತ್ರ ಪರಾ ವಿದ್ಯೆ ಎನ್ನುತ್ತದೆ.

ಒಂದು ಪ್ರಸಿದ್ಧ ಉಪನಿಷತ್ ವಾಕ್ಯವನ್ನು ಪದೇ ಪದೇ ಉದಾಹರಿಸುವುದನ್ನು ನಾವು ಕೇಳುತ್ತಿರುತ್ತೇವೆ– ನಾ ಅಲ್ಪೇ ಸುಖಮಸ್ತಿ, ಭೂಮೈವ ಸುಖಂ (ಅಲ್ಪದರಲ್ಲಿ ಸುಖವಿಲ್ಲ, ಭೂಮವೇ ಸುಖವು). ಇದನ್ನು ಮನುಷ್ಯರು ಮಹತ್ವಾಕಾಂಕ್ಷಿಯಾಗಿರಬೇಕು, ಮಹತ್ತಾದುದನ್ನು ಸಾಧಿಸಬೇಕು, ಸಣ್ಣ ಪುಟ್ಟದರಲ್ಲಿಯೇ ತೃಪ್ತಿ ಪಡೆದುಕೊಂಡು ನಮ್ಮ ಸಾಮರ್ಥ್ಯವನ್ನು ನಾವೇ ಕುಗ್ಗಿಸಿಕೊಳ್ಳಬಾರದು ಎಂಬಂತೆ ಅರ್ಥೈಸಲಾಗುತ್ತದೆ ಅಥವಾ ಅರ್ಥ ಮಾಡಿಕೊಳ್ಳುತ್ತೇವೆ. ಹೀಗೆ ಅನೇಕ ಉಪನಿಷದ್ವಾಕ್ಯಗಳನ್ನು ಅವುಗಳ ಸಂದರ್ಭದಿಂದ ಬೇರ್ಪಡಿಸಿ, ಇಂದಿನ ಜೀವನಕ್ಕೆ ಅಗತ್ಯವಾದ ಬಹಳ ಉನ್ನತವಾದ ಉಪದೇಶವೆಂದು ವರ್ಣಿಸಲಾಗುತ್ತಿರುತ್ತದೆ. ಆದರೆ ಈ ವಾಕ್ಯದ ಅರ್ಥ ಬ್ರಹ್ಮದ ಬಗೆಗಿನ ಜ್ಞಾನ ಮಾತ್ರ ಭೂಮವಾದ್ದು, ಮಹತ್ತದ್ದು. ಅದನ್ನು ಪಡೆದುಕೊಳ್ಳುವುದಕ್ಕೆ ಮಾತ್ರವೇ ಮನುಷ್ಯ ತುಡಿಯಬೇಕು, ಈ ಜಗತ್ತಿಗೆ ಸಂಬಂಧಿಸಿ ಪಡೆದುಕೊಳ್ಳುವ ಜ್ಞಾನ ಅಲ್ಪವಾದುದು ಎಂದು.

ಆದರೆ ಇದೇ ಉಪನಿಷತ್ತುಗಳಲ್ಲಿ ಉದ್ದಾಲಕ ಅರುಣಿಯಂತಹ ಋಷಿಯು ಕುಂಬಾರ, ಕಮ್ಮಾರ, ಬಡಗಿಗಳು ಕೆಲಸ ಮಾಡುವ ವಸ್ತುಗಳ ಬಗೆಗಿನ ಜ್ಞಾನವೇ ನಿಜವಾದ ಜ್ಞಾನ ಎಂದು ಪ್ರತಿಪಾದಿಸಿದ್ದಾನೆ.[39] ನಮ್ಮ ದೇಹ, ಬುದ್ಧಿ ಇವು ಈ ಜಗತ್ತಿನ ವಸ್ತುಗಳಾದ ಆಹಾರ, ನೀರು ಇವುಗಳ ಮೇಲೆ ಅವಲಂಬಿತವಾಗಿರುವ ಬಗ್ಗೆ ತಿಳಿದುಕೊಳ್ಳಲು ಇದೆ ಉದ್ದಾಲಕ ಅರುಣಿ ನಡೆಸಿದ ಜಗತ್ತಿನ ಮೊತ್ತ ಮೊದಲ ವೈಜ್ಞಾನಿಕ ಪ್ರಯೋಗವೂ ಉಪನಿಷತ್ತುಗಳಲ್ಲಿದೆ.[40] ಅದೇ ಉಪನಿಷತ್ತುಗಳಲ್ಲಿಯೇ ಅದಕ್ಕೆ ಪೂರ್ಣ ವಿರುದ್ಧವಾದ ಪ್ರತಿಪಾದನೆಯೂ ಇದೆ. ಉದ್ದಾಲಕ ಅರುಣಿಯ ವಿಚಾರಗಳಿಗೆ ಹೋಲಿಸಿದರೆ ಈ ಜಗತ್ತು ಅಸತ್ಯ ಎಂಬ ವಿಚಾರಗಳಿಗೆ ಪ್ರಾಧಾನ್ಯತೆ ದೊರೆತದ್ದು ಸ್ಪಷ್ಟವಾಗಿ ಕಾಣುತ್ತದೆ. ಬಾದರಾಯಣರು ಉಪನಿಷತ್ತುಗಳ ಚಿಂತನೆಯ ಸಾರವನ್ನು ಸಂಕ್ಷಿಪ್ತವಾಗಿ ವಿವರಿಸಿದ್ದೆನ್ನಲಾದ ಬ್ರಹ್ಮ ಸೂತ್ರವಂತು ಅದರ ಹೆಸರೇ ಹೇಳುವಂತೆ ಉಪನಿಷತ್ತಿನ ಉಳಿದೆಲ್ಲ ವಿಚಾರಗಳನ್ನೂ ಬದಿಗೊತ್ತಿದೆ. ಕೇವಲ ಬ್ರಹ್ಮಜ್ಞಾನ ಮಾತ್ರವೇ ಜ್ಞಾನ ಎಂಬುದನ್ನು ಬಿಂಬಿಸಿದೆ.[41] ಮುಂದೆ ಪ್ರಚಾರಕ್ಕೆ ಬಂದ ಭಗವದ್ಗೀತೆಯೂ ಆತ್ಮ, ಪರಮಾತ್ಮ, ಪಾಪ, ಪುಣ್ಯ ಪುನರ್ಜನ್ಮ ಮುಂತಾದ ವಿಚಾರಗಳಲ್ಲಿ ಈ ಉಪನಿಷತ್ತುಗಳನ್ನೇ ಅನುಸರಿಸುತ್ತದೆ. ಮುಂದೆ ಕರ್ನಾಟಕದ ಮೇಲೆ ಪ್ರಭಾವ ಬೀರಿದ ಅದ್ವೈತ, ದ್ವೈತ, ವಿಶಿಷ್ಟಾದ್ವೈತ ಮೊದಲಾದ ವೇದಾಂತದ ಕವಲುಗಳ ಸಿದ್ಧಾಂತವನ್ನು ಮಂಡಿಸಿದ ಆಚಾರ್ಯರು ಈ ಚಿಂತನೆಗಳೇ ಜ್ಞಾನ, ಉಳಿದವು ಜ್ಞಾನವೇ ಅಲ್ಲ ಎಂದು ಪ್ರತಿಪಾದಿಸುವುದಕ್ಕೆ ಅಸ್ತಿವಾರವನ್ನು ಹಾಕಿತು.

ಈ ವಿಚಾರ ಕೇವಲ ತತ್ವಜ್ಞಾನದ ಪರಿಕಲ್ಪನೆಯಾಗಿ, ಚಿಂತನೆಯ ವಲಯಕ್ಕೆ ಸೀಮಿತವಾಗಿ ಉಳಿಯಲಿಲ್ಲ. ದೇಶದ ವರ್ಣ–ಜಾತಿ ವ್ಯವಸ್ಥೆಯ ಮೇಲೆ ಅಳಿಸಲಾರದ ಅಚ್ಚೊತ್ತಿತು. ಕೃಷಿ, ಪಶು ಸಾಕಾಣಿಕೆ, ಗಣಿಗಾರಿಕೆ, ಬಡಗಿ, ಶಿಲ್ಪಶಾಸ್ತ್ರ, ನೇಕಾರಿಕೆ ಮೊದಲಾದ ಕುಶಲ ಕರ್ಮಗಳೆಲ್ಲವನ್ನು, ಬೆಳೆಗಳು, ನೀರಾವರಿ, ಲೋಹಗಳು, ಮರ ಮತ್ತು ಮುಟ್ಟುಗಳು, ಶಿಲೆಗಳು, ಹತ್ತಿ, ರೇಷ್ಮೆ, ಸೆಣಬು ಮೊದಲಾದ ವಸ್ತುಗಳ ಬಗೆಗಿನ ಜ್ಞಾನ ಕೀಳು ಎಂದು ಪರಿಗಣಿಸಲು ಕಾರಣವಾಯಿತು. ಬದುಕಿನ ಈ ಅಗತ್ಯ ಕೆಲಸಗಳಲ್ಲಿ ನಿರತರಾಗಿರುವವರನ್ನೂ ಕೀಳ್ಗಳೆಯಲು ಕಾರಣವಾಯಿತು. ಅವರನ್ನು ಶೂದ್ರರೆಂದು ಪರಿಗಣಿಸಲಾಯಿತು. ಇದರಿಂದಾಗಿ ಈ ಎಲ್ಲ ವೃತ್ತಿಗಳವರಿಗೆ ಅಕ್ಷರಾಭ್ಯಾಸ, ವಿದ್ಯಾಭ್ಯಾಸಗಳ ನಿರಾಕರಣೆಯಾಯಿತು. ದಿನನಿತ್ಯ ಈ ಬದುಕಿನೊಂದಿಗೆ ವ್ಯವಹರಿಸುತ್ತಾ ಕೃಷಿ, ಪಶುಸಂಗೋಪನೆ, ಕಟ್ಟಡಗಳ ನಿರ್ಮಾಣ, ವಿವಿಧ ರೀತಿಯ ಕುಶಲ ಕರ್ಮಗಳಲ್ಲಿ ತೊಡಗಿ ತಾವು ವ್ಯವಹರಿಸುವ ವಸ್ತುಗಳು ಹಾಗೂ ಬದುಕಿಗೆ ಅವುಗಳನ್ನು ಬಳಸಿಕೊಳ್ಳುವ ವಿಧಾನಗಳ ಬಗ್ಗೆ ಅಪಾರ ಅನುಭವ ಜನ್ಯ ಜ್ಞಾನವನ್ನು ಪಡೆದಿದ್ದ ಜನ ಸಮುದಾಯಗಳ ಜ್ಞಾನ ಸಂಪತ್ತನ್ನು ಕಡೆಗಣಿಸಲಾಯಿತು. ಶೂದ್ರರೆಂದು ಪರಿಗಣಿತರಾಗಿ ವಿದ್ಯಾಭ್ಯಾಸ ವಂಚಿತರಾದ ಈ ಜನ ಸಮುದಾಯ ತಮ್ಮ ಜ್ಞಾನವನ್ನು ಬರೆದಿಡಲು ಸಾಧ್ಯವಿಲ್ಲದೆ ಹೋಯಿತು. ಹೀಗೆ ಭಾರತದ ಜನ ಸಮುದಾಯಗಳ ಸಾವಿರಾರು ವರ್ಷಗಳ ಅನುಭವ ಇಂದಿನ ಭಾರತಕ್ಕೆ ದಕ್ಕದೆ ಹೋಯಿತು. ಒಂದು ತಲೆಮಾರಿನಿಂದ ಮತ್ತೊಂದು ತಲೆಮಾರಿಗೆ ಈ ಜ್ಞಾನ ಪ್ರವಹಿಸದೇ ಹೋದ ಪರಿಣಾಮ ಅದನ್ನು ಉತ್ತಮ ಪಡಿಸಿಕೊಳ್ಳುತ್ತಾ ಬೆಳೆಯುವುದಕ್ಕೆ ಬದಲಾಗಿ ಕೇವಲ ಅನುಕರಣೆ, ಪುನರಾವರ್ತನೆ ಗಳಲ್ಲಿಯೇ ಮುಳುಗಿತು. ಕುಶಲ ಕರ್ಮಗಳು ವಿಜ್ಞಾನವಾಗಿ ಬೆಳೆಯದೇ ಕೇವಲ ಕುಶಲತೆಯಾಗಿ ಮಾತ್ರ ಉಳಿದವು.

ಈ ಪ್ರಕ್ರಿಯೆಯ ವಿರುದ್ಧ ಮಗ್ಗುಲಾಗಿ ಅಕ್ಷರ ಮೊದಲಾದ ಜ್ಞಾನ ಪಡೆದ ಬ್ರಾಹ್ಮಣರನ್ನು, ವೈದಿಕ ಗ್ರಂಥಗಳೂ, ಧರ್ಮಶಾಸ್ತ್ರಗಳು, ಮನುಸ್ಮೃತಿಯೂ ಬ್ರಾಹ್ಮಣರು ಅಧ್ಯಯನ, ಅಧ್ಯಾಪನ ಮೊದಲಾದ ಕೆಲಸಗಳನ್ನಷ್ಟೇ ಮಾಡಬೇಕು, ಕೃಷಿ, ಪಶು ಸಂಗೋಪನೆ ಮೊದಲಾದ ಕೆಲಸಗಳು ಅವರು ಕೈಗೊಳ್ಳಲು ಅರ್ಹವಲ್ಲ ಎಂದು ನಿಷೇಧ ವಿಧಿಸಿದೆ. ಹೀಗೆ ಅಕ್ಷರ ಜ್ಞಾನವಿದ್ದವರಿಗೆ ಬದುಕಿನ ಮುಖ್ಯ ವಿಷಯಗಳು, ಪ್ರಕೃತಿಯ ವಿವಿದ ವಸ್ತು, ಪ್ರಾಣಿ ಪ್ರಪಂಚದ ಜೊತೆ ಒಡನಾಟವಿಲ್ಲ. ಆದ್ದರಿಂದ ಅವರು ಈ ಬಗ್ಗೆ ಬರೆಯಲು, ಶೋಧನೆ ನಡೆಸಲು ಸಾಧ್ಯವಿಲ್ಲ. ಆದ್ದರಿಂದ ಅವರ ಗಮನವೆಲ್ಲಾ ಕೈ ಕೆಸರು ಮಾಡಿಕೊಳ್ಳದೆ ಪಡೆಯಬಹುದಾದ ಗಣಿತ, ಖಗೋಳ ಜ್ಞಾನಕ್ಕೆ ಸೀಮಿತವಾಯಿತು. ವಿವಿಧ ವರ್ಣ–ಜಾತಿಗಳ ಜನರನ್ನು ಸ್ಪರ್ಶಿಸಿ, ರಕ್ತ, ಮಲ, ಮೂತ್ರಗಳನ್ನು ಪರೀಕ್ಷಿಸಬೇಕಾದ ವೈದ್ಯ ವಿಜ್ಞಾನವನ್ನು ಕೂಡಾ ಮೈಲಿಗೆ

ಎಂದು ಪರಿಗಣಿಸಿದುದರಿಂದ ಕ್ರಿಸ್ತ ಪೂರ್ವದ ಚರಕ, ಶುಶ್ರುತ ಸಂಹಿತೆಗಳ ನಂತರ ಬೆಳೆಯಲಿಲ್ಲ.

ಅದರಿಂದಾಗಿ ರೈತರು, ಪಶು ಸಂಗೋಪಕರು, ಕುಶಲ ಕರ್ಮಿಗಳನ್ನು, ಕೆಳ ಜಾತಿಗಳನ್ನಾಗಿ ಪರಿಗಣಿಸಿದ್ದಲ್ಲದೆ ಅವರು ತಮ್ಮ ಜ್ಞಾನವನ್ನು ಬೆಳೆಸಿಕೊಳ್ಳಲು ಇರುವ ಅವಕಾಶವನ್ನು ಕಿತ್ತುಕೊಂಡಿತು. ನಮ್ಮ ಸುತ್ತಮುತ್ತಲಿನ ಜಗತ್ತಿನ ಬಗೆಗೆ, ಪ್ರಕೃತಿಯ ಬಗೆಗೆ, ಸಮಾಜದ ಬಗೆಗಿನ ಜ್ಞಾನ ವಿಸ್ತರಿಸುವುದಕ್ಕೆ ಅಡ್ಡಿಯಾಯಿತು. ನಮ್ಮ ದೇಶದಲ್ಲಿ ವಿಜ್ಞಾನದ ಬೆಳವಣಿಗೆಗೆ ದೊಡ್ಡ ಆಘಾತವನ್ನುಂಟು ಮಾಡಿತು. ವಿಶ್ವದ ವಿವಿಧ ದೇಶಗಳು ಮತ್ತು ಸಂಸ್ಕೃತಿಗಳು ಅನೇಕ ಹೊಸ ಅವಿಷ್ಕಾರಗಳನ್ನು ಮಾಡುತ್ತಾ ಮುಂದುವರಿದರೆ ಭಾರತ ತನ್ನಲ್ಲಿದ್ದ ಜ್ಞಾನವನ್ನೇ ನಾಶ ಮಾಡಿಕೊಳ್ಳುತ್ತ ಹಿಂದುಳಿಯಲು ಕಾರಣವಾಯಿತು.

ಈ ಬೆಳವಣಿಗೆಗಳು ನಡೆಯುವ ವೇಳೆಗೆ ಮೇಲೆ ವಿವರಿಸಿದಂತೆ ರಾಜ್ಯಗಳು ರೂಪುಗೊಂಡಿದ್ದ ಗಂಗಾ ನದಿ ತೀರದ ಬ್ರಾಹ್ಮಣರು ತಮ್ಮ ಬುಡಕಟ್ಟುಗಳು, ಕುಲಗಳ ಜೊತೆಗಿನ ಬಿಗಿಯಾದ ಬಂಧದಿಂದ, ಕುಲಪುರೋಹಿತರಾಗಿ ಕುಲದ ಜೊತೆಗೆ ಸಾಗಬೇಕಾದ ಅನಿವಾರ್ಯತೆಯಿಂದ ಬಿಡಿಸಿಕೊಂಡು ಪ್ರತ್ಯೇಕ ವರ್ಣವಾಗಿದ್ದರು.[42] ಕೃಷಿಯ ವಿಸ್ತರಣೆ, ರಾಜಪ್ರಭುತ್ವಗಳ ಬೆಳವಣಿಗೆಗಳ ಕಾರಣವಾಗಿ ನಗರಗಳ ಬೆಳವಣಿಗೆಯಾಯಿತು. ಗಂಗಾ ನದಿ ಬಯಲಿನಲ್ಲಿ ಜನಸಂಖ್ಯೆಯ ಹೆಚ್ಚಳವೂ ಉಂಟಾಯಿತು. ಈ ಎಲ್ಲವೂ ಅವರನ್ನು ದೂರದೂರುಗಳನ್ನು ಅರಸಿಕೊಂಡು ಹೋಗುವ ಅನಿವಾರ್ಯತೆಯನ್ನು ಉಂಟು ಮಾಡಿತ್ತು. ಒಂದು ಪ್ರದೇಶಕ್ಕೆ ಸೀಮಿತವಾಗಬೇಕಾದ ಅನಿವಾರ್ಯತೆ ಇಲ್ಲದೆ ಎಲ್ಲಿ ತಮಗೆ ಹೆಚ್ಚು ಆದಾಯ ಗಳಿಕೆಯಾಗುವುದೊ ಅಲ್ಲಿಗೆಲ್ಲಾ ಜೀವನವನ್ನ ಅರಸಿಕೊಂಡು ಹೋಗುವ ಅವಕಾಶವನ್ನು ಪಡೆದುಕೊಂಡಿದ್ದರು.

ಅಧ್ಯಾಯ ನಾಲ್ಕು

ಕುಲಾಧಿಪತ್ಯಗಳ ಬೆಳವಣಿಗೆ

ಗಂಗಾ ನದಿ ಬಯಲಿನ ಧಾರ್ಮಿಕ ಹಾಗೂ ಸಾಮಾಜಿಕ ವಿಚಾರಗಳು ಮತ್ತು ಅಲ್ಲಿನ ಜನರು ದಕ್ಷಿಣ ಭಾರತಕ್ಕೆ ಪ್ರವೇಶ ಪಡೆಯುವವರೆಗೆ ಇಲ್ಲಿಯ ಮಾನವ ಸಮುದಾಯ ಹತ್ತಾರು ಸಾವಿರ ವರ್ಷಗಳ ಕಾಲ ತನ್ನದೇ ಆದ ಸ್ವತಂತ್ರ ಬೆಳವಣಿಗೆಯ ಹಾದಿಯಲ್ಲಿತ್ತು.[43] ನೀರು ಯಥೇಚ್ಛವಾಗಿ ಭೂಮಿಯ ಮೇಲ್ಮೈಯಲ್ಲೇ ದೊರಕುವ, ತಮಿಳುನಾಡಿನ ಕಾವೇರಿ ನದಿಯ ಕೆಳಗಣ ಬಯಲು ಹಾಗೂ ನದಿ ಸಮುದ್ರ ಸೇರುವೆಡೆಯ ಪ್ರದೇಶದಲ್ಲಿ ಈ ಸಾಮಾಜಿಕ ಬೆಳವಣಿಗೆಯ ಹೆಚ್ಚು ಬೆಳವಣಿಗೆ ಹೊಂದಿದ ಸ್ಥಿತಿಯನ್ನು ನೋಡುತ್ತೇವೆ. ಕ್ರಿಸ್ತ ಪೂರ್ವದ ಕೊನೆಯ ಶತಮಾನದಿಂದ ಕ್ರಿಸ್ತಶಕದ ಮೊದಲ ಮೂರು ಶತಮಾನಗಳ ಕಾಲದ್ದೆಂದು ಗುರುತಿಸಲಾದ ಶಂಗಂ ಸಾಹಿತ್ಯದ ರಚನೆ ಮತ್ತು ಸಂಕಲನ ಈ ಸಾಮಾಜಿಕ ಬೆಳವಣಿಗೆಯ ಫಲ. ಶಂಗಂ ಸಾಹಿತ್ಯ ಋಗ್ವೇದ ಮೊದಲಾದ ವೇದಗಳಂತೆ ಧಾರ್ಮಿಕ ಅಧಿಕಾರದ ಮೂಲವೆಂದು ಪರಿಗಣಿಸಲ್ಪಟ್ಟಿಲ್ಲ. ಆದರೆ ಆಗಿನ ತಮಿಳಗಂನ ಸಾಮಾಜಿಕ ರಚನೆಯನ್ನು ತಿಳಿಯಲು ನೆರವಾಗುವ ಮುಖ್ಯ ಆಕರವಾಗಿದೆ. ಅಲ್ಲಿ ಮೂವೆಂಟಾರ್ (ಮೂವರು ಕಿರೀಟಧಾರಿಗಳು) ಎಂದು ಹೆಸರಾದ ಪ್ರಭುತ್ವ ಸ್ಥಾಪನೆಯ ಪೂರ್ವ ಹಂತದ ರಾಜರಂತಹ ಮುಖ್ಯಸ್ಥರುಗಳು, ವೇಳಿರ್ ಎಂಬ ಹೆಸರಿನ ಹಲವು ಕಿರಿ ಆಳ್ವಿಕೆಗಳು ರೂಪುಗೊಂಡಿದ್ದನ್ನು ಕಾಣುತ್ತೇವೆ.

ಆ ವೇಳೆಗೆ ವೈದಿಕರ ಪ್ರವೇಶವನ್ನೂ, ವರ್ಣ ವ್ಯವಸ್ಥೆಯ ವಿಚಾರಗಳ ಪ್ರಸರಣವನ್ನೂ ಈ ಸಮುದಾಯಗಳಲ್ಲಿ ಕಾಣುತ್ತೇವೆ.[44] ಇತಿಹಾಸಪೂರ್ವದ ಸಾವಿರಾರು ವರ್ಷಗಳಲ್ಲಿ ದ್ರಾವಿಡ ಭಾಷಾ ಸಮುದಾಯದ ಭಾಗವಾಗಿ ತಮಿಳು, ಕನ್ನಡ, ಮಲಯಾಳ, ತೆಲುಗು, ತುಳು ಮೊದಲಾದ ಭಾಷಿಕರ ನಡುವೆ ಕೊಡುಕೊಳ್ಳುವಿಕೆಯ ಸ್ವರೂಪ ಹೇಗಿದ್ದಿರಬಹುದು ಮತ್ತು ಕರ್ನಾಟಕದ ಸಾಮಾಜಿಕ ರಚನೆಯ ಮೇಲೆ ಅದರ ಪರಿಣಾಮವೇನು ಎಂಬ ಬಗ್ಗೆ ಹೆಚ್ಚು ಸಂಶೋಧನೆಗಳು ನಡೆಯಬೇಕಾಗಿದೆ.

ಆದರೆ ಅಂದಿನ ಕಾಲಘಟ್ಟದ ಕರ್ನಾಟಕದ ಸಾಮಾನ್ಯ ಜನರ ಜೀವನದ ಬಗ್ಗೆ ತಿಳಿದುಕೊಳ್ಳಲು ಗಂಗಾ ನದಿ ತೀರದಲ್ಲಿ ರಚಿಸಲ್ಪಟ್ಟ ವೇದ, ಬ್ರಾಹ್ಮಣಗಳಂತಹ ಅಥವಾ ಕಾವೇರಿ ನದಿ ಮುಖಜ ಭೂಮಿಯಲ್ಲಿ ರಚಿಸಿ ಸಂಗ್ರಹಿಲ್ಪಟ್ಟ ಶಂಗಂ ಸಾಹಿತ್ಯದಲ್ಲಿನಂತೆ ಹೆಚ್ಚಿನ ಆಕರಗಳಿಲ್ಲ. ಶಾಸನಗಳು, ಉತ್ಖನನಗಳು, ಕ್ಷೇತ್ರ ಅಧ್ಯಯನಗಳ ಜೊತೆಗೆ ಭಾಷಾಶಾಸ್ತ್ರ, ಜಾನಪದ, ಮಾನವಶಾಸ್ತ್ರ, ಸಮಾಜಶಾಸ್ತ್ರದ ಅಧ್ಯಯನಗಳನ್ನು ಬಳಸಿ ಅಂದಿನ ಸಮಾಜದ ಚಿತ್ರಣವನ್ನು ಶೋಧಿಸಬೇಕಾಗಿದೆ. ಈ ಪ್ರಯತ್ನಕ್ಕೆ ಇತ್ತೀಚೆಗೆ ಲಭ್ಯವಾದ ಮತ್ತೊಂದು ಮುಖ್ಯವಾದ ಸಾಧನ ಎಂದರೆ ಮಾನವರ ಮತ್ತು ಪ್ರಾಣಿಗಳ ವಂಶವಾಹಿಗಳ ಅಧ್ಯಯನದ ಮೂಲಕ ಮಾನವ ಇತಿಹಾಸವನ್ನು ಬೆಳಕಿಗೆ ತರಲು ನೆರವಾದ ಜೈವಿಕ ತಂತ್ರಜ್ಞಾನ.

ಕರ್ನಾಟಕದ ಭೌಗೋಳಿಕ ಪರಿಸರ ಗಂಗಾ ನದಿ ಬಯಲಿನ ಪರಿಸ್ಥಿತಿಗಿಂತ ಬಹಳ ಭಿನ್ನವಾದದ್ದು. ಗಂಗಾ ನದಿ ಬಯಲಿನ ಹೇರಳವಾದ ನೀರಿನ ಸಮೃದ್ಧತೆ. ಫಲವತ್ತಾದ ಮೆಕ್ಕಲು ಮಣ್ಣು, ಸಮತಟ್ಟಾದ ಭೂಮಿ ಒಂದು ಕಡೆ. ಸಾವಿರಾರು ಕಿ.ಮೀ.ಗಳ ದೂರ ಹಲವಾರು ವರ್ಷಗಳ ಕಾಲ ಪ್ರವಾಸ ಮಾಡುತ್ತಾ ಬಂದ ಸಮುದಾಯ ಮತ್ತೊಂದು ಕಡೆ. ಈ ಸಮುದಾಯ ಆ ಎಲ್ಲ ಪ್ರದೇಶಗಳ ವೈವಿಧ್ಯಮಯವಾದ ಬದುಕಿನ ಅನುಭವವನ್ನು ಗಳಿಸಿದ್ದ, ಆ ಅನುಭವವನ್ನು ನೆನಪಿನಲ್ಲಿಟ್ಟುಕೊಳ್ಳಲು ವೇದಗಳಲ್ಲಿ ಕಾಣುವಂತೆ ಛಂದೋಬದ್ಧವಾದ ಶೈಲಿಯ ಭಾಷೆಯನ್ನಾಗಲೇ ರೂಢಿಸಿಕೊಂಡಿದ್ದವರು. ಈ ಸಮುದಾಯ ಕರ್ನಾಟಕಕ್ಕಿಂತ ಹಲವು ಪಟ್ಟು ವಿಶಾಲವಾದ ಗಂಗಾ ನದಿ ಬಯಲಿನಲ್ಲಿ ಜೀವನದ ಸಮೃದ್ಧತೆಯನ್ನು ಕಂಡುಕೊಂಡು ಅಲ್ಲಿ ನೆಲೆಯೂರಿತು. ಅಲ್ಲಿ ಮೊದಲೇ ನೆಲೆಸಿದ್ದ ಜನರನ್ನು ತಮ್ಮ ಅಶ್ವಾಧಾರಿತ, ಮೇಲ್ಮಟ್ಟದ ಸಮರ ತಂತ್ರದ ಆಧಾರದ ಮೇಲೆ ಜಯಿಸಿ ರಾಜ್ಯಗಳು, ಸಾಮ್ರಾಜ್ಯಗಳನ್ನು ಸ್ಥಾಪಿಸಿತು. ಮೇಲೆ ವಿವರಿಸಿದಂತೆ ಇವುಗಳ ಒಂದು ಆಧಾರವಾಗಿ ಚಾತುರ್ವರ್ಣ ವ್ಯವಸ್ಥೆಯ ಸಾಮಾಜಿಕ ರಚನೆ ಬೆಳೆಯಿತು.

ಆದರೆ ಕರ್ನಾಟಕ ಒಂದು ಭಾಗವಾಗಿರುವ ದಕ್ಷಿಣ ಭಾರತದ ಭೂಲಕ್ಷಣ ಏರು ಇಳುವಿನ, ವೈವಿಧ್ಯಮಯವಾದ ಭೂಗುಣ, ವಾಯುಗುಣ, ಮಳೆ, ಜಲ ಲಭ್ಯತೆಗಳನ್ನುಳ್ಳ ಪ್ರದೇಶ. ಇಲ್ಲಿಯ ಜನ ಸಮುದಾಯ ಆರ್ಯರಿಗಿಂತ ಹತ್ತಾರು ಸಾವಿರ ವರ್ಷಗಳ ಹಿಂದೆಯೇ ಎರಡು ಅಲೆಗಳಲ್ಲಿ ಈ ಪ್ರದೇಶವನ್ನು ಪ್ರವೇಶಿಸಿ ನೆಲೆಯೂರಿದ್ದವರು.

ಸಾಗರಗಳಿಂದ ಸುತ್ತುವರೆಯಲ್ಪಟ್ಟು, ವಿಶ್ವದ ಉಳಿದ ಭಾಗಗಳ ಜೊತೆ ಹೆಚ್ಚು ಸಂಪರ್ಕವಿಲ್ಲದೆ ಪ್ರತ್ಯೇಕಗೊಂಡು ತಮ್ಮದೇ ವೇಗದಲ್ಲಿ ನಿಧಾನವಾಗಿ ಬೆಳವಣಿಗೆಯನ್ನು ಕಂಡುಕೊಳ್ಳುತ್ತಿತ್ತು ಈ ಜನ ಸಮುದಾಯ. ಭೌಗೋಳಿಕ ಪರಿಸ್ಥಿತಿಯ ಕಾರಣದಿಂದಾಗಿ, ಈ ಭೂ ಪ್ರದೇಶದಲ್ಲಿ ಲಭ್ಯವಿದ್ದ ಜೀವನಾನುಕೂಲಗಳಿಗೆ ಅನುಗುಣವಾಗಿ ಅನೇಕ ಸಣ್ಣ ಸಣ್ಣ ಬುಡಕಟ್ಟುಗಳಾಗಿ ಹಂಚಿಹೋಗಿದ್ದ ಜನ ಸಮುದಾಯ. ಅದರಿಂದಾಗಿ ಈ ಬುಡಕಟ್ಟುಗಳು ಗಂಗಾ ನದಿ ಬಯಲಿನ ಜನ ಸಮುದಾಯದಂತೆ ಸಮಾನ ಸ್ಥಿತಿಯಲ್ಲಿ ಬೆಳವಣಿಗೆ ಹೊಂದಲು ಸಾಧ್ಯವಾಗಿರಲಿಲ್ಲ. ವಿವಿಧ ಪ್ರದೇಶದ ಜನ ಸಮುದಾಯದಲ್ಲಿ ವಿವಿಧ ಹಂತದ ಬೆಳವಣಿಗೆ ದಕ್ಷಿಣ ಭಾರತದ ಲಕ್ಷಣವಾಗಿತ್ತು. ಬೇಟೆಗಾರ ಮತ್ತು ಆಹಾರ ಸಂಗ್ರಹ ಹಂತದ ಸಮುದಾಯಗಳಲ್ಲಿ ಕೆಲವು ಪಶುಪಾಲನೆಯನ್ನು, ಕೃಷಿಯನ್ನು ಕೈಗೊಂಡವು. ಹೀಗೆ ಕೃಷಿಯನ್ನು ಕೈಗೊಳ್ಳುವ ಪ್ರಕ್ರಿಯೆ ವಿವಿಧ ಭಾಗಗಳಲ್ಲಿನ ಭೂಮಿ, ಮಣ್ಣು, ನೀರು ಮತ್ತು ಇತರ ಪರಿಸ್ಥಿತಿ ಹಾಗೂ ಐತಿಹಾಸಿಕ ಪ್ರಚೋದನೆಗಳಿಗೆ ಅನುಗುಣವಾಗಿ ಬೇರೆ ಬೇರೆ ಕಾಲಘಟ್ಟದಲ್ಲಿ ಸಾವಿರಾರು ವರ್ಷಗಳ ದೀರ್ಘ ಕಾಲದುದ್ದಕ್ಕೂ ನಡೆಯಿತು.

ಅಂದಿನ ದಕ್ಷಿಣ ಭಾರತದ ಭೌಗೋಳಿಕ ಮತ್ತು ಸಾಮಾಜಿಕ ಪರಿಸ್ಥಿತಿಯ ಒಂದು ಪ್ರಾತಿನಿಧಿಕ ವಿವರಣೆಯನ್ನು ಶಂಗಂ ಸಾಹಿತ್ಯದಲ್ಲಿ ಕಾಣುತ್ತೇವೆ. ಅದರಲ್ಲಿ ವಿವರಿಸಲಾಗಿರುವ ಐದು ಭೌಗೋಳಿಕ ಹಾಗೂ ಪ್ರಾದೇಶಿಕ ವೈವಿಧ್ಯತೆಗಳು ಹೀಗಿವೆ. ತೋಲ್ಕಾಪ್ಪಿಯಂ ಎಂಬ ಆ ಕಾಲದ ತಮಿಳಿನ ಗ್ರಂಥ ಈ ಪ್ರಾದೇಶಿಕ ವಿಭಾಗಗಳನ್ನು ತಿಣ್ಯೆಗಳು ಎಂದು ಕರೆಯುತ್ತದೆ. ಅವುಗಳು ಕುರಿಂಜಿ (ಗುಡ್ಡಗಾಡು), ಮುಲ್ಲೈ (ಹುಲ್ಲುಗಾವಲು), ನೀಯ್ದಲ್ (ಕರಾವಳಿ), ಮರುದಮ್ (ಬೇಸಾಯ) ಮತ್ತು ಪಾಲೈ (ಒಣ ಪ್ರದೇಶ). ತಮಿಳಹಂನ ಸಹಜ ಭೂವಲಯಗಳಾದ ಇವು ಕೇವಲ ಭೂವಿಂಗಡಣೆಯಾಗಿ ಮಾತ್ರವೇ ಆಗದೆ ಅಲ್ಲಿ ವಾಸಿಸುವವರ ಆಹಾರ, ದೈವ, ಸಸ್ಯ, ಪ್ರಾಣಿ ವರ್ಗಗಳು, ಕಸುಬು, ಸಾಹಿತ್ಯ ಮತ್ತು ಅವರ ಅಭಿರುಚಿಯನ್ನು ಆವರಿಸಿದ ತಿಣ್ಯೆನಿಲೈಪಯಿರ್ ಎಂಬ ಪರಿಕಲ್ಪನೆಯಾಗಿದೆ. ಒಂದು ಸಮುದಾಯವನ್ನು ರೂಪಿಸುವ ಪ್ರಧಾನ ಹೇತು ಪ್ರಕೃತಿ ಅಥವಾ ಪರಿಸರ ಎಂದು ಇದು ಸೂಚಿಸುತ್ತದೆ.[45] ಇದೇ ಅಂಶವನ್ನು ಬರ್ಟನ್ ಸ್ಟೀನ್ ಎಂಬ ಪ್ರಸಿದ್ಧ ಇತಿಹಾಸಕಾರ ಮತ್ತಷ್ಟು ವಿವರಿಸಿದ್ದಾನೆ.[46] ಈ ಪ್ರಾದೇಶಿಕ–ಸಾಮಾಜಿಕ ಸಂರಚನೆಗಳು ತುಲನಾತ್ಮಕವಾಗಿ ಕರ್ನಾಟಕದ ಪ್ರದೇಶ ಗಳೊಡನೆ ಹೆಚ್ಚು ಸಾಮ್ಯತೆ ಹೊಂದಿವೆ. ದ್ರಾವಿಡ ಭಾಷಾ ಬಾಂಧವ್ಯ ಮತ್ತು ಭೌಗೋಳಿಕ ಸಾಮಿಪ್ಯವೂ ಈ ಸಮುದಾಯಗಳೊಡನೆ ಹೆಚ್ಚು ಸಂಪರ್ಕ ಮತ್ತು ಸಂಬಂಧಗಳ ಸಾಧ್ಯತೆಯನ್ನು ಹಾಗೂ ಪರಸ್ಪರ ಪ್ರಭಾವವನ್ನು ಹೆಚ್ಚಿಸಿದೆ. ಅದರಲ್ಲಿಯೂ ವಿಶೇಷವಾಗಿ ತಮಿಳಗಂನೊಡನೆ ಮೇರೆಯನ್ನು ಹಂಚಿಕೊಂಡ ದಕ್ಷಿಣ ಕರ್ನಾಟಕದೊಡನೆ ಪ್ರಾಚೀನ ಕಾಲದಿಂದಲೂ ಅಲೆಮಾರಿ ಜೀವನದ ಸಂಬಂಧಗಳು ನಂತರ ವ್ಯಾಪಾರ ವಾಣಿಜ್ಯ, ಜನರ ವಲಸೆ, ರಾಜ್ಯಗಳ ಪರಸ್ಪರ ಆಕ್ರಮಣಗಳು ಇತ್ಯಾದಿಗಳು ಕಂಡುಬರುತ್ತವೆ. ದ್ರಾವಿಡ ಭಾಷಾ ಸಮುದಾಯಗಳಲ್ಲಿ ಇತಿಹಾಸ ಪೂರ್ವ ಕಾಲಘಟ್ಟದಿಂದ

ಇಂದಿನವರೆಗೆ ವ್ಯಾಪಕವಾಗಿರುವ "ಅಮ್ಮ"ಂದಿರ ಪೂಜೆಯೇ ಉದಾಹರಣೆಯಾಗಿದೆ. ಮಾರಮ್ಮ, ಎಲ್ಲಮ್ಮ, ಕರಗ ಮೊದಲಾದ ಅನೇಕ ದೇವತೆಗಳು, ಅವುಗಳ ಆಚರಣೆಗಳು, ಈ ಜನ ಸಮುದಾಯಗಳ ನಡುವಿನ ಗಾಢ ಸಂಬಂಧಕ್ಕೆ ಸಾಕ್ಷಿಯಾಗಿದೆ.

ಕ್ರಿಸ್ತ ಪೂರ್ವದ ಕೊನೆಯ ಎರಡು ಶತಮಾನಗಳಲ್ಲಿ ಹಾಗೂ ಕ್ರಿಸ್ತ ಶಕದ ಮೊದಲ ಮೂರು ಶತಮಾನಗಳ ಕಾಲಾವಧಿಯಲ್ಲಿ 590ಕ್ಕಿಂತ ಹೆಚ್ಚು ಕವಿಗಳು, ಅದರಲ್ಲಿ ಹಲವು ಕವಿಯತ್ರಿಯರು ರಚಿಸಿದ 5,000ಕ್ಕಿಂತ ಹೆಚ್ಚು ಕವನಗಳನ್ನೊಳಗೊಂಡ ಹಲವು ಸಂಕಲನಗಳ ಶಂಗಂ ಸಾಹಿತ್ಯದ ಬೆಳವಣಿಗೆಯಾಗಿತ್ತು. ಇವುಗಳಲ್ಲಿ ಕಾಣುವಂತೆ ಆ ವೇಳೆಗಾಗಲೇ ವೈದಿಕ, ಜೈನ ಹಾಗೂ ಬೌದ್ಧ ಧರ್ಮಗಳ ಜೊತೆಗೆ ಸಂಬಂಧ ಬೆಳೆಯಲಾರಂಭವಾಗಿತ್ತು. ತಮಿಳಹಂನ ಅನೇಕ ಧಾರ್ಮಿಕ, ರಾಜಕೀಯ ಮತ್ತು ಇತರ ವಿಚಾರಗಳು ಕರ್ನಾಟಕವನ್ನು, ಅದರ ಸಾಮಾಜಿಕ ರಚನೆಯನ್ನು ವಿವಿಧ ಕಾಲಘಟ್ಟಗಳಲ್ಲಿ ಪ್ರಭಾವಿಸಿದ ಸೂಚನೆಗಳು ಅವುಗಳಲ್ಲಿ ಕಾಣುತ್ತವೆ.

ಈ ಮುಖ್ಯ ಪ್ರಭಾವಗಳ ಜೊತೆಗೆ ಕಪ್ಪು ಎರೆ ಭೂಮಿಯನ್ನುಳ್ಳ ಮಹಾರಾಷ್ಟ್ರದ ದಕ್ಷಿಣ ಭಾಗ ಮತ್ತು ಉತ್ತರ ಕರ್ನಾಟಕ, ಪಶ್ಚಿಮ ಘಟ್ಟಗಳು ಕರಾವಳಿಯನ್ನು ಹಂಚಿಕೊಂಡ ಮಹಾರಾಷ್ಟ್ರ, ಕೇರಳ ಹಾಗೂ ಅದೇ ರೀತಿ ಪೂರ್ವ ಘಟ್ಟಗಳ ಬೆಟ್ಟ ಗುಡ್ಡಗಳ ಸಾಲನ್ನು ಹಂಚಿಕೊಂಡ ಕರ್ನಾಟಕದ ಪೂರ್ವ ಭಾಗ ಮತ್ತು ಆಂಧ್ರ ದೇಶದ ಪಶ್ಚಿಮ ಭಾಗ ಪ್ರಾದೇಶಿಕ ಸಾಮೀಪ್ಯ, ಸಮಾನ ಭೌಗೋಳಿಕ ಲಕ್ಷಣಗಳ ಜೊತೆಗೆ ಸಾಂಸ್ಕೃತಿಕ ವಲಯವಾಗಿ ಪರಸ್ಪರ ಪ್ರಭಾವಿಸಿವೆ.

ಕರ್ನಾಟಕದ ಭೂ ಪ್ರದೇಶ ದಕ್ಷಿಣ ಭಾರತದ ಏರು ಇಳುವು ಬೆಟ್ಟ ಗುಡ್ಡಗಳ ಪ್ರದೇಶದ ಭಾಗ. ದಕ್ಷಿಣ ಭಾರತ ಪಶ್ಚಿಮದಲ್ಲಿ ಎತ್ತರದ ಘಟ್ಟಗಳಿಂದ ಕೂಡಿ ಪೂರ್ವಕ್ಕೆ ಇಳಿಜಾರಾಗುತ್ತಾ ಸಾಗುವುದರಿಂದ ದೊಡ್ಡ ನದಿಗಳು ಪಶ್ಚಿಮಘಟ್ಟಗಳಲ್ಲಿ ಹುಟ್ಟಿ ಪೂರ್ವಕ್ಕೆ ಹರಿಯುತ್ತವೆ. ಅದರಿಂದಾಗಿ ಕರ್ನಾಟಕ, ಮುಖ್ಯ ನದಿಗಳ ಮೇಲ್ಕಣಿವೆ ಪ್ರದೇಶಗಳನ್ನು ಒಳಗೊಂಡಿದೆ. ಈ ಮುಖ್ಯ ನದಿಗಳ ಕೆಳ ಬಯಲು ಪ್ರದೇಶ ಮತ್ತು ಕಡಲನ್ನು ಸೇರುವ ಮುಖಜ ಭೂಮಿಗಳು ತಮಿಳುನಾಡು, ಆಂಧ್ರಗಳಿಗೆ ಸೇರಿವೆ. ಇದು ಗಂಗಾ ನದಿ ಬಯಲು ಮತ್ತು ಕಾವೇರಿ ನದಿ ಮುಖಜ ಭೂಮಿಯಲ್ಲಿನ ಕೃಷಿಯ ಹಾಗೂ ಅದರಿಂದ ಪ್ರಭಾವಿತವಾದ ಸಾಮಾಜಿಕ ಬೆಳವಣಿಗೆಗಿಂತ ಹಲವು ರೀತಿಯಲ್ಲಿ ಭಿನ್ನವಾದ ಪರಿಣಾಮವನ್ನುಂಟು ಮಾಡಿದೆ. ಸಾಮಾಜಿಕ ರಚನೆಯ ಮೇಲೆ ಬೀರಿದ ಪ್ರಭಾವದ ದೃಷ್ಟಿಯಿಂದ ಕರ್ನಾಟಕದ ಭೌಗೋಳಿಕ ಪ್ರಾದೇಶಿಕ ವಿಭಾಗಗಳನ್ನು ಈ ರೀತಿ ವಿಂಗಡಿಸಬಹುದು.

1. ಉತ್ತರ ಕರ್ನಾಟಕದ ಎರೆ ಮಣ್ಣಿನ ಬಯಲು ಪ್ರದೇಶ
2. ದಕ್ಷಿಣ ಕರ್ನಾಟಕದ ಬಯಲು ಪ್ರದೇಶ

3. ಕರಾವಳಿ ಮತ್ತು ಪಶ್ಚಿಮ ಘಟ್ಟಗಳ ಮಲೆನಾಡು
4. ಪೂರ್ವ ಕರ್ನಾಟಕದ ಗುಡ್ಡಗಾಡು ಪ್ರದೇಶ

ಕರ್ನಾಟಕದ ನೆಲದಲ್ಲಿ ಗಂಗಾ ನದಿ ಬಯಲಿನ ಸಾಮಾಜಿಕ ರಚನೆಯ ವಿಚಾರಗಳು ಬೇರಿಳಿಯಲು ಕಾರಣವಾದ ಕಾಲಘಟ್ಟದ ಸಂಕೀರ್ಣವಾದ ಪರಿಸ್ಥಿತಿಯನ್ನು ವಿವರವಾದ ಪರಿಶೀಲನೆಗೆ ಒಳಪಡಿಸಬೇಕು. ವೈದಿಕ ವಿಚಾರಗಳ ಪ್ರತಿನಿಧಿಗಳಾಗಿ ಬ್ರಾಹ್ಮಣರು ಈ ಪ್ರದೇಶಕ್ಕೆ ಬರುವ ಮತ್ತು ಮೊದಲ ಪ್ರಭುತ್ವಗಳು ಸ್ಥಾಪನೆಯಾಗುವ ವೇಳೆಯ ಪರಿಸ್ಥಿತಿಯ ಬಗ್ಗೆ ಸಿಗುವ ಆಕರಗಳನ್ನು ಸೋಸಿದರೆ ಈ ಕೆಳಗಿನ ಮಾಹಿತಿ ಹೊರವಡುತ್ತದೆ.

ಅಶೋಕನ ಶಾಸನಗಳಲ್ಲಿ ಕರ್ನಾಟಕದ ವನವಾಸ ಮತ್ತು ಮಹಿಷಮಂಡಲ ಎಂಬ ಎರಡು ಪ್ರದೇಶಗಳಿಗೆ ಬೌದ್ಧ ಸನ್ಯಾಸಿಗಳನ್ನು ಪ್ರಚಾರಕ್ಕಾಗಿ ಕಳುಹಿಸಿದ ಉಲ್ಲೇಖಗಳಿವೆ. ಪುರಾಣಗಳಲ್ಲಿ ಇವೆರಡರ ಜೊತೆಗೆ ಕುಂತಳ ಎಂಬ ಪ್ರದೇಶವನ್ನು ಹೆಸರಿಸಲಾಗಿದೆ. ಸಪ್ತ ಕೊಂಕಣವನ್ನು ವಿವರಿಸುತ್ತಾ ಹವ್ವಿಗಂ, ತೌಳವಂ ಎಂಬೆರಡು ಪ್ರದೇಶಗಳು ಅದರ ಭಾಗವಾಗಿದ್ದವೆಂದು ಸ್ಕಂದ ಪುರಾಣ ಹೇಳುತ್ತದೆ.[47] ಶಂಗಂ ಸಾಹಿತ್ಯದಲ್ಲಿ ಉಲ್ಲೇಖಿಸಲಾದಂತೆ ಕರ್ನಾಟಕದ ಭಾಗಗಳಲ್ಲಿ ಅಂದು ನೆಲೆಯೂರಿದ್ದ ಎರುಮೈಯೂರವರು, ಪುಣ್ಣಾಟದ ಪುನ್ನುರಾಜ (ಪುನ್ನಾಟರು), ಕಂಕರು ಅಥವಾ ಕಂಗರು (ಗಂಗರು), ಕುಡವ ಕೊಂಗರು (ಕೊಡವರು), ಕಟಂಬರು (ಕದಂಬರು), ತುಳುವರು, ಕೊಂಗಾಣರು, ಕೋಶರು, ಮಾಹೂರರು, ಎರ‍್ರೈ (ನಂದಿ ಧ್ವಜರಾದ ಬಾಣರು) ಎಂಬ ಜನ ಸಮುದಾಯಗಳನ್ನು ಷ. ಶೆಟ್ಟರ್‌ರವರು ಶಂಗಂ ಸಾಹಿತ್ಯದ ಅಧ್ಯಯನದಲ್ಲಿ ಹೆಸರಿಸಿದ್ದಾರೆ. ಅದರಲ್ಲಿ ಎರುಮೈಯೂರವರು (ಪುರಾಣಗಳಲ್ಲಿ ಸಂಸ್ಕೃತೀಕರಣಗೊಂಡ ಮಹಿಷ ಮಂಡಲ) ಗಂಗರು, ಕದಂಬರು, ತುಳುವರು, ಬಾಣರು, ಕೊಂಗಣರು, ಪುನ್ನಾಟರು ಮೊದಲಾದವರನ್ನು ಸ್ಪಷ್ಟವಾಗಿ ಗುರುತಿಸಿದ್ದಾರೆ.

ಕ್ರಿಸ್ತ ಪೂರ್ವ ಎರಡನೆಯ ಶತಮಾನದಿಂದ ಮತ್ತು ಕ್ರಿಸ್ತ ಶಕದ ಮೊದಲ ಶತಮಾನಗಳಲ್ಲಿ ಈ ಜನ ಸಮದಾಯಗಳು ಕರ್ನಾಟಕದ ಪಶ್ಚಿಮ ಕರಾವಳಿಯಲ್ಲಿ ಹಾಗೂ ತಮಿಳಗಂನ ಉತ್ತರ ಗಡಿಭಾಗಗಳಲ್ಲಿ ವಾಸಿಸುತ್ತಿದ್ದುವು ಎಂಬುದು ಈ ಆಕರಗಳಿಂದ ತಿಳಿಯುತ್ತದೆ.[47ಅ] ಈ ಜನ ಸಮುದಾಯಗಳು ಆ ವೇಳೆಗಾಗಲೇ ತಾವು ವಾಸಮಾಡುತ್ತಿದ್ದ ಪ್ರದೇಶಗಳ ಮೇಲೆ ಹಿಡಿತ ಸಾಧಿಸಿದ್ದವು. ಆ ಪ್ರದೇಶಗಳ ಮೇಲೆ ದಾಳಿ ಮಾಡುವವರನ್ನು ಎದುರಿಸುವ ಮತ್ತು ಈ ಹಿಡಿತವನ್ನು ಉಳಿಸಿಕೊಳ್ಳುವ ಶಕ್ತಿಯನ್ನು ಗಳಿಸಿದ್ದರೆಂಬುದು ವ್ಯಕ್ತವಾಗುತ್ತದೆ. ಮುಂದಿನ ದಿನಗಳಲ್ಲಿ ಕರ್ನಾಟಕದಲ್ಲಿ ಮೊದಲ ಪ್ರಭುತ್ವಗಳನ್ನು ಸ್ಥಾಪಿಸಿದ ಕದಂಬ, ಗಂಗ, ಪುನ್ನಾಟ ಮತ್ತು ಬಾಣರ ಹೆಸರುಗಳನ್ನು ಇಲ್ಲಿ ಕಾಣುತ್ತೇವೆ.

ಕರ್ನಾಟಕದಲ್ಲಿ ಮೊದಲ ರಾಜ ಪ್ರಭುತ್ವಗಳು ಸ್ಥಾಪನೆಯಾಗುವ ಆರಂಭ ಘಟ್ಟದ ಅಥವಾ ಪ್ರಭುತ್ವ ಪೂರ್ವ ಪರಿಸ್ಥಿತಿಯ ಬಗೆಗೆ ಆಕರಗಳು ನೀಡುವ ಮಾಹಿತಿಯಿದು.

ಈ ಕುಲಗಳಲ್ಲಿ ಕೆಲವು ತಾವು ನೆಲೆಗೊಂಡಿರುವ ಪ್ರದೇಶದಿಂದ ಹೆಸರನ್ನು ಪಡೆದರೆ, ಮತ್ತೆ ಕೆಲವು ಪ್ರದೇಶಗಳು ಅಲ್ಲಿ ನೆಲೆಸಿರುವ ಕುಲಗಳಿಂದ ತಮ್ಮ ಹೆಸರನ್ನು ಪಡೆದುಕೊಂಡಿವೆ. ಕರ್ನಾಟಕದ ಜನ ಸಂಕುಲದ ಭಾಗವಾಗಿರುವ ಅಸಂಖ್ಯ ಕುಲಗಳ ಶೋಧವಿನ್ನೂ ಆಗಬೇಕಾಗಿದೆ. ಕುಲಗಳು ರೂಪುಗೊಂಡ ಪ್ರಕ್ರಿಯೆಯನ್ನು ಅರ್ಥ ಮಾಡಿಕೊಳ್ಳಲಷ್ಟೇ ಇಲ್ಲಿ ಕೆಲ ಕುಲಗಳನ್ನು ಹೆಸರಿಸಲಾಗಿದೆ. ಗಂಗಡಿಕಾರರು (ಗಂಗವಾಡಿ ಕಾರರು), ಮೊರಸರು (ಮೊರಸುನಾಡು), ಕುಂಚಿಟಿಗರು, ಸಾದರು, ಪಂಚಮಸಾಲಿಗಳು, ನೊಣಬರು (ನೊಳಂಬರು), ನಾಮಧಾರಿಗಳು, ಪುನ್ನಾಟರು, ಬಾಣರು, ಬಂಟರು, ನಾಡವರು, ಹವ್ಯಿಗರು (ಹೈಗರು), ಕೊಡವರು, ಗುತ್ತರು, ಸಿಂಧರು, ಶಿಲಾಹಾರರು, ಸೇಂದ್ರಕರು, ಅಳುಪರು, ಚೆಂಗಾಳ್ವರು, ಕೊಂಗಾಳ್ವರು ಹೀಗೆ ಹಲವು ಸಣ್ಣ ದೊಡ್ಡ ಕುಲಗಳ ಹೆಸರುಗಳನ್ನು ಕೇಳುತ್ತೇವೆ. ಈ ಹಲವು ಕುಲಗಳು ಬೇಸಾಯಗಾರರ ಕುಲಗಳಾಗಿ ಒಂದು ಪ್ರದೇಶದಲ್ಲಿನ ಭೂಮಿಯ ಬಹುಭಾಗದ ಒಡೆತನ ಉಳ್ಳವರಾಗಿದ್ದಾರೆ. ಕೆಲವರು ಆಳ್ವಿಕೆ ನಡೆಸಿದ ರಾಜವಂಶಗಳಾಗಿದ್ದಾರೆ. ಈ ಕುಲಗಳೆಲ್ಲ ಒಂದೇ ಕಾಲಘಟ್ಟದಲ್ಲಿ ರೂಪುಗೊಂಡಿಲ್ಲ. ಇತಿಹಾಸ ಪೂರ್ವ ಕಾಲದಲ್ಲಿ ಆರಂಭವಾಗಿ ನಂತರದ ವಿವಿಧ ಕಾಲಘಟ್ಟಗಳಲ್ಲಿ ರೂಪುಗೊಂಡಿವೆ. ಈ ಕುಲಗಳು ರೂಪುಗೊಂಡ ಬಗ್ಗೆ ಜಾನಪದದ ಅಧ್ಯಯನಗಳು ಕೆಲವು ಹೊಳಹುಗಳನ್ನು ನೀಡುತ್ತವೆ. ಈ ಪ್ರಕ್ರಿಯೆ ಇತಿಹಾಸ ಪೂರ್ವ ಕಾಲಘಟ್ಟದಲ್ಲಿ ವಿವಿಧ ಕುಲಗಳು, ನಂತರ ರಾಜವಂಶಗಳು ರೂಪುಗೊಂಡ ಬಗ್ಗೆ ಬೆಳಕು ಚೆಲ್ಲುತ್ತವೆ. ಭಾರತದ ಬೇರೆ ಭಾಗಗಳಲ್ಲಿಯೂ ಈ ಪ್ರಕ್ರಿಯೆ ವ್ಯಕ್ತವಾಗಿರುವುದನ್ನು, ಒಂದು ನಿರ್ದಿಷ್ಟ ಪ್ರದೇಶದಲ್ಲಿ ಒಂದು ನಿರ್ದಿಷ್ಟ ಕುಲ ನೆಲೆಗೊಂಡಿರುವುದನ್ನು ಭಾರತದ ವಿವಿಧ ಭಾಗಗಳ ಇತಿಹಾಸ ಎತ್ತಿ ತೋರಿಸುತ್ತದೆ.

ಸಮಾಜ ಶಾಸ್ತ್ರಜ್ಞೆ ಇರಾವತಿ ಕರ್ವೆಯವರು 'ರಜಪೂತ ಮತ್ತು ಮರಾಠಾ ಕುಲಗಳ ಒಂದು ವಿಶೇಷವೆಂದರೆ ಅವುಗಳ ಪ್ರಾದೇಶಿಕ ಹಂಚಿಕೆ. ಪ್ರತಿಯೊಂದು ಕುಲವೂ ಸಾಮಾನ್ಯವಾಗಿ ತನ್ನದೇ ಆದ ವ್ಯಾಪ್ತಿಯ ಪ್ರದೇಶವನ್ನು ಹೊಂದಿರುತ್ತದೆ. ಈ ಪ್ರದೇಶದ ಜಮೀನು ಕುಲನಾಮ ಧರಿಸಿದ ಕುಟುಂಬದವರ ಒಡೆತನದಲ್ಲಿರುತ್ತದೆ. ಒಂದೇ ಒಂದು ಕುಲನಾಮ ಅಥವಾ ಉಪನಾಮ ಕಾಣಿಸುವ ಪ್ರದೇಶಗಳನ್ನು ರಾಜಪುತಾಣದಲ್ಲಿ ನೋಡಬಹುದು. ಉದಾಹರಣೆಗೆ ಹೇಳುವುದಾದರೆ ಅಜ್ಮೀರಿನ ಸುತ್ತಮುತ್ತಲ ಪ್ರದೇಶದಲ್ಲಿ ಚೌಹಾಣರಿದ್ದಾರೆ. ಜೈಪುರದ ಸುತ್ತಲ ಪ್ರದೇಶದಲ್ಲಿ ಕಛ್‌ವಾ ಕುಲವಿದೆ. ಹೀಗೆ ಮರಾಠಾ ದೇಶದ ರತ್ನಗಿರಿ ಜಿಲ್ಲೆಯ ಒಂದು ನಲವತ್ತು ಹಳ್ಳಿಗಳ ಜನರೆಲ್ಲ ಸಿಂದೆಯವರೇ. ಜೊತೆಗೆ ಸತಾರ ಜಿಲ್ಲೆಯಲ್ಲಿ ವಾಘ್ ಕುಲಕ್ಕೆ ತನ್ನದೇ ಆದ ಪ್ರದೇಶವಿದೆ. ಹಾಗೆಯೇ ಜಾಧವ್, ಪಿಸಲ್ ಮೊದಲಾದ ಕುಲಗಳು ವಾಸಿಸುವ ಪ್ರದೇಶಗಳನ್ನು ಕಾಣಬಹುದು. ಹಳೆಯ ಸಂಸ್ಥಾನವಾದ ಸಾವಂತವಾಡಿಗೆ ಹೆಸರು ಬಂದಿರುವುದೇ ಸಾವಂತ ಕುಲದಿಂದ' ಎಂದು ಈ ಪ್ರಕ್ರಿಯೆಯನ್ನು ವಿವರಿಸಿದ್ದಾರೆ.[48]

ಮಾನವ ಸಮುದಾಯಗಳು ಲಕ್ಷಾಂತರ ವರ್ಷಗಳ ಕಾಲ ಬೇಟೆಗಾರಿಕೆ ಮತ್ತು ಅರಣ್ಯದಿಂದ ಆಹಾರ ಸಂಗ್ರಹಣೆಯನ್ನು ಅವಲಂಬಿಸಿದ್ದವು. ಅಂದಿನ ಆಹಾರ ಲಭ್ಯತೆಯ ಸೀಮಿತತೆಯಿಂದಾಗಿ ಅನಿವಾರ್ಯವಾಗಿ ಜನರು ಸಣ್ಣ ಸಣ್ಣ ಬುಡಕಟ್ಟುಗಳಾಗಿ ವಿಂಗಡಣೆಯಾಗಿದ್ದರು. ಅಮ್ಮನ ಮೂಲವನ್ನು ಕೇಂದ್ರವಾಗಿಟ್ಟುಕೊಂಡು ರೂಪುಗೊಂಡ ಈ ಬುಡಕಟ್ಟುಗಳು ಸಾವಿರಾರು "ಅಮ್ಮ"ಂದಿರನ್ನು ಪೂಜಿಸುತ್ತಾ ಅವುಗಳ ಒಕ್ಕಲುಗಳಾಗಿ ಸ್ವಾಯತ್ತ ಅಲೆಮಾರಿ ಜೀವನವನ್ನು ನಡೆಸುತ್ತಿದ್ದವು. ಈ ಬುಡಕಟ್ಟು ಸಮುದಾಯಗಳಿಗೆ ಗೌಡ/ಯಜಮಾನ ಎಂಬುವರುಗಳು ಬುಡಕಟ್ಟಿನ ಒಟ್ಟಾರೆ ಜೀವನಕ್ಕೆ ಸಂಬಂಧಿಸಿದ ವಿಷಯಗಳಿಗೆ ನೇತೃತ್ವ ವಹಿಸುತ್ತಿದ್ದರು. ದೇವರ ಗುಡ್ಡ/ಬುದ್ವಂತ ಎಂಬುವರು ಬುಡಕಟ್ಟಿನ "ಅಮ್ಮ"ನ ಪೂಜೆ, ಇತರ ಆಚರಣೆಗಳು ಮಾತ್ರವೆ ಅಲ್ಲದೆ ಬುಡಕಟ್ಟಿನ ಜಾನಪದ ಕವಿ, ಗಾಯಕನಾಗಿ, ವೈದ್ಯನಾಗಿ ಮತ್ತು ಯಜಮಾನರುಗಳು/ಗೌಡರಗಳ ಜೊತೆ ಬುಡಕಟ್ಟಿಗೆ ಸಲಹೆ ನೀಡುವವರಾಗಿ ಕರ್ತವ್ಯ ನಿರ್ವಹಿಸುವುದನ್ನು ಈ ಅಧ್ಯಯನಗಳು ತಿಳಿಸುತ್ತವೆ. ಈ ಸ್ಥಾನಗಳು ವಂಶಾಧಾರಿತವಾಗಿ, ಹುಟ್ಟಿನಿಂದಲೇ ತೀರ್ಮಾನವಾಗುತ್ತಿರಲಿಲ್ಲ. ಬುಡಕಟ್ಟುಗಳ ಜನರು ಕೂಡಿ ಕಾಲಕಾಲಕ್ಕೆ ತಾವೇ ಈ ಹೊಣೆಗಳನ್ನು ನಿರ್ವಹಿಸುವ ವ್ಯಕ್ತಿಗಳನ್ನು ಆರಿಸಿಕೊಳ್ಳುತ್ತಿದ್ದರು. ಅವಶ್ಯವಾದಾಗೆಲ್ಲ ಬದಲಾಯಿಸಿಕೊಳ್ಳುತ್ತಿದ್ದರು.

ನಂತರ ಪಶುಸಂಗೋಪನೆ ಮತ್ತು ಶಿಲಾಯುಧಗಳ ಮೇಲೆ ಆಧಾರಿತವಾದ ಆರಂಭಿಕ ಕೃಷಿಯ ಸಂದರ್ಭದಲ್ಲಿ ಹೆಚ್ಚು ಆಯುಧಗಳ ಅವಶ್ಯಕತೆ ಉಂಟಾಯಿತು. ಈ ಶಿಲಾಯುಧಗಳ ತಯಾರಿಕೆಗೆ ಅವಶ್ಯಕವಾದ ವಿಶೇಷ ಶಿಲೆಗಳು ಬಳ್ಳಾರಿಯ ಸಂಗನಕಲ್ಲು, ಕೃಷ್ಣಾ ನದಿ ತೀರದ ಕೆಲವು ಪ್ರದೇಶಗಳಲ್ಲಿ ಹೆಚ್ಚು ದೊರಕುತ್ತಿದ್ದವು. ಆ ಪ್ರದೇಶಕ್ಕೆ ಹತ್ತಿರವಿದ್ದ ಕೆಲವು ಬುಡಕಟ್ಟುಗಳು ಆಯುಧ ತಯಾರಿಕೆಯಲ್ಲಿ ತೊಡಗಿ ವಿಶೇಷಜ್ಞತೆಯನ್ನು ಪಡೆದವು. ಶಿಲಾಯುಧಗಳ ವ್ಯಾಪಾರವೂ ಆರಂಭವಾದ ಸಾಧ್ಯತೆಗಳನ್ನು ಆಲ್ಚಿನ್, ರವಿ ಕೋರಿಶೆಟ್ಟರ್ ಮತ್ತು ಜೊತೆಗಾರರು ಮುಂತಾದವರು ಅನ್ವೇಷಿಸಿದ್ದಾರೆ.[48ಎ] ಹೀಗೆ ಜನ ಸಮುದಾಯಗಳಲ್ಲಿ ಸಣ್ಣ ಪ್ರಮಾಣದಲ್ಲಿ ಶ್ರಮ ವಿಭಜನೆ ಆರಂಭವಾಯಿತು.

ಕಬ್ಬಿಣದ ತಯಾರಿಕೆ ಮತ್ತು ಅದರಿಂದ ಆಯುಧಗಳ ತಯಾರಿಕೆ ಈ ವಿಶೇಷಜ್ಞತೆಯ ಮತ್ತು ನೈಪುಣ್ಯದ ಅವಶ್ಯಕತೆಯನ್ನು ಹೆಚ್ಚು ಮಾಡಿತು. ಕೆಲವು ಬುಡಕಟ್ಟುಗಳು ಇವುಗಳ ತಯಾರಿಕೆಯಲ್ಲಿಯೇ ತೊಡಗಿಕೊಂಡವು. ಇಂತಹ ಆದಿಮ ತಂತ್ರಜ್ಞಾನ ಉಪಯೋಗಿಸಿ ಕಬ್ಬಿಣವನ್ನು ತಯಾರಿಸುವ ಬುಡಕಟ್ಟುಗಳು ಇಂದಿಗೂ ಕಬ್ಬಿಣದ ಅದಿರು ಯಥೇಚ್ಛವಾಗಿ ದೊರಕುವ ಪಶ್ಚಿಮ ಘಟ್ಟಗಳ ಭಾಗವಾಗಿರುವ ಕೊಲ್ಲೂರು ಮತ್ತು ಪೂರ್ವ ಘಟ್ಟಗಳ ಸಂಡೂರಿನ ಕುಲುಮೆ ಗೊಲ್ಲರಹಳ್ಳಿ ಮೊದಲಾದ ಪ್ರದೇಶಗಳಲ್ಲಿ ಇರುವುದನ್ನು ಗುರುತಿಸ ಲಾಗಿದೆ.[49] ಕೃಷಿಯಲ್ಲಿ ಕಬ್ಬಿಣದ ಉಪಕರಣಗಳ ಉಪಯೋಗ ಮಾಡಲಾರಂಭಿಸಿದ ಬುಡಕಟ್ಟುಗಳು ಆಹಾರದ ಉತ್ಪಾದನೆಯಲ್ಲಿ

ಹೆಚ್ಚಳವನ್ನು ಸಾಧಿಸಿದವು. ತತ್ಫಲವಾಗಿ ಆ ಬುಡಕಟ್ಟುಗಳ ಜನಸಂಖ್ಯೆಯಲ್ಲಿಯೂ ತೀವ್ರ ಹೆಚ್ಚಳವಾಯಿತು. ಸಣ್ಣ ಸಣ್ಣ ಬುಡಕಟ್ಟುಗಳನ್ನು ಅನಿವಾರ್ಯವಾಗಿಸುವ ಬೇಟೆಗಾರಿಕೆಗೆ ಹೋಲಿಸಿದರೆ ಅರಣ್ಯವನ್ನು ಕಡಿದು, ಕೃಷಿಮಾಡಿ ಅದನ್ನು ಸಂರಕ್ಷಿಸಿಕೊಳ್ಳಬೇಕಾದರೆ ಹೆಚ್ಚು ಜನರು ಒಟ್ಟಾಗ ಬೇಕಾಗುತ್ತದೆ. ಈ ಅವಶ್ಯಕತೆ ಹಲವು ಬುಡಕಟ್ಟುಗಳು ಕೂಡಿ ಕುಲಗಳಾಗುವಂತೆ ಒತ್ತಡ ತಂದಿತು. ಈ ಪ್ರಕ್ರಿಯೆಯ ಬಗ್ಗೆ ಜಾನಪದ ಅಧ್ಯಯನಗಳು ಸಾಕ್ಷ್ಯಗಳನ್ನು ನೀಡಿವೆ. ಭೂಮಿಯ ಮೇಲಿನ ಈ ಪ್ರಕ್ರಿಯೆಗೆ ಮುಖ್ಯ ಸಾಕ್ಷ್ಯ ಮೇಲಿನ ಲೋಕದ ಬಗೆಗೆ ಜನಪದರ ಕಲ್ಪನೆ. ಪ್ರತಿಯೊಂದು ಬುಡಕಟ್ಟು ತನ್ನದೇ "ಅಮ್ಮ"ನನ್ನು ಹೊಂದಿತ್ತು. ಅನೇಕ ಹಳ್ಳಿಗಳಲ್ಲಿ ಕೆಲ "ಅಮ್ಮ"ಗಳನ್ನು ಅಕ್ಕ ತಂಗಿಯರೆಂದು ಪರಿಗಣಿಸುತ್ತಾರೆ. ಈ ಪ್ರಕ್ರಿಯೆಯ ಸಂಸ್ಕೃತೀಕರಣವೇ ಸಪ್ತ ಮಾತೃಕೆಯರ ಪೂಜೆ. ಕದಂಬರು, ಚಾಲುಕ್ಯರು ಇಬ್ಬರೂ ತಮ್ಮನ್ನು ಹಾರೀತಿ ಪುತ್ರರೆಂದು ಕರೆದುಕೊಳ್ಳುತ್ತಾರೆ. ಜೊತೆಗೆ ಚಾಲುಕ್ಯರು ಸಪ್ತ ಮಾತೃಕಾ ವರಪ್ರಸಾದರೆಂದೂ ಕರೆದುಕೊಳ್ಳುತ್ತಾರೆ. ಈ ರೀತಿ ಬುಡಕಟ್ಟುಗಳು ಒಟ್ಟಾಗುವ ಕ್ರಿಯೆಯ ಬಗ್ಗೆ ಮೇಲೆ ಹೆಸರಿಸಿದ ಮೊರಸು ಒಕ್ಕಲಿಗರು, ಸುಳ್ಯ ಪರಿಸರದ ಗೌಡರು, ಬಂಟರು, ನಾಡವರು, ಕುಂಚಿಟಿಗ ಒಕ್ಕಲಿಗರುಗಳ ಮೊದಲಾದ ಕೆಲವು ಕೃಷಿಕ ಜನ ಸಮುದಾಯಗಳ ಬಗ್ಗೆ ನಡೆದ ಅಧ್ಯಯನಗಳು ಬೆಳಕು ಚೆಲ್ಲುತ್ತವೆ. ಈ ಸಮುದಾಯಗಳಲ್ಲಿ ಒಂದೊಂದೂ ಒಂದೇ ತಾಯಿ ಅಥವಾ ತಂದೆಯ ಮಕ್ಕಳೆಂದು ಭಾವಿಸುವ ಹಲವು ಬಳಿ/ಬರಿಗಳಿಂದ ಕೂಡಿವೆ. ಮೊರಸು ಒಕ್ಕಲಿಗರಲ್ಲಿ 147 ಬೆಡಗುಗಳು[49ಎ] ಬಂಟರಲ್ಲಿ ಈಗ ಅಸ್ತಿತ್ವದಲ್ಲಿರುವ 65 ಬಳಿಗಳ ಜೊತೆಗೆ, ಶಾಸನಗಳಲ್ಲಿ ನಮೂದಾಗಿರುವ ಮತ್ತು ಇನ್ನೂ ಅನ್ವೇಷಿಸಬೇಕಾದ 55 ಬಳಿಗಳು ಸೇರಿ 120 ಬಳಿಗಳು[49ಎ] ಕುಂಚಿಟಿಗ ಒಕ್ಕಲಿಗರಲ್ಲಿ ಅಸ್ತಿತ್ವದಲ್ಲಿರುವ 55 ಬಳಿಗಳು ಸೇರಿವೆ[49ಎ] ಹಾಗೆಯೇ ಮತ್ತಷ್ಟು ಅಧ್ಯಯನ ಮಾಡಬೇಕಾದ ನಾಡವರು ಇಪ್ಪತ್ತು ಬಳಿಗಳಿಂದ[49ಎ] ಹಾಗೂ ಗಂಗಡಿಕಾರರು 42 ಬಳಿಗಳಿಂದ[49ಎ] ಕೂಡಿವೆ. ಈ ಅಂಶ ಈ ಸಮುದಾಯಗಳು ಅನೇಕ ಸಣ್ಣ ಬುಡಕಟ್ಟುಗಳು ಸೇರಿ ರೂಪುಗೊಂಡಿವೆಯೆಂಬುದನ್ನು ತಿಳಿಸುತ್ತವೆ. ಈ ಸಮುದಾಯಗಳಲ್ಲಿ, ಅವುಗಳ ಬಳಿಗಳಲ್ಲಿ ಇತಿಹಾಸ ಪೂರ್ವ ಕಾಲದಿಂದ ಈ ಅಧ್ಯಯನಗಳನ್ನು ಕೈಗೊಂಡ ಸಮಯದವರೆಗಿನ ಸಾವಿರಾರು ವರ್ಷಗಳ ಕಾಲದಲ್ಲಿ ಅನೇಕ ಬದಲಾವಣೆಗಳು ಸಂಭವಿಸಿರಬಹುದು. ಕೆಲವು ಬಳಿಗಳು ಒಡೆದು ಬೇರೆ ಬೇರೆ ಬಳಿಗಳಾಗಿರಬಹುದು. ಮತ್ತೆ ಕೆಲವು ಬಳಿಗಳ ಹೆಸರುಗಳು ಬದಲಾಗಿರಬಹುದು. ಮತ್ತೆ ಹಲವು ಅಸ್ತಿತ್ವವನ್ನೇ ಕಳೆದು ಕೊಂಡಿರಬಹುದು. ಆದರೂ ಕೂಡ ಹಲವು ಬಳಿಗಳು ಸೇರಿ ಕುಲಗಳಾಗುವ ಪ್ರಕ್ರಿಯೆಯನ್ನು ಬಿಂಬಿಸುತ್ತವೆ. ಶಂಗಂ ಮೊದಲಾದ ಆಕರಗಳಲ್ಲಿ ಕಾಣಸಿಗುವ ಕುಲ ಸಮುದಾಯಗಳು ಕೂಡ ಇಂತಹ ಪ್ರಕ್ರಿಯೆಯ ಮೂಲಕ ರೂಪುಗೊಂಡಿವೆ ಎಂಬ ಬಗ್ಗೆ ಸೂಚನೆ ನೀಡುತ್ತವೆ.

ಕೃಷಿಯಲ್ಲಿ ತೊಡಗುವುದು ಕರ್ನಾಟಕದ ಇತಿಹಾಸದಲ್ಲಿ ಮತ್ತೂ ಹಲವು ಪ್ರಥಮಗಳಿಗೆ ಕಾರಣವಾಯಿತು. ಬೇಟೆ, ಪಶುಸಂಗೋಪನೆಯ ಕಾಲಕ್ಕಿಂತ ಈ

ಹಂತದ ಕೃಷಿಯಲ್ಲಿ ಭೂಮಿಯ ಮೇಲಿನ ಹಿಡಿತ ಮುಖ್ಯವಾಯಿತು. ಒಂದು ಕಡೆ ನೆಲೆ ನಿಲ್ಲುವುದು ಆರಂಭವಾಯಿತು. ಮೊದಲು ಕೃಷಿಯಲ್ಲಿ ತೊಡಗಿದ ಹಲವು ಬುಡಕಟ್ಟುಗಳು ಮೇಲೆ ವಿವರಿಸಿದಂತೆ ಕುಲಗಳಾಗಿ ರೂಪುಗೊಂಡವು. ಈ ಕುಲಗಳು ತಾವು ಕೃಷಿಯಲ್ಲಿ ತೊಡಗಿದ ಪ್ರದೇಶವನ್ನು ತಮ್ಮ ಹಿಡಿತದಲ್ಲಿ ಇಟ್ಟುಕೊಳ್ಳಲು ತವಕಿಸಿದರು. ಈ ಹಪಾಹಪಿಯಿಂದಾಗಿ ಅದನ್ನು ಬೇರೆ ಕುಲಗಳು ಮತ್ತು ಬೇಟೆಗಾರ ಬುಡಕಟ್ಟುಗಳಿಂದ ರಕ್ಷಿಸಿ ಕೊಳ್ಳಬೇಕೆಂಬ ಅವಶ್ಯಕತೆ ಮೂಡಿತು. ಹೀಗೆ ಮೇಲೆ ಉಲ್ಲೇಖಿಸಿದ ಕೃಷಿಕ ಸಮುದಾಯಗಳು ಕರ್ನಾಟಕದ ಒಂದು ಪ್ರದೇಶದಲ್ಲಿ ನೆಲೆಯೂರಿ ನಿಂತದ್ದನ್ನು ಕಾಣುತ್ತೇವೆ.

ವಿವಿಧ ಬುಡಕಟ್ಟುಗಳು ಸೇರಿ ಕುಲಗಳಾಗಿ ರೂಪುಗೊಳ್ಳುವ ಪ್ರಕ್ರಿಯೆಯೂ ಹಲವು ಶತಮಾನಗಳ ಕಾಲದಲ್ಲಿ ಸಂಘರ್ಷ, ಒತ್ತಡ, ಸಂಧಾನಗಳ ಮೂಲಕ ರೂಪುಗೊಂಡಿರುವ ಸಾಧ್ಯತೆಯೇ ಹೆಚ್ಚು. ಏಕೆಂದರೆ ಹಲವು ಬುಡಕಟ್ಟುಗಳು ಒಂದು ಕುಲವಾಗುವ ಸಂದರ್ಭದಲ್ಲಿ ಎಲ್ಲ ಬುಡಕಟ್ಟುಗಳೂ ಸಮಾನ ನೆಲೆಯಲ್ಲಿ ಒಂದಾಗಿರುವ ಸಾಧ್ಯತೆಗಳೇನಿಲ್ಲ. ಈ ಬುಡಕಟ್ಟುಗಳ ದೇವತೆಗಳಾದ ಅಮ್ಮಗಳು ಸೋದರಿಯರೆಂದು ಭಾವಿಸಲ್ಪಟ್ಟಾಗ ಬಲಶಾಲಿಯಾದ ಬುಡಕಟ್ಟಿನ ಅಮ್ಮ ಇಡೀ ಕುಲದ ಹಿರಿಯ ದೇವತೆಯರಾಗಿ ಉಳಿದವರು ಆಕೆಯ ಕಿರಿಯ ಸೋದರಿಯರಾಗಿ ಪರಿಗಣಿತರಾಗಿರುವ ಸಂಭವ ಕಾಣುತ್ತದೆ. ಇಂತಹ ಪ್ರಕ್ರಿಯೆಯಲ್ಲಿ ಈ ಕುಲಗಳ ಪ್ರಮುಖರು ಬುಡಕಟ್ಟು ಗೌಡ/ಬುದ್ವಂತ/ದೇವರ ಗುಡ್ಡರಂತೆ ಬುಡಕಟ್ಟಿನ ಒಬ್ಬ ಸಾಮಾನ್ಯ ಮನುಷ್ಯರಾಗಿ ಉಳಿಯಲಿಲ್ಲ. ಕುಲದ ನಾಯಕ, ಕುಲದ ಪ್ರಮುಖರು, ಕುಲದ ವಿವಿಧ ಬಳಿಗಳ ಸಾಮಾನ್ಯ ಜನರು ಎಂಬ ವಿವಿಧ ಸ್ತರಗಳು ರೂಪುಗೊಂಡಿರುವುದನ್ನು ಕಾಣುತ್ತೇವೆ. ಕರ್ನಾಟಕದ ವಿವಿಧೆಡೆಗಳಲ್ಲಿ ನಡೆದ ಬೃಹತ್ ಶಿಲಾಯುಗದ ಸಮಾಧಿಗಳ ಬಗ್ಗೆ ನಡೆದ ಅಧ್ಯಯನಗಳು ಸ್ತರೀಕರಣದ ಅಂಶವನ್ನು ಎತ್ತಿ ತೋರಿಸಿವೆ. ಈ ಸಮಾಧಿಗಳಲ್ಲಿ ಕೆಲವು ವ್ಯಕ್ತಿಗಳ ಸಮಾಧಿ ಉಳಿದವರಿಗಿಂತ ದೊಡ್ಡದೂ, ಹೆಚ್ಚು ಕಬ್ಬಿಣದ ಉಪಕರಣಗಳು ಮತ್ತಿತರ ವಸ್ತುಗಳನ್ನುಳ್ಳದ್ದೂ ಆಗಿದೆ. ಇವರ ಅಂತ್ಯಕ್ರಿಯೆಯ ಆಚರಣೆಗಳಲ್ಲಿ ಆ ಕುಲದ/ಬುಡಕಟ್ಟಿನ ಎಲ್ಲರೂ ಭಾಗವಹಿಸುವ ಮತ್ತು ಕುಲದ/ಬುಡಕಟ್ಟಿನ ಬುದ್ವಂತ ಅದಕ್ಕೆ ಸಂಬಂಧಿಸಿದ ಆಚರಣೆಗಳನ್ನು ನಡೆಸಿಕೊಡುವ ಪದ್ಧತಿ ಬೆಳೆದಿರುವ ಸಾಧ್ಯತೆಗಳನ್ನು ಈ ಸಮಾಧಿಗಳು ನೀಡುತ್ತವೆಂದು ರವಿ ಕೋರಿಶೆಟ್ಟರ್ ಮತ್ತು ಅವರ ಸಹ ಸಂಶೋಧಕರು ಅಭಿಪ್ರಾಯ ಪಟ್ಟಿದ್ದಾರೆ.[50]

ಕಬ್ಬಿಣದ ಉಪಕರಣಗಳ/ಆಯುಧಗಳ ಲಭ್ಯತೆ ಮತ್ತು ಉಪಯೋಗದ ತಿಳಿವಳಿಕೆ,[51] ಬೆಳೆಗಳ ತಿಳಿವಳಿಕೆ ಮತ್ತವುಗಳ ಬೀಜಗಳ ಲಭ್ಯತೆ, ವಾರ್ಷಿಕ ಕಾಲಮಾನಗಳನ್ನು ಗುರುತಿಸುವ, ಮಳೆಯ ಲಕ್ಷಣಗಳ ತಿಳಿವಳಿಕೆ ಮುಂತಾದವುಗಳು ಇಂತಹ ಸಾಮಾಜಿಕ ಸ್ತರೀಕರಣದಲ್ಲಿ ಮುಖ್ಯ ಪಾತ್ರ ವಹಿಸಿರುವ ಸಾಧ್ಯತೆಗಳು ಹೆಚ್ಚು. ಕಾಲಮಾನದ ಬಗೆಗಿನ ತಿಳಿವಳಿಕೆಗಾಗಿ ಬೃಹತ್ ಶಿಲಾಯುಗದ ಸಮುದಾಯಗಳು ಕರ್ನಾಟಕದ ಶಹಾಪುರದ

ವಿಭೂತಿಹಳ್ಳಿ, ಭೀಮರಾಯನಗುಡಿ ಮತ್ತಿತರ ಕೃಷ್ಣಾ ದಂಡೆಯ ಪ್ರದೇಶಗಳಲ್ಲಿ ಹಾಗೂ ನೆರೆಯ ಆಂಧ್ರದ ಪ್ರದೇಶಗಳಲ್ಲಿ ಸಾವಿರಾರು ಕಲ್ಲು ಬಂಡೆಗಳನ್ನು ಲಂಬ ಮತ್ತು ಸಮಾನಾಂತರವಾಗಿ ಎರಡೂ ಕಡೆಯಿಂದ ಒಂದೇ ಸಾಲಿನಲ್ಲಿರುವಂತೆ ಜೋಡಿಸಿ ಅವುಗಳ ನಡುವಿನಿಂದ ಸೂರ್ಯನ ಚಲನೆಯನ್ನು ಗಮನಿಸಿ ವರ್ಷದ ವಿವಿಧ ಕಾಲ ಖಂಡಗಳ ತಿಳಿವಳಿಕೆ ಪಡೆಯುತ್ತಿದ್ದ ವಿಧಾನವನ್ನು ಗಮನಿಸಬಹುದು. ಅದೇ ರೀತಿ ಕೆಲವು ಕಡೆ ಕಲ್ಲು ಕಂಬಗಳ ಸಾಲುಗಳನ್ನು ನಿಲ್ಲಿಸಿದ್ದಾರೆ. ಈ ಅಪಾರ ಶ್ರಮ ಮತ್ತು ತೊಡಕಿನ ವಿಧಾನವನ್ನು ಅವರು ಅನುಸರಿಸುತ್ತಿದ್ದರೆಂಬುದೇ ಬೃಹತ್ ಶಿಲಾಯುಗದ ಆದಿಮ ಕೃಷಿಕರಿಗೆ ಋತುಮಾನದ ತಿಳಿವಳಿಕೆಯ ಪ್ರಾಮುಖ್ಯತೆಯ ಅರಿವಾಗುತ್ತದೆ.[52]

ಬುಡಕಟ್ಟುಗಳು ಕುಲಗಳಾಗುವ ಸಂದರ್ಭಗಳಲ್ಲಿ ಹೊಸ ರಚನೆಗಳು ಅಗತ್ಯವಾದವು. ಉದಾಹರಣೆಗೆ ಸುಳ್ಯ ಪರಿಸರದ ಗೌಡರುಗಳ ಬಗ್ಗೆ ಪುರುಷೋತ್ತಮ ಬಿಳಿಮಲೆಯವರ ಅಧ್ಯಯನ ಮತ್ತಿತರ ಅಧ್ಯಯನಗಳು ನೆರವಾಗಬಲ್ಲುದು. ಈ ಗೌಡರುಗಳಲ್ಲಿ 36 ಜನ ಊರು ಗೌಡರು ಮತ್ತು 36 ಬುದ್ಧಿವಂತರುಗಳು, ಇವರ ಮೇಲೆ 9 ಜನ ಮಾಗಣೆ ಗೌಡರು, ನಂತರದ ಹಂತದಲ್ಲಿ ಎರಡು ಕಟ್ಟೆಮನೆಗಳಿರುವುದನ್ನು ಗುರುತಿಸಿದ್ದಾರೆ.[53] ಇದೇ ರೀತಿ ಮೇಲೆ ಉಲ್ಲೇಖಿಸಲಾದ ಬಂಟರು, ಮೊರಸುಗಳು, ಕುಂಚಿಟಿಗರುಗಳ ಅಧ್ಯಯನಗಳಲ್ಲಿಯೂ ಕುಲದ ಸಂಘಟನೆಯಲ್ಲಿ ಗ್ರಾಮ, ಮಾಗಣೆ, ಸೀಮೆ/ಕಟ್ಟೆಮನೆ ಎಂಬ ಲಂಬಾತ್ಮಕ ಹಂತಗಳು ಏರ್ಪಟ್ಟಿರುವುದನ್ನು ಜಾನಪದ ಅಧ್ಯಯನಗಳು ತಿಳಿಸಿವೆ. ಈ ರೀತಿಯ ರಚನೆಗಳನ್ನು ಕರ್ನಾಟಕದಲ್ಲಿ ಅಧ್ಯಯನ ಮಾಡಿದ ಸರಿ ಸುಮಾರು ಎಲ್ಲ ಬುಡಕಟ್ಟುಗಳು/ಜನ ಸಮುದಾಯಗಳಲ್ಲಿಯೂ ಕಾಣಬಹುದು.

ಒಂದು ಕಡೆ ನೆಲೆ ನಿಲ್ಲುವವರೆಗೆ ವಿವಿಧ ಬುಡಕಟ್ಟುಗಳ ಸಾಮಾಜಿಕ ರಚನೆ ಆಯಾ ಬುಡಕಟ್ಟುಗಳ ಜನರಿಗೆ ಮಾತ್ರ ಅನ್ವಯಿಸುತ್ತಿತ್ತು, ಅವರು ವಾಸಮಾಡುವ ಪ್ರದೇಶಗಳಿಗಲ್ಲ. ಆದರೆ ಕೃಷಿಯಲ್ಲಿ ತೊಡಗಿ ಭೂ ಪ್ರದೇಶಗಳ ಮೇಲೆ ಹಿಡಿತ ಸಾಧಿಸಿದ ಕುಲಗಳಲ್ಲಿ ಮೊದಲ ಬಾರಿಗೆ ಜನರ ಮೇಲೆ ಮಾತ್ರ ಪ್ರಭಾವ ಹೊಂದಿದ್ದ ಸಾಮಾಜಿಕ ರಚನೆಗಳು ಪ್ರದೇಶದ ಮೇಲೆ ಒಡೆತನ ಸಾಧಿಸುವ ರಚನೆಗಳಾದವು. ಶಂಗಂ ಸಾಹಿತ್ಯದ ಮೊದಲ ಕಾಲಘಟ್ಟದ ಸಾಹಿತ್ಯದಲ್ಲಿಯೂ ಕೂಡ ತಮಿಳಗಂನ ಕುಲಾಧಾರಿತ ಸಮುದಾಯಗಳು, ಕರ್ನಾಟಕದ ಸಮುದಾಯಗಳು ಕೂಡ ತಮ್ಮ ತಮ್ಮೊಳಗೆ ಪರಸ್ಪರ ಸಂಘರ್ಷದಲ್ಲಿ ತೊಡಗಿದ್ದ ಚಿತ್ರಣ ಭೂಮಿಯ ಮೇಲಣ ಒಡೆತನಕ್ಕಾಗಿ ನಡೆದ ಸಂಘರ್ಷವೆನ್ನುವುದನ್ನು ಮತ್ತು ಆ ಮೂಲಕ ಮೊತ್ತಮೊದಲ ಬಾರಿಗೆ ಭೂಮಿಯೆಂಬ ನೈಸರ್ಗಿಕ ಸಂಪತ್ತು ಆಸ್ತಿಯಾಗಿ ಪರಿವರ್ತಿತವಾಯಿತು ಎನ್ನುವುದನ್ನು ಸ್ಪಷ್ಟಪಡಿಸುತ್ತದೆ. ಮುಂದಿನ ಕಾಲಘಟ್ಟದಲ್ಲಿ ಆದಂತೆ ಆಗಿನ್ನೂ ಭೂಮಿ ಒಂದು ಕುಟುಂಬದ ಆಸ್ತಿಯಾಗಿರಲಿಲ್ಲ. ಒಂದು ಕುಲ ಆಕ್ರಮಿಸಿ ಸಾಗುವಳಿ ಮಾಡುತ್ತಿದ್ದ ಪ್ರದೇಶವೆಲ್ಲಾ ಇಡೀ ಕುಲದ ಆಸ್ತಿಯಾಗಿತ್ತು.

ಇದು ಕರ್ನಾಟಕದ ಇತಿಹಾಸದಲ್ಲಿ ಒಂದು ದೊಡ್ಡ ಬೆಳವಣಿಗೆ. ಮುಂದಿನ ಹಲವು ಸಾಮಾಜಿಕ, ರಾಜಕೀಯ, ಆರ್ಥಿಕ ಬೆಳವಣಿಗೆಗಳಿಗೆ ಚಾಲಕ ಶಕ್ತಿಯಾದ ಬೆಳವಣಿಗೆ. ಈ ಕುಲಗಳು ಒಂದು ಪ್ರದೇಶದಲ್ಲಿ ನೆಲೆ ನಿಲ್ಲುವಾಗ ಒಂದೊಂದು ಕುಲವೂ/ಬಳಿಯೂ ಆ ಪ್ರದೇಶದಲ್ಲಿ ಒಂದು ಜಾಗದಲ್ಲಿ ಸರಳ ವಸತಿಗಳನ್ನು ಮಾಡಿಕೊಂಡಿರುವುದನ್ನು ಮೇಲೆ ಉಲ್ಲೇಖಿಸಲಾದ ಜಾನಪದ ಅಧ್ಯಯನಗಳು ತಿಳಿಸುತ್ತವೆ. ಹೀಗೆ ಊರುಗಳು/ಹಳ್ಳಿಗಳು, ಗ್ರಾಮಗಳು ರೂಪುಗೊಳ್ಳಲಾರಂಭಿಸಿದವು. ಈ ಮೊದಲು ಅಲೆಮಾರಿ ಬುಡಕಟ್ಟುಗಳ ಜೊತೆಗೆ ಅಲೆಮಾರಿಗಳಾಗಿದ್ದ "ಅಮ್ಮ"ಂದಿರುಗಳಲ್ಲಿ ಪ್ರಬಲ ಬುಡಕಟ್ಟಿನ ಅಮ್ಮ ಹಿರಿಯವಳೆಂದು ಮಾತ್ರವಲ್ಲ ಊರಮ್ಮ ಎಂದು ಪರಿಗಣಿಸಲ್ಪಟ್ಟಿರುವ ಸಂಭವವಿದೆ. ಒಂದು ಸಮುದಾಯದ ದೇವತೆಗಳಾಗಿದ್ದವರು ಈಗ ಒಂದು ಪ್ರದೇಶದ ದೇವತೆಗಳಾಗಿ, ಅಂದರೆ ಆ ಪ್ರದೇಶದಲ್ಲಿ ನೆಲೆಸಿದ ಯಾವುದೇ ಬುಡಕಟ್ಟಿನ ಜನರಿಗೂ ದೇವತೆಯಾಗಿ ಭಾವಿಸಲ್ಪಡುತ್ತಾಳೆ. ಹಾಗೆಯೇ ಒಂದು ಸಮುದಾಯದ ಮುಖ್ಯಸ್ಥರಾಗಿದ್ದವರಿಗೆ ಪ್ರದೇಶದ ವ್ಯವಹಾರಗಳನ್ನು ನಿರ್ವಹಿಸುವ ಸಂದರ್ಭ ಒದಗಿತು. ಬುಡಕಟ್ಟು/ಬಳಿಗಳ ಗೌಡ/ಯಜಮಾನರುಗಳು, ಬುದ್ವಂತ/ದೇವರಗುಡ್ಡಗಳು ಯಾಂತ್ರಿಕವಾಗಿ ಪ್ರದೇಶದ ಮುಖ್ಯಸ್ಥರಾಗಿ ಪರಿವರ್ತನೆಯಾಗಿಬಿಟ್ಟರೆಂದೇನೂ ಇದರ ಅರ್ಥವಲ್ಲ. ಏಕೆಂದರೆ ಹೊಸ ಪರಿಸ್ಥಿತಿ ಹೊಸ ಸವಾಲುಗಳನ್ನೊಡ್ಡುತ್ತದೆ. ಹೊಸ ನಾಯಕತ್ವವನ್ನು ಬಯಸುತ್ತದೆ. ವಂಶಾನುಗತವಾದ ಸ್ಥಾನದ ಪರಿಕಲ್ಪನೆಯಿಲ್ಲದ ಆ ಸಮುದಾಯಗಳಲ್ಲಿ ಆಯಾ ಜನ ಸಮುದಾಯಗಳು ತಮ್ಮ ನಾಯಕನನ್ನು ಕಾಲಾನುಕಾಲಕ್ಕೆ ತಾವೇ ಆರಿಸಿಕೊಳ್ಳುವ ವಿಧಾನಗಳನ್ನು ಕಂಡುಕೊಂಡಿದ್ದವು. ಆದರೆ ಈಗ ಪರಿಸ್ಥಿತಿ ಬದಲಾಯಿತು.

ಕೃಷಿಯಿಂದಾಗಿ ಜನಸಂಖ್ಯೆಯ ಹೆಚ್ಚಳದ ಜೊತೆಗೆ ಬುಡಕಟ್ಟುಗಳು ಒಟ್ಟಾಗಿ ಕುಲಗಳಾಗಿ ರೂಪುಗೊಂಡಿದ್ದರಿಂದ ಈ ಸಮುದಾಯಗಳ ಶಕ್ತಿ, ಸಾಮರ್ಥ್ಯಗಳು ಇತರ ಸಣ್ಣ ಜನಸಂಖ್ಯೆಯ ಬುಡಕಟ್ಟುಗಳಿಗಿಂತ ಬಹಳಷ್ಟು ಹೆಚ್ಚಾಯಿತು. ಇಷ್ಟೇ ಅಲ್ಲದೆ ಕೃಷಿ ಉತ್ಪಾದನೆಗೆ ಮೊದಲು ಮಾಂಸ, ಹಣ್ಣು ಮೊದಲಾದ ಆಹಾರವನ್ನು ಕೂಡಿಡುವ ಸಾಧ್ಯತೆಗಳು ಬಹಳ ಕಡಿಮೆ. ಅಂದಂದಿನ ಆಹಾರವನ್ನು ಅಂದೇ ಗಳಿಸಬೇಕಾದ ಅನಿವಾರ್ಯತೆ. ಆದರೆ ಕೃಷಿ ಉತ್ಪಾದನೆಯಿಂದಾಗಿ ಮಾನವ ಇತಿಹಾಸದಲ್ಲಿ ಮೊದಲ ಬಾರಿಗೆ ಆಹಾರವನ್ನು ಉಳಿಸಿ ಶೇಖರಿಸುವ ಸಾಧ್ಯತೆ ಉಂಟಾಯಿತು. ಆಹಾರದ ಈ ಮಿಗುತಾಯ, ಬುಡಕಟ್ಟುಗಳ ಎಲ್ಲರೂ ಯಾವಾಗಲೂ ಆಹಾರದ ಉತ್ಪಾದನೆಯಲ್ಲಿ ತೊಡಗುವ ಅವಶ್ಯಕತೆಯಿಲ್ಲದ ಸ್ಥಿತಿಯನ್ನು ಸಾಧ್ಯಗೊಳಿಸಿತು. ಇತರರ ಮೇಲೆ ಯುದ್ಧ ಮೊದಲಾದ ಆಹಾರದ ಉತ್ಪಾದನೆಯೇತರ ಕೆಲಸಗಳಿಗೆ ಕೆಲವರನ್ನು ಬಿಡುಗಡೆಗೊಳಿಸಿತು. ಕಬ್ಬಿಣದ ಆಯುಧಗಳು ಕೃಷಿಯಲ್ಲಿ ಮಾತ್ರವೇ ಅಲ್ಲದೆ ಬೇಟೆ ಮತ್ತು ಯುದ್ಧಗಳ ಸ್ವರೂಪ ಮತ್ತು ಪರಿಣಾಮಕಾರಿತನದಲ್ಲಿ ಬಹು ದೊಡ್ಡ

ಬದಲಾವಣೆಗಳನ್ನು ತಂದಿತು.[54] ಆದರೆ ಸೀಮಿತವಾದ ಕಬ್ಬಿಣದ ಅದಿರಿನ ಮತ್ತು ಉಪಕರಣಗಳ ಲಭ್ಯತೆ ಬುಡಕಟ್ಟುಗಳ ಬಲಾಬಲಗಳಲ್ಲಿ ಗಣನೀಯ ವ್ಯತ್ಯಾಸಗಳಿಗೆ ಕಾರಣವಾಯಿತು ಮತ್ತು ಗೆಲುವು, ಸೋಲುಗಳನ್ನು ನಿರ್ಧರಿಸುವಲ್ಲಿ ನಿರ್ಣಾಯಕ ವಾಯಿತು. ಕಬ್ಬಿಣದ ಸಾಧನಗಳನ್ನು ಪಡೆದ ಕೆಲವು ಬುಡಕಟ್ಟುಗಳು ಹೀಗೆ ಹಲವು ಆಯಾಮಗಳಲ್ಲಿ ಇತರ ಬುಡಕಟ್ಟುಗಳಿಗಳಿಗಿಂತ ಮೇಲುಗೈಯಾಗುವ ಮತ್ತು ಅವರನ್ನು ಅಧೀನ ಮಾಡಿಕೊಳ್ಳುವ ಸಾಧ್ಯತೆಗಳನ್ನು ಸೃಷ್ಟಿಸಿತು.[54ಎ] ಬೃಹತ್ ಶಿಲಾಯುಗದ ಸಮಾಧಿಗಳಲ್ಲಿ ದೊರಕಿದ ಕಬ್ಬಿಣದ ಉಪಕರಣಗಳಲ್ಲಿ ಹಲವು ಕಾಳಗದ ಉಪಕರಣ ಗಳೆಂದು ರವಿ ಕೋರಿಶೆಟ್ಟರ್ ಮತ್ತವರ ಸಹೋದ್ಯೋಗಿಗಳು, ಸಾಕಿ[55] ಸೂಚಿಸಿದ್ದಾರೆ.

ಈ ಯುದ್ಧಗಳಲ್ಲಿ ಗೆದ್ದವರು ತಮ್ಮ ಕುಲಕ್ಕೆ ಹೊರಗಿನ ಕುಲ, ಬುಡಕಟ್ಟುಗಳ ಜನರ ಮೇಲೂ ತಮ್ಮ ವಿವಿಧ ರೀತಿಯ ಹಿಡಿತವನ್ನು ಸ್ಥಾಪಿಸಿದರು. ನೆರೆಯ ಪ್ರದೇಶಗಳಲ್ಲಿ ಬೇಟೆಗಾರ ಬುಡಕಟ್ಟುಗಳು ಕೃಷಿ ಮಾಡುತ್ತಿರುವ ಬುಡಕಟ್ಟು/ಕುಲಗಳ ಜನರನ್ನು ತಮ್ಮ ಕೃಷಿಯಲ್ಲಿ ಒಳಕೊಳ್ಳುವ ಅಥವಾ ಗೆದ್ದುಕೊಂಡು ಅವರನ್ನು ಅಧೀನರಾಗಿಸಿಕೊಳ್ಳುವ ಪ್ರಕ್ರಿಯೆ ನಡೆದಿರುವುದನ್ನು ಪ್ರಸಿದ್ಧ ಇತಿಹಾಸಕಾರ ಬಿ.ಡಿ.ಚಟ್ಟೋಪಾಧ್ಯಾಯರವರು ಪ್ರತಿಪಾದಿಸುವ ಈ ಪ್ರಮೇಯದಿಂದ ತಿಳಿದುಕೊಳ್ಳಬಹುದು.

"ಅಧಿಪತಿಯ ಉಗಮದ ಮೂಲವು ಬಹುತೇಕವಾಗಿ ಸ್ಥಳೀಯ ಕುಲಾಧಿಕಾರದಲ್ಲಿ ಇದ್ದುದರಿಂದ ಒಂದು ಕುಲವು ಸೈನ್ಯ ಸಂಪನ್ಮೂಲಗಳನ್ನು ಕ್ರೋಢಿಕರಿಸುವ ಮೂಲಕ ಹಾಗೂ ಇತರ ಕುಲಗಳ ವಿವಿಧ ರೀತಿಯ ಬೆಂಬಲದ ಮೂಲಕ ಸ್ಥಳೀಯತೆಯನ್ನು ಮೀರಿದ ಅಧಿಕಾರವಾಗಿ ವಿಸ್ತರಣೆಗೊಳ್ಳುತ್ತಿತ್ತು. ಅದಕ್ಕಿಂತ ಮುಖ್ಯವಾಗಿ ಕ್ರೋಡೀಕರಣ–ವಿಸ್ತರಣೆಯ ಪ್ರಕ್ರಿಯೆಯಲ್ಲಿ ಹಸ್ತಗತವಾದ ಸಂಪನ್ಮೂಲಗಳ ವಿತರಣೆಯಷ್ಟೇ ಅಲ್ಲದೆ ಪದವಿ ಶ್ರೇಣೀಕರಣದ ಒಂದು ವ್ಯವಸ್ಥೆಯೂ ಅಗತ್ಯವಿತ್ತು."[56]

ಕರ್ನಾಟಕದ ವಿವಿಧ ಪ್ರದೇಶಗಳಲ್ಲಿ ಮೇಲೆ ಹೆಸರಿಸಿದ ಶಂಗಂ ಕಾಲದ ವಿವಿಧ ವಂಶಗಳು ಮತ್ತು ಅವು ಭಾಗವಹಿಸಿದ ಕಾಳಗಗಳ ಸ್ವರೂಪ ಇಂತಹ ಪ್ರಕ್ರಿಯೆಯನ್ನು ತೋರಿಸುತ್ತದೆ. ಈ ಪ್ರಕ್ರಿಯೆಯಲ್ಲಿಯೇ ಈ ಪ್ರದೇಶಗಳ ಸಾಮಾಜಿಕ ರಚನೆಯೂ ರೂಪುಗೊಳ್ಳುತ್ತಿತ್ತು. ಅಂದು ರಾಜ್ಯಪೂರ್ವ ಹಂತಗಳು ರೂಪುಗೊಳ್ಳುತ್ತಿರುವ ಸಂದರ್ಭದಲ್ಲಿ ಕುಲದ ಹಿಡಿತದಲ್ಲಿರುವ ಪ್ರದೇಶವನ್ನು ಪರರ ಆಕ್ರಮಣದಿಂದ ರಕ್ಷಿಸಿಕೊಳ್ಳುವ ಮತ್ತು ಇತರ ಪ್ರದೇಶಗಳನ್ನು ಆಕ್ರಮಿಸುವ ಕಾಳಗ ನಡೆಸುವುದಕ್ಕೆ ಅವಶ್ಯವಾದ ಸೈನ್ಯಕ್ಕೆ ಸೇನಾಧಿಕಾರಿಗಳನ್ನು, ಸೈನಿಕರನ್ನು ಕುಲದ ವಿವಿಧ ಬಳಿಗಳಿಂದ ಪೂರೈಕೆಯಾಗಿರುವುದನ್ನು ಸಂಶ್ಲೇಷಕ ಅನುಮಾನದಿಂದ ತಿಳಿದುಕೊಳ್ಳಬಹುದು. ಅದೇ ಸಮಯದಲ್ಲಿ ಈ ರಚನೆಗಳೂ ಬುಡಕಟ್ಟುಗಳಂತೆ ಬಿಗಿಯಾದ ಕುಲಾಧಾರಿತ ಒಗ್ಗಟ್ಟು ಮತ್ತು ಆ ಒಗ್ಗಟ್ಟಿಗೆ ವಿಧೇಯತೆಯನ್ನು ಕಾಪಾಡಿಕೊಂಡಿದ್ದವು.

ಈ ರೀತಿ ರಾಜ್ಯ ಪೂರ್ವ ಹಂತದ ಕರ್ನಾಟಕದಲ್ಲಿ ಕೃಷಿಕರಾಗಿ ಕೆಲ ಪ್ರದೇಶಗಳನ್ನು ಹಿಡಿತಲ್ಲಿಟ್ಟುಕೊಂಡಿದ್ದ ಕೆಲ ಸಮುದಾಯಗಳಲ್ಲಿ ಎರಡು–ಮೂರು ಸ್ತರಗಳು ರೂಪುಗೊಳ್ಳುತ್ತಿದ್ದುದನ್ನು ಗುರುತಿಸಬಹುದು.

1. ಕುಲಾಧಿಪತಿಗಳು ಮತ್ತು ಈ ಅಧಿಪತ್ಯವನ್ನು ನಡೆಸುವುದಕ್ಕೆ ಅಗತ್ಯವಾದ ಇತರ ಕುಲೀನರು.
2. ಕುಲದ ಅಧೀನದಲ್ಲಿದ್ದ ಭೂಮಿಯನ್ನು ಕೃಷಿ ಮಾಡುವುದೇ ಮುಖ್ಯ ಕೆಲಸವಾಗಿದ್ದ ಕುಲದ ಸದಸ್ಯರು,
3. ಕುಲಗಳು ತಮ್ಮ ಅಧೀನಕ್ಕೊಳಪಡಿಸಿಕೊಂಡ ಬುಡಕಟ್ಟುಗಳ ಜನರು.

ಆದರೆ ಈ ಯಾವ ಸ್ತರವೂ ಹುಟ್ಟಿನಿಂದ ನಿರ್ಧಾರವಾಗದ, ಸ್ಥಾನ ಬದಲಾಗ ಬಹುದಾದ ಸಡಿಲ ರಚನೆಗಳು. ಅಧೀನ ಜನರೂ ಕೂಡ ಅಂದು ವಿಪುಲವಾಗಿದ್ದ ಕಾಡುಗಳಿಗೆ ಪಲಾಯನ ಮಾಡಿ ಅಧೀನತೆಯಿಂದ ತಪ್ಪಿಸಿಕೊಳ್ಳಲು ಅಥವಾ ತಾವೇ ಮತ್ತೊಂದು ಕಾಡನ್ನು ಕಡಿದು ಕೃಷಿಗೆ ತೊಡಗಿ ಆ ಪ್ರದೇಶದ ಮೇಲೆ ಹಿಡಿತ ಸ್ಥಾಪಿಸಲು ಅವಕಾಶಗಳು ತೆರೆದಿದ್ದವು. ಕೃಷಿಯ ವಿಸ್ತರಣೆ ಹಾಗೂ ರಾಜಪ್ರಭುತ್ವಗಳು ಬಲಗೊಳ್ಳುವಿಕೆಯ ಕಾರಣವಾಗಿ ಎಲ್ಲ ಭೂಮಿಯೂ ಒಂದು ಕುಲ ಇಲ್ಲದಿದ್ದರೆ ಮತ್ತೊಂದು ಕುಲ ಅಥವಾ ರಾಜ ಪ್ರಭುತ್ವಗಳ ಹಿಡಿತಕ್ಕೆ ಒಳಪಟ್ಟವು. ಅಂತಹ ಪ್ರದೇಶಗಳಲ್ಲಿ ಬುಡಕಟ್ಟುಗಳು ಸ್ವತಂತ್ರವಾಗಿ ಬದುಕುವ ಅವಕಾಶ ಕಡಿಮೆಯಾಗುತ್ತಾ ಬಂದವು. ಭೌಗೋಳಿಕ ಪ್ರದೇಶಗಳ ಮೇಲೆ ಇಂತಹ ಅಧಿಪತ್ಯ, ಬದುಕಬೇಕಾದರೆ ಈ ಕುಲಗಳ, ಕುಲಾಧಿಪತಿಗಳ ಅಧೀನರಾಗಿಯೇ ಇರಬೇಕಾದ ಅನಿವಾರ್ಯತೆಯನ್ನು ಹೇರಿತು. ಈ ಪರಿಸ್ಥಿತಿ ಹುಟ್ಟಿನಿಂದ ಜನರ ಸಾಮಾಜಿಕ ಸ್ಥಾನಮಾನಗಳನ್ನು ಮತ್ತು ಅವರು ಮಾಡಬೇಕಾದ ಕೆಲಸಗಳನ್ನು ನಿರ್ಧರಿಸುವ ಹೊಸ ಸಾಮಾಜಿಕ ರಚನೆಯ ಕಟ್ಟಲೆಗಳನ್ನು ಹೇರಿತು.

ಇನ್ನೂ ಕುಲಾಧಿಕಾರಗಳಷ್ಟೇ ಬೆಳೆಯುತ್ತಿದ್ದ ದೀರ್ಘ ಕಾಲದಲ್ಲಿ ಇಲ್ಲಿದ್ದ ಮಾನವ ಸಮುದಾಯದ ಬಹು ಭಾಗ ಬುಡಕಟ್ಟುಗಳಾಗಿ ಬೇಟೆಗಾರಿಕೆ–ಆಹಾರ ಸಂಗ್ರಹಣೆಯಲ್ಲಿ, ಹಲವರು ಪಶು ಸಂಗೋಪನೆಯಲ್ಲಿ ತೊಡಗಿದ್ದರು. ಮೇಲೆ ಹೇಳಿದಂತೆ ಕೆಲ ಬುಡಕಟ್ಟುಗಳು ಶಿಲಾಯುಧಗಳ ತಯಾರಿಕೆ ಮತ್ತು ಕಬ್ಬಿಣದ ಮತ್ತದರ ಉಪಕರಣಗಳ ತಯಾರಿಕೆಯಲ್ಲಿ ವಿಶೇಷಜ್ಞತೆ ಪಡೆದು ಅದರಲ್ಲಿಯೇ ತೊಡಗಿದ್ದವರೂ ಇದ್ದರು.

ಅಧ್ಯಾಯ ಐದು

ಸ್ಥಳೀಯ ಬ್ರಾಹ್ಮಣ ಜಾತಿಗಳ ಉಗಮ ಮತ್ತು ಎರಡು ವರ್ಣಗಳ ವ್ಯವಸ್ಥೆ

ಈ ರಚನೆಗಳು ಕರ್ನಾಟಕದ ಪ್ರದೇಶಗಳಿಗೆ ಬ್ರಾಹ್ಮಣರು ವಲಸೆ ಬರುವ ಮೊದಲು ಇಲ್ಲಿ ಸ್ವತಂತ್ರವಾಗಿ ಬೆಳೆದಿದ್ದ ನಾಗರೀಕತೆ ಮತ್ತು ಸಾಮಾಜಿಕ ರಚನೆ. ಇಲ್ಲಿಯ ಸಸ್ಯ, ಪ್ರಾಣಿಗಳು, ದನಗಳು ಕೂಡ ಇಂತಹ ಸ್ವತಂತ್ರ ಬೆಳವಣಿಗೆಯನ್ನು ಪಡೆದಿವೆ ಎಂದು ಆದಿ ಮಾನವನ ನೆಲೆಗಳನ್ನು ಶೋಧಿಸಿದ ವಿದ್ವಾಂಸರು ಕಂಡು ಹಿಡಿದಿದ್ದಾರೆ.[56ಅ] ರಾಮಾಯಣ ಮತ್ತು ಮಹಾಭಾರತ ಮಹಾಕಾವ್ಯಗಳು ಇಂತಹ ಜನ ಸಮುದಾಯವನ್ನು ಗಂಗಾ ನದಿ ಬಯಲಿನಿಂದ ಹೊರಗೆ ಕಾಲಿಟ್ಟ ಆರ್ಯರು ಕಂಡ ಬಗೆಯ ಬಗ್ಗೆ, ಅವರೊಡನೆ ತೋರಿದ ವರ್ತನೆಯ ಬಗ್ಗೆ ಸೂಚನೆ ಕೊಡುತ್ತವೆ. ಕರ್ನಾಟಕ ಪ್ರದೇಶದಲ್ಲಿಯೇ ರಾಮಾಯಣದ ವಾನರರ ನೆಲೆ ಕಿಷ್ಕಿಂಧೆ ಇದ್ದಿತೆಂಬ ಐತಿಹ್ಯವನ್ನೂ ನೆನಪಿನಲ್ಲಿಟ್ಟುಕೊಂಡು ಈ ಕಾವ್ಯಗಳು ನೀಡುವ ಚಿತ್ರಣವನ್ನು ಗಮನಿಸಬಹುದು. ಬ್ರಾಹ್ಮಣರು ದಕ್ಷಿಣ ಭಾರತದ ಪ್ರದೇಶಗಳಿಗೆ ವಲಸೆ ಬರಲಾರಂಭಿಸಿದ ಸಮಯವೇ ಸರಿಸುಮಾರು ಈ ಕಾವ್ಯಗಳನ್ನು ರಚಿಸಲಾಗುತ್ತಿದ್ದ ಸಮಯ ಕೂಡ ಆಗಿತ್ತು.

ಗಂಗಾ ನದಿ ಬಯಲಿನ ಸುತ್ತು ವಲಯವನ್ನು ದಟ್ಟವಾದ ಅರಣ್ಯಗಳು ಮತ್ತು ಬೆಟ್ಟ ಗುಡ್ಡಗಳು ಆವರಿಸಿದ್ದವು. ವೇದೋಪನಿಷತ್ತುಗಳ ನಂತರ

ರಚಿತವಾದ ವೈದಿಕ ಸಾಹಿತ್ಯದಲ್ಲಿ ಮುಖ್ಯವಾಗಿ ಮಹಾಕಾವ್ಯಗಳಾದ ರಾಮಾಯಣ, ಮಹಾಭಾರತ ಮತ್ತು ಪುರಾಣಗಳಲ್ಲಿ ಈ ಪ್ರಾದೇಶಿಕ ವಿವರಣೆಯನ್ನು ನೋಡಬಹುದು. ಕಾಮ್ಯಕ ವನ, ಅಂಜನಾವನ, ಮಹಾವನ, ಲುಂಬಿನಿ ವನ, ನಾಗವನ, ಸಾಲವನ, ಪಾರಿಲೆಯ್ಯಕವನ, ಪಿಪ್ಪಲೀವನ, ಸಿಂಸಪಾವನ ಹಾಗೆಯೇ ಪ್ರಸಿದ್ಧ ದಂಡಕಾರಣ್ಯ ಹೀಗೆ ಹಲವು ವನಗಳು ಗಂಗಾ ನದಿ ಬಯಲಿನ ಹೊರಗಿನ ಪ್ರದೇಶದಲ್ಲಿದ್ದವು. ಈ ಪ್ರದೇಶಗಳಲ್ಲಿದ್ದ ಜನ ಸಮುದಾಯಗಳು ಆರ್ಯರು ಎಂದು ವೈದಿಕ ಸಾಹಿತ್ಯದಲ್ಲಿ ಗುರುತಿಸಿದವರಂತೂ ಆಗಿರಲಿಲ್ಲ. ಆರ್ಯ ರಾಜರುಗಳು, ಸಾಮ್ರಾಟರುಗಳು–ಚಕ್ರವರ್ತಿಗಳಾಗ ಬಯಸಿದಂತೆ ಈ ಪ್ರದೇಶಗಳ ಮೇಲೆ ಆಕ್ರಮಣಗಳನ್ನು ನಡೆಸಿದರು. ಅರಣ್ಯಗಳನ್ನು ಅವಲಂಬಿಸಿದ್ದ ಸಮುದಾಯಗಳನ್ನು ತಮ್ಮ ಸಾಮ್ರಾಜ್ಯಗಳಲ್ಲಿ ಒಳಗೊಳಿಸಿಕೊಳ್ಳ ಬಯಸಿದರು.

ರಾಮಾಯಣ ಮತ್ತು ಮಹಾಭಾರತಗಳಲ್ಲಿ ಕಾಣುವಂತೆ ಈ ಪ್ರಕ್ರಿಯೆಯ ವಿವರಗಳು ಇಂತಿವೆ: ಗಂಗಾ ನದಿ ಬಯಲಿನ ರಾಜರುಗಳು ಅಶ್ವಮೇಧ ಯಾಗದ ನೆಪದಲ್ಲಿ ಕೈಗೊಂಡ ದಂಡಯಾತ್ರೆಯ ಭಾಗವಾಗಿ ಇಂತಹ ಪ್ರದೇಶಗಳನ್ನು ವಶಕ್ಕೆ ತೆಗೆದುಕೊಂಡರು. ಆರ್ಯ ಋಷಿ ಮನಿಗಳು ಈ ವನಗಳಲ್ಲಿ ಆಶ್ರಮ ಮಾಡಿಕೊಂಡು ಆರ್ಯ ಧಾರ್ಮಿಕ ಆಚರಣೆಗಳನ್ನು ಆಚರಿಸುವಾಗ ಹಲವು ಕಾಲದಿಂದ ಅಲ್ಲಿ ವಾಸಿಸುತ್ತಿದ್ದ ಬುಡಕಟ್ಟುಗಳು ಈ ಅತಿಕ್ರಮ ಪ್ರವೇಶದ ವಿರುದ್ಧ ಈ ಆಚರಣೆಗಳಿಗೆ ಅಡ್ಡಿಯುಂಟು ಮಾಡುತ್ತಿದ್ದರು. ಇಂತಹ ಆರ್ಯೇತರ ಜನರನ್ನು ನಿಗ್ರಹಿಸುವ ಸಲುವಾಗಿ ಕೂಡ ರಾಜರುಗಳು ಈ ಅರಣ್ಯ ಪ್ರದೇಶಗಳನ್ನು ಆಕ್ರಮಿಸುತ್ತಿದ್ದರು. ಮತ್ತೂ ಒಂದು ಅಂಶವನ್ನು ಗಮನಿಸಬೇಕು: ಗಂಗಾ ನದಿ ಬಯಲಿನ ರಾಜ ಮನೆತನಗಳಲ್ಲಿ ಉತ್ತರಾಧಿಕಾರ ಮತ್ತು ಆಸ್ತಿ ಹಂಚಿಕೆಯ ವಿವಾದಗಳ ಕಾರಣವಾಗಿ ರಾಜ ವಂಶದ ಕುಡಿಗಳು ಅನುಭವಿಸಬೇಕಾಗಿ ಬಂದ ವನವಾಸ ಅಥವಾ ಮಾಡಿದ ಪಲಾಯನ ಕಾಲದಲ್ಲಿ ಕೂಡಾ ಈ ವನಗಳು, ಅರಣ್ಯಗಳ ಆಕ್ರಮಣವಾಗಿದೆ.

ರಾಮಾಯಣದಲ್ಲಿ ಚಿತ್ರಿತವಾದಂತೆ ಗಂಗಾ ನದಿ ಬಯಲಿನ ರಾಜ್ಯಗಳಲ್ಲಿ ವರ್ಣ ವ್ಯವಸ್ಥೆ ಆ ವೇಳೆಗಾಗಲೇ ಅಸ್ತಿತ್ವಕ್ಕೆ ಬಂದು ಬಹಳ ಕಾಲವಾಗಿತ್ತು. ಆದರೆ ಈ ನದಿ ಬಯಲಿನ ಹೊರಗಿನ ಜನ ಸಮುದಾಯಗಳಲ್ಲಿ ವರ್ಣ ವ್ಯವಸ್ಥೆಯಂತಹ ಸಮಾಜ ರಚನೆಯನ್ನು ಕಾಣಲಾಗುವುದಿಲ್ಲ. ಅದೇ ಸಮಯದಲ್ಲಿ ರಾಮಾಯಣದಲ್ಲಿ ಚಿತ್ರಿತವಾದ ಸಮಾಜದಲ್ಲಿ, ಈ ಸಮುದಾಯಗಳನ್ನು ವ್ಯವಸ್ಥೆಯ ಹೊರಗಿಟ್ಟು ವಾನರ, ರಾಕ್ಷಸರು, ನಿಷಾದರು ಎಂದು ಪರಿಗಣಿಸಲಾಗಿತ್ತು. ರಾವಣ ಬ್ರಾಹ್ಮಣ ವಂಶಕ್ಕೆ ಸೇರಿದವನು. ಋಷಿಯೊಬ್ಬನ ಮಗ ಅಥವಾ ಐಶ್ವರ್ಯದ ದೇವತೆಯಾದ ಕುಬೇರನ ತಮ್ಮ, ವೇದಗಳನ್ನು ಬಲ್ಲ ತಪಸ್ಸುಗಳನ್ನು ಮಾಡಿ ದೇವರುಗಳನ್ನು ಒಲಿಸಿಕೊಂಡಿದ್ದವನು ಎಂದೆಲ್ಲಾ ವರ್ಣಿಸಿದರೂ ಕೂಡ ಅವನ ರಾಜ್ಯವೆಂಬ ಲಂಕೆಯಲ್ಲಿ ವರ್ಣ ವ್ಯವಸ್ಥೆಯ ಕುರುಹು ಗಳನ್ನು ಕಾಣುವುದಿಲ್ಲ.[56ಬಿ] ಅವರನ್ನು ಅನಾಗರಿಕ ರಾಕ್ಷಸರೆಂದು

ವರ್ಣಿಸಲಾಗಿದೆ. ಮಹಾಭಾರತದಲ್ಲಿಯೂ ಗಂಗಾ ನದಿ ಬಯಲಿನಲ್ಲಿ ವರ್ಣ ವ್ಯವಸ್ಥೆ ಆಗಲೇ ಅಸ್ತಿತ್ವದಲ್ಲಿದ್ದ ಸಮಾಜವನ್ನು ಚಿತ್ರಿಸಲಾಗಿದೆ. ಕರ್ಣ ತನ್ನ ಶಿಕ್ಷಣ, ಸಮರ ಸ್ಪರ್ಧೆಗಳು, ದ್ರೌಪದಿಯ ಸ್ವಯಂವರ ಮುಂತಾದ ಅನೇಕ ಪ್ರಸಂಗಗಳಲ್ಲಿ ಅನುಭವಿಸಿದ ಅವಮಾನಗಳು; ವಿದುರ, ಧೃತರಾಷ್ಟ್ರ ಮತ್ತು ಪಾಂಡುವಿನ ಸೋದರನಾದರು ಕೂಡ ಆಸ್ಥಾನದಲ್ಲಿ ಅವನಿಗಿದ್ದ ಕೆಳ ಸ್ಥಾನ; ಏಕಲವ್ಯನ ಪ್ರಸಂಗದ ಉದಾಹರಣೆಗಳು ಇದನ್ನು ಸ್ಪಷ್ಟಪಡಿಸುತ್ತವೆ. ಅದೇ ಸಮಯದಲ್ಲಿ ವರ್ಣ ಸಂಕರದಿಂದ ಜನಿಸಿದ ಮುಂದೆ ಮಿಶ್ರ ಜಾತಿಗಳೆಂದು ಹೆಸರಾದ ಸೂತ ಮೊದಲಾದವರ ಪ್ರಸ್ತಾಪ ವರ್ಣ ವ್ಯವಸ್ಥೆ ಚೌಕಟ್ಟಿನೊಳಗೆ ಆಗುತ್ತಿದ್ದ ಕೆಲ ಬದಲಾವಣೆಗಳ ಬಗ್ಗೆ ಸೂಚನೆ ನೀಡುತ್ತವೆ. ಆದರೆ ಈ ಸಮಾಜದ ಅಂಚಿನಲ್ಲಿದ್ದ ಹಾಗೂ ಹೊರಗಿದ್ದ ಅರಣ್ಯವಾಸಿಗಳು ವರ್ಣ ವ್ಯವಸ್ಥೆಯ ಸೋಂಕೇ ಇಲ್ಲದ ಜನರಂತೆ ಚಿತ್ರಿಸಲ್ಪಟ್ಟಿದ್ದಾರೆ. ಅದು ಹಿಡಿಂಬ, ಹಿಡಿಂಬಿ, ಘಟೋತ್ಕಚ, ಏಕಲವ್ಯನ ಸಮುದಾಯ ಆಗಿರಬಹುದು ಅಥವಾ ಅರ್ಜುನ ತನ್ನ ವನವಾಸದ ಸಮಯದಲ್ಲಿ ಭೇಟಿ ಮಾಡಿದ, ಉಲೂಪಿ, ಚಿತ್ರಾಂಗದೆ, ಬಬ್ರುವಾಹನರ ಸಮುದಾಯ ಆಗಬಹುದು. ಇಡೀ ದೇಶಕ್ಕೆ ವರ್ಣ ವ್ಯವಸ್ಥೆಯನ್ನು ಹಬ್ಬಿಸುವುದರಲ್ಲಿ ಈ ಕಾವ್ಯಗಳು ಮುಖ್ಯ ಪಾತ್ರ ವಹಿಸಿವೆ. ಈ ಕಾವ್ಯಗಳ ನಾಯಕ ಪಾತ್ರಗಳ ಬಗ್ಗೆ ಮತ್ತಷ್ಟು ವಿಸ್ತರಿಸಿದ ಕಥನಗಳನ್ನು ಕಟ್ಟಿದ ಮತ್ತು ದಶಾವತಾರಗಳ ಭಾಗವನ್ನಾಗಿ ವರ್ಣಿಸಿದ ಪುರಾಣಗಳು ಮತ್ತು ಈ ಕಾವ್ಯಗಳ ನಾಯಕರನ್ನು ಪೂಜಿಸಲು ಮಾಡಿದ ದೇವಾಲಯಗಳ ನಿರ್ಮಾಣಗಳ ಮೂಲಕ ಈ ಕಾವ್ಯಗಳನ್ನು ವರ್ಣ ವ್ಯವಸ್ಥೆಯನ್ನು ವಿಸ್ತರಿಸುವ ಕ್ರಿಯೆಯಲ್ಲಿ ವ್ಯಾಪಕವಾಗಿ ಬಳಸಿಕೊಳ್ಳಲಾಯಿತು. ಈ ಪ್ರಕ್ರಿಯೆಯ ಬಗ್ಗೆ ಮುಂದಿನ ಪ್ರಬಂಧದಲ್ಲಿ ವಿವರಿಸಲಾಗಿದೆ.

ಕನಾಟಕದಲ್ಲಿ ಮೊದಲ ರಾಜ ಪ್ರಭುತ್ವಗಳು ಸ್ಥಾಪನೆಗೊಂಡು ಗಂಗಾ ನದಿ ಬಯಲಿನ ಬ್ರಾಹ್ಮಣರನ್ನು ಆಹ್ವಾನಿಸಿ ಬ್ರಹ್ಮದೇಯಗಳನ್ನು ನೀಡಲಾರಂಭಿಸಿದ್ದು ಕ್ರಿಸ್ತ ಶಕ ನಾಲ್ಕನೆಯ ಶತಮಾನದ ನಂತರ.

ಅದಕ್ಕೆ ಬಹಳ ಮೊದಲೇ ಕ್ರಿ.ಪೂ. ಮೊದಲನೆಯ ಸಹಸ್ರಮಾನದ ಮಧ್ಯಾವಧಿಯಿಂದ ಕ್ರಿ.ಶ ನಾಲ್ಕನೆಯ ಶತಮಾನದವರೆಗೆ ಸುಮಾರು 800 ವರ್ಷಗಳಿಂದ ಒಂದು ಸಹಸ್ರಮಾನದಷ್ಟು ದೀರ್ಘ ಕಾಲದಲ್ಲಿ ಬ್ರಾಹ್ಮಣರು ಸ್ವಯಂ ಇಚ್ಛೆಯಿಂದ ಕರ್ನಾಟಕದ ಪ್ರದೇಶಗಳಿಗೆ ಬಂದು ನೆಲೆಸಿರುವುದನ್ನು ಕಾಣುತ್ತೇವೆ. ಈ ದೀರ್ಘ ಕಾಲದಲ್ಲಿ, ಬೇರೆ ಬೇರೆ ಸಮಯದಲ್ಲಿ ಇಲ್ಲಿಗೆ ಬಂದ ವ್ಯಾಪಾರಿ ಸಾರ್ಥವಾಹಗಳ ಜೊತೆಗೂಡಿ ಬ್ರಾಹ್ಮಣರ ಗುಂಪುಗಳೂ ಬಂದಿರಬಹುದಾದ ಸಾಧ್ಯತೆಗಳಿವೆ.[56ಸಿ] ಈ ಬ್ರಾಹ್ಮಣ ಗುಂಪುಗಳು ಏಕೆ ಮತ್ತು ಹೇಗೆ ಬಂದರು, ಇಲ್ಲಿ ಎಲ್ಲಿ, ಹೇಗೆ ನೆಲಸಿದರು, ತಮ್ಮ ಜೀವನದ ದಾರಿಯನ್ನು ಹೇಗೆ ಕಂಡುಕೊಂಡರು ಎಂಬ ಬಗ್ಗೆ ಮಾಹಿತಿ ಲಭ್ಯವಿಲ್ಲ. ಇಲ್ಲಿಗೆ ಬಹು ದೂರದ ಗಾಂಧಾರ ದೇಶದಿಂದ ಲಿಪಿಕಾರನೊಬ್ಬನನ್ನು ಕರೆಸಿ ಕೊರೆಸಿದ ಪ್ರಾಕೃತ ಭಾಷೆಯ ಅಶೋಕನ ಶಿಲಾಶಾಸನಗಳೇ ಇಲ್ಲಿನ ಮೊದಲ

ಆಕರಗಳು. ಪುರಾಣಗಳಲ್ಲಿನ ಐತಿಹ್ಯ ರೂಪದ ಅಪ್ರತ್ಯಕ್ಷ ಆಕರಗಳ ಹೊರತಾಗಿ ಬೇರಾವ ಬ್ರಾಹ್ಮಣ ಮೂಲದ ಆಕರಗಳಿಲ್ಲ. ಮೇಲೆ ಉಲ್ಲೇಖಿಸಿದಂತೆ ಕರ್ನಾಟಕದಲ್ಲಿ ಬರೆಸಿದ ಕ್ರಿ.ಪೂ. 260ರ ಕಾಲದ ಅಶೋಕನ ಶಾಸನಗಳಲ್ಲಿ ಮೊದಲಿಗೆ ಬ್ರಾಹ್ಮಣರು ಗಣನೀಯ ಪ್ರಮಾಣದಲ್ಲಿ ಇಲ್ಲಿ ಬಂದು ನೆಲಸಿದ್ದರ ದಾಖಲೆಯನ್ನು ಕಾಣುತ್ತೇವೆ. ಸನ್ನತಿಯಲ್ಲಿನ ಒಂದು ಶಾಸನವಂತು 'ಬೇರೆ ಬೇರೆ ಧಾರ್ಮಿಕ ಪಂಥಗಳವರು (ಪಾಷಂಡ) ಕೇವಲ ತಂತಮ್ಮ ಧರ್ಮಗಳನ್ನು ಹೊಗಳಿಕೊಂಡು ಬೇರೆಯವರ ಧರ್ಮಗಳನ್ನು ತೆಗಳುವುದರಿಂದ ಅವರ ಧರ್ಮಕ್ಕೇ ಹಾನಿ ಮಾಡುತ್ತಾರೆ. ಮಾತಿನಲ್ಲಿ ಸಂಯಮವಿರಬೇಕು' ಎಂಬ ಮಾತುಗಳನ್ನು ಹೇಳುತ್ತದೆ.[57] ಈ ಅಂಶ ಶ್ರಮಣ ಪಂಥಗಳಾದ ಬೌದ್ಧ, ಜೈನ, ಅಜೀವಿಕರನ್ನೂ ಸೇರಿದಂತೆ ಎಲ್ಲರನ್ನೂ ಉದ್ದೇಶಿಸಿದ್ದರೂ ಬ್ರಾಹ್ಮಣರನ್ನೇ ಮುಖ್ಯ ಗುರಿಯನ್ನಾಗಿರಿಸಿಕೊಂಡಿದೆ ಎಂಬುದನ್ನು ಹೇಳಬೇಕಾಗಿಲ್ಲ. ಈ ಶಾಸನದ ಸಮಯದಲ್ಲಿಯೇ ಇಲ್ಲಿಗೆಬೌದ್ಧ ಹಾಗೂ ಜೈನ ಶ್ರಮಣರ ಪ್ರವೇಶವು ಆಗಿದೆ. ಬೌದ್ಧ ಶ್ರಮಣರು ಜನತೆಯ ವಸತಿಗಳಿಗೆ ದೂರವಾದ ಬೆಟ್ಟ ಗುಡ್ಡಗಳ ನಡುವಣ ಗುಹಾಲಯಗಳಲ್ಲಿ ವಾಸ ಮಾಡುತ್ತಿದ್ದರು. ಅಲ್ಲಿಂದಲೇ ಜನ ವಸತಿ ಪ್ರದೇಶಗಳಲ್ಲಿ ಸಂಚರಿಸುತ್ತಿದ್ದರು. ಜೈನರು ಕೂಡ ಶ್ರವಣಬೆಳಗೊಳದಂತಹ ಬೆಟ್ಟ ಪ್ರದೇಶಗಳಲ್ಲಿ ತಮ್ಮ ವಸತಿಗಳನ್ನು ಏರ್ಪಡಿಸಿಕೊಂಡಿದ್ದರು. ಆದರೆ ಬ್ರಾಹ್ಮಣರು, ಕೊಸಾಂಬಿ, ಷ.ಶೆಟ್ಟರ್ ಮೊದಲಾದ ಅನೇಕ ಇತಿಹಾಸಕಾರರು ಗಮನಿಸಿರುವಂತೆ, ಶಂಗಂ ಸಾಹಿತ್ಯದ ಮೊದಲ ಸಂಕಲನಗಳು ತಿಳಿಸುವಂತೆ ಜನರ ವಾಸ ಸ್ಥಾನಗಳಲ್ಲಿ–ಅಂದಿನ ಸೀಮಿತ ಸಂಖ್ಯೆಯ ನಗರಗಳಲ್ಲಿ ಮತ್ತು ಹಳ್ಳಿಗಳಲ್ಲಿ ಕೂಡ ವಾಸ ಮಾಡುತ್ತಿದ್ದರು.[58]

ಆರ್ಯ ಸಮುದಾಯದ ಅವರಿಗೆ ಅಗ್ನಿಯಿಂದಲೇ ದಿನದ ಆರಂಭ. ಅಗ್ನಿ, ಇಂದ್ರ ಮೊದಲಾದ ವೈದಿಕ ದೇವತೆಗಳ ಪೂಜೆ, ದಿನ ದಿನದ ಅಗ್ನಿ ಆಧಾರಿತ ಹೋಮ ಹವನಗಳು ಅವರ ಮುಖ್ಯ ಧಾರ್ಮಿಕ ಆಚರಣೆಗಳ ಭಾಗವಾಗಿತ್ತು. ಆಗಾಗ್ಗೆ ವಿವಿಧ ಯಜ್ಞ ಯಾಗಗಳ ಆಚರಣೆಗಳನ್ನು ಮಾಡುತ್ತಿದ್ದರು. ಈ ವೈದಿಕ ದೇವತೆಗಳನ್ನು ಯಾರು ಪೂಜಿಸುವುದಿಲ್ಲವೊ ಅವರನ್ನೆಲ್ಲಾ ಅವರ ಪವಿತ್ರ ಗ್ರಂಥಗಳು ಅಸುರರೆಂದು ಕರೆದಿದ್ದವು. ನಂತರ ಅವರನ್ನು ಶೂದ್ರರೆಂದು, ಮೂರು ದ್ವಿಜ ವರ್ಣಗಳ ಸೇವೆಯೇ ಅವರ ಕರ್ತವ್ಯವೆಂದು ವಿಧಿಸಲಾಗಿತ್ತು. ಅವರನ್ನು ವೇದಗಳ ಓದಿಗೆ, ಯಾಗ, ಯಜ್ಞಗಳ ಹವಿಸ್ಸಿಗೆ ಅರ್ಹರಲ್ಲದವರೆಂದು ಪರಿಗಣಿಸಲಾಗಿತ್ತು. ರಾಮಾಯಣ ಅವರಲ್ಲಿ ಕೆಲವರನ್ನು ವಾನರರೆಂದು ಕರೆದಿತ್ತು.

ಕ್ರಿಸ್ತ ಪೂರ್ವ ಕಾಲದಲ್ಲಿ ಇಲ್ಲಿಗೆ ಬಂದ ಬ್ರಾಹ್ಮಣರು ಇಲ್ಲಿ ಕಂಡದ್ದು ವಿವಿಧ ಹಂತಗಳ ಸಾಮಾಜಿಕ ಬೆಳವಣಿಗೆಯನ್ನು. ಇನ್ನೂ ಬೇಟೆಗಾರಿಕೆಯಲ್ಲಿ ತೊಡಗಿದ್ದವರು, ಪಶು ಸಂಗೋಪನೆ ಮಾಡಲಾರಂಭಿಸಿದ್ದವರು, ಮರಗಳು ಮತ್ತು ಶಿಲಾಯುಧಗಳಿಂದಲೇ ಕೃಷಿ ಮಾಡುತ್ತಿದ್ದವರು, ಕೊನೆಗೆ ಕಬ್ಬಿಣದ ಉಪಕರಣಗಳನ್ನು ಬಳಸಲಾರಂಭಿಸಿ ಕೃಷಿ ಮಾಡುತ್ತಾ ಕುಲಗಳಾಗಿ ರೂಪುಗೊಂಡಿದ್ದ, ರೂಪುಗೊಳ್ಳುತ್ತಿದ್ದ

ಜನ ಸಮುದಾಯವನ್ನು. 'ಇತಿಹಾಸ ಕಾಲದ ಆರಂಭದ ಅವಧಿಗೆ ಸೇರಿದ ನೆಲೆಗಳು ಮೈದಾನ ಪ್ರದೇಶದಲ್ಲಿ ಹೆಚ್ಚು ಸಾಂದ್ರತೆ ಹೊಂದಿವೆ. ಸುಮಾರು 2,000ಕ್ಕೂ ಹೆಚ್ಚು ನೆಲೆಗಳಿದ್ದು, ಅವುಗಳ ಗಾತ್ರದಲ್ಲಿ ವಿಶೇಷ ಅಂತರವಿರುವುದನ್ನು ಗಮನಿಸಲಾಗಿದೆ.[59]

ಆರ್ಯರಿಗೆ ಅಗ್ನಿ ಬಹು ಮುಖ್ಯ ದೇವತೆಯಾಗಿದ್ದರೆ ಇಲ್ಲಿನ ಜನರಿಗೆ ನೀರು ತುಂಬಿದ ಕರಗ ಮುಖ್ಯವಾಗಿತ್ತು. ಇವರುಗಳೆಲ್ಲಾ ವಿವಿಧ "ಅಮ್ಮ"ಂದಿರನ್ನು, ಮರಗಳನ್ನು, ಬೆಟ್ಟ-ಗುಡ್ಡಗಳ ಮೇಲಿನ ಬಂಡೆಗಳನ್ನು, ಕಲ್ಲುಗಳನ್ನು, ತಮ್ಮ ಹಿಂದಿನ ತಲೆಮಾರುಗಳ ಗೋರಿಗಳನ್ನು ಹೂಗಳು, ಹಣ್ಣುಗಳು, ಪ್ರಾಣಿಗಳ ಬಲಿ ಅಥವಾ ಮಾಂಸ, ಮದ್ಯಗಳ ನೈವೇದ್ಯಗಳಿಂದ ಪೂಜಿಸುತ್ತಿದ್ದರು. ಭೂತ ಕೋಲ, ಬೆತ್ತಲೆ ಸೇವೆ, ಎಲೆಗಳನ್ನು ಉಡುಪಾಗಿಸಿಕೊಂಡು ಮಾಡುವ ಸೇವೆ, ಗಾವು ಸಿಗಿಯುವುದು, ಸಿಡಿ ಮೊದಲಾದ ಇಂದೂ ಜೀವಂತವಿರುವ ಆದಿಮ ಆಚರಣೆಗಳು ಅಂದು ಬಹು ವ್ಯಾಪಕವಾಗಿ ಆಚರಣೆಯಲ್ಲಿದ್ದವು ಎಂದು ಭಾವಿಸಬಹುದು. ಆಯಾ ಬುಡಕಟ್ಟುಗಳ/ಕುಲದ ದೇವರಗುಡ್ಡ ಅಥವಾ ಬುದ್ವಂತರುಗಳು ತಮ್ಮ ಮೈಮೇಲೆ ದೇವತೆ/ದೈವವನ್ನು ಆವಾಹಿಸಿಕೊಂಡು ಹೇಳುತ್ತಿದ್ದ ಮಾತುಗಳನ್ನು ಕಾರಣಿಕಗಳೆಂದು ಭಾವಿಸುತ್ತಿದ್ದರು.

ಆದ್ದರಿಂದ ಇಲ್ಲಿಗೆ ಹೊಸದಾಗಿ ಬಂದ ಬ್ರಾಹ್ಮಣರಿಗೆ ಇಲ್ಲಿದ್ದ ಜನ ಸಮುದಾಯಗಳು ತಮ್ಮ ವಿಚಾರ ಮತ್ತು ರೂಢಿಗನುಸಾರವಾಗಿ ಶೂದ್ರರಾಗಿ ಅಥವಾ ಅದಕ್ಕಿಂತ ಕೀಳಾದ ಚಾಂಡಾಲ, ನಿಷಾದರಾಗಿ ಕಾಣಿಸಿದ್ದರೆ ಅದರಲ್ಲಿ ಆಶ್ಚರ್ಯವೇನಿಲ್ಲ. ವಿವಿಧ ಪುರಾಣಗಳು, ಮಹಾಕಾವ್ಯಗಳಲ್ಲಿನ ಪ್ರಸಂಗಗಳು, ಆಖ್ಯಾನಗಳು, ಐತಿಹ್ಯಗಳು ಇದಕ್ಕೆ ಆಧಾರ ವೊದಗಿಸುತ್ತವೆ. ಅಲ್ಲಿಯವರೆಗೆ ಇಲ್ಲಿದ್ದ ಜನರಿಗೆ ಅವರದೇ ದೃಷ್ಟಿಯಿಂದ ವಿವಿಧ ಬುಡಕಟ್ಟುಗಳು, ಕುಲಗಳಾಗಿ ಮಾತ್ರ ಕಂಡಿದ್ದರು. ಆಗ ಇಲ್ಲಿ ಇದ್ದಿರಬಹುದಾದ ನೂರಾರು ಬುಡಕಟ್ಟುಗಳು, ಕುಲಗಳು ಆಹಾರಕ್ಕಾಗಿ, ನೀರಿಗಾಗಿ ಇತರ ಸಂಪನ್ಮೂಲ ಗಳಿಗಾಗಿ ಪರಸ್ಪರ ಸ್ಪರ್ಧಿಸಿರಬಹುದು, ಕಾದಾಡಿರಬಹುದು, ಯುದ್ಧ ಮಾಡಿರಬಹುದು. ತಮ್ಮದೇ ಪ್ರತ್ಯೇಕ ದೈವಗಳನ್ನು, ಪ್ರತ್ಯೇಕ ಆಚರಣೆಗಳನ್ನು ಹೊಂದಿರಬಹುದು. ಆದರೆ ಇತರರಿಗಿಂತ ತಾವು ಸಾಮಾಜಿಕ ಸ್ಥಾನ ಮಾನದಲ್ಲಿ ಮೇಲೆಂದು ಭಾವಿಸಿರುವ ಬಗ್ಗೆ ಯಾವುದೇ ಆಕರ ಸೂಚಿಸುವುದಿಲ್ಲ. ಆದರೆ ಈಗ ಬೇರೊಬ್ಬರ ಕಣ್ಣಲ್ಲಿ ಶೂದ್ರರಾಗಿ, ಚಾಂಡಾಲರಾಗಿ ಕಂಡರು. ಅವರು ಕೇವಲ ಕೆಲ ದಿನಗಳಿಗಷ್ಟೇ ಇಲ್ಲಿಗೆ ಬಂದ ಪ್ರವಾಸಿಗರೋ, ವ್ಯಾಪಾರಿಗಳೋ ಆಗಿದ್ದರೆ ಪರಿಸ್ಥಿತಿ ಬೇರೆಯೇ ಆಗಿರುತ್ತಿತ್ತು. ಆದರೆ ಅವರು ಅಗಸ್ತ್ಯ ಋಷಿಯ ಐತಿಹ್ಯ ಸೂಚಿಸುವಂತಹ, ಇಲ್ಲಿಯೇ ನೆಲಸಲು ಬಂದ ಬ್ರಾಹ್ಮಣರು. ಹೀಗೆ ಕರ್ನಾಟಕದ ಇತಿಹಾಸದಲ್ಲಿ ಮೊತ್ತಮೊದಲ ಬಾರಿಗೆ ಇಲ್ಲಿ ಜೀವಿಸುತ್ತಿದ್ದ ಜನ ಸಮುದಾಯಗಳಿಗಿಂತ ತಮ್ಮನ್ನು ಮೇಲೆ ಎಂದು ಗುರುತಿಸಿಕೊಂಡ ಒಂದು ಜನ ಸಮುದಾಯ ಅಸ್ತಿತ್ವಕ್ಕೆ ಬಂದಿತು.

ಆ ಮೂಲಕ ಮೊತ್ತಮೊದಲು ಎರಡು ವರ್ಣಗಳ ವರ್ಣ ವ್ಯವಸ್ಥೆ ಈ ಪ್ರದೇಶದಲ್ಲಿ ಅಸ್ತಿತ್ವಕ್ಕೆ ಬಂದಿತು. ಒಂದು, ವಲಸೆ ಬಂದ ಕೆಲವೇ ಜನ ಬ್ರಾಹ್ಮಣರ ವರ್ಣ. ಮತ್ತೊಂದು ಇವರು ಶೂದ್ರ ವರ್ಣವೆಂದು ಪರಿಗಣಿಸಿರಬಹುದಾದ ಜನ ಸಮುದಾಯಗಳು. ಆಗಿನ್ನೂ ರಾಜ ಪ್ರಭುತ್ವಗಳು ಸ್ಥಾಪನೆಯಾಗದ ಹಿನ್ನೆಲೆಯಲ್ಲಿ ಈ ವಿಭಜನೆಯನ್ನು ಬ್ರಾಹ್ಮಣ ವರ್ಣದವರು ತಮ್ಮ ಆಚರಣೆಗಳು, ನಡವಳಿಕೆಯ ಮೂಲಕ ಮಾತ್ರ ಅಭಿವ್ಯಕ್ತಿಗೊಳಿಸುವ ವಿಚಾರವಾಗಿತ್ತೇ ಹೊರತು ಅದನ್ನು ಇತರರು ಅನುಸರಿಸುವಂತೆ ಕಡ್ಡಾಯಪಡಿಸುವ ಸಾಧ್ಯತೆಗಳಿರಲಿಲ್ಲವೆಂದು ಭಾವಿಸಬಹುದು. ಆದರೆ ಬ್ರಾಹ್ಮಣರ ವರ್ತನೆಯನ್ನು ಹತ್ತಿರದಿಂದ ಗಮನಿಸಿದ, ಅವರಿಂದ ಪ್ರಭಾವಿತರಾದ ಕೆಲವರು ಅವರ ವರ್ತನೆಯನ್ನು ಅನುಕರಿಸಿರುವ ಸಾಧ್ಯತೆ ಇದೆ.

ರಾಜಪ್ರಭುತ್ವಗಳಿನ್ನೂ ಉದಯವಾಗದ ಆ ಕಾಲದಲ್ಲಿ ಕ್ಷತ್ರಿಯ ವರ್ಣದ ಪ್ರಸ್ತಾಪವೇ ಅಪ್ರಸ್ತುತ. ಆ ವೇಳೆಗೆ ಗಂಗಾ ನದಿ ಬಯಲಿನಲ್ಲಿಯೇ ಕೃಷಿಯನ್ನು ಅವಲಂಬಿಸಿದವರನ್ನು ವೈಶ್ಯರೆಂದು ಪರಿಗಣಿಸುವುದನ್ನು ಕೈಬಿಡಲಾಗಿತ್ತೆಂದು ಮೇಲೆ ವಿವರಿಸಲಾಗಿದೆ. ಆದ್ದರಿಂದ ಇಲ್ಲಿನ ಆದಿಮ ಕೃಷಿಕರನ್ನು ವೈಶ್ಯರೆಂದು ಭಾವಿಸಿರುವ ಸಾಧ್ಯತೆಯಂತೂ ಇಲ್ಲ. ವ್ಯಾಪಾರವೂ ಕೂಡ ಇನ್ನೂ ಕೇವಲ ವಸ್ತು ವಿನಿಮಯದ ಮೂಲಕ ಮಾತ್ರ ನಡೆಯುತ್ತಿರ ಬಹುದಾದ ಆದಿಮ ವ್ಯಾಪಾರ. ಹಾಗಾಗಿ ವ್ಯಾಪಾರವೊಂದೇ ಉದ್ಯೋಗವಾದ ವರ್ಗವೊಂದು ಇನ್ನೂ ಉದಯವಾಗಿರದ ಕಾಲ. ಆದ್ದರಿಂದ ವೈಶ್ಯ ವರ್ಣದ ಸಾಧ್ಯತೆಯೂ ಇಲ್ಲ.

ಎರಡು ವರ್ಣಗಳ ಈ ಜನ ಜೀವನ 800 ವರ್ಷಗಳಿಗೂ ಅಂದರೆ 32 ತಲೆಮಾರುಗಳಿಗೂ ಮಿಕ್ಕಿ ಅಸ್ತಿತ್ವದಲ್ಲಿರುವ ಸಾಧ್ಯತೆ ಇದೆ. ಕ್ರಿಸ್ತ ಪೂರ್ವದ ಮೊದಲ ಸಹಸ್ರಮಾನದ ಆದಿಯಿಂದಲೇ ಬ್ರಾಹ್ಮಣರ ವಲಸೆ ಆರಂಭವಾಯಿತೆಂಬ ನೀಲಕಂಠಶಾಸ್ತ್ರಿ ಮತ್ತು ಬಿ.ಆರ್. ಗೋಪಾಲ್‌ರವರ ಅಂದಾಜನ್ನು ಪರಿಗಣಿಸಿದರೆ 56 ತಲೆಮಾರಿಗೂ ಮಿಕ್ಕಿರುವಂತದ್ದು. ಇಷ್ಟು ದೀರ್ಘ ಕಾಲದಲ್ಲಿ ಬ್ರಾಹ್ಮಣ ವರ್ಣದವರ ಜೀವನ ಹೇಗಿತ್ತು, ಇತರ ಜನರೊಡನೆ ಇವರ ಸಂಬಂಧ ಮತ್ತು ನಡವಳಿಕೆ ಹೇಗಿತ್ತು ಎಂಬಿತ್ಯಾದಿ ಹಲವು ಪ್ರಶ್ನೆಗಳು ಏಳುತ್ತವೆ. ಇತಿಹಾಸ ಕಾಲದ ಒಂದೂವರೆ ಸಹಸ್ರಮಾನಗಳಲ್ಲಿ, ವಿವಿಧ ಆಕರಗಳಲ್ಲಿ ದಾಖಲಾದಂತೆ ತಮ್ಮ ನಿವಾಸ ಮತ್ತು ವಸತಿಯ ಪ್ರದೇಶದೊಳಗೆ ಇತರರಿಗೆ ಪ್ರವೇಶ ನೀಡದಿರುವುದು, ಅವರನ್ನು ದೂರದಿಂದಲೇ ಮಾತನಾಡಿಸುವುದು, ಅವರು ಮಾಡಿದ ಅಡುಗೆಯನ್ನು ಸ್ವೀಕರಿಸದಿರುವುದು, ತಾವು ಉಪಯೋಗಿಸುವ ನೀರಿನ ಆಸರೆಗಳನ್ನು ಬೇರೆಯವರಿಗೆ ಉಪಯೋಗಿಸಲು ಅವಕಾಶ ನೀಡದಿರುವುದು ಇತ್ಯಾದಿ ಮಡಿ ಮೈಲಿಗೆಯ ವರ್ತನೆಯನ್ನು ನಿರೀಕ್ಷಿಸುವುದು ಅಸಹಜವಾಗುವುದಿಲ್ಲ. ಮೇಲೆ ಉಲ್ಲೇಖಿಸಿದ ಶಥಪಥ ಬ್ರಾಹ್ಮಣದಲ್ಲಿ ವಿಧಿಸಿದಂತೆ ಬೇರೆಯವರು ಸುಳಿಯದಂತಹ ಪ್ರದೇಶಗಳಲ್ಲಿ ಮಾತ್ರ ತಮ್ಮ ಯಜ್ಞ ಕಾರ್ಯ, ವೇದಾಧ್ಯಯನಗಳನ್ನು ಮಾಡುತ್ತಿದ್ದರು.

ಕ್ರಿಸ್ತ ಶಕದ ಮೊದಲ ಮೂರು ಶತಮಾನಗಳಲ್ಲಿ ತಮಿಳಹಂನ ಜೀವನವನ್ನು ವಿವರಿಸಿದ ಶಂಗಂ ಸಾಹಿತ್ಯದ ಆಕರಗಳಂತೆ ಬ್ರಾಹ್ಮಣರು ತಮ್ಮದೇ ಆದ ಉಪನಗರಗಳಲ್ಲಿ ವಾಸಿಸುತ್ತಿದ್ದರು.[60] 'ಮೂರು ಬಗೆಯ ಬೆಂಕಿಗಳನ್ನು ಅವರು ಕಾಯ್ದಿಡುತ್ತಿದ್ದರು. ತಮ್ಮ ವೇದ ಮಂತ್ರಗಳನ್ನು ಗೊತ್ತಾದ ವೇಳೆಯಲ್ಲಿ ಅಂದರೆ ಪ್ರಾತಃ/ ಉಷಾ ಕಾಲದಲ್ಲಿ, ಮಧ್ಯಾಹ್ನ ಮತ್ತು ಸೂರ್ಯಾಸ್ತದಲ್ಲಿ ಪಠಿಸುತ್ತಿದ್ದರು. ಆಗ ತಾನೆ ಒಗೆದ ಬಟ್ಟೆಯುಟ್ಟು ಅವರು ಪೂಜೆಗೆ ಕುಳಿತುಕೊಳ್ಳುತ್ತಿದ್ದರು. ಪೂಜೆ ನಡೆಯುತ್ತಿದಂತೆ ಅದು ಒಣಗುತ್ತಿತ್ತು.'[61] ಕರ್ನಾಟಕದಲ್ಲಿಯೂ ಬ್ರಾಹ್ಮಣರು ಇಂತಹದೇ ಆಚರಣೆಗಳನ್ನು ಅನುಸರಿಸುತ್ತಿದ್ದರು ಎಂದು ಭಾವಿಸಬಹುದು. ಹೀಗೆ ಇತರೆಲ್ಲರಿಗಿಂತ ತಾವು ಬೇರೆ ಮತ್ತು ಮೇಲು ವರ್ಣ ಎಂಬ ವ್ಯವಸ್ಥೆ ಇಲ್ಲಿ ಕುಡಿಯೊಡೆಯಲಾರಂಭಿಸಿದುದನ್ನು ಕಾಣಬಹುದು.

ಬ್ರಾಹ್ಮಣರು ತಮಗೆ ಈಗಾಗಲೇ ರೂಢಿಯಾಗಿದ್ದ ಆಹಾರ, ಜೀವನ ಶೈಲಿಗೆ ಅನುಕೂಲವಾಗಿದ್ದ ಜಾಗಗಳನ್ನೇ ತಮ್ಮ ವಾಸಕ್ಕೆ ಆರಿಸುತ್ತಿದ್ದರು. ಯಥೇಚ್ಛವಾಗಿ ಭತ್ತ ಬೆಳೆಯುವ, ಹಸುವಿನ ಹಾಲು, ತುಪ್ಪಗಳು ದೊರೆಯುವ ಪ್ರದೇಶಗಳನ್ನು ಆಯ್ಕೆ ಮಾಡಿಕೊಳ್ಳುವ ಸಾಧ್ಯತೆಗಳೇ ಹೆಚ್ಚಿದ್ದುವು. ಅಂದರೆ ಈಗಾಗಲೇ ಕೃಷಿಯನ್ನೇ ಮುಖ್ಯ ಜೀವನಾಧಾರವನ್ನಾಗಿ ಮಾಡಿಕೊಂಡಿದ್ದ, ಕುಲಾಧಿಪತಿಗಳ ಅಳ್ವಿಕೆಯ ಪದ್ಧತಿಯನ್ನು ರೂಢಿಸಿಕೊಳ್ಳುತ್ತಿದ್ದ ಪ್ರದೇಶಗಳು ಅವರ ವಾಸಕ್ಕೆ ಅತ್ಯಂತ ಸೂಕ್ತವಾಗಿದ್ದುವು. ವೇದಾಂಗ ಜ್ಯೋತಿಷವೆಂಬ ಗ್ರಂಥದಲ್ಲಿ ಆ ವೇಳೆಗಾಗಲೇ ಸಂಗ್ರಹಿಸಲಾಗಿದ್ದ ಆರು ಋತುಗಳ, 27 ಮಳೆ ನಕ್ಷತ್ರಗಳ, ಚಾಂದ್ರಮಾನ ವರ್ಷ ಮತ್ತು ಸೌರಮಾನ ವರ್ಷಗಳ ನಡುವಣ ವ್ಯತ್ಯಾಸ ಮೊದಲಾದ ಕಾಲಮಾನ ಗಣನೆಯ ಬಗ್ಗೆ ತಿಳುವಳಿಕೆಯನ್ನು ಪಡೆದಿದ್ದರು[62]. ಅಲ್ಲಿನ ಕೃಷಿಯಲ್ಲಿ ಕಬ್ಬಿಣದ ನೇಗಿಲನ್ನು ಉಪಯೋಗಿಸುವ ಬಗ್ಗೆ, ವಿವಿಧ ಬೆಳೆ ಮತ್ತು ತಳಿಗಳ ಬಗ್ಗೆ ದೂರದಿಂದ ನೋಡಿಯಾದರೂ ತಿಳಿದಿದ್ದರು. ಕೃಷಿಕಾರ್ಯಗಳಿಗೆ ಬಹಳ ಅಗತ್ಯವಾದ ಈ ತಿಳುವಳಿಕೆಯನ್ನು ನೀಡುವ ಮೂಲಕ ಅಂದಿನ ಕೃಷಿಕ ಸಮುದಾಯಗಳ ಮೇಲೆ ತಮ್ಮ ಪ್ರಭಾವ ಬೀರಿದರು. ಮೇಲೆ ಉಲ್ಲೇಖಿಸಿದಂತೆ ಬೃಹತ್ ಶಿಲಾಯುಗದ ಸಮುದಾಯಗಳು ಕಾಲಮಾನಗಳ ಗಣನೆ, ಮಳೆಯ ಋತುಗಳ ತಿಳುವಳಿಕೆಗಾಗಿ ಪಡುತ್ತಿದ್ದ ಶ್ರಮ ಅಷ್ಟಿಷ್ಟಲ್ಲ. ಆದ್ದರಿಂದ ಈ ತಿಳುವಳಿಕೆ ಅಂದಿನ ರೈತ ಸಮುದಾಯಕ್ಕೆ ಅತ್ಯಾವಶ್ಯವಾಗಿತ್ತು. ಮಳೆ ಕಾಲಕಾಲಕ್ಕೆ ಬಾರದಿದ್ದರೆ ಪ್ರತಿ ಮಳೆ ನಕ್ಷತ್ರಕ್ಕೊಬ್ಬ ಅಧಿದೇವತೆ, ಅದನ್ನು ಸಂಪ್ರೀತಗೊಳಿಸಲು ಹೋಮ ಹವನಗಳು ಇತ್ಯಾದಿ ಆಚರಣೆಗಳು ಕೂಡಾ ಆ ಕೃಷಿ ಕುಲಗಳಿಗೆ ಬ್ರಾಹ್ಮಣರು ಅತ್ಯಗತ್ಯವೆಂಬ ಭಾವನೆ ಮೂಡಲು ಸಹಾಯಕ ವಾಗಿರಬಹುದು.

ಹಾಗೆಯೇ ಆಕ್ರಮಣಕಾರಿ ಯುದ್ಧದ ಮತ್ತಿತರ ಸಂದರ್ಭಗಳಲ್ಲಿ ಶುಭ ಮುಹೂರ್ತಗಳು, ಗೆಲುವಿಗಾಗಿ ಹೋಮ, ಹವನಗಳು, ವಿಜಯದ ನಂತರ ಅನೇಕ ರೀತಿಯ ವೈಭವದ ಆಚರಣೆಗಳು ಕುಲಾಧಿಪತಿಗಳನ್ನು ಆಕರ್ಷಿಸಿರಬಹುದು. ಜೊತೆಗೆ

ದ್ರೋಣಾಚಾರ್ಯರಂತೆ ಕುಲಾಧಿಪತ್ಯವನ್ನು ವಿಸ್ತರಿಸಲು ಅಗತ್ಯವಾದ ಸೇನಾ ತರಬೇತಿ, ಶಸ್ತ್ರಾಸ್ತ್ರಗಳ ಉಪಯೋಗದ ತರಬೇತಿ ನೀಡಲು ಕೆಲವರು ಉಪಯುಕ್ತರಾಗಿರಬಹುದು. ಕದಂಬ ಮಯೂರವರ್ಮ ಮತ್ತು ಪಲ್ಲವರಿಗೆ ಸಂಘರ್ಷವುಂಟಾದ ಐತಿಹ್ಯವನ್ನು ಕಂಚಿಯಲ್ಲಿ ಶಸ್ತ್ರಾಸ್ತ್ರ ತರಬೇತಿಯ ಸಮಯದಲ್ಲಿ ಆಗಿರಬಹುದಾದ ಕಾದಾಟದ ಸೂಚನೆ ಎಂದು ಎಂದು ಕೆ.ಎಮ್. ಪಣಿಕ್ಕರ್ ಭಾವಿಸುತ್ತಾರೆ ಎಲ್ಲದರಷ್ಟೇ ಮುಖ್ಯವಾಗಿ ರಾಜ್ಯಗಳ ಸ್ಥಾಪನೆಯ ಅನುಭವ, ವಿವಿಧ ತೆರಿಗೆಗಳನ್ನು ವಿಧಿಸುವ, ವಸೂಲು ಮಾಡುವ ಮತ್ತು ಲೆಕ್ಕವಿರಿಸುವ ಜ್ಞಾನ ಇತ್ಯಾದಿಯಾಗಿ ಹಲವು ರೀತಿಯಲ್ಲಿ ಕುಲಾಧಿಪತಿಗಳಿಗೆ ಮತ್ತು ರಾಜ್ಯ ಸ್ಥಾಪನೆಯತ್ತ ಸಾಗುತ್ತಿದ್ದ ರಾಜ ಪೂರ್ವ ವಂಶಗಳಿಗೆ ಇವರು ಉಪಯುಕ್ತರಾಗಿದ್ದಿರಬಹುದು. ಜೊತೆಗೆ ಸಂಸ್ಕೃತವನ್ನು ತಮ್ಮ ಮೇಲ್ಮೆಯನ್ನು ವ್ಯಕ್ತಪಡಿಸುವ ಸಾಧನವಾಗಿ ಬಳಸುತ್ತಿರಬಹುದಾದರೂ ಕೂಡ ಇಲ್ಲಿನ ಜನರ ಭಾಷೆಯನ್ನು ಕಲಿತು ಕಾವ್ಯ, ಪುರಾಣಗಳ ಕಥೆಗಳನ್ನು ಜನರಿಗೆ, ಅದರಲ್ಲಿಯೂ ರಾಜವಂಶದವರಾಗಿ ಮೊಳೆಯುತ್ತಿದ್ದ ಕುಲಾಧಿಪತಿಗಳು ಮತ್ತು ಅವರ ಸುತ್ತಲಿನ ಜನರಿಗೆ ವಾಖ್ಯಾನ ಮಾಡುತ್ತಾ ಇರಬಹುದಾದ ಸಾಧ್ಯತೆಗಳಿವೆ. ದಕ್ಷಿಣ ಭಾರತದ ಮೊದಲ ಸಾಮ್ರಾಟರಾದ ಶಾತಕರ್ಣಿಗಳ ಶಾಸನಗಳು, ಅವರ ಹೆಸರುಗಳು ಮತ್ತು ಅವರಲ್ಲೊಬ್ಬ ಅರಸನಾದ ಹಾಲನ ಗಾಥಾ ಸಪ್ತಶತಿ, ಪಲ್ಲವ, ಗಂಗ ಅರಸರು ರಚಿಸಿದ ಕಾವ್ಯಗಳು ಇದಕ್ಕೆ ಪುರಾವೆಯನ್ನೊದಗಿಸುತ್ತವೆ.[63] ಹಾಗೆಯೇ ಗಂಗಾ ನದಿ ಬಯಲಿನಲ್ಲಿ ರಾಜಪ್ರಭುತ್ವಗಳಿಗೆ ಆಧಾರವಾದ ವರ್ಣ ವ್ಯವಸ್ಥೆಯ ಬಗ್ಗೆ ತಿಳುವಳಿಕೆಯನ್ನು ನೀಡುವುದು ಈ ವ್ಯಾಖ್ಯಾನಗಳ ಅವಿಭಾಜ್ಯ ಅಂಗವಾಗಿರುವ ಸಾಧ್ಯತೆಗಳಿವೆ. ಮುಂದೆ ಈ ಬಗ್ಗೆ ಹೆಚ್ಚು ವಿವರಗಳನ್ನು ನೀಡಲಾಗಿದೆ. ಕೆಲ ಕುಲಾಧಿಪತ್ಯಗಳು ರಾಜ್ಯ ಸ್ಥಾಪನೆಯ ಹಂತಕ್ಕೇರುವುದರಲ್ಲಿ ಈ ಎಲ್ಲ ಅಂಶಗಳು ಸಹಾಯಕವಾಗಿರುವ ಸಾಧ್ಯತೆ ಹೆಚ್ಚಿದೆ.

ಆ ಕಾಲಕ್ಕಾಗಲೇ ತಮ್ಮ ಪ್ರದೇಶಗಳಲ್ಲಿ ಬೌದ್ಧ ಮತ್ತು ಜೈನ ಧರ್ಮಗಳ ಸಂಸ್ಥೆಗಳು, ಶ್ರಮಣರು ಮತ್ತು ಅವರ ವಿಚಾರಗಳು ಯಥೇಚ್ಛವಾಗಿ ಲಭ್ಯವಿದ್ದರೂ ಈ ರಾಜವಂಶಗಳು ವೈದಿಕ ಧರ್ಮವನ್ನು ಆಯ್ಕೆ ಮಾಡಿಕೊಂಡದ್ದಕ್ಕೆ ಇವೇ ಮೂಲ ಕಾರಣವಾಗಿರುವ ಸಾಧ್ಯತೆಗಳು ಹೆಚ್ಚಾಗಿದೆ. ಹೊಸ ರಾಜ ಪ್ರಭುತ್ವಗಳು ಆರಂಭದಿಂದಲೇ ಕೈಗೊಂಡ ಕ್ರಮಗಳಿಂದಲೂ ಇದು ಸ್ಪಷ್ಟವಾಗುತ್ತದೆ.

ಸ್ಥಳೀಯ ಬ್ರಾಹ್ಮಣರ ಉಗಮ ಮತ್ತು ಅವರ ಜಾತಿಗಳು

ಕರ್ನಾಟಕದ ಬ್ರಾಹ್ಮಣರೆಲ್ಲಾ ಕೇವಲ ಗಂಗಾ ನದಿಯ ಬಯಲಿನಿಂದ ವಲಸೆ ಬಂದವರು ಮಾತ್ರವೇ ಅಲ್ಲ. ಇಲ್ಲಿಯ ಜನ ಸಮುದಾಯಗಳ ನಡುವಿನಿಂದಲೇ ಇಲ್ಲಿನ ಬ್ರಾಹ್ಮಣ ಸಮುದಾಯದ ಬಹು ದೊಡ್ಡ ಭಾಗ ರೂಪುಗೊಂಡಿದೆ. ಈ ವರ್ಣ ರೂಪುಗೊಂಡ ಬಗೆಯನ್ನು ಶಾಸನಗಳು, ಸಾಹಿತ್ಯಿಕ ಆಕರಗಳು ದಾಖಲಿಸಿಲ್ಲ. ಕರ್ನಾಟಕದ ಬ್ರಾಹ್ಮಣರಲ್ಲಿ ಹೊಯ್ಸಳ ಕರ್ನಾಟಕರು, ಬಡಗನಾಡು, ಮುಲಕುನಾಡು,

ಬಬ್ಬೂರು ಕಮ್ಮೆ, ಉಲುಚು ಕಮ್ಮೆ, ಹಳೆನಾಡು, ಸೀರನಾಡು ಕರ್ನಾಟಕರು, ಮೂಗೂರು ಕರ್ನಾಟಕರು, ಹವ್ಯಕ, ಶಿವಳ್ಳಿ, ಕೋಟ, ಸ್ಥಾನಿಕ, ಪಂಚಗ್ರಾಮ, ಸಂಕೇತಿ, ಗೌಡ ಸಾರಸ್ವತ, ಕರ್ಹಾಡಿ, ಚಿತ್ಪಾವನ, ಅರವೇಲು, ದೇಶಸ್ಥ, ಹೆಬ್ಬಾರ್ ಮುಂತಾದ ಹಲವು ಹೆಸರುಗಳನ್ನು ಕಾಣುತ್ತೇವೆ.[70] ಬ್ರಾಹ್ಮಣರ ಒಳಗಿನ ಈ ಹಲವು ಗುಂಪುಗಳ ಹೆಸರುಗಳನ್ನು, ಅವರ ಭಾಷೆ, ಜೀವನ ವಿಧಾನ, ವಾಸ ಮಾಡುವ ಅಥವಾ ಮೂಲ ಪ್ರದೇಶ ಮುಂತಾದವುಗಳನ್ನು ಗಮನಿಸಿದರೆ ಆಯಾ ಸ್ಥಳೀಯ ಜನ ಸಮುದಾಯಗಳಿಂದಲೇ ಅಲ್ಲಲ್ಲಿಯ ಬ್ರಾಹ್ಮಣ ಸಮುದಾಯ ರೂಪುಗೊಂಡಿರುವ ಸಾಧ್ಯತೆಯನ್ನು ಸೂಚಿಸುತ್ತದೆ. ಭಾರತಾದ್ಯಂತ ನಡೆದ ಅನೇಕ ಅಧ್ಯಯನಗಳು ಕೂಡ ಈ ಅಂಶವನ್ನು ಸಮರ್ಥಿಸುತ್ತವೆ. ಅವರ ಭಾಷೆಗಳು ಅಲ್ಲಲ್ಲಿಯ ಸ್ಥಳೀಯ ಸಮುದಾಯಗಳ ಭಾಷೆ–ಉಪಭಾಷೆಗಳಾಗಿರು ವುದು, ಅವರ ಆಚರಣೆಗಳು, ನಂಬಿಕೆಗಳು ಸ್ಥಳೀಯ ಆಚರಣೆಗಳು, ನಂಬಿಕೆಗಳ ಜೊತೆ ಸಾವಯವ ಸಂಬಂಧ ಹೊಂದಿರುವುದು ಇದಕ್ಕೆ ಸಾಕ್ಷಿಯಾಗಿವೆ. ಅನೇಕ ಬ್ರಾಹ್ಮಣ ಸಮುದಾಯಗಳು ಸ್ಥಳೀಯ ಜನ ಸಮುದಾಯದ ದೈವಗಳಾದ ಮೈಲಾರ, ಉರುಕುಂದಿ ವೀರಣ್ಣ, ಎಲ್ಲಮ್ಮ, ಮಾರಮ್ಮ ಮೊದಲಾದ ದೇವತೆಗಳನ್ನು ಮನೆ ದೇವರನ್ನಾಗಿ ಪೂಜಿಸುತ್ತಾರೆ. ಅ ದೇವತೆಗಳಿಗೆ ಸಂಬಂಧಿಸಿದ ಜೋಗಮ್ಮ ಜೋಗಪ್ಪಗಳನ್ನು ಪೂಜಿಸುವ, ಗಗ್ಗುಳ ಹೊರುವ ಆಚರಣೆಗಳನ್ನು ಅನುಸರಿಸುವುದನ್ನು ನೋಡಬಹುದು. (ಎಸ್.ಎಸ್. ಹಿರೇಮಠ, 2001 ದಲಿತ ಸಂಸ್ಕೃತಿ, ಕನ್ನಡ ವಿಶ್ವ ವಿದ್ಯಾಲಯ, ಪು.26)

ಈ ಸ್ಥಳೀಯ ಬ್ರಾಹ್ಮಣ ಸಮುದಾಯಗಳು, ಆಯಾ ಪ್ರದೇಶಗಳಲ್ಲಿನ ಸಾಮಾಜಿಕ ಬೆಳವಣಿಗೆ, ಕೃಷಿಯ ವ್ಯಾಪಕತೆ, ರಾಜ್ಯಗಳ ಸ್ಥಾಪನೆ ಇವುಗಳಿಗೆ ಅನುಗುಣವಾಗಿ ರೂಪುಗೊಂಡಿವೆ. ಬ್ರಾಹ್ಮಣರು ಈ ಪ್ರದೇಶಗಳಿಗೆ ಬರಲಾರಂಭಿಸಿದ ಕ್ರಿಸ್ತ ಪೂರ್ವ ಕಾಲದಿಂದಲೇ ಆರಂಭವಾಗಿ ಮಧ್ಯ ಕಾಲದವರೆಗೆ ಕರ್ನಾಟಕದ ಇತಿಹಾಸದ ವಿವಿಧ ಕಾಲಘಟ್ಟಗಳಲ್ಲಿ ರೂಪುಗೊಂಡಿರುವ ಸಾಧ್ಯತೆಯೇ ಹೆಚ್ಚು. ಗಂಗಾ ನದಿ ಬಯಲಿನ ಒಂದು ದೊಡ್ಡ ನಗರವಾದ ಅಹಿಚ್ಛತ್ರದಿಂದ ಬಂದ ಕೆಲ ಬ್ರಾಹ್ಮಣ ಕುಟುಂಬಗಳಿಗೆ ಬ್ರಹ್ಮದೇಯವನ್ನು ನೀಡಿರುವುದಾಗಿ ದಾಖಲಾಗಿದೆ. ಆದರೆ ಗಂಗರು[63ಎ] ಕದಂಬರಿಂದ[63ಬಿ] ಆರಂಭವಾಗಿ ಬಹು ಕಾಲದ ನಂತರದ ಸ್ಥಳೀಯ ಮೂಲದ ಈ ರಾಜವಂಶಗಳ ಶಾಸನಗಳು ಮತ್ತಿತರ ದಾಖಲೆಗಳೂ ಸೇರಿದಂತೆ ಅಹಿಚ್ಛತ್ರದ ಹೆಸರು ಪದೇ ಪದೇ ಕೇಳಬರುತ್ತದೆ. ಬ್ರಾಹ್ಮಣೇತರ ಕೆಲ ಜಾತಿ ಪುರಾಣಗಳಲ್ಲಿ ಕೂಡ ಅಹಿಚ್ಛತ್ರದಿಂದ ಬಂದವರೆಂದು ಸಾರಲಾಗಿದೆ. ಇವುಗಳಲ್ಲಿ ಯಾವುದು ನಿಜ ಎಂಬ ಪ್ರಶ್ನೆ ಸಹಜವಾಗಿಯೇ ಏಳುತ್ತದೆ. ಜೊತೆಗೆ ಬಹಳಷ್ಟು ಬ್ರಾಹ್ಮಣ ಸಮುದಾಯಗಳು ತಾವು ಉತ್ತರ ಭಾರತದಿಂದ ವಲಸೆ ಬಂದವರೆಂದೇ ಹೇಳಿಕೊಳ್ಳುತ್ತವೆ. (ಕೆಲವರು ಮಾತ್ರ ಸೌರಾಷ್ಟ್ರ, ದ್ರಾವಿಡ (ತಮಿಳುನಾಡಿನ) ಮೂಲವನ್ನು ಹೇಳಿಕೊಂಡಿದ್ದಾರೆ.). ರಾಜ ವಂಶಗಳಲ್ಲೂ ಕದಂಬ, ಗಂಗರಿಂದ ಆರಂಭವಾಗಿ ಇತ್ತೀಚಿನ ಮೈಸೂರು

ಒಡೆಯರು ಸೇರಿದಂತೆ ಹಲವರು ಉತ್ತರದ ಕಡೆಯಿಂದ ಇಲ್ಲಿಗೆ ಬಂದವರೆಂದೇ ಹೇಳಿಕೊಳ್ಳುತ್ತವೆ. (ಉತ್ತರ ಭಾರತ, ಬಂಗಾಲದ ಕೆಲ ರಾಜವಂಶಗಳು ಕರ್ನಾಟಕ ಮೂಲವನ್ನು ಹೇಳಿಕೊಳ್ಳುತ್ತವೆ ಎಂಬುದು ಗಮನಾರ್ಹ.) ಗೊಲ್ಲರು, ಕುರುಬರು ಇತ್ಯಾದಿ ಕರ್ನಾಟಕದ ಅನೇಕ ಹಿಂದುಳಿದ ಸಮುದಾಯಗಳು ಕೂಡ ತಾವು ಉತ್ತರ ಭಾರತ ಮೂಲದವರೆಂದು ಅಥವಾ ಕರ್ನಾಟಕದ ಹೊರಗಿನ ಕಂಚಿ ಮೊದಲಾದ ಪ್ರದೇಶದವರೆಂದು ಹೇಳಿಕೊಳ್ಳುತ್ತವೆ. ಈ ರೂಢಿ ಸ್ಥಳಿಯ ಜನರಿಗಿಂತ ತಮ್ಮ ಸಮುದಾಯ ಉನ್ನತವೆಂದು ಘೋಷಿಸಿಕೊಳ್ಳುವ ಕಾತರವನ್ನು ಮಾತ್ರ ವ್ಯಕ್ತಪಡಿಸುತ್ತದೆ.

ಸ್ವಾತಂತ್ರ್ಯ ಪೂರ್ವದಲ್ಲಿ, ಜನಗಣತಿಯ ಜೊತೆಯಲ್ಲಿ ಕೈಗೊಂಡ ದೇಹ ರಚನೆಯ ತುಲನಾತ್ಮಕ ಅಧ್ಯಯನಗಳು (ಎತ್ತರ, ಅಗಲ, ತಲೆಯ ಅಳತೆ ಇತ್ಯಾದಿ) ದೇಶದ ವಿವಿಧ ಪ್ರದೇಶಗಳ ಬ್ರಾಹ್ಮಣರ ದೈಹಿಕ ಪ್ರಮಾಣಗಳ ನಡುವೆ ಹೆಚ್ಚೇನು ಹೋಲಿಕೆ ಇಲ್ಲ. ಆದರೆ ಒಂದು ಪ್ರದೇಶದಲ್ಲಿ ವಾಸವಾಗಿರುವ ಬ್ರಾಹ್ಮಣರು ಮತ್ತು ಅದೇ ಪ್ರದೇಶದ ಇತರ ಜನ ಸಮುದಾಯಗಳ ನಡುವೆ ಹೆಚ್ಚು ಹೋಲಿಕೆ ಇದೆ. ಒಂದು ಪ್ರದೇಶದ ವಿವಿಧ ಜಾತಿಗಳ ದೈಹಿಕ ಪ್ರಮಾಣಗಳಲ್ಲಿ ಪರಸ್ಪರ ಹೆಚ್ಚು ಹೋಲಿಕೆ ಇವೆ ಎಂಬುದನ್ನು ತಿಳಿಸಿತು.[64] (ದೈಹಿಕ ಪ್ರಮಾಣವನ್ನು ಜನ ಸಮುದಾಯಗಳ ಜನಾಂಗಿಕ ಮೂಲದ ಪ್ರಮಾಣವಾಗಿ ತೆಗೆದುಕೊಳ್ಳುವ ಬಗ್ಗೆ ಮಾನವ ಶಾಸ್ತ್ರಜ್ಞರಲ್ಲಿ ಭಿನ್ನಾಭಿಪ್ರಾಯ ವಿದೆ.) ಆದರೆ ಇತ್ತೀಚೆಗಿನ ಜೈವಿಕ ತಂತ್ರಜ್ಞಾನದ ಅಧ್ಯಯನಗಳು ಕೂಡ ದೇಶದ ವಿವಿಧ ಭಾಗಗಳ ಬ್ರಾಹ್ಮಣರ ವಂಶವಾಹಿಗಳ ನಡುವೆ ಹೆಚ್ಚು ಹೋಲಿಕೆ ಇಲ್ಲ. ಆದರೆ ಅದೇ ಪ್ರದೇಶದ ಸ್ಥಳೀಯ ಜನರ ಜೊತೆಯೇ ಹೆಚ್ಚು ಹೋಲಿಕೆ ಇದೆ ಎಂಬ ತೀರ್ಮಾನಕ್ಕೆ ಬಂದಿವೆ. ಈ ತಂತ್ರಜ್ಞಾನವನ್ನುಪಯೋಗಿಸಿದ ಅಧ್ಯಯನಗಳು ಇನ್ನೂ ಶೈಶವದಲ್ಲಿವೆ. ಮುಂದಿನ ದಿನಗಳಲ್ಲಿ ಇನ್ನೂ ಹೆಚ್ಚು ವ್ಯಾಪಕ ಮತ್ತು ನಿಖರ ಸಂಶೋಧನೆಗಳ ಮೂಲಕ ವಿವಿಧ ಸಮುದಾಯಗಳ ಸಾವಿರಾರು ವರ್ಷಗಳ ಹಿಂದಿನ ಮೂಲವನ್ನು, ಪರಸ್ಪರ ಸಂಬಂಧಗಳನ್ನು ತಿಳಿದುಕೊಳ್ಳುವ ಸಾಧ್ಯತೆಗಳು ತೆರೆದಿವೆ.

ಸ್ಥಳೀಯ ಮೂಲದಿಂದಲೇ ಈ ಸಮುದಾಯಗಳು ಉದಿಸಿರುವ ಸಾಧ್ಯತೆಗಳ ಬಗ್ಗೆ ಪುರಾಣಗಳೂ ಒಂದು ರೀತಿಯ ಸಾಕ್ಷ್ಯವನ್ನೊದಗಿಸುತ್ತವೆ. ಅನೇಕ ವೈದಿಕ ಋಷಿಗಳು ಕುಂಭ ಸಂಭವರೆಂದು ಹೇಳಲಾಗಿದೆ. ಈ ಋಷಿಗಳ ತಂದೆಯ ವೀರ್ಯ ಸ್ಖಲನವಾಗಿ ಒಂದು ಮಡಕೆಯಲ್ಲಿ ಕಾಪಿಡಲ್ಪಟ್ಟು ಅದರಿಂದ ಈ ಋಷಿಗಳು ಜನಿಸಿದರೆಂದು ಇದರ ಅರ್ಥ. ಇದು ಬ್ರಾಹ್ಮಣ ವರ್ಣದವರು ದ್ವಿಜರಲ್ಲದ ಶೂದ್ರ ಮತ್ತಿತರ ಬುಡಕಟ್ಟುಗಳ ಮೂಲದ ಹೆಣ್ಣುಗಳ ಜೊತೆ ಮಾಡಿದ ಸಹವಾಸದಿಂದ ಜನಿಸಿದ ಮಕ್ಕಳ ತಾಯ ಮೂಲವನ್ನು ಹೇಳಿಕೊಳ್ಳಬಯಸದ ವಿಧಾನ. ಆದ್ದರಿಂದ ಇವರ ಸ್ಥಳೀಯ ಮೂಲವನ್ನು ಸೂಚಿಸುತ್ತದೆ ಎಂದು ಕೊಸಾಂಬಿ ಅಭಿಪ್ರಾಯಪಟ್ಟಿದ್ದಾರೆ.[65] ಮೇಲೆ ಉಲ್ಲೇಖಿಸಲಾದ ಅಗಸ್ತ್ಯ ಮಹರ್ಷಿಯೂ ಕೂಡ ಕುಂಭಸಂಭವ ಎಂಬ ಒಂದು

ಐತಿಹ್ಯವಿದೆ. ದ್ರೋಣಾ ಚಾರ್ಯ, ಕೃಪಾಚಾರ್ಯರುಗಳು ಕೂಡ ಕುಂಭ ಸಂಭವರೇ. ಪ್ರಸಿದ್ಧ ಮಹರ್ಷಿ ವೇದವ್ಯಾಸರ ಹುಟ್ಟಿನ ಕಥೆ ಎಲ್ಲರಿಗೂ ಗೊತ್ತಿರುವಂತಹುದೇ.

ಹೀಗೆ ಕರ್ನಾಟಕಕ್ಕೆ ವಿವಿಧ ಸಮಯದಲ್ಲಿ ಬಂದ ಬ್ರಾಹ್ಮಣರು ಸಕುಟುಂಬ ಸಪರಿವಾರ ಸಮೇತರಾಗಿ ಇಲ್ಲಿಗೆ ಬಂದರೇ ಎಂಬ ಬಗ್ಗೆ ಯಾವುದೇ ಆಕರಗಳು ತಿಳಿಸುವುದಿಲ್ಲ. ಆದರೆ ಅಗಸ್ತ್ಯರ ಬಗೆಗಿನ ಐತಿಹ್ಯ ತಿಳಿಸುವಂತೆ ಒಂಟಿಯಾಗಿ ಬಂದು ವಿದರ್ಭದಲ್ಲಿ ರಾಜನ ಮಗಳಾದ (ಅಂದು ಮೊದಲ ಬಾರಿಗೆ ಒಬ್ಬ ಆರ್ಯ ಬ್ರಾಹ್ಮಣ ವಿಂಧ್ಯ ಪರ್ವತವನ್ನು ದಾಟಿ ದಕ್ಷಿಣಕ್ಕೆ ಬರುತ್ತಿರುವಾಗ ವಿದರ್ಭದಲ್ಲಿ ಒಂದು ರಾಜ್ಯ ಸ್ಥಾಪನೆಯಾಗಿತ್ತೇ ಮತ್ತು ಆ ಪ್ರದೇಶದಲ್ಲಿ ಅಂದು ಇದ್ದ ಸ್ಥಳೀಯ ಬುಡಕಟ್ಟು ಮೂಲದ ಮಹಿಳೆಯನ್ನು ಪತ್ನಿಯಾಗಿ ಸ್ವೀಕರಿಸಿದ್ದರೇ ಎಂಬುದು ಗಮನಿಸಬೇಕಾದ ವಿಷಯ.) ಲೋಪಾಮುದ್ರೆಯನ್ನು ಮದುವೆಯಾದನು. ಅಂತೆಯೇ ಪುರುಷರೇ ಈ ವಲಸೆಯ ಪ್ರಧಾನ ಭಾಗವಾಗಿರುವ ಸಾಧ್ಯತೆಗಳೇ ಹೆಚ್ಚು. ನಂತರ ಆಯಾ ಪ್ರದೇಶದ ಬುಡಕಟ್ಟು/ ಕುಲಗಳ ಹೆಣ್ಣುಗಳನ್ನು ಕೂಡಿ ತಮ್ಮ ಸಂತತಿಗೆ ಜನ್ಮ ನೀಡಿದ್ದಾರೆ. ಮನುಸ್ಮೃತಿಯೂ ಸೇರಿದಂತೆ ಹಲವು ಧರ್ಮಶಾಸ್ತ್ರಗಳು ಈ ಕಾರಣಕ್ಕಾಗಿಯೇ ವರ್ಣ ಸಂಕರದ ಬಗ್ಗೆ ಬಹಳ ಬಿಗಿ ನಿಲುವನ್ನು ತಳೆಯುತ್ತಲೇ ಬ್ರಾಹ್ಮಣರು ಮತ್ತಿತರ ಮೇಲು ವರ್ಣದವರು ತಮಗಿಂತ ಯಾವುದೇ ಕೆಳ ವರ್ಣದವರೊಡನೆ ಅನುಲೋಮ ಸಂಬಂಧ ಬೆಳೆಸುವ ಬಗ್ಗೆ ಉದಾರವಾದ ಕಟ್ಟಲೆಗಳನ್ನು ರೂಪಿಸಬೇಕಾಗಿ ಬಂತು.[65ಎ] ಧರ್ಮಶಾಸ್ತ್ರಗಳಲ್ಲಿ ಮಕ್ಕಳು ತಾಯ ವರ್ಣ ಪ್ರಧಾನವೆ ಅಥವ ತಂದೆಯ ವರ್ಣವೇ ಎಂಬ ವಿಷಯದ ಭಾಗವಾಗಿ ಬೀಜ ಮತ್ತು ಕ್ಷೇತ್ರಗಳ ನಡುವೆ ಬೀಜದ ಪ್ರಾಧಾನ್ಯತೆಯ ಬಗೆಗಿನ ವಾದವೂ[65ಎ] ಕೂಡ ಬ್ರಾಹ್ಮಣರೂ ಸೇರಿದಂತೆ ಮೇಲು ವರ್ಣಗಳು ಕೆಳ ವರ್ಣವೆಂದು ಪರಿಗಣಿತವಾದವರನ್ನು ಕೂಡಿ ವಂಶವನ್ನು ಬೆಳೆಸುವ ಅನಿವಾರ್ಯತೆಯಲ್ಲಿ ಹುಟ್ಟಿದೆ. ಜಮದಗ್ನಿಯೂ ಸೇರಿದಂತೆ ಅನೇಕ ಋಷಿಗಳ, ಇತರ ಬ್ರಾಹ್ಮಣರ ವರ್ಣೇತರ ವೈವಾಹಿಕ, ವಿವಾಹೇತರ ಸಂಬಂಧಗಳ ಬಗ್ಗೆ ಪುರಾಣಗಳು, ಮಹಾಕಾವ್ಯಗಳು ಹಲವು ಪ್ರಸಂಗಗಳನ್ನು ಉಲ್ಲೇಖಿಸುತ್ತವೆ. ರಾವಣ ಮತ್ತು ಆತನ ಸೋದರರು ಬ್ರಾಹ್ಮಣರೂ ಹೌದು ಮತ್ತು ರಾಕ್ಷಸರೂ ಹೌದು, ದೇವತೆಗಳಲ್ಲಿ ಮುಖ್ಯನಾದ ಕುಬೇರ ಮತ್ತು ಇವರು ಒಂದೇ ತಂದೆಯ ಮಕ್ಕಳು ಎಂಬ ಸಂಕರ ಚಿತ್ರಣವೇ ಇಂತಹುದೊಂದು ಉದಾಹರಣೆ.

ಜಾಂಬವರು ಅಥವಾ ಮಾದಿಗರೆಂದು ಕರೆಯುವ ಸಮುದಾಯದಲ್ಲಿ ಅರಂಜ್ಯೋತಿ–ವಸಿಷ್ಠರ ಕಲ್ಯಾಣದ ಪುರಾಣವೊಂದು ಜನ ಜನಿತವಾಗಿದೆ. ವಸಿಷ್ಠನೆಂಬ ಬ್ರಾಹ್ಮಣನು ಮಾದಿಗರ ಅರಂಜ್ಯೋತಿಯನ್ನು ಮದುವೆಯಾದ ಕಥೆ ಅದು. ಈ ಬ್ರಾಹ್ಮಣನು ಸಸ್ಯಾಹಾರದ ಅಡುಗೆಗೆ ಸಂಬಂಧಿಸಿದ ಕೆಲ ಪರೀಕ್ಷೆಗಳನ್ನು ನೀಡಿ ಅದರಲ್ಲಿ ಯಶಸ್ವಿಯಾದ ಅರಂಜ್ಯೋತಿಯನ್ನು ಮದುವೆಯಾದನೆಂದು ಈ ಪುರಾಣದಿಂದ ತಿಳಿಯುತ್ತದೆ.[65ಬಿ] ಈ ಬ್ರಾಹ್ಮಣನು ರಾಮಾಯಣದ ದಶರಥನ ರಾಜಪುರೋಹಿತ

ಅಲ್ಲದಿರಬಹುದು, ಹಾಗೆಂದ ಮಾತ್ರಕ್ಕೆ ಈ ಪುರಾಣದಿಂದ ಇತಿಹಾಸ ರಚನೆಗೆ ಯಾವ ಮಾಹಿತಿಯೂ ದೊರಕುವುದಿಲ್ಲವೇ ಎಂಬ ಪ್ರಶ್ನೆ ಎತ್ತಬೇಕಾಗಿದೆ. ಇಲ್ಲಿ ವಸಿಷ್ಠ ಎಂಬ ಹೆಸರು ಯಾವನಾದರೊಬ್ಬ ಬ್ರಾಹ್ಮಣನನ್ನು ಮಾತ್ರ ಸಂಕೇತಿಸುತ್ತಿರಬಹುದು. ಸಸ್ಯಾಹಾರವನ್ನು ತಯಾರಿಸಲು ಬಲ್ಲ ಯಾರಾದರೊಬ್ಬ ಹೆಣ್ಣನ್ನು ಮದುವೆಯಾಗುವ ಅಂದಿನ ಬ್ರಾಹ್ಮಣರ ಅನಿವಾರ್ಯತೆಯನ್ನು ಇದು ಸೂಚಿಸುತ್ತಿರಬಹುದು. ಹೀಗೆ ಸ್ಥಳೀಯ ಬ್ರಾಹ್ಮಣ ಸಮುದಾಯಗಳ ಹುಟ್ಟಿಗೆ ಕಾರಣವಾದ ಒಂದು ಸಂದರ್ಭವನ್ನು ಈ ಪುರಾಣ ಸೂಚಿಸುತ್ತದೆ.

ಇತಿಹಾಸ ಪೂರ್ವ ಕಾಲದಲ್ಲಿ ಗಂಗಾ ನದಿ ಬಯಲಿನಿಂದ ಬಂದ ಬ್ರಾಹ್ಮಣ ಪುರುಷರು ಒಂದು ಬುಡಕಟ್ಟಿನೊಡನೆ ನಿರಂತರ ಸಂಬಂಧ ಬೆಳೆಸಿರುವುದು ಇಡೀ ಬುಡಕಟ್ಟನ್ನು ಬ್ರಾಹ್ಮಣ ಸಮುದಾಯವೆಂದು ಪರಿಗಣಿಸುವುದಕ್ಕೆ ಕಾರಣವಾಗಿರಬಹುದು. ಇನ್ನೊಂದು ರೀತಿಯ ಸಾಧ್ಯತೆ ಎಂದರೆ ಈ ಬುಡಕಟ್ಟುಗಳಲ್ಲಿ ತಮಗೆ ಒಪ್ಪಿತವಾದ ಕೆಲ ವ್ಯಕ್ತಿಗಳ ಉದಾಹರಣೆಗೆ ಬುಡಕಟ್ಟು, ಕುಲಗಳ ಪ್ರಮುಖರ, ಬುದ್ವಂತ/ ದೇವರಗುಡ್ಡ ಮೊದಲಾದ ಬುಡಕಟ್ಟು ಜಾನಪದ ಕವಿ, ಹಾಡುಗಾರರ, ದೈವದ ಪೂಜಕರ ಕುಟುಂಬಗಳ ಜೊತೆ ಸಂಬಂಧ ಬೆಳೆಸಿ ಬ್ರಾಹ್ಮಣ ಗೋತ್ರವೊಂದು ಇಲ್ಲಿ ಬೆಳೆಯಲು ಕಾರಣವಾಗಿರ ಬಹುದು. ಕನ್ನಡ, ತುಳು, ಕೊಂಕಣಿ, ತೆಲುಗು, ತಮಿಳು ಭಾಷಿಕ ಬ್ರಾಹ್ಮಣ ಉಪಜಾತಿ ಗಳನ್ನು, ಅವುಗಳಲ್ಲಿ ಹಲವು ಉಪಜಾತಿಗಳಿಗೆ ವಿವಿಧ ಪ್ರದೇಶಗಳ ಅಥವಾ ಸಮುದಾಯ ಗಳ ಹೆಸರಿರುವುದನ್ನು ನೋಡುವಾಗ ಈ ಸಾಧ್ಯತೆಗಳನ್ನು ಅಲ್ಲಗಳೆಯಲಾಗುವುದಿಲ್ಲ. ಸಂಗಮ್ ಕಾಲದ ತಮಿಳುನಾಡಿನ ಬ್ರಾಹ್ಮಣ ಸಮುದಾಯಗಳು ಸ್ಥಳೀಯ ಮೂಲದವು ಎಂದು ಎನ್. ಸುಬ್ರಮಣಿಯನ್ ಅವರು ಕೂಡ ಅಭಿಪ್ರಾಯ ಪಟ್ಟಿದ್ದಾರೆ.[66] ಜೊತೆಗೆ ಕರ್ನಾಟಕದ ವಿವಿಧ ಬ್ರಾಹ್ಮಣ ಸಮುದಾಯಗಳಲ್ಲಿ ತಾವೇ ಇತರರಿಗಿಂತ ಶುದ್ಧ ಎಂದು ಸಾಧಿಸುವ ಸ್ಪರ್ಧೆ ಇದೆ. ಶಾತವಾಹನರು ತಮ್ಮ ಶಾಸನಗಳಲ್ಲಿ ತಮ್ಮ ತಾಯಂದಿರ ಗೋತ್ರವನ್ನು ಘೋಷಿಸಿಕೊಳ್ಳುತ್ತಾರೆ ಎಂಬುದು ತಮ್ಮ ತಾಯಿಯೂ ಬ್ರಾಹ್ಮಣ ವರ್ಣಕ್ಕೆ ಸೇರಿದವಳೇ, ಆದ್ದರಿಂದ ತಾವು ಪರಿಶುದ್ಧ ಬ್ರಾಹ್ಮಣ ವಂಶಕ್ಕೆ ಸೇರಿದವರು ಎಂದು ಸಾಬೀತು ಪಡಿಸಿಕೊಳ್ಳುವ ಕಾತರದ ಲಕ್ಷಣ. ಆಗ ಬ್ರಾಹ್ಮಣರು ಕೆಳ ವರ್ಣಗಳೊಡನೆ ಸಂಬಂಧ ಬೆಳೆಸಿ ಪರಿಶುದ್ಧವಲ್ಲದ ಬ್ರಾಹ್ಮಣರ ವಂಶಗಳು ಕಾಣಲಾರಂಭಿಸುತ್ತಿದ್ದವು ಎಂಬ ಪರಿಸ್ಥಿತಿ ಈ ಘೋಷಣೆಯನ್ನು ಮಾಡುವ ಅವಶ್ಯಕತೆಯನ್ನು ತಂದಿತು ಎಂಬ ಅಭಿಪ್ರಾಯವನ್ನು ಕೆಲ ಇತಿಹಾಸಕಾರರು ವ್ಯಕ್ತಪಡಿಸಿದ್ದಾರೆ.[67] ಕರಾವಳಿಯಲ್ಲಿ ಕೆಲವರು ಹನ್ನೆರಡಾಣೆ, ಮತ್ತೆ ಕೆಲವರು ಹತ್ತಾಣೆ ಬ್ರಾಹ್ಮಣರು ಎಂದು ಅಳೆಯುವ ಜನಜನಿತ ಮಾತುಗಳು ಇದಕ್ಕೆ ಪುಷ್ಟಿ ನೀಡುತ್ತವೆ. ಇ.ಎಂ.ಎಸ್ ನಂಬೂದರಿಪಾದ್ರವರು ಕೇರಳದ ಇತಿಹಸ ಮತ್ತು ಸಮಾಜದ ಬಗೆಗಿನ ತಮ್ಮ ಅಧ್ಯಯನದಲ್ಲಿ, ಕೇರಳದಲ್ಲಿ ನಂಬೂದರಿ ಬ್ರಾಹ್ಮಣ ಮತ್ತು ನಾಯರ್ ಜನರ ನಡುವಣ ಲೈಂಗಿಕ ಸಂಬಂಧಗಳ ವಿವಿಧ ಆಯಾಮ

ಗಳು– ಬ್ರಾಹ್ಮಣರಲ್ಲಿ ಹಿರಿಯ ಮಗನಿಗೆ ಮಾತ್ರ ಬ್ರಾಹ್ಮಣ ಹೆಂಡತಿ, ಉಳಿದವರಿಗೆ ನಾಯರ್ ಹೆಣ್ಣುಗಳು, ಈ ನಾಯರ್ ಹೆಣ್ಣುಗಳೊಡನೆ ಸಂಬಂಧಕ್ಕೆ ಅಂತರ್ಜನಂ ಎಂಬ ಪದ್ಧತಿಗಳು –ಈ ಸಾಧ್ಯತೆಗಳತ್ತ ಬೆರಳು ತೋರಿಸುತ್ತವೆ.

ಕದಂಬರ ಶಾಸನಗಳ ಪ್ರಕಾರ ಮೊದಲ ಬ್ರಹ್ಮದೇಯಗಳನ್ನು ಪಡೆದ ಹಲವು ಬ್ರಾಹ್ಮಣರ ಗೋತ್ರಗಳು ಅಥರ್ವಣ ವೇದದಲ್ಲಿ ಪರಿಣತರಾದವರದು ಎಂದು ಇತಿಹಾಸ ಕಾರರು ಗುರುತಿಸಿದ್ದಾರೆ.[68] ವೇದಗಳು ಮೂರೇ, ಅಥರ್ವಣ ವೇದವೆಂಬುದೊಂದು ವೇದವೇ ಅಲ್ಲ. ಅದೊಂದು ವೇದಕಾಲೀನ ಮಾಂತ್ರಿಕ ಆಚರಣೆಗಳ ಸಂಕಲನ ಎಂದು ಹಲವು ವೈದಿಕ ವಿದ್ವಾಂಸರು ಭಾವಿಸುತ್ತಾರೆ.[69] ಪಾಣಿನಿಯು ವೇದಗಳನ್ನು ತ್ರಯಿ ಎಂದರೆ ಮೂರೇ ಎಂದು ನಿರೂಪಿಸಿದ್ದಾನೆ. ಸಾಮಾನ್ಯವಾಗಿ ಬ್ರಾಹ್ಮಣ ಗೋತ್ರಗಳು ತಮ್ಮನ್ನು ಒಂದು ನಿರ್ದಿಷ್ಟ ವೇದದ, ಆ ವೇದದ ನಿರ್ದಿಷ್ಟ ಮಂಡಲದ ಜೊತೆಗೆ ಗುರುತಿಸಿಕೊಂಡಿವೆ. ಆದರೆ 'ಬ್ರಾಹ್ಮಣರಲ್ಲಿ ಅತ್ಯಧಿಕ ಭಾಗ ಮೊದಲ ಮೂರು ವೇದಗಳಲ್ಲಿ ಒಂದಲ್ಲ ಮತ್ತೊಂದಕ್ಕೆ ಸೇರಿದ್ದು, ಅಥರ್ವಣ ವೇದದ ಬ್ರಾಹ್ಮಣರು ಕೆಲವೇ ಕೆಲವರು, ಅಲ್ಲೊಬ್ಬರು ಇಲ್ಲೊಬ್ಬರು ಇದ್ದಾರೆ.'[70] ಹೀಗೆ ಭಾರತದಲ್ಲಿ ಬಹಳ ಅಪರೂಪವಾದ ಅಥರ್ವಣ ವೇದಿಗಳು ಕರ್ನಾಟಕದಲ್ಲಿ ಹೆಚ್ಚು ಬ್ರಹ್ಮದೇಯಗಳನ್ನು ಪಡೆದು ಇಲ್ಲಿ ನೆಲಸಿದವರೆಂದು ಏಕೆ ಶಾಸನಗಳಲ್ಲಿ ದಾಖಲಾಗಿದ್ದಾರೆ, ಅಥರ್ವಣ ವೇದದಲ್ಲಿನ ಮಾಂತ್ರಿಕ ಆಚರಣೆಗಳ ಸ್ವರೂಪವನ್ನು ಗಮನಿಸಿದರೆ ಈ ಬ್ರಾಹ್ಮಣರು ಬುಡಕಟ್ಟು ಮೂಲದವರೇ, ಗಂಗಾ ನದಿ ಬಯಲಿನಲ್ಲಿ ಇತರ ಬ್ರಾಹ್ಮಣರಿಗಿಂತ ಕೀಳು ಎಂದು ಪರಿಗಣಿತರಾಗಿದ್ದರೇ ಎಂಬ ಪ್ರಶ್ನೆಗಳು ಏಳುತ್ತವೆ. ಓಡಿಶಾದಂತಹ ಹಲವು ರಾಜ್ಯ ಗಳಲ್ಲಿಯೂ ಅಥರ್ವ ವೇದಿ ಬ್ರಾಹ್ಮಣರ ಪ್ರಾಧಾನ್ಯತೆ ಇದೆಯೆಂದು ಕೆಲವು ಅಧ್ಯಯನಗಳು ಕಂಡುಕೊಂಡಿವೆ. ಕದಂಬರ ಶಾಸನಗಳ ಬ್ರಾಹ್ಮಣರ ಹೆಸರುಗಳನ್ನು ಗಮನಿಸಿದರೆ ಇದರಲ್ಲಿ ಗಂಗಾ ನದಿ ಬಯಲಿನ ಹೆಸರುಗಳ ಜೊತೆಗೆ ಸ್ಥಳೀಯ ಹೆಸರುಗಳು ಗಣನೀಯ ಸಂಖ್ಯೆಯಲ್ಲಿವೆ. ಕದಂಬ, ಗಂಗ ಶಾಸನಗಳಲ್ಲಿ ಕೋಲನ, ಪಣ್ಣ, ಮಾದಿಶರ್ಮ ಮುಂತಾದ ಬ್ರಾಹ್ಮಣರು ಸ್ಥಳೀಯ ಮೂಲದವರೇ ಇರಬೇಕೆನಿಸುತ್ತದೆ.[70ಎ] ಆದ್ದರಿಂದ ಸ್ಥಳೀಯ ಬ್ರಾಹ್ಮಣ ಸಮುದಾಯಗಳ ಉಗಮದ ಬಗ್ಗೆ ಮಾನವ ಶಾಸ್ತ್ರೀಯ, ಸಮಾಜಶಾಸ್ತ್ರೀಯ, ಜೈವಿಕ ತಂತ್ರಜ್ಞಾನದ ಅಧ್ಯಯನಗಳು ಸೇರಿದಂತೆ ಸಮಗ್ರ ಅಧ್ಯಯನ ನಡೆದು ಹೆಚ್ಚು ಬೆಳಕು ಚೆಲ್ಲಬೇಕಾಗಿದೆ.

ಇತಿಹಾಸ ಪೂರ್ವದಲ್ಲಿ 32ಕ್ಕೂ ಹೆಚ್ಚಿನ ತಲೆಮಾರುಗಳಷ್ಟು ದೀರ್ಘ ಕಾಲದಲ್ಲಿ ಈ ಪ್ರಕ್ರಿಯೆ ನಡೆದಿರುವ ಸಂಭವವಿರುವುದರಿಂದ ಸ್ಥಳೀಯ ಬ್ರಾಹ್ಮಣ ಸಮುದಾಯಗಳು ಅಂದಿನಿಂದಲೇ ಕಾಣಿಸಲಾರಂಭಿಸಿವೆ. ರಾಜ ಸತ್ತೆಗಳ ದೀರ್ಘಕಾಲದಲ್ಲಿ ಮತ್ತಷ್ಟು ಬ್ರಾಹ್ಮಣರು ಗಂಗ ನದಿ ಬಯಲಿನಿಂದ ವಲಸೆ ಬಂದು ಬ್ರಹ್ಮದೇಯಗಳನ್ನು ಪಡೆದು ನೆಲಸಿದಂತೆ ಮತ್ತಷ್ಟು ಸ್ಥಳೀಯ ಬ್ರಾಹ್ಮಣ ಸಮುದಾಯಗಳು ರೂಪುಗೊಳ್ಳುವ ಪ್ರಕ್ರಿಯೆ ಮುಂದುವರಿದಿದೆ.

ಹೀಗೆ ರೂಪುಗೊಂಡ ವಿವಿಧ ಸ್ಥಳೀಯ ಬ್ರಾಹ್ಮಣ ಸಮುದಾಯಗಳು ಪರಸ್ಪರ ಪರಿಶುದ್ಧವಲ್ಲವೆಂದು ಪರಿಗಣಿಸಿಕೊಳ್ಳುತ್ತಾ ತಮ್ಮ ತಮ್ಮೊಳಗೇ ವಿವಿಧ ರೀತಿಯ ಮೇಲು ಕೀಳು ಸ್ತರಗಳನ್ನು ಮಾಡಿಕೊಂಡಿರುವ ಬಗ್ಗೆ ಮೇಲಿನ ವಿವರಣೆಗಳು ತಿಳಿಸುತ್ತವೆ. ಈ ಕಾರಣಕ್ಕಾಗಿ ವಿವಿಧ ಬ್ರಾಹ್ಮಣ ಸಮುದಾಯಗಳು ತಮ್ಮೊಳಗೆ ಒಳ ವಿವಾಹ ಪದ್ಧತಿಯನ್ನು ರೂಢಿಸಿಕೊಂಡಿವೆ. ಇದರ ಫಲವಾಗಿ ಒಂದು ವರ್ಣವೂ ಕೂಡಾ ಒಂದು ಸಮಾನ ಸಾಮಾಜಿಕ ಸ್ಥಾನಮಾನದ ಸಮುದಾಯವಾಗದೆ ಒಳ ವಿವಾಹ ಕಟ್ಟಳೆಯ ಜಾತಿ–ಉಪಜಾತಿಗಳಾಗಿ ಒಡೆದು ಹೋದವು. ಇದು ವರ್ಣ ವ್ಯವಸ್ಥೆಯ ಒಳಗೇ ಜಾತಿ–ಉಪಜಾತಿ ವ್ಯವಸ್ತೆ ರೂಪುಗೊಳ್ಳುವುದಕ್ಕೆ ಒಂದು ಸಾಮಾಜಿಕ ಮಾದರಿಯನ್ನು ರೂಪಿಸಿತು. ಮುಂದೆ ವಿವಿಧ ಬುಡಕಟ್ಟುಗಳು ಮತ್ತು ಕುಲಗಳು ರಜ ಪ್ರಭುತ್ವದ ಅಡಿಯ ಸಾಮಾಜಿಕ ರಚನೆಗೆ ಸೆಳೆಯಲ್ಪಟ್ಟಾಗ ಈ ಒಳ ವಿವಾಹದ ಕಟ್ಟಳೆಯನ್ನು ಅನುಸರಿಸಿ ವಿವಿಧ ಜಾತಿ ಉಪಜಾತಿಗಳನ್ನಾಗಿ ಪುರೋಹಿತಶಾಹಿ ಕಟ್ಟಲೆಗಳು ರೂಪಿಸಿದವು. ಸೂರ್ಯನಾಥ ಕಾಮತ್ ಮೊದಲಾದವರು ಜಾತಿ ವ್ಯವಸ್ಥೆ ಕೇವಲ ಬುಡಕಟ್ಟು ಮೂಲದ್ದೆಂದೂ ವರ್ಣ ವ್ಯವಸ್ಥೆಗೂ ಅದಕ್ಕೂ ಸಂಬಂಧವಿಲ್ಲವೆಂದೂ ತೀರ್ಮಾನ ನೀಡುವಾಗ ತಮ್ಮದೇ ಬ್ರಾಹ್ಮಣ ಜಾತಿ–ಉಪಜಾತಿಗಳ ಬಗ್ಗೆ ಅಧ್ಯಯನ ಮಾಡಿ ಈ ವಾಸ್ತವವನ್ನು ಪರಿಗಣಿಸಬೇಕು.

ಈ ಪ್ರದೇಶದಲ್ಲಿ ವಾಸವಾಗಿದ್ದ ಬ್ರಾಹ್ಮಣರಲ್ಲದ ಜನ ಸಮುದಾಯಗಳನ್ನು ಗುರುತಿಸಲು ಇದ್ದ ಗುರುತುಗಳು–ಒಂದು ಪ್ರದೇಶವನ್ನು ತಮ್ಮ ಸ್ಥಿರ ನೆಲೆಯಾಗಿ ಮಾಡಿಕೊಂಡವರಿಗೆ ಪ್ರದೇಶದ ಹೆಸರು, ಒಂದು ನಿರ್ದಿಷ್ಟ ಪ್ರದೇಶದಲ್ಲಿ ವಾಸ ಮಾಡದ, ವಲಸೆಗಾರ ಪಶುಪಾಲಕ ಮೊದಲಾದ ಸಮುದಾಯಗಳಿಗೆ ಬೆಸ್ತ, ಗೊಲ್ಲ, ಕುರುಬ ಮೊದಲಾದ ಅವರ ವೃತ್ತಿಗಳ ಹೆಸರುಗಳನ್ನು ಬಳಸಿರಬಹುದಾದ್ದು ಸ್ವಾಭಾವಿಕ. ಈ ಹೆಸರುಗಳಿಂದ ಅವರನ್ನು ಗುರುತಿಸಲು ಆರಂಭಿಸಿರುವ ಸೂಚನೆ ಶಾತವಾಹನರ ಶಾಸನಗಳಲ್ಲಿ ದೊರಕುತ್ತದೆ (ಕೆಳಗೆ ನೋಡಿ). ಆದರೆ ಅಂದು ಈ ಸಾಮಾಜಿಕ ವ್ಯವಸ್ಥೆಯ ಹೊರಗೇ ಇದ್ದ ಬುಡಕಟ್ಟುಗಳಾಗಿ ಮುಂದುವರಿದಿದ್ದ ಬಹು ಸಂಖ್ಯೆಯ ಸಮುದಾಯಗಳು ತಮ್ಮದೇ ಬದುಕಿನ ಮಾರ್ಗಗಳು ಮತ್ತು ಆಚರಣೆಗಳೊಡನೆ ಜೀವಿಸುತ್ತಿದ್ದರು. ಸಮಾಜದ ಬೆಳವಣಿಗೆಯ ವಿವಿಧ ಘಟ್ಟಗಳಲ್ಲಿ ನೆಲೆಗೊಂಡ ಸಮಾಜದ ಸಾಮಾಜಿಕ ರಚನೆಯೊಳಕ್ಕೆ ಸೆಳೆಯಲ್ಪಟ್ಟರು. ಈ ಪ್ರಕ್ರಿಯೆ ಬಹು ದೀರ್ಘಕಾಲ ಮುಂದುವರಿಯಿತು.

ಅಧ್ಯಾಯ ಆರು

ನಗರೀಕರಣ, ವಾಣಿಜ್ಯದ ಬೆಳವಣಿಗೆ ಮತ್ತು ವೈವಿಧ್ಯಮಯ ವೃತ್ತಿಗಳು

ಭಾರತದ ಸಾಮಾಜಿಕ ಬೆಳವಣಿಗೆಯಲ್ಲಿ ಮುಖ್ಯ ಪಾತ್ರ ವಹಿಸಿದ ನಗರೀಕರಣ ಇತಿಹಾಸದ ವಿವಿಧ ಕಾಲಘಟ್ಟಗಳಲ್ಲಿ ನಡೆದಿದೆ. ಒಂದೊಂದು ನಗರೀಕರಣವೂ ಬೇರೆ ಬೇರೆ ಸ್ವರೂಪದ್ದು. ಈ ನಗರೀಕರಣಗಳ ಭೌಗೋಳಿಕ ವ್ಯಾಪ್ತಿಯೂ ಭಿನ್ನವಾದದ್ದು. ಮೊದಲನೆಯ ನಗರೀಕರಣವಾದ ಹರಪ್ಪಮೊಹಂಜದಾರೋ ನಾಗರಿಕತೆ ಅಂದಿನ ಸಮಯದಲ್ಲಿ ವಿಶ್ವ ಇತಿಹಾಸದಲ್ಲಿಯೇ ಬಹಳ ಮಹತ್ವದ್ದಾದರೂ ಸಿಂಧೂ ನದಿ ಬಯಲು ಮತ್ತು ಅದಕ್ಕೆ ತೀರಾ ಹತ್ತಿರದ ಪ್ರದೇಶಗಳಿಗೆ ಸೀಮಿತವಾಗಿತ್ತು. ಬೌದ್ಧ, ಜೈನ ಮೊದಲಾದ ವಿಭಿನ್ನ ತಾತ್ವಿಕತೆಗಳು ಮತ್ತು ಧರ್ಮಗಳ ಕಾಲಘಟ್ಟದಲ್ಲಿ ಗಂಗಾ ನದಿಯ ಬಯಲನ್ನು ವ್ಯಾಪಿಸಿತ್ತು. ಭಾರತದ ಎರಡನೆಯ ನಗರೀಕರಣದ ಸಮಯದಲ್ಲಿ ಬೆಳೆದ ದೂರ ದೂರದ ಪ್ರದೇಶಗಳೊಡನೆ ಹಾಗೂ ಸಾಗರ ಮಾರ್ಗಗಳ ಮೂಲಕ ವಾಣಿಜ್ಯ ಭಾರತದ ವಿವಿಧ ಭಾಗಗಳ ಮೇಲೆ ವ್ಯಾಪಕ ಪರಿಣಾಮ ಬೀರಿತು.

ಕರ್ನಾಟಕದ ವಿವಿಧ ಪ್ರದೇಶಗಳಿಗೂ ಹಬ್ಬಿದ ವಾಣಿಜ್ಯ ವ್ಯವಹಾರಗಳು ಆ ವೇಳೆಯಲ್ಲಿ ಇಲ್ಲಿ ರೂಪುಗೊಳ್ಳುತ್ತಿದ್ದ ಕುಲಾಧಿಪತ್ಯಗಳು ಹಾಗೂ ಕುಲ ಸಮುದಾಯಗಳಲ್ಲಿ ಮತ್ತು ಬುಡಕಟ್ಟುಗಳಲ್ಲಿ ಕೂಡಾ ವಿವಿಧ ಸ್ತರಗಳ

ಬೆಳವಣಿಗೆಗೆ ವೇಗವರ್ಧಕವಾಗಿ ಪರಿಣಾಮ ಬೀರಿತು. ಈ ಕಾಲಘಟ್ಟದಲ್ಲಿ ಮೊದಲ ದಾಖಲೆಗಳು ದೊರೆಯುವುದು ಪ್ರಸಿದ್ಧವಾದ ಅಶೋಕನ ಶಿಲಾಶಾಸನಗಳು. ಅವನು ಸ್ಥಾಪಿಸಿದ 18 ಚಿಕ್ಕ ಶಿಲಾಶಾಸನಗಳಲ್ಲಿ 11 ಕರ್ನಾಟಕ ಮತ್ತು ನೆರೆಯ ಪ್ರದೇಶಗಳಲ್ಲಿ ಕೊರೆಸಲಾಗಿದೆ. ಅಶೋಕನ ಕಾಲದ ಉಪ ರಾಜಧಾನಿಯಾಗಿ ಸ್ವತಃ ರಾಜನ ಮಗ ಅಥವಾ ಹತ್ತಿರದ ಸಂಬಂಧಿಯಾದ 'ಆಯಪುತ'ನ ಉಸ್ತುವಾರಿಯಲ್ಲಿದ್ದ ಸುವರ್ಣಗಿರಿ ಎಂಬ ನಗರ ಮತ್ತು ಒಬ್ಬ ಮಹಾಮಾತ್ರನೆಂಬ ಅಧಿಕಾರಿಯ ಉಸ್ತುವಾರಿಯಲ್ಲಿದ್ದ ಇಸಿಲ ಎಂಬ ಕೇಂದ್ರವೂ, ಸನ್ನತಿ (ಇಂದಿನ ಯಾದ್ಗಿರಿ ಜಿಲ್ಲೆ) ಮತ್ತು ಮಾಧವನಗರ (ಬೆಳಗಾಂವ್ ಜಿಲ್ಲೆ) ಎಂಬ ನಗರಗಳು ಬೆಳೆದವು. ಇದು ಕರ್ನಾಟಕದಲ್ಲಿ ಕೆಲ ಜನ ವಸತಿ ನೆಲೆಗಳು ಬೆಳೆದಿದ್ದವು ಹಾಗೂ ಪ್ರಮುಖ ವಾಣಿಜ್ಯ ಮಾರ್ಗಗಳು ಅಭಿವೃದ್ಧಿಯಾಗಿದ್ದವು ಎಂಬುದನ್ನು ಸೂಚಿಸುತ್ತದೆ.

ದಖ್ಖನದ ಇತರ ಪ್ರದೇಶಗಳಲ್ಲಿಯೂ ಇಂತಹ ಬೆಳವಣಿಗೆಗಳು ನಡೆದ ಪರಿಣಾಮವಾಗಿ ಮುಂದೆ ಈ ಪ್ರದೇಶಗಳಲ್ಲಿ ಶಾತವಾಹನ ರಾಜವಂಶದ ಆಳ್ವಿಕೆ ಏರ್ಪಟ್ಟಿತು. ಕರ್ನಾಟಕದಲ್ಲಿ ಅವರ ಆಳ್ವಿಕೆಯ ಸಮಯದಲ್ಲಿ ಬನವಾಸಿಯೂ ಸೇರಿದಂತೆ ಮತ್ತೆ ಮೂರು ನಾಲ್ಕು ನಗರಗಳು ತಲೆಯೆತ್ತಿದ್ದವು. ಇದು ಕರ್ನಾಟಕದಲ್ಲಿ ಮೊದಲ ನಗರಗಳೆಂಬ ಹೊಸ ಸಾಮಾಜಿಕ ರಚನೆಯ ಬೆಳವಣಿಗೆ. ಆದರೆ ಇದು ಕರ್ನಾಟಕದ ಉತ್ತರ ಮತ್ತು ಪಶ್ಚಿಮದ ಪ್ರದೇಶಗಳಿಗಳಲ್ಲಿ ಮಾತ್ರ ಕೆಲವೇ ನಗರಗಳ ಬೆಳವಣಿಗೆಗಷ್ಟೇ ಸೀಮಿತವಾಗಿತ್ತು. ಮೌರ್ಯ ಸಾಮ್ರಾಜ್ಯದ ಅಂತ್ಯದ ನಂತರ ಇವುಗಳಲ್ಲಿ ಕೆಲ ನಗರಗಳು ಅವನತಿ ಹೊಂದಿದವು.

ಆದರೂ ಈ ಕಾಲಘಟ್ಟ ಕರ್ನಾಟಕದ ಸಾಮಾಜಿಕ, ರಾಜಕೀಯ ಬೆಳವಣಿಗೆಗಳ ಮೇಲೆ ಗಣನೀಯ ಪ್ರಭಾವ ಬೀರಿದೆ. ಕರ್ನಾಟಕದಲ್ಲಿ ಮೊದಲ ರಾಜ ಪ್ರಭುತ್ವಗಳು ಉದಯವಾಗಲು ಇಂಬುಕೊಟ್ಟಿದೆ. ಈ ಸಮಯದಲ್ಲಿ ಹಲವು ವಾಣಿಜ್ಯ ಮಾರ್ಗಗಳು ಅಸ್ತಿತ್ವಕ್ಕೆ ಬಂದವು. ರೋಮನ್ ಸಾಮ್ರಾಜ್ಯ ಮೊದಲಾದ ವಿದೇಶಗಳೊಡನೆ ಕೂಡ ವಾಣಿಜ್ಯ ಬೆಳೆಯಿತು. ಕರ್ನಾಟಕದ ಕರಾವಳಿ ಪ್ರದೇಶದಲ್ಲಿ ಕಡಲ ಸಾರಿಗೆ ಮತ್ತು ವಾಣಿಜ್ಯವು ಬೆಳೆಯಿತು. ದೇಶದೊಳಗಿನ ವ್ಯಾಪಾರ ಮಾತ್ರವಲ್ಲದೆ ಸಾಗರದ ಮೂಲಕ ರೋಮ್ ಮತ್ತು ಮಲಯಾ, ಚೀನಾ ಮೊದಲಾದ ದೇಶಗಳೊಡನೆ ವಿಪುಲವಾದ ವ್ಯಾಪಾರ ನಡೆಯುತ್ತಿದ್ದ ಸಂದರ್ಭದಲ್ಲಿ ಈ ವಾಣಿಜ್ಯ ಮಾರ್ಗಗಳು ಮತ್ತಷ್ಟು ಅಭಿವೃದ್ಧಿಗೊಂಡವು. ಇದಕ್ಕೆ ರೋಮನ್ ಸಾಮ್ರಾಜ್ಯ ಕಾಲದ ಪೆರಿಪ್ಲಸ್ ಮತ್ತು ಟಾಲೆಮಿಯವರ ಗ್ರಂಥಗಳ ಕೆಲ ಉಲ್ಲೇಖಗಳು ಮತ್ತು ಆ ಕಾಲದ ರೋಮನ್ ನಾಣ್ಯಗಳು ಕರ್ನಾಟಕದ ಹಲವೆಡೆ ದೊರೆತದ್ದು ಆಧಾರವಾಗಿವೆ. ಬನವಾಸಿ, ಅದರ ಸಮೀಪದ ಅಕ್ಕಿ ಆಲೂರು, ಬೆಳಗಾಂ ಹತ್ತಿರದ ಮಾಧವ ವಡಗಾಂವ್ ಪುರ, ಬ್ರಹ್ಮಗಿರಿ, ಚಂದ್ರವಳ್ಳಿ, ಮಸ್ಕಿ ಇಂದಿನ ಬೆಂಗಳೂರು ಬಳಿಯ ಯಶವಂತಪುರ, ದೊಮ್ಮಲೂರು ಮೊದಲಾದ ಊರುಗಳ ಬಳಿ ರೋಮನ್ ನಾಣ್ಯಗಳು ದೊರೆತದ್ದು ಈ ಪ್ರದೇಶಗಳ

ಮೂಲಕ ವಾಣಿಜ್ಯ ಮಾರ್ಗಗಳು ಹಾದು ಹೋಗಿದ್ದಕ್ಕೆ ಆಧಾರಗಳಾಗಿವೆ. ಭಾರತ, ಶ್ರೀಲಂಕಾ ಮತ್ತು ಮಧ್ಯ ಪ್ರಾಚ್ಯದ ದೇಶಗಳ ಮೂಲಕ ರೋಮ್ ಜೊತೆಗೆ ಸಮೃದ್ಧ ಸಾಗರ ವಾಣಿಜ್ಯ ನಡೆಯುತ್ತಿತ್ತು. ಅರಬ್ಬಿ ಸಮುದ್ರದ ಮೇಲೆ ಬೀಸುವ ಮುಂಗಾರು ಮಾರುತಗಳ ಚಲನೆಯ ಗುಟ್ಟನ್ನು ತಿಳಿದುಕೊಂಡ ನಂತರವಂತೂ ಸಾಗರ ವಾಣಿಜ್ಯ ಭರದಿಂದ ಸಾಗಿತು. ಕಡಲ ತೀರದಲ್ಲಿದ್ದ ಸಮುದಾಯಗಳು ಇದರ ಪ್ರಯೋಜನವನ್ನು ಹಲವು ರೀತಿಯಲ್ಲಿ ಪಡೆದಿವೆ. ಕ್ರಿಸ್ತ ಪೂರ್ವದ ಕೊನೆಯ ಶತಮಾನದಲ್ಲಿ ಆರಂಭವಾಗಿ ಕ್ರಿಸ್ತ ಶಕದ ಮೊದಲ ಶತಮಾನದ ಮಧ್ಯ ಭಾಗದ ವೇಳೆಗೆ ನೂರಾರು ಹಡಗುಗಳು ಅರಬ್ಬಿ ಸಮುದ್ರವನ್ನು ದಾಟಿ ಸಂಚರಿಸಲಾರಂಭಿಸಿದ್ದವು. ಶಂಗಂ ಸಾಹಿತ್ಯದಲ್ಲಿ ಕದಂಬರು ಶ್ರೀಲಂಕಾದ ಜೊತೆಗೆ ನಿಕಟ ಸಂಪರ್ಕ ಇಟ್ಟುಕೊಂಡದ್ದರ ಬಗ್ಗೆ, ಶ್ರೀಲಂಕಾದಲ್ಲಿ ಒಂದು ನದಿಗೆ ಕದಂಬ ಎಂದು ಹೆಸರಿದ್ದುದರ ಬಗ್ಗೆ ಉಲ್ಲೇಖಿಸಲಾಗಿದೆ. ನಂತರದ ದಿನಗಳಲ್ಲಿ ಬನವಾಸಿ ಮತ್ತು ಶ್ರೀಲಂಕಾದ ನಡುವೆ ಬೌದ್ಧ ಸನ್ಯಾಸಿಗಳು ಪದೇ ಪದೇ ಸಂಚರಿಸುತ್ತಿದ್ದರು. ಕೆಲವೊಮ್ಮೆ ಸಾವಿರಗಟ್ಟಲೆ ಸಂಖ್ಯೆಯಲ್ಲಿ ಎಂದು ಶ್ರೀಲಂಕಾದ ಬೌದ್ಧ ಧರ್ಮದ ಗ್ರಂಥಗಳಲ್ಲಿನ ಉಲ್ಲೇಖಗೊಂಡಿವೆ. ಈ ಉಲ್ಲೇಖಗಳು ಕದಂಬ ರಾಜ್ಯ ಸ್ಥಾಪನೆಯಾದ ಪ್ರದೇಶಗಳು ದೂರ ವಾಣಿಜ್ಯ ಮತ್ತು ಸಾಗರ ವಾಣಿಜ್ಯದಿಂದ ಹಲವು ರೀತಿಯ ಪ್ರಯೋಜನ ಪಡೆದ ಸೂಚನೆ ನೀಡುತ್ತವೆ. ಕರಿ ಮೆಣಸು ಮೊದಲಾದ ಸಾಂಬಾರ ಪದಾರ್ಥಗಳು, ಅಡಿಕೆ, ಶ್ರೀಗಂಧ ಇವುಗಳ ರಫ್ತು ಈ ಪ್ರದೇಶದ ಜನರ ಸಂಪತ್ತನ್ನು ಹೆಚ್ಚಿಸುವ ಮೂಲಕ ಇಲ್ಲಿ ಮೊದಲ ರಾಜ್ಯ ಸ್ಥಾಪನೆಗೆ ಉತ್ತೇಜನ ನೀಡಿತು.[71] ಕದಂಬರು ಕಡಲ ಯಾನದಲ್ಲಿ ಮತ್ತು ಯುದ್ಧದಲ್ಲಿ ಪರಿಣತಿ ಪಡೆದಿದ್ದರು. ಸಾಗರ ವಾಣಿಜ್ಯದ ಹಡಗುಗಳ ಮೇಲೆ ಎರಗಿ ದೋಚುತ್ತಿದ್ದರು ಎಂಬ ಸೂಚನೆಯೂ ಈ ಸಾಹಿತ್ಯದಲ್ಲಿ ದೊರಕುತ್ತದೆ.[72] ಇದೂ ಕೂಡ ಕದಂಬರ ರಾಜ್ಯ ಸ್ಥಾಪನೆಗೆ ಕಾರಣವಾದ ಅಂಶಗಳಲ್ಲೊಂದಾಗಿದೆ. ಕಂಚಿಯ ರಾಜರ ಜೊತೆ ಕದಂಬರ ಸಂಘರ್ಷವೂ ವಾಣಿಜ್ಯ ವ್ಯವಹಾರಗಳ ಮೂಲದ್ದಿರಬಹುದು. ಬೆಂಗಳೂರಿನ ಬಳಿಯ ಪ್ರದೇಶಗಳ ಮೂಲಕವೂ ಪ್ರಮುಖ ವಾಣಿಜ್ಯ ಮಾರ್ಗ ಸಾಗುತ್ತಿತ್ತು ಎಂಬುದು ಗಮನಾರ್ಹ. ಅಷ್ಟೇನು ಫಲವತ್ತಾದ, ನೀರಿನಾಶ್ರಯವಿಲ್ಲದ ಕೋಲಾರ ಪ್ರದೇಶದಲ್ಲಿ ಗಂಗರು ತಮ್ಮ ಮೊದಲ ರಾಜಧಾನಿಯನ್ನು ಮಾಡಿಕೊಂಡಿದ್ದರು ಎಂದರೆ ವಾಣಿಜ್ಯವೇ ಈ ರಾಜ್ಯ ಸ್ಥಾಪನೆಯಲ್ಲಿ ಪ್ರಮುಖ ಪಾತ್ರ ವಹಿಸಿತ್ತೆನ್ನಬಹುದು. ಹೀಗೆ ಎರಡೂ ರಾಜ್ಯಗಳ ಸ್ಥಾಪನೆಗೆ ವಾಣಿಜ್ಯ ನೆರವಾಯಿತೆಂದರೆ, ಈ ಪ್ರದೇಶಗಳ ಸಾಮಾಜಿಕ ರಚನೆಯಲ್ಲಿ ಬೀರಿದ ಪರಿಣಾಮದ ಬಗ್ಗೆ ವಿಶ್ಲೇಷಣೆ ಅವಶ್ಯ.

ಆಗಿನ ವ್ಯಾಪಾರಕ್ಕೆ ಅಗತ್ಯವಾದ ಕೃಷಿ ಉತ್ಪಾದನೆಗಳನ್ನು ಕೊಳ್ಳಲು ವಣಿಜರು ಕೃಷಿಕ ಸಮುದಾಯಗಳ ಪ್ರಮುಖರೊಂದಿಗೆ/ಕುಲಾಧಿಪತಿಗಳೊಡನೆ ವ್ಯವಹರಿಸುವುದು ಅನಿವಾರ್ಯವಾಗಿತ್ತು. ಇದು ಈ ಸಮುದಾಯಗಳಲ್ಲಿ ಕೃಷಿಕ ಶ್ರೀಮಂತರನ್ನು ಹುಟ್ಟು ಹಾಕಿತು. ಈ ಪ್ರಕ್ರಿಯೆಗಳು ಆಗಿನ ಸಂಪತ್ತಾದ ಭೂಮಿ, ಅರಣ್ಯ ಇಡೀ ಕುಲದ

ಆಸ್ತಿಯಾಗಿದ್ದ ಸ್ಥಿತಿಯಿಂದ ವೈಯುಕ್ತಿಕ ಆಸ್ತಿಯ ಕಡೆಗೆ ಮತ್ತು ಕುಲ ಪ್ರಮುಖರು ಕುಲಾಧಿಪತಿಗಳಾಗುವ ದಿಕ್ಕಿನತ್ತ ಚಲನೆಗೆ ಚಾಲನೆ ನೀಡಿವೆ.

ವಾಣಿಜ್ಯ ಹಾಗೂ ನಗರಗಳ ಬೆಳವಣಿಗೆಗೆ ಹಲವು ರೀತಿಯ ವಿಶೇಷಜ್ಞತೆ ಮತ್ತು ಶ್ರಮ ವಿಭಜನೆ ಅಗತ್ಯವಾಯಿತು. ಮಾರಾಟದ ವಸ್ತುಗಳ ಉತ್ಪಾದನೆಗಾಗಿ, ಅವುಗಳ ಸಾಗಾಣಿಕೆಗಾಗಿ, ಹೆದ್ದಾರಿಯಲ್ಲಿ ರಕ್ಷಣೆಗಾಗಿ ವಿವಿಧ ಕುಶಲಕರ್ಮಿಗಳು, ಕೂಲಿಕಾರರು ಮೊದಲಾದ ಹಲವು ರೀತಿಯ ಶ್ರಮಿಕರ ಸೇವೆ ಅಗತ್ಯವಾಯಿತು. ಶಾತವಾಹನರ ಶಾಸನಗಳು ನಗರೀಕರಣ ಮತ್ತು ವಾಣಿಜ್ಯದ ಅಗತ್ಯಗಳಿಂದ ಬೆಳೆದ ಕಸುಬುಗಳನ್ನು ನಮೂದಿಸುತ್ತವೆ: "ಧನ್ನಿಕ (ಧಾನ್ಯ ವ್ಯಾಪಾರಿ), ಮಾಲಕಾರ (ಹೂವಾಡಿಗ), ಕೋಲಿಕ (ನೇಕಾರ), ತಿಲಪಿಸಕ (ಗಾಣಿಗ), ಕಾಸಕಾರ (ಕಂಚುಗಾರ), ಕಮಾರ (ಕಮ್ಮಾರ), ಚಮ್ಮಕಾರ (ಚಮ್ಮಾರ), ಗಧಿಕ (ಗಂದಿಗೆಯವರು), ಸುವಣಕಾರ (ಅಕ್ಕಸಾಲಿಗ), ಮಿಠಿಕ (ಕಲ್ಲು ಹೊಳಪು ಮಾಡುವವನು), ಸೆಲವಡಕಿ (ಕಲ್ಲುಕುಟಿಗ), ವಡಕಿ (ಬಡಗಿ), ಓದಯಂತ್ರಿಕ (ನೀರೆತ್ತುವ ಯಂತ್ರಗಳನ್ನು ಮಾಡುವವನು), ದಾಸಕ (ಬೆಸ್ತ)" ಮೊದಲಾದವರು. ಅವುಗಳಲ್ಲಿ ಈ ಕಸಬುದಾರರ ಶ್ರೇಣಿಗಳನ್ನು ಕೂಡ ನಮೂದಿತವಾಗಿವೆ. ಕೋಲಿಕ ನಿಕಾಯ (ನೇಕಾರ), ಕುಲಕರಿಕ ಶ್ರೇಣಿ (ಕುಂಬಾರ), ಧನ್ನಿಕ ಶ್ರೇಣಿ, ವಸಾಕಾರ ಶ್ರೇಣಿ (ಮೇದ), ಕಾಸಕಾರ ಶ್ರೇಣಿಗಳು ಇದ್ದವು. ಗಹಪತಿ (ಭೂ ಒಡೆಯರು ಮತ್ತು ಲೇವಾದೇವಿಗಾರರು), ಗಾಮಿಕ (ಗ್ರಾಮದ ಆಡಳಿತಗಾರ) ಇವರುಗಳ ಉಲ್ಲೇಖವು ಇದೆ.[73] ಈ ಶಾಸನಗಳು ಕರ್ನಾಟಕದ ಹೊರಗಿನ ಪ್ರದೇಶಗಳಿಗೆ ಸಂಬಂಧಿಸಿದವಾದರೂ ಕೂಡ ಶಾತವಾಹನರ ಆಳ್ವಿಕೆಯ ಕರ್ನಾಟಕದಲ್ಲಿ ಬೆಳೆದ ಕೆಲವೇ ನಗರಗಳ ವೃತ್ತಿಗಳು ಮತ್ತು ಇತರ ಪ್ರಕ್ರಿಯೆಗಳನ್ನೂ ಪ್ರತಿನಿಧಿಸುತ್ತದೆಂದು ಹೇಳಬಹುದು.

ಶಿಲಾಯುಗ ಆಯುಧಗಳ ತಯಾರಿಕೆಗಾಗಿಯೇ ಆರಂಭವಾಗಿದ್ದ ಶ್ರಮ ವಿಭಜನೆ ಕಬ್ಬಿಣದ ಯುಗದಲ್ಲಿ ಮತ್ತಷ್ಟು ಬೆಳೆದುದನ್ನು ಮೇಲೆ ವಿವರಿಸಲಾಗಿದೆ. ವಾಣಿಜ್ಯಕ್ಕಾಗಿ ಉತ್ಪಾದನೆಯು ಕೃಷಿ ಮತ್ತು ಕುಶಲಕರ್ಮಗಳಲ್ಲಿ ವಿಶೇಷಜ್ಞತೆಯನ್ನು ಬೇಡುತ್ತದೆ. ಆದ್ದರಿಂದ ಬೃಹತ್ ಶಿಲಾಯುಗದ ಕಾಲದಿಂದಲೇ ಗಮನಿಸಿದಂತೆ ಇಡೀ ಬುಡಕಟ್ಟುಗಳೇ ಒಂದು ನಿರ್ದಿಷ್ಟ ಕುಶಲ ಕರ್ಮವನ್ನು ಅವಲಂಬಿಸಲಾರಂಭಿಸಿದರು. ಮೇಲೆ ಹೆಸರಿಸಲಾದ ವೃತ್ತಿಗಳಲ್ಲಿ ಕಮ್ಮಾರ, ಕಂಚುಗಾರ, ಸುವರ್ಣಕಾರ ಮೊದಲಾದ ಲೋಹ ಕೆಲಸಗಳನ್ನು ಮಾಡುವವರು, ಕಲ್ಲು ಕುಟಿಕತನ, ಕಲ್ಲು ಹೊಳಪು ಮಾಡುವ ಕುಶಲ ಕರ್ಮಿಗಳಲ್ಲಿ ಇಂತಹವರನ್ನು ಹೆಚ್ಚಾಗಿ ಕಾಣಬಹುದು. ಮತ್ತೊಂದು ಪ್ರಕ್ರಿಯೆಯೆಂದರೆ ಬುಡಕಟ್ಟುಗಳಲ್ಲಿ ಎಲ್ಲರೂ ಎಲ್ಲಾ ಕೆಲಸಗಳನ್ನೂ ಮಾಡುತ್ತಿದ್ದುದು ಸಾಮಾನ್ಯವಾಗಿತ್ತು. ಆದರೆ ವಾಣಿಜ್ಯದ ಅಗತ್ಯಗಳಿಂದ ಹೆಚ್ಚಿದ ಬೇಡಿಕೆಗೆ ಅನುಗುಣವಾಗಿ ಕೆಲವರು ತಮ್ಮ ವಿಶೇಷ ಕೌಶಲ್ಯವನ್ನು ಮತ್ತಷ್ಟು ಬೆಳೆಸಿಕೊಂಡು ಮೇದರು, ಕುಂಬಾರರು, ಚಮ್ಮಾರರು, ಬಡಗಿಗಳು ಎಂದು ಕರೆಯಲ್ಪಟ್ಟರು. ಇಂತಹವರು ಊರಿಂದೂರಿಗೆ ಸಂಚರಿಸುವವರಾಗಿ, ನಗರಗಳಲ್ಲಿ, ದೊಡ್ಡ ಊರುಗಳಲ್ಲಿ

ನೆಲೆಗೊಂಡು ತಮ್ಮ ಕುಲಮೂಲದಿಂದ ಪ್ರತ್ಯೇಕಗೊಂಡರು. ಇದೇ ರೀತಿ ಗಾಣಿಗ, ಮಾಲಕಾರರು ಮೊದಲಾದ ಅನೇಕ ವೃತ್ತಿಗಳು ಸಾಮಾನ್ಯ ಕೃಷಿಕರ ನಡುವಿನಿಂದ ಬೆಳೆದವು. ಕೊಸಾಂಬಿ, ಆರ್.ಎಸ್. ಶರ್ಮ, ಇರ್ಫಾನ್ ಹಬೀಬ್, ಸುವೀರಾ ಜಯಸ್ವಾಲ್ ಮೊದಲಾದ ಅನೇಕರು ಬುಡಕಟ್ಟು/ಕುಲಗಳಿಂದ ವೃತ್ತಿ ಸಮುದಾಯಗಳು ಉಗಮವಾಗುವ ಮತ್ತು ಜಾತಿಗಳಾಗುವ ಈ ಎರಡೂ ರೀತಿಯ ಪ್ರಕ್ರಿಯೆಗಳನ್ನು ವಿವರಿಸಿದ್ದಾರೆ.

ಇದು ಶ್ರಮಾಧಾರಿತವಾಗಿ ಜನ ಸಮುದಾಯ ವಿಭಜನೆಗೊಂಡ ಪ್ರಕ್ರಿಯೆ. ಅದೇ ಸಮಯದಲ್ಲಿ ನಗರೀಕರಣ ಮತ್ತು ವಾಣಿಜ್ಯದ ಬೆಳವಣಿಗೆಗಳು, ಕೃಷಿಯನ್ನು ವಿಸ್ತರಿಸಲು ಒತ್ತಡ ಹಾಕಿದ್ದು ಸ್ವಾಭಾವಿಕವೇ. ಇವುಗಳ ಒಟ್ಟು ಪರಿಣಾಮವಾಗಿ ಕುಲಾಧಿಪತಿಗಳು ಮತ್ತಷ್ಟು ಬಲಗೊಂಡು ಹೊಸ ಪ್ರದೇಶಗಳನ್ನು ಆಕ್ರಮಿಸಿ ಕೃಷಿಗೆ ಒಳಪಡಿಸುವ, ತಮ್ಮ ಕುಲದ ಹೊರಗಿನ ಮತ್ತಷ್ಟು ಜನರನ್ನು ಅಧೀನ ಪಡಿಸಿಕೊಳ್ಳುವ ಮೂಲಕ ತಮ್ಮ ಸಂಪತ್ತನ್ನು ಹೆಚ್ಚಿಸಿಕೊಳ್ಳುವುದರಲ್ಲಿ ತೊಡಗಿದರು. ಜೊತೆಗೆ ಒಂದು ಕಡೆ ಗ್ರಾಮಗಳಲ್ಲಿ ಭೂ ಒಡೆಯರಾಗಿ ಮತ್ತು ಮತ್ತೊಂದು ಕಡೆ ಹೊರಜಗತ್ತಿನ ಜೊತೆಗೆ ವ್ಯಾಪಾರ ಮತ್ತಿತರ ಸಂಬಂಧಗಳ ಮಧ್ಯವರ್ತಿಗಳಾಗಿ ರೂಪುಗೊಂಡರು. ರಾಜತ್ವದ ಕಡೆಗೆ ಸಾಗುತ್ತಿದ್ದ ಕುಲಾಧಿಪತಿಗಳ ಆಕ್ರಮಣಗಳಿಗೆ ಸೈನಿಕರನ್ನು ಒದಗಿಸುವ ಮತ್ತು ಭಾಗೀಧಾರರಾಗುವ ಮೂಲಕ ಬೆಳೆಯುತ್ತಿದ್ದ ಅಧಿಕಾರದ ಒಂದು ಕೊಂಡಿಯಾದರು. ಹೀಗೆ ಕೆಲ ಪ್ರದೇಶಗಳಲ್ಲಿ ಕುಲಾಧಾರಿತವಾದ ಸಮಾಜ ಲಂಬಾತ್ಮಕವಾಗಿ ಒಡೆಯಿತು. ಸಮಾಜದ ಸ್ತರೀಕರಣ ಮತ್ತಷ್ಟು ಬಲಗೊಂಡಿತು. ಇಲ್ಲಿಯವರೆಗೆ ಬಹಳ ಮುಖ್ಯವಾಗಿದ್ದ, ಬಿಗಿಯಾಗಿ ಕಾಪಾಡಿಕೊಂಡಿದ್ದ, ತಮ್ಮ ಬುಡಕಟ್ಟು ಅಥವಾ ಕುಲಕ್ಕೆ ಮಾತ್ರ ಮನ್ನಣೆ ಕೊಡುವ ಒಗ್ಗಟ್ಟಿಗೆ ಬದಲಾಗಿ ಒಂದು ಕುಲದ ಅಧಿಪತಿಗೆ ಬೇರೆ ಕುಲಗಳವರು ವಿಧೇಯರಾಗುವ, ಪ್ರದೇಶ ಮಟ್ಟದಲ್ಲಿ ಮತ್ತು ಗ್ರಾಮ ಮಟ್ಟದಲ್ಲಿ ಹೊಸ ಅಧಿಕಾರದ ರಚನೆಗೆ ವಿಧೇಯತೆಯನ್ನು ಒತ್ತಾಯಿಸುವ ಪರಿಸ್ಥಿತಿ ಉದ್ಭವವಾಯಿತು. ಈ ವಿಭಜನೆ ಮತ್ತು ಅದರಿಂದುಟಾದ ಪರಿಸ್ಥಿತಿ ಮೇಲೆ ವಿವರಿಸಿದಂತೆ ಯಜುರ್ವೇದ ಮತ್ತು ಬ್ರಾಹ್ಮಣಗಳ ಕಾಲದಲ್ಲಿ ಗಂಗಾ ನದಿ ಬಯಲಿನಲ್ಲಿ ರೂಪುಗೊಂಡಿದ್ದ ರಾಜ್ಯಪೂರ್ವ ಸಾಮಾಜಿಕ ರಚನೆಯನ್ನು ಹೋಲುವಂತಿತ್ತು.

ಕೆಲ ಶಾಸನಗಳು ಇದಕ್ಕೆ ಪೂರಕವಾದ ಮಾಹಿತಿಯನ್ನು ನೀಡುತ್ತವೆ. ಸಂಗಂ ಸಾಹಿತ್ಯ ಕಾಲದ ಸಮಾಜದಲ್ಲಿ ರಾಜ ವಂಶದ ಜೊತೆ ವಿವಾಹ ಸಂಬಂಧ ಇಟ್ಟುಕೊಂಡ ಮೇಲು ವೆಳ್ಳಾಳರು ಮತ್ತು ಇವರ ಅಧೀನದಲ್ಲಿ ದುಡಿಯುವ ಕೀಳು ವೆಳ್ಳಾಳರೆಂಬ ಎರಡು ಸ್ತರಗಳು ರೂಪುಗೊಂಡಿದ್ದನ್ನು ಕಾಣಬಹುದು.[82] ಹೀಗೆ ಕ್ರಿಸ್ತ ಶಕದ ಆರಂಭ ಘಟ್ಟದಲ್ಲಿಯೇ ಕೃಷಿ ಮುಖ್ಯ ಜೀವನಾಧಾರವಾದ ನೆಲೆಗಳಲ್ಲಿ ಕೃಷಿಕರಲ್ಲಿಯೇ ಸ್ತರಗಳು ರೂಪುಗೊಳ್ಳಲಾರಂಭಿಸಿವೆ.

ಸಾತಕರ್ಣಿ ವಂಶದ ಪುಲಮಾವಿಯ ಕ್ರಿ.ಶ. 130ರ ಶಾಸನವೊಂದು ಬಳ್ಳಾರಿಯ ಮ್ಯಾಕಡೋನಿಯಲ್ಲಿ ಸಿಕ್ಕಿದೆ. ಇದು ಕೋಮಟಿ ಸಮುದಾಯಕ್ಕೆ ಸೇರಿದ ಗೃಹಪತಿಯೊಬ್ಬ ತಾನೆ ಕೆರೆಯೊಂದನ್ನು ಕಟ್ಟಿಸುತ್ತಾನೆ.[75] ಇದೇ ಕಾಲಘಟ್ಟದ ಯಾದಗಿರಿ ಜಿಲ್ಲೆಯಲ್ಲಿದ್ದ ಪ್ರಸಿದ್ಧ ವ್ಯಾಪಾರ ಹಾಗೂ ಬೌದ್ಧ ಕೇಂದ್ರ ಸನ್ನತಿಯ ಬೌದ್ಧ ಸ್ತೂಪಕ್ಕೆ ದೇಣಿಗೆ ಕೊಟ್ಟವರಲ್ಲಿ ಹಲವು ಗಹಪತಿಗಳು ಸೇರಿದ್ದಾರೆ.[76] ಶಾತವಾಹನರ ಶಾಸನಗಳಲ್ಲಿ ವಿವಿಧ ದೇಣಿಗೆಗಳನ್ನು ನೀಡಿರುವವರಲ್ಲಿ ಕೂಡ ಗಹಪತಿಗಳ ಉಲ್ಲೇಖ ಇದೆ.[77] ಕರ್ನಾಟಕ–ಆಂಧ್ರ ಗಡಿಯಲ್ಲಿ ಆಳುತ್ತಿದ್ದ ಇಕ್ಷ್ವಾಕುಗಳ ಆಡಳಿತದಲ್ಲಿ ನಾಗಾರ್ಜುನಕೊಂಡದಲ್ಲಿ ಸ್ಥಾಪನೆಯಾದ 20 ಶಿವ ದೇವಾಲಯಗಳಲ್ಲಿ ಹಲವನ್ನು ರಾಜನ ಅಧಿಕಾರಿ ಅಥವಾ ಗ್ರಾಮೀಣ ಶ್ರೀಮಂತರೇ ನಿರ್ಮಾಣ ಮಾಡಿದರು. ಗಹಪತಿ (ಗೃಹಪತಿ) ಎಂಬ ಪದ ಬಳಕೆ ಗಂಗಾ ನದಿ ಪ್ರದೇಶಕ್ಕೆ ಕೃಷಿಯ ವಿಸ್ತರಣೆ ಮತ್ತು ನಗರೀಕರಣಕ್ಕೊಳಗಾಗುತ್ತಿದ್ದ ಕಾಲದ್ದು. ಗಹಪತಿ ಹೆಚ್ಚು ಭೂಮಿ ಹೊಂದಿದ ಒಡೆಯ, ಕೃಷಿಯ ಉತ್ಪನ್ನಗಳ ಮಾರಾಟದಲ್ಲಿಯೂ ತೊಡಗಿದ್ದವನು ಎಂಬುದು ಬೌದ್ಧ ಜಾತಕ ಕಥೆಗಳು ಮತ್ತು ಜೈನ ಬರಹಗಳಲ್ಲಿನ ಉಲ್ಲೇಖಗಳಿಂದ ಗೊತ್ತಾಗುತ್ತದೆ.[78]

ಅಂದು ಬೆಳೆಯುತ್ತಿದ್ದ ವಾಣಿಜ್ಯದ ಭಾಗವಾಗಿ ಕೃಷಿ ಉತ್ಪನ್ನಗಳಾದ ಅಡಿಕೆ, ಸಾಂಬಾರ ಪ್ರದಾರ್ಥಗಳು, ಅಕ್ಕಿ ಮೊದಲಾದ ವಸ್ತುಗಳಿಗೆ ಬಹಳ ಬೇಡಿಕೆಯಿತ್ತು. ಈ ವಸ್ತುಗಳನ್ನು ಹೆಚ್ಚು ಹೆಚ್ಚು ಉತ್ಪಾದನೆ ಮಾಡಲು ಕೃಷಿ ಪ್ರದೇಶದ ವಿಸ್ತರಣೆಗೆ ಪ್ರಯತ್ನ ಮಾಡಲಾಯಿತು. ಕೃಷಿಗೆ, ವಾಣಿಜ್ಯಕ್ಕೆ ಬೇಕಾದ ಕೂಲಿಯಾಳುಗಳಿಗಾಗಿ ಮತ್ತು ಸೈನ್ಯಬಲವನ್ನು ಹೆಚ್ಚಿಸಿಕೊಳ್ಳಲು ಜನಬಲವೂ ಬೇಕಾಗಿತ್ತು. ಈ ಎರಡೂ ಕಾರಣಗಳಿಗಾಗಿ ಈ ರಾಜ್ಯ ಪೂರ್ವ ಕುಲಾಧಿಪತಿಗಳು ತಮ್ಮ ನೆರೆಯ ಕಾಡು, ಹುಲ್ಲುಗಾವಲುಗಳನ್ನು ಆಕ್ರಮಿಸಿ ಕೊಳ್ಳಲಾರಂಭಿಸಿದರು. ಅವುಗಳ ಮೇಲೆ ಅವಲಂಬಿಸಿದ್ದ ಬೇಟೆಗಾರ ಬುಡಕಟ್ಟುಗಳನ್ನೂ ತಮ್ಮ ಅಧೀನ ಮಾಡಿಕೊಂಡರು. ಈ ಬುಡಕಟ್ಟುಗಳಿಗೆ ಈ ನೆಲೆಗಳಲ್ಲಿ ಸಿಕ್ಕ ಸ್ಥಾನ ಅವುಗಳ ಅಧೀನ ಸ್ಥಿತಿಯನ್ನು ಪ್ರತಿಬಿಂಬಿಸುವಂತೆ ಇರುತ್ತದೆಂದು ನಿರೀಕ್ಷಿಸಬಹುದು.

"ಸಾಧಾರಣ ಸಮಾಜವನ್ನು ಪ್ರವೇಶಿಸುವ' ಬುಡಕಟ್ಟುಗಳು ಎನ್ನುವಾಗ, ಕಾಡುಗಳಲ್ಲಿ ವಾಸಿಸುವ ಅನೇಕ ಪ್ರಾಕೃತ ಬೇಟೆಗಾರ ಅಥವಾ ಆಹಾರ–ಸಂಗ್ರಹಗಾರ ಬುಡಕಟ್ಟುಗಳು ಕೂಡ ಒಳಗೊಳ್ಳುತ್ತವೆ. ವಿಸ್ತರಣೆ ಹೊಂದುತ್ತ ಮುಂದೆ ಮುಂದೆ ನುಗ್ಗುವ ಕೃಷಿಕ ಸಮಯದಾಯಗಳು ಅಂತಹ ಬುಡಕಟ್ಟುಗಳನ್ನು ತಮ್ಮ ತುಳಿತಕ್ಕೆ ಒಳಪಡಿಸುತ್ತವೆ."[79] ಇಂತಹ ಬೆಳವಣಿಗೆಗಳ ಫಲವಾಗಿ, ಈ ಪ್ರದೇಶಗಳಲ್ಲಿಯೇ ಮುಂದಿನ ಕೆಲ ಆಳುವ ವಂಶಗಳಾದ ಚುಟುಗಳು, ಇಕ್ಷ್ವಾಕುಗಳು, ವಿಷ್ಣುಕುಂದಿಗಳು, ಸಾಲಂಕಾಯನರು, ಆನಂದರು, ಮೊದಲಾದವರು ಉದ್ಭವಿಸಿದರು. ಮೇಲೆ ಹೇಳಿದಂತೆ ಕ್ರಿ.ಶ. ಎರಡು–ಮೂರನೇಯ ಶತಮಾನಗಳಲ್ಲಿ ಕದಂಬರ ಮತ್ತು ನಾಲ್ಕನೆಯ ಶತಮಾನದಲ್ಲಿ

ಗಂಗರ ರಾಜ್ಯಗಳ ಸ್ಥಾಪನೆಯಾಯಿತು. ಚುಟುಗಳು, ಕದಂಬರ ರಾಜ್ಯದ ಕೇಂದ್ರವಾದ ವನವಾಸ (ಬನವಾಸಿ) ಹಾಗೂ ಗಂಗರ ರಾಜ್ಯ ಸ್ಥಾಪನೆಯ ಪ್ರದೇಶ ಅಂದಿನ ಮುಖ್ಯ ವಾಣಿಜ್ಯದ ಹೆದ್ದಾರಿಗಳಲ್ಲಿದ್ದವು. ಇಲ್ಲಿಯವರೆಗೂ ಈ ಪ್ರದೇಶಗಳಲ್ಲಿ ಬೇರೆ ಯಾವ ದ್ವಿಜ ವರ್ಣವನ್ನೂ ಗುರುತಿಸಲಾಗಿಲ್ಲ. ಈ ಎಲ್ಲ ಕುಲಾಧಿಪತಿಗಳನ್ನು ಕ್ಷತ್ರಿಯರೆಂದಾಗಲಿ, ವಿವಿಧ ವ್ಯಾಪಾರಿ ವರ್ಗದವರನ್ನು ವೈಶ್ಯರೆಂದಾಗಲಿ ಪರಿಗಣಿಸಿದ್ದರ ಬಗ್ಗೆ ಯಾವ ಸೂಚನೆಯೂ ಇಲ್ಲ. ಅವರುಗಳಿಗೆ ಯಾವ ಆಚರಣೆ, ಗೋತ್ರ ಮೊದಲಾದ ಕ್ರಿಯೆಗಳ ದಾಖಲೆಯಿಲ್ಲ. ಇನ್ನು ಇತರ ವೃತ್ತಿಗಳು, ಕುಶಲ ಕರ್ಮಗಳಿಗೆ ಮೂರರಲ್ಲಿ ಯಾವುದಾರೊಂದು ದ್ವಿಜ ವರ್ಣವನ್ನು ಲಗತ್ತಿಸುವ ಪ್ರಶ್ನೆಯೇ ಉದ್ಭವಿಸುವುದಿಲ್ಲ. ಮುಂದಿನ ಶತಮಾನಗಳಲ್ಲಿ ರಾಜ್ಯಗಳ ಸ್ಥಾಪನೆಯಾಗಿ ರಾಜ ವಂಶಗಳು ವಿವಿಧ ಯಾಗಗಳನ್ನು ಮಾಡಿ ದ್ವಿಜ ವರ್ಣದವರೆಂದು ಘೋಷಿಸಿಕೊಳ್ಳುವ ಪ್ರಸಂಗಗಳು ಈ ಪ್ರದೇಶದ ಸಾಮಾಜಿಕ ರಚನೆಯಲ್ಲಿ ಹೊಚ್ಚ ಹೊಸ ಬೆಳವಣಿಗೆ. ಅಲ್ಲಿಯವರೆಗೆ ಬ್ರಾಹ್ಮಣರಷ್ಟೇ ದ್ವಿಜರು, ಉಳಿದವರು ಶೂದ್ರರು ಅಥವಾ ಚಾಂಡಾಲರು, ನಿಷಾದರು ಇತ್ಯಾದಿ ಹೀಗೆ ಎರಡು ವರ್ಣಗಳು ಮತ್ತು ವರ್ಣಗಳಾಚೆಗಿನ ಬುಡಕಟ್ಟುಗಳ ವ್ಯವಸ್ಥೆಯೇ ಮುಂದುವರಿದಿದೆ. ಕೆಲ ವ್ಯಾಪಾರಿಗಳು ಮತ್ತು ಇತರ ವೃತ್ತಿಗಳವರು ಬೌದ್ಧ ಮತವನ್ನು ಸ್ವೀಕರಿಸಿರಬಹುದಾದ ಸೂಚನೆಗಳು ಬೌದ್ಧ ಗುಹಾಲಯಗಳ ದಾನ ಶಾಸನಗಳಲ್ಲಿ ಸಿಗುತ್ತದೆ. ಹೀಗೆ ರಾಜ ಪ್ರಭುತ್ವಗಳ ಸ್ಥಾಪನೆಯೊಂದಿಗೆ ಈ ಪ್ರದೇಶಗಳಲ್ಲಿ ಹೊಸ ಆರ್ಥಿಕ, ಸಾಮಾಜಿಕ ಹಾಗೂ ರಾಜಕೀಯ ರಚನೆಗಳು ಮೂಡಿದವು.

ಅಧ್ಯಾಯ ಏಳು

ಬೌದ್ಧ, ಜೈನ, ಲೋಕಾಯತಗಳನ್ನು ಕೈಬಿಟ್ಟು ವೈದಿಕ ವರ್ಣ ವ್ಯವಸ್ಥೆಯ ಮಾದರಿಯ ಆಯ್ಕೆ

ಈ ಪ್ರದೇಶದಲ್ಲಿ ನಗರೀಕರಣ ಮತ್ತು ವ್ಯಾಪಾರ ಮಾರ್ಗಗಳ ಅಭಿವೃದ್ಧಿಯ ಜೊತೆಯಲ್ಲಿಯೇ ಗಂಗಾ ನದಿ ಬಯಲಿನ ವೈವಿಧ್ಯಮಯ ಧಾರ್ಮಿಕ ಚಿಂತನೆಗಳು ಕೂಡ ಪ್ರವೇಶ ಮಾಡಿದವು. ಈ ಕಾಲದಲ್ಲಿ ಪ್ರವರ್ಧ ಮಾನವಾಗಿದ್ದ ಬೌದ್ಧ ಧರ್ಮ ಈ ಪ್ರದೇಶದ ಕೆಲವೆಡೆಗಳಿಗೆ ಅಶೋಕನಿಗಿಂತ ಪೂರ್ವದಲ್ಲಿಯೇ ಪಸರಿಸಿತ್ತೆಂಬ ಸುಳಿವುಗಳಿವೆ. ಶ್ರೀಲಂಕಾದ ಬೌದ್ಧ ಗ್ರಂಥಗಳಾದ ದೀಪವಂಶ ಮತ್ತು ಮಹಾವಂಶಗಳಲ್ಲಿ ಅಶೋಕನ ಕಾಲದಲ್ಲಿ ಮಹಿಷಮಂಡಲವೆಂದು ಹೆಸರಾಗಿದ್ದ ಕರ್ನಾಟಕದ ಒಂದು ಭಾಗಕ್ಕೆ ಭಿಕ್ಕು ಮಹಾದೇವ ಮತ್ತು ವನವಾಸಕಕ್ಕೆ (ಬನವಾಸಿ) ಭಿಕ್ಕು ರಕ್ಖಿತನನ್ನು ಬೌದ್ಧ ಧರ್ಮ ಪ್ರಸಾರಕ್ಕಾಗಿ ನಿಯೋಜಿಸಲಾಯಿತೆಂದು ಪ್ರಸ್ತಾಪಿಸಲಾಗಿದೆ. ಬನವಾಸಿಯ ಬೌದ್ಧರು ಮತ್ತು ಶ್ರೀಲಂಕಾದ ಬೌದ್ಧರ ನಡುವೆ ನಿರಂತರ ಸಂಪರ್ಕವಿತ್ತೆಂದು, ಅಲ್ಲಿಯ ಅನೇಕ ಬೌದ್ಧ ಆಚರಣೆಗಳಲ್ಲಿ ಬನವಾಸಿಯ ಭಿಕ್ಕು ಥೇರ ರಕ್ಖಿತನ ಭಾಗವಹಿಸುವಿಕೆ ಮಾತ್ರವಲ್ಲದೆ ಶ್ರೀಲಂಕಾದ ಒಂದು ಸ್ತೂಪದ ಉದ್ಘಾಟನಾ ಸಮಾರಂಭಕ್ಕೆ ಬನವಾಸಿಯ 18,000 ಭಿಕ್ಕುಗಳು ಹೋಗಿದ್ದರೆಂಬ ಉಲ್ಲೇಖ ಬನವಾಸಿಯಲ್ಲಿ ಬೌದ್ಧ ಧರ್ಮದ ಅಸ್ತಿತ್ವ ಮತ್ತು ಪ್ರಮಾಣದ ಸೂಚಕಗಳಾಗಿವೆ. ಹ್ಯುಯೆನ್ ತ್ಸಾಂಗ್ ಎಂಬ ಪ್ರಸಿದ್ಧ ಚೀನಾ

ಪ್ರವಾಸಿ ಬನವಾಸಿಯಲ್ಲಿ ಹೀನಾಯಾನ ಮತ್ತು ಮಹಾಯಾನಕ್ಕೆ ಸೇರಿದ ಹಲವು ಸಂಘಾರಾಮಗಳಿದ್ದವು ಎಂಬುದನ್ನು ಉಲ್ಲೇಖಿಸಿದ್ದಾನೆ.

ಬನವಾಸಿಯಲ್ಲಿಯ ಉತ್ಖನನದಲ್ಲಿ ಅಲ್ಲಿ ಒಂದು ಸ್ತೂಪ ಮತ್ತು ಸ್ಥಂಭದ ಅವಶೇಷಗಳು ದೊರಕಿವೆ. ಈಗಿನ ಯಾದಗಿರಿ ಜಿಲ್ಲೆಯ ಸನ್ನತಿ, ಹತ್ತಿರದ ಕನಗನಹಳ್ಳಿ ಮೊದಲಾದ ಪ್ರದೇಶಗಳಲ್ಲಿ ನಾಲ್ಕು ಸ್ತೂಪಗಳು ಮತ್ತು ಇತರ ಬೌದ್ಧ ಕಟ್ಟಡಗಳ ಅವಶೇಷವು ಸೇರಿದಂತೆ ಒಂದು ಬೌದ್ಧ ಸಂಕೀರ್ಣವೇ ನಿರ್ಮಾಣ ಗೊಂಡಿತ್ತು. ಹಾಗೆಯೇ ಆಗಿನ ಆರೇಳು ನಗರಗಳಲ್ಲೆಲ್ಲಾ ಬೌದ್ಧ ಅವಶೇಷಗಳನ್ನು ಕಂಡುಹಿಡಿಯಲಾಗಿದೆ. ಹಾಗೆಯೇ ಈ ಪ್ರದೇಶದ ಬಹಳ ಹತ್ತಿರದ ನಾಗಾರ್ಜುನಕೊಂಡ ಮತ್ತು ಕಂಚಿಗಳಲ್ಲಿ ವಿಸ್ತಾರವಾದ ಬೌದ್ಧ ಕೇಂದ್ರಗಳಿದ್ದವು ಎಂಬುದನ್ನು ಕೂಡ ಇತಿಹಾಸಕಾರರು ಶೋಧಿಸಿದ್ದಾರೆ. ಪಶ್ಚಿಮ ಘಟ್ಟಗಳಲ್ಲಂತೂ ಅಜಂತಾದಿಂದ ಕೊಂಕಣದವರೆಗೆ 80 ಸ್ಥಳಗಳಲ್ಲಿ 1,200 ಗುಹಾಲಯಗಳನ್ನು ಕಂಡರಿಸಲಾಗಿದೆ. ಇವುಗಳಲ್ಲಿ ಹತ್ತಾರು ಸಾವಿರ ಭಿಕ್ಕುಗಳು ವಾಸ ಮಾಡುತ್ತಿದ್ದರು ಹಾಗೂ ಪ್ರವಾಸ ಸಮಯದ ವಸತಿಗಾಗಿ ಬಳಸಿಕೊಳ್ಳುತ್ತಿದ್ದರು. ಕ್ರಿ.ಪೂ. ಮೂರನೆಯ ಶತಮಾನಕ್ಕೂ ಪೂರ್ವದಲ್ಲಿಯೇ ಬೌದ್ಧ ಧರ್ಮ ಕರ್ನಾಟಕ ಮತ್ತು ಸುತ್ತುಮುತ್ತಲ ಪ್ರದೇಶವನ್ನು ಪ್ರವೇಶಿಸಿದೆ. ನಂತರದ ವರ್ಷಗಳ ಧಾರ್ಮಿಕ ನಿರ್ಮಾಣಗಳ ಬೃಹತ್ ಪ್ರಮಾಣ ಮತ್ತು ಬನವಾಸಿ, ಸನ್ನತಿ ಮೊದಲಾದ ನಗರಗಳಲ್ಲಿನ ಬೌದ್ಧ ಶ್ರಮಣರ ಬಾಹುಳ್ಯದ ಸೂಚನೆಗಳು ಕರ್ನಾಟಕದಲ್ಲಿ ಬೌದ್ಧ ವಿಚಾರಗಳನ್ನು ಪಸರಿಸಲು ಬೇಕಾದ ಸಾಂಘಿಕ ವ್ಯವಸ್ಥೆ ಇತ್ತೆಂಬುದರ ಸೂಚಕವಾಗಿದೆ. ಅಶೋಕನ ಶಾಸನಗಳು ಜನರ ಮುಂದಿಡ ಬಯಸಿದ ಧಮ್ಮವೂ ಕೂಡ ಬೌದ್ಧ ಚಿಂತನೆಗಳನ್ನು, ಆ ಮೂಲಕ ಸಮಾಜದ ಬಗೆಗಿನ ಬೌದ್ಧ ಪರಿಕಲ್ಪನೆಯನ್ನು ಇಲ್ಲಿ ಅಳವಡಿಸಿಕೊಳ್ಳಲು ಅವಕಾಶ ತೆರೆದಿತ್ತೆಂಬುದನ್ನು ಸೂಚಿಸುತ್ತದೆ. "ಅಶೋಕನ ಶಾಸನಗಳಲ್ಲಿ ವರ್ಣ ಅಥವಾ ಜಾತಿ ಎಂಬ ಪದ ಎಲ್ಲಿಯೂ ಕಾಣಿಸುವುದಿಲ್ಲ; ಅಶೋಕ ಪ್ರಚಾರ ಮಾಡಿದ್ದಂತಹ ಧಮ್ಮ (ಧರ್ಮ) ವರ್ಣ ನಿಯಮಗಳಿಗೆ ವಿಧೇಯತೆಯನ್ನು ಎಲ್ಲಿಯೂ ಪರ್ಯಾಯವಾಗಿ ಸಹ ಪ್ರಸ್ತಾಪ ಮಾಡಿದ್ದುದು ಕಂಡುಬರುವುದಿಲ್ಲ; ಆತ ಶಿಲೆಗಳ ಮೇಲೂ, ಸ್ಥಂಭಗಳ ಮೇಲೂ ಕೆತ್ತಿಸಿದ್ದ ತತ್ವ ಘೋಷಣೆಗಳಲ್ಲಿ ಅದೆಲ್ಲಿಯೂ ಕಾಣಿಸುವುದಿಲ್ಲ. ಬೌದ್ಧ ಧರ್ಮವು ಬ್ರಾಹ್ಮಣರ ಧಾರ್ಮಿಕ ಪರಮಶ್ರೇಷ್ಠತೆಯನ್ನು ತಿರಸ್ಕರಿಸಿದ್ದುದರಿಂದ ಸ್ವಾಭಾವಿಕವಾಗಿಯೂ ವೇದಗಳಿಂದ ಪರಂಪರಾಗತವಾಗಿ ಬಂದಿದ್ದಂತಹ ವರ್ಣ ವಿಂಗಡನೆಯ ಸಿಂಧುತ್ವವನ್ನು ಬೌದ್ಧ ಧರ್ಮ ಪ್ರಶ್ನಿಸಿತ್ತು.[80] ಇದು ಬೌದ್ಧ ವಿಚಾರಗಳ ಹಿನ್ನೆಲೆಯಲ್ಲಿ ಸಹಜವೇ. ಕ್ರಿ.ಶ. ಆರನೆ ಶತಮಾನದವರೆಗೆ ಬೌದ್ಧ ಧರ್ಮದ ಹಲವು ನೆಲೆಗಳು ಉಳಿದುಕೊಂಡು ಬಂದಿದ್ದವು. ಮುಂದೆಯೂ ಮಂಗಳೂರಿನ ಬಳಿಯ ಕದರಿಯಂತಹ ಕರಾವಳಿಯ ಕೆಲ ಕಡೆಗಳಲ್ಲಿ ಆಧುನಿಕ ಪೂರ್ವ ಕಾಲದವರೆಗೆ ಬೌದ್ಧ ಧರ್ಮದ ಪಂಥಗಳು ಜೀವಂತವಾಗಿದ್ದವು.

ಜೈನ ಧರ್ಮದ ವಿಚಾರಕ್ಕೆ ಬಂದರೆ ಜೈನ ಸಾಹಿತ್ಯದಲ್ಲಿ ಮತ್ತು ಶ್ರವಣ ಬೆಳಗೊಳದ ಶಾಸನಗಳಲ್ಲಿ ಮತ್ತೆ ಮತ್ತೆ ಉಲ್ಲೇಖಿಸಲ್ಪಟ್ಟಿರುವ ಹಾಗೆ ಭದ್ರ ಬಾಹು ಎಂಬ ಮುನಿ ಮತ್ತು ಅವರ ಶಿಷ್ಯನಾಗಿ ಚಂದ್ರಗುಪ್ತ ಮೌರ್ಯ (ಯಾವ ಚಂದ್ರಗುಪ್ತ ಎಂಬ ಬಗ್ಗೆ ಭಿನ್ನ ಅಭಿಪ್ರಾಯಗಳಿವೆ) ಉತ್ತರದಿಂದ ವಲಸೆ ಬಂದು ಶ್ರವಣಬೆಳಗೊಳದಲ್ಲಿ ನೆಲಸಿದರು. ಕ್ರಿ.ಪೂ. 4 ರಿಂದ 2ನೇ ಶತಮಾನವೆಂದು ಈ ಕಾಲವನ್ನು ಗುರುತಿಸಲಾಗಿದೆ. ಅಂದ ಮೇಲೆ ಅದಕ್ಕೆ ಎಷ್ಟೋ ಮೊದಲೇ ಶ್ರವಣಬೆಳಗೊಳ ಜೈನ ಧರ್ಮದ ಆಸರೆಯಾಗಿತ್ತು ಎನ್ನಬಹುದು. ಕ್ರಿ.ಪೂ. 3 ರಿಂದ 2ನೆಯ ಶತಮಾನದ ವೇಳೆಗೆ ಮತ್ತಷ್ಟು ದಕ್ಷಿಣದಲ್ಲಿದ್ದ ಪಾಂಡ್ಯರ ಮದುರೈಯಲ್ಲಿ ಜೈನ ಧರ್ಮ ಪಸರಿಸಿತ್ತು ಎಂಬುದು ಅಲ್ಲಿಯ ಶಾಸನಗಳಿಂದ ತಿಳಿದುಬರುತ್ತದೆ. ಕರ್ನಾಟಕದ ಮೊದಲ ರಾಜ್ಯಗಳಾದ ಕದಂಬ ಮತ್ತು ಗಂಗರಿಂದ ಆರಂಭಿಸಿ ಹಲವು ಶತಮಾನಗಳ ಕಾಲ ಕರ್ನಾಟಕದ ರಾಜರ ಮನ್ನಣೆಯನ್ನು ಜೈನ ಧರ್ಮ ಪಡೆದಿದೆ. ನೂರಾರು ಜೈನ ಬಸದಿಗಳ ಉಲ್ಲೇಖಗಳನ್ನು ಕಾಣಬಹುದು. ಅಲ್ಲದೆ ಹಲವು ಶ್ರೇಷ್ಠ ಜೈನ ಚಿಂತಕರು ಪ್ರಾಕೃತ, ಸಂಸ್ಕೃತ, ಕನ್ನಡ ಭಾಷೆಗಳಲ್ಲಿ ಮಹತ್ವದ ಜೈನ ಸಿದ್ಧಾಂತದ ಗ್ರಂಥಗಳನ್ನು ರಚಿಸಿದ್ದಾರೆ. ಕೆಲವು ಗಂಗ, ರಾಷ್ಟ್ರಕೂಟ ರಾಜರೇ ಸ್ವತಃ ಜೈನ ಧರ್ಮವನ್ನು ಅವಲಂಬಿಸಿದ್ದವರು. ರಾಜ ಕುಟುಂಬದವರು, ಉನ್ನತ ಅಧಿಕಾರಿಗಳನೇಕರು ಕೂಡ ಜೈನರಾಗಿದ್ದರು. ಆದಿಕವಿಯೆಂದು ಹೆಸರಾದ ಪಂಪನೂ ಸೇರಿದಂತೆ ಹಲವಾರು ಪ್ರಸಿದ್ಧ ಜೈನ ಧರ್ಮೀಯ ಕವಿಗಳು ಕನ್ನಡ ಸಾಹಿತ್ಯದಲ್ಲಿ ರಾರಾಜಿಸಿದ್ದಾರೆ. ಪ್ರಸಿದ್ಧ ಶ್ರವಣಬೆಳಗೊಳವೂ ಸೇರಿದಂತೆ ಕನ್ನಡ ನಾಡಿನ ಕರಾವಳಿಯಲ್ಲಿ ಇಂದಿಗೂ ಹಲವು ಜೈನ ಧಾರ್ಮಿಕ ಕೇಂದ್ರಗಳು ಕ್ರಿಯಾಶೀಲವಾಗಿವೆ.

ಬುದ್ಧನ ಕಾಲದಲ್ಲಿ ಪಸರಿಸಿದ್ದ ಅಜೀವಿಕ ಪಂಥದ ಕೆಲ ವಿಹಾರಗಳೂ ಕೂಡ ನೆರೆಹೊರೆಯ ಪ್ರದೇಶಗಳಲ್ಲಿದ್ದವು. ವರ್ಣ ವ್ಯವಸ್ಥೆಯ ಬದ್ಧ ವಿರೋಧವನ್ನು ಚಿಂತನೆ ಮತ್ತು ಆಚರಣೆಗಳಲ್ಲಿ ವ್ಯಕ್ತಪಡಿಸಿದ್ದ ಚಾರ್ವಾಕ ಅಥವಾ ಲೋಕಾಯತ ಸಿದ್ಧಾಂತವು ಕೂಡ ಈ ಪ್ರದೇಶದಲ್ಲಿ ಪ್ರವೇಶ ಪಡೆದಿತ್ತು. ವೈದಿಕವಾದ ವೇದಗಳ ಮತ್ತು ಉಪನಿಷದ್‌ಗಳ ಮಾತ್ರವಲ್ಲ ವೇದ ವಿರೋಧಿ ಧಾರ್ಮಿಕ ಸಿದ್ಧಾಂತಗಳಿಗಿಂತಲೂ ಭಿನ್ನವಾದ ವಿಚಾರಗಳನ್ನು ಲೋಕಾಯತರು ಪ್ರತಿಪಾದಿಸುತ್ತಿದ್ದರು. ಹತ್ತನೆಯ ಶತಮಾನದ ಪಂಪನ 'ಆದಿ ಪುರಾಣ'ದಲ್ಲಿ ಅದರ ತತ್ವಗಳ ಉಲ್ಲೇಖ,[81] ಶಂಕರಾಚಾರ್ಯರ ಜೀವನ ಚರಿತ್ರೆಯಾದ ಶಂಕರ ವಿಜಯದಲ್ಲಿ ಶಂಕರರೊಡನೆ ಕರ್ನಾಟಕದ ಅರಣ್ಯ ಪ್ರದೇಶದಲ್ಲಿ ವಾದಕ್ಕಿಳಿದ ಕಾಪಾಲಿಕರ ವಾದಗಳ ಉಲ್ಲೇಖ, 14ನೆಯ ಶತಮಾನದ ಮಾಧವಾಚಾರ್ಯರ 'ಸರ್ವದರ್ಶನ ಸಂಗ್ರಹ'ದಲ್ಲಿ ಬೇರೆಲ್ಲಾ ಪಂಥಗಳಿಗಿಂತ ಮೊದಲೇ ಚಾರ್ವಾಕ ದರ್ಶನದ ಬಗೆಗಿನ ಕಟು ಟೀಕೆಗಳಿಂದ ಕರ್ನಾಟಕದಲ್ಲಿ ಈ ಚಿಂತನೆಯನ್ನು ಗಮನಿಸಲೇಬೇಕಾಗುವಂತಹ ಸ್ಥಿತಿಯಿತ್ತು ಎಂಬುದು ತಿಳಿಯುತ್ತದೆ.[81ಎ] ಇನ್ನು ಷಡ್ದರ್ಶನಗಳಲ್ಲಿ ಗುರುತಿಸಲ್ಪಟ್ಟ ಸಾಂಖ್ಯ, ನ್ಯಾಯ, ಯೋಗ ದರ್ಶನಗಳ ಹೆಸರುಗಳು ಕರ್ನಾಟಕದ ಶಾಸನಗಳಲ್ಲಿ ಮತ್ತೆ ಮತ್ತೆ ಉಲ್ಲೇಖಗೊಂಡಿವೆ. ಸರ್ವದರ್ಶನ ಸಂಗ್ರಹದಲ್ಲಿಯೂ ಈ ಎಲ್ಲ ವಿಚಾರಗಳ ವಿವರ ಗಳಿವೆ.

ಹೀಗೆ ಭಾರತದ ಮೊದಲನೆಯ ನಗರೀಕರಣದಲ್ಲಿ ರೂಪುಗೊಂಡ ವೈವಿಧ್ಯಮಯ ಚಿಂತನೆಗಳಲ್ಲಿ ಹಲವು ಮುಖ್ಯವಾಗಿ ಮೊದಲನೆಯ ನಗರೀಕರಣದ ಕಾಲದಲ್ಲಿ ಮತ್ತು ನಂತರ ಇತಿಹಾಸದ ಆರಂಭ ಕಾಲಘಟ್ಟಗಳಲ್ಲಿಯೂ ಕರ್ನಾಟಕಕ್ಕೆ ಪ್ರವೇಶ ಪಡೆದವು. ಇವುಗಳಲ್ಲಿ ಒಂದೊಂದೂ ತಮ್ಮದೇ ಆದ ಸಾಮಾಜಿಕ ರಚನೆಯ ಮಾದರಿಗಳನ್ನು ಮತ್ತು ಅದಕ್ಕೆ ಆಧಾರವಾದ ಸಿದ್ಧಾಂತಗಳನ್ನು ಮುಂದಿಟ್ಟಿದ್ದವು. ಇವು ವರ್ಣ ವ್ಯವಸ್ಥೆಗಿಂತ ಭಿನ್ನವಾದ ಅಥವಾ ಬದ್ಧ ವಿರೋಧವನ್ನು ವ್ಯಕ್ತಪಡಿಸಿದ ಮಾದರಿಗಳು. ವರ್ಣವ್ಯವಸ್ಥೆಗಿಂತ ಭಿನ್ನವಾದ ಅಥವಾ ಪೂರ್ಣವಾಗಿ ನಿರಾಕರಿಸಿದ ಈ ಮಾದರಿಗಳನ್ನು ಆಯ್ಕೆ ಮಾಡಿಕೊಳ್ಳುವ ಅವಕಾಶ ಇಲ್ಲಿ ಆಗ ತಾನೇ ರೂಪುಗೊಳ್ಳುತ್ತಿದ್ದ ಜನಪದಗಳಿಗೆ ಹಾಗೂ ಪ್ರಭುತ್ವ ವ್ಯವಸ್ಥೆಗಳಿಗೆ ಇತ್ತು. ಈ ಕಾಲಘಟ್ಟ ದಖ್ಖನದ ಮಾತ್ರವಲ್ಲ ಇಡೀ ಭಾರತದ ಚರಿತ್ರೆಯಲ್ಲಿ ಒಂದು ಮಹತ್ವದ ಸಂಕ್ರಮಣದ ಕಾಲಘಟ್ಟವಾಗಿತ್ತು. ಆದರೆ ಈ ಜನಪದಗಳನ್ನು ಆಳಿದ ಮೊದಲ ಪ್ರಭುತ್ವಗಳು ಆರಿಸಿಕೊಂಡ ಸಮಾಜ ರಚನೆ ಗಂಗಾ ನದಿ ಬಯಲಿನಲ್ಲಿ ರೂಪುಗೊಂಡ ವೈದಿಕ ಮಾದರಿಯಾಗಿತ್ತು. ಕರ್ನಾಟಕ, ಆಂಧ್ರ ಪ್ರದೇಶಗಳನ್ನು ಮತ್ತು ನೆರೆಹೊರೆಯ ಪ್ರದೇಶಗಳನ್ನು ವ್ಯಾಪಿಸಿದ್ದ ಶಾತವಾಹನರ ಕಾಲದಲ್ಲಿಯೇ ಈ ಆಯ್ಕೆ ಸ್ಪಷ್ಟವಾಗಿ ಗೋಚರಿಸಿತು.

ಶಾತವಾಹನರು ಬೌದ್ಧ ಧರ್ಮಕ್ಕೆ ಗಣನೀಯವಾಗಿ ಆಶ್ರಯ ಕೊಟ್ಟವರು. ಅಜಂತಾದಲ್ಲಿ ಬೌದ್ಧ ಗುಹಾಲಯಗಳು ಆರಂಭವಾದದ್ದೇ ಇವರ ಆಶ್ರಯದಲ್ಲಿ. ಮೇಲೆ ಉಲ್ಲೇಖಿಸಲಾದ ನೂರಾರು ಗುಹಾಲಯಗಳ ಇವರ ಕಾಲದಲ್ಲಿಯೇ ನಿರ್ಮಾಣಗೊಂಡವು. ಆದರೆ ಅವರ ಸಾಮಾಜಿಕ ರಚನೆಯ ಮಾದರಿ ಬೌದ್ಧ ಧರ್ಮದ್ದಾಗಿರಲಿಲ್ಲ. ಅವರ ವಂಶಕ್ಕೆ ಸೇರಿದ ಕ್ರಿ.ಪೂ. 2ನೆಯ ಶತಮಾನದ ನಾನಾಘಾಟ್ ಶಾಸನವೊಂದರಲ್ಲಿ ಒಬ್ಬ ರಾಜ 20 ಯಾಗಗಳನ್ನು ಮಾಡಿದನೆಂದು, ಅಶ್ವಮೇಧವನ್ನು ಎರಡು ಬಾರಿ ಮಾಡಿದನೆಂದು ಹೇಳಲಾಗಿದೆ. ಹೀಗೆ ಯಜ್ಞಗಳನ್ನು ಆಚರಿಸಿದಾಗ ಬೃಹತ್ ಪ್ರಮಾಣದ ದಾನಗಳನ್ನು ಮಾಡಲಾಗಿದೆ. 47,700 ಹಸುಗಳು, 1,000 ಕುದುರೆಗಳು, 68,000 ಕಾರ್ಷಾಪಣಗಳೆಂಬ ಹಣವನ್ನು ಈ ದಾನಗಳು ಒಳಗೊಂಡಿದ್ದವು. ಶಾಸನಗಳಲ್ಲಿ ಇವರು ಇಂದ್ರ, ಸಂಕರ್ಷಣನೆಂದು ಹೆಸರಾದ ಬಲರಾಮ, ವಾಸುದೇವ, ಯಮ, ವರುಣ, ಕುಬೇರ ಮೊದಲಾದ ದಿಕ್ಪಾಲಕರು, ಲೋಕಪಾಲರು, ಚಂದ್ರವಂಶೀಯರು ಮೊದಲಾದವರನ್ನು ಸ್ತುತಿಸಿದ್ದಾರೆ. ಈ ವಂಶದ ರಾಜರಲೊಬ್ಬನಾದ ಹಾಲನು ರಚಿಸಿದ ಪ್ರಾಕೃತ ಭಾಷೆಯ ಕೃತಿ ಪಶುಪತಿ ಮತ್ತು ಗೌರಿಯ ಸ್ತೋತ್ರದಿಂದ ಆರಂಭವಾಗಿದೆ.[82] ಮೇಲೆ ಹೇಳಲಾದಂತೆ ಈ ವಂಶದ ರಾಜರುಗಳು ವಾಸಿಷ್ಠಿ ಪುತ್ರ, ಗೌತಮಿ ಪುತ್ರ ಎಂದು ಅವರ ತಾಯಂದಿರ ಹೆಸರುಗಳೊಂದಿಗೆ ಗುರುತಿಸಿಕೊಂಡಿದ್ದಾರೆ. ಇದು ಅವರ ತಾಯಂದಿರು ಬ್ರಾಹ್ಮಣ ಗೋತ್ರಕ್ಕೆ ಸಂಬಂಧಪಟ್ಟವರು ಎಂದು ಘೋಷಿಸಿಕೊಳ್ಳುವ, ಆ ಮೂಲಕ ತಮ್ಮ ಉಚ್ಛ ವರ್ಣವನ್ನು ಗುರುತಿಸಿಕೊಳ್ಳುವ ಪ್ರಯತ್ನ ಎಂದು ಇರ್ಫಾನ್ ಹಬೀಬ್

ಗುರುತಿಸುತ್ತಾರೆ.[83] ಕ್ರಿ.ಶ. 160ರ ನಾಸಿಕದ ಗುಹಾ ಶಾಸನದಲ್ಲಿ ರಾಜನು ತನ್ನ ತಂದೆಯನ್ನು ವರ್ಣಿಸುತ್ತಾ ಅವನು ಏಕ ಬಮ್ಮಣ (ಬ್ರಾಹ್ಮಣ) ಎಂದು, ಕ್ಷತ್ರಿಯರನ್ನು ಸದೆ ಬಡಿದವನೆಂದು, ವರ್ಣಸಂಕರವನ್ನು ತಪ್ಪಿಸಿದವನೆಂದು ವರ್ಣಿಸುತ್ತಾನೆ. ತನ್ನ ತಂದೆ ರಾಮ, ಕೇಶವ, ಅರ್ಜುನ, ಭೀಮಸೇನ, ನಹುಷ, ಜನಮೇಜಯ, ಸಗರ, ಯಯಾತಿ, ಅಂಬರೀಶರಿಗೆ ಸಮನಾದವನೆಂದು ವರ್ಣಿಸುತ್ತಾನೆ. ಈ ಶಾಸನದ ತುಂಬೆಲ್ಲಾ ವೈದಿಕ ಭಾಷೆಯೇ ತುಂಬಿರುವುದನ್ನು ಕಾಣಬಹುದು. ಇದು ರಾಜನೊಬ್ಬ ವರ್ಣಾಶ್ರಮ ವ್ಯವಸ್ಥೆಯ ಸಂರಕ್ಷಕನಾಗಿ ಘೋಷಿಸಿಕೊಂಡ ಮೊದಲ ಶಾಸನ ಕೂಡ.[84] ಇನ್ನು ಶಾತವಾಹನರ ಹಲವು ಶಾಸನಗಳಲ್ಲಿ ಬರುವ ಬೇರೆ ಹೆಸರುಗಳು ಇಂದ್ರದೇವ, ಅಗ್ನಿಮಿತ್ರ, ಗೋಪಾಲ, ವಿಷ್ಣುಸ್ವಾಮಿ, ವಿಷ್ಣುದತ್ತ, ಶಿವದತ್ತ, ಕುಮಾರ, ಸ್ಕಂದ ಈ ರೀತಿ ಇವೆ. ಇವು ಶಾತವಾಹನರ ಆಡಳಿತ ಪ್ರದೇಶದಲ್ಲಿ ಅಂದು ವೈದಿಕ ಧರ್ಮದ ಪ್ರಭಾವ ವ್ಯಾಪಿಸುತ್ತಿದ್ದ ಕುರುಹುಗಳಾಗಿವೆ.[85] ಇವು ಉತ್ತರ ಕರ್ನಾಟಕದ ಪ್ರದೇಶಗಳನ್ನು ವ್ಯಾಪಿಸಿದ್ದ ರಾಜ್ಯವನ್ನ ಆಳುತ್ತಿದ್ದ ಶಾತವಾಹನರ ಆಯ್ಕೆಯನ್ನು ಸಂಶಯಕ್ಕೆ ಎಡೆಯಿಲ್ಲದಂತೆ ಪ್ರತಿಬಿಂಬಿಸುತ್ತವೆ. ಅದು ವೈದಿಕ ವರ್ಣವ್ಯವಸ್ಥೆಯ ಮಾದರಿ. ನಂತರ ಕರ್ನಾಟಕವು ಸೇರಿದಂತೆ ದಖ್ಖಣದ ಪ್ರದೇಶವನ್ನು ಆಳಿದ ಇತರ ರಾಜವಂಶಗಳು ಇದೇ ಹಾದಿಯನ್ನು ಹಿಡಿದಿರುವುದನ್ನು ನೋಡಿದರೆ ಈ ಆಯ್ಕೆಯ ಮಹತ್ವ ಸ್ಪಷ್ಟವಾಗುತ್ತದೆ.

ಕ್ರಿ.ಶ. ಎರಡನೆಯ ಶತಮಾನದಲ್ಲಿ ಶಾತವಾಹನರ ಆಳ್ವಿಕೆ ಅಳಿದ ನಂತರ ದಖ್ಖನದಲ್ಲಿ ಸೀಮಿತ ಪ್ರದೇಶಗಳನ್ನು ಆಳುವ ಹಲವು ರಾಜವಂಶಗಳನ್ನು ಕಾಣುತ್ತೇವೆ. ಇಕ್ಷ್ವಾಕು ವಂಶ, ವಿಷ್ಣುಕುಂದಿಗಳು, ಸಾಲಂಕಾಯನರು, ಬೃಹತ್ಪಲಾಯನರು, ಆನಂದ ವಂಶ, ಭಾರದ್ವಾಜ ವಂಶ, ಪ್ರಾಕೃತ ಪಲ್ಲವರು ಮೊದಲಾದ ಕರ್ನಾಟಕದ ನೆರೆಯ ರಾಜವಂಶಗಳ ಜೊತೆಗೆ ಕರ್ನಾಟಕದಲ್ಲಿನ ಬನವಾಸಿಯಿಂದ ಕೆಲ ವರ್ಷಗಳ ಕಾಲ ಆಳಿದ, ಶಾತವಾಹನರ ಜೊತೆಗೆ ವೈವಾಹಿಕ ಸಂಬಂಧ ಹೊಂದಿದ್ದ ಚುಟುಗಳು ಈ ವಂಶಗಳು. ಇತಿಹಾಸದಲ್ಲಿ ಕೆಲ ಕಾಲ ಮಾತ್ರ ಅಸ್ತಿತ್ವದಲ್ಲಿದ್ದ ಈ ಕಿರು ರಾಜ್ಯಗಳು ನಂತರ ವಿಸ್ತಾರದ ಸಾಮ್ರಾಜ್ಯಗಳ ಪ್ರಭೆಯಲ್ಲಿ ಇತಿಹಾಸದ ಅಂಚಿಗೆ ಸರಿದಿರಬಹುದು. ಆದರೆ ಈ ಕಾಲಘಟ್ಟ ದಖ್ಖನದ ಚರಿತ್ರೆಯಲ್ಲಿ ಒಂದು ಸಂಕ್ರಮಣ ಕಾಲ. ಈ ರಾಜ್ಯಗಳು ಮತ್ತು ಅವುಗಳನ್ನು ಆಳಿದ ವಂಶಗಳು ಈ ಪ್ರದೇಶದ ಸಮಾಜೊ-ಧಾರ್ಮಿಕ ವ್ಯವಸ್ಥೆಯನ್ನು ರೂಪಿಸುವಲ್ಲಿನ ಪ್ರಭಾವ ಅಂದಿನಿಂದ ಇಂದಿನವರೆಗೆ ಉಳಿದುಕೊಂಡು ಬಂದಿರುವಂತಹುದು. ಕರ್ನಾಟಕದ ಇತಿಹಾಸಕಾರರಲ್ಲಿ ಡಾ.ಷ. ಶೆಟ್ಟರ್‌ರಂತಹ ಒಬ್ಬಿಬ್ಬರನ್ನು ಹೊರತುಪಡಿಸಿದರೆ ಇತಿಹಾಸದ ಆರಂಭಕಾಲದ ಈ ಕಿರು ರಾಜವಂಶಗಳ ಕೀಲಕ ಪಾತ್ರವನ್ನು ಗಮನಿಸಿಲ್ಲ. ಇದು ವರ್ಣ ವ್ಯವಸ್ಥೆ ಕರ್ನಾಟಕದಲ್ಲಿ ಮಾತ್ರವಲ್ಲ, ದಕ್ಷಿಣ ಭಾರತದಲ್ಲಿ ಅಸ್ತಿತ್ವಕ್ಕೆ ಬರುವ ಮುಖ್ಯ ಕಾಲಘಟ್ಟವನ್ನು ಅಧ್ಯಯನ ಮಾಡುವಲ್ಲಿ ದೊಡ್ಡ ಕೊರತೆಯಾಗಿದೆ.

ಶಾತವಾಹನರು ಬೌದ್ಧ ಧಾರ್ಮಿಕ ಸಂಸ್ಥೆಗಳಿಗೆ ಅಪಾರ ಬೆಂಬಲವನ್ನು ನೀಡುತ್ತಲೇ ತಾವು ವೈಯುಕ್ತಿಕವಾಗಿ ಅನುಸರಿಸಿದ ಧರ್ಮ ವೈದಿಕ ಧರ್ಮ. ಮುಂದಿನ ಈ ಕಿರು ವಂಶಗಳು ಬೌದ್ಧ ಧರ್ಮದ ಸಂಸ್ಥೆಗಳಿಗೆ ಬೆಂಬಲ ಕೊಡುವುದನ್ನು ಅಂಶಿಕವಾಗಿ ಮುಂದುವರಿಸಿದರೂ ಕೂಡ ತಮ್ಮನ್ನು ಬ್ರಾಹ್ಮಣರೆಂದು ಗುರುತಿಸಿಕೊಳ್ಳಲು ತವಕಿಸಿದವು. ಸಾಲಂಕಾಯನರು, ಬೃಹತ್ಫಲಾಯನರು, ಭಾರದ್ವಾಜರು, ಪಲ್ಲವರು ಬ್ರಾಹ್ಮಣರೆಂದು ಗುರುತಿಸಿಕೊಂಡರು. ವಿಷ್ಣುಕುಂದಿಗಳು ಬ್ರಹ್ಮಕ್ಷತ್ರಿಯರೆಂದು ಕರೆದುಕೊಂಡರು. ಈ ಎಲ್ಲರೂ ತಮ್ಮ ಗೋತ್ರಗಳನ್ನು ಘೋಷಿಸಿಕೊಂಡರು. ಶಾತವಾಹನರಂತೆ ಅನೇಕ ಯಜ್ಞ-ಯಾಗಾದಿಗಳನ್ನು ಆಚರಿಸಿದರು.

ಜೊತೆಗೆ ಈ ವಂಶಗಳು ಸರಿಸುಮಾರು ಏಕ ಕಾಲಕ್ಕೆ ಕೈಗೊಂಡ ಕ್ರಮಗಳ ಸಮುಚ್ಚಯ ಅವರು ಆರಿಸಿಕೊಂಡ ಮಾರ್ಗವನ್ನು ಮತ್ತಷ್ಟು ಮುಂದೆ ಕೊಂಡೊಯ್ಯುವ ಉದ್ದೇಶದಿಂದ ಕೂಡಿತ್ತು. ಅವುಗಳು ಈ ರೀತಿ ಇವೆ.

1. ಮೊದಲ ಬಾರಿಗೆ ದೇವಾಲಯಗಳ ನಿರ್ಮಾಣ.
2. ಬ್ರಾಹ್ಮಣರಿಗೆ ಗೋದಾನ ಮತ್ತು ಸುವರ್ಣ ದಾನಗಳನ್ನೇ ಹೆಚ್ಚಾಗಿ ನೀಡಲಾಗುತ್ತಿದ್ದುದಕ್ಕೆ ಬದಲಾಗಿ ಬ್ರಹ್ಮದೇಯಗಳೆಂದು ಭೂದಾನ ನೀಡಲಾರಂಭಿಸಿದ್ದು.
3. ಇಲ್ಲಿಯವರೆಗೆ ಶಾಸನ ರಚನೆಗೆ ಬಳಸಲಾಗುತ್ತಿದ್ದ ಪ್ರಾಕೃತಕ್ಕೆ ಬದಲಾಗಿ ಮೊದಲ ಬಾರಿಗೆ ಸಂಸ್ಕೃತವನ್ನು ಬಳಸಲಾರಂಭಿಸಿದ್ದು.
4. ಈ ಶಾಸನಗಳಲ್ಲಿ ಸನಾತನ ಧರ್ಮ, ಪುರುಷಾರ್ಥಗಳು, ದಾನ, ಯಜ್ಞ, ವರ್ಣಾಶ್ರಮಗಳ ಉಲ್ಲೇಖಗಳು ಕಾಣಲಾರಂಭಿಸಿದ್ದು.
5. ಕಾಲಗಣನೆಯನ್ನು ಶಾಸನಗಳಲ್ಲಿ ದಾಖಲಿಸುವ ಕ್ರಮದಲ್ಲಿ ನಿಖರತೆಯತ್ತ ಬದಲಾವಣೆ.[86]

ಈ ಎಲ್ಲ ಅಂಶಗಳು ಒಂದರೊಡನೊಂದು ಸಾವಯವ ಸಂಬಂಧ ಹೊಂದಿವೆ. ಒಟ್ಟಾಗಿ ರಾಜಪ್ರಭುತ್ವಗಳು ಅಸ್ತಿತ್ವಕ್ಕೆ ಬರುತ್ತಿದ್ದ ಕಾಲಘಟ್ಟದ ಸಮಾಜವನ್ನು ರೂಪಿಸಿವೆ.

ಈ ಹೆಜ್ಜೆಗಳನ್ನು ಮೊದಲ ಬಾರಿಗೆ ಇಟ್ಟವರು ಕರ್ನಾಟಕದ ಕೆಲ ಪ್ರದೇಶಗಳನ್ನು ಆಳುತ್ತಿದ್ದಿರಬಹುದಾದ ನೆರೆಯ ನಾಗಾರ್ಜುನಕೊಂಡದ ಇಕ್ಷ್ವಾಕುಗಳ ರಾಜ್ಯವಾಗಿತ್ತು. ನಾಗಾರ್ಜುನಕೊಂಡದಲ್ಲಿ ಒಂದು ಡಜನ್‌ಗೂ ಹೆಚ್ಚು ಶಿವ ದೇವಾಲಯಗಳೂ ಸೇರಿ 20 ದೇವಾಲಯಗಳು.[87] ಅವರ ಕಾಲದಲ್ಲಿ ನಿರ್ಮಾಣವಾಗಿವೆ, ಅವುಗಳ ಪೂಜೆ ಮೊದಲಾದ ಆಚರಣೆಗಳಿಗೆ ಬೇಕಾದ ವ್ಯವಸ್ಥೆ ಮಾಡಲಾಗಿದೆ. ರಾಜ ವಂಶಸ್ಥರಿಗಿಂತ ಹೆಚ್ಚಾಗಿ ರಾಜ್ಯದ ಅಧಿಕಾರಿಗಳು ಮತ್ತು ಇತರ ಶ್ರೀಮಂತರು ಇದರಲ್ಲಿ ಮುಖ್ಯ ಪಾತ್ರ ವಹಿಸಿದ್ದಾರೆ. ಈ ದೇಗುಲಗಳ ಬಗೆಗಿನ ದಾಖಲೆಯಲ್ಲಿಯೇ ಸಂಸ್ಕೃತದ ಬಳಕೆ ಆರಂಭವಾಗಿದೆ.[88]

ಹೀಗೆ ದಕ್ಷಿಣ ಭಾರತದಲ್ಲಿ ಶಾತವಾಹನ ಕಾಲದಲ್ಲಿ ಆರಂಭವಾದ ಈ ಪ್ರಕ್ರಿಯೆ ಮುಂದುವರಿದು ವೈದಿಕ ವರ್ಣವ್ಯವಸ್ಥೆಯ ಸಮಾಜೋ–ಧಾರ್ಮಿಕ ಮಾದರಿಯನ್ನು ಆಯ್ಕೆ ಮಾಡಿಕೊಳ್ಳಲಾಯಿತು. ಉಳಿದ ಧರ್ಮಗಳ ಸಂಸ್ಥೆಗಳು ಮತ್ತು ಚಟುವಟಿಕೆಗಳು ಮುಂದುವರಿದರೂ, ಅವುಗಳ ಪ್ರಭಾವವನ್ನು ಇಲ್ಲಿಯ ಸಮಾಜ ಮತ್ತು ಚಿಂತನೆಗಳ ಮೇಲೆ ಕಾಣಬಹುದಾದರೂ ಪ್ರಧಾನವಾಗಿ ಸಮಾಜ ರಚನೆಯನ್ನು ವರ್ಣವ್ಯವಸ್ಥೆಯ ಚಿಂತನ ಧಾರೆ ಮತ್ತು ಪದ್ಧತಿಗಳು ರೂಪಿಸಿದವು. ಇವು ಮುಂದೆ ಕರ್ನಾಟಕದ ಮೊತ್ತ ಮೊದಲ ಪ್ರಭುತ್ವಗಳ ಕಾಲದಲ್ಲಿ ಮತ್ತಷ್ಟು ಪ್ರಬಲವಾದುದನ್ನು ಕಾಣಬಹುದು.

ಕರ್ನಾಟಕದಲ್ಲಿ ಸರಿಸುಮಾರು ಒಂದೇ ಸಮಯಕ್ಕೆ ಕ್ರಿ.ಶ.350ರ ವೇಳೆಗೆ ಮೂಡಿದ ಮೊದಲ ರಾಜ್ಯಗಳು ಉತ್ತರಭಾಗದಲ್ಲಿ ಕದಂಬರು ಮತ್ತು ದಕ್ಷಿಣದಲ್ಲಿ ಗಂಗರು. ಬನವಾಸಿ ಬೌದ್ಧ ಧರ್ಮದ ನೆಲೆಯಾಗಿತ್ತು ಎಂಬುದನ್ನು ಮೇಲೆ ಕಂಡಿದ್ದೇವೆ. ಕ್ರಿ.ಶ. 7ನೆಯ ಶತಮಾನದಲ್ಲಿಯೂ ಅಲ್ಲಿ ಸಾವಿರಾರು ಬೌದ್ಧ ಶ್ರಮಣರಿದ್ದರು ಎಂದರೆ ಕದಂಬರು ಅಧಿಕಾರದಲ್ಲಿ ಇರುವವರೆಗೂ ಅಲ್ಲಿ ಗಣನೀಯವಾದ ಪ್ರಭಾವ ಇದ್ದಿತು ಎಂದು ತಿಳಿಯುತ್ತದೆ. ಕದಂಬ ರಾಜರುಗಳೇ ಸ್ವತಃ ಬೌದ್ಧ ಧರ್ಮವನ್ನು, ಜೈನ ಧರ್ಮವನ್ನು ಗಣನೀಯವಾಗಿ ಪೋಷಿಸಿದ್ದಾರೆ. ಕದಂಬರ ಬಗ್ಗೆ ನಂತರದ ಕಾಲದಲ್ಲಿ ಜನಜನಿತವಾದ ಐತಿಹ್ಯ ಅವರು ಮೂಲದಲ್ಲಿ ಬ್ರಾಹ್ಮಣರು ಎಂದು ಹೇಳುತ್ತದೆ. ಆದರೆ ಅವರ ಶಾಸನಗಳಲ್ಲೆಲ್ಲೂ ತಾವು ಬ್ರಾಹ್ಮಣರು ಎಂದು ಸಾರಿಕೊಳ್ಳುವುದಿಲ್ಲ. ತಾವು ಮಾನವ್ಯ ಗೋತ್ರದವರೆಂದೂ ಹಾರೀತಿ ಪುತ್ರರೆಂದು ಹೇಳಿಕೊಳ್ಳುತ್ತಾರೆ. ರೂಢಿಯಲ್ಲಿ ಕ್ಷತ್ರಿಯರ ಉಪನಾಮವಾದ ವರ್ಮ ಎಂಬ ಹೆಸರಿನಿಂದ ಕರೆದುಕೊಂಡು ಬ್ರಹ್ಮ ಕ್ಷತ್ರಿಯರೆಂದು ಗುರುತಿಸಿಕೊಳ್ಳಲು ಸಾಕಷ್ಟು ಉತ್ಸಾಹ ತೋರಿದ್ದಾರೆ.[89] ಈ ವಂಶದ ಮೊದಲ ರಾಜ ಮಯೂರ ವರ್ಮ 18 ಬಾರಿ ಅಶ್ವಮೇಧವನ್ನು ಆಚರಿಸಿದನೆಂದು ಅವನ ಕಾಲಾನಂತರದ ಒಂದು ಶಾಸನ ಹೇಳುವುದು ನಂಬಲರ್ಹವೇ ಎಂಬ ಪ್ರಶ್ನೆಯಿದೆ. ಆದರೆ ಕೃಷ್ಣವರ್ಮನೆಂಬ ಈ ವಂಶದ ಮುಂದಿನ ತಲೆಮಾರಿನ ರಾಜ, ಅಶ್ವಮೇಧ ಯಾಜಿನ್ ಎಂದೇ ಹೆಸರಾಗಿದ್ದನೆಂಬುದಂತೂ ಖಚಿತ. ಮತ್ತೊಬ್ಬ ರಾಜ ರವಿವರ್ಮನು 'ಅಶ್ವಮೇಧಾವಭೃತಸ್ನಾನಪವಿತ್ರೀಕೃತಾನ್ವಯಾನಾಮ್' ಎಂದು ಶಾಸನವೊಂದು ಹೇಳುತ್ತದೆ.[90] ಮತ್ತೊಂದು ಶಾಸನ ಕದಂಬರು ಹಲವಾರು ಅಶ್ವಮೇಧದ ಜೊತೆಗೆ ವಾಜಪೇಯ, ಅಗ್ನಿಷ್ಟೋಮ, ಅಗ್ನಿಛಯನ, ಪೌಂಡರೀಕ, ಬಹು ಸುವರ್ಣ ಮೊದಲಾದ ಯಜ್ಞಗಳನ್ನು ಆಚರಿಸಿ ಪವಿತ್ರ ಸ್ನಾನ ಮಾಡಿದರೆಂದು ಹೇಳುತ್ತದೆ. ಹೀಗೆ ವೈದಿಕ ಯಜ್ಞ ಯಾಗಾದಿಗಳನ್ನು ಸ್ವತಃ ಮಾಡುವುದರ ಜೊತೆಗೆ ಜನರು ವೈದಿಕ ಕಟ್ಟಲೆಗಳನ್ನು ಅನುಸರಿಸಬೇಕೆಂದು ಇವರ ಶಾಸನಗಳಲ್ಲಿ ನಿರ್ದೇಶಿಸಲಾಗಿದೆ. ಮುಖ್ಯವಾಗಿ ಮನುಸ್ಮೃತಿಯ ಉಲ್ಲೇಖವನ್ನು ಮಾಡಲಾಗಿದೆ. "ಕದಂಬರ ಶಾಸನಗಳಲ್ಲಿ ದಾನಗಳನ್ನು ಮಾಡಿದ ವಿಷಯವನ್ನು ತಿಳಿಸಿದ ಆನಂತರ, ಅದನ್ನು ಎಲ್ಲರೂ ಪಾಲಿಸಿಕೊಂಡು ಹೋಗಬೇಕೆಂದು ವಿಧಿಸುವಲ್ಲಿ 'ಮನು ಹೀಗೆ

ಹೇಳಿದ್ದಾನೆ, "ಮಾನವೇ ಚ ಪ್ರೋಕ್ತಮ್,"[91] "ಅತ್ರ ಮನುಗೀತಾ ಶ್ಲೋಕಾ ಭವನ್ತಿ"[92] ಇತ್ಯಾದಿಯಾಗಿ ಹೇಳಲಾಗಿದೆ.

ರಘು, ಮಾಂದಾತೃ, ಕಾಕುತ್ಸ್ಥ, ಭಗೀರಥ, ರವಿ, ಕೃಷ್ಣ, ಹರಿ, ಭಾನು ಮೊದಲಾದ ಈ ವಂಶದ ರಾಜರ ಹೆಸರುಗಳು ರಾಮಾಯಣದ ಪ್ರಸಿದ್ಧ ಹೆಸರುಗಳೊಡನೆ, ಇತರ ಪೌರಾಣಿಕ ವಂಶಗಳೊಡನೆ ಗುರುತಿಸಿಕೊಳ್ಳುವ ಕಾತರವನ್ನಂತೂ ವ್ಯಕ್ತ ಪಡಿಸುತ್ತದೆ.[94]

ಶಾತವಾಹನರ ನಂತರ ದಖ್ಖನದಲ್ಲಿ ಆಳಿದ ರಾಜರುಗಳ ಪದ್ಧತಿಯನ್ನೇ ಮುಂದು ವರೆಸಿ ಗಂಗಾ ನದಿ ಬಯಲಿನಿಂದ ವಲಸೆ ಬಂದ ಅಥವಾ ರಾಜರೇ ಆಹ್ವಾನಿಸಿದ ಬ್ರಾಹ್ಮಣರಿಗೆ ಭೂಮಿಯನ್ನು ನೀಡುವುದು ಮತ್ತು ಅಗ್ರಹಾರಗಳನ್ನು ನಿರ್ಮಿಸಿಕೊಳ್ಳುವುದಕ್ಕೆ ಕೊಡುಗೆಗಳನ್ನು ನೀಡುವುದು ಇತ್ಯಾದಿ ಕ್ರಮಗಳನ್ನು ಕೈಗೊಂಡಿರುವುದನ್ನು ನೋಡುತ್ತೇವೆ. ಕದಂಬರದೆಂದು ಸಿಕ್ಕಿರುವ ಒಟ್ಟು 50 ಶಾಸನಗಳಲ್ಲಿ ಅರ್ಧದಷ್ಟು ಅಂದರೆ 24 ಬ್ರಹ್ಮಸ್ವಕ್ಕೆ, 16 ದೇವಸ್ವಂಗೆ ಸಂಬಂಧಿಸಿದ್ದಾಗಿವೆ.[95] ಬ್ರಹ್ಮದೇಯಗಳಿಗೆ ನೀಡಿದ ಈ ಕೊಡುಗೆಗಳು ಇಲ್ಲಿಯವರೆಗೆ ದಖ್ಖನದ ಬೇರೆ ರಾಜ ವಂಶಗಳ ಕೊಡುಗೆಗಳಿಂತಲು ಗಣನೀಯವಾಗಿ ಹೆಚ್ಚಾಗಿವೆ. ಕೃಷಿಯಿನ್ನೂ ಆಗತಾನೆ ವಿಸ್ತಾರವಾಗುತ್ತಿದ್ದ ಪ್ರದೇಶದಲ್ಲಿ ಈ ಪ್ರಮಾಣದ ಕೊಡುಗೆಗಳು ಗಮನಾರ್ಹ. ಈ ಮೂಲಕ ಅಹಿಚ್ಛತ್ರ ಮೊದಲಾದ ಗಂಗಾನದಿ ಬಯಲಿನ ಪ್ರದೇಶದ ಬ್ರಾಹ್ಮಣರಿಗೆ ಕದಂಬ ರಾಜ್ಯದಲ್ಲಿ ನೆಲೆಸಲು ಅನುಕೂಲಗಳನ್ನು ಕಲ್ಪಿಸಲಾಗಿದೆ. ಈ ಕ್ರಿಯೆ ಈ ಪ್ರದೇಶದ ಸಾಮಾಜಿಕ ರಚನೆಯ ಮೇಲೆ ಬೀರಿದ ಪರಿಣಾಮ ಗಣನೀಯ. ಕೃಷಿಯ ವಿಸ್ತರಣೆಯಲ್ಲಿಯೂ ಈ ದಾನಗಳು ಪಾತ್ರ ವಹಿಸಿವೆ. ಬ್ರಹ್ಮದೇಯಗಳು ಅಥವಾ ಬ್ರಹ್ಮಸ್ವಗಳನ್ನು ನೀಡುವುದು ಮುಂದಿನೆಲ್ಲಾ ರಾಜರುಗಳ ಒಂದು ಮುಖ್ಯ ಕರ್ತವ್ಯವೆಂದು ಎಣಿಸಲಾಗಿರುವುದು. ಈ ಕ್ರಿಯೆ ಬೀರಿದ ಮಹತ್ವದ ಪರಿಣಾಮವನ್ನು ಎತ್ತಿ ತೋರಿಸುತ್ತದೆ.

ಈ ಪ್ರದೇಶದಲ್ಲಿ ಕದಂಬರ ನಂತರ ಮತ್ತಷ್ಟು ವಿಸ್ತಾರವಾದ ಪ್ರದೇಶದಲ್ಲಿ ಆಳ್ವಿಕೆ ನಡೆಸಿದವರು ಚಾಲುಕ್ಯರು. ಇವರ ಸಾಮ್ರಾಜ್ಯ ದಖ್ಖನದ ಪಶ್ಚಿಮ ಕಡಲ ತೀರದಿಂದ ಪೂರ್ವದ ಕಡಲ ತೀರದವರೆಗೂ ಹಬ್ಬಿತ್ತು. ಇವರು ಕೂಡ ಕದಂಬರಂತೆಯೇ ಮಾನವ್ಯ ಗೋತ್ರದವರು ಮತ್ತು ಹಾರೀತಿ ಪುತ್ರರೆಂದು ಹೇಳಿಕೊಳ್ಳುತ್ತಾರೆ. ಪರಮ ಭಾಗವತರೆಂದೂ ಘೋಷಿಸಿಕೊಳ್ಳುತ್ತಾರೆ. ಇವರಲ್ಲಿ ಸ್ವತಂತ್ರ ಸಾಮ್ರಾಜ್ಯ ಸ್ಥಾಪನೆ ಮಾಡಿದವನೆಂದು ಗುರುತಿಸಲ್ಪಟ್ಟ ಒಂದನೆಯ ಪುಲಿಕೇಶಿ ಅಶ್ವಮೇಧವೂ ಸೇರಿದಂತೆ ಹಲವು ಯಜ್ಞಗಳನ್ನು ಮಾಡಿದನೆಂದು ಬಾದಾಮಿಯ ಬಂಡೆಗಲ್ಲು ಶಾಸನ ತಿಳಿಸುತ್ತದೆ. ಇವನು ಮನುಸ್ಮೃತಿ, ರಾಮಾಯಣ, ಮಹಾಭಾರತ, ಪುರಾಣ ಮೊದಲಾದವುಗಳಲ್ಲಿ ಪರಿಣತನಾಗಿದ್ದನೆಂದು ಮತ್ತು ರಾಜನೀತಿಯಲ್ಲಿ ಬೃಹಸ್ಪತಿಗೆ ಸಮಾನನೆಂದು ಬಣ್ಣಿಸ ಲಾಗಿದೆ.[96] ಪ್ರಖ್ಯಾತನಾದ ಎರಡನೆಯ ಪುಲಿಕೇಶಿಯು ಕೂಡ ವಿವಿಧ ಶಾಸ್ತ್ರಾರ್ಥ, ತತ್ವ ವಿಚಾರಗಳ ಜ್ಞಾನವುಳ್ಳವನಾಗಿದ್ದನೆಂದು ಹೇಳಲಾಗಿದೆ. ಚಾಲುಕ್ಯ ರಾಜರು

ವರ್ಣಾಶ್ರಮ ಧರ್ಮ ಸಂರಕ್ಷಣೆ ತಮ್ಮ ಪವಿತ್ರ ಕರ್ತವ್ಯವೆಂದು ನಂಬಿದ್ದರೆಂದು ಶಾಸನಗಳು ಹೇಳುತ್ತವೆ.[97] ಸಾಮಾನ್ಯವಾಗಿ ಇವರ ಶಾಸನಗಳ ಆರಂಭ ಶ್ಲೋಕದ ಅರ್ಥ ಹೀಗಿದೆ: "ಸಾಗರದ ನೀರನ್ನು ಕಲಕಿ ತನ್ನ ಬಲದ ಕೋರೆದಾಡೆ ತುದಿಯ ಮೇಲೆ ಭೂಮಂಡಲವನ್ನು ನಿಲ್ಲಿಸಿದ ವಿಷ್ಣುವಿನ ಸಾಕ್ಷಾತ್ ಅವತಾರವಾದ ವರಾಹನಿಗೆ ಜಯವಾಗಲಿ."[98]

ಈ ಎಲ್ಲ ಸಂಗತಿಗಳು ಚಾಲುಕ್ಯರು ಕೂಡಾ ವೈದಿಕ ವರ್ಣವ್ಯವಸ್ಥೆಯ ಮಾದರಿಯನ್ನು ಅಂಗೀಕರಿಸಿದವರು ಎಂಬುದನ್ನು ಸ್ಪಷ್ಟ ಪಡಿಸುತ್ತದೆ. ಬಾದಾಮಿ ಚಾಲುಕ್ಯರ ಪ್ರಧಾನ ಶಾಸನಗಳ ಸಂಖ್ಯೆ 182 ಎಂದು ಈಗ ಲೆಕ್ಕಿಸಿರುವಲ್ಲಿ ಬ್ರಹ್ಮಸ್ವಕ್ಕೆ 82, ದೇವಸ್ವಂಗೆ 40 ಕೊಡುಗೆಗಳನ್ನು ನೀಡಿದ್ದಕ್ಕೆ ಸಂಬಂಧಿಸಿದ್ದಾಗಿವೆ.[99] ಈ ರೀತಿ ಅಂದು ಬ್ರಹ್ಮಸ್ವವೇ–ಬ್ರಾಹ್ಮಣರಿಗೆ ಭೂಮಿ, ಹಳ್ಳಿಗಳನ್ನು ದಾನ ಮಾಡುವುದೇ ದೇವಾಲಯಗಳಿಗೆ ದಾನ ಮಾಡುವುದಕ್ಕಿಂತ ಮುಖ್ಯವಾಗಿತ್ತು. ಚಾಲುಕ್ಯರ ಕಾಲದಲ್ಲಿ ಬಹು ಪ್ರಸಿದ್ಧವಾದ ಬಾದಾಮಿಯ ಗುಹಾಂತರ ದೇವಾಲಯಗಳು, ಪಟ್ಟದ ಕಲ್ಲು, ಮಹಾಕೂಟ, ಐಹೊಳೆಗಳ ಪ್ರಸಿದ್ಧ ದೇವಾಲಯಗಳು ಮತ್ತು ಇತರ ಅನೇಕ ಸ್ಥಳಗಳಲ್ಲಿಯೂ ಹಲವು ದೇವಾಲಯ ಗಳು ನಿರ್ಮಾಣವಾದುವು. ಇದನ್ನು ಗಮನಿಸಿದಾಗ ಬ್ರಹ್ಮಸ್ವದ ಕೊಡುಗೆಗಳ ಸಂಖ್ಯೆ ಮತ್ತಷ್ಟು ಮಹತ್ವ ಪಡೆಯುತ್ತದೆ. ಬ್ರಹ್ಮಸ್ವಕ್ಕೆಂದು ನೀಡಿದ ಭೂಮಿ ಮತ್ತಿತರ ನೇರವಾದ ದಾನ ಮಾತ್ರವೇ ಅಲ್ಲದೆ ದೇವಾಲಯಗಳ ಪೂಜೆ ಮತ್ತು ಇತರ ವ್ಯವಸ್ಥೆಗಳಿಗಾಗಿ ನೀಡಿದ ಭೂಮಿ ಮತ್ತಿತರ ಕೊಡುಗೆಗಳ ಭೀಮಪಾಲು ಕೂಡ ಬ್ರಾಹ್ಮಣರಿಗೆ ಸಲ್ಲುತ್ತದೆ ಎಂಬುದನ್ನು ಪರಿಗಣಿಸಬೇಕು.

ಚಾಲುಕ್ಯರು ನಿರ್ಮಿಸಿದ ದೇವಾಲಯಗಳು ತಮ್ಮ ಕಲಾಕೌಶಲದಿಂದ, ದೇವಾಲಯ ಗಳಲ್ಲಿ ಆಚರಿಸುತ್ತಿದ್ದ ವಿವಿಧ ಉತ್ಸವಗಳಿಂದ ಜನರನ್ನು ಸೆಳೆಯುತ್ತಿದ್ದವು. ಈ ದೇವಾಲಯಗಳ ಮೇಲೆ ರಾಮಾಯಣ, ಮಹಾಭಾರತಗಳ, ಪುರಾಣಗಳನ್ನು ಬಿಂಬಿಸುವ ಉಬ್ಬುಶಿಲ್ಪಗಳ ದೃಶ್ಯಾವಳಿಗಳನ್ನು ಬಿಡಿಸುವ ಮೂಲಕ ಆ ಕೃತಿಗಳ ಬಗ್ಗೆ ಜನರಲ್ಲಿ ಆಸಕ್ತಿಯನ್ನು ಮೂಡಿಸುತ್ತವೆ. ಒಟ್ಟಾರೆಯಾಗಿ ವರ್ಣ ವ್ಯವಸ್ಥೆಯ ಸಮಾಜ ರಚನೆಯ ಮಾದರಿಯನ್ನು ಜನರ ಮುಂದಿಡುವಲ್ಲಿ ಪ್ರಮುಖ ಪಾತ್ರ ವಹಿಸುತ್ತವೆ.

ದಕ್ಷಿಣ ಕರ್ನಾಟಕದಲ್ಲಿ ಕದಂಬರ ಸಮಕಾಲೀನರಾಗಿ ರಾಜ್ಯ ಸ್ಥಾಪನೆ ಮಾಡಿ ದೀರ್ಘ ಕಾಲ ಆಳಿದವರು ಗಂಗರು. ಗಂಗ ಅರಸರನ್ನು ಜೈನ ಯತಿಗಳ ಆಶೀರ್ವಾದ ಪಡೆದು ಆಳ್ವಿಕೆ ಮಾಡಿದವರು, ಸ್ವತಃ ಜೈನರಾಗಿದ್ದು ಜೈನ ಧರ್ಮಕ್ಕೆ ಮಹತ್ವ ಮತ್ತು ಆಶ್ರಯ ನೀಡಿದವರೆಂದು ಸಾಮಾನ್ಯವಾಗಿ ಗುರುತಿಸಲಾಗುತ್ತದೆ. ಆದರೆ ಗಂಗರ ದೀರ್ಘ ಕಾಲದ ಆಡಳಿತದಲ್ಲಿ ಧಾರ್ಮಿಕ ವಿಷಯಕ್ಕೆ ಸಂಬಂಧಿಸಿದಂತೆ ಎರಡು ಹಂತಗಳನ್ನು ಪ್ರೊ. ಶೇಕ್ ಆಲಿಯವರು ಗುರುತಿಸುತ್ತಾರೆ. ರಾಜ್ಯ ಸ್ಥಾಪನೆಯಾದ ನಾಲ್ಕನೆಯ ಶತಮಾನದಿಂದ ಏಳನೆಯ ಶತಮಾನದವರೆಗೆ ವೈದಿಕ ಧರ್ಮವನ್ನೇ

ಈ ವಂಶದ ಅರಸರು ಎತ್ತಿ ಹಿಡಿದರೆಂದು ಮುಂದೆ ಈ ವಂಶದ ಅರಸರು ಜೈನ ಧರ್ಮಾವಲಂಬಿಗಳಾದರೆಂದು ಅವರ ಶೋಧ.

ಮೊದಲ ಹಂತದಲ್ಲಿ ಈ ಅರಸರುಗಳು ತಾವು ಕಣ್ವ ಅಥವ ಕಣ್ವಾಯನ ಗೋತ್ರ ಎಂದೂ, ಒಂದು ಕಡೆ ಭಾರದ್ವಾಜ ಗೋತ್ರದವರೆಂದೂ ತಮ್ಮ ಪ್ರವರವನ್ನು ಹೇಳಿಕೊಂಡಿದ್ದಾರೆ. 'ದ್ವಿಜ ಗುರು ದೇವತಾಪರ', 'ಗುರು ಗೋಬ್ರಾಹ್ಮಣ ಪೂಜಕ', 'ದೇವ ದ್ವಿಜ ಗುರು ಪೂಜಾತತ್ಪರ' ಎಂದು ಘೋಷಿಸಿಕೊಂಡಿದ್ದಾರೆ. ನಾರಾಯಣ, ತ್ರಯಂಬಕ, ಕಮಲೋದರ (ವಿಷ್ಣು), ಕಾತ್ಯಾಯನಿ ಮೊದಲಾದ ದೇವರುಗಳ ಚರಣಾನುಧ್ಯಾತ, ಹರಚರಣಾರವಿಂದ ಪ್ರಣಿಪಾತ ಎಂದು ವರ್ಣಿಸಿ ಕೊಂಡಿದ್ದಾರೆ. ಜೊತೆಗೆ ಶಾಸನವೊಂದರಲ್ಲಿ ಈ ವಂಶದ ಪ್ರಮುಖ ರಾಜರುಗಳಲ್ಲೊಬ್ಬನಾದ ದುರ್ವಿನೀತನು ಹಿರಣ್ಯ ಗರ್ಭ ಯಜ್ಞವೂ ಸೇರಿದಂತೆ ಹಲವು ಯಜ್ಞಗಳನ್ನು ಪ್ರತಿ ವರ್ಷವೂ ಮಾಡುತ್ತಿದ್ದನೆಂದು ಹೇಳಲಾಗಿದೆ. ಇದೇ ಶಾಸನದಲ್ಲಿ ಮನುಸ್ಮೃತಿಯ ಹಲವು ಶ್ಲೋಕಗಳನ್ನು ಉಲ್ಲೇಖಿಸಲಾಗಿದೆ. ಮತ್ತೊಂದು ಶಾಸನದಲ್ಲಿ ಗಂಗರಸರು ವರ್ಣಾಶ್ರಮ ಧರ್ಮ ಸಂರಕ್ಷಕರೆಂದೂ ಘೋಷಿಸಿಕೊಂಡಿದ್ದಾರೆ.ಗಂಗ ಶ್ರೀಪುರುಷನನ್ನು "ಮನ್ವಾದಿಭಿರ್ಯಥೋಕ್ತ ಧರ್ಮಾಭಿರಕ್ಷಿತ ಚಾತುರ್ವರ್ಣಾಶ್ರಮಃ" ಎಂದು ಶಾಸನಗಳು ವರ್ಣಿಸಿವೆ.[100]

ಜೈನ ಧರ್ಮಕ್ಕೆ ಯಥೇಚ್ಚ ಪೋಷಣೆ ನೀಡುವಾಗಲೂ ಮೊದಲ ಮೂರು ಶತಮಾನಗಳ ಕಾಲ ಗಂಗರಸರು ವೈದಿಕ ವರ್ಣ ವ್ಯವಸ್ಥೆಯ ಮಾದರಿಯನ್ನೇ ಆರಿಸಿಕೊಂಡಿದ್ದಾರೆ ಎಂಬುದನ್ನು ಗಮನಿಸಬೇಕು. ಬ್ರಹ್ಮದೇಯಗಳ ವಿಷಯದಲ್ಲಿಯೂ ಗಂಗರಸರು ಹಿಂದೆ ಬಿದ್ದಿಲ್ಲ. ಗಂಗಾ ನದಿ ಬಯಲಿನ ಬ್ರಾಹ್ಮಣರನ್ನು ಆಹ್ವಾನಿಸಿ ತಮ್ಮ ಆಡಳಿತದ ಪ್ರದೇಶಗಳಲ್ಲಿ ಹಲವು ಬ್ರಹ್ಮದೇಯಗಳನ್ನು ನೀಡಿದ್ದಾರೆ.

ಇದು ಕೇವಲ ಮೇಲೆ ಹೇಳಿದ ರಾಜವಂಶಗಳಿಗೆ ಮಾತ್ರವೇ ಅಲ್ಲದೆ ಸರ್ವ ಸಾಮಾನ್ಯವಾಗಿ ವಿವರ್ಣಾಶ್ರಮ ಧರ್ಮವನ್ನು ಸಂರಕ್ಷಿಸುವುದು ರಾಜನ ಪವಿತ್ರ ಕರ್ತವ್ಯಗಳಲ್ಲೊಂದು ಎಂದು ಕೆಲವೆಡೆ ಉಕ್ತವಾಗಿದೆ."[101] ರಾಷ್ಟ್ರಕೂಟ ಕರ್ಕರಾಜನನ್ನು ವಿಮನುದರ್ಶಿತ ಮಾರ್ಗ್ಗಾನುಗಾಮೀ" ಎಂದು ವರ್ಣಿಸುತ್ತಾನೆ. ರಾಜರುಗಳು ಮನುವಿನ ಮಾರ್ಗವಾದ ಚಾತುರ್ವರ್ಣಾಶ್ರಮದ ಕಟ್ಟಲೆಗಳನ್ನು ವಿಧಿಸಬೇಕಾಗಿತ್ತು. ವರ್ಣ ಸಂಕರವಾಗದಂತೆ ರಕ್ಷಿಸಬೇಕಾಗಿತ್ತು. ಇದು ಸಾಮ್ರಾಟ ಶ್ರೀರಾಮನ ಕರ್ತವ್ಯವೂ ಹೌದು. ಮಹಾಭಾರತದ ಚಕ್ರವರ್ತಿಗಳ ಕರ್ತವ್ಯವೂ ಹೌದು. ಅಂದಿನಿಂದ ಆರಂಭವಾಗಿ ಶಾಸನಗಳಲ್ಲಿ, ಬರಹಗಳಲ್ಲಿ ಮನುವಿನ ಕಟ್ಟಲೆಗಳನ್ನು ಎಲ್ಲರೂ ಪಾಲಿಸಿಕೊಂಡು ಹೋಗಬೇಕೆಂದು ಆದೇಶಿಸಲಾಗಿದೆ. ಅಂದು ಆರಂಭವಾದ ಈ ಪದ್ಧತಿ ಇತ್ತೀಚಿನ ಕೆಳದಿ ಮತ್ತು ಮೈಸೂರು ಅರಸರವರೆಗೆ ರಾಜಧರ್ಮದ ಒಂದು ಪ್ರಮುಖ ಅಂಶ ವಾಗಿದೆ.[102]

ಈ ಎಲ್ಲ ಸಂಗತಿಗಳು ಬ್ರಹ್ಮದೇಯಗಳನ್ನು ಪಡೆದ ಬ್ರಾಹ್ಮಣರುಗಳಿಗೆ ಮಾತ್ರವಲ್ಲ ನೀಡಿದ ರಾಜರುಗಳೂ ಸೇರಿ ಎರಡು ವರ್ಗಗಳಿಗೂ ಕೂಡ ಗಂಗಾ ನದಿ ಬಯಲಿನ ಸಮಾಜದ ರಚನೆಯನ್ನು ಕರ್ನಾಟಕದಲ್ಲಿ ಅಳವಡಿಸುವುದು ಅವಶ್ಯಕವಾಗಿತ್ತು ಎಂಬುದನ್ನು ಸಾಬೀತು ಮಾಡುತ್ತವೆ. ವೇದ, ಬ್ರಾಹ್ಮಣಗಳ ಕಾಲದ ಚಾತುರ್ವರ್ಣ್ಯ ವ್ಯವಸ್ಥೆಯನ್ನು ಗಂಗಾ ನದಿ ತೀರದ ಹೊರಗಿನ ವಿಸ್ತಾರವಾದ ಭಾರತದಲ್ಲಿ ಹಾಗೆ ಅಳವಡಿಸುವುದು ಕಷ್ಟಕರ ಮತ್ತು ತೊಡಕಿನ ಕೆಲಸವೆಂದು ಈ ಪ್ರದೇಶಗಳಲ್ಲಿ ನೆಲಸಲಾರಂಭಿಸಿದ ಬ್ರಾಹ್ಮಣರಿಗೆ ಅವರ ನೆಲಸುಗೆಯ ಆರಂಭ ಕಾಲಘಟ್ಟದಿಂದಲೇ,ಅಂದರೆ ಕ್ರಿ.ಪೂ. 500 ರಿಂದಲೇ ಸ್ಪಷ್ಟವಾಯಿತು. ಬೌದ್ಧ ಧರ್ಮ, ಜೈನ ಧರ್ಮಗಳಲ್ಲಿಯೂ ಕೂಡ ಹಲವು ಬೆಳವಣಿಗೆಗಳು ಮತ್ತು ಮೂಲ ತತ್ವಗಳಿಗೆ ಭಿನ್ನವಾದ ಕೆಲವು ವಿರುದ್ಧವಾದ ಬದಲಾವಣೆಗಳು, ವಿಭಜನೆಗಳನ್ನು ಕಾಣಬಹುದಾಗಿದೆ. ಆದರೆ ಈ ಎರಡು ಅವೈದಿಕ ಧರ್ಮಗಳಿಗೆ ಹೋಲಿಸಿದರೆ ವೈದಿಕ ಧರ್ಮದಲ್ಲಿ ಬದಲಾಗುತ್ತಿದ್ದ ಪರಿಸ್ಥಿತಿಯ ಸಂಕೀರ್ಣ ಸವಾಲು ಗಳನ್ನು ಎದುರಿಸಿ ವರ್ಣ ವ್ಯವಸ್ಥೆಯ ಮೂಲ ಸಾಮಾಜಿಕ ರಚನೆಯನ್ನು ಉಳಿಸಿಕೊಳ್ಳಲು ಅಗತ್ಯವಾದ ಬದಲಾವಣೆಗಳನ್ನು ತರುವುದರಲ್ಲಿ ಯಾವ ಕಂದಾಚಾರಕ್ಕೂ ಕಟ್ಟು ಬೀಳಲಿಲ್ಲವೆಂಬುದನ್ನು ಕಾಣುತ್ತೇವೆ.

ಇವು ಹಿಂದೂ ಧರ್ಮದ ಹೊಸ ಹಂತದ ಭಾಗವಾಗಿವೆ. ವೈದಿಕ ಆಚರಣೆಗಳಾದ ಯಜ್ಞ-ಯಾಗಗಳಿಗಿಂತ ಭಿನ್ನವಾದ, ದೇವಾಲಯ ಕೇಂದ್ರಿತವಾದ ಆಚರಣೆಗಳನ್ನು ಪೌರಾಣಿಕ ಹಿಂದೂ ಧರ್ಮವೆಂದು ಹಲವು ವಿದ್ವಾಂಸರು ಗುರುತಿಸಿದ್ದಾರೆ.[103] ಅರಣ್ಯಕ ಗಳು-ಉಪನಿಷತ್ತುಗಳ ಚಿಂತನಾ ಕೇಂದ್ರಿತವಾದ ಹಂತದ ಮಾದರಿಯಾದ ತಪಸ್ಸು, ಋಷಿಗಳ ಆಶ್ರಮಗಳಿಗಿಂತ ಸಂಪೂರ್ಣ ಬೇರೆಯಾದ ಪೂಜಾ ವಿಧಾನ ಇದು. ಬದಲಾಗುತ್ತಿರುವ ಸಂಕ್ರಮಣ ಕಾಲದ ಪರಿಸ್ಥಿತಿಯಲ್ಲಿ ಮೂಲ ಸಮಾಜೋ-ಧಾರ್ಮಿಕ ಸಿದ್ಧಾಂತಗಳ ತಿರುಳನ್ನು ಜನರು ಒಪ್ಪಿಕೊಳ್ಳುವಂತೆ ಮಾಡಲೆಂದೇ ವೈದಿಕ ಧರ್ಮವನ್ನು ವ್ಯಾಪಕವಾದ ಬದಲಾವಣೆಗಳಿಗೆ ಒಡ್ಡಲಾಯಿತು. ಈ ಹಂತದಲ್ಲಿ ವರ್ಣ ವ್ಯವಸ್ಥೆಯನ್ನು ಗಂಗಾ ನದಿ ಬಯಲ ಹೊರಗಿನ ಪರಿಸ್ಥಿತಿಗೆ ಅನ್ವಯಿಸುವ ಪ್ರಯತ್ನಗಳಾದವು. ಧರ್ಮಶಾಸ್ತ್ರಗಳ ರಚನೆ, ಮನುಸ್ಮೃತಿಯ ಸಂಕಲನ, ರಾಮಾಯಣ, ಮಹಾಭಾರತಗಳ ರಚನೆ, ಮೊದಲ ಪುರಾಣಗಳ ರಚನೆ ಈ ಕಾಲಘಟ್ಟದ ಪ್ರಮುಖ ಧಾರ್ಮಿಕ ಕ್ರಿಯೆಗಳು. ಹಿಂದೆ ಯಾಗ ಯಜ್ಞಗಳ ವೈಭವೋಪೇತ ಆಚರಣೆಯ ಕಟ್ಟಲೆಗಳು ವರ್ಣ ವ್ಯವಸ್ಥೆಯ ಭೇದಗಳಿಗೆ ಆಧಾರವನ್ನೊಗಿಸಿದ್ದವು. ಈ ಹಂತದಲ್ಲಿ ಮಹಾಕಾವ್ಯಗಳು ಮತ್ತು ಪುರಾಣಗಳನ್ನು ಆಧಾರವಾಗುಳ್ಳ ಹೊಸ ದೇವರುಗಳು, ಅವುಗಳಿಗೆ ಹೊಸ ದೇವಾಲಯ ಗಳ ನಿರ್ಮಾಣ, ಹೊಸ ಪೂಜಾ ಕಟ್ಟಲೆಗಳು ವರ್ಣ ವ್ಯವಸ್ಥೆಯ ಭೇದಗಳನ್ನು ಜನರ ನಡುವೆ ವ್ಯಾಪಕವಾಗಿಸುವ ಪ್ರಧಾನ ಆಧಾರವಾಯಿತು.

ವರ್ಣ ವ್ಯವಸ್ಥೆಗೆ ಭದ್ರವಾದ ತಾತ್ವಿಕ ಆಧಾರವನ್ನೊದಗಿಸಿದ ಉಪನಿಷತ್ತುಗಳು, ಭಗವದ್ಗೀತೆಗಳ ಕರ್ಮ ಸಿದ್ಧಾಂತ ಮತ್ತು ಅದರ ಅಂಗಗಳಾದ ಪುನರ್ಜನ್ಮ, ಪಾಪ, ಪುಣ್ಯ ಇತ್ಯಾದಿಗಳನ್ನು ಜನತೆಯ ಮನಸ್ಸಿನಲ್ಲಿ ಬೇರೂರಿಸಲು ದೇವಾಲಯ ಮತ್ತು ಪುರಾಣಗಳ ಸಂಸ್ಕೃತಿ ಪರಿಣಾಮಕಾರೀ ಸಾಧನವಾಯಿತು. ಈ ಹಂತವನ್ನು ಅದರ ಪ್ರಕ್ರಿಯೆಗಳನ್ನು ಮುಂದೆ ಮತ್ತಷ್ಟು ವಿಶದವಾಗಿ ವಿಸ್ತರಿಸಲಾಗಿದೆ.

ಸಾರಾಂಶ: ಇತಿಹಾಸ ಪೂರ್ವ ಕಾಲದಲ್ಲಿಯೇ ವರ್ಣ ವ್ಯವಸ್ಥೆ ಬೀಜರೂಪದಲ್ಲಿ ಇಲ್ಲಿ ಅಸ್ತಿತ್ವಕ್ಕೆ ಬಂದಿತು. ಕೃಷಿಯನ್ನು ಅಳವಡಿಸಿಕೊಂಡ ಬುಡಕಟ್ಟುಗಳು ಕುಲಗಳಾಗಿ ರೂಪುಗೊಂಡವು. ಈ ಕುಲಗಳು ಭೂಮಿಯ ಒಡೆತನಕ್ಕಾಗಿ ಮತ್ತು ತಮ್ಮ ಹಿಡಿತದಲ್ಲಿರುವ ಪ್ರದೇಶದ ವಿಸ್ತರಣೆಗಾಗಿ ನೆರೆಯ ಪ್ರದೇಶದ ಬುಡಕಟ್ಟುಗಳು, ಕುಲಗಳೊಂದಿಗೆ ಕಾದಾಡಿ ಕುಲಾಧಿಪತ್ಯಗಳಾಗುತ್ತಿದ್ದವು. ಇಂತಹ ಕಾಲಘಟ್ಟದಲ್ಲಿ ಇಲ್ಲಿಗೆ ವಲಸೆ ಬಂದ ಬ್ರಾಹ್ಮಣರು ಈ ಕುಲಾಧಿಪತ್ಯಗಳ ಕೃಷಿ, ಕದನಗಳೆರಡಕ್ಕೂ ನೆರವಾದರು. ಈ ಎಲ್ಲದರ ಫಲವಾಗಿ ಮೊದಲ ರಾಜಪ್ರಭುತ್ವಗಳು ಅಸ್ತಿತ್ವಕ್ಕೆ ಬಂದವು. ಈ ರಾಜ ಪ್ರಭುತ್ವಗಳು ವೈದಿಕ ಧರ್ಮದ ವರ್ಣ ವ್ಯವಸ್ಥೆಯ ಮೇಲು ಕೀಳು ಬೇಧನೀತಿ, ಶೂದ್ರ ವರ್ಣದ ದುಡಿಮೆಯ ವಿಚಾರಗಳು ತಮ್ಮ ಆಡಳಿತಕ್ಕೆ ಬುನಾದಿಯಾಗಬಲ್ಲುದೆಂದು ಕಂಡುಕೊಂಡವು ಮತ್ತು ಆ ಸಾಮಾಜಿಕ ವ್ಯವಸ್ಥೆಯ ಮಾದರಿಯನ್ನೂ ಆಯ್ಕೆ ಮಾಡಿಕೊಂಡರು.

ಅಡಿ ಟಿಪ್ಪಣಿಗಳು

1. ಷ. ಶೆಟ್ಟರ್., 2007, ಶಂಗಂ ತಮಿಳಗಂ ಮತ್ತು ಕನ್ನಡ ನಾಡು ನುಡಿ, ಅಭಿನವ ಪ್ರಕಾಶನ, ಬೆಂಗಳೂರು. ಪು. 64.

1ಎ. D.D.Kosambi 1975, An introduction to the study of Indian History,Popular Prakashan, p.7-8 ; ibid 1985, Combined methods in Indology and other essays in History and Society, University of Bombay, pp 1-25

2. ಎಸ್.ಎ.ಬಾರಿ, ಪ್ರಾದೇಶಿಕ ಕಿರು ಅರಸುಮನೆತನಗಳ ಅಧ್ಯಯನದ ಪ್ರಸ್ತುತತೆ, ರಾಜಾರಾಮ್ ಹೆಗಡೆ ಮತ್ತು ಅಶೋಕ ಶೆಟ್ಟರ್ (ಸಂ), ಮಲೆ ಕರ್ನಾಟಕದ ಅರಸು ಮನೆತನಗಳು, ಕನ್ನಡ ವಿಶ್ವ ವಿದ್ಯಾಲಯ, 2001 ಪು.333

3. ಪಾಡಿಗಾರ್.ಎಸ್.ವಿ., 1997, ಕದಂಬರು, ಅ.ಸುಂದರ (ಸಂ)., ಕರ್ನಾಟಕ ಚರಿತ್ರೆ. ಸಂಪುಟ ಒಂದು, ಕನ್ನಡ ವಿಶ್ವವಿದ್ಯಾಲಯ, ಪ್ರಸಾರಾಂಗ, ವಿದ್ಯಾರಣ್ಯ –ಪು. 386.

4. ಅದೇ ಪು.467

5. ಗೋಪಾಲ್ .ಬಿ.ಆರ್., 1997, ಸಾಮ್ರಾಜ್ಯ ಪ್ರಭಾವ: ಮೌರ್ಯರು, ಕರ್ನಾಟಕ ಚರಿತ್ರೆ. ಸಂಪುಟ ಒಂದು, ಕನ್ನಡ ವಿಶ್ವವಿದ್ಯಾಲಯ, ಪ್ರಸಾರಾಂಗ, ವಿದ್ಯಾರಣ್ಯ –ಪು. 290.

6. ಕರ್ನಾಟಕ ಪರಂಪರೆ– 1992, ಸಂಪುಟ.1–ಪು 125,211,261, ಶೇಕ್ ಆಲಿ. ಬಿ, 1976, ಹಿಸ್ಟರಿ ಆಫ್ ದ ವೆಸ್ಟರ್ನ್ ಗಂಗಾಸ್, ಮೈಸೂರು ವಿಶ್ವ ವಿದ್ಯಾಲಯ,ಪು. 251.

7. ಷ.ಶೆಟ್ಟರ್., 1978, ರೂಟ್ಸ್, ರಿಲೇಷನ್ಸ್, ರೆಲವೆನ್ಸ್ : ದಿ ಚಾಲುಕ್ಯನ್ ಬ್ಯಾಕ್‌ಡ್ರಾಪ್, ಮುಲ್ಕರಾಜ್ ಆನಂದ್, ಇನ್ ಪ್ರೈಸ್ ಆಫ್ ಐಹೊಳೆ, ಬಾದಾಮಿ, ಮಹಾಕೂಟ,

ಪಟ್ಟದಕಲ್, ಮಾರ್ಗ್ ಪಬ್ಲಿಕೇಷನ್ಸ್, ಸಂಪುಟ 32, ಪು.23.

8 ಚಿದಾನಂದ ಮೂರ್ತಿ., 1966, ಕನ್ನಡ ಶಾಸನಗಳ ಸಾಂಸ್ಕೃತಿಕ ಅಧ್ಯಯನ, ಮೈಸೂರು ವಿಶ್ವವಿದ್ಯಾನಿಲಯ ಪುಟ–430–431.

9. ಗಾಂಧಿ, 1954, ದಿ ರಿಮೂವಲ್ ಆಫ್ ಅನ್ಟಚಬಲಿಟಿ, ನವಜೀವನ್ ಪಬ್ಲಿಷಿಂಗ್ ಹೌಸ್. ಪು.47&73.

10. ಸೂರ್ಯನಾಥ್ ಕಾಮತ್ (ಸಂ)., 1984, ಕರ್ನಾಟಕ ರಾಜ್ಯ ಗೆಜೆಟಿಯರ್. ಸಂಪುಟ ಒಂದು, ಕರ್ನಾಟಕ ಸರ್ಕಾರ, ಬೆಂಗಳೂರು, ಪು.350.

11. ಅದೇ–ಪು.351.

12. ಶೆಟ್ಟರ್. ಷ, 2014, 'ಹಳಗನ್ನಡ ಲಿಪಿ, ಲಿಪಿಕಾರ, ಲಿಪಿ ವ್ಯವಸಾಯ', ಅಭಿನವ ಪ್ರಕಾಶನ; ಕರ್ನಾಟಕ ಪರಂಪರೆ, ಅದೇ. ಮೈಸೂರು ವಿಶ್ವವಿದ್ಯಾಲಯ ಪು.14.

12ಎ. ಇರ್ಫಾನ್ ಹಬೀಬ್ ಮತ್ತು ವಿವೇಕಾನಂದ ಝಾ, 2014, ಮೌರ್ಯರ ಕಾಲದ ಭಾರತ, (ಅನು : ನಗರಗೆರೆ ರಮೇಶ್), ಚಿಂತನ ಪುಸ್ತಕ, ಪು.46.

13. ನೀಲಕಂಠಶಾಸ್ತ್ರಿ ಕೆ.ಎ., 1955, ಎ ಹಿಸ್ಟರಿ ಆಫ್ ಸೌತ್ ಇಂಡಿಯಾ, ಆಕ್ಸ್‌ಫರ್ಡ್ ಪ್ರಕಾಶನ. ಪು70 ; ಇರ್ಫಾನ್ ಹಬೀಬ್ ಮತ್ತು ವಿವೇಕಾನಂದ ಝಾ, 2015, ಮೌರ್ಯರ ಕಾಲದ ಭಾರತ, ನಗರಗೆರೆ ರಮೇಶ್(ಅನು) ಚಿಂತನ ಪುಸ್ತಕ, ಪು.105. ಇರ್ಫಾನ್ ಹಬೀಬ್., 2005, ಪೋಸ್ಟ್ ಮೌರ್ಯನ್ ಇಂಡಿಯ, ತುಲಿಕ ಪಬ್ಲಿಕೇಷನ್ಸ್, ಪು.51.

13ಎ. ಡಿ.ಎಲ್.ನರಸಿಂಹಾಚಾರ್, ಮರುಮುದ್ರಣ 1992, 'ಶಾತವಾಹನರ ಕಾಲದ ಕರ್ನಾಟಕದ ಧರ್ಮ ಮತ್ತು ಸಮಾಜ' ಕರ್ನಾಟಕ ಪರಂಪರೆ. ಸಂ1, ಪು. 126.

14. ಎಸ್.ನಾಗರಾಜು, 1975, 'ಧರ್ಮ, ಸಮಾಜ', ಹಾ.ಮಾ. ನಾಯಕ್, ಟಿ.ವಿ. ವೆಂಕಟಾಚಲಶಾಸ್ತ್ರಿ (ಸಂ), ಕನ್ನಡ ಸಾಹಿತ್ಯ ಚರಿತ್ರೆ ಸಂ.2, ಮೈಸೂರು ವಿಶ್ವವಿದ್ಯಾಲಯ. –ಪು.359–360, ಆರ್.ಎಸ್. ಪಂಚಮುಖಿ, ಐತಿಹ್ಯಗಳು ಮತ್ತು ಆಖ್ಯಾನಗಳು, ಕರ್ನಾಟಕ ಪರಂಪರೆ ಸಂ.1, ಅದೇ,–ಪು.115.

15. ನೀಲಕಂಠಶಾಸ್ತ್ರಿ ಕೆ.ಎ. ಅದೇ. ಪು.70–74.

16. ಎನ್.ಸುಬ್ರಹ್ಮಣಿಯನ್, 1979, ಸಂಗಮ್ ರಾಜಕೀಯ ಸಾಮಾಜಿಕ ವ್ಯವಸ್ಥೆ, ಕನ್ನಡ ಅಧ್ಯಯನ ಸಂಸ್ಥೆ, ಮೈಸೂರು ವಿಶ್ವವಿದ್ಯಾಲಯ. ಪು. 404.

17. ಅದೇ,ಪು. 337.

18. ನೀಲಕಂಠಶಾಸ್ತ್ರಿ. ಅದೇ. –ಪು.70.

19. ಬಿ.ಆರ್.ಗೋಪಾಲ್, ಭಾರತೀಯ ಜನಜೀವನ, ರಾಜಕೀಯ, ಧಾರ್ಮಿಕ, ಸಾಮಾಜಿಕ, ಸಾಂಸ್ಕೃತಿಕ ಕನ್ನಡ ಸಾಹಿತ್ಯ ಚರಿತ್ರೆ ಸಂ.2, ಅದೇ. –ಪು.85

20. ಚಿದಾನಂದ ಮೂರ್ತಿ. ಎಂ. ಅದೇ. ಪು. 433.

---

22. ಡಿ.ವಿ.ಗುಂಡಪ್ಪ, 1971, ಪುರುಷ ಸೂಕ್ತ, ಕಾವ್ಯಾಲಯ, ಪು.46–47

23. ಅದೇ. ಪು.28.

23ಎ. ಇರ್ಫಾನ್ ಹಬೀಬ್ ಮತ್ತು ವಿಜಯ್ ಕುಮಾರ್ ಠಾಕೂರ್., 2003, ವೇದಿಕ್ ಏಜ್–ಪೀಪಲ್ಸ್ ಹಿಸ್ಟರಿ ಆಫ್ ಇಂಡಿಯಾ –3, ತುಲಿಕಾ ಬುಕ್ಸ್, ಪು.52

24. ಡಿ.ವಿ. ಗುಂಡಪ್ಪ, 1971, ಪೂರ್ವೋಕ್ತ, ಪು. 18.

25. ಇರ್ಫಾನ್ ಹಬೀಬ್ ಮತ್ತು ವಿಜಯ್ ಕುಮಾರ್ ಠಾಕೂರ್., 2003, ಪೂರ್ವೋಕ್ತ, ಪು. 13.

26. ಅದೇ, ಪು.15–20.

27. ಶೇಷ ನವರತ್ನ(ಅನು)., 1998, ಮನುಸ್ಮೃತಿ, ಸಮಾಜ ಪುಸ್ತಕಾಲಯ, ಶ್ಲೋಕ 1–93.

28. ಅದೇ. ಪು. 21.

28ಎ. ಇರ್ಫಾನ್ ಹಬೀಬ್, 2012, ಪೋಸ್ಟ್ ಮೌರ್ಯನ್ ಇಂಡಿಯಾ, ಆಲಿಘರ್ ಹಿಸ್ಟೋರಿಯನ್ಸ್ ಸೊಸೈಟಿ, ಪು. 38.

28ಬಿ. ಷ. ಶೆಟ್ಟರ್, 1978, ಪೂರ್ವೋಕ್ತ.

29. ಎನ್. ಸುಬ್ರಮಣಿಯನ್, ಅದೇ.ಪು.327.

30. ಶಥಪಥ ಬ್ರಾಹ್ಮಣ, 13, 6.2.18,7.1.13 ಇರ್ಫಾನ್ ಹಬೀಬ್ ಮತ್ತು ವಿಜಯ್ ಕುಮಾರ್ ಠಾಕೂರ್., 2003, ಪೂರ್ವೋಕ್ತ. 52–53 ರಲ್ಲಿ ಉದೃತ.

31. ಆದೇ 7, 29.4

32. ಅದೇ 6, 1.11

33. ವಾಜಸನೇಯಿ ಸಂಹಿತೆ 30, 5 ಅದೇ. ಪುಟ 54

---

34. ದೇಬಿಪ್ರಸಾದ್ ಚಟ್ಟೋಪಾಧ್ಯಾಯ, 1994, ಭಾರತೀಯ ದರ್ಶನಗಳು, ನವ ಕರ್ನಾಟಕ ಪ್ರಕಾಶನ, ಪು.144.

35. ಎಂ.ಹಿರಿಯಣ್ಣ: 1973, ಭಾರತೀಯ ತತ್ವಶಾಸ್ತ್ರದ ರೂಪುರೇಖೆಗಳು, ಅಭಿನವ ಪ್ರಕಾಶನ, ಪು.74.

36. ಅದೇ.

37. ಮುಂಡಕೋಪನಿಷತ್ 3–1 6, 2011, ಉಪನಿಷತ್ತು, ಭಾರತೀಯ ವಿದ್ಯಾಭವನ, ಪುಟ. 35

38. ಸೋಮನಾಥಾನಾಂದ: 1996, ಉಪನಿಷತ್ ಭಾವಧಾರೆ, ರಾಮಕೃಷ್ಣಾಶ್ರಮ, ಪುಟ. 417

39. ಛಾಂದೋಗ್ಯ ಉಪನಿಷತ್ತು, 1989, ಶ್ಲೋಕ 6–1–4,5,6, ಆದಿ ದೇವಾನಂದ (ಅನು), ರಾಮಕೃಷ್ಣ ಆಶ್ರಮ, ಪು 278–279

40. ಅದೇ., ಶ್ಲೋಕ 6–7–1ರಿಂದ6, ಪು.294–297 ; ದೇಬಿಪ್ರಸಾದ್ ಚಟ್ಟೋಪಾಧ್ಯಾಯ, ಲೋಕಾಯತ ದರ್ಶನ, 1994, ನವ ಕರ್ನಾಟಕ ಪ್ರಕಾಶನ, ಪು.66–68

41. ದೇಬಿಪ್ರಸಾದ್ ಚಟ್ಟೋಪಾಧ್ಯಾಯ, ಅದೇ. ಪು.114–116 ; ಎಂ.ಹಿರಿಯಣ್ಣ, ಅದೇ. ಪು. 396 ;

42. ಇರ್ಫಾನ್ ಹಬೀಬ್ ಮತ್ತು ವಿಜಯ್ ಕುಮಾರ್ ಠಾಕೂರ್., 2003, ವೇದಿಕ್ ಏಜ್, ತುಲಿಕಾ ಬುಕ್ಸ್, ಪು.52.

---

43. ಕೆ.ಎಂ.ಪಣಿಕ್ಕರ್, 1977, ಎ ಸರ್ವೇ ಆಫ್ ಇಂಡಿಯನ್ ಹಿಸ್ಟರಿ, ಏಷ್ಯಾ ಪಬ್ಲಿಷಿಂಗ್ ಹೌಸ್, ಪು.64.

44. ಎನ್.ಸುಬ್ರಮಣಿಯನ್, ಅದೇ, ಪು. 303.

45. ಷ.ಶೆಟ್ಟರ್., 2007, ಶಂಗಂ ತಮಿಳಗಂ ಮತ್ತು ಕನ್ನಡ ನುಡಿ, ಅಭಿನವ ಪ್ರಕಾಶನ, ಬೆಂಗಳೂರು, ಪು.27–28.

46. ಬರ್ಟನ್ ಸ್ಟೇನ್, ಸೌತ್ ಇಂಡಿಯಾ : ಸಮ್ ಜನರಲ್ ಕನ್ಸಿಡರೇಷನ್ಸ್ ಆಫ್ ದಿ ರೀಜನ್ ಅಂಡ್ ಇಟ್ಸ್ ಅರ್ಲಿ ಹಿಸ್ಟರಿ, ತಪನ್ ರಾಯ್ಚೌ–ಧರಿ, ಇರ್ಫಾನ್ ಹಬೀಬ್ (ಸಂ), 1984, ದಿ ಕೇಂಬ್ರಿಡ್ಜ್ ಎಕನಾಮಿಕ್ ಹಿಸ್ಟರಿ ಅಫ್ ಇಂಡಿಯಾ, ಕೇಂಬ್ರಿಡ್ಜ್ ಯೂನಿವರ್ಸಿಟಿ ಪ್ರೆಸ್, –ಪು.21–32,

47. ಆರ್.ಎಸ್.ಪಂಚಮುಖಿ, ಅದೇ. ಪು. 114

47ಎ. ಷ.ಶೆಟ್ಟರ್, 2008, ಶಂಗಂ ತಮಿಳಗಂ ಮತ್ತು ಕನ್ನಡ ನಾಡು–ನುಡಿ, ಅಭಿನವ, ಪು.168–189.

48. ಇರಾವತಿ ಕರ್ವೆ, ಭಾರತೀಯ ಸಾಮಾಜಿಕ ವ್ಯವಸ್ಥೆ : ಒಂದು ಮಾನವಶಾಸ್ತ್ರೀಯ ಅಧ್ಯಯನ, ಎಸ್ ರಾಧಾಕೃಷ್ಣನ್, (ಸಂ), 1971, ಯುಗಯಾತ್ರೀ ಭಾರತೀಯ ಸಂಸ್ಕೃತಿ, ಸಂ. 2, ಕೆ.ವಿ.ಪುಟ್ಟಪ್ಪ (ಸಂ. ಅನು.)ಮೈಸೂರು ವಿಶ್ವವಿದ್ಯಾಲಯ –ಪು. 416.

48ಎ. ಸೆರಿ ಶಿಪ್ಟನ್ ಮತ್ತಿತರರು,ಲಿಥಿಕ್ ಟೆಕ್ನಾಲಜಿ ಅಂಡ್ ಸೋಷಿಯಲ್ ಟ್ರಾನ್ಸ್ ಫಾರ್ಮೇಷನ್ಸ್ ಇನ್ ಸೌತ್ ಇಂಡಿಯನ್ ನಿಯೋಲಿಥಿಕ್ : ದಿ ಎವಿಡೆನ್ಸ್ ಫ್ರಮ್ ಸಂಗನಕಲ್ಲು–ಕುಪ್ಪಗಲ್ಲು, 2011, ಅಂತರ್ಜಾಲದಲ್ಲಿ ಲಭ್ಯ.

49. ರಾಜೇಂದ್ರ ಉಡುಪ–ಕೊಲ್ಲೂರು ಕಬ್ಬಿಣ, ಜನಶಕ್ತಿ ವಾರಪತ್ರಿಕೆ ಮೇ 22, 2016 ಪು.7 ಮತ್ತು 12; ಜಾನ್ ಬ್ರೌವರ್, ಕೋಪಿಂಗ್ ವಿತ್ ಡಿಪೆಂಡೆನ್ಸ್–ಕ್ರಾಫ್ಟ್ಸ್ ಮೆನ್ ಅಂಡ್ ದೇರ್ ಐಡಿಯಲಾಜಿ ಇನ್ ಕರ್ನಾಟಕ (ಸೌತ್ ಇಂಡಿಯಾ, ಲೀಡೆನ್, ನೆದರ್ಲ್ಯಾಂ ಡ್ಸ್ ಪು. 338–342

49ಎ. ಎಂ.ಎಚ್. ನಾಗರಾಜು, ಮೊರಸು ಒಕ್ಕಲಿಗರು, ಗೋಧೂಳಿ ಪ್ರಕಾಶನ, 2011, ಪು.158–162, ಇಂದಿರಾ ಹೆಗ್ಡೆ, ಬಂಟರು ಒಂದು ಸಮಾಜೋ ಸಾಂಸ್ಕೃತಿಕ ಅಧ್ಯಯನ, 2009, ಪು.150., ಎನ್.ನಂದೀಶ್ವರ, ಕುಂಚಿಟಿಗ ಶೆಟ್ಟೇನವರ ಮನೆ ದೇವರುಗಳು, ಪೂರ್ಣಚಂದ್ರ ತೇಜಸ್ವಿ ಪ್ರಕಾಶನ, 2015, ಪು.7–9., ಎನ್.ಆರ್.ನಾಯಕ, ನಾಡವರ ಒಂದು ಸಾಸ್ಕೃತಿಕ ಅಧ್ಯಯನ, ಗೋಧೂಳಿ ಪ್ರಕಾಶನ 2012, 70–71, ನಲ್ಲೂರು ಪ್ರಸಾದ್, ಗಂಗಡಿಕಾರ ಒಕ್ಕಲಿಗರು–ಒಂದು ಸಮೀಕ್ಷೆ, ಗೌಡ ಜನಾಂಗ, ಕೆ.ಚಿನ್ನಪ್ಪಗೌಡ(ಸಂ), ಪು.184–185.

50. ನಿಕೋಲ್ ಬೋವಿನ್ ಮತ್ತಿತರರು, 2006, ಫರ್ಸ್ಟ್ ಫಾರ್ಮರ್ಸ್ ಇನ್ ಸೌತ್ ಇಂಡಿಯಾ, ಫರ್ಸ್ಟ್ ಫಾರ್ಮರ್ಸ್ ಇನ್ ಗ್ಲೋಬಲ್ ಪರ್ಸ್ಪೆಕ್ಟಿವ್ (ಅಂತರರಾಷ್ಟ್ರೀಯ ವಿಚಾರ ಸಂಕಿರಣ, ಲಕ್ನೋ.18–20, ಜನವರಿ,2006)

51. ಇರ್ಫಾನ್ ಹಬೀಬ್– ಪೆಸೆಂಟ್ಸ್ ಇನ್ ಇಂಡಿಯನ್ ಹಿಸ್ಟರಿ, 1995, ಎಸ್ಸೇಸ್ ಇನ್ ಇಂಡಿಯನ್ ಹಿಸ್ಟರಿ, ತುಲಿಕಾ ಬುಕ್ಸ್, ಪು. 109.

52. ಲೇಖಕನಿಂದ ವಿಭೂತಿಹಳ್ಳಿಯ ಸಾಲುಗಲ್ಲುಗಳ ಕ್ಷೇತ್ರ ಅಧ್ಯಯನ.

53. ಪುರುಷೋತ್ತಮ ಬಿಳಿಮಲೆ. 2003, ಸುಳ್ಯ ಪರಿಸರದ ಗೌಡರು, ಕೆ.ಚಿನ್ನಪ್ಪಗೌಡ (ಸಂ), ಗೌಡ ಜನಾಂಗ : ಇತಿಹಾಸ ಮತ್ತು ಸಂಸ್ಕೃತಿ, ಪುಸ್ತಕದಲ್ಲಿ ಪು.83–128.

54. ಕೆ.ಎಂ.ಶ್ರೀಮಾಲಿ,(ಅನು. ನಾ.ದಿವಾಕರ) ಕಬ್ಬಿಣ ಯುಗ ಮತ್ತು ಧಾರ್ಮಿಕ ಕ್ರಾಂತಿ, ಚಿಂತನ ಪುಸ್ತಕ, 2015 ಪು.13.

54ಎ. ಇರ್ಫಾನ್ ಹಬೀಬ್, ಪೆಸೆಂಟ್ಸ್ ಇನ್ ಇಂಡಿಯನ್ ಹಿಸ್ಟರಿ, ಪು.118.

54ಎ. ಅದೇ, ಪು.118.

55. ಸಾಕಿ., 1998, ಮೇಕಿಂಗ್ ಹಿಸ್ಟರಿ : ಸ್ಟೋನ್ ಏಜ್ ಟು ಮರ್ಕಂಟೈಲಿಸಂ, ವಿಮುಕ್ತಿ ಪ್ರಕಾಶನ, ಪು.83.

56. ರಾಜಾರಾಮ ಹೆಗಡೆ, ಅಶೋಕ ಶೆಟ್ಟರ್(ಸಂ), 2011, ಮಲೆ ಕರ್ನಾಟಕದ ಅರಸು ಮನೆತನಗಳು, ಪ್ರಸಾರಾಂಗ ಕನ್ನಡ ವಿಶ್ವವಿದ್ಯಾಲಯ, ಹಂಪಿ –ಪು.18).

56ಎ. ಡೋರಿಯನ್ ಫುಲ್ಲರ್, ರವಿ ಕೋರಿಶೆಟ್ಟರ್ ಮತ್ತಿತರರು, 2004, ಅರ್ಲಿ ಪ್ಲಾಂಟ್ ಡೊಮೆಸ್ಟಿಕೇಷನ್ಸ್ ಇನ್ ಸೌತ್ ಇಂಡಿಯಾ, ವೆಗೆಟ್ ಹಿಸ್ಟ್ ಆರ್ಕಿಯೋಬಾಟ್–ಸಂಶೋಧನಾ ಪತ್ರಿಕೆ., ಸಂಚಿಕೆ 13, ಪು.115.

56ಬಿ. ರೊಮಿಲಾ ಥಾಪರ್, ಎಕ್ಸೈಲ್ ಅಂಡ್ ದಿ ಕಿಂಗ್ಡೆಮ್, ಮಿಥಿಕ್ ಸೊಸೈಟಿ, 1978, ಪು.19.

56ಸಿ. ವಾಸುದೇವ ಶರಣ, ಮುನ್ನುಡಿ, ಮೋತಿಚಂದ್ರ, ಸಾರ್ಥವಾಹ, ಸಾಹಿತ್ಯ ಅಕಾಡೆಮಿ, (1972), ಸಾರ್ಥವಾಹ ಕೃತಿಗೆ ಬರೆದ ಮುನ್ನುಡಿಯಲ್ಲಿ, ಪು. ಮುನ್ನುಡಿ–9.

57. ಸನ್ನತಿಯ ಶಾಸನಗಳು, ಹನ್ನೆರಡನೆಯ ಶಿಲಾಶಾಸನ, 2014, ಮೌರ್ಯರ ಕಾಲದ ಭಾರತ, ಚಿಂತನ ಪುಸ್ತಕ. ಪು. 111?

58. ಕೊಸಾಂಬಿ. ಡಿ.ಡಿ., 1985(1944), ಕ್ಯಾಸ್ಟ್ ಅಂಡ್ ಕ್ಲಾಸ್ ಇನ್ ಇಂಡಿಯಾ, ಡಿ.ಡಿ.ಕೊಸಾಂಬಿ ಆನ್ ಹಿಸ್ಟರಿ ಅಂಡ್ ಸೊಸೈಟಿ, ಬಾಂಬೆ ವಿಶ್ವ ವಿದ್ಯಾಲಯ, ಪು.131 ; ಷ. ಶೆಟ್ಟರ್, 2014, ಹಳಗನ್ನಡ ಅದೇ., –ಪು. 186.

59. ರವಿ ಕೋರಿಶೆಟ್ಟರ್–ಬಿ.ಶೇಕ್ ಅಲಿ(ಸಂ)'ಪರಿಸರ ಮತ್ತು ಸಂಸ್ಕೃತಿ', ಕರ್ನಾಟಕ ಚರಿತ್ರೆ ಸಂಪುಟ–1,ಪು.88.

60. ಎನ್.ಸುಬ್ರಮಣಿಯನ್, ಅದೇ, ಪು. 326.

61. ಅದೇ, ಪು.328.

62. ಎಸ್.ಬಾಲಚಂದ್ರರಾವ್, 2007, ವೇದಾಂಗ ಜ್ಯೋತಿಷ, ಭಾರತೀಯ ವಿದ್ಯಾ ಭವನದ ವಿಜ್ಞಾನ ಮತ್ತು ಮಾನವೀಯ ಮೌಲ್ಯಗಳ ಗಾಂಧೀ ಕೇಂದ್ರ, ಪು.29–31.

63. ಅ. ಸುಂದರ (ಸಂ) 1997, ಕರ್ನಾಟಕ ಚರಿತ್ರೆ–ಸಂಪುಟ –3 ಪು 243.

63ಎ. ಬಿ.ಶೇಕ್ ಅಲಿ, ಹಿಸ್ಟರಿ ಆಫ್ ದಿ ವೆಸ್ಟರ್ನ್ ಗಂಗಾಸ್, ಮೈ.ವಿ.ವಿ. ಪು.2.

63ಬಿ. ಷ.ಶೆಟ್ಟರ್, ಹಳಗನ್ನಡ ಅದೇ, ಪು. 14.

64. ಜಿ.ಎಸ್. ಘುರ್ಯೆ–ಕ್ಯಾಸ್ಟ್ ಅಂಡ್ ರೇಸ್ ಇನ್ ಇಂಡಿಯಾ 1969, ಪು 125.

65. ಡಿ.ಡಿ. ಕೊಸಾಂಬಿ., 1956, ಆನ್ ಇಂಟ್ರಡಕ್ಷನ್ ಟು ದಿ ಸ್ಟಡಿ ಆಫ್ ಇಂಡಿಯನ್ ಹಿಸ್ಟರಿ, ಪಾಪುಲರ್ ಪ್ರಕಾಶನ್, ದೆಹಲಿ, ಪು.102–103.

65ಎ. ಮನುಸ್ಮೃತಿ, 3–13; 9, 35–40.

65ಬಿ. ವಡ್ಡಗೆರೆ ನಾಗರಾಜಯ್ಯ, ಕರ್ನಾಟಕದ ಆದಿಜಾಂಬವ ಮಾತಂಗ ಪರಂಪರೆ, ಅಪ್ರಕಟಿತ ಪಿ.ಎಚ್.ಡಿ. ಮಹಾಪ್ರಬಂಧ, ಕನ್ನಡ ವಿ.ವಿ. ಪು. 152–157.

66. ಎನ್.ಸುಬ್ರಮಣಿಯನ್ ಅದೇ.

67. ಇರ್ಫಾನ್ ಹಬೀಬ್, ಪೋಸ್ಟ್ ಮೌರ್ಯನ್ ಇಂಡಿಯ, ತುಲಿಕ ಬುಕ್ಸ್, 2012, 40&46.

68. ವಿ.ಎಸ್ ಪಾಡಿಗಾರ್,ಕರ್ನಾಟಕ ಚರಿತ್ರೆ ಸಂಪುಟ 1 –ಪು. 388.

69. ಸಿ.ಕುನ್ಹನ್ ರಾಜಾ, 'ವೈದಿಕ ಸಂಸ್ಕೃತಿ', ಯುಗಯಾತ್ರೀ ಭಾರತೀಯ ಸಂಸ್ಕೃತಿ ಸಂ.1, ಪು. 158.

70. ಸ್ವಾಮಿ ಶರ್ವಾನಂದ, ವೇದಗಳು ಮತ್ತು ಅವುಗಳ ಧಾರ್ಮಿಕ ಬೋಧನೆಗಳು, ಯುಗಯಾತ್ರೀ ಭಾರತೀಯ ಸಂಸ್ಕೃತಿ ಸಂ. 1, ಪು. 140.

70ಎ. ಎಸ್.ನಾಗರಾಜು, 1975, ಧರ್ಮ, ಸಮಾಜ, ಕನ್ನಡ ಸಾಹಿತ್ಯ ಚರಿತ್ರೆ, ಮೈಸೂರು ವಿಶ್ವ ವಿದ್ಯಾನಿಲಯ, ಪು.390.

---

71. ಇರ್ಫಾನ್ ಹಬೀಬ್, 2012, ಪೋಸ್ಟ್ ಮೌರ್ಯನ್ ಇಂಡಿಯ, ತುಲಿಕಾ ಬುಕ್ಸ್, ಪು.96.

72. ಷ.ಶೆಟ್ಟರ್., 2007, ಶಂಗಂ ತಮಿಳಗಂ ಮತ್ತು ಕನ್ನಡ ನುಡಿ, ಅಭಿನವ ಪ್ರಕಾಶನ, ಪು.85&155.

73. ಎಸ್.ನಾಗರಾಜು, ಅದೇ–ಪು.372–373.

74. ಎನ್.ಸುಬ್ರಮಣಿಯನ್, ಅದೇ, ಪು. 340, ನೀಲಕಂಠ ಶಾಸ್ತ್ರಿ, ಅದೇ,ಪು142.

75. ಇರ್ಫಾನ್ ಹಬೀಬ್, 2012, ಪೋಸ್ಟ್ ಮೌರ್ಯನ್ ಇಂಡಿಯ, ತುಲಿಕಾ ಬುಕ್ಸ್, ಪುಟ–102&129.

76. ಡಿ.ಎನ್.ಅಕ್ಕಿ–ಸನ್ನತಿ, ಗುಲ್ಬರ್ಗ ವಿಶ್ವವಿದ್ಯಾಲಯ, ಗುಲ್ಬರ್ಗ, ಪು.11.

77. ಎಸ್.ನಾಗರಾಜು, ಅದೇ. ಪು.373

78. ಕೆ.ಎಂ.ಶ್ರೀಮಾಲಿ, ಅದೇ, ಪು. 57.

79. ಇರ್ಫಾನ್ ಹಬೀಬ್.,(ಅನು. ಬಿ.ವಿ. ಕಕ್ಕಿಲಾಯ) 1990, ಪ್ರಾಚೀನ ಭಾರತದಲ್ಲಿ ಜಾತಿಗಳ ಉಗಮ, ನವ ಕರ್ನಾಟಕ ಪ್ರಕಾಶನ, ಬೆಂಗಳೂರು, ಪು.11.

---

80. ಇರ್ಫಾನ್ ಹಬೀಬ್., (ಅನು. ಬಿ.ವಿ. ಕಕ್ಕಿಲಾಯ) 1990, ಮೇಲಿನದೇ, ಪು.15.

81. ಪಂಪ, 1980, ಆದಿಪುರಾಣ, ಕನ್ನಡ ಸಾಹಿತ್ಯ ಪರಿಷತ್ತು, ಪು.90.

81ಎ. ಮಾಧವಾಚಾರ್ಯಪ್ರಣೀತ ಸರ್ವದರ್ಶನ ಸಂಗ್ರಹ, ಇಮ್ಮಡಿ ಶಿವಾಚಾರ್ಯ ಸ್ವಾಮಿಗಳು (ಅನು), ಕರ್ನಾಟಕ ವಿ.ವಿ. ಪು.3–23.

82. ಡಿ.ಎಲ್.ನರಸಿಂಹಾಚಾರ್, ಶಾತವಾಹನರ ಕಾಲದ ಧರ್ಮ ಮತ್ತು ಸಮಾಜ, ಕರ್ನಾಟಕ ಪರಂಪರೆ, .ಸಂ.1 ಕನ್ನಡ ಮತ್ತು ಸಂಸ್ಕೃತಿ ಇಲಾಖೆ.ಪು.126.

83. ಇರ್ಫಾನ್ ಹಬೀಬ್, ಪೋಸ್ಟ್ ಮೌರ್ಯನ್ ಇಂಡಿಯ, ತುಲಿಕಾ ಬುಕ್ಸ್, 2012, ಪು.40&46.

84. ಅದೇ, ಪು.58.

85. ಡಿ.ಎಲ್.ನರಸಿಂಹಾಚಾರ್, ಅದೇ.

86. ಷ.ಶೆಟ್ಟರ್, ರೂಟ್ಸ್, ಅದೇ. –ಪು.21–24.

87. ಭೈರಬಿ ಪ್ರಸಾದ್ ಸಾಹು, 2015, ಸೊಸೈಟಿ ಅಂಡ್ ಕಲ್ಚರ್ ಇನ್ ಪೋಸ್ಟ್ ಮೌರ್ಯನ್ ಇಂಡಿಯಾ. ತುಲಿಕಾ ಬುಕ್ಸ್, ಪು.29, ಷ. ಶೆಟ್ಟರ್, 1978, ರೂಟ್ಸ್, ಅದೇ, ಪು.11.

88. ಷ.ಶೆಟ್ಟರ್ ಅದೇ, ಪು 21.

89. ಷ.ಶೆಟ್ಟರ್., 2014, ಹಳಗನ್ನಡ ಲಿಪಿ, ಲಿಪಿಕಾರ, ಲಿಪಿ ವ್ಯವಸಾಯ, ಅಭಿನವ ಪ್ರಕಾಶನ, ಪು. 24.

90. ಎಸ್.ನಾಗರಾಜು, ಅದೇ. ಪು.360.

91. (ಎಂ.ಎ.ಆರ್., 1943, ಪುಟ 48)ಎಸ್.ನಾಗರಾಜು, ಅದೇ, 337ರಲ್ಲಿ ಉಲ್ಲೇಖ.

92. ಎಪಿಗ್ರಾಫಿಯ ಕರ್ನಾಟಕ, 5. ಬೇಲೂರು121. ಎಸ್.ನಾಗರಾಜು ಅದೇ, ಪು. 337ರಲ್ಲಿ ಉಲ್ಲೇಖ.

93. ಡಿ.ಎಲ್.ನರಸಿಂಹಾಚಾರ್, ಅದೇ, ಪು.126.

94 ಎಸ್.ನಾಗರಾಜು, ಅದೇ. ಪು. 362.

95. ಷ.ಶೆಟ್ಟರ್., 2014, ಹಳಗನ್ನಡ ಲಿಪಿ, ಲಿಪಿಕಾರ, ಲಿಪಿ ವ್ಯವಸಾಯ, ಅಭಿನವ ಪ್ರಕಾಶನ, ಪು. 27.

96. ಶೀಲಾಕಾಂತ ಪತ್ತಾರ, ಬಾದಾಮಿ : ಸಾಂಸ್ಕೃತಿಕ ಅಧ್ಯಯನ, ಕನ್ನಡ ವಿಶ್ವ ವಿದ್ಯಾಲಯ, ಪು.67.

97. ಅದೇ ಪು.61.

98. ಎಸ್.ರಾಘವಾಚಾರ್, ಮತ, ಸಮಾಜ ಮತ್ತು ಸಂಸ್ಕೃತಿ, ಕರ್ನಾಟಕದ ಪರಂಪರೆ, ಅದೇ, ಪು258.

99. ಷ.ಶೆಟ್ಟರ್., 2004, ಹಳಗನ್ನಡ ಲಿಪಿ, ಅದೇ, ಪು.92.

100. ಎಸ್.ನಾಗರಾಜು, ಅದೇ. ಪು.337.

101. ಅದೇ, ಪು.335.

102. ಕಲ್ಬುರ್ಗಿ.ಎಂ.ಎಂ., ಬಿ.ಎಸ್. ರಾಮಭಟ್ಟ, (ಸಂ), 1994, :ಕೆಳದಿ ಸಂಸ್ಥಾನ, ಸಮಗ್ರ ಅಧ್ಯಯನ, ಮಲೆನಾಡು ವೀರಶೈವ ಅಧ್ಯಯನ ಸಂಸ್ಥೆ, ಪು. 222.

103. ಡಿ.ಡಿ.ಕೊಸಾಂಬಿ, 2011, ಪ್ರಾಚೀನ ಭಾರತದ ಸಂಸ್ಕೃತಿ ಮತ್ತು ನಾಗರೀಕತೆ, ಚಿಂತನ ಪುಸ್ತಕ, ಪು. 265–7 ; ಆರ್.ಸಿ. ಹಜ್ರಾ, 1987, ಸ್ಟಡೀಸ್ ಇನ್ ಪುರಾನಿಕ್ ರೆಕಾರ್ಡ್ಸ್ ಆನ್ ಹಿಂದು ರೈಟ್ಸ್ ಅಂಡ್ ಕಸ್ಟಮ್ಸ್, ಪ್ರವೇಶಿಕೆ; ರೋಮಿಲಾ ಥಾಪರ್, 2002, ಅರ್ಲಿ ಇಂಡಿಯಾ ಫ್ರಮ್ ಒರಿಜಿನ್ಸ್ ಟು 1300, ಪೆಂಗ್ವಿನ್ ಬುಕ್ಸ್ ಪು. 275–278; ಎಸ್. ನಾಗರಾಜು, 1975, ಧರ್ಮ, ಸಮಾಜ ಕನ್ನಡ ಸಾಹಿತ್ಯ ಚರಿತ್ರೆ,. ಮೈಸೂರು ವಿಶ್ವ ವಿದ್ಯಾಲಯ, ಪು. 361–3.

ಎರಡನೇ ಪ್ರಬಂಧ

ಪೌರಾಣಿಕ ಹಿಂದೂ ಧರ್ಮ

ವರ್ಣ-ಜಾತಿ ವ್ಯವಸ್ಥೆಯ ವಿಸ್ತರಣೆ

ಅಧ್ಯಾಯ ಎಂಟು

ಪುರಾಣಗಳು, ಸ್ಮೃತಿಗಳು ಮತ್ತು ದೇವಾಲಯಗಳು

ಪೌರಾಣಿಕ ಹಿಂದೂ ಧರ್ಮ, ಹಲವು ಹಂತಗಳ ಮೂಲಕ ಬೆಳೆದಿರುವ ಹಿಂದೂ ಧರ್ಮದ ಬೆಳವಣಿಗೆಯ ಬಹು ಮುಖ್ಯ ಹಂತ. ಸಾಮಾನ್ಯವಾಗಿ ವೇದಗಳು ರೂಪುಗೊಂಡ ಹಂತ ಹಿಂದೂ ಎಂದು ನಂತರ ಕರೆಯಲ್ಪಟ್ಟ ಧರ್ಮದ ಮೂಲವೆಂದು, ಎಲ್ಲಕ್ಕಿಂತ ಮುಖ್ಯವಾದ ಹಂತವೆಂದು ಭಾವಿಸಲಾಗಿದೆ. ಆದ್ದರಿಂದ ಹಿಂದೂ ಧರ್ಮಕ್ಕೆ ವೈದಿಕ ಎಂಬ ಹೆಸರನ್ನೂ ಪರ್ಯಾಯವೆಂಬಂತೆ ಬಳಸಲಾಗುತ್ತಿದೆ. ಆದರೆ ವಾಸ್ತವದಲ್ಲಿ ವರ್ಣ ವ್ಯವಸ್ಥೆಯನ್ನು, ಅದನ್ನು ತಿರುಳನ್ನಾಗಿ ಉಳ್ಳ ಹಿಂದೂ ಧರ್ಮವನ್ನು ಭಾರತದಾದ್ಯಂತ ವ್ಯಾಪಿಸುವಂತೆ ಮಾಡಲು ಮತ್ತು ಇಂದಿನವರೆಗೂ ಅಸ್ತಿತ್ವದಲ್ಲಿರುವಂತೆ ಮಾಡಲು ಪೌರಾಣಿಕ ಧರ್ಮದ ಹಂತದ ಬೆಳವಣಿಗೆಗಳೇ ಬಹು ಮುಖ್ಯ. ಈ ಕಾಲಘಟ್ಟದಲ್ಲಿ ಹಿಂದೂ ಧರ್ಮವು ಗಂಗಾ ನದಿ ಬಯಲಿನಲ್ಲಿ ರೂಪುಗೊಂಡ ವೈದಿಕ ಆಚರಣೆಗಳು ಮತ್ತು ದೇವತೆಗಳನ್ನು ಪಕ್ಕಕ್ಕೆ ಸರಿಸಿ ಬೇರೆಯದೇ ದೇವರುಗಳು ಮತ್ತು ಆಚರಣೆಗಳನ್ನು ಪ್ರಚಲಿತಗೊಳಿಸುವ ಮೂಲಕ ಮರುಹುಟ್ಟು ಎಂದು ಕರೆಯಬಹುದಾದಂತಹ ಸ್ವರೂಪವನ್ನು ಪಡೆಯಿತು. ಭಾರತದ ಸಮಾಜದ ಇತಿಹಾಸದಲ್ಲಿ ಈ ಬೆಳವಣಿಗೆಗಳ ಪ್ರಾಮುಖ್ಯತೆಯನ್ನು ಗುರುತಿಸಿದ್ದರಲ್ಲಿ

ಡಿ.ಡಿ. ಕೊಸಾಂಬಿ ಪ್ರಮುಖರು. ಹಲವಾರು ಇತಿಹಾಸಕಾರರು ಈ ತೀರ್ಮಾನಕ್ಕೆ ಪ್ರತಿಸ್ಪಂದಿಸಿದ್ದಾರೆ. ಪುರಾಣಗಳ ಅಧ್ಯಯನಕ್ಕೆ ಮುಖ್ಯ ಕೊಡುಗೆಗಳನ್ನು ನೀಡಿದ ಹಜ್ರಾರವರು ಈ ಪ್ರಕ್ರಿಯೆಯನ್ನು ವಿವರವಾಗಿ ಮಂಡಿಸಿದ್ದಾರೆ.[1]

ಪೌರಾಣಿಕ ಧರ್ಮ ಅಥವಾ ಪೌರಾಣಿಕ ಹಿಂದೂ ಧರ್ಮವೆಂದರೆ ದೇವಾಲಯ ಕೇಂದ್ರಿತವಾದ ಧರ್ಮ.

೧. ಆರ್ಯೇತರ ಬುಡಕಟ್ಟು ಸಮುದಾಯಗಳ ಮೂಲದ ಕೃಷ್ಣ, ಶಿವರೆಂಬ ಹೊಸ ದೇವರುಗಳು, ಅವರ ಪರಿವಾರ ದೇವತೆಗಳು; ಅವರುಗಳನ್ನು ದೇವಾಲಯಗಳಲ್ಲಿ ಪೂಜಿಸುವ ಹೊಸ ವಿಧಾನ ಮತ್ತು ಆಚರಣೆಗಳು;

೨. ದೇವರನ್ನು ಸಾಮೂಹಿಕವಾಗಿ ಮಾತ್ರವಲ್ಲದೆ ವೈಯುಕ್ತಿಕವಾಗಿಯೂ ಪೂಜಿಸಿ ಕಷ್ಟಗಳಿಂದ ಪಾರಾಗಬಹುದು, ಮೋಕ್ಷವನ್ನೂ ಪಡೆಯಬಹುದೆಂಬ ಹೊಸ ನಂಬಿಕೆಗಳು;

೪. ಈ ನಂಬಿಕೆಗಳನ್ನು ಬೆಳೆಸುವ ರಾಮಾಯಣ, ಮಹಾಭಾರತ ಮಹಾಕಾವ್ಯಗಳು;

೫. ಇವುಗಳ ಜೊತೆಗೆ ಪುರಾಣಗಳೆಂಬ ಹೊಸ ಸಾಹಿತ್ಯ ಸೃಷ್ಠಿ;

೬. ಹೊಸ ಕಟ್ಟು ಕಟ್ಟಲೆಗಳನ್ನೂ ವಿಧಿಸುವ ಸ್ಮೃತಿಗಳು ಮತ್ತು ಧರ್ಮಶಾಸ್ತ್ರ ಗ್ರಂಥಗಳು

ಇವುಗಳೆಲ್ಲ ಕೂಡಿದ ಸಮುಚ್ಛಯವೇ ಪೌರಾಣಿಕ ಹಿಂದೂ ಧರ್ಮ. ಈ ಪ್ರತಿಯೊಂದೂ ಅಂಶವೂ ಒಂದಕ್ಕೊಂದಕ್ಕೆ ಪೂರಕವಾಗಿ ಕೇವಲ ಧರ್ಮವನ್ನು ಮಾತ್ರವಲ್ಲದೆ ಸಾಮಾಜಿಕ ರಚನೆಯನ್ನು, ರಾಜಕೀಯವನ್ನು ರೂಪಿಸಿತು. ಅಲ್ಲಿಯವರೆಗೆ ದೇಶಾದ್ಯಂತ ಪ್ರತ್ಯೇಕ ಪ್ರತ್ಯೇಕವಾಗಿ ಜೀವಿಸುತ್ತಿದ್ದ ಹೊಸ ಸಾವಿರಾರು ಬುಡಕಟ್ಟುಗಳನ್ನು ಸಮಾಜದ ಭಾಗವಾಗಿಸಿತು. ವರ್ಣ ವ್ಯವಸ್ಥೆ ಜಾತಿ ವ್ಯವಸ್ಥೆಯಾಗಿ ಪರಿವರ್ತನೆಯಾದ ಬಹು ಮುಖ್ಯ ಸಂಕ್ರಮಣ ಘಟ್ಟ. ವಿಶ್ವದ ಅನೇಕ ದೇಶಗಳಿಗಿಂತ ಬಹಳ ವಿಶಿಷ್ಟವಾದ ಜಾತಿ ವ್ಯವಸ್ಥೆ ರೂಪುಗೊಂಡ ಘಟ್ಟ. ಜಾತಿ ವ್ಯವಸ್ಥೆಯಲ್ಲಿ ಬುಡಕಟ್ಟು, ಕುಲಗಳು ತಮ್ಮ ವಿಶಿಷ್ಟತೆಯ ಕೆಲ ಲಕ್ಷಣಗಳನ್ನು ಉಳಿಸಿಕೊಳ್ಳುತ್ತಲೇ ಅವುಗಳನ್ನು ವರ್ಣ ವ್ಯವಸ್ಥೆಯ ಮೇಲು ಕೀಳು ಶ್ರೇಣೀಕರಣದ ಮೂಲಕ ವಿವಿಧ ಸ್ತರಗಳಾಗಿ ವಿಭಜಿತವಾದ ಒಂದು ಸಾಮಾಜಿಕ ವ್ಯವಸ್ಥೆಯನ್ನಾಗಿ ರೂಪಿಸಲಾಯಿತು.

ಯುರೋಪಿನಲ್ಲಿ, ಚೀನಾದಲ್ಲಿ ಅಲ್ಲಿಯ ವಿವಿಧ ಬಡಕಟ್ಟುಗಳು ಮತ್ತು ಕ್ಲಾನ್ (ಕುಲ)ಗಳನ್ನು ಒಂದು ಸಮಾಜವಾಗಿ ಏಕೀಕರಣಗೊಳಿಸಿದ ವಿಧಾನ ಭಾರತಕ್ಕಿಂತ ಬಹಳ ಭಿನ್ನ. ಅದು ಅಲ್ಲಿಯ ಸಾಮಾಜಿಕ, ರಾಜಕೀಯ ಇತಿಹಾಸದಲ್ಲಿ ಪ್ರತಿಫಲನ ಗೊಂಡಿದೆ. ಆಫ್ರಿಕಾ, ಎರಡು ಅಮೇರಿಕಾ ಖಂಡಗಳು ಸೇರಿದಂತೆ ವಿಶ್ವದ ಅನೇಕ ದೇಶಗಳಲ್ಲಿ ಬುಡಕಟ್ಟುಗಳನ್ನು ಮತ್ತು ಕುಲಗಳನ್ನು ಬೆಸೆದು ಒಂದು ಸಮಾಜವಾಗಿಸುವ ಸಾಮಾಜಿಕ ಬೆಳವಣಿಗೆ ಸಾಧ್ಯವಾಗಲಿಲ್ಲ. ಆ ಖಂಡಗಳ ಬೆಳವಣಿಗೆಯಲ್ಲಿ ಈ ಅಂಶ ಬಹು ದೊಡ್ಡ ತೊಡಕಾಗಿ ಪರಿಣಮಿಸಿತು. ಭಾರತದ ವರ್ಣ–ಜಾತಿ ವ್ಯವಸ್ಥೆಯನ್ನು

ಒಂದು ಕಡೆ ಯುರೋಪು, ಚೀನಾಗಳ ಸಾಮಾಜಿಕ ರಚನೆಯ ಜೊತೆಗೆ ಮತ್ತೊಂದು ಕಡೆ ಆಫ್ರಿಕಾ ಮತ್ತು ಅಮೇರಿಕಾಗಳ ಸಾಮಾಜಿಕ ರಚನೆಯ ಪ್ರಾಚೀನ ಇತಿಹಾಸದ ಜೊತೆಗೆ ತುಲನಾತ್ಮಕವಾಗಿ ಅಧ್ಯಯನ ಮಾಡಬೇಕಾಗಿದೆ. ಹೀಗೆ ಮಾನವ ಸಮಾಜದ ಜಾಗತಿಕ ಬೆಳವಣಿಗೆಯ ಸಂದರ್ಭದಲ್ಲಿಟ್ಟು ಅಧ್ಯಯನ ಮಾಡಿದಾಗಲೇ ವರ್ಣ–ಜಾತಿ ವ್ಯವಸ್ಥೆಯ ವಿಶಿಷ್ಟ ಸ್ವರೂಪದ ಸ್ಪಷ್ಟ ತಿಳಿವಳಿಕೆ ಸಾಧ್ಯ.

ಈ ಕಾಲಘಟ್ಟದ ಅತ್ಯಂತ ಮಹತ್ವದ ಮತ್ತು ಸಂಕೀರ್ಣವಾದ ಈ ಬೆಳವಣಿಗೆಯನ್ನು ಧಾರ್ಮಿಕ, ಸಾಮಾಜಿಕ, ರಾಜಕೀಯ, ಸಾಂಸ್ಕೃತಿಕ, ಸಾಹಿತ್ಯಿಕ, ಶಿಲ್ಪಶಾಸ್ತ್ರೀಯ, ಮಾನವಶಾಸ್ತ್ರೀಯ, ಜಾನಪದ ಮೊದಲಾದ ಹಲವು ಆಯಾಮಗಳಿಂದ ಅಧ್ಯಯನ ಮಾಡಿ ಸಮಗ್ರೀಕರಿಸಬೇಕಾಗಿದೆ. ಆಗ ಮಾತ್ರ ಜಾತಿ ವ್ಯವಸ್ಥೆಯ ಬಗ್ಗೆ ಮತ್ತು ಪೌರಾಣಿಕ ಧರ್ಮದ ಬಗ್ಗೆ ಒಂದು ಸಮಗ್ರ ಅರಿವು ಸಾಧ್ಯ.

ಬೌದ್ಧ ಧರ್ಮದ ವಿಚಾರಗಳು, ಅಶೋಕನ ಸಾಮ್ರಾಜ್ಯದ ಬೆಂಬಲದಿಂದ, ವಣಿಕರ ಪೋಷಣೆಯಿಂದ ಪಸರಿಸುತ್ತಿರುವ ಸಮಯದಲ್ಲಿಯೇ ಪೌರಾಣಿಕ ಧರ್ಮದ ಎಳೆಗಳು ಕಾಣಲಾರಂಭಿಸಿದವು. ಕ್ರಿ.ಪೂ. ಐದನೆಯ ಶತಮಾನದ ಪಾಣಿನಿಯ ಅಷ್ಟಾಧ್ಯಾಯಿಯಲ್ಲಿ ವಾಸುದೇವನ ಹೆಸರು ನಮೂದಾಗಿದೆ. ನಂತರದ ಶತಮಾನಗಳಲ್ಲಿ ಶಾತವಾಹನರು, ಇಕ್ಷ್ವಾಕುಗಳು, ಕುಶಾನರು ಮೊದಲಾದವರ ಶಾಸನಗಳಲ್ಲಿ, ನಾಣ್ಯಗಳ ಮೇಲೆ ಕೃಷ್ಣ, ಶಿವ–ಪಾರ್ವತಿಯರ ಚಿತ್ರಗಳು, ಗರುಡ ಧ್ವಜ, ಲಿಂಗದ ಸಂಕೇತಗಳ ಚಿತ್ರಗಳು ಕಾಣ ಸಿಗುತ್ತವೆ. ಇವುಗಳಿಂದ ಕೃಷ್ಣ, ಶಿವ ಎಂಬ ದೇವರುಗಳನ್ನು ಆಳುವವರು ಗಮನಿಸಬೇಕಾದ ಅನಿವಾರ್ಯತೆಯುಂಟಾಗಿತ್ತೆಂಬುದರ ಸೂಚನೆ ಸಿಗುತ್ತದೆ.[2] ಇತಿಹಾಸಕಾರರು ಆಕರಗಳಲ್ಲಿ ಎಂದು ಈ ಸೂಚನೆ ದೊರಕಿವೆಯೋ ಅಂದಿನ ಕಾಲದಿಂದ ಈ ದೇವರುಗಳ ಪೂಜೆ ಆಗಿನಿಂದ ಆರಂಭವಾಯಿತೆಂಬ ರೀತಿಯಲ್ಲಿ ದಾಖಲಿಸಿದ್ದಾರೆ. ಇದು ಇತಿಹಾಸದ ಬಗೆಗಿನ ಆಕರ ಕೇಂದ್ರಿತ ಸಂಕುಚಿತ ದೃಷ್ಟಿ. ಕೆಲ ಪ್ರದೇಶದ ಬುಡಕಟ್ಟು/ಕುಲಗಳಲ್ಲಿ ಈ ದೇವರುಗಳ ಪೂಜೆ ಬಹಳ ಹಿಂದಿನಿಂದಲೇ ಇದ್ದಿರಬಹುದಾದ ಸಾಧ್ಯತೆಯನ್ನು ಮಾನವ ಶಾಸ್ತ್ರೀಯ ವಿಧಾನಗಳನ್ನು ಉಪಯೋಗಿಸಿ ಅಧ್ಯಯನಕ್ಕೊಳಪಡಿಸಬೇಕಾಗಿದೆ. ರಾಜ ಪ್ರಭುತ್ವಗಳು ಈ ಕಾಲಘಟ್ಟದಲ್ಲಿ ಬುಡಕಟ್ಟು/ಕುಲಗಳು ವಾಸವಾಗಿದ್ದ ಪ್ರದೇಶಗಳನ್ನು ಆಕ್ರಮಿಸಿ ತಮ್ಮ ರಾಜ್ಯದ ಭಾಗವಾಗಿಸಿಕೊಳ್ಳುವ ಸಂದರ್ಭದಲ್ಲಿ ಮಾತ್ರ ಆ ಸಮುದಾಯ ಗಳಲ್ಲಿ ಮೊದಲಿನಿಂದಲೇ ಇದ್ದ ಈ ದೇವರುಗಳ ಪೂಜೆಯ ಬಗ್ಗೆ ಆಳುವವರಿಗೆ ತಿಳಿದು ಬಂದಿರುವ ಸಂಭವವಿದೆ. ಆ ಬುಡಕಟ್ಟಿನ ಜನ ಸಮುದಾಯಗಳನ್ನು ತಮ್ಮ ರಾಜ್ಯದ ಪ್ರಜೆಗಳನ್ನಾಗಿಸಿಕೊಳ್ಳುವ ಪ್ರಕ್ರಿಯೆಯ ಭಾಗವಾಗಿ ಆ ದೇವರುಗಳ ಸಂಕೇತಗಳು ಆಳುವವರ ಮಾನ್ಯತೆ ಪಡೆಯುತ್ತವೆ. ಆಗ ಮಾತ್ರ ಆ ದೇವತೆಗಳು ಸಾಹಿತ್ಯ, ಶಾಸನ ಮೊದಲಾದ ರಾಜಮಾನ್ಯ ದಾಖಲೆಗಳ ಒಳಕ್ಕೆ ಕೂಡ ಪ್ರವೇಶ ಪಡೆಯುತ್ತವೆ.

ಭಾರತದಲ್ಲಿ ಇಂದೂ ಪೂಜಿಸಲ್ಪಡುವ ಸಾವಿರಾರು "ಅಮ್ಮ"ಗಳು, ನಾಗ ದೇವತೆಗಳು, ಮೀನು, ಆಮೆ, ಹಂದಿ, ಆನೆ, ಇಲಿ, ಗೂಳಿ, ಗರುಡ, ನವಿಲು, ಹನುಮಂತ ಮೊದಲಾದ ಕುಲ ಲಾಂಛನಗಳು (ಟೋಟೆಂಗಳು) ಹಲವು ಗಣಪತಿಗಳು ಮೊದಲಾದ ಇನ್ನೂ ಅನೇಕ ಬುಡಕಟ್ಟು ಕಾಲದ ದೈವಗಳು ಯಾವುದೇ ಆಕರಗಳ ದಾಖಲೆಗಳಿಗಿಂತ ಹಲವು ಸಾವಿರ ವರ್ಷಗಳ ಹಿಂದಿನಿಂದಲೇ ಪೂಜಿಸಲ್ಪಟ್ಟಿವೆ. ಈ ಬುಡಕಟ್ಟು/ಕುಲಗಳ ದೇವರುಗಳು ವೈದಿಕರಿಂದ ಮಾನ್ಯತೆ ಪಡೆದು ಇಡೀ ಭಾರತದಲ್ಲಿ ಪಸರಿಸಿದ್ದು ಯಾವಾಗ, ಹೇಗೆ, ಏಕೆ ಎಂಬ ಬಗ್ಗೆ ಬಹುಶಿಸ್ತೀಯ ಅಧ್ಯಯನಗಳು ನಡೆಯಬೇಕಾಗಿವೆ. ಪುರಾಣ ಗಳನ್ನು ಆಳವಾಗಿ ಅಧ್ಯಯನ ಮಾಡಿರುವ, ಅತ್ಯಂತ ಹಳೆಯ ಪುರಾಣಗಳನ್ನು ಸಮರ್ಥವಾಗಿ ಇಂಗ್ಲಿಷಿಗೆ ಅನುವಾದ ಮಾಡಿರುವ ಪರ್ಜಿಟರ್ ಸೇರಿದಂತೆ ಹಲವು ವಿದ್ವಾಂಸರು ಯಜ್ಞ-ಯಾಗಾದಿಗಳಲ್ಲಿ ಇದ್ದ ಒಂದು ಪದ್ಧತಿಯ ಕಡೆಗೆ ಗಮನ ಸೆಳೆದಿದ್ದಾರೆ. ಹಲವು ತಿಂಗಳುಗಳ ಕಾಲ ನಡೆಯುವ ರಾಜಸೂಯ ಯಾಗ, ಒಂದು ವರ್ಷಕ್ಕಿಂತ ಹೆಚ್ಚು ಕಾಲ ನಡೆಯುವ ಅಶ್ವಮೇಧ ಯಾಗಗಳ ಸಮಯದಲ್ಲಿ ಇವುಗಳನ್ನು ನಡೆಸಲೆಂದೇ ಹತ್ತಾರು ಸಾವಿರ ಬ್ರಾಹ್ಮಣರು ವಿವಿಧ ಪ್ರದೇಶಗಳಿಂದ ಬಂದು ಸೇರುತ್ತಿದ್ದರು. ಇವರ ಜೊತೆಗೆ ಯಾಗದ ಯಜಮಾನನಾದ ರಾಜನ ಕುಟುಂಬದವರು, ಅಧಿಕಾರಿಗಳು, ಸಹಾಯಕರು, ಸೇವಕರುಗಳು, ಸಾಮಾನ್ಯ ಜನರುಗಳೆಲ್ಲಾ ಸೇರಿ ಹಲವು ಹತ್ತು ಸಾವಿರ ಜನರು ಅಲ್ಲಿ ನೆರೆಯುತ್ತಿದ್ದರು. ಇವರನ್ನು ರಂಜಿಸಲು ಹಗಲೂ ರಾತ್ರಿ ಕಥೆಗಳನ್ನು ಹೇಳುವುದು, ಲಾವಣಿ ಮೊದಲಾದ ಹಾಡುಗಳನ್ನು ಹಾಡುವುದು ಮೊದಲಾದ ಕಾರ್ಯಕ್ರಮಗಳಿರುತ್ತಿದ್ದವು. ಹಗಲು ವೇಳೆ ಬ್ರಾಹ್ಮಣರುಗಳು ಕಥಾ ಕಾಲಕ್ಷೇಪ ನಡೆಸಿದರೆ, ರಾತ್ರಿಯ ವೇಳೆ ಕ್ಷತ್ರಿಯ ವರ್ಣಕ್ಕೆ ಸೇರಿದವರು ಹೇಳುತ್ತಿದ್ದರು. ಬ್ರಾಹ್ಮಣ ಹಾಡುಗಾರರು ಋಷಿಗಳು, ತಪಸ್ವಿಗಳು, ರಾಜ ಪುರೋಹಿತರ ಮಹಿಮೆಗಳ ಬಗ್ಗೆ ಅವರಿಗೆ ರಾಜ ಮಹಾರಾಜರುಗಳು ನೀಡುತ್ತಿದ್ದ ಗೌರವ, ಭೂರಿ ದಾನಗಳ ಬಗ್ಗೆ ಹಾಡಿದರೆ ಕ್ಷತ್ರಿಯ ಹಾಡುಗಾರರು ಯಾಗದ ಯಜಮಾನನ ಬಗ್ಗೆ, ಅವನ ವಂಶದವರ ಬಗ್ಗೆ, ಇತರ ರಾಜ ಮಹಾರಾಜರುಗಳ ಶೂರತನದ ಬಗ್ಗೆ ಕತೆಗಳನ್ನು ಹೇಳುತ್ತಿದ್ದರು. ಹೀಗೆ ವರ್ಷಗಟ್ಟಲೆ ಕತೆಗಳನ್ನು ಹೇಳುವುದಕ್ಕೆ ಎಷ್ಟೊಂದು ಕಥಾನಕಗಳು ಬೇಕು ಎಂಬುದನ್ನು ಯಾರಾದರೂ ಊಹಿಸಿಕೊಳ್ಳಬಹುದು. ಹೀಗೆ ಹೇಳುವಾಗ ಹಲವು ಆಖ್ಯಾನಗಳ ಜೊತೆಗೆ ಉಪಾಖ್ಯಾನಗಳನ್ನು ಸೇರಿಸುತ್ತಾ ಕತೆಗಳನ್ನು ಬೆಳೆಸುತ್ತಾ ಹೋಗುತ್ತಿದ್ದರು. ಅದಕ್ಕಾಗಿ ಆರ್ಯ ಸಮುದಾಯದ ಕತೆಗಳು, ಆರ್ಯ ಸಮುದಾಯದವರು ಗಂಗಾ ನದಿ ಬಯಲಿನ ಅಂಚಿನಲ್ಲಿದ್ದ ಬುಡಕಟ್ಟುಗಳ ಮೇಲೆ ದಾಳಿ ನಡೆಸಿದ್ದು, ಈ ಬುಡಕಟ್ಟುಗಳ ದೈವಗಳು, ಅದರ ಬಗೆಗಿನ ಐತಿಹ್ಯಗಳು, ಇತ್ಯಾದಿಗಳನ್ನು ಹುಡುಕಾಡಿ ತಡಕಾಡಿ ಸಂಗ್ರಹಿಸಿ ಹೇಳುತ್ತಿದ್ದರು. ಹೀಗೆ ಈ ಬುಡಕಟ್ಟು ದೈವಗಳ, ಜನಜೀವನದ ಕತೆಗಳು

ಆರ್ಯ ಜನ ಸಮುದಾಯದ ಕಿವಿಗೆ ಬೀಳುತ್ತಿದ್ದವು. ಆದರೆ ಅದೇ ಸಮಯದಲ್ಲಿ ಈ ಎರಡೂ ವರ್ಣದವರಿಗೆ ರುಚಿಸುವಂತೆ ಮಾರ್ಪಾಡು ಹೊಂದಿರುತ್ತಿದ್ದವು.

ಇಂತಹ ಕಥಾನಕಗಳಿಂದ ಆರಿಸಿ ಸಂಗ್ರಹಿಸಿದುದೇ ಪುರಾಣಗಳು. ಇವುಗಳನ್ನು ಸಂಗ್ರಹಿಸಿದ ವೇದವ್ಯಾಸರು ವೇದಗಳ ಹಾಗೂ ಪುರಾಣಗಳ ಸಂಕಲನಕಾರರೆಂದೇ ಹೆಸರಾಗಿದ್ದಾರೆ. ಪುರಾಣ ರಚನೆಯ ಪ್ರಕ್ರಿಯೆಯ ಬೀಜರೂಪ ಅರಸರು ವಿವಿಧ ಪ್ರದೇಶಗಳನ್ನು ಆಕ್ರಮಿಸಲೆಂದು ದಿಗ್ವಿಜಯಗಳನ್ನು ಕೈಗೊಂಡ ಅಶ್ವಮೇಧ ಯಾಗ, ರಾಜಸೂಯ ಯಾಗಗಳ ಸಂದರ್ಭದಲ್ಲಿ ಮೊಳೆಯಲಾರಂಭಿಸಿತೆಂಬುದು ಕೇವಲ ಕಾಕತಾಳೀಯವಲ್ಲ.[5] ಆಕ್ರಮಣ, ದಿಗ್ವಿಜಯದ ಒಂದು ಭಾಗವಾದ ಯಾಗದ ಸಮಯದಲ್ಲಿ ಹೇಳಲ್ಪಟ್ಟ ಈ ಆಖ್ಯಾನ, ಉಪಾಖ್ಯಾನಗಳು ಯಜ್ಞೋಚ್ಛಿಷ್ಟವೆಂದು ಕೂಡ ಕರೆಯಲ್ಪಟ್ಟಿವೆ. ನಂತರ ಸಾಮ್ರಾಜ್ಯಗಳ ವಿಸ್ತರಣೆಯ ಕಾಲದಲ್ಲಿ ಮತ್ತಷ್ಟು ಹೆಚ್ಚು ಬುಡಕಟ್ಟು/ಕುಲಗಳ ಪ್ರದೇಶಗಳನ್ನು ಅಕ್ರಮಿಸಿದಂತೆ ಅವುಗಳಿಗೆ ಸಂಬಂಧಿಸಿದ ಹೆಚ್ಚು ಹೆಚ್ಚು ಕಥೆಗಳು, ಆಖ್ಯಾನಗಳು ಈ ಗುಚ್ಛಕ್ಕೆ ಸೇರಿಕೊಳ್ಳುತ್ತಾ ಹೋದವು. ಈ ಆಖ್ಯಾನಗಳನ್ನು ಸಾಮ್ರಾಜ್ಯಗಳೆಂಬ ಪ್ರಭುತ್ವಗಳ ಸ್ಥಾಪನೆಗೆ, ಮೇಲು ಕೀಳಿನ ವರ್ಣ ವ್ಯವಸ್ಥೆಯ ಸಮಾಜದ ರಚನೆಗೆ ಅನುಕೂಲವಾಗುವಂತಹ ರೂಪ ನೀಡಿ ಪುರಾಣ ಗ್ರಂಥಗಳಾಗಿ ಸಂಕಲನ ಮಾಡಲಾರಂಭವಾಯಿತು. ರಾಜ್ಯವನ್ನು ಯಾವ ಪ್ರದೇಶಗಳಲ್ಲಿ ವಿಸ್ತರಿಸಲಾಯಿತೋ ಆ ಪ್ರದೇಶಗಳಲ್ಲಿನ ಜನ ಸಮುದಾಯವನ್ನು ಸೆಳೆಯಲು ಅಗತ್ಯವಾದ ದೇವತೆಗಳು ಈ ಪ್ರಕ್ರಿಯೆಗೆ ಒಳಪಟ್ಟರು. ಈ ಪ್ರಕ್ರಿಯೆಗೆ ಒಳಗಾಗದ ಅನೇಕ ಬುಡಕಟ್ಟುಗಳ ದೇವರುಗಳು ಹೆಚ್ಚಿನ ಬದಲಾವಣೆಗಳಿಲ್ಲದೆ ಹಿಂದಿನಂತೆಯೇ ಸ್ವತಂತ್ರ ದೇವರುಗಳಾಗಿ ಹಲವು ಕಾಲ ಮುಂದುವರಿದುವು. ಇನ್ನೂ ಹಲವು ಬುಡಕಟ್ಟುಗಳು ಇಲ್ಲಿಯವರೆಗೂ ಪೌರಾಣಿಕ ದೇವತೆಗಳಿಗೆ ಯಾವ ಸಂಬಂಧ ಕಲ್ಪಿಸದೆ ತಂತಮ್ಮ ದೈವಗಳ ಪೂಜೆಯನ್ನು ಮುಂದುವರಿಸಿಕೊಂಡು ಬಂದಿವೆ.

ರಾಮಾಯಣ, ಮಹಾಭಾರತಗಳಲ್ಲಿ, ಪುರಾಣಗಳಲ್ಲಿ ಇರುವ ಕೆಲ ಆಖ್ಯಾನಗಳು ಬೌದ್ಧ ಜಾತಕ ಕಥೆಗಳಲ್ಲಿ ಹಾಗೂ ಜೈನ ಪುರಾಣಗಳಲ್ಲಿ ಬೇರೆ ಬೇರೆ ರೂಪಗಳಲ್ಲಿ ನಿರೂಪಿಸಲ್ಪಟ್ಟಿರುವುದನ್ನು ತುಲನೆ ಮಾಡಿ ನೋಡಿದರೆ ಪುರಾಣಗಳಲ್ಲಿ ಕಥಾನಕಗಳ ಆಯ್ಕೆ, ಅದರ ಮಾರ್ಪಾಟುಗಳ ಉದ್ದೇಶಗಳು ಸ್ಪಷ್ಟವಾಗುತ್ತವೆ. ಅಂದಿನ ಜನರ ನಡುವೆ ಪ್ರಚಲಿತವಾಗಿದ್ದ ಈ ಕತೆ, ಆಖ್ಯಾನಗಳನ್ನು ಜೈನ ಪುರಾಣಗಳ ರಚನೆಯಲ್ಲಿಯೂ, ಬೌದ್ಧ ಜಾತಕ ಕಥೆಗಳಲ್ಲಿಯೂ ಮೂಲ ಜನಪದದಿಂದಲೇ ಹೆಕ್ಕಿ ಬಳಸಿಕೊಳ್ಳಲಾಗಿದೆ. ಕ್ರಿಸ್ತ ಶಕದ ಆರಂಭ ಕಾಲದಲ್ಲಿ ಮೊದಲ ಪುರಾಣ ಸಂಕಲನಗಳು ರೂಪುಗೊಂಡಿವೆ. ಆದರೆ ಮೊದಲನೆಯ ಸಹಸ್ರಮಾನದ ಕೊನೆಯವರೆಗೂ ಹೊಸ ಹೊಸ ಪ್ರದೇಶಗಳಿಗೆ ಸಾಮ್ರಾಜ್ಯ ವಿಸ್ತರಣಾ ಕ್ರಿಯೆ ಪಸರಿಸಿದಂತೆಲ್ಲಾ ಹೊಸ ಪುರಾಣಗಳು ಸಂಕಲನಗೊಳ್ಳುತ್ತಾ ಮತ್ತು ಹಳೆಯ ಪುರಾಣಗಳಿಗೆ ಹೊಸ ಸೇರ್ಪಡೆಗಳಾಗುತ್ತಾ ಹೋದವು. ಇದು ಗಂಗಾ

ನದಿ ಬಯಲಿನಿಂದ ಹೊರಗಿನ ಪ್ರದೇಶಗಳಿಗೆ ಹೆಚ್ಚು ಹೆಚ್ಚು ಬ್ರಾಹ್ಮಣರು ವಲಸೆಗೊಂಡ ಕಾಲಘಟ್ಟವೂ ಹೌದು. ಪುರಾಣಗಳ ಈ ರೀತಿಯ ಹಿಗ್ಗಲಿಕೆಯ ಗುಣವೇ ಈ ಪ್ರದೇಶಗಳ ಜನರನ್ನು ಪೌರಾಣಿಕ ಧರ್ಮದೆಡೆಗೆ ಸೆಳೆಯಲು ಮುಖ್ಯ ಕಾರಣವಾಗಿವೆ. ಪುರಾಣಗಳು ಈ ಹಿಗ್ಗಲಿಕೆಯ ಗುಣವನ್ನೂ ಒಂದು ಅತಿಗೆ ಕೂಡ ಕೊಂಡೊಯ್ದಿವೆ. ಒಟ್ಟಿನಲ್ಲಿ ಹದಿನೆಂಟು ಪುರಾಣಗಳು, ಹದಿನೆಂಟು ಉಪಪುರಾಣಗಳು ಸಂಕಲಿತವಾಗಿವೆ.

ಬುಡಕಟ್ಟು ದೈವಗಳನ್ನು, ಆಚರಣೆಗಳನ್ನು ಕಥಾನಕಗಳನ್ನು ಯಾಗಗಳ ಸಂದರ್ಭದಲ್ಲಿ ಪುರಾಣೀಕರಣಗೊಳಿಸಿ ಪ್ರಚುರ ಪಡಿಸಿದುದು ಮೇಲಿನಿಂದ ಕೆಳಚಲನೆಯ ವಿಧಾನವಾದರೆ ಮತ್ತೊಂದು ರೀತಿಯಲ್ಲಿ ಬುಡಕಟ್ಟುಗಳ ಮೇಲ್ಚಲನೆಯ ಕಾರಣದಿಂದಲೂ ಈ ದೈವಗಳು ಪುರಾಣೀಕರಣಗೊಂಡಿವೆ. ಈ ದೇವತೆಗಳನ್ನು ತಮ್ಮ ಕುಲ ದೇವತೆಗಳಾಗಿ ಪೂಜಿಸುತ್ತಿದ್ದ ಬುಡಕಟ್ಟು/ಕುಲಗಳು ಭಾರತದ ಹಲವೆಡೆಗಳಲ್ಲಿ ರಾಜ್ಯಗಳನ್ನು ಸ್ಥಾಪಿಸಿವೆ. ಇಂತಹ ಸಂದರ್ಭದಲ್ಲಿ ಹೊಸ ರಾಜ ವಂಶದ ಕುಲದೇವತೆ ಆ ರಾಜ್ಯದ ಪ್ರಧಾನ ದೇವತೆಯಾಗಿವೆ ಎಂಬುದಕ್ಕೆ ಹಲವು ಉದಾಹರಣೆಗಳಿವೆ. ಇಂತಹ ದೇವತೆಗಳು ಈ ರಾಜ್ಯದ ಪುರೋಹಿತರು, ಆಸ್ಥಾನ ವಿದ್ವಾಂಸರಿಂದ ಸಂಸ್ಕೃತೀಕರಣಕ್ಕೆ ಒಳಗಾಗಿ ಹೊಸ ಹೆಸರು, ಪೂಜಾ ಪದ್ಧತಿಗಳು, ಹೊಸ ಸ್ಥಳ ಪುರಾಣ, ಕುಲ ಪುರಾಣಗಳನ್ನು ಪಡೆದು ಅಷ್ಟಾದಶ ಪುರಾಣಗಳಲ್ಲಿ ಪ್ರವೇಶ ಪಡೆದಿವೆ. ರಾಜ್ಯಾಧಿಕಾರ ಪಡೆಯದ ಇತರನೇಕ ಕುಲಗಳ ಕುಲದೇವತೆಗಳು ಪ್ರಧಾನ ದೇವತೆಗಳ ಪರಿವಾರ ದೇವತೆಗಳೆಂದು ಪರಿಗಣಿತವಾಗಿವೆ. ಭಾರತದ ಇತಿಹಾಸದಲ್ಲಿ ಪ್ರಮುಖವಾದ ಈ ಪ್ರಕ್ರಿಯೆಯ ಧಾರ್ಮಿಕ, ಸಾಂಸ್ಕೃತಿಕ, ಸಾಮಾಜಿಕ ಹಾಗೂ ರಾಜಕೀಯ ಆಯಾಮಗಳನ್ನು ಡಿ.ಡಿ.ಕೊಸಾಂಬಿ ತಮ್ಮ ಮೂರು ಮುಖ್ಯ ಕೃತಿಗಳಲ್ಲಿ ವಿವರಿಸಿ, ಭಾರತದ ಇತಿಹಾಸ ರಚನೆಗೆ ಹೊಸ ತಿರುವನ್ನು ನೀಡಿದರು.[೩]

ಮಹಾಕಾವ್ಯಗಳಾದ ರಾಮಾಯಣ, ಮಹಾಭಾರತಗಳು ಕೂಡ ಈ ಜನರಲ್ಲಿ ಪ್ರಚಲಿತವಾಗಿದ್ದ ವಿವಿಧ ಆಖ್ಯಾನಗಳ ಸಂಕಲನಗಳಿಂದಲೇ ರೂಪುಗೊಂಡವು ಮತ್ತು ನಾಲ್ಕಾರು ಶತಮಾನಗಳ ಕಾಲದಲ್ಲಿ ಹೊಸ ಸೇರ್ಪಡೆಗಳಾಗುತ್ತಾ ಹಿಗ್ಗುತ್ತಾ ಹೋದವು. ಧರ್ಮಶಾಸ್ತ್ರಗಳು, ಸ್ಮೃತಿಗಳು, ಮಹಾಕಾವ್ಯಗಳು ಕೂಡ ಕ್ರಿಸ್ತ ಪೂರ್ವದ ಕೊನೆಯ ಎರಡು ಶತಮಾನಗಳು ಮತ್ತು ಕ್ರಿಸ್ತ ಶಕದ ಮೊದಲ ಎರಡು ಮೂರು ಶತಮಾನಗಳಲ್ಲಿ ರೂಪುಗೊಂಡಿವೆ. ಪುರಾಣಗಳು ಈ ಅವಧಿಯ ಕೊನೆಯ ಭಾಗದಲ್ಲಿ ಸಂಕಲನಗೊಳ್ಳ ಲಾರಂಭಿಸಿವೆ. ಹೀಗೆ ಸರಿಸುಮಾರು ಒಂದೇ ಕಾಲಘಟ್ಟದಲ್ಲಿ ಈ ಗ್ರಂಥಗಳೆಲ್ಲವು ರೂಪುಗೊಂಡಿವೆ. ಧಾರ್ಮಿಕ ಗ್ರಂಥಗಳಲ್ಲಿರುವ ಈ ನಾಲ್ಕೂ ಪ್ರಬೇಧಗಳು ಒಂದರಿಂದ ಮತ್ತೊಂದು ಹಲವು ಭಾಗಗಳನ್ನು ಹಂಚಿಕೊಂಡಿವೆ. ಮನುಸ್ಮೃತಿಯ ಭಾಗಗಳು ಪುರಾಣಗಳಲ್ಲಿ, ಮನುಸ್ಮೃತಿ ಮತ್ತು ಪರಾಣಗಳ ಭಾಗಗಳು, ಮಹಾಭಾರತ ಮತ್ತು ರಾಮಾಯಣದ ವಿವಿಧ ಭಾಗಗಳಲ್ಲಿ ಸೇರ್ಪಡೆಗೊಂಡಿವೆ ಅಥವಾ ಅವುಗಳ

ಸಾರವನ್ನು ಮಂಡಿಸುತ್ತವೆ. ಹೀಗೆ ಈ ಕಾಲದ ಧಾರ್ಮಿಕ ಗ್ರಂಥಗಳು ಮತ್ತು ಸಾಹಿತ್ಯದ ರಚನೆಗಳು ಒಂದರೊಡನೊಂದು ಹೆಣೆದುಕೊಂಡಿವೆ. ಒಂದೇ ಪೌರಾಣಿಕ ಧರ್ಮದ ಭಾಗಗಳಾಗಿವೆ.

ಈ ಪುರಾಣಗಳು ನೂರಾರು ದೇವರುಗಳನ್ನು ಒಟ್ಟು ಸೇರಿಸಿ ಮುಖ್ಯವಾದ ಎರಡು ದೇವತಾ ಪರಿವಾರಗಳನ್ನು ರೂಪಿಸಿವೆ. ಒಂದು ವಿಷ್ಣುವಿನ ಸುತ್ತ, ಮತ್ತೊಂದು ಶಿವನ ಸುತ್ತ. ವಿಷ್ಣುವಿನ ದಶಾವತಾರದ ಕಲ್ಪನೆ ನೂರಾರು ದೇವತೆಗಳನ್ನು ಒಂದು ಪರಿವಾರವಾಗಿ ಕೂಡಿಸಲು ಸಾಧ್ಯವಾಯಿತು. ಮೀನು, ಆಮೆ, ಹಂದಿ, ಸಿಂಹದಂತಹ ಪ್ರಾಣಿಗಳನ್ನು ತಮ್ಮ ಟೋಟೆಂ ಅಥವಾ ಕುಲದ ಹೆಗ್ಗುರುತಾಗಿ ಉಳ್ಳ ಹಲವಾರು ಬುಡಕಟ್ಟುಗಳು, ಭಾಗವತ ಪರಾಣದಲ್ಲಿ ಬರುವ ಕೃಷ್ಣನೊಂದಿಗೆ ಬೆಸೆದುಕೊಂಡ ಭಾರತದ ಬಹು ಸಂಖ್ಯೆಯ ಗೊಲ್ಲ/ಯಾದವ ಪಶು ಸಂಗೋಪಕರು, ಯಶೋಧೆ, ಕುಂತಿ, ರಾಧೆ, ಬೃಂದಾ, ತುಳಸಿ, ರುಕ್ಮಿಣಿ, ಸತ್ಯಭಾಮ, ಜಾಂಬವತಿ ಮೊದಲಾದ ಮಾತೃ ದೇವತೆಗಳು ಮಾತ್ರ ಅಲ್ಲದೆ ೧೬,೦೦೦ ಗೋಪಿಕಾ ಸ್ತ್ರೀಯರ ನೆವದಲ್ಲಿ ಸಾವಿರಾರು ಮಾತೃ ದೇವತೆಗಳು ಈ ಪರಿವಾರದ ಭಾಗವಾದರು. ಬಲರಾಮ, ಸುಭದ್ರೆ, ಪಾಂಡವರು, ದ್ರೌಪದಿ, ಹಿಡಿಂಬ, ಜರಾಸಂಧ, ಶಿಶುಪಾಲ, ನರಕಾಸುರ, ಬಲಿ ಇಂತಹ ಅನೇಕ ಬುಡಕಟ್ಟು/ಕುಲಗಳ ದೈವಗಳು, ವೀರನಾಯಕರುಗಳು, ಶ್ರೀರಾಮ, ಸೀತೆ, ಹನುಮಂತ ಮೊದಲಾದವರ ನಡುವೆ ಸಂಬಂಧ ಕಲ್ಪಿಸಲಾಯಿತು. ಈ ಮೂಲಕ ಇವರುಗಳನ್ನು ದೇವತೆಗಳಾಗುಳ್ಳ ಆರ್ಯರನ್ನೂ, ಅನಾರ್ಯರನ್ನೂ ಒಂದು ಸಮಾಜದ ತೆಕ್ಕೆಯೊಳಗೆ ತರಲು ಸಾಧ್ಯವಾಯಿತು. ಅದಕ್ಕಿಂತ ಹೆಚ್ಚಾಗಿ ವಿಠ್ಠಲ, ತಿಮ್ಮಪ್ಪ, ರಂಗಯ್ಯ, ವೆಂಕಟೇಶ, ಚೆಲುವಯ್ಯ (ಚೆಲುವ ನಾರಾಯಣ) ಮೊದಲಾದ ನೂರಾರು ಸ್ವತಂತ್ರ ದೇವತೆಗಳನ್ನು ಕೃಷ್ಣ ಅಥವಾ ವಿಷ್ಣುವಿನ ರೂಪ ಎಂದು, ಹಾಗೆಯೇ ನೂರಾರು ಮಾತೃ ದೇವತೆಗಳನ್ನು ಲಕ್ಷ್ಮಿಯ ರೂಪ ಎಂದೂ ಭಾವಿಸುವಂತೆ ಮಾಡಲು ಸಾಧ್ಯ ವಾಯಿತು. ಈ ಕ್ರಿಯೆ ಸಾವಿರಾರು ಬೇಟೆಗಾರ ಹಾಗೂ ಪಶುಸಂಗೋಪಕ ಬುಡಕಟ್ಟುಗಳನ್ನು ಸೆಳೆಯುವ ಸಾಧನವಾಯಿತು. ಭಾರತದ ಕೆಲ ಭಾಗಗಳಲ್ಲಿ ಕೃಷ್ಣ ಜನಪ್ರಿಯ ದೇವತೆಯಾಗಿದ್ದ ಎಂಬುದಕ್ಕೆ ಕ್ರಿಸ್ತ ಪೂರ್ವದ ಕೊನೆಯ ಶತಮಾನಗಳಲ್ಲಿಯೇ ದಾಖಲೆಗಳಿವೆ. ಕ್ರಿಸ್ತ ಶಕದ ಎರಡನೆಯ ಶತಮಾನದಲ್ಲಿ ಅಫ್ಘಾನಿಸ್ತಾನ ಮೂಲದ ಕುಶಾನರು ತಮ್ಮ ಆಡಳಿತ ಪ್ರದೇಶಗಳಲ್ಲಿ ಅಲ್ಲಲ್ಲಿಯ ಜನಪ್ರಿಯ ದೇವತೆಗಳಿಗೆ ತಮ್ಮ ನಾಣ್ಯಗಳಲ್ಲಿ ಮಾನ್ಯತೆ ನೀಡಿದರು. ಭಾರತದಲ್ಲಿ ಗರುಡಸ್ತಂಭ ಮೊದಲಾದ ಸಂಕೇತಗಳನ್ನು ಗುರುತಿಸಿದ್ದರು ಮಾತ್ರವಲ್ಲ ಅವರಲ್ಲಿ ಕೊನೆಯ ಅರಸ ತನ್ನ ತಂದೆ, ತಾತಂದಿರ ಅಫ್ಘನ್ ಕುಶಾನಿ ಹೆಸರುಗಳನ್ನು ಕೈಬಿಟ್ಟು ವಾಸುದೇವ ಎಂದು ಬದಲಾಯಿಸಿಕೊಂಡಿದ್ದ ಎಂಬುದು ಇದಕ್ಕೆ ಉದಾಹರಣೆ.

ಶಿವ ಮತ್ತು ಅವನ ಪರಿವಾರದ ಕತೆ ಬೇರೆಯೇ ರೀತಿಯದು. ಶಿವನಿಗೆ ದಶಾವತಾರದ ಕಲ್ಪನೆ ಇಲ್ಲ. ಆದರೆ ಸ್ವತಃ ಶಿವನಿಗೇ ಬೇರೆ ಬೇರೆ ರೂಪಗಳನ್ನು

ನೀಡಲಾಗಿದೆ. ಮೊದಲು ಬೇಟೆಗಾರನೆಂದು ಬಿಂಬಿಸಲ್ಪಟ್ಟ ಶಿವ ನಂತರ ಬಸವ, ಗಂಗೆ ಮೊದಲಾದ ದೇವತೆಗಳ ಜೊತೆಗೆ ಕೃಷಿಯ ದೇವತೆಯಾಗಿ ಮಾರ್ಪಡಿಸಲಾಯಿತು. ಈ ಪ್ರಧಾನ ಮಾರ್ಪಾಟಿನ ಜೊತೆಗೆ ಯೋಗಿ ರೂಪ, ನಟರಾಜ ರೂಪ, ಅರ್ಧ ನಾರೀಶ್ವರ ರೂಪ, ನಂಜುಂಡ ಅಥವಾ ಶ್ರೀಕಂಠನ ರೂಪ, ಮೊದಲಾದವು. ಶಿವನಿಗೆ ಒಂದು ಪರಿವಾರವನ್ನು ರೂಪಿಸಲಾಯಿತು. ಅದರಲ್ಲಿ ಶಿವ, ಪಾರ್ವತಿ, ಗಂಗೆ, ಗಣಪತಿ, ಸ್ಕಂದ ಶಿವನ ಕುಟುಂಬ. ಜೊತೆಗೆ ಶಿವನ ಗಣಂಗಳೆಂದು ಹೆಸರಾದ ಅಸಂಖ್ಯರು. ಅದರಲ್ಲಿ ನಂದಿ, ವೀರಭದ್ರ, ಭೃಂಗಿ, ತಂಬುರ, ಮೊದಲಾದವರು ಹೆಚ್ಚು ಪರಿಚಿತರು. ಇವುಗಳ ಜೊತೆಗೆ ಶಿವನ ಕೊರಳಿನ ಸರ್ಪ, ಗಣಪಪತಿಯ ಶರೀರವಾದ ಆನೆ, ವಾಹನ ಇಲಿ, ಸ್ಕಂದನ ವಾಹನ ನವಿಲು ಇವೂ ಶಿವನ ಪರಿವಾರವೇ. ಇವೆಲ್ಲವೂ ವಿವಿಧ ಬಡಕಟ್ಟುಗಳ ದೈವಗಳು ಅಥವಾ ಟೋಟೆಂಗಳು. ಸಮಾಜ ರಚನೆಯತ್ತ ಆ ಬುಡಕಟ್ಟುಗಳನ್ನು ಸೆಳೆಯಲು ಉಪಯುಕ್ತ. ಈ ಎಲ್ಲವುಗಳಿಗಿಂತ ಶಿವನ ಲಿಂಗರೂಪ ಬುಡಕಟ್ಟುಗಳ ಸರಳವಾದ ದೈವಗಳ ಮಾದರಿಯದು. ಇನ್ನೂ ಒಂದು ಪ್ರಬಲ ಅಂಶವೆಂದರೆ ಬುಡಕಟ್ಟುಗಳ ಅಸಂಖ್ಯ ಮಾತೃ ದೇವತೆಗಳು ಪಾರ್ವತಿಯ ಪ್ರತಿರೂಪ ವೆಂದು, ಕಾಳಿ, ದುರ್ಗೆ, ಚಾಮುಂಡಿ ಮೊದಲಾದನೇಕ ಮಾತೃ ದೇವತೆಗಳು ಶಿವನ ಪತ್ನಿ, ಉಪಪತ್ನಿಯರೆಂದು ಬಿಂಬಿಸಲಾಯಿತು. ಈ ಒಂದೇ ಭಾವನೆ ಸಾವಿರಾರು ಬುಡಕಟ್ಟುಗಳನ್ನು ಸಾಮಾಜಿಕ ರಚನೆಗೆ ಸೆಳೆಯಲು ಸಹಾಯಕವಾಯಿತು. ಜನ ಸಾಮಾನ್ಯರ ನಡುವೆ ಶಿವನ ಆರಾಧನೆ ಜನಪ್ರಿಯವಾಗುತ್ತ ನಡೆದುದರ ಬಗ್ಗೆ ಕ್ರಿಸ್ತ ಶಕದ ಆರಂಭದಿಂದಲೇ ಹಲವು ಚಾರಿತ್ರಿಕ ದಾಖಲೆಗಳು ದೊರೆಯುತ್ತವೆ. ಕ್ರಿಸ್ತ ಶಕದ ಮೊದಲ ಎರಡು ಶತಮಾನದಲ್ಲಿ ಭಾರತದ ಕೆಲವು ಭಾಗಗಳನ್ನು ಆಕ್ರಮಿಸಿ ಆಳಿದ ವಿದೇಶಿ ದೊರೆಗಳಾದ ಶಕರಲ್ಲಿ ಕೆಲವು ರಾಜರುಗಳು ರುದ್ರ ಸೇನ, ರುದ್ರದಾಮನ್ ಎಂಬ ಹೆಸರುಗಳನ್ನು ಸ್ವೀಕರಿಸಿದ್ದಾರೆ. ನಂತರದಲ್ಲಿ ಆಳಿದ ಅಫ್ಘನ್ ಮೂಲದ ಕುಶಾನರ ನಾಣ್ಯಗಳ ಮೇಲೆ ಶಿವನ ರೂಪವನ್ನು ಚಿತ್ರಿಸಲಾಗಿದೆ. ಅಫ್ಘಾನಿಸ್ತಾನ ಪ್ರದೇಶದಲ್ಲಿ ಅವರು ನಿರ್ಮಿಸಿದ ದೇವಕುಲವೆಂಬ ದೇವಾಲಯಗಳಲ್ಲಿ ಶಿವ ಪಾರ್ವತಿಯರ ವರ್ಣ ಚಿತ್ರವನ್ನು ಬಿಡಿಸಲಾಗಿದೆ. ಕರ್ನಾಟಕದಲ್ಲಿ ಶಿವನು ಕೃಷಿಕರ ದೇವರೆಂಬ ಕಲ್ಪನೆ ಬೆಳೆದಿದೆ. ಇಲ್ಲಿ ಕ್ರಿ.ಶ. ೮ ರಿಂದ ೧೩ ನೆಯ ಶತಮಾನದ ನಡುವಣ ಕಾಲದಲ್ಲಿ, ಕೃಷಿ ವಿಸ್ತಾರವಾದಂತೆ ಮತ್ತು ಭೂ ಒಡೆಯರ ಸಂಪತ್ತು ಹೆಚ್ಚಿದಂತೆ ಕೃಷಿ ಪ್ರಧಾನವಾದ ಪ್ರದೇಶಗಳಲ್ಲಿ ಶಿವನ ದೇವಾಲಯಗಳು ಹೆಚ್ಚು ಹೆಚ್ಚು ನಿರ್ಮಾಣಗೊಂಡಿವೆ.[6] ಕರ್ನಾಟಕದ ಇತಿಹಾಸದ ಮೊದಲ ಸಾವಿರ ವರ್ಷಗಳ ಕಾಲದ ಬಗ್ಗೆ ಸಿಕ್ಕ ಶಾಸನಗಳ ಆಕರಗಳಲ್ಲಿ ನಮೂದಾಗಿರುವ ೬೦೦ರಷ್ಟು ದೇವಾಲಯಗಳಲ್ಲಿ ೩೨೮ರಷ್ಟು ಶಿವನ ದೇವಾಲಯಗಳಾಗಿವೆ.[7]

ಶಿವ ಮತ್ತು ವಿಷ್ಣು ಪ್ರಮುಖ ದೇವತೆಗಳೆಂದು ರೂಪು ತಳೆಯುವುದರಲ್ಲಿ ಮತ್ತೊಂದು ಮುಖ್ಯ ಸಂಗತಿ ಅಡಗಿದೆ. ರಾಜರುಗಳು ಪುರುಷರಾದ ಮೇಲೆ

ದೇವರುಗಳೂ ಪುರುಷರಾಗಬೇಕು ಮತ್ತು ಬಹು ಪತ್ನಿಯರನ್ನು ಹೊಂದಿರುವುದು ಅತ್ಯಂತ ಸಹಜ ಎಂಬ ಪುರುಷಾಧಿಪತ್ಯ ಸಮಾಜದ ವಿಚಾರ ಅದು. ಮಾತೃ ಪ್ರಧಾನ ವ್ಯವಸ್ಥೆಯ ಸಾವಿರಾರು ಅಮ್ಮಗಳ ಬದಲಾಗಿ ಪುರುಷ ದೇವತೆಗಳ ನಿರೂಪಣೆ. ಈ ಅಮ್ಮಂದಿರು ವಿಷ್ಣು ಅಥವಾ ಶಿವನ ಪತ್ನಿಯರೆಂದು ಅಥವಾ ಪರಿವಾರವೆಂದು ಕಲ್ಪಿಸಿಕೊಂಡ ಮೇಲೆ ಸಾವಿರಾರು ಬುಡಕಟ್ಟುಗಳು ತಂತಮ್ಮ ಪ್ರತ್ಯೇಕತೆಯನ್ನು ಮೀರಿ ಎಲ್ಲರೂ ಪೂಜಿಸುವ ಸರ್ವಮಾನ್ಯ ದೇವರುಗಳನ್ನು ಒಪ್ಪಿ ಪೂಜಿಸಲಾರಂಭಿಸಿದ್ದು ಅವರೆಲ್ಲಾ ಒಂದು ಸಮಾಜದ ಭಾಗವೆಂದು ಭಾವಿಸಿದುದರ ಪ್ರತೀಕವಾಗಿತ್ತು. ಅದೇ ಸಮಯದಲ್ಲಿ ಪುರುಷ ಪಾರಮ್ಯವನ್ನು ಸಾರಿ ಮಹಿಳೆಯರು ಎರಡನೇ ದರ್ಜೆಯವರೆಂದು ಅವರೇ ಒಪ್ಪಿಕೊಳ್ಳುವಂತೆ ಮಾಡಲು ಸಹಕಾರಿಯಾಯಿತು. ಈ ದೇವರ ಪೂಜೆ, ಉತ್ಸವಗಳಿಂದ ಅಸ್ಪೃಶ್ಯರನ್ನು ದೂರ ಇಟ್ಟು ಅವರು ಸಮಾಜದಿಂದ ದೂರ ಎಂದು ಸಾರಿದಂತಾಯ್ತು. ಅಸ್ಪೃಶ್ಯ ಮತ್ತಿತರ ತಳ ಸಮುದಾಯಗಳು ತಂತಮ್ಮ ಅಮ್ಮಗಳನ್ನು ಮೆರೆಸುವುದನ್ನು ಮುಂದುವರಿಸಿದರು.

ಶಿವ, ವಿಷ್ಣು ದೇವರುಗಳನ್ನು ಪ್ರತ್ಯೇಕವೆಂದು ಶೈವ ಧರ್ಮ, ವೈಷ್ಣವ ಧರ್ಮ ಬೇರೆ ಬೇರೆ ಎಂಬ ಭಾವನೆ, ಶಿವನ ಸಂತರು ಭಕ್ತರು ಮತ್ತು ವೈಷ್ಣವ ಸಂತರು, ಭಕ್ತರ ನಡುವಣ ವಾಗ್ವಾದ, ಕದನ ಭಾರತದಲ್ಲಿ ಕ್ರಿಸ್ತ ಪೂರ್ವದಲ್ಲಿ ಹಾಗೂ ಕ್ರಿಸ್ತ ಶಕದ ಮೊದಲ ಸಹಸ್ರಮಾನದ ಮೊದಲಾರ್ಧದವರೆಗೂ ಕಂಡು ಬಂದಿರಲಿಲ್ಲ. ಕನಾಟಕದಲ್ಲಿ ಕ್ರಿ.ಶ. ೧೦೦೦ ದವರೆಗೂ ಕಾಣಲಿಲ್ಲ. ಇಂದೂ ಹಿಂದೂ ಎಂದು ಕರೆದುಕೊಳ್ಳುವವರಲ್ಲಿ ಬಹು ದೊಡ್ಡ ಸಂಖ್ಯೆಯ ಜನರು ಮಾಡುವಂತೆ ಈ ಎರಡೂ ಪರಿವಾರದ ಎಲ್ಲ ದೇವರನ್ನೂ ಪೂಜಿಸುವ ಮನಸ್ಥಿತಿಯನ್ನೇ ಕಾಣುತ್ತೇವೆ. ಅಂದಿನ ದೇವಾಲಯಗಳೇ ಇದಕ್ಕೆ ಸಾಕ್ಷಿ. ಶಿವನ ದೇವಾಲಯದಲ್ಲಿ ಶಿವನ ಪರಿವಾರ ದೇವತೆಗಳಿಗೇ ಪ್ರಾಧಾನ್ಯ ದೊರೆತರೂ ವಿಷ್ಣುವಿನ ಪರಿವಾರದ ವಿಗ್ರಹಗಳು ಮತ್ತು ದಶಾವತಾರದ ಭಿತ್ತಿ ಚಿತ್ರಗಳನ್ನು ಯಥೇಚ್ಚವಾಗಿ ಕಾಣಬಹುದು. ಹಾಗೆಯೇ ವಿಷ್ಣುವಿನ ರೂಪಗಳ ದೇವಾಲಯಗಳಲ್ಲಿ. ಹರಿಹರ ಎಂಬ ಸಮನ್ವಯ ರೂಪ, ರಾಮೇಶ್ವರ ಎಂಬ ರಾಮನೇ ಪೂಜಿಸಿದ ಶಿವನ ದೇವಾಲಯ ಮತ್ತೊಂದು ಸಾಕ್ಷಿ. ಹೀಗೆ ಪೌರಾಣಿಕ ಹಿಂದೂ ಧರ್ಮದಲ್ಲಿ ಎಲ್ಲ ದೇವರುಗಳನ್ನು ಎಲ್ಲರೂ ಪೂಜಿಸುತ್ತಿದ್ದುದು ಸಹಜವಾಗಿತ್ತು.

ಪುರಾಣಗಳಲ್ಲಿ ವಂಶಾನುಚರಿತ ಅಥವಾ ರಾಜವಂಶಗಳ ಚರಿತ್ರೆ ಒಂದು ಮುಖ್ಯ ಭಾಗವಾಗಿತ್ತು. ಅದರಲ್ಲಿಯೂ ಆರಂಭಿಕ ಪುರಾಣಗಳಲ್ಲಿ, ರಾಮಾಯಣ, ಮಹಾಭಾರತ ಗಳಲ್ಲಿಯೂ ಬಳಸಲ್ಪಟ್ಟ ಸೂರ್ಯ ವಂಶ ಮತ್ತು ಚಂದ್ರ ವಂಶಗಳ ಕಲ್ಪನೆ ಈ ವಂಶಾನುಚರಿತಗಳ ಭಾಗವೂ ಹೌದು. ಇದರಿಂದ ಹಲವು ಬುಡಕಟ್ಟು/ಕುಲಮೂಲದ ರಾಜವಂಶಗಳಿಗೆ ಪುರೋಹಿತರ ನೆರವಿನಿಂದ ತಮ್ಮನ್ನು ಸೂರ್ಯ ವಂಶ, ಚಂದ್ರ ವಂಶ ಎಂದು ಗುರುತಿಸಿಕೊಳ್ಳುವ, ತಾವು ಆ ಬುಡಕಟ್ಟು/ಕುಲಗಳ ಇತರ ಜನರಿಗಿಂತ

ಉನ್ನತ ಎಂದು ಪ್ರತ್ಯೇಕಿಸಿಕೊಳ್ಳುವ ಮತ್ತು ಅವರ ವಿಧೇಯತೆಯನ್ನು ಪಡೆದುಕೊಳ್ಳುವ ಅವಕಾಶ ದೊರಕಿತು. ಆದ್ದರಿಂದ ಪುರಾಣಾಧಾರಿತ ಧರ್ಮ ರಾಜ ಪ್ರಭುತ್ವಗಳಿಗೆ ಜನರ ಅಧೀನತೆಯನ್ನು ಪಡೆದುಕೊಳ್ಳುವ ಮುಖ್ಯ ಸಾಧನವಾಯಿತು.

ಕ್ರಿಸ್ತ ಶಕದ ನಂತರ ಭಾರತಾದ್ಯಂತ ನಿರ್ಮಾಣವಾಗಿರುವ ಅಸಂಖ್ಯ ದೇವಾಲಯಗಳು ಅಂದಿನ ಧಾರ್ಮಿಕ ಆಚರಣೆಗಳು, ನಂಬುಗೆ, ಸಮಾಜ ರಚನೆ, ಆರ್ಥಿಕತೆ, ಸಾಂಸ್ಕೃತಿಕ ಚಟುವಟಿಕೆಗಳು ಮತ್ತು ಜನಜೀವನದ ಬಹು ಮುಖ್ಯ ಕೇಂದ್ರಗಳಾಗಿವೆ. ಅನೇಕ ಬೃಹತ್ ದೇವಾಲಯಗಳು ಮತ್ತು ಬೃಹತ್ತಲ್ಲದ ಹತ್ತಾರು ಸಾವಿರ ಗುಡಿಗಳೆಂಬ ಭೌತಿಕ ರಚನೆಗಳು ತಮ್ಮಷ್ಟಕ್ಕೆ ತಾವೇ ಸಾವಿರಾರು ವರ್ಷಗಳ ಜನರ ಅಪಾರ ನಂಬುಗೆಯ ಕೇಂದ್ರಗಳಾಗುವ ಸಾಧ್ಯತೆಯನ್ನೇನೂ ಪಡೆದಿಲ್ಲ. ಅಲ್ಲಿ ಪೂಜಿಸಲ್ಪಡುವ ದೇವರುಗಳ ಬಗ್ಗೆ ಹೆಣೆದ ಪೌರಾಣಿಕ ಕಥಾನಕಗಳ ಹಿನ್ನೆಲೆಯಿಲ್ಲದಿದ್ದರೆ ಅವು ಕೇವಲ ವಾಸ್ತುಶಿಲ್ಪದ ಮತ್ತು ಶಿಲ್ಪಗಳ ಸೌಂದರ್ಯಗಳ ಅಭಿವ್ಯಕ್ತಿಯಾಗಿ ಮಾತ್ರ ಮೆಚ್ಚುಗೆಯನ್ನು ಪಡೆಯಲು ಅರ್ಹವಾಗಿರುತ್ತಿದ್ದವು. ಇಂದು ಅನೇಕ ಬೌದ್ಧ, ಜೈನ, ಮುಸ್ಲಿಂ, ಕ್ರೈಸ್ತ ಧರ್ಮದ ಆರಾಧನಾ ಕೇಂದ್ರಗಳನ್ನು ಈ ಧರ್ಮಗಳಿಗೆ ಸೇರಿರದವರು ಆಸಕ್ತಿಯಿಂದ, ಕೇವಲ ಆಸಕ್ತಿಯಿಂದ ನೋಡುತ್ತಾರಲ್ಲ, ಹಾಗೆ ಇರುತ್ತಿತ್ತು. ಆದರೆ ಮೇಲೆ ವಿವರಿಸಿದಂತೆ ವಿವಿಧ ಜನ ಸಮುದಾಯಗಳ ದೇವರುಗಳನ್ನು ಅಂಗೀಕರಿಸಿ, ಅವುಗಳ ಬಗೆಗಿನ ಬುಡಕಟ್ಟು ಐತಿಹ್ಯಗಳನ್ನು ಮಾರ್ಪಡಿಸಿ ದೇವತಾ ಪರಿವಾರಗಳನ್ನು ಸೃಷ್ಟಿಸಿದ ಪೌರಾಣಿಕ ಕ್ರಿಯೆಯೇ ಅವುಗಳ ಬಗ್ಗೆ ಜನರು ತಮ್ಮ ನಂಬುಗೆಯನ್ನು, ಭಕ್ತಿಯನ್ನು ಬೆಳೆಸಿಕೊಳ್ಳಲು ಕಾರಣವಾಯಿತು. ಇದು ಬುಡಕಟ್ಟು ಹಾಗೂ ಕುಲಗಳ ಜನರು ತಮ್ಮ ದೈವಗಳ ಬಗ್ಗೆ ಇದ್ದ ಭಕ್ತಿ, ಭಯ ಮತ್ತು ನಂಬುಗೆಯನ್ನು ಹೊಸ ಪೌರಾಣಿಕ ದೇವರುಗಳಿಗೆ ಸಾಮೂಹಿಕವಾಗಿ ವರ್ಗಾಯಿಸಿಕೊಂಡ ದೊಡ್ಡ ಪ್ರಮಾಣದ ಪ್ರಕ್ರಿಯೆ. ಈ ಕ್ರಿಯೆ ಆ ದೇವರುಗಳಿಗೆ ಆಕಾರವನ್ನು, ಆಕಾರಗಳಿಗೆ ಹಿನ್ನೆಲೆಯನ್ನು ಒದಗಿಸಿದುವು. ಈ ಆಕಾರಗಳಿಲ್ಲದೆ ಈ ದೇವರುಗಳಿಲ್ಲ ಮತ್ತು ದೇವಾಲಯಗಳೂ ಇಲ್ಲ. ಆ ಪುರಾಣಗಳು ಜನರ ಮನಸ್ಸಿನ ಮೇಲೆ ಸ್ಥಾಪಿಸಿದ ಹಿಡಿತವೇ ಆ ವಿಗ್ರಹಗಳ, ದೇವಾಲಯಗಳ ಶಕ್ತಿಯಾಗಿದೆ. ಈ ಪುರಾಣಗಳ ಹಲವು ಕಥಾನಕಗಳು, ಮುಖ್ಯವಾಗಿ ಭಾಗವತ ಪುರಾಣ, ಶಿವ ಪುರಾಣದ ಹಾಗೂ ರಾಮಾಯಣದ ಕಥಾನಕಗಳು ಅಂದು ನಿರ್ಮಾಣವಾಗುತ್ತಿದ್ದ ದೇವಾಲಯಗಳಿಗೆ ಧಾರ್ಮಿಕ ಅಸ್ತಿವಾರಗಳಾದವು. ಈ ಕಥಾನಕಗಳು ಈ ದೇವಾಲಯಗಳ ಭಿತ್ತಿ ಶಿಲ್ಪಗಳೂ ಆದವು. ಕರ್ನಾಟಕದಲ್ಲಿ ಅಸ್ತಿತ್ವಕ್ಕೆ ಬಂದ ಅಸಂಖ್ಯಾತ ದೇವಾಲಯಗಳೇ ಅನೇಕ ಪೌರಾಣಿಕ ಕಥಾನಕಗಳು ಕರ್ನಾಟಕದ ಜನತೆಯ ನಡುವೆ ಪ್ರಸರಣ ಹೊಂದಿದ್ದುವು ಎಂಬುದಕ್ಕೆ ಆಧಾರಗಳಾಗಿವೆ. ಅದೇ ಸಮಯದಲ್ಲಿ ರಾಜಪ್ರಭುತ್ವಗಳು, ಪುರೋಹಿತಶಾಹಿ ಮತ್ತು ಇತರ ಅಧಿಕಾರಿ ವರ್ಗ ಪುರಾಣಗಳನ್ನು ಪ್ರಸಾರ ಮಾಡಲು ದೇವಾಲಯಗಳನ್ನು ಬಳಸಿಕೊಂಡವು. ದೇವಾಲಯಗಳಲ್ಲಿ ಹರಿಕಥೆ, ಉಪನ್ಯಾಸ, ನೃತ್ಯ, ಸಂಗೀತ, ಧಾರ್ಮಿಕ ಶಿಕ್ಷಣ ಇತ್ಯಾದಿ

ನಿತ್ಯದ ಕಾರ್ಯಕ್ರಮಗಳಲ್ಲದೆ ಉತ್ಸವ, ಜಾತ್ರೆ, ವಿಶೇಷ ವ್ರತಗಳು ಇತ್ಯಾದಿಗಳ ಮೂಲಕ ಈ ಪುರಾಣಗಳನ್ನು ಜನರಿಗೆ ತಿಳಿಯಪಡಿಸಲಾಗುತ್ತಿತ್ತು. ಹೀಗೆ ದೇವಾಲಯಗಳ ನಿರ್ಮಾಣ, ಪುರಾಣಗಳು ಮತ್ತು ರಾಜಪ್ರಭುತ್ವಗಳು ಒಂದರೊಡನೊಂದು ಹೆಣೆದುಕೊಂಡ ಭೌತಿಕ, ರಾಜಕೀಯ ಮತ್ತು ಬೌದ್ಧಿಕ ರಚನೆಗಳಾಗಿವೆ. ಜನರ ಮೇಲೆ ರಾಜ ಪ್ರಭುತ್ವಗಳ ಅಧಿಕಾರ ಸ್ಥಾಪನೆಗೆ ಸಾಧನಗಳಾಗಿವೆ. ಈ ಬಗ್ಗೆ ಮುಂದೆ ಮತ್ತಷ್ಟು ವಿವರವಾಗಿ ವಿಶ್ಲೇಷಿಸಲಾಗಿದೆ.

ಪುರಾಣಗಳ ಕಥಾನಕಗಳು, ಆಖ್ಯಾನಗಳು ತಮ್ಮಿಂದ ತಾವೇ ವರ್ಣ ವ್ಯವಸ್ಥೆಯ ಹಬ್ಬುವಿಕೆಗೆ ಊರುಗೋಲಾಗಬಹುದು ಎಂದೇನಲ್ಲ. ಏಕೆಂದರೆ ಈ ಕಥಾನಕಗಳ ಭಿನ್ನ ರೀತಿಯ ಬಳಕೆಯನ್ನು ಬುದ್ಧ ಜಾತಕ ಕಥೆಗಳಲ್ಲಿ, ಜೈನ ಪುರಾಣಗಳಲ್ಲಿಯೂ ನೋಡಬಹುದು. ಆದರೆ ಪುರಾಣಗಳು ಧರ್ಮಶಾಸ್ತ್ರಗಳು ಮತ್ತು ಸ್ಮೃತಿಗಳು ವಿವರಿಸಿದ ವರ್ಣ ವ್ಯವಸ್ಥೆಯ ಉಚ್ಚ ನೀಚ ಬೇಧಗಳು, ಕಟ್ಟು ಕಟ್ಟಳೆಗಳ ವಾಹಕಗಳಾಗಿವೆ. ಹಜ್ರಾರವರು ವಿವರಿಸುವಂತೆ ಪುರಾಣಗಳು ಈ ಕೆಳಗಿನವುಗಳನ್ನು ಒಳಗೊಂಡಿವೆ– "ಮತೀಯ ದೇವತೆಗಳಾದ ಬ್ರಹ್ಮ, ವಿಷ್ಣು ಮತ್ತು ಶಿವ ಇವರ ವಿಸ್ತಾರವಾದ ಸ್ತೋತ್ರದ ಜೊತೆಗೆ ಹೊಸ ಕಟ್ಟುಕತೆ ಮತ್ತು ಐತಿಹ್ಯಗಳ ಬಗ್ಗೆ ಅನೇಕ ಅಧ್ಯಾಯಗಳನ್ನು, ಧರ್ಮ ಮತ್ತು ಸಂಬಂಧಿಸಿದ ವಿವಿಧ ವಿಷಯಗಳನ್ನು ಸಂಘಟಿಸುತ್ತವೆ. ಉದಾಹರಣೆಗೆ, "ವಿವಿಧ ವರ್ಣ ಮತ್ತು ಆಶ್ರಮ ಕರ್ತವ್ಯಗಳು, ಸಂಸ್ಕಾರಗಳು, ಸಾಮಾನ್ಯ ಸಂಪ್ರದಾಯಗಳು, ಪಾಪಗಳು, ಪ್ರಾಯಶ್ಚಿತಗಳು, ದೇಹದಂಡನೆ, ನರಕಗಳ ಹೆಸರು ಮತ್ತು ವರ್ಣನೆ, ಕರ್ಮ ವಿಪಾಕ, ವಿವಿಧ ದಾನಗಳು, ಪೂಜೆ–ವ್ರತಗಳು, ಪುಣ್ಯ ಕ್ಷೇತ್ರಗಳು, ದೇವತೆಗಳ ವಿಗ್ರಹ, ದೇವಸ್ಥಾನಗಳ ಪ್ರತಿಷ್ಠೆ..."[8] ಎಷ್ಟೋ ಪುರಾಣಗಳು ಮನುಸ್ಮೃತಿ ಮೊದಲಾದ ಧರ್ಮಶಾಸ್ತ್ರ ಗ್ರಂಥಗಳ ಭಾಗಗಳನ್ನು ತಮ್ಮ ಒಡಲಲ್ಲಿ ಒಳಗೊಂಡಿವೆ.

ಇವುಗಳಲ್ಲಿ ವರ್ಣಗಳ ಕರ್ತವ್ಯಗಳು ಎಂಬ ಉಲ್ಲೇಖ ಮಾತ್ರವಲ್ಲದೆ ಸಂಸ್ಕಾರಗಳು, ಸಂಪ್ರದಾಯಗಳು, ಪಾಪಗಳು, ನರಕಗಳು, ಕರ್ಮ ವಿಪಾಕ ವ್ರತಗಳು ಇತ್ಯಾದಿಗಳೆಲ್ಲಾ ವರ್ಣ ವ್ಯವಸ್ಥೆಯನ್ನು ರೂಪಿಸುವ, ಜನಮಾನಸದಲ್ಲಿ ಅದನ್ನು ಆಳವಾಗಿ ಬೇರೂರಿಸುವ ಸಾಧನಗಳೇ ಆಗಿವೆ. ಮತ್ತೊಂದು ಕಡೆ ಅವರೇ ಹೇಳುವಂತೆ 'ವಿವಿಧ ವರ್ಣಾಶ್ರಮಗಳ ಕರ್ತವ್ಯಗಳ ಆಚರಣೆ ಮತ್ತು ವೇದಗಳ ಪ್ರಾಮಾಣ್ಯ ಇವನ್ನು ಬೋಧಿಸುತ್ತವೆ."[9] ಸಾಮಾನ್ಯವಾಗಿ ಎಲ್ಲ ಪುರಾಣಗಳಲ್ಲಿಯೂ ವರ್ಣಗಳ ಕರ್ತವ್ಯಗಳ ವಿವರಣೆ ಅವುಗಳ ಅವಿಭಾಜ್ಯ ಅಂಗವಾಗಿವೆ. ಆದ್ದರಿಂದ ಪುರಾಣಗಳ ಮೂಲಕ ಸಾಧಿಸಲಾದ ವಿವಿಧ ಸಾಮಾಜಿಕ ಪರಿಣಾಮಗಳಲ್ಲಿ ವರ್ಣ–ಜಾತಿ ವ್ಯವಸ್ಥೆಯ ಪ್ರಸರಣವೂ ಒಂದು ಎಂಬ ಉದ್ದೇಶ ಸ್ಪಷ್ಟ. ಆದರೆ ಕೇವಲ ಕಟ್ಟು ಕಟ್ಟಳೆಗಳ ಸಂಕಲನಗಳಾದ ಸ್ಮೃತಿಗಳಿಗಿಂತ ಭಿನ್ನವಾಗಿ ಪುರಾಣಗಳು ಕಥಾನಕಗಳ ಮೂಲಕ ಜನರು ಹೆಚ್ಚು ಹೆಚ್ಚು ಕಿವಿಗೊಡುವಂತೆ ಮಾಡುತ್ತವೆ. ಈ ಕಥಾನಕಗಳಲ್ಲಿ ಜನರ ಬದುಕು ಬವಣೆಯನ್ನು ಬಿಂಬಿಸುವ, ಜನರು ತಮ್ಮನ್ನು ಅವುಗಳೊಂದಿಗೆ ಗುರುತಿಸಿಕೊಳ್ಳಲು ಅವಕಾಶ ಕೊಡುವ ಮೂಲಕ ಅವರ

ಮನಸ್ಸನ್ನು ಸೆಳೆಯುತ್ತವೆ. ಆ ಮೂಲಕ ವರ್ಣ ವ್ಯವಸ್ಥೆಯನ್ನು ಜನರ ನಡುವೆ ಪ್ರಚುರಪಡಿಸುವ ಪರಿಣಾಮಕಾರಿ ಸಾಧನಗಳಾಗಿವೆ.

ಮಹಾಭಾರತದಲ್ಲಿ, ಪುರಾಣಗಳಲ್ಲಿ ಹಾಗೂ ಸ್ಮೃತಿಗಳಲ್ಲಿ ಒಂದು ಪರಿಕಲ್ಪನೆಯನ್ನು ಪ್ರಸ್ತಾಪಿಸಲಾಗಿದೆ. ಅದು ಕಲಿಯುಗ ಅಥವಾ ಕಲಿಕಾಲದಲ್ಲಿ ಸಮಾಜದ ಅವನತಿಯ ಕುರಿತು. ಈ ಅವನತಿಯ ಬಗ್ಗೆ ಭಯ, ಆತಂಕಗಳನ್ನು ಇವುಗಳಲ್ಲಿ ಪ್ರತಿಯೊಂದರಲ್ಲೂ ಎನ್ನುವಂತೆ ವ್ಯಕ್ತಪಡಿಸಲಾಗಿದೆ.[10] ನಂತರ ಕಲಿಕಾಲದ ಕಲ್ಪನೆ ಎಲ್ಲ ರೀತಿಯ ಸಾಹಿತ್ಯ, ನಾಟಕ, ಜಾನಪದಗಳಲ್ಲಿಯೂ ಪ್ರವೇಶ ಪಡೆದು ಜನಸಾಮಾನ್ಯರ ಮಾನಸ ಪ್ರಪಂಚದ ಒಂದು ಭಾಗವಾಗಿ ಬಿಟ್ಟಿದೆ. ಕಲಿಕಾಲದ ಅವನತಿಯ ಲಕ್ಷಣಗಳಲ್ಲಿ ಬರಗಾಲ ಮುಂತಾದ ಕೆಲ ಸಮಸ್ಯೆಗಳ ಜೊತೆಗೆ ವರ್ಣ ಸಂಕರ ಒಂದು ಮುಖ್ಯ ತಿರುಳಾಗಿದೆ. ವರ್ಣ ವ್ಯವಸ್ಥೆಯ ಸಂರಕ್ಷಣೆ, ವರ್ಣ ಸಂಕರ ಪದೇ ಪದೇ ಪ್ರಸ್ತಾಪವಾಗಿದೆ. ವರ್ಣ ಸಂರಕ್ಷಣೆ ಎಂದರೇನು ಎಂಬ ವಿಷಯ ಬಹಳ ಮುಖ್ಯ. ಶೂದ್ರರು ದ್ವಿಜರಿಗೆ ಸೇವೆ ಸಲ್ಲಿಸಲು ನಿರಾಕರಿಸುವುದು, ಅವರು ವೈಶ್ಯ ವರ್ಣದ ಕರ್ತವ್ಯಗಳನ್ನು ಕೈಗೊಳ್ಳುವುದು, ವೈಶ್ಯರು ತಮ್ಮ ವರ್ಣದ ಕರ್ತವ್ಯಗಳೆಂದು ವಿಧಿಸಲಾದ ಕೃಷಿ, ವ್ಯಾಪಾರಗಳನ್ನು ಬಿಟ್ಟು ಕುಶಲ ಕರ್ಮಿಗಳ ಕೆಲಸಗಳನ್ನು ಕೈಗೊಳ್ಳುವುದು, ದ್ವಿಜ ವರ್ಣಗಳ ಜನರು ಮ್ಲೇಚ್ಛರು ಮತ್ತು ಶೂದ್ರರೊಡನೆ ಸಂಕರಗೊಳ್ಳುವುದು ಮುಂತಾದ ಅಪಾಯಗಳನ್ನು ಪ್ರಸ್ತಾಪಿಸುತ್ತವೆ. ಕಲಿಯುಗ ಎಂಬ ಈ ಪರಿಕಲ್ಪನೆಯನ್ನು ಅಧ್ಯಯನಕ್ಕೊಳಪಡಿಸಿದ ಆರ್.ಎಸ್. ಶರ್ಮರವರು ವಿವಿಧ ಪುರಾಣಗಳನ್ನು ಉಲ್ಲೇಖಿಸಿದ್ದಾರೆ. ಮತ್ಸ್ಯ ಪುರಾಣದಲ್ಲಿ ಶ್ರುತಿ ಹಾಗೂ ಸ್ಮೃತಿಗಳಲ್ಲಿ ಹೇಳಿರುವ ಧರ್ಮ ಸಡಿಲಗೊಂಡು ವರ್ಣಾಶ್ರಮ ಧರ್ಮ ಅಳಿಯುತ್ತದೆಯೆಂದು ಭವಿಷ್ಯ ನುಡಿಯಲಾಗಿದೆ. ಮಿಶ್ರಮೂಲದವರೂ, ಶೂದ್ರರೂ ಬ್ರಾಹ್ಮಣರೊಡನೆ ಕುಳಿತು ಊಟ ಮಾಡುವರು, ಯಜ್ಞ ಯಾಗಗಳನ್ನು ಮಾಡುವರು, ಅವರ ಜೊತೆಯಲ್ಲೆ ಮಂತ್ರ ಪಠಣ ಮಾಡುವರೆಂದು ಆ ಪುರಾಣ ವ್ಯಥೆ ವ್ಯಕ್ತಪಡಿಸುತ್ತದೆ ಎನ್ನುತ್ತಾರೆ.[11] ಅಂದಿನ ಜೈನ, ಬೌದ್ಧ ಸಾಹಿತ್ಯದಲ್ಲಿಯೂ ಸಾಮಾಜಿಕ ಅವನತಿಯ ಪ್ರಸ್ತಾಪಗಳಿವೆ.[12]

ಮೇಲ್ವರ್ಣಗಳಿಗೆ ಶೂದ್ರರ ದುಡಿಮೆ ಎಂದೆಂದಿಗೂ ಸಲ್ಲುತ್ತಾ ಇರಬೇಕು ಎಂಬುದು ಅಂತರ್ಜಾತಿ ವಿವಾಹಗಳ ನಿಷೇಧದಷ್ಟೇ ಪ್ರಾಮುಖ್ಯತೆಯನ್ನು ಪಡೆದಿದೆ. ಶೂದ್ರರೇ ರಾಜರುಗಳಾಗಿ ವಿವಿಧ ಹಂತದ ಆಡಳಿತಗಾರರಾಗಿ ಅಧಿಕಾರ ನಡೆಸುತ್ತಿದ್ದ ಸಂದರ್ಭದಲ್ಲಿ ಇವರು ಬ್ರಾಹ್ಮಣರ ಮೇಲ್ಮೆಯನ್ನು ಧಿಕ್ಕರಿಸಿ ಅವರಿಗೆ ವಿಧೇಯರಾಗಿ ಬಿಟ್ಟಿ ಸೇವೆ ಸಲ್ಲಿಸುವುದನ್ನು ಎಲ್ಲಿ ನಿಲ್ಲಿಸಿಬಿಡುತ್ತಾರೋ, ತಮ್ಮ ಆರಾಮದ, ಸಂತೃಪ್ತಿಯ ಜೀವನಕ್ಕೆ ಎಲ್ಲಿ ಧಕ್ಕೆ ಬರುವುದೋ ಎಂಬ ಭಯದ ಅಭಿವ್ಯಕ್ತಿ ಅದು. ಇವೆಲ್ಲಾ ಭಾರತದಲ್ಲಿ ಅಂದು ವರ್ಣ ವ್ಯವಸ್ಥೆ ವರ್ಣ–ಜಾತಿ ವ್ಯವಸ್ಥೆಯಾಗಿ ಪರಿವರ್ತನೆ ಹೊಂದುತ್ತಿದ್ದ ಸಂಕ್ರಮಣ ಕಾಲವೆಂಬುದನ್ನು ಸೂಚಿಸುತ್ತದೆ. ಈ ಸಂಕ್ರಮಣ ಕಾಲಘಟ್ಟವನ್ನು ನಿರ್ವಹಿಸಲೆಂದೇ ಪುರಾಣಗಳು ಕಲಿಕಾಲದ ಭಯವನ್ನು

ಬಹುವಾಗಿ ಪ್ರಸ್ತಾಪಿಸುತ್ತವೆ. ಈ ಸ್ಥಿತಿಯನ್ನು ನಿಭಾಯಿಸಿ ವರ್ಣ ವ್ಯವಸ್ಥೆಯ ಮೂಲ ವಿಚಾರಗಳನ್ನು ಹೊಸ ಪರಿಸ್ಥಿತಿಗೆ ಅಳವಡಿಸುವ ಸಾಧನಗಳಾಗಿ ಪೌರಾಣಿಕ ಧರ್ಮದ ವಿವಿಧ ಅಂಗಗಳು ಉದ್ಭವಿಸಿದೆಯೆಂಬುದನ್ನು ಸೂಚಿಸುತ್ತವೆ.

ಅದರಿಂದಾಗಿಯೇ ಈ ರೀತಿಯ ವರ್ಣ ಸಂಕರವನ್ನು ಮತ್ತು ವರ್ಣ ವ್ಯವಸ್ಥೆಯ ನಿಯಮಗಳ ಉಲ್ಲಂಘನೆಯನ್ನು ತಡೆಗಟ್ಟುವುದು ರಾಜನ ಕರ್ತವ್ಯವೆಂದು ಧರ್ಮ ಶಾಸ್ತ್ರಗಳು, ಸ್ಮೃತಿಗಳು ಹಾಗೂ ಪುರಾಣಗಳು ಒತ್ತುಕೊಟ್ಟು ವಿಧಿಸುತ್ತವೆ. ಶಾಸನ ಗಳಲ್ಲಿಯೂ ವರ್ಣಾಶ್ರಮ ಸಂರಕ್ಷಣೆ ರಾಜನ ಕರ್ತವ್ಯ ಎಂಬ ಬಗ್ಗೆ ಉಲ್ಲೇಖಗಳಿವೆ.

ವರ್ಣ–ಜಾತಿ ವ್ಯವಸ್ಥೆಯ ವಿಭಜನೆಯನ್ನು ಅಸ್ತಿತ್ವಕ್ಕೆ ತರುವುದರಲ್ಲಿ ಪುರಾಣಗಳು ವಹಿಸಿದ ಪಾತ್ರಕ್ಕೆ ಮತ್ತೊಂದು ಆಯಾಮವೂ ಇದೆ. ಹಜ್ರಾರವರು ಉಲ್ಲೇಖಿಸುವಂತೆ ದೇವಿ ಭಾಗವತವು ಹೀಗೆ ಹೇಳುತ್ತದೆ. 'ಸ್ತ್ರೀಯರಿಗೆ, ಶೂದ್ರರಿಗೆ ವೇದಗಳನ್ನು ಕೇಳುವ ಅಧಿಕಾರವಿಲ್ಲ. ಇವರ ಹಿತಕ್ಕಾಗಿಯೇ ಪುರಾಣಗಳು ರಚಿಸಲ್ಪಟ್ಟಿವೆ', ಮನುಸ್ಮೃತಿ ಮೊದಲಾದ ಗ್ರಂಥಗಳೂ ಈ ಮಾತನ್ನು ಒತ್ತಿ ಹೇಳುತ್ತವೆ. ಮುಂದೆ ಆಚಾರ್ಯತ್ರಯರೆಂದು ಹೆಸರಾದ ಶಂಕರರು, ಮಧ್ವರು, ರಾಮಾನುಜರು ಮೂವರೂ ಶೂದ್ರರನ್ನು ಧಾರ್ಮಿಕ ಆಚರಣೆಗಳಲ್ಲಿ ಒಳಗೊಳ್ಳುವ ಬಗ್ಗೆ ಭಿನ್ನ ಅಭಿಪ್ರಾಯಗಳನ್ನು ತಳೆದಿದ್ದರೂ ಕೂಡ ಈ ವಿಷಯದ ಬಗ್ಗೆ ಏಕಾಭಿಪ್ರಾಯವುಳ್ಳವರಾಗಿದ್ದಾರೆ. ಈ ಮೂರು ಜನರೂ ಬ್ರಹ್ಮ ಸೂತ್ರದ ಅಪ ಶೂದ್ರಾಧಿಕರಣವೆಂಬ ಸೂತ್ರಕ್ಕೆ ಬರೆದ ಭಾಷ್ಯದಲ್ಲಿ ದೇವಿ ಭಾಗವತದ ಅಭಿಪ್ರಾಯವನ್ನೇ ಮತ್ತಷ್ಟು ಅಧಿಕಾರಯುತವಾಗಿ ವ್ಯಕ್ತಪಡಿಸುತ್ತಾರೆ.[13] ವ್ಯಾಸರದೆಂದು ಹೇಳಲಾಗಿರುವ ಒಂದು ಶ್ಲೋಕದಲ್ಲಿ ಇದನ್ನು ಮತ್ತಷ್ಟು ಸ್ಪಷ್ಟಪಡಿಸಲಾಗಿದೆ. 'ವೇದಗಳಿಂದ ಪಡೆದ ಧರ್ಮವೇ ಶ್ರೇಷ್ಠ. ಆದರೆ ಪುರಾಣಗಳಲ್ಲಿರುವ ಧರ್ಮ ಕೀಳೆಂದು ತಿಳಿಯಲ್ಪಟ್ಟಿದೆ.'[14] ಹೀಗೆ ಪುರಾಣಗಳ ಮೂಲದಲ್ಲಿಯೇ ವೈದಿಕ ಧರ್ಮ ಶ್ರೇಷ್ಠ ಮತ್ತು ಪೌರಾಣಿಕ ಧರ್ಮ ಕನಿಷ್ಠ ಎಂಬ ವಿಭಜನೆಯಿದೆ. ವೇದಗಳನ್ನು ಅಧ್ಯಯನ ಮಾಡಬಲ್ಲ ಅಧಿಕಾರವಿರುವ ಬ್ರಾಹ್ಮಣ ವರ್ಣ ಮಾತ್ರ ಶ್ರೇಷ್ಠ, ಪುರಾಣಗಳನ್ನು ಮಾತ್ರ ಕೇಳುವ ಅವಕಾಶ ಮಾತ್ರ ಇರುವ ಶೂದ್ರ ವರ್ಣ ಮತ್ತು ಸ್ತ್ರೀಯರು ಕನಿಷ್ಠ ಎಂಬ ವಿಭಜನೆ ಢಾಳಾಗಿದೆ. ಶೂದ್ರರು ಎಂಬುದರಲ್ಲಿ ಹಿರಣ್ಯ ಗರ್ಭಯಾಗ, ದಾನಗಳನ್ನು ಮಾಡಿ ಹೊಸ ಗೋತ್ರ ಪಡೆದ (ಈ ಪದ್ಧತಿಯ ಬಗ್ಗೆ ಮುಂದೆ ವಿವರಿಸಲಾಗಿದೆ) ರಾಜನನ್ನು ಬಿಟ್ಟರೆ ಉಳಿದೆಲ್ಲಾ ಬ್ರಾಹ್ಮಣೇತರ ಸಾಮಂತ, ಮಂಡಲಾಧಿಪತಿ, ನಾಳ್ಪ್ರಭುಗಳೆಲ್ಲಾ ಸೇರಿಬಿಡುತ್ತಾರೆ ಎಂಬುದನ್ನು ಗಮನಿಸಬೇಕು.

ಮೇಲೆ ವಿವರಿಸಿದಂತೆ ಒಂದು ಕಡೆ ಈ ಕಾಲಘಟ್ಟದ ಧಾರ್ಮಿಕ ನಂಬಿಕೆಗಳು, ಆಚಾರಗಳು ಇವುಗಳ ಪ್ರಸರಣದಲ್ಲಿ, ದೇವಾಲಯ ನಿರ್ಮಾಣದಲ್ಲಿ, ರಾಜಪ್ರಭುತ್ವಗಳ ಸ್ಥಾಪನೆಯಲ್ಲಿ ಪುರಾಣಗಳು ಪ್ರಧಾನ ಪಾತ್ರ ವಹಿಸಿವೆ. ಮತ್ತೊಂದು ಕಡೆ ವೇದಗಳು,

ಬ್ರಾಹ್ಮಣಗಳ ಕಾಲಕ್ಕಿಂತ ದೇವತೆಗಳು, ಆಚರಣೆಗಳು ಮುಂತಾದವುಗಳಲ್ಲಿ ಬಹು ಭಿನ್ನವಾಗಿದೆ. ಈ ಎಲ್ಲ ಆಯಾಮಗಳಿಂದ ಕ್ರಿಸ್ತ ಶಕದ ನಂತರದ ಹಿಂದೂ ಧರ್ಮವನ್ನು ಪೌರಾಣಿಕ ಹಿಂದೂ ಧರ್ಮವೆಂದು ಹಲವು ವಿದ್ವಾಂಸರು ಹೆಸರಿಸಿರುವುದು ಅತ್ಯಂತ ಸೂಕ್ತವಾಗಿದೆ.

ರಾಜರಾಮ ಹೆಗ್ಡೆ ಮತ್ತು ಅಶೋಕ್ ಶೆಟ್ಟರ್‌ರವರು ಅಂದಿನ ರಾಜ್ಯ ವ್ಯವಸ್ಥೆಯ ಅಂಶಗಳನ್ನು ಈ ಕೆಳಗಿನಂತೆ ಗುರುತಿಸಿದ್ದಾರೆ:

೧. ವಂಶಾವಳಿಯ ರಚನೆ
೨. ಶಾಸನ ಲೇಖನ
೩. ಪ್ರಾದೇಶಿಕ ಭೂಗೋಲವನ್ನು ಒಂದು ವ್ಯಾಪಕವಾದ ಸಾಂಸ್ಕೃತಿಕ ಭೂಗೋಲದಲ್ಲಿ ಗುರುತಿಸುವುದು.
೪. ಪ್ರಾದೇಶಿಕ ಸಮಾಜವನ್ನು ವರ್ಣ ಮತ್ತು ಜಾತಿ ಸಮಾಜ ಕಲ್ಪನೆಯಲ್ಲಿ ಗ್ರಹಿಸುವುದು
೫. ಪ್ರಾದೇಶಿಕ ಪೂಜಾ ಸಂಪ್ರದಾಯಗಳ ಹಾಗೂ ದೇವತೆಗಳ ಸಂಸ್ಕೃತೀಕರಣ ಹಾಗೂ ಮತ ಧರ್ಮಗಳ ಸಂಘಟನೆಯೊಳಗೆ ಅವುಗಳನ್ನು ವ್ಯವಸ್ಥೆಗೊಳಿಸುವುದು
೬. ಒಂದು ಶಾಸ್ತ್ರೀಯ ಕಲೆ ಮತ್ತು ವಾಸ್ತು ಶಿಲ್ಪವನ್ನು ಆಯಾ ಪ್ರದೇಶದಲ್ಲಿ ಅಳವಡಿಸುವುದು.[15]

ಈ ಅಂಶಗಳು ಮೇಲೆ ವಿವರಿಸಿದ ಪೌರಾಣಿಕ ಹಿಂದೂ ಧರ್ಮದ ಸಾವಯವ ಅಂಗಗಳಾಗಿವೆ ಎಂಬುದು ತಂತಾನೇ ಸ್ಪಷ್ಟ. ಈ ಅಂಶಗಳು ಕರ್ನಾಟಕದ ಸರಿಸುಮಾರು ಎಲ್ಲ ಹಿರಿ–ಕಿರಿ ರಾಜಪ್ರಭುತ್ವಗಳ ವರ್ತನೆಯ ಮಾದರಿಯಾಗಿವೆ.

ಪೌರಾಣಿಕ ಹಿಂದೂ ಧರ್ಮದ ಮತ್ತೊಂದು ಮುಖ್ಯ ಅಂಗವಾದ ಮನುಸ್ಮೃತಿ ಮೊದಲಾದ ಸ್ಮೃತಿ ಗ್ರಂಥಗಳು, ಧರ್ಮಶಾಸ್ತ್ರಗಳು ವರ್ಣ–ಜಾತಿ ವ್ಯವಸ್ಥೆಯ ಸ್ಥಾಪನೆ, ವಿಸ್ತರಣದಲ್ಲಿ ಪ್ರಧಾನ ಪಾತ್ರ ವಹಿಸಿವೆ. ಇವೇ ಪುರಾಣಗಳು, ಮಹಾಕಾವ್ಯಗಳಲ್ಲಿ ಬರುವ ವರ್ಣ–ಜಾತಿ ವ್ಯವಸ್ಥೆಯ ವಿಚಾರಗಳು, ನಿಯಮಗಳ ಮೂಲ ಆಕರ ಮತ್ತು ಆಧಾರ. ಮಹಾಭಾರತದ ಶಾಂತಿ ಪರ್ವ, ಅನುಶಾಸನ ಪರ್ವಗಳಲ್ಲಿ ಬರುವ ಧರ್ಮದ ಉಪದೇಶಗಳು, ಭೀಷ್ಮ ನೀತಿ, ವಿದುರ ನೀತಿ ಮೊದಲಾದವುಗಳಲ್ಲಿ ವರ್ಣ ವ್ಯವಸ್ಥೆಯ ವಿಷಯಗಳಿಗೆ ಮನುಸ್ಮೃತಿಯನ್ನು ಉದ್ಧರಿಸಲಾಗಿದೆ. 'ಮನುರಬ್ರವೀತ್', 'ಮನೋರನು ಶಾಸನಮ್', 'ಮನೋ ಶ್ರುತ್ಯಾನುಶಾಸನಂ' ಎಂಬ ಮಾತುಗಳು ಮಹಾಭಾರತದಲ್ಲಿ ಹಲವೆಡೆ ಬರುತ್ತವೆ.[16] ಇವುಗಳು ಪೌರಾಣಿಕ ಧರ್ಮದ ಕಾಲಘಟ್ಟದಲ್ಲಿ ರೂಪುಗೊಂಡ ವರ್ಣ–ಜಾತಿ ವ್ಯವಸ್ಥೆಯನ್ನು ಅರ್ಥ ಮಾಡಿಕೊಳ್ಳಲು ಧರ್ಮಶಾಸ್ತ್ರಗಳು, ಸ್ಮೃತಿಗಳ

ವಿವರವಾದ ಅಧ್ಯಯನ ಅತ್ಯವಶ್ಯ ಎಂಬುದನ್ನು ಸೂಚಿಸುತ್ತವೆ. ಏಕೆಂದರೆ ಅವು ಅಂದಿನ ಕಾನೂನು ಗ್ರಂಥಗಳೆಂದು ಪರಿಗಣಿತವಾಗಿವೆ. 'ಕರ್ನಾಟಕದಲ್ಲಿ ವರ್ಣ–ಜಾತಿ ವ್ಯವಸ್ಥೆಯ ಉಗಮ–ಆರಂಭಿಕ ಘಟ್ಟ' ಎಂಬ ಪ್ರಬಂಧದಲ್ಲಿ ಮನುಸ್ಮೃತಿಯ ಬಗ್ಗೆ ರಾಜರ ಶಾಸನಗಳಲ್ಲಿ, ಮನು ಮಾರ್ಗಾನುಮತಮಪ್ಪ ದಾರಿಯಲ್ಲಿ ಅವರು ಸಾಗುವ ಬಗ್ಗೆ ಉಲ್ಲೇಖ ಇರುವುದನ್ನು ಹೇಳಲಾಗಿದೆ. ಈ ಪ್ರಬಂಧದಲ್ಲಿ ಮುಂದೆ, ಧರ್ಮಶಾಸ್ತ್ರ ಗ್ರಂಥಗಳು ಮತ್ತು ಸ್ಮೃತಿಗಳ ಪ್ರಭಾವ ಜೈನ ಗ್ರಂಥಗಳ ಮೇಲೂ ಬಿದ್ದಿರುವುದನ್ನು ವಿವರಿಸಲಾಗಿದೆ.

ಭಾರತದ ಅತಿ ಪ್ರಮುಖ ತತ್ವವೇತ್ತರೆಂದು ಹೆಸರಾದ ಶಂಕರರು ಕೂಡ ಮನುಸ್ಮೃತಿಯಲ್ಲಿ ಹೇಳಲಾಗಿದೆ ಎಂದರೆ ಸಾಕು ಅದಕ್ಕೆ ಎದುರಿಲ್ಲ ಎನ್ನುವಂತೆ ಉದ್ಗರಿಸುತ್ತಾರೆ.[17] ಭಾರತದ ಧರ್ಮಶಾಸ್ತ್ರದ ಇತಿಹಾಸದ ಬಹು ದೊಡ್ಡ ವಿದ್ವಾಂಸರಾದ ಮಹಾ ಮಹೋಪಧ್ಯಾಯ ಪಿ.ವಿ.ಕಾಣೆಯವರು "ತಮ್ಮ ಗ್ರಂಥದಲ್ಲಿ ವೇದಾಂತ ಸೂತ್ರಭಾಷ್ಯದಲ್ಲಿ ಶಂಕರಾಚಾರ್ಯರು ಬಹಳಷ್ಟು ಸಲ ಮನುಸ್ಮೃತಿಯನ್ನು ಉಲ್ಲೇಖಿಸಿದ್ದಾರೆ. ತಮ್ಮ ಬೃಹದಾರಣ್ಯಕ ಉಪನಿಷದ್ಭಾಷ್ಯದಲ್ಲಿ ಹತ್ತಾರು ಸಲ ಮನುಸ್ಮೃತಿಯನ್ನು ಉಲ್ಲೇಖಿಸಿದ್ದಾರೆ" ಎಂದಿದ್ದಾರೆ. ಅಷ್ಟೇ ಏಕೆ ಭಾರತದ ವೇದಾಂತಗಳ ವಿಭಿನ್ನ ವಾಖ್ಯಾನಗಳ ಮೂಲಕ ಅದ್ವೈತ, ದ್ವೈತ, ವಿಶಿಷ್ಟಾದ್ವೈತ ಎಂಬ ಮೂರು ಪ್ರಮುಖ ಪಂಥಗಳಿಗೆ ಮೂಲ ಗ್ರಂಥವಾದ ವೇದಾಂತ ಸೂತ್ರಕ್ಕೆ ಮನುಸ್ಮೃತಿ ಒಂದು ಪ್ರಮಾಣ ಗ್ರಂಥವಾಗಿತ್ತೆಂದು ಶಂಕರರ ಅಭಿಪ್ರಾಯ ಎನ್ನುತ್ತಾರೆ ಕಾಣೆಯವರು.[18] ಜಿ. ರಾಮಕೃಷ್ಣರು ಹೇಳುವಂತೆ ಶಂಕರರು, ರಾಮಾನುಜರು, ಮಾಧ್ವರು "ಚಿಕ್ಕ ಚಿಕ್ಕ ವಿಷಯಗಳಿಗೆ ಸಂಬಂಧಿಸಿದಂತೆ ತಮ್ಮ ತಮ್ಮಲ್ಲಿ ಭಿನ್ನಾಭಿಪ್ರಾಯಗಳನ್ನಿರಿಸಿಕೊಂಡು ಅಷ್ಟೇನೂ ಮುಖ್ಯವಲ್ಲದ ಬಿರುಸಿನ ಚರ್ಚೆ ನಡೆಸುವುದುಂಟು... ಆದರೆ ಧರ್ಮಶಾಸ್ತ್ರಕಾರರು ನಿರ್ದೇಶಿಸಿದ ಸಾಮಾಜಿಕ ಕಟ್ಟಲೆಗಳನ್ನು ಒಪ್ಪುವುದರಲ್ಲಿ ಅವರೆಲ್ಲಾ ನಾ ಮುಂದು ತಾ ಮುಂದು ಎಂದು ನುಗ್ಗುವವರೇ."[19]

ವರ್ಣ–ಜಾತಿ ವ್ಯವಸ್ಥೆಯ ಅನ್ವೇಷಣೆಯಲ್ಲಿ ಬಹು ಮುಖ್ಯ ಪ್ರಭಾವ ಬೀರಿದ ಧರ್ಮಶಾಸ್ತ್ರಗಳ ಅಧ್ಯಯನ ಅತ್ಯಾವಶ್ಯಕವಾಗಿದೆ. ಅದರಲ್ಲಿಯೂ ಮನುಸ್ಮೃತಿಯನ್ನು ಈ ಎಲ್ಲಾ ಗ್ರಂಥಗಳು, ಅಂದಿನ ಶಾಸನಗಳು, ಸಾಹಿತ್ಯ ಮತ್ತು ಸಾಹಿತ್ಯೇತರ ಗ್ರಂಥಗಳು ಮತ್ತೆ ಮತ್ತೆ ಉಲ್ಲೇಖಿಸಿವೆ. ಕರ್ನಾಟಕದಲ್ಲಿಯೂ ವರ್ಣ–ಜಾತಿ ವ್ಯವಸ್ಥೆಯನ್ನು ರೂಪಿಸುವುದರಲ್ಲಿ ಮನುಸ್ಮೃತಿಯ ಕಟ್ಟಲೆಗಳ ಮಹತ್ವದ ಪಾತ್ರದ ಕಾರಣಕ್ಕಾಗಿ, ಅದರಲ್ಲಿ ನಿರೂಪಿಸಿರುವ ಮುಖ್ಯ ಅಂಶಗಳನ್ನು ಇಲ್ಲಿ ಗಮನಿಸಲಾಗಿದೆ.

ಅಧ್ಯಾಯ ಒಂಬತ್ತು

ವರ್ಣಗಳ ಕರ್ತವ್ಯಗಳನ್ನು ತಿಳಿಸಿಕೊಡಲು ಮನುಸ್ಮೃತಿ

ಕರ್ನಾಟಕದಲ್ಲಿ ಮೊದಲ ರಾಜ ಪ್ರಭುತ್ವಗಳು ರೂಪುಗೊಂಡ ಸಂದರ್ಭ ಕ್ರಿ.ಶ. ಎರಡರಿಂದ ನಾಲ್ಕನೆಯ ಶತಮಾನಗಳು. ಈ ಕಾಲಘಟ್ಟಕ್ಕೆ ಮೊದಲೇ ಆರಂಭವಾದ ಧರ್ಮಶಾಸ್ತ್ರಗಳ ಮತ್ತು ಸ್ಮೃತಿಗಳ ರಚನೆ ಈ ಕಾಲಘಟ್ಟ ದಲ್ಲಿಯೂ ಮುಂದುವರಿಯಿತು. ಅನೇಕ ಪುರಾಣಗಳಂತೂ ಕರ್ನಾಟಕದಲ್ಲಿ ರಾಜಪ್ರಭುತ್ವಗಳು ಅಸ್ತಿತ್ವಕ್ಕೆ ಬಂದು ವಿಸ್ತಾರಗೊಳ್ಳುತ್ತಿದ್ದ ಸಂದರ್ಭದಲ್ಲಿ ಕ್ರಿ.ಶ. ಎರಡನೆಯ ಶತಮಾನದಿಂದ ಹತ್ತನೆಯ ಶತಮಾನದ ಕಾಲಘಟ್ಟ ದಲ್ಲಿಯೇ ರಚನೆಯಾಗಿವೆ.

ಈ ಧರ್ಮಶಾಸ್ತ್ರ ಗ್ರಂಥಗಳು ಒಂದನೆಯದಾಗಿ, ವರ್ಣ ವ್ಯವಸ್ಥೆಯ ಬಗೆಗಿನ ನಿಯಮಗಳನ್ನು ಮತ್ತು ಇತರನೇಕ ಸಾಮಾಜಿಕ ಕಟ್ಟಳೆಗಳನ್ನು, ಧಾರ್ಮಿಕ ಆಚರಣೆಗಳನ್ನು ವಿಧಿಸುತ್ತವೆ. ಎರಡನೆಯದಾಗಿ, ರಾಜ್ಯಾಧಿಕಾರದ ಬಗೆಗಿನ ನಿಯಮಗಳನ್ನು ನಿರೂಪಿಸುತ್ತವೆ. ಧರ್ಮಶಾಸ್ತ್ರ ಮತ್ತು ಸ್ಮೃತಿಗಳು, ಕೌಟಿಲ್ಯನ ಅರ್ಥಶಾಸ್ತ್ರದಂತೆ ಕೇವಲ ಆಡಳಿತದ ವಿಷಯಗಳಿಗೆ ಸೀಮಿತ ವಾಗದೆ ಧಾರ್ಮಿಕ ಆಚರಣೆ ಮತ್ತು ನಿಯಮಗಳನ್ನು ಹಾಗೂ ರಾಜ್ಯಾಡಳಿತ ನೀತಿಗಳೆರಡನ್ನೂ ಧಾರ್ಮಿಕ ವಿಷಯಗಳೆಂದು ಏಕೀಭವಿಸಿ ವಿವರಿಸುತ್ತವೆ. ಈ ಮೂಲಕ ವರ್ಣ ವ್ಯವಸ್ಥೆಯಂತಹ ಸಾಮಾಜಿಕ ರಚನೆಯ ಮತ್ತು ರಾಜ್ಯಾಡಳಿತ ನೀತಿಯ ಮೇಲೆ ಧಾರ್ಮಿಕ ಕಟ್ಟಲೆಗಳ ಹಿಡಿತವನ್ನು ಹಾಗೂ ದೈವ ನಿಯಾಮಕತೆಯನ್ನು ಹೇರುತ್ತವೆ.

ಧರ್ಮಸೂತ್ರಗಳು, ಧರ್ಮ ಶಾಸ್ತ್ರಗಳು ಮತ್ತು ಸ್ಮೃತಿಗಳೆಂಬ ವಿವಿಧ ಬಗೆಯಲ್ಲಿ ಕರೆಯಲ್ಪಡುವ ಕೃತಿಗಳ ಬಾಹುಳ್ಯ ಯಾರಿಗಾದರೂ ದಂಗು ಬಡಿಸುವಂತಹದು. ಹಾಗೆಯೇ ಗೊಂದಲ ಉಂಟು ಮಾಡುವಂತಹುದು. ಏಕೆಂದರೆ ಅನೇಕ ವಿಷಯಗಳಲ್ಲಿ ಒಂದರ ಅಭಿಪ್ರಾಯ ಮತ್ತು ಕಟ್ಟಳೆಗಳು ಮತ್ತೊಂದಕ್ಕಿಂತ ಭಿನ್ನವಾಗಿವೆ. ಹಲವೊಮ್ಮೆ ವಿರುದ್ಧವಾಗಿವೆ ಕೂಡ. ಧರ್ಮಶಾಸ್ತ್ರಗಳು ಪ್ರದೇಶಾನುಗುಣವಾಗಿ ಮತ್ತು ಕಾಲಾನುಗುಣವಾಗಿ ಬದಲಾವಣೆಗಳನ್ನು ಮಾಡಿಕೊಳ್ಳುತ್ತಾ ಹಿಗ್ಗುತ್ತಾ ಹೋಗಿವೆ. ಅದರ ಫಲವೇ ಈ ಗ್ರಂಥಗಳ ಈ ಬಾಹುಳ್ಯ. ಇವುಗಳಿಗಿಂತ ಬಹುಪಟ್ಟು ಹಿಗ್ಗುವ ಸಡಿಲ ರಚನೆಯ ಪುರಾಣಗಳೊಡನೆ ಕೂಡಿಕೊಂಡು, ವರ್ಣ ವ್ಯವಸ್ಥೆ ಜಾತಿ ವ್ಯವಸ್ಥೆಯಾಗಿ ಪರಿವರ್ತನೆಗೊಂಡು ಭಾರತ ಉಪಖಂಡವನ್ನೆಲ್ಲಾ ಆವರಿಸಿದ ಸಾಮಾಜಿಕ ವ್ಯವಸ್ಥೆಯನ್ನಾಗಿ ರೂಪಿಸುವುದರಲ್ಲಿ ಬಹು ದೊಡ್ಡ ಪಾತ್ರ ವಹಿಸಿವೆ. ಈ ರಚನೆ/ಸಂಕಲನಗಳಲ್ಲಿ ಬೇರೆ ಬೇರೆಯವು ಭಾರತದ ಬೇರೆ ಬೇರೆ ಭಾಗಗಳಲ್ಲಿ ಹೆಚ್ಚು ಪ್ರಚಲಿತವಾಗಿರುವ ಪದ್ಧತಿಯೂ ಇದೆ. ಆರ್ಯಾವರ್ತ ಎಂದು ಕರೆಯಲ್ಪಡುವ ಗಂಗಾ ನದಿ ಬಯಲಿನಲ್ಲಿ ಅಶ್ವಲಾಯನ ಧರ್ಮಸೂತ್ರಗಳು, ಮಾಳವ ಮತ್ತು ಕನೌಜ್‌ನಲ್ಲಿ ಶಾಂಖಾಯನ, ದಕ್ಷಿಣ ಭಾರತದಲ್ಲಿ ಜೈಮಿನೀಯ, ಬೌಧಾಯನ ಆಂಧ್ರದಲ್ಲಿ, ಕಾತ್ಯಾಯನ ವಾಯುವ್ಯ ಭಾರತದಲ್ಲಿ, ತೈತ್ತೀರಿಯ ಧರ್ಮಸೂತ್ರ ಉತ್ತರ ಮತ್ತು ಪೂರ್ವ ಭಾರತದಲ್ಲಿ ಹೆಚ್ಚು ಪ್ರಚಲಿತವಾಗಿವೆ.[20] ಹಿರಣ್ಯಕೇಶಿ ಧರ್ಮಸೂತ್ರವು ಸಹ್ಯಾದ್ರಿ ಪರ್ವತ ಸಾಲು ಹಾಗೂ ಸಮುದ್ರದ ನಡುವೆ ವಾಸಿಸುವ ಪ್ರದೇಶಕ್ಕೆ ಸಂಬಂಧಿಸಿದ್ದಾಗಿದೆ.[21]

ಸ್ಮೃತಿಗಳಲ್ಲಿಯೂ ಇಂತಹುದೇ ಪ್ರಾದೇಶಿಕತೆ. ಪೂರ್ವ ಭಾರತದಲ್ಲಿ ಜೀಮೂತ ವಾಹನನ ಧರ್ಮರತ್ನ ಹೆಚ್ಚು ಪ್ರಚಲಿತವಾಗಿದ್ದರೆ.[22] ಕರ್ನಾಟಕದಲ್ಲಿ ಯಾಜ್ಞವಲ್ಕ್ಯಸ್ಮೃತಿಯ ಮೇಲೆ ಆಧಾರಿತವಾದ ವಿಜ್ಞಾನೇಶ್ವರನ ಮಿತಾಕ್ಷರ ಹೆಚ್ಚು ಪ್ರಚಲಿತವಾಗಿದೆ.[23] ಆದರೂ ಮನುಸ್ಮೃತಿ ಭಾರತಾದ್ಯಂತ ಹೆಚ್ಚು ಪ್ರಸ್ತಾಪಿಸಲ್ಪಟ್ಟ ಧರ್ಮಶಾಸ್ತ್ರ ಗ್ರಂಥ.

ಧರ್ಮಸೂತ್ರಗಳು ಸಾಮಾನ್ಯವಾಗಿ ಒಂದೊಂದು ವೇದ ಹಾಗೂ ಅದರ ಒಂದು ಶಾಖೆಗೆ ಲಗತ್ತಾಗಿವೆ. ಗೌತಮ ಧರ್ಮ ಸೂತ್ರವು ಸಾಮವೇದದ ರಾಣಾಯನೀಯ ಶಾಖೆಗೆ ಸಂಬಂಧಿಸಿದ್ದು, ವಸಿಷ್ಠ ಧರ್ಮ ಸೂತ್ರವು ಋಗ್ವೇದಿಗಳಿಗೆ, ಅಪಸ್ತಂಭ ಸೂತ್ರವು ಕೃಷ್ಣ ಯಜುರ್ವೇದದ ತೈತ್ತೀರಿಯ ಶಾಖೆಗೆ ಸೇರಿದ್ದು.[24] ಹೀಗೆ ಒಂದೇ ಪ್ರದೇಶದಲ್ಲಿದ್ದರೂ ಬೇರೆ ಬೇರೆ ವೇದಗಳನ್ನು ಅನುಸರಿಸುತ್ತಿದ್ದ ಬ್ರಾಹ್ಮಣ ಸಮುದಾಯ ಗಳಿಗೆ ಬೇರೆ ಬೇರೆಯೇ ಧರ್ಮಸೂತ್ರಗಳು ಅನ್ವಯವಾಗುತ್ತಿದ್ದವು. ಔಷನಸ ಧರ್ಮ ಸೂತ್ರ ಎಂಬೊಂದು ಸೂತ್ರವಂತೂ ಚಾತುರ್ವರ್ಣಗಳ ಕರ್ತವ್ಯಗಳ ನಿರೂಪಣೆಯನ್ನೇ ಪ್ರಧಾನವಾಗಿ ಪ್ರಸ್ತಾಪಿಸಿರುವ ಗ್ರಂಥವೆಂದು ವರ್ಣಿಸಲ್ಪಟ್ಟಿದೆ.[25]

ಕರ್ನಾಟಕದ ಆರಂಭಿಕ ರಾಜಮನೆತನಗಳು ಅಹಿಚ್ಛತ್ರ ಮೊದಲಾದ ಗಂಗಾ ನದಿ ಬಯಲಿನಿಂದ ಬ್ರಾಹ್ಮಣರನ್ನು ಆಹ್ವಾನಿಸಿದ್ದಕ್ಕೆ ಶಾಸನಗಳು ಸಾಕ್ಷಿಯಾಗಿವೆ.[26] ಈ ಬ್ರಾಹ್ಮಣರು ವೇದ, ಬ್ರಾಹ್ಮಣಗಳು, ಉಪನಿಷತ್ತುಗಳು, ವೇದಾಂಗಗಳು, ತಂತಮ್ಮ ಶಾಖೆಗಳ ಗೃಹ್ಯ ಸೂತ್ರಗಳು, ಧರ್ಮ ಸೂತ್ರಗಳು ಮತ್ತು ಮನುಸ್ಮೃತಿ ಮೊದಲಾದವುಗಳಲ್ಲಿ ಪರಿಣತಿಯನ್ನು ಪಡೆದಿದ್ದರು ಎಂಬುದನ್ನು ಸಕಾರಣವಾಗಿಯೇ ಊಹಿಸಬಹುದು. ವಿವಿಧ ಶಾಸನಗಳು ಬ್ರಾಹ್ಮಣರ ಬಗ್ಗೆ ಪ್ರಸ್ತಾಪಿಸುವಾಗಲೆಲ್ಲ ಶೃತಿ, ಸ್ಮೃತಿಗಳಲ್ಲಿ ಪಾರಂಗತರಾಗಿದ್ದರು ಮತ್ತು ಬ್ರಾಹ್ಮಣರ ಕರ್ತವ್ಯಗಳೆಂದು ಮನುಸ್ಮೃತಿ ನಮೂದಿಸಿರುವ ಷಟ್ಕರ್ಮಗಳನ್ನು ನಿರ್ವಹಿಸು ತ್ತಿದ್ದರು ಎಂದು ಸರ್ವೇಸಾಮಾನ್ಯವಾಗಿ ನಮೂದಿಸುತ್ತವೆ. ಈ ಹೇಳಿಕೆಗಳಲ್ಲಿ ಸ್ವಲ್ಪ ಉತ್ಪ್ರೇಕ್ಷೆ ಇರಬಹುದು ಎಂದುಕೊಂಡರೂ ಕೂಡ ಈ ಗ್ರಂಥಗಳ ಬಗೆಗಿನ ತಿಳಿವಳಿಕೆ ಗಾಗಿಯೆ ಇವರಿಗೆ ಮಾನ-ಸನ್ಮಾನಗಳು, ಕೊಡುಗೆಗಳು ಸಲ್ಲುತ್ತಿದ್ದವು. ಹಾಗೇ ಈ ವಿಚಾರಗಳ ಬಗ್ಗೆ ಅಧ್ಯಯನ, ಅಧ್ಯಾಪನಗಳ ಮೂಲಕ ಅವುಗಳ ವಿಚಾರಗಳನ್ನು ಪಸರಿಸುವುದು ಇವರ ಪ್ರಧಾನ ಕರ್ತವ್ಯವಾಗಿತ್ತು ಎಂಬುವುದರಲ್ಲಿ ಉತ್ಪ್ರೇಕ್ಷೆಯೇನಿಲ್ಲ.

ಡಾ. ಸರ್ವೇಪಲ್ಲಿ ರಾಧಾಕೃಷ್ಣನ್‌ರವರು ಸಂಪಾದಕ ಮಂಡಳಿಯ ಅಧ್ಯಕ್ಷರಾಗಿದ್ದ ಯುಗಯಾತ್ರೀ ಭಾರತೀಯ ಸಂಸ್ಕೃತಿ ಎಂಬ ಗ್ರಂಥದಲ್ಲಿ ವಿವರಿಸಿರುವಂತೆ ಈ ಧರ್ಮ ಸೂತ್ರಗಳ ಮುಖ್ಯ ವಿಷಯಗಳೆಂದರೆ "ಪುರಾತನ ಶಿಷ್ಟಾಚಾರಗಳು; ಚತುರ್ವರ್ಣಗಳ ಹಾಗೂ ಆಶ್ರಮಗಳ ಕರ್ತವ್ಯಗಳು; ವರ್ಣಾನುಸಾರವಾಗಿ ಮನುಷ್ಯನ ಉಪನಯನ, ವಿವಾಹ ಮುಂತಾದ ಹಲವಾರು ಧಾರ್ಮಿಕ ಸಂಸ್ಕಾರಗಳು; ಜೀವನದಲ್ಲಿ ಚತುರ್ವರ್ಣಗಳ ವೃತ್ತಿಗಳು, ರಾಜನ ಕರ್ತವ್ಯಗಳು ಮತ್ತು ಹೊಣೆಗಳು..." ಕಂಡುಬರುತ್ತವೆ.[27] ಹಾಗೆಯೇ "ಒಂದಾನೊಂದು ಕಾಲದಲ್ಲಿ ಸ್ಮೃತಿಗಳು ಆಚಾರ ವ್ಯವಹಾರಗಳ ರೂಪದಲ್ಲಿ ಎಲ್ಲಾ ಭಾರತೀಯರ ಮೇಲೂ ಅಧಿಕಾರ ಸ್ಥಾಪಿಸಿದ್ದವು" ಎನ್ನುತ್ತಾರೆ ಆ ಪ್ರಬಂಧಕಾರರಾದ ಟಿ.ಆರ್. ವೆಂಕಟರಾಮ ಶಾಸ್ತ್ರಿಯವರು. ಭಾರತದಲ್ಲಿ ಗಣನೀಯ ಸಂಖ್ಯೆಯ ಬುಡಕಟ್ಟು ಸಮುದಾಯ ಈ ಕಟ್ಟಳೆಗಳ ಪಾಲನೆಯಿಂದ ಮುಕ್ತವಾಗಿದ್ದವು ಎಂಬುದನ್ನು ಗಮನಿಸಿದರೂ ವರ್ಣ-ಜಾತಿ ವ್ಯವಸ್ಥೆಯ ಭಾಗವಾಗಿದ್ದ ಎಲ್ಲರ ಮೇಲೂ ವಿವಿಧ ಪ್ರಮಾಣದಲ್ಲಿ ಅವು ಹಿಡಿತ ಹೊಂದಿದ್ದವು ಎಂಬುದರಲ್ಲಿ ಸಂಶಯವಿಲ್ಲ.

ಗೌತಮ, ಅಪಸ್ತಂಬ, ಬೌಧಾಯನ, ಹಾರೀತ, ವಸಿಷ್ಠ, ಶಂಖ-ಲಿಖಿತ, ವಿಷ್ಣು, ಹಿರಣ್ಯ ಕೇಶಿ, ವೈಖಾನಸ, ಔಷನಸ ಎಂಬ ಹೆಸರಿನ ಮುಖ್ಯ ಧರ್ಮ ಸೂತ್ರಗಳು ಮಾತ್ರವಲ್ಲದೆ ಇನ್ನೂ ಅನೇಕ ಧರ್ಮ ಸೂತ್ರಗಳು ರಚನೆಯಾಗಿವೆ.[28] ಈ ಎಲ್ಲ ಗ್ರಂಥಗಳು ಕ್ರಿ.ಪೂ. ಆರು ಅಥವಾ ಏಳನೆಯ ಶತಮಾನದಿಂದ ಕ್ರಿ.ಶ. ಎರಡನೆಯ ಶತಮಾನಗಳ ನಡುವೆ ರಚಿತವಾಗಿವೆ ಎಂದು ಸಂಶೋಧಕರು ಅಂದಾಜಿಸಿದ್ದಾರೆ.[29]

ಹಾಗೆಯೇ ಸ್ಮೃತಿಗಳಲ್ಲಿ ಬಹುಪ್ರಚಲಿತವಾದ ಮನು ಸ್ಮೃತಿ, ನಂತರದ ಸ್ಥಾನದಲ್ಲಿರುವ ಯಾಜ್ಞವಲ್ಕ್ಯ ಸ್ಮೃತಿ, ಪರಾಶರ ಸ್ಮೃತಿ, ಕಾತ್ಯಾಯನ ಸ್ಮೃತಿ ಹೀಗೆ ಹತ್ತಾರು ಸ್ಮೃತಿಗಳೂ ಪ್ರಚಲಿತವಾಗಿವೆ. ಇವು ಕೂಡ ಸರಿಸುಮಾರು ಇದೇ ಸಮಯದಲ್ಲಿ ರಚನೆಗೊಂಡಿವೆ. ಅದೇ ಸಮಯದಲ್ಲಿ ಸ್ಮೃತಿಗಳಲ್ಲಿ ಮನುಸ್ಮೃತಿ ಭಾರತಾದ್ಯಂತ ಹೆಚ್ಚು ಪ್ರಚಲಿತವಾದ ಧರ್ಮ ಶಾಸ್ತ್ರ ಗ್ರಂಥ. ಆರಂಭಿಕ ಹಂತದ ಬಗೆಗಿನ ಲೇಖನದಲ್ಲಿ ಉಲ್ಲೇಖಿಸಿದಂತೆ ಕರ್ನಾಟಕದಲ್ಲಿಯೂ ಕೂಡ ವಿವಿಧ ರಾಜವಂಶಗಳು 'ಮನು ಮಾರ್ಗಾನುಮತಮಪ್ಪ' ದಾರಿಯಲ್ಲಿ ಸಾಗಿದವರು. ಆದ್ದರಿಂದ ಈ ಎಲ್ಲ ಧರ್ಮ ಸೂತ್ರಗಳು, ಸ್ಮೃತಿಗಳ ಪ್ರಾತಿನಿಧಿಕ ಗ್ರಂಥವಾಗಿ ಮನುಸ್ಮೃತಿ ವರ್ಣ-ಜಾತಿ ವ್ಯವಸ್ಥೆಯನ್ನು ರೂಪಿಸುವುದರಲ್ಲಿ ವಹಿಸಿದ ಪಾತ್ರದ ಬಗ್ಗೆ ಹಾಗೂ ಕರ್ನಾಟಕದಲ್ಲಿ ಅದರ ಪ್ರಭಾವದ ಬಗ್ಗೆ ತಿಳಿದು ಕೊಳ್ಳುವುದು ಅತ್ಯಗತ್ಯ.

ಮನುಸ್ಮೃತಿಯಲ್ಲಿ ಅನೇಕ ವಿಷಯಗಳ ಬಗೆಗಿನ ಕಟ್ಟಲೆಗಳು ಹಾಗೂ ಪದ್ಧತಿಗಳನ್ನು ವಿವರಿಸಿದ್ದರೂ ಕೂಡ ಅದರ ಪ್ರಧಾನ ಉದ್ದೇಶ ವರ್ಣ ವ್ಯವಸ್ಥೆಯ ಕಟ್ಟಳೆಗಳನ್ನು ನಿರೂಪಿಸುವುದು. ಇದನ್ನು ಮನುಸ್ಮೃತಿಯೇ ಸಂಶಯಕ್ಕೆಡೆಯಿಲ್ಲದಂತೆ ಹೀಗೆ ಹೇಳುತ್ತದೆ.

ತಸ್ಯ ಕರ್ಮ ವಿವೇಕಾರ್ಥಂ ಶೇಷಣಾಮನುಪೂರ್ವಶಃ ।
ಸ್ವಾಯಂಭುವೋ ಮನುರ್ಧೀಮಾನ್ ಇದಂ ಶಾಸ್ತ್ರಮಕಲ್ಪಯತ್.॥[30] (೧-೧೦೨)

ಹೀಗೆ ವಿವಿಧ ವರ್ಣಗಳವರ ಕರ್ತವ್ಯಗಳನ್ನು ತಿಳಿಸಿಕೊಡಲು ಸ್ವಯಂಭು ಮನುವು ಈ ಧರ್ಮ ಶಾಸ್ತ್ರವನ್ನು ರಚಿಸಿದನು.

ಮನುಸ್ಮೃತಿಯಲ್ಲಿ ವರ್ಣ ವ್ಯವಸ್ಥೆಯ ಮೂಲದ ಬಗ್ಗೆ ಋಗ್ವೇದವನ್ನೇ ಅನುಕರಿಸಿದೆ. ಆದರೆ ಅಲ್ಲಿ ವರ್ಣಗಳು ಪುರುಷನ ದೇಹದ ಭಾಗಗಳಿಂದ ಉದ್ಭವಿಸಿದ್ದರೆ ಮನುಸ್ಮೃತಿಯ ವೇಳೆಗಾಗಲೇ ಬ್ರಹ್ಮ ಮುಖ್ಯನಾಗುತ್ತಾನೆ. ಬ್ರಹ್ಮನ ದೇಹದಿಂದ ವರ್ಣಗಳು ಹುಟ್ಟಿದ್ದಾವೆ ಎಂದು ಈ ಶ್ಲೋಕ ವಿವರಿಸುತ್ತದೆ.

ಸರ್ವಸ್ಯಾಸ್ಯ ತು ಸ್ವರ್ಗಸ್ಯ ಗುಪ್ತ್ಯರ್ಥಂ ಸ ಮಹಾದ್ಯುತಿಃ ।
ಮುಖಬಾಹೂರುಪಜ್ಜಾನಾಂ ಪೃಥಕ್ಕರ್ಮಾಣ್ಯಕಲ್ಪಯೆತ್ ॥[31] (೧-೮೭)

ಈ ಸಾಲುಗಳು ಆ ಮಹಾಪ್ರಕಾಶ ಸ್ವರೂಪನಾದ ಬ್ರಹ್ಮನು ತನ್ನ ಸಮಸ್ತ ಸೃಷ್ಟಿಯ ಸಂರಕ್ಷಣೆಗಾಗಿ ತನ್ನ ಮುಖ-ಭುಜ-ತೊಡೆ-ಪಾದಗಳಿಂದ ಹುಟ್ಟಿದ ಬ್ರಾಹ್ಮಣ, ಕ್ಷತ್ರಿಯ, ವೈಶ್ಯ ಮತ್ತು ಶೂದ್ರರಿಗೆ ಪ್ರತ್ಯೇಕ ಕರ್ಮಗಳನ್ನು ಮಾಡಿದ್ದಾನೆ ಎನ್ನುತ್ತವೆ.

ಮನುಸ್ಮೃತಿಯು ವಿವಿಧ ವೇದಗಳು ಮತ್ತು ಬ್ರಾಹ್ಮಣಗಳಿಗಿಂತ ವಿವರವಾಗಿ ವಿವಿಧ ವರ್ಣಗಳ ಕರ್ತವ್ಯಗಳನ್ನು ಪಟ್ಟಿ ಮಾಡಿದೆ. ಅವು ಇಂತಿವೆ.

ಅಧ್ಯಾಪನಮಧ್ಯಯನಂ ಯಜನಂ ಯಾಜನಂ ತಥಾ ।
ದಾನಂ ಪ್ರತಿಗ್ರಹಂ ಚೈವ ಬ್ರಾಹ್ಮಣಾನಾಮಕಲ್ಪಯತ್ ॥[32] (೧-೮೮)

ಮೇಲಿನ ಶ್ಲೋಕವು ಅಧ್ಯಾಪನ, ಅಧ್ಯಯನ, ಯಜ್ಞ ಮಾಡುವುದು, ಮಾಡಿಸುವುದು, ದಾನ ಕೊಡುವುದು, ತೆಗೆದುಕೊಳ್ಳುವುದನ್ನು ಇವು ಆರು ಬ್ರಾಹ್ಮಣನ ಕರ್ಮಗಳು ಎಂದು ವಿವರಿಸುವುದು. ಈ ಪಟ್ಟಿ ಕರ್ನಾಟಕದ ಶಾಸನಗಳಲ್ಲಿ ಬ್ರಾಹ್ಮಣರಿಗೆ ಭೂಮಿ ಮೊದಲಾದ ಕೊಡುಗೆಗಳನ್ನು ನೀಡುವಾಗೆಲ್ಲಾ ಮತ್ತೆ ಮತ್ತೆ ಪುನರುಚ್ಚರಿಸಲ್ಪಟ್ಟಿದೆ.[33] ಈ ಕೆಳಗಿನ ಶ್ಲೋಕಗಳು ಕ್ರಮವಾಗಿ ಕ್ಷತ್ರಿಯ, ವೈಶ್ಯ ಮತ್ತು ಶೂದ್ರರ ಕರ್ತವ್ಯಗಳನ್ನು ವಿವರಿಸುತ್ತವೆ.

ಪ್ರಜಾನಾಂ ರಕ್ಷಣಂ ದಾನಮಿಜ್ಯಾಧ್ಯಯನಮೇವ ಚ ।
ವಿಷಯೇಷ್ವ ಪ್ರಸಕ್ತಿಶ್ಚ ಕ್ಷತ್ರಿಯಸ್ಯ ಸಮಾಸತಃ ॥[34] (೧–೮೯)

ಪ್ರಜೆಗಳ ರಕ್ಷಣೆ ಮಾಡುವುದು, ದಾನ ಕೊಡುವುದು, ಯಾಗ ಮಾಡುವುದು, ವಿಷಯಗಳಲ್ಲಿ (ಭೋಗಗಳಲ್ಲಿ) ಆಸಕ್ತಿಯಿಲ್ಲದಿರುವುದು ಕ್ಷತ್ರಿಯನ ಮುಖ್ಯ ಕರ್ತವ್ಯಗಳು.

ಪಶುನಾಂ ರಕ್ಷಣಂ ದಾನಮಿಜ್ಯಾಧ್ಯಯನಮೆವ ಚ ।
ವಣಿಕ್ ಪಥಂ ಕುಸೀದಂ ಚ ವೈಶ್ಯಸ್ಯ ಕೃಷಿಮೇವ ಚ ॥[35] (೧–೯೦)

ಇದು ಪಶುಪಾಲನೆ, ದಾನ ಕೊಡುವುದು, ಹೋಮ ಮಾಡುವುದು, ಅಧ್ಯಯನ ಮಾಡುವುದು, ನೆಲ–ಜಲಗಳಲ್ಲಿ ವ್ಯಾಪಾರ, ಬಡ್ಡಿ ಸಾಲ ಕೊಡುವುದು ಮತ್ತು ಕೃಷಿ ವೈಶ್ಯನ ಕರ್ಮಗಳು ಎಂದಿದೆ.

ಏಕಮೇವ ತು ಶೂದ್ರಸ್ಯ ಪ್ರಭುಃ ಕರ್ಮ ಸಮಾದಿಶತ್ ।
ಏತೇಷಾಮೇವ ವರ್ಣನಾಂ ಶುಶ್ರೂಷಾಮನಸೂಯಯಾ ॥[36] (೧–೯೧)

ಈ ಮೇಲಿನ ಮೂರೂ ವರ್ಣಗಳ ಜನರ ನಿಸ್ವಾರ್ಥ ಸೇವೆ ಮಾಡಿಕೊಂಡಿರುವುದನ್ನೇ ಶೂದ್ರನಿಗೆ ಕರ್ತವ್ಯವೆಂದು ಆ ಪ್ರಭುವು ವಿಧಿಸಿದ್ದಾನೆ ಎನ್ನಲಾಗಿದೆ.

ಈ ಮೇಲಿನ ಶ್ಲೋಕಗಳಲ್ಲಿ ವಿವಿಧ ವರ್ಣಗಳಿಗೆ ವಿಧಿಸಿದ ಕರ್ತವ್ಯಗಳಲ್ಲಿ ಕೆಲವು ವಿಷಯಗಳನ್ನು ಸೂಕ್ಷ್ಮವಾಗಿ ಗಮನಿಸಬೇಕು. ಬ್ರಾಹ್ಮಣ, ಕ್ಷತ್ರಿಯ, ವೈಶ್ಯ ಮೂರು ವರ್ಣಗಳವರಿಗೆ ಅಧ್ಯಯನ, ಯಜ್ಞ ಮಾಡುವುದು, ದಾನ ಕೊಡುವುದು ಈ ಮೂರು ಸಾಮಾನ್ಯ ಕರ್ತವ್ಯಗಳಾಗಿ ವಿಧಿಸಲಾಗಿದೆ. ಅಧ್ಯಯನ ಮಾಡುವ ಕರ್ತವ್ಯ ಇವರೆಲ್ಲರ ಜ್ಞಾನವನ್ನು ವಿಸ್ತರಿಸುತ್ತದೆ. ಯಜ್ಞ ಮಾಡುವ ಧಾರ್ಮಿಕ ಹಕ್ಕನ್ನು ಅವರಿಗೆ ಮಾತ್ರ ಮೀಸಲಿರಿಸುವ ಮೂಲಕ ಅವರ ಮೇಲ್ವರ್ಣವನ್ನು ಎತ್ತಿ ಹಿಡಿಯುತ್ತದೆ. ಆದರೆ ಶೂದ್ರ ವರ್ಣದರವರು ಮೇಲ್ವರ್ಣಗಳ ಬಗ್ಗೆ ಯಾವುದೆ ಅಸೂಯೆಯಿಲ್ಲದೆ ಅವರ ಸೇವೆ ಮಾಡಿಕೊಂಡಿರಬೇಕು.

ಆದರೆ ಮನುಸ್ಮೃತಿ ಕೇವಲ ವರ್ಣ ವ್ಯವಸ್ಥೆಯಲ್ಲಿ ಎಲ್ಲರ ಕೆಲಸದ ಸೂಚನೆಯನ್ನಷ್ಟೇ ಅಲ್ಲದೆ ಬ್ರಾಹ್ಮಣ ವರ್ಣದ ಶ್ರೇಷ್ಠತೆಯನ್ನು ನೂರಾರು ಶ್ಲೋಕಗಳಲ್ಲಿ ವಿಧ ವಿಧವಾಗಿ ವರ್ಣಿಸುತ್ತದೆ. ಮನುಸ್ಮೃತಿಯ ಆರಂಭದಿಂದ ಅಂತ್ಯದವರೆಗೂ ಆವರಿಸಿರುವ ಈ

ವಿಷಯವನ್ನು ನೋಡಿದರೆ ಮನುಸ್ಮೃತಿಯ ಉದ್ದೇಶ ಸ್ಪಷ್ಟವಾಗುತ್ತದೆ. ಕೇವಲ ಧಾರ್ಮಿಕವಾಗಿ ಮಾತ್ರ ಅಲ್ಲದೆ, ಸಾಮಾಜಿಕವಾದ ಹಿಡಿತವನ್ನು, ರಾಜ್ಯಾಡಳಿತದ ವಿಷಯಗಳಲ್ಲಿ ಮುಖ್ಯ ಪಾತ್ರವನ್ನೂ ಮತ್ತು ಆರ್ಥಿಕವಾಗಿ ಕೂಡ ಉತ್ತಮ ಸ್ಥಿತಿಯನ್ನು ಬ್ರಾಹ್ಮಣರಿಗೆ ನೀಡುವುದೇ ಮನುಸ್ಮೃತಿಯ ಗುರಿಯಾಗಿದೆ. ಇದು ಈ ಕೆಳಗಿನ ಕೆಲವು ಶ್ಲೋಕಗಳ ಅರ್ಥ ವಿವರಣೆಯನ್ನು ನೋಡಿದರೆ ತಂತಾನೆ ಸ್ಪಷ್ಟವಾಗುತ್ತದೆ. ಗಂಗಾ ನದಿಯ ಬಯಲಿನ ಹೊರಗಿನ ಪ್ರದೇಶಗಳಲ್ಲಿ ಬುಡಕಟ್ಟು/ಕುಲ ಮೂಲದ ರಾಜಪ್ರಭುತ್ವಗಳು ವ್ಯಾಪಕವಾಗಿ ಅಸ್ತಿತ್ವಕ್ಕೆ ಬರುತ್ತಿದ್ದ ಸಮಯದಲ್ಲಿ ಈ ಕಟ್ಟಲೆಗಳನ್ನು ಗಟ್ಟಿದನಿಯಲ್ಲಿ ಒತ್ತಿ ಹೇಳಬೇಕಾದ ಅಗತ್ಯವೊದಗಿತ್ತು ಎಂಬುದನ್ನು ಇದು ಸೂಚಿಸುತ್ತದೆ.

ಯಜ್ಞಗಳಲ್ಲಿ ಹವ್ಯವನ್ನರ್ಪಿಸಲು, ಶ್ರಾದ್ಧಾದಿಗಳಲ್ಲಿ ಹವ್ಯವನ್ನರ್ಪಿಸಲು ಹಾಗೂ ಈ ಎಲ್ಲ ಜಗತ್ತಿನ ರಕ್ಷಣೆ ಮಾಡಲು ಬ್ರಾಹ್ಮಣನನ್ನು ಸ್ವಯಂ ಬ್ರಹ್ಮನೇ ತಪಸ್ಸು ಮಾಡಿ ಮೊತ್ತಮೊದಲು ಸೃಷ್ಟಿ ಮಾಡಿದ್ದಾನೆ (೧–೯೪) ಎಂದು ಬ್ರಾಹ್ಮಣ ವರ್ಣದ ಮಹತ್ವದ ಬಗ್ಗೆ ಆರಂಭ ಮಾಡುವ ಮನುಸ್ಮೃತಿ

ಸರ್ವ ಸ್ವಂ ಬ್ರಾಹ್ಮಣಸ್ಯೇದಂ ಯತ್ಕಿಂಚಿಜ್ಜಗತೀಗತಂ ।
ಶ್ರೇಷ್ಠೇನಾಬಿಜನೇನೇದಂ ಸರ್ವಂ ವೈ ಬ್ರಾಹ್ಮಣೋರ್ಹತಿ ॥[37] (೧–೧೦೦)

ಈ ಭೂಮಿಯಲ್ಲಿರುವುದೆಲ್ಲವೂ ಬ್ರಾಹ್ಮಣನದಾಗಿದೆ. ಶ್ರೇಷ್ಠವಾದ ಜನ್ಮವನ್ನು ಪಡೆದವನಾಗಿರುವುದರಿಂದ ಇವೆಲ್ಲವನ್ನೂ ಹೊಂದಲು ಅವನು ಅರ್ಹನಾಗಿರುತ್ತಾನೆ ಎನ್ನುತ್ತದೆ.

ಮನುಸ್ಮೃತಿ ವಿವಿಧ ವರ್ಣಗಳ ಜನರ ನಡುವೆ ಹಲವಾರು ರೀತಿಯ ಭೇದವನ್ನು ನಿರೂಪಿಸುತ್ತದೆ. ಮೂರು ಆರ್ಯ ವರ್ಣಗಳ ಉಡುದಾರ, ಜನಿವಾರಗಳು ಕೂಡ ಬೇರೆ ಬೇರೆ ವಸ್ತುಗಳಿಂದ ಮಾಡಿರಬೇಕು ಎಂದು ವಿಧಿಸುತ್ತದೆ. ಇವು ಯಾವ ವರ್ಣಗಳು ಮೇಲು ಯಾವ ವರ್ಣಗಳು ಕೀಳು ಎಂಬುದನ್ನು ಸ್ಪಷ್ಟಪಡಿಸುವಂತಿವೆ. ಹೀಗೆ ಅವರ ಸ್ಥಾನಕ್ಕೆ ತಕ್ಕ ರೀತಿಯಲ್ಲಿ ಅವರೊಡನೆ ಬೇರೆಲ್ಲರೂ ವರ್ತಿಸಲು ಅನುಕೂಲವಾಗುವಂತೆ ವಿವಿಧ ವರ್ಣಗಳ ಜನರನ್ನು ಗುರುತಿಸುವ ಹಲವು ವಿಧಾನಗಳನ್ನು ಕೂಡ ನಿರ್ದೇಶಿಸುತ್ತದೆ. ಅದರಲ್ಲಿ ಒಂದು ಮುಖ್ಯವಾದದ್ದು ವ್ಯಕ್ತಿಯ ಹೆಸರು. ಅವನ ಹೆಸರನ್ನು ಕೇಳಿದೊಡನೆ ಅವನ ವರ್ಣವನ್ನು ಗುರುತಿಸಲಾಗುವಂತೆ ಹೆಸರುಗಳ್ನು ಇಡಬೇಕು ಎಂಬುದನ್ನು, ಅದರಲ್ಲಿಯೂ ಶೂದ್ರರ ಸ್ಥಾನ ನೀಚ ಎಂಬುದನ್ನು ಈ ಕೆಳಗಿನ ಶ್ಲೋಕವು ಧ್ವನಿಸುತ್ತದೆ.

ಮಂಗಲ್ಯಂ ಬ್ರಾಹ್ಮಣಸ್ಯ ಸ್ಯಾತ್ಕ್ಷತ್ರಿಯಸ್ಯ ಬಲಾನ್ವಿತಂ ।
ವೈಶ್ಯಸ್ಯ ಧನ ಸಂಯುಕ್ತಂ ಶೂದ್ರಸ್ಯ ಜುಗುಪ್ಸಿತಂ ॥[38] (೨–೩೧)

ಬ್ರಾಹ್ಮಣನಿಗೆ ಮಂಗಲ ಸೂಚಕವಾದ, ಕ್ಷತ್ರಿಯನಿಗೆ ಬಲ ಸೂಚಕವಾದ, ವೈಶ್ಯನಿಗೆ

ಧನ ಸೂಚಕವಾದ ಹಾಗೂ ಶೂದ್ರನಿಗೆ ಜುಗುಪ್ಸಾ ಸೂಚಕವಾದ ಹೆಸರುಗಳನ್ನು ಇಡಬೇಕು. ಈ ಪದ್ಧತಿ ಕರ್ನಾಟಕದಲ್ಲಂತೂ ತೀರ ಇತ್ತೀಚಿನವರೆಗೆ ಚಾಲ್ತಿಯಲ್ಲಿತ್ತು ಎಂಬುದಕ್ಕೆ ಅಸಂಖ್ಯ ಉದಾಹರಣೆಗಳಿವೆ. ಶೂದ್ರರ ಮತ್ತು ಪಂಚಮ ವರ್ಣದವರ ಹೆಸರುಗಳು ಅವರ ಕೀಳುತನವನ್ನು ಪ್ರತಿಬಿಂಬಿಸುತ್ತಿದ್ದವು. ಮನುಸ್ಮೃತಿಯ ಈ ಕಟ್ಟಲೆ ವಿವಿಧ ವರ್ಣ–ಜಾತಿಗಳ ವ್ಯಕ್ತಿಗಳನ್ನು ಸುಲಭವಾಗಿ ಗುರುತಿಸುವುದಕ್ಕೆ ಸಹಕಾರಿ ಯಾಗುತ್ತದೆ. ಅದರ ಆಧಾರದ ಮೇಲೆ ಅವರೊಡನೆ ಬೇರೆಲ್ಲಾ ಜನರ ಸಾಮಾಜಿಕ, ಧಾರ್ಮಿಕ ವರ್ತನೆ ಹೇಗಿರಬೇಕು, ಯಾರಿಗೆ ಯಾವ ರೀತಿಯ ಗೌರವ ಕೊಡಬೇಕು ಎಂದು ವ್ಯಕ್ತಿಯ ಹೆಸರು ತಿಳಿದ ಕೂಡಲೇ ಪೂರ್ವ ತೀರ್ಮಾನಕ್ಕೆ ಬರಲು ಅನುವು ಮಾಡಿಕೊಡುತ್ತದೆ.

ಮದುವೆ, ಮುಂಜಿ ಮೊದಲಾದ ವ್ಯಕ್ತಿ ಜೀವನದ ವಿವಿಧ ಸಂಸ್ಕಾರಗಳು ಕೂಡ ವರ್ಣದ ಆಧಾರದ ಮೇಲೆಯೇ ವಿಧಿಸಲಾಗಿದೆ. ಬ್ರಾಹ್ಮಣರಿಗೆ ಭೂಮಿ, ಧನ, ಕನಕ ಮೊದಲಾದ ಸಂಪತ್ತನ್ನು ದಾನವಾಗಿ, ದಕ್ಷಿಣೆಯಾಗಿ ನೀಡಬೇಕೆಂದು ಹೇಳುತ್ತದೆ.[39] ಇದರೊಡನೆ ಈ ಎಲ್ಲಾ ಸಂಪತ್ತಿನ ಮೇಲೆ ತೆರಿಗೆ ನೀಡುವುದರಲ್ಲಿಯೂ ವಿನಾಯತಿ ನೀಡಬೇಕೆಂದು ವಿಧಿಸಲಾಗಿದೆ.[40] ಈ ಅಂಶಗಳು ಕರ್ನಾಟಕದಲ್ಲಿ ವ್ಯಾಪಕವಾಗಿ ವಾಸ್ತವಗೊಂಡಿದ್ದವೆಂಬುದನ್ನು ಅಸಂಖ್ಯ ಶಾಸನಗಳು ಮತ್ತಿತರ ಆಕರಗಳು ಸ್ಪಷ್ಟಪಡಿಸುತ್ತವೆ.

ಆರ್ಥಿಕತೆಯ ವಿವಿಧ ಆಯಾಮಗಳಲ್ಲಿಯೂ ಮನುಸ್ಮೃತಿ ವರ್ಣಭೇದವನ್ನು ಒತ್ತಿ ಹೇಳುವುದು. ಆದಾಯದ ಮೂಲಗಳಷ್ಟೆ ಅಲ್ಲದೆ ವಿವಿಧ ವರ್ಣಗಳ ವ್ಯಕ್ತಿಗಳು ತೆಗೆದುಕೊಂಡ ಸಾಲದ ಬಡ್ಡಿ ಕೂಡ ಬೇರೆ ಬೇರೆಯಾಗಿರಬೇಕೆನ್ನುತ್ತದೆ.

ದ್ವಿಕಂ ತ್ರಿಕಂ ಚತುಷ್ಕಂ ಚ ಪಂಚಕಂ ಚ ಶತಂ ಸಮಂ ।
ಮಾಸಸ್ಯ ವೃದ್ಧಿಂ ಗೃಹ್ಣೀಯಾದ್ವರ್ಣಾನಾಮನುಪೂರ್ವಶಃ ॥[41]

ಈ ಮೇಲಿನ ಉಕ್ತಿಯು ಬಡ್ಡಿಯಿಂದ ಜೀವಿಸುವ ಧನಿಕನು ತಿಂಗಳಿಗೆ ಅನುಕ್ರಮವಾಗಿ ಬ್ರಾಹ್ಮಣನಿಂದ ನೂರಕ್ಕೆ ಎರಡರಷ್ಟು, ಕ್ಷತ್ರಿಯನಿಂದ ನೂರಕ್ಕೆ ಮೂರು, ವೈಶ್ಯನಿಂದ ನೂರಕ್ಕೆ ನಾಲ್ಕು ಹಾಗೂ ಶೂದ್ರನಿಂದ ನೂರಕ್ಕೆ ಐದು ಬಡ್ಡಿಯನ್ನು ಪಡೆಯಬೇಕು ಎನ್ನುವುದು. ಹೀಗೆ ಯಾವ ಆಸ್ತಿ, ಸಂಪತ್ತುಗಳಿಲ್ಲದ ಇತರ ವರ್ಣಗಳ ದಾಸತ್ವವೇ ಜೀವನಾಧಾರವಾದ ಶೂದ್ರನೇ ಅತಿ ಹೆಚ್ಚು ಬಡ್ಡಿ ತೆರಬೇಕಾದವನು. ಈ ಸೂಚನೆ ಕರ್ನಾಟಕದ ನಿಜ ಜೀವನದಲ್ಲಿ ಅಕ್ಷರಶಃ ಜಾರಿಗೊಂಡಿತ್ತೇ ಎಂಬುದಕ್ಕೆ ನಿಶ್ಚಿತ ಆಧಾರಗಳಿಲ್ಲ. ಆದರೂ ವಿವಿಧ ವರ್ಗಗಳಿಂದ ಪಡೆಯುತ್ತಿದ್ದ ಬಡ್ಡಿ ಅವರಿಂದ ಅದನ್ನು ವಸೂಲಿ ಮಾಡುವ ಶಕ್ತಿಯ ಮೇಲೆ ಅವಲಂಬಿತವಾಗಿರುತ್ತದೆ ಎಂದು ಭಾವಿಸಬಹುದು. ಆದ್ದರಿಂದ ಧರ್ಮ ಗ್ರಂಥಗಳಿಂದ ಮತ್ತು ರಾಜರುಗಳಿಂದ ಮನ್ನಣೆ ಪಡೆದ ಬ್ರಾಹ್ಮಣರು ಮತ್ತು ಆಳುವ ರಾಜರುಗಳು, ಅವರ ಬಂಧುಗಳಿಂದ ಇತರ ಅಧಿಕಾರಿ ಜನರಿಂದ ಹೆಚ್ಚು ಬಡ್ಡಿಯನ್ನು ಪಡೆಯುವುದಂತೂ ಸುಲಭವಲ್ಲ.

ಆದ್ದರಿಂದ ಸಾಲ ನೀಡಿದ ಹಣಕ್ಕೆ ವಿಧಿಸುತ್ತಿದ್ದ ಬಡ್ಡಿ ದರದಲ್ಲಿ ವಿವಿಧ ವರ್ಗಗಳಿಗೆ ಬೇರೆ ಬೇರೆಯೇ ಆಗಿತ್ತು, ಆ ರೀತಿಯಾಗಿ ಮನುಸ್ಮೃತಿ ವಿಧಿಸಿದ ಬಡ್ಡಿದರಗಳು ಅಂದಿನ ಸಾಮಾಜಿಕ ಪದ್ಧತಿಯಾಗಿತ್ತು ಎಂಬುದು ಸಕಾರಣ ಊಹೆಯೇ ಆಗಿದೆ.

ಮನುಸ್ಮೃತಿ ವರ್ಣ ವ್ಯವಸ್ಥೆಯ ಆಧಾರದ ಮೇಲೆಯೇ ಜನರ ಧಾರ್ಮಿಕ ಜೀವನ ಮಾತ್ರವಲ್ಲದೆ ಸಾಮಾಜಿಕ, ಆರ್ಥಿಕ ಜೀವನವನ್ನೂ ನಿರ್ಧರಿಸುವ ಸಾಮಾಜಿಕ ರಚನೆಯನ್ನು ವಿವರಿಸಿದೆ. ಇಂತಹ ವರ್ಣ ಆಧಾರಿತ ಸಾಮಾಜಿಕ ರಚನೆಗೆ, ಅದರ ಕಟ್ಟಳೆಗಳಿಗೆ ವ್ಯತ್ಯಯವಾಗದಂತೆ ಸಂರಕ್ಷಿಸುವ, ವರ್ಣ ಸಂಕರವಾಗದಂತೆ ಕಾಪಾಡುವ ಹೊಣೆ ರಾಜನದು. ಅದಕ್ಕಾಗಿಯೇ ಅವನಿಗೆ ರಾಜದಂಡ ಕೊಡಮಾಡಲ್ಪಟ್ಟಿದೆ. ಈ ಕೆಳಗಿನ ಶ್ಲೋಕಗಳು ಇದನ್ನು ಒತ್ತಿ ಹೇಳುತ್ತವೆ.

ಸ ರಾಜಾ ಪುರುಷೋ ದಂಡಃ ಸ ನೇತಾ ಶಾಸಿತಾ ಚ ಸಃ ।

ಚತುರ್ಣಾಮಾಶ್ರಮಾಣಾಂ ಚ ಧರ್ಮಸ್ಯ ಪ್ರತಿಭೂಃ ಸ್ಮೃತಃ ॥[42]

ರಾಜನಿಗಿಂತ ರಾಜದಂಡವೇ ನಿಜವಾಗಿ ಆಳುವ ಪ್ರಭುವು, ನ್ಯಾಯಾಧಿಕಾರಿಯೂ, ನಾಯಕನೂ, ಸಮರ್ಥ ಪುರುಷನು ಆಗಿ ವ್ಯವಹರಿಸುತ್ತದೆ. ಹಾಗಾಗಿ ಇದು ವರ್ಣಾಶ್ರಮವನ್ನು ಪಾಲಿಸುವುದಕ್ಕೆ ಸಾಕ್ಷಿಯೂ ಆಗಿದೆ. ರಾಜದಂಡವಿಲ್ಲದಿದ್ದರೆ ವರ್ಣಸಂಕರವಾಗಿ ಸರ್ವ ವರ್ಣಗಳು ದೂಷಿತವಾಗಬಹುದು. ಎಲ್ಲ ಶಾಸ್ತ್ರ ನಿಯಮಗಳೂ ಹಾಳಾಗಿ ಹೋಗಬಹುದು.[43] ಇದಕ್ಕೆ ಪೂರಕವಾಗಿ

ಸ್ವೇ ಸ್ವೇ ಧರ್ಮೇ ನಿವಿಷ್ಟಾನಾಂ ಸರ್ವೇಷಾಮನುಪೂರ್ವಶಃ ।

ವರ್ಣಾನಾಂಶರಮಾಣಾಂ ಚ ರಾಜಾ ಸೃಷ್ಟೋಽಭಿರಕ್ಷಿತಾ ॥[44]

ಪ್ರತಿಯೊಂದು ವರ್ಣದವರು ಅವರವರಿಗೆ ನಿಯಮಿತವಾದ ಧರ್ಮವನ್ನು ಪಾಲಿಸುವುದಕ್ಕೆ ರಾಜನೇ ಸಂರಕ್ಷಕನಾಗಿರುತ್ತಾನೆ ಎನ್ನುವುದು. ಹೀಗೆ ರಾಜನ ಹಾಗೂ ರಾಜದಂಡದ ಮುಖ್ಯ ಕರ್ತವ್ಯಗಳಲ್ಲೊಂದು ವರ್ಣ ವ್ಯವಸ್ಥೆಯನ್ನು, ವಿವಿಧ ವರ್ಣಗಳಿಗೆ ವಿಧಿಸಿದ ಕರ್ತವ್ಯಗಳನ್ನು ಎಲ್ಲರೂ ಪಾಲಿಸಲೇ ಬೇಕಾಗುವಂತೆ ಮಾಡುವುದು.

ಮೇಲೆ ಹೇಳಿದಂತೆ ಧರ್ಮಶಾಸ್ತ್ರಗಳು ಮತ್ತು ಮನುಸ್ಮೃತಿ ಮೊದಲಾದ ಸ್ಮೃತಿಗಳು ವರ್ಣ ವ್ಯವಸ್ಥೆ ವರ್ಣ-ಜಾತಿ ವ್ಯವಸ್ಥೆಯಾಗಿ ರೂಪುದಳೆಯುತ್ತಿದ್ದ ಕಾಲಘಟ್ಟದ ಮಹತ್ವದ ಕೃತಿಗಳು ಕೂಡ. ಈ ಗ್ರಂಥಗಳು ಮಿಶ್ರ ಜಾತಿಗಳೆಂದು ಹಲವು ಜಾತಿಗಳನ್ನು ಹೆಸರಿಸುತ್ತವೆ. ಇಲ್ಲಿಯವರೆಗೆ ಕಾಣಲಾಗುತ್ತಿದ್ದ ವರ್ಣ ವಿಂಗಡಣೆಯ ಜೊತೆಯಲ್ಲಿ ಮನುಸ್ಮೃತಿ ೬೭ ರಷ್ಟು ಮಿಶ್ರ ಜಾತಿಗಳನ್ನು ಪಟ್ಟಿ ಮಾಡಿದೆ. ಈ ಜಾತಿಗಳು ವಿವಿಧ ವರ್ಣಗಳ ನಿಯಮಬಾಹಿರ ಸಂಕರದಿಂದ ಉದ್ಭವಿಸಿದವೆಂದು ವಿವರಿಸಲು ಪ್ರಯತ್ನಿಸಿವೆ. ಬ್ರಾಹ್ಮಣರು ಇಂತಿಂತಾ ಕೆಳ ವರ್ಣ-ಜಾತಿಗಳೊಡನೆ ಅನೈತಿಕ ಸಂಬಂಧ ಹೊಂದಿದ್ದರಿಂದ ಇಂತಿಂತಾ ಮಿಶ್ರ ಜಾತಿಗಳು ಹುಟ್ಟಿವೆ, ಹಾಗೆ ಕ್ಷತ್ರಿಯ,

ವೈಶ್ಯ ಇತ್ಯಾದಿ ವರ್ಣಗಳಿಗೂ ಅನ್ವಯಿಸುತ್ತದೆ ಎಂಬ ವಿವರಣೆ. ಈ ವರ್ಣಸಂಕರದ ಚಿತ್ರಣ ಎಷ್ಟು ಸಂಕೀರ್ಣ ವಾಗಿದೆಯೆಂದರೆ ಅಷ್ಟು ವಿವರವಾಗಿ ವರ್ಣಸಂಕರದಿಂದ ಹುಟ್ಟಿದ ಮಕ್ಕಳ ಬಗ್ಗೆ ದಾಖಲೆಯಿಟ್ಟು ಬೇರೆ ಜಾತಿಯಾಗಿ ವರ್ಗೀಕರಣ ಮಾಡುವುದು ಸಾಧ್ಯವಿತ್ತೇ ಎಂಬ ಪ್ರಶ್ನೆ ಉದ್ಭವಿಸುತ್ತದೆ. ಜೊತೆಗೆ ಕೆಲ ಜಾತಿಗಳ ಜನಸಂಖ್ಯೆ ಎಷ್ಟು ವಿಪುಲವೆಂದರೆ ಆ ಜಾತಿಗಳ ಉಗಮಕ್ಕೆ ಕಾರಣವೆಂದು ಸೂಚಿಸಲಾದ ವರ್ಣಗಳ ಸಂಕರದಿಂದ ಆ ಪ್ರಮಾಣದ ಜನಸಂಖ್ಯೆ ಜನಿಸಲು ಸಾಧ್ಯವೇ ಎಂಬ ಪ್ರಶ್ನೆಯನ್ನು ಸುವೀರಾ ಜಯಸ್ವಾಲ್‌ರಂತಹ ವಿದ್ವಾಂಸರು ಎತ್ತಿದ್ದಾರೆ. ಆದ್ದರಿಂದ ಅಂದು ರಾಜಪ್ರಭುತ್ವದ ಸಮಾಜದೊಳಗೆ ಒಳಗೊಳ್ಳಲಾಗುತ್ತಿದ್ದ ವಿಪುಲ ಸಂಖ್ಯೆಯ ಬುಡಕಟ್ಟು ಹಾಗೂ ಕುಲಗಳನ್ನು ವರ್ಣ ವ್ಯವಸ್ಥೆಯ ಚೌಕಟ್ಟಿನೊಳಗೆ ಸೇರ್ಪಡೆ ಮಾಡುವುದಕ್ಕಾಗಿ ಒಂದು ಹೊಸ ವ್ಯಾಖ್ಯಾನವನ್ನು ನೀಡಲಾಗಿದೆ ಎಂದು ಸುವೀರಾ ಅವರು ಅಭಿಪ್ರಾಯ ಪಡುತ್ತಾರೆ.[45] ವರ್ಣ ವ್ಯವಸ್ಥೆಯ ಪ್ರಬಲ ಪ್ರತಿಪಾದನೆ ಮಾಡುವ ಈ ಗ್ರಂಥಗಳು ಅಂದು ಸಮಾಜದಲ್ಲಿ ಕಾಣಲಾರಂಭಿಸಿದ್ದ ಜಾತಿ ಎಂಬ ಘಟಕಗಳನ್ನು ಗುರುತಿಸಬೇಕಾದ ಮತ್ತು ಅದೇ ಸಮಯದಲ್ಲಿ ಅವು ಕೀಳು ಎಂದು ಸ್ಥಾಪಿಸಬೇಕಾದ ಅನಿವಾರ್ಯತೆಯನ್ನು ಇದು ಬಿಂಬಿಸುತ್ತದೆ.

ಅಧ್ಯಾಯ ಹತ್ತು

ರಾಜ ಪ್ರಭುತ್ವ ಮತ್ತು ಪುರೋಹಿತ ವರ್ಗಗಳ ಸಾಹಚರ್ಯ

ಈ ಭಾಗದ ಮೊದಲ ರಾಜ ಪ್ರಭುತ್ವವಾದ ಶಾತಕರ್ಣಿಗಳ ರಾಜ್ಯ ಸ್ಥಾಪನೆಗೆ ಹಲವು ಶತಮಾನಗಳ ಮೊದಲೇ ಅವರ ರಾಜ್ಯದ ಪ್ರದೇಶದಲ್ಲಿ ವೈದಿಕರು ನೆಲೆಯೂರಿದ್ದರು ಮತ್ತು ವೈದಿಕ ವಿಚಾರ ಸರಣಿಯ ಪ್ರಭಾವ ಈ ಪ್ರದೇಶದಲ್ಲಿ ಕಾಣಲಾರಂಭಿಸಿತ್ತು ಎಂಬುದು ಶಾತಕರ್ಣಿಗಳ ಕೃತ್ಯಗಳಿಂದ ಗೊತ್ತಾಗುತ್ತದೆ. ಆ ಕಾಲಘಟ್ಟದಲ್ಲಿ ಬೌದ್ಧ ಧರ್ಮದ ಪ್ರಬಲ ಪ್ರಭಾವದ ನಡುವೆಯೇ ತಮ್ಮನ್ನು ಬ್ರಾಹ್ಮಣರೆಂದು ಘೋಷಿಸಿಕೊಂಡದ್ದು, ಯಜ್ಞ ಯಾಗಾದಿಗಳನ್ನು ಮಾಡಲಾರಂಭಿಸಿದ್ದು ಮತ್ತು ವರ್ಣ ಸಂಕರವಾಗದಂತೆ ಸಂರಕ್ಷಿಸುತ್ತೇವೆಂದು ಘೋಷಿಸಿಕೊಂಡದ್ದು ಈ ಮೇಲಿನ ವಿಚಾರಗಳಿಗೆ ಪೂರಕಗಳಾಗಿವೆ. ಈ ಕೃತ್ಯಗಳಿಂದ ತಮ್ಮ ರಾಜತ್ವಕ್ಕೆ ಅಂದಿನ ವಿವಿಧ ಪ್ರಮುಖರಿಂದ ಮತ್ತು ಸಾಮಾನ್ಯ ಜನರಿಂದ ಅಂಗೀಕಾರ/ವಿಧೇಯತೆ ದೊರಕಿಸಿಕೊಳ್ಳಬಹುದೆಂಬ ಸಾಧ್ಯತೆಗಳು ಅಂದಿಗಾಗಲೇ ಉಂಟಾಗಿದ್ದವು ಎಂಬುದನ್ನು ಇವು ಸೂಚಿಸುತ್ತವೆ. ಮುಂದೆ ಶಾತಕರ್ಣಿಗಳ ಆಳ್ವಿಕೆಯ ಅಳಿವಿನ ನಂತರ ಅಸ್ತಿತ್ವಕ್ಕೆ ಬಂದ ಚುಟುಗಳು, ಇಕ್ಷ್ವಾಕುಗಳು ಮೊದಲಾದ ಹಲವು ಕಿರು ರಾಜವಂಶಗಳೂ, ಜೊತೆಗೆ ಕರ್ನಾಟಕದ ಆರಂಭಿಕ ರಾಜ್ಯಗಳಾದ ಕದಂಬ, ಚಾಲುಕ್ಯ ಮೊದಲಾದ ಆಳುವ ವಂಶಗಳೂ ವೈದಿಕ ಆಚರಣೆ ಮತ್ತು ವರ್ಣಾಶ್ರಮ ಧರ್ಮವನ್ನು ಆಯ್ಕೆ ಮಾಡಿಕೊಂಡ ಬಗ್ಗೆ

ಆರಂಭಿಕ ಘಟ್ಟದ ಬಗೆಗಿನ ಪ್ರಬಂಧದಲ್ಲಿ ವಿವರಿಸಲಾಗಿದೆ. ಇವೆಲ್ಲವೂ ಕೂಡ ಆ ವೇಳೆಗಾಗಲೇ ಈ ಪ್ರದೇಶಗಳಲ್ಲಿ ಬ್ರಾಹ್ಮಣರ ವಸತಿಗಳು ಮತ್ತು ವೈದಿಕ ಮೌಲ್ಯಗಳ ಪ್ರಸರಣ ಗಣನೀಯವಾಗಿತ್ತೆಂದು ತೋರಿಸುತ್ತದೆ. ವಿಶೇಷವೆಂದರೆ ಈ ರಾಜ ವಂಶಗಳು ತಮ್ಮನ್ನು ಬ್ರಾಹ್ಮಣರೆಂದು ಗುರುತಿಸಿಕೊಳ್ಳಲು ಹೆಚ್ಚು ಕಾತರರಾಗಿದ್ದರೇ ಹೊರತು ಕ್ಷತ್ರಿಯರೆಂದಲ್ಲ ಎಂಬುದನ್ನು ಆಯಾ ರಾಜ ವಂಶಗಳ ಶಾಸನಗಳೇ ಸ್ಪಷ್ಟವಾಗಿ ಸೂಚಿಸುತ್ತವೆ. ಕೆಲ ರಾಜವಂಶಗಳು ಬ್ರಹ್ಮಕ್ಷತ್ರಿಯರೆಂದು ಎರಡೂ ವರ್ಣದ ಸ್ಥಾನಮಾನದ ಪ್ರಯೋಜನವನ್ನು ಕೂಡ ಪಡೆಯಲೆತ್ನಿಸಿವೆ.[46] ಏಕೆಂದರೆ ಅಂದು ಇಲ್ಲಿಯ ಜನರಿಗೆ ಕ್ಷತ್ರಿಯರೆಂಬುವರ ಪರಿಚಯವೇ ಇರಲಿಲ್ಲ. ಆದರೆ ಬ್ರಾಹ್ಮಣರು ಅಂದಿಗಾಗಲೇ ಈ ಪ್ರದೇಶಗಳಲ್ಲಿ ನೆಲಸಿ ಜನರಿಗೆ ಪರಿಚಿತವಾದ ವರ್ಣವಾಗಿದ್ದರು ಮತ್ತು ತಾವು ಶ್ರೇಷ್ಠರೆಂದು ಬಿಂಬಿಸಿ ಕೊಂಡಿದ್ದರೆಂದು ತಿಳಿಯಬರುತ್ತದೆ. ಆದ್ದರಿಂದ ಜನರ ವಿಧೇಯತೆಯನ್ನು ಗಳಿಸಲು ಬ್ರಾಹ್ಮಣ ಪಟ್ಟವೇ ಹೆಚ್ಚು ಪ್ರಯೋಜನಕಾರಿ ಎಂದು ಈ ರಾಜಮನೆತನಗಳು ಪರಿಗಣಿಸಿವೆ.

ಇಲ್ಲಿನ ರಾಜವಂಶಗಳು ಮತ್ತು ಪ್ರಭುತ್ವ ವ್ಯವಸ್ಥೆ ವೈದಿಕ ಧರ್ಮವನ್ನು ಆರಿಸಿಕೊಳ್ಳಲು ಹಲವು ಕಾರಣಗಳಿವೆ. ಅವುಗಳಲ್ಲಿ ಮುಖ್ಯ ಕಾರಣವೆಂದರೆ ತಮ್ಮ ಕುಲದ ಬಂಧುಗಳು ಮತ್ತು ತಮ್ಮ ರಾಜ್ಯದ ಇತರ ಕುಲಗಳು, ಬುಡಕಟ್ಟುಗಳ ಜನರಿಗಿಂತ ತಾವು ಬಹಳ ಮೇಲ್ವರ್ಗವೆಂದು ಪ್ರತಿಷ್ಠಾಪಿಸಿಕೊಳ್ಳುವುದಾಗಿತ್ತು. ಇದು ರಾಜವಂಶಗಳನ್ನು ಪವಿತ್ರೀಕರಿಸಿ ದೇವರೊಂದಿಗೆ ಸಂಬಂಧ ಕಲ್ಪಿಸಲು ಆಸ್ಪದ ನೀಡುತ್ತಿತ್ತು. ಇದಕ್ಕೆ ಸಹಾಯಕವಾಗಿ ಹೊಸ ಗ್ರಂಥಗಳಾದ ಮನುಸ್ಮೃತಿ ಮತ್ತು ಪುರಾಣಗಳು, ಕೆಲ ಹಳೆಯ ಆಚರಣೆಗಳನ್ನು ಮಾರ್ಪಡಿಸಿದವು. ಅನೇಕ ಹೊಸ ಆಚರಣೆಗಳು, ಕಟ್ಟಳೆಗಳನ್ನು ರೂಪಿಸಿದವು.

ಇವುಗಳಲ್ಲಿ ಮೊದಲನೆಯದು, ವೈದಿಕರು ಅಶ್ವಮೇಧಯಾಗದ ಸ್ವರೂಪವನ್ನೇ ಬದಲಾವಣೆಗೆ ಒಳಪಡಿಸಿದ್ದು. ಈ ಆಚರಣೆಯಲ್ಲಿ ಪವಿತ್ರ ಅಶ್ವದ ಪರ್ಯಟನೆ ಮುಖ್ಯವಾದುದು. ಅದು ಸಂಚರಿಸುವ ಪ್ರದೇಶಗಳ ರಾಜ ಮಹಾರಾಜರುಗಳ ಮೇಲೆ ಅಧಿಪತ್ಯ ಸ್ಥಾಪಿಸುವುದು ಅಥವಾ ವಿಜಯ ಸಾಧಿಸುವ ಮೂಲಕ ರಾಜ್ಯ ವಿಸ್ತರಣೆ ಅಶ್ವಮೇಧದ ಮೂಲ ತಿರುಳು. ಆದರೆ ಈ ಪ್ರದೇಶಗಳ ಪರಿಸ್ಥಿತಿ ಮತ್ತು ಪ್ರಭುತ್ವಗಳ ಸೀಮಿತ ಸಾಮರ್ಥ್ಯಗಳಿಗನುಗುಣವಾಗಿ ವೈದಿಕರು ಅಶ್ವಮೇಧ ಯಾಗವನ್ನು ಕೇವಲ ಅಶ್ವಮೇಧ (ಕುದುರೆಯ ಬಲಿ) ಮತ್ತು ಭೂರಿ ದಕ್ಷಿಣೆಗಳಿಗಷ್ಟೇ ಸೀಮಿತಗೊಳಿಸಿ ನಾಮ ಮಾತ್ರ ಅಶ್ವಮೇಧವನ್ನಾಚರಿಸಲು ಅನುವು ಮಾಡಿದರು. ಭಾರತದ ಇತಿಹಾಸದಲ್ಲಿ ಸಮುದ್ರ ಗುಪ್ತನೇ ದಿಗ್ವಿಜಯ ಕೈಗೊಂಡು ನಿಜವಾದ ಅಶ್ವಮೇಧವನ್ನಾಚರಿಸಿದ ಐತಿಹಾಸಿಕ ವ್ಯಕ್ತಿ.[47] ಆದರೆ ಮುಂದೆ ಶಾತಕರ್ಣಿಗಳು, ಇಕ್ಷ್ವಾಕುಗಳು ಮೊದಲಾದ ಆ ಕಾಲಘಟ್ಟದ ಕಿರು ರಾಜವಂಶಗಳು, ಕರ್ನಾಟಕದ ಚುಟುಗಳು, ಕದಂಬರು, ಗಂಗ,

ಚಾಲುಕ್ಯ ರಾಜರುಗಳು, ಮಾರ್ಪಾಟುಗೊಂಡ ನಾಮಮಾತ್ರ ಅಶ್ವಮೇಧ ಯಾಗವನ್ನು ಹಲವು ಬಾರಿ ಆಚರಿಸಿದೆವೆಂದು ತಮ್ಮ ಶಾಸನಗಳಲ್ಲಿ ಹೇಳಿಕೊಳ್ಳಲು ಮತ್ತು ತಾವು ಸಾಮ್ರಾಟ ರಾದೆವೆಂದು ಬೀಗಲು ಇದು ಅವಕಾಶ ಕಲ್ಪಿಸಿತು.

ಈ ರಾಜವಂಶಗಳು ಇಲ್ಲಿಯ ಸ್ಥಳೀಯ ಕುಲ ಮೂಲದವರೇ ಆಗಿದ್ದುದು ಅವರನ್ನು ಮೇಲು ವರ್ಣದವರೆಂದು, ರಾಜನ್ಯರೆಂದು/ಕ್ಷತ್ರಿಯರೆಂದು ಜನರು ಮಾನ್ಯ ಮಾಡಲು ದೊಡ್ಡ ಅಡಚಣೆಯಾಗಿತ್ತು. ಅಶ್ವಮೇಧವನ್ನಾಚರಿಸಲು ಕೂಡ ಅದು ತೊಡಕಾಗಿತ್ತು. ಅದನ್ನು ನಿವಾರಿಸಲು ವೇದಗಳರಿಯದ, ಎಲ್ಲ ಯಾಗಗಳ ವಿವರವಾದ ಕಟ್ಟಲೆ ಮತ್ತು ಆಚರಣೆಗಳನ್ನು ನಿಯಮಿಸಿದ ಬ್ರಾಹ್ಮಣ ಗ್ರಂಥಗಳ ಕಾಲದ ಬ್ರಾಹ್ಮಣರು ಮೂಗಿನ ಮೇಲೆ ಬೆರಳಿಟ್ಟುಕೊಳ್ಳುವಂತಹ ಹೊಸದೊಂದು ಯಜ್ಞವನ್ನೇ ಕಂಡುಹಿಡಿದರು. ಅದೇ ಹಿರಣ್ಯ ಗರ್ಭದಾನ ಯಜ್ಞ, ಈ ಯಜ್ಞದ ಮೂಲಕ ರಾಜರುಗಳಿಗೆ ಅವರ ಕುಲಮೂಲದ ತಾಯ ಜನ್ಮವನ್ನು ತೊಡೆದು ಹೊಸ ಜನ್ಮವನ್ನೇ ನೀಡುವಂತಹ ಸಾಧ್ಯತೆಯನ್ನು ಕಲ್ಪಿಸಲಾಯಿತು. ಆ ಮೂಲಕ ರಾಜ ಪ್ರಭುತ್ವಗಳ ಸ್ಥಾಪನೆ ಮತ್ತು ಅವರ ಮೇಲ್ಮೆಯನ್ನು ಸೃಷ್ಟಿಸುವುದಕ್ಕೆ, ದೈವಿಕ ಪರಿವೇಷ ನೀಡುವುದಕ್ಕೆ ಸಹಾಯಕವಾದ ಒಂದು ಚಾಣಾಕ್ಷ ಆಚರಣೆಯನ್ನು ಅಸ್ತಿತ್ವಕ್ಕೆ ತರಲಾಯಿತು. ವಯಸ್ಕ ಪುರುಷನೊಬ್ಬ ಒಳಹೊಕ್ಕು ಗರ್ಭದಲ್ಲಿರುವ ಶಿಶುವಿನಂತೆ ಕುಳಿತುಕೊಳ್ಳಬಹುದಾದ ಗಾತ್ರದ ಅಷ್ಟದಳ ಕಮಲಾಕಾರದ ೬ ಅಡಿ ಎತ್ತರ, ೪ ಅಡಿ ವ್ಯಾಸದ "ಚಿನ್ನ"ದ ಪಾತ್ರೆಯನ್ನು ಮಾಡಿಸಿ, ಅದರಲ್ಲಿ ರಾಜನನ್ನು ಬ್ರಹ್ಮ ಮತ್ತು ಧರ್ಮರಾಜನ ಚಿನ್ನದ ಮೂರ್ತಿಗಳನ್ನು ಹಿಡಿದು ಕುಳ್ಳಿರಿಸಿ ಮಂತ್ರಗಳ ಸಹಿತವಾಗಿ ಪವಿತ್ರವಾದ ಉದಕಗಳು ಇತ್ಯಾದಿಗಳ ಅಭಿಷೇಕ ಮಾಡುವುದು. ನಂತರ ಅದರಿಂದ ಹೊರಬಂದ ರಾಜನು "ದೈವೀ" ಕಾಯವನ್ನು ಪಡೆದು ಮೇಲೆ ಬರುತ್ತಾನೆ. ಮೇಲ್ವರ್ಣವನ್ನು ಪಡೆದು ದ್ವಿಜನಾಗುತ್ತಾನೆ ಎಂದು ಬಿಂಬಿಸಲಾಯಿತು. ಬಹಳಷ್ಟು ಮಟ್ಟಿಗೆ ಯಾಗ ಮಾಡಿದ ಬ್ರಾಹ್ಮಣ ಪುರೋಹಿತರು ತಮ್ಮ ಗೋತ್ರವನ್ನೇ ರಾಜನಿಗೆ ನೀಡುತ್ತಿದ್ದರು. ಪುರಾಣ, ಮಹಾ ಕಾವ್ಯಗಳ ಮೂಲಕ ಪ್ರಸಿದ್ಧವಾದ ಸೂರ್ಯ ವಂಶ ಅಥವ ಚಂದ್ರ ವಂಶಗಳಲ್ಲಿ ಒಂದು ವಂಶವನ್ನು ಅವನಿಗೆ ಆರೋಪಿಸಲಾಗುತ್ತಿತ್ತು. ಇದಕ್ಕಾಗಿ ರಾಜನಿಂದ ಅವರಿಗೆ ಆ ದೊಡ್ಡ ಚಿನ್ನದ ಪಾತ್ರೆ ದಕ್ಕುವುದಲ್ಲದೆ ಭೂರಿ ದಕ್ಷಿಣೆಗಳು, ದಾನ, ದತ್ತಿಗಳು ದೊರಕುತ್ತಿದ್ದವು.[48]

ಅಷ್ಟೇ ಅಲ್ಲದೆ ರಾಜನಿಗೆ ಬ್ರಾಹ್ಮಣ ಪುರೋಹಿತ ತನ್ನದೇ ಗೋತ್ರ ನೀಡಿದ್ದರಿಂದ ರಾಜನ ಹೊಸ ಹುಟ್ಟಿಗಾಗಿ ಜೀವನ ಪೂರ್ತಿ ಋಣಿಯಾಗುವ ಪ್ರಸಂಗವನ್ನು ಇದು ಸೃಷ್ಟಿಸುತ್ತಿತ್ತು. ಇಂತಹ ಹಿರಣ್ಯ ಗರ್ಭದಾನ ಯಜ್ಞವನ್ನು ಶಾತಕರ್ಣಿಗಳಲ್ಲದೆ ಕದಂಬರ ಮಯೂರ ವರ್ಮ, ಗಂಗರ ದುರ್ವಿನೀತ, ಚಾಲುಕ್ಯ ವಂಶದ ಮೊದಲನೆಯ ಪುಲಿಕೇಶಿ, ರಾಷ್ಟ್ರಕೂಟರ ದಂತಿದುರ್ಗ ಆಚರಿಸಿದರು. ಈ ಮೂಲಕ ಅವರು ಬ್ರಾಹ್ಮಣಗೋತ್ರಗಳನ್ನು, ಚಂದ್ರ ಅಥವಾ ಸೂರ್ಯವಂಶಗಳನ್ನು ಪಡೆದರು. ರಾಜರುಗಳಿರಲಿ ಬಾದಾಮಿ ಚಾಲುಕ್ಯ ರಾಜರ ವೀನಾಪೋಟಿ ಎಂಬ ಒಬ್ಬ ವೇಶ್ಯೆ

ಕೂಡ ಹಿರಣ್ಯ ಗರ್ಭದಾನ ಯಜ್ಞವನ್ನಾಚರಿಸಿ ಹೊಸ ಹುಟ್ಟನ್ನು ಪಡೆದಿದ್ದಾಳೆ ಎಂದು ಕ್ರಿ.ಶ. ೭ನೇ ಶತಮಾನದ ಶಾಸನ ಹೇಳುತ್ತದೆ.[49] ಮುಂದೆ ಹಿರಣ್ಯ ಗರ್ಭದಾನಕ್ಕೆ ಯಜ್ಞವೆಂಬ ರೂಪ ಕೈಬಿಟ್ಟು ದಾನವೆಂಬ ಹೆಸರನ್ನು ನೀಡಿ ಮತ್ತಷ್ಟು ಹೆಚ್ಚು ರಾಜರು ಅದನ್ನು ಆಚರಿಸಲು ಅನುಕೂಲ ಕಲ್ಪಿಸಿದ್ದು ಸರಳೀಕರಣದ ಮತ್ತೊಂದು ಹಂತ.

ಈ ಯಜ್ಞಗಳು ಕೂಡ ಬಹಳ ವೆಚ್ಚದವು. ಮುಂದೆ ಅಪರೂಪಕ್ಕೆ ಮಾತ್ರ ಆಚರಿಸಲು ಸಾಧ್ಯ ಎನ್ನಿಸಲಾರಂಭಿಸಿತು. ಆಗ ಪ್ರತಿ ವರ್ಷವೂ ಆಚರಿಸಲು ಅನುವಾಗುವಂತೆ, ರಾಜರುಗಳು ಮಾತ್ರವೇ ಅಲ್ಲದೆ ಇತರ ಅನೇಕ ಶ್ರೀಮಂತರು ಕೂಡ ಮಾನ್ಯತೆಯನ್ನು ಗಳಿಸಲು ಅನುವಾಗುವಂತೆ ಹೊಸ ಆಚರಣೆಗಳನ್ನು ಕಂಡುಹಿಡಿಯಲಾಯಿತು. ಸ್ಮೃತಿ, ಪುರಾಣಗಳಲ್ಲಿ ಷೋಡಶ ಮಹಾದಾನಗಳೆಂಬ ಹೆಸರಿನಲ್ಲಿ ಪ್ರಸಿದ್ಧವಾದ ಈ ಆಚರಣೆಗಳು ಇಂದೂ ಕೂಡ ಕೆಲಮಟ್ಟಿಗೆ ಆಚರಣೆಯಲ್ಲಿವೆ. ಕ್ರಿಸ್ತ ಶಕದ ಮೊದಲ ಅರ್ಧದಲ್ಲಿ ರಚಿಸಲಾರಂಭಿಸಿದ ಮತ್ಸ್ಯ ಪುರಾಣ, ಅಗ್ನಿ ಪುರಾಣ ಮತ್ತು ಲಿಂಗ ಪುರಾಣಗಳಲ್ಲಿ ಈ ೧೬ ಮಹಾದಾನಗಳು ಮತ್ತು ಅವುಗಳನ್ನು ಆಚರಿಸುವುದಕ್ಕೆ ಸಂಬಂಧಿಸಿದ ಕಟ್ಟಲೆಗಳನ್ನು, ವಿಧಾನಗಳನ್ನು ವಿವರಿಸಲಾಗಿದೆ.[50] ಇವುಗಳಲ್ಲಿ ಈ ದಾನಗಳನ್ನು ಯಜ್ಞದಷ್ಟೇ ಅಥವಾ ಅದಕ್ಕಿಂತ ಮಹತ್ವದವೆಂದು ಬಣ್ಣಿಸಲಾಗಿದೆ.[51] ಷೋಡಶ ಮಹಾದಾನಗಳಲ್ಲಿ ಕರ್ನಾಟಕದ ಅರಸರಿಂದ ಮಾತ್ರವಲ್ಲದೆ ಇತರ ಅಧಿಕಾರಿಗಳು ಮತ್ತು ಶ್ರೀಮಂತರು ಗಳಿಂದಲೂ ಬಹಳ ಹೆಚ್ಚು ಆಚರಿಸಲ್ಪಟ್ಟ ದಾನಗಳೆಂದರೆ ಧರಾದಾನ, ಗೋಸಾಸ ಅಥವಾ ಗೋಸಹಸ್ರ, ಹಿರಣ್ಯಾಶ್ವ ಮತ್ತು ತುಲಾಪುರುಷದಾನಗಳು. ಇದರಲ್ಲಿ ಬ್ರಹ್ಮದೇಯಗಳೆಂಬ ರೂಪದಲ್ಲಿ ಧರಾದಾನವನ್ನು, ಗೋಸಹಸ್ರದ ದಾನವನ್ನು, ತುಲಾ ಪುರುಷ ದಾನವನ್ನು ಇತ್ತೀಚಿನವರೂ ಸೇರಿ ಬಹಳಷ್ಟು ರಾಜರು ಆಚರಿಸಿದ್ದಾರೆ.

ಈ ಎಲ್ಲ ಆಚರಣೆಗಳಿಂದಾಗಿ ರಾಜರು ಎಲ್ಲರಿಗಿಂತ ಮೇಲು. ಇತರರು ಅವರಿಗೆ ಅಧೀನ ಎಂಬುದಕ್ಕೆ ಕೇವಲ ಅಧಿಕಾರದ ಬಲವಲ್ಲದೆ ಧರ್ಮದ ಬಲ ಮತ್ತು ಬಹು ಪ್ರಮುಖವಾದ ವರ್ಣ ವ್ಯವಸ್ಥೆಯ ವಿಚಾರಗಳ ಬಲವೂ ನೆರವು ಸಿಕ್ಕಿತು. ಈ ಪ್ರಕ್ರಿಯೆಗಳಲ್ಲಿ ಪ್ರಮುಖರಾಗಿದ್ದ ಗಂಗಾ ನದಿ ಬಯಲಿನ ಬ್ರಾಹ್ಮಣರು ಕೇವಲ ವೈದಿಕ ಗ್ರಂಥಗಳು ಮತ್ತು ಯಜ್ಞ-ಯಾಗಾದಿಗಳನ್ನು ನೆರವೇರಿಸುವುದರಲ್ಲಿ ಮಾತ್ರವೇ ಅಲ್ಲದೆ, ಗಂಗಾ ನದಿ ಬಯಲಿನಲ್ಲಿ ಉದಿಸಿದ್ದ ರಾಜ್ಯ ವ್ಯವಸ್ಥೆಯ ನಿರ್ವಹಣೆಯಲ್ಲಿಯೂ ಪಾತ್ರ ವಹಿಸುತ್ತಿದ್ದರು. ಈ ಅನುಭವ ಲೌಕಿಕವಾದ ರಾಜ್ಯಾಡಳಿತದಲ್ಲಿ ಕೂಡ ಅವರಿಗೆ ಪರಿಣತಿ ದೊರಕಿಸಿತ್ತು. ಆಗತಾನೇ ದಕ್ಷಿಣ ಭಾರತದಲ್ಲಿ ಆಕಾರ ಪಡೆಯುತ್ತಿದ್ದ ಬುಡಕಟ್ಟು/ಕುಲಮೂಲದ ಹೊಸ ರಾಜ್ಯಗಳಿಗೆ ಈ ಪರಿಣತಿ ಮತ್ತು ಅದರ ಅಳವಡಿಕೆ ಅತ್ಯಗತ್ಯವಾಗಿತ್ತು. ಅರ್ಥಶಾಸ್ತ್ರದಲ್ಲಿ ನಿರೂಪಿತವಾದ ರಾಜ್ಯಾಡಳಿತ ವ್ಯವಸ್ಥೆಯಂತೆ ರಾಜ ಪುರೋಹಿತರಾಗಿ, ಹಲವು ಬಾರಿ ಪ್ರಧಾನಾಮಾತ್ಯರುಗಳಾಗಿ, ಎಲ್ಲಾ ಅಲ್ಲದಿದ್ದರೂ ಅನೇಕ ಖಾತೆಗಳ ಮಂತ್ರಿಗಳಾಗಿ ಇವರ ಸೇವೆ ಮತ್ತಷ್ಟು ಅಗತ್ಯವಾಗಿತ್ತು. ಜೊತೆಗೆ

ರಾಜಕುಮಾರರಿಗೆ ಶಸ್ತ್ರಾಭ್ಯಾಸ ಮತ್ತು ವೇದಗಳು, ಸ್ಮೃತಿಗಳ, ದಂಡನೀತಿಯ ಶಿಕ್ಷಣ ನೀಡುವ ಗುರುಗಳಾಗಿ, ಮಂತ್ರಿಗಳಿಗೆ ಸಲಹೆಗಾರರಾಗಿ, ರಾಜ್ಯಾಡಳಿತದ ವಿವಿಧ ಇಲಾಖೆಗಳಲ್ಲಿ ಕರಣಿಕರಾಗಿ ಹೀಗೆ ರಾಜ್ಯಾಡಳಿತ ಮಟ್ಟದಲ್ಲಿ ಬ್ರಾಹ್ಮಣರು ಸೇವೆ ಸಲ್ಲಿಸುತ್ತಿದ್ದರು. ಇದಕ್ಕೆ ಪೂರಕವಾಗಿ ಸೋಮೇಶ್ವರನ ಮಾನಸೋಲ್ಲಾಸ (೧೨ನೇ ಶತಮಾನದ ಮೊದಲ ಭಾಗ) ರಾಜಪ್ರಭುತ್ವದಲ್ಲಿ ೬೬ ಇಲಾಖೆಗಳಿದ್ದುವೆಂದು ಹೇಳುತ್ತದೆ.[52] ನ್ಯಾಯಾಂಗದಲ್ಲಂತೂ ಶೂದ್ರರನ್ನು ಎಂದೂ ನ್ಯಾಯಾಧೀಶರನ್ನಾಗಿ ನೇಮಿಸಿಕೊಳ್ಳಬಾರ ದೆಂದು ನಿರ್ದೇಶಿಸುತ್ತದೆ. ಬ್ರಾಹ್ಮಣರನ್ನು ನೇಮಿಸಿ ಕೊಳ್ಳುವುದಕ್ಕೆ ಆದ್ಯತೆ ನೀಡಬೇಕು (ಅದು ಉತ್ತಮ), ಅಂತಹವರು ಸಿಗದಿದ್ದರೆ ನಂತರ ಕ್ಷತ್ರಿಯರನ್ನು (ಅದು ಮಧ್ಯಮ), ಅವರೂ ಸಿಗದಿದ್ದರೆ ಮಾತ್ರ ವೈಶ್ಯರನ್ನು (ಅದು ಅಧಮ) ನೇಮಿಸಿಕೊಳ್ಳ ಬೇಕೆಂಬುದನ್ನು ಮಾನಸೋಲ್ಲಾಸದ ಕರ್ತೃ ಹೇಳುತ್ತಾನೆ.[53] ಸಂಗಂ ಸಾಹಿತ್ಯದಲ್ಲಿಯೂ 'ಬ್ರಾಹ್ಮಣರು ಚಿಕ್ಕ ಹಾಗೂ ದೊಡ್ಡ ಕವನಗಳನ್ನು ರಚಿಸಿದ್ದರು. ಇವರು ಪೋಷಕರ ಪಾತ್ರವನ್ನು ವಹಿಸಿದ್ದರು. ಇವರು ರಾಯಭಾರಿಗಳಾಗಿದ್ದರು. ಪುರೋಹಿತರು, ಬೈರಾಗಿಗಳು, ಗೃಹಸ್ಥರು, ವರ್ತಕರು, ನ್ಯಾಯಾಂಗ ಸಲಹೆಗಾರರು ಇವೆಲ್ಲವೂ ಆಗಿದ್ದರು ಎಂಬ ವಿವರಗಳಿವೆ.'[54]

ಮಂಡಲಾಧಿಪತಿಗಳು, ಸಾಮಂತರು, ನಾಳ್ಪ್ರಭುಗಳು ಮೊದಲಾದ ಹಂತಗಳಲ್ಲಿ ಸಹ ಇವರನ್ನು ನೇಮಿಸಿಕೊಳ್ಳಲಾಗುತ್ತಿತ್ತು. ಅತ್ಯಂತ ಕೆಳ ಹಂತದಲ್ಲಿ ವಿವಿಧ ಭೂ ಒಡೆಯ ಹಾಗೂ ವ್ಯಾಪಾರಿ ಮನೆತನಗಳ ಕುಲಕರಣಿಕರಾಗಿ (ಕುಲಕರ್ಣಿ), ಹಳ್ಳಿಗಳಲ್ಲಿ ಸೇನಬೋವರಾಗಿ ಕೂಡ ಇವರು ಕೆಲಸ ಮಾಡುತ್ತಿದ್ದರು. ವಿದ್ಯಾಭ್ಯಾಸ ಸೀಮಿತವಾಗಿದ್ದ ಆ ಕಾಲದಲ್ಲಿ 'ಹಳ್ಳಿಯ ಗಡಿಗಳನ್ನು ನಿರ್ಧರಿಸುವ, ಹೊಲಗಳನ್ನು ಅಳೆಯುವ' ಕೆಲಸಗಳು ಮುಖ್ಯವಾಗಿದ್ದವೆಂದು ಕೊಸಾಂಬಿಯವರು ಅಭಿಪ್ರಾಯಪಟ್ಟಿದ್ದಾರೆ.[55] ವಿವಿಧ ಕುಲಗಳ ಅಧೀನದಲ್ಲಿ, ಕುಟುಂಬಗಳ ಅಧೀನದಲ್ಲಿದ್ದ ಭೂಮಿಯ ಮೇರೆಗಳನ್ನು ನಿಶ್ಚಯಿಸುವುದು, ಅಳತೆ ಮಾಡುವುದು ಮೊತ್ತಮೊದಲಿಗೆ ಕೃಷಿಯನ್ನು ಕೈಗೊಳ್ಳುತ್ತಿದ್ದ ಕಾಲದಲ್ಲಿ, ಅರಣ್ಯ ಮತ್ತು ಹುಲ್ಲುಗಾವಲುಗಳನ್ನು ಆಕ್ರಮಿಸಿ ಕೃಷಿ ಭೂಮಿಯಗಿ ಪರಿವರ್ತಿಸುತ್ತಿದ್ದ ಕಾಲದಲ್ಲಿ ಎಷ್ಟೊಂದು ಮುಖ್ಯವೆಂದು ವಿವರಿಸಬೇಕಾಗಿಲ್ಲ. ಇಂತಹ ಅಳತೆಗಳಿಗೆ ಉಪಯೋಗಿಸುವ ಕೋಲುಗಳನ್ನು ದೇವಾಲಯಗಳಲ್ಲಿ ಇಡಲಾಗುತ್ತಿತ್ತು. ಇದರಿಂದಾಗಿ ಅಳತೆಗೋಲಿಗೆ ದೈವ ಮಾನ್ಯತೆ ಸಿಗುವಂತೆ ಮಾಡಲಾಗಿತ್ತು.

ಹೀಗೆ ಅಂದಿನ ರಾಜ್ಯಾಧಿಕಾರದಲ್ಲಿ ವಿವಿಧ ಹಂತಗಳಲ್ಲಿ ಬ್ರಾಹ್ಮಣರು ಮುಖ್ಯ ಪಾತ್ರವಹಿಸಿದ್ದರು. ಕರ್ನಾಟಕದ ಆರಂಭಿಕ ರಾಜ ಪ್ರಭುತ್ವಗಳಿಂದ ಆರಂಭವಾಗಿ ಕೊನೆಯ ರಾಜ ಪ್ರಭುತ್ವಗಳವರೆಗೆ, ಸುಮಾರು ಒಂದೂವರೆ ಸಹಸ್ರಮಾನಗಳ ಕಾಲ ಆಡಳಿತದ ಎಲ್ಲಾ ಸಂದು ಗೊಂದುಗಳನ್ನೂ ವ್ಯಾಪಿಸಿದ್ದರು. ಇವರ ಈ ಪಾತ್ರವು ರಾಜ್ಯಾಡಳಿತ ಹಾಗೂ ರಾಜನೀತಿಯ ಮೇಲೆ ಅಪಾರ ಪ್ರಭಾವ ಬೀರಿದ್ದರಲ್ಲಿ

ಆಶ್ಚರ್ಯವೇನೂ ಇಲ್ಲ. ರಾಜನೀತಿ ಮತ್ತು ಆಡಳಿತದಲ್ಲಿ ಅವರ ಪಾತ್ರ ವರ್ಣ ವ್ಯವಸ್ಥೆಯ ಬೇಧದ ವಿಚಾರಗಳಿಂದ ಪ್ರಭಾವಿತವಾಗಿತ್ತು ಎಂದು ಭಾವಿಸಬಹುದಾಗಿದೆ. ಶೂದ್ರನೊಬ್ಬ, ಅವನು ರಾಜನ ಬಳಿಯ ಆಡಳಿತಾಧಿಕಾರಿಯೇ ಆಗಿದ್ದರೂ ಎಂದೂ ನ್ಯಾಯಾಧೀಶ ಹುದ್ದೆಗೇರಬಾರದು ಎಂಬುದರಲ್ಲಿಯೇ ಈ ಬೇಧ ಮನೋಭಾವ ಸ್ಪಷ್ಟವಾಗಿದೆ. ಶೂದ್ರ ನ್ಯಾಯಾಧೀಶರಾದರೆ ವರ್ಣ ವ್ಯವಸ್ಥೆಯ ಮೇಲೆ ಗಣನೀಯ ಪರಿಣಾಮ ಬೀರಬಹುದೆಂಬ ಆತಂಕವೇ ಇಂತಹ ಕಟ್ಟಲೆಗೆ ಕಾರಣವಾಗಿದೆ. ಆದರೆ ಇದು ರಾಜ್ಯಾಧಿಕಾರದ ಅತ್ಯುನ್ನತ ಹಂತದಲ್ಲಿ ಮಾತ್ರ ಎಂದು ಕಾಣುತ್ತದೆ. ಕೆಳಗಿನ ಹಂತಗಳಲ್ಲಿ, ಅಂದಿನ ನ್ಯಾಯ ತೀರ್ಮಾನಗಳ ಮುಖ್ಯ ಹಂತವಾದ ಗ್ರಾಮಗಳಲ್ಲಿ ಶೂದ್ರರಾದ ಗಾವುಂಡಗಳೇ, ಆಯಾ ಕುಲಗಳ ಮತ್ತು ಜಾತಿಗಳ ಮುಖ್ಯಸ್ಥರೇ ನ್ಯಾಯ ಪಂಚಾಯತಿಗಳ ಮುಖ್ಯಸ್ಥರಾಗಿದ್ದರು.

ರಾಜರುಗಳು ಮಾತ್ರವೇ ಅಲ್ಲದೆ ಅವರ ಕುಟುಂಬದವರು, ಸೇನಾಧಿಕಾರಿಗಳು, ಇತರ ಆಸ್ಥಾನಿಕರಿಗೆ, ಸಮಾಜದ ವಿವಿಧ ಹಂತಗಳ ಗಣ್ಯರಿಗೆ, ಕೆಲವೊಮ್ಮೆ ಜನ ಸಾಮಾನ್ಯರಿಗೂ ಕೂಡ ಪ್ರತಿ ಮುಖ್ಯ ಕಾರ್ಯಕ್ಕು ಶುಭ ಗಳಿಗೆಗಳನ್ನು ಸೂಚಿಸುವುದು ಜ್ಯೋತಿಷ್ಯ, ಶಕುನಗಳ ಗುಣಲಕ್ಷಣಗಳನ್ನು ಹೇಳುವುದು, ಅವುಗಳಿಗೆ ಪರಿಹಾರದ ಅರ್ಚನೆ, ವ್ರತ, ಪೂಜೆಗಳ ಆಚರಣೆಗಳನ್ನು ನಡೆಸುವುದು, ವರ್ಷದುದ್ದಕ್ಕೂ ನಡೆವ ವಿವಿಧ ಧಾರ್ಮಿಕ ಕಾರ್ಯಗಳ ಉಸ್ತುವಾರಿ ಮೊದಲಾದ ಕೆಲಸಗಳನ್ನು ಬ್ರಾಹ್ಮಣ ಪುರೋಹಿತ ವರ್ಗ ನೆರವೇರಿಸುತ್ತಿತ್ತು. ದೇವಾಲಯಗಳ ಸ್ಥಾಪನೆಯಿಂದ ಆರಂಭಿಸಿ ಅವುಗಳಲ್ಲಿ ಪೂಜೆ, ಉತ್ಸವಗಳ ದೈನಂದಿನ ಕೆಲಸಗಳವರೆಗೆ ಇತ್ತೀಚಿನವರೆಗೂ ಬಹುಮಟ್ಟಿಗೆ ಬ್ರಾಹ್ಮಣರದೇ ಏಕಾಧಿಪತ್ಯವನ್ನು ನೋಡಬಹುದು. ಕಾಲಾಂತರದಲ್ಲಿ ಈ ಏಕಾಧಿಪತ್ಯವನ್ನು ಸಡಿಲಗೊಳಿಸುವ ಪ್ರಯತ್ನಗಳು ಹಲವೆಡೆ ನಡೆದರೂ ಅವು ಸೀಮಿತ ಯಶಸ್ಸನ್ನಷ್ಟೇ ಕಂಡಿವೆ. ತಮ್ಮದೇ ಬುಡಕಟ್ಟು ಆಚರಣೆಗಳನ್ನು ಉಳಿಸಿಕೊಂಡು ಮುಂದುವರಿಸಿದ್ದ ಅತ್ಯಂತ ಕೆಳ ಜಾತಿಗಳು, ಅಸ್ಪೃಶ್ಯರು ಮಾತ್ರವೇ ಈ ಪ್ರಭಾವದಿಂದ ಕೆಲ ಮಟ್ಟಿಗೆ ಮುಕ್ತವಾಗಿದ್ದರು.

ರಾಜ ಪ್ರಭುತ್ವಗಳು ಸ್ಥಾಪಿತವಾದ ಮೇಲೆ ಬ್ರಹ್ಮದೇಯಗಳೆಂದು ಅನೇಕ ಬ್ರಾಹ್ಮಣರಿಗೆ ಭೂದಾನ ಮಾಡುವ ಪದ್ಧತಿ ವ್ಯಾಪಕವಾಯಿತು. ಮೊದಲ ನಾಲ್ಕು-ಐದು ಶತಮಾನದಲ್ಲಿ ಬ್ರಹ್ಮಸ್ವಗಳಿಗೆ ಹೆಚ್ಚು ಆದ್ಯತೆ ನೀಡಲಾಗಿತ್ತು ಎಂಬುದು ಆ ದೀರ್ಘ ಕಾಲದಲ್ಲಿ ಬ್ರಾಹ್ಮಣರು ಪಡೆದ ಭೂ ಒಡೆತನದ ಪ್ರಮಾಣಕ್ಕೆ ಸಾಕ್ಷಿಯಾಗಿದೆ. ಕೆಲ ಕಾಲಾನಂತರ ದೇವಸ್ವದ ಕೊಡುಗೆಗಳು ಆರಂಭವಾಗಿ ಪ್ರಮುಖ ಸ್ಥಾನವನ್ನು ಪಡೆದುವು. ಕರ್ನಾಟಕದಲ್ಲಿ ಪ್ರಭುತ್ವ ಸ್ಥಾಪನೆ ಮಾಡಿದ ಮತ್ತು ಅದನ್ನು ವಿಸ್ತರಿಸಿದ ರಾಜ ವಂಶಗಳಾದ ಕದಂಬ, ಗಂಗ ಮತ್ತು ಬಾದಾಮಿ ಚಾಲುಕ್ಯರ ಆಳ್ವಿಕೆಯ ಕಾಲದಲ್ಲಿ ನೀಡಲ್ಪಟ್ಟ ಬ್ರಹ್ಮಸ್ವ ಮತ್ತು ದೇವಸ್ವದ ಕೊಡುಗೆಗಳು ಇಂತಿವೆ.[55ಎ]

ರಾಜವಂಶಗಳು	ಬ್ರಹ್ಮಸ್ವ ಕೊಡುಗೆಗಳು	ದೇವಸ್ವ ಕೊಡುಗೆಗಳು
ಕದಂಬರು	೨೪	೧೬
ಚಾಲುಕ್ಯರು	೮೨	೪೦
ಗಂಗರು	೬೭	೩೮
ರಾಷ್ಟ್ರಕೂಟರು	೪೨	೨೦೦ಕ್ಕಿಂತ ಹೆಚ್ಚು
ನಾಲ್ಕು ರಾಜವಂಶ	೨೧೫	೨೯೪

ಈ ಪಟ್ಟಿಯಲ್ಲಿ ಮೊದಲ ಮೂರು ರಾಜ ವಂಶಗಳ ಬ್ರಹ್ಮಸ್ವ ಮತ್ತು ದೇವಸ್ವಗಳ ಕೊಡುಗೆಗಳ ಪ್ರಮಾಣವು ಒಟ್ಟು ಕ್ರಮವಾಗಿ ೧೭೩ ಮತ್ತು ೯೪ ಇದೆ. ಇವನ್ನು ಗಮನಿಸಿದರೆ ಸ್ಪಷ್ಟವಾಗುವ ಒಂದು ವಿಷಯವೆಂದರೆ ದೇವಾಲಯಗಳಿಗಿಂತ ಸುಮಾರು ಎರಡರಷ್ಟು ಭೂದಾನವನ್ನು ಬ್ರಹ್ಮಸ್ವಗಳಿಗೆ ಕೊಡಲು ಈ ರಾಜ ವಂಶಗಳು ಉತ್ಸುಕರಾಗಿದ್ದರು. ಇದು ಈ ವಂಶಗಳನ್ನು ಉನ್ನತೀಕರಿಸಿ, ಅವರ ರಾಜತ್ವವನ್ನು ಜನರ ಮುಂದೆ ಬಿಂಬಿಸುವುದಕ್ಕಾಗಿ ಮಾಡುತ್ತಿದ್ದ ಯಾಗ ಯಜ್ಞಗಳಿಗಾಗಿ ನೀಡುತ್ತಿದ್ದ ಭೂರಿ ದಾನಗಳ ಭಾಗವಷ್ಟೇ ಆಗಿರಲಿಲ್ಲ. ಆ ಭಾಗಗಳಲ್ಲಿ ಕೃಷಿಯನ್ನು ವಿಸ್ತರಿಸಲು, ಪಂಚಾಂಗಗಳ ಮೂಲಕ ಕೃಷಿ ಋತುಮಾನಗಳ ಮಾಹಿತಿ ಒದಗಿಸಲು, ಗಂಗಾ ನದಿ ಬಯಲಿನ ಬೆಳೆಗಳು, ತಳಿಗಳು ಇವುಗಳನ್ನು ಇಲ್ಲಿಯ ರೈತರಿಗೆ ಪರಿಚಯಿಸಲು ಕೂಡ ಬ್ರಹ್ಮದೇಯಗಳು ಪ್ರಯೋಜನಕಾರಿಯಾಗಿದ್ದವು.[56] ಅದರ ಜೊತೆಗೆ ಈ ರಾಜವಂಶಗಳು ಆಗಲೇ ತಾವು ಆಯ್ಕೆ ಮಾಡಿಕೊಂಡಿದ್ದ ಮತ್ತು ತಮ್ಮ ಆಳ್ವಿಕೆಗೆ ಆಧಾರವಾದ ವರ್ಣ ವ್ಯವಸ್ಥೆಯ ಸಾಮಾಜಿಕ ರಚನೆಯನ್ನು ರೂಪಿಸುವುದಕ್ಕೆ ಸಹಾಯಕವಾಗುವಂತೆ ತಮ್ಮ ರಾಜ್ಯದ ವಿವಿಧ ಭಾಗಗಳಲ್ಲಿ ಬ್ರಹ್ಮದೇಯಗಳನ್ನು ದಾನ ನೀಡಿದ್ದಾರೆ.

ಆರಂಭಿಕ ಕಾಲದ ಕೆಲವು ಶಾಸನಗಳಲ್ಲಿ ಈ ಬ್ರಾಹ್ಮಣರು ಗಂಗಾ ನದಿ ಬಯಲಿನ ಊರುಗಳವರು ಎಂದಿದೆ. ಮುಖ್ಯವಾಗಿ ಅಹಿಚ್ಛತ್ರ ಎಂಬ ಪಾಂಚಾಲ ದೇಶದ ಊರು ನಮೂದಿತವಾಗಿದೆ. ಆ ವೇಳೆಗಾಗಲೇ ಇಲ್ಲಿ ರೂಪುಗೊಂಡಿದ್ದ ಸ್ಥಳೀಯ ಬ್ರಾಹ್ಮಣರಿಗೂ ಈ ಭೂದಾನ ನೀಡಲಾಗಿರಬಹುದು ಹಾಗೂ ಕೆಲವರು ಮತ್ತೆ ಹೊಸದಾಗಿ ಗಂಗಾ ನದಿ ಬಯಲಿನಿಂದಲೂ ಬಂದಿರಬಹುದು ಅಥವಾ ಆಹ್ವಾನ ಮಾಡಲಾಗಿರ ಬಹುದು. ಹೊಸದಾಗಿ ಗಂಗಾ ನದಿ ಬಯಲಿನಿಂದ ಬಂದವರು ವೇದ, ಉಪನಿಷತ್ತುಗಳ ಕಾಲಾನಂತರದ ಬೆಳವಣಿಗೆಗಳ ಅನುಭವವನ್ನು ಹೊತ್ತು ತಂದವರು. ಈ ಬ್ರಾಹ್ಮಣರ ಮೂಲಕ ಮಹಾಕಾವ್ಯಗಳು, ಪುರಾಣಗಳು, ಮನುಸ್ಮೃತಿಯ ವಿಚಾರಗಳು ಕರ್ನಾಟಕದ ಪ್ರದೇಶದಲ್ಲಿ ಹಬ್ಬಲು ಸಾಧ್ಯವಾಯಿತು. ಇದರೊಡನೆ ಈ ವಿಚಾರಗಳು ರಾಜರ ಶಾಸನಗಳು, ಗ್ರಂಥಗಳು, ಸಾಹಿತ್ಯದಲ್ಲಿ ಕೂಡ ಪ್ರತಿಬಿಂಬಿತವಾಗಲು ಆರಂಭವಾಯಿತು.

ಬ್ರಾಹ್ಮಣರನ್ನು ನೆಲೆಗೊಳಿಸಿದ ಅಗ್ರಹಾರಗಳು ಮೇಲೆ ಚರ್ಚಿಸಿದ ಎಲ್ಲ ಕೆಲಸಗಳನ್ನು ನಿರ್ವಹಿಸುವುದಕ್ಕೆ ಸಾಧನವಾದವು. ಪುರಾಣ ಪಠಣ, ಪೌರೋಹಿತ್ಯ,

ದೇವಾಲಯಗಳ ಪೂಜೆ, ಪಂಚಾಂಗ, ಗಣಿತ, ಹಲವು ಹಂತಗಳ ಆಡಳಿತ ಮೊದಲಾದುವುಗಳನ್ನು ನಿರ್ವಹಿಸುವುದಕ್ಕೆ ಅಗತ್ಯವಾದ ವಿದ್ಯಾಭ್ಯಾಸವನ್ನು ಬ್ರಾಹ್ಮಣರಿಗೆ ಸೀಮಿತಗೊಳಿಸಲಾಯಿತು. ಹಾಗಾಗಿ ಈ ಕೆಲಸಗಳಲ್ಲಿ ಬ್ರಾಹ್ಮಣರ ಈ ಏಕಾಧಿಪತ್ಯವನ್ನು ಖಾತರಿಗೊಳಿಸಿತು. ಕೆಲ ಮಟ್ಟಿಗೆ ಜೈನ ಬಸದಿಗಳ ಸ್ಥಾಪನೆಯ ಮೂಲಕ ಈ ಏಕಾಧಿಪತ್ಯವನ್ನು ಪ್ರಶ್ನಿಸಲಾಯಿತು. ರಾಜಪ್ರಭುತ್ವಗಳು ಜೈನ ಧರ್ಮ ಮತ್ತು ಕಾಳಾಮುಖ ಪಂಥಗಳಿಗೆ ಪೋಷಣೆ ನೀಡುವ ಮೂಲಕ ಬ್ರಾಹ್ಮಣರ ಏಕಾಧಿಪತ್ಯಗಳಿಗೆ ಸವಾಲೊಡ್ಡುವ ಸಾಧನವಾಗಿ ಬಳಸಿಕೊಂಡಿರುವ ಸಾಧ್ಯತೆಗಳಿವೆ. ಆದರೆ ಇವೆರಡೂ ವರ್ಣ–ಜಾತಿ ವ್ಯವಸ್ಥೆಯ ಪರವಾಗಿದ್ದವು. ರಾಜರುಗಳು ತಮ್ಮ ವೈಯಕ್ತಿಕವಾದ ಆಯ್ಕೆಯಾಗಿ ವೈದಿಕ ಧರ್ಮವನ್ನು ಆರಿಸಿದ್ದಕ್ಕಿಂತ ಹೆಚ್ಚಾಗಿ ಅವರು ನೀಡಿದ ಬ್ರಹ್ಮಸ್ವ ಹಾಗೂ ದೇವಸ್ವ ಮೊದಲಾದ ಕೊಡುಗೆಗಳು ವರ್ಣ ವ್ಯವಸ್ಥೆಯ ವಿಚಾರಗಳನ್ನು ಹರಡುವುದರಲ್ಲಿ ಮುಖ್ಯ ಪಾತ್ರವಹಿಸಿದವು. ಈ ದಾನಗಳಿಂದ ಪಡೆದ ಧಾರ್ಮಿಕ ಹಿರಿತನ, ಗೌರವ ಸ್ಥಾನ, ಸಂಪತ್ತು ಮತ್ತು ಶೂದ್ರ ಸಮುದಾಯದ ಮೇಲೆ ಅಧಿಕಾರ ಇವುಗಳು ಒಂದೆಡೆ ರಾಜ್ಯಾಡಳಿತದ ಅಧಿಕಾರ ಮತ್ತು ಪಂಚಾಂಗ ಮೊದಲಾದ ಲೌಕಿಕ ಉಪಯುಕ್ತತೆಗಳು ಮತ್ತೊಂದೆಡೆ ಕರ್ನಾಟಕದಲ್ಲಿ ವರ್ಣ–ಜಾತಿ ವ್ಯವಸ್ಥೆಯ ವಾಹಕವಾಗಿ ಕೆಲಸ ಮಾಡಿದವು.

ಈ ಹಂತದಲ್ಲಿ ಒಂದು ಕಡೆ ಬ್ರಾಹ್ಮಣರು ಮತ್ತೊಂದು ಕಡೆ ಭೂಮಿಯ ಒಡೆಯರಾಗಿ ಪರಿವರ್ತನೆಗೊಂಡಿದ್ದ ಕುಲಾಧಿಪತಿಗಳು, ಈ ಎರಡೂ ವರ್ಗ ಗ್ರಾಮ ಮಟ್ಟದಿಂದ ಹಿಡಿದು ಸಾಮ್ರಾಜ್ಯದ ಹಂತದವರೆಗೆ ರಾಜಪ್ರಭುತ್ವದ ಅಧಿಕಾರದ ಜೊತೆಗಾರರಾಗಿದ್ದರು. ವರ್ಣ ವ್ಯವಸ್ಥೆಯ ಮೇಲು ಕೀಳುಗಳ ಸಾಮಾಜಿಕ ವಿಭಜನೆ ಈ ಎರಡೂ ವರ್ಗಗಳ ಅಧಿಕಾರದ ಮೂಲವಾಗಿತ್ತು. ಈ ಎರಡೂ ವರ್ಗಗಳ ನಡುವೆ ಅಧಿಕಾರದ ಮತ್ಸರ, ಸ್ಪರ್ಧೆ ಮತ್ತು ಆಗಾಗ್ಗೆ ಜಗಳಗಳುಂಟಾಗುತ್ತಿದ್ದವು. ಮನುಸ್ಮೃತಿ ಮೊದಲಾದ ಗ್ರಂಥಗಳಲ್ಲಿ ಬ್ರಾಹ್ಮಣರ ಶ್ರೇಷ್ಠತೆಯ ಬಗ್ಗೆ ನೀಡಿದ ಒತ್ತು, ಜೈನ ಧರ್ಮದ ಪುರಾಣ ಮತ್ತು ಸಾಹಿತ್ಯ ಗ್ರಂಥಗಳಲ್ಲಿ ಬ್ರಾಹ್ಮಣರನ್ನು ಕಡೆಗಣಿಸಿ ರಾಜರನ್ನು ಎತ್ತಿಹಿಡಿಯುವ ಪ್ರಯತ್ನಗಳು ಇದಕ್ಕೆ ಉದಾಹರಣೆಗಳು.[57] ಇವೆಲ್ಲದರ ನಡುವೆಯೂ ಈ ಎರಡೂ ವರ್ಗಗಳಿಗೆ ಅಧಿಕಾರವನ್ನು ಹಿಡಿತದಲ್ಲಿಟ್ಟುಕೊಳ್ಳಲು ಪರಸ್ಪರ ಸಹಕಾರ ಅನಿವಾರ್ಯ ಅಗತ್ಯವಾಗಿತ್ತು.[58] ಅದರಿಂದ ಉದ್ಭವಿಸಿದ ದೀರ್ಘಕಾಲೀನ ಸಹಕಾರ, ವರ್ಣ ವ್ಯವಸ್ಥೆಯನ್ನು ಸಾವಿರಾರು ವರ್ಷಗಳ ಕಾಲ ಉಳಿದು ಬಂದ ಜಾತಿ ವ್ಯವಸ್ಥೆಯಾಗಿ ಮಾರ್ಪಡಿಸಿತು. ರೊಮಿಲಾ ಥಾಪರ್‌ರವರು ವ್ಯಕ್ತಪಡಿಸಿದಂತೆ ವರ್ಣ ವ್ಯವಸ್ಥೆಯು ಜಾತಿ ವ್ಯವಸ್ಥೆಯ ತಾತ್ವಿಕ ತಿರುಳನ್ನೊದಗಿಸಿತು.[59] ಸಮಾಜವನ್ನು ಮೇಲು ಕೀಳುಗಳ ಶ್ರೇಣೀಕರಣದ ಸಾವಿರಾರು ಗುಂಪುಗಳನ್ನಾಗಿ ವಿಂಗಡಿಸಿತು. ಜಾತಿ ವ್ಯವಸ್ಥೆಯ ತಾತ್ವಿಕ ವಿಚಾರಗಳನ್ನು ರೂಪಿಸಿ ಸಮಾಜದಲ್ಲಿ ಪಸರಿಸುವುದು ಮತ್ತು ಅದರ ವಾಸ್ತವಿಕ ಮಾದರಿಯನ್ನು, ಕಟ್ಟಳೆಗಳನ್ನು ರೂಪಿಸುವುದು ಪುರೋಹಿತರ ಮತ್ತು

ಇತರ ಹಲವು ಬ್ರಾಹ್ಮಣರ ಪಾತ್ರವಾಯಿತು. ತಮ್ಮ ಅಧಿಕಾರ ಬಲ, ಶಾಸನ ಬಲ, ಸೈನ್ಯ ಬಲವನ್ನು ಬಳಸಿ ಅದಕ್ಕೆ ಸಮಾಜ ವಿಧೇಯವಾಗುವಂತೆ, ಅದನ್ನು ಕಟ್ಟುನಿಟ್ಟಾಗಿ ಅನುಸರಿಸುವಂತೆ ಮಾಡುವುದು ರಾಜರುಗಳ, ರಾಜ್ಯ ವ್ಯವಸ್ಥೆಯ ಪಾತ್ರವಾಗಿತ್ತು.

ಭಾರತದಲ್ಲಿ ಕಂಡುಬಂದ ಹಾಗೂ ಕಂಡುಬರುತ್ತಿರುವ ಜಾತಿ ವ್ಯವಸ್ಥೆಗೂ ಪ್ರಾಚೀನ ಕಾಲದಲ್ಲಿದ್ದ ವರ್ಣ ವ್ಯವಸ್ಥೆಗೂ ಸಂಬಂಧವಿಲ್ಲ. ಇವೆರಡೂ ಬೇರೆ ಬೇರೆ ಎಂಬ ಚರ್ಚೆಗಳನ್ನು ಗಮನಿಸುವುದು ಅಗತ್ಯ. ಭಾರತದಲ್ಲಿರುವ ವರ್ಣ-ಜಾತಿ ವ್ಯವಸ್ಥೆಯನ್ನು ಅದರ ಮೇಲು ಕೀಳು ಬೇಧಗಳನ್ನು ಅಸ್ತಿತ್ವಕ್ಕೆ ತರುವಲ್ಲಿ ಪ್ರಧಾನ ಪಾತ್ರ ವಹಿಸಿರುವುವೆಂದು ಹೇಳಲಾಗುತ್ತಿರುವ ಗ್ರಂಥಗಳೆಂದರೆ ವೇದಗಳು ಮತ್ತು ಮನುಸ್ಮೃತಿ. ಈ ಗ್ರಂಥಗಳೆಲ್ಲಾ ಇರುವುದು ಸಂಸ್ಕೃತದಲ್ಲಿ. ಹಾಗಾಗಿ ಸಾಮಾನ್ಯ ಜನರಿಗೆ ಇದರಲ್ಲಿರುವ ವಿಚಾರಗಳು ಗೊತ್ತಾಗಲು ಹೇಗೆ ಸಾಧ್ಯ? ಆದ್ದರಿಂದ ಜಾತಿ ಪದ್ಧತಿಗೂ ವರ್ಣ ವ್ಯವಸ್ಥೆಗೂ ಸಂಬಂಧವೇ ಇಲ್ಲ. ಜಾತಿ ಎಂಬುದು ಜನರು ತಾವೇ ಮಾಡಿಕೊಂಡದ್ದು, ಅವು ಬುಡಕಟ್ಟು ಮೂಲದ್ದು. ಹೀಗಿರುವಾಗ ಉದ್ದೇಶಪೂರ್ವಕವಾಗಿ ವೇದಗಳು, ಮನುಸ್ಮೃತಿಯನ್ನು ದೂಷಿಸಲಾಗುತ್ತಿದೆ ಎಂಬ ವಾದಗಳನ್ನು ಮಂಡಿಸಲಾಗಿದೆ. ಈ ವಾದಗಳ ಉದ್ದೇಶ ಭಾರತದ ಜಾತಿ ವ್ಯವಸ್ಥೆಯ ಅಮಾನವೀಯತೆ, ಮೇಲು ಕೀಳು ಬೇಧಗಳಿಗೂ ವೈದಿಕ ವರ್ಣ ವ್ಯವಸ್ಥೆಗೂ ಸಂಬಂಧವಿಲ್ಲ ಎಂದು ಸಾರುವುದು. ಜನ ಸಾಮಾನ್ಯರಿಗೆ ವರ್ಣ ವ್ಯವಸ್ಥೆಯ ಸ್ವರೂಪ, ಅದಕ್ಕೆ ಸಂಬಂಧಿಸಿದ ಸಾಮಾಜಿಕ ಕಟ್ಟಲೆಗಳು ಮತ್ತು ಅವುಗಳಿಗೆಲ್ಲ ಆಧಾರವಾದ, ಸಂಕೀರ್ಣವಾದ ಧಾರ್ಮಿಕ-ಸೈದ್ಧಾಂತಿಕ ವಿಚಾರಗಳ ಬಗ್ಗೆ ತಿಳಿದುದು ಹೇಗೆ ಎಂಬುದು ಮುಖ್ಯವಾದ ಪ್ರಶ್ನೆ ಎಂಬುದರಲ್ಲಿ ಸಂದೇಹವಿಲ್ಲ. ಯೋಜಿತ ಮತ್ತು ಅಯೋಜಿತವಾದ, ಪ್ರಜ್ಞಾ ಪೂರ್ವಕ ಹಾಗೂ ಅಪ್ರಜ್ಞಾ ಪೂರ್ವಕವಾದ ಹಲವು ಮಾರ್ಗ, ವಿಧಾನಗಳ ಮೂಲಕ ವರ್ಣ ವ್ಯವಸ್ಥೆಯ ವಿಚಾರಗಳ ಪ್ರಸರಣವನ್ನು ಸಾಧಿಸಲಾಗಿದೆ. ಅಷ್ಟು ಮಾತ್ರವೇ ಅಲ್ಲ ಅವುಗಳಲ್ಲಿ ಗಾಢವಾದ ನಂಬಿಕೆಯನ್ನು ಮೂಡಿಸಲಾಗಿದೆ.

ಈ ಮೇಲಿನ ವಿಷಯಕ್ಕೆ ಅನೇಕ ನಿದರ್ಶನಗಳನ್ನು ಕಾಣಬಹುದು.

ಮೊತ್ತ ಮೊದಲನೆಯದಾಗಿ ಮತ್ತು ಮುಖ್ಯವಾಗಿ ಸ್ವತಃ ಬ್ರಾಹ್ಮಣರ ನಿತ್ಯ ವರ್ತನೆ ಹಾಗೂ ಬದುಕಿನ ನಿದರ್ಶನಗಳಿಂದ. ಕರ್ನಾಟಕ ಭೂ ಪ್ರದೇಶಕ್ಕೆ ಸುಮಾರು ಎರಡೂವರೆ ಸಾವಿರ ವರ್ಷಗಳ ಹಿಂದೆ ಬ್ರಾಹ್ಮಣರು ಹೆಜ್ಜೆಯಿಟ್ಟ ಮೊದಲ ದಿನಗಳಿಂದ ಆರಂಭ ವಾಗುವುದು. ಈ ಸುಧೀರ್ಘ ಕಾಲಾವಧಿಯಲ್ಲಿ ವರ್ಣ-ಜಾತಿ ವ್ಯವಸ್ಥೆಗಳ ವಿರುದ್ಧ ಪ್ರಶ್ನೆಗಳನ್ನೆತ್ತಿದ ಸಮಾಜೋ-ಧಾರ್ಮಿಕ ಆಂದೋಲನಗಳನ್ನು ಎದುರಿಸಿ, ಸಮಾನತೆ, ಸೋದರತ್ವಗಳನ್ನು ಪ್ರತಿಪಾದಿಸುವ ಪ್ರಜಾಪ್ರಭುತ್ವ ಸ್ಥಾಪನೆಯಾದ ನಂತರ ತೀರಾ ಇತ್ತೀಚಿನವರೆಗೂ ಪುರೋಹಿತ ಬ್ರಾಹ್ಮಣರು ತಮ್ಮ ನಿತ್ಯದ ವರ್ತನೆಗಳ ಮೂಲಕ ವರ್ಣ ವ್ಯವಸ್ಥೆಯ ಪಾಠಗಳನ್ನು ಸಮಾಜದ ಉಳಿದೆಲ್ಲರಿಗೂ ವ್ಯಾಪಕವಾಗಿ ಕಲಿಸುತ್ತಾ ಬಂದಿದ್ದಾರೆ. ಈ ಕಲಿಕೆ ಬ್ರಾಹ್ಮಣರು ತಮ್ಮ ವರ್ಣ/ಜಾತಿಯವರನ್ನುಳಿದು ಇತರ ಜನ

ಸಮುದಾಯಗಳ ಬಗ್ಗೆ ಸಂಬೋಧನೆ, ಮಾತು, ನಡೆ (ದಾರಿಯಲ್ಲಿ ನಡೆಯುವುದು ಎಂಬ ವಾಚ್ಯಾರ್ಥದಲ್ಲಿ), ನೀರು, ಊಟ, ಮಡಿ–ಮೈಲಿಗೆ, ಕುಳಿತುಕೊಳ್ಳುವುದು, ನಿಂತುಕೊಳ್ಳುವುದು, ಉಡುಪು, ಮಹಿಳೆಯರು–ಪುರುಷರ ನಡುವಣ ವರ್ತನೆಗಳು ಇತ್ಯಾದಿಗಳಲ್ಲಿ ವ್ಯಕ್ತವಾಗುವುದು. ಅಲ್ಲದೇ ದಿನ ನಿತ್ಯದ ಬದುಕಿನಲ್ಲಿ, ಹುಟ್ಟು, ಸಾವು ಮತ್ತು ಮಧ್ಯದ ಜೀವನದ ಆವರ್ತನೆಯ ವಿವಿಧ ಹಂತಗಳಲ್ಲಿ ಎತ್ತಿ ತೋರುವ ಬೇಧಗಳ ಮೂಲಕ ವರ್ಣವೆಂಬ ಸಾಮಾಜಿಕ ರಚನೆಯ ಅರಿವಾಗುತ್ತದೆ. ಈ ವರ್ತನೆಗಳು ಇತಿಹಾಸದುದ್ದಕ್ಕೂ ಒಂದೇ ತೆರನಾಗಿದ್ದಿತು ಎಂದು ಹೇಳಲಾಗುವುದಿಲ್ಲ. ಇತ್ತೀಚಿನವರೆಗೂ ಸಾಕಷ್ಟು ಬಲವಾಗಿಯೇ ಇದ್ದ ಈ ವರ್ತನೆಗಳು ಎರಡು ಸಹಸ್ರ ವರ್ಷಗಳಿಗಿಂತ ಹಿಂದಿನಿಂದಲೂ ಅಸ್ತಿತ್ವದಲ್ಲಿದ್ದವು ಎನ್ನುವುದರಲ್ಲಿ ಉತ್ಪ್ರೇಕ್ಷೆ ಏನೂ ಇಲ್ಲ. ರಾಜ ಪ್ರಭುತ್ವ ಸ್ಥಾಪನೆಯ ನಂತರ ಅದರ ಪ್ರಬಲ ಬೆಂಬಲದ ಆಧಾರದ ಮೇಲೆ ಇಂತಹವು ಮತ್ತಷ್ಟು ಹೆಚ್ಚಾಗಿರುವ, ಮುಂದೆ ವಚನ ಚಳುವಳಿ ಮೊದಲಾದ ರೂಪದಲ್ಲಿ ಪ್ರತಿರೋಧಗಳು ಹುಟ್ಟಿದಾಗ ಕೆಲ ಬದಲಾವಣೆಗಳು ಉಂಟಾಗಿರುವ ಸಾಧ್ಯತೆ ಇದೆ. ಈ ವರ್ತನೆಗಳು ಸಮಾಜದಲ್ಲಿ ಬ್ರಾಹ್ಮಣ ವರ್ಣ/ಜಾತಿ ಮತ್ತು ಇತರ ವರ್ಣ/ಜಾತಿಗಳ ನಡುವಣ ಮೇಲು ಕೀಳು ಸಂಬಂಧವನ್ನು ಪ್ರತಿಷ್ಠಾಪಿಸುವ ಮೂಲಕ ಮೇಲೆ ಹೇಳಿದಂತೆ ಕರ್ನಾಟಕದಲ್ಲಿ ವರ್ಣ ವ್ಯವಸ್ಥೆಯನ್ನು ಅಸ್ತಿತ್ವಕ್ಕೆ ತರಲು ಕಾರಣವಾಯಿತು. ಈ ವರ್ತನೆಗಳು ಕೇವಲ ಬ್ರಾಹ್ಮಣ ವರ್ಣದವರು ಮತ್ತು ಇತರರ ನಡುವಣ ಮೇಲು ಕೀಳು ಸಂಬಂಧವನ್ನು ಮಾತ್ರ ತೀರ್ಮಾನಿಸಲಿಲ್ಲ. ಜೊತೆಗೆ ಆ ಇತರೆಲ್ಲರ ನಡುವಣ ಮೇಲು ಕೀಳುಗಳ ಶ್ರೇಣೀಕರಣವನ್ನು ನಿರ್ದೇಶಿಸಿದೆ. ಯಾರು ತಮಗಿಂತ ಎಷ್ಟು ದೂರದಲ್ಲಿರಬೇಕು ಎಂದು, ಯಾರನ್ನು ಸಂಬೋಧಿಸುವಾಗ ಬಳಸುವ ಭಾಷೆಯನ್ನು, ಯಾವ ತರತಮವನ್ನು ಬಳಸಬೇಕೆಂದು ಸೂಚಿಸುವ ಮೂಲಕ. ಇಂತಹ ಅನೇಕ ವರ್ತನೆಗಳ ಮೂಲಕ ಸಾಮಾಜಿಕ ಸ್ತರಗಳ ನಡುವಣ ಮೇಲು ಕೀಳುಗಳನ್ನು ಸಾಮಾಜಿಕವಾಗಿ ಅಭಿವ್ಯಕ್ತಿ ಮಾಡುವ ವರ್ತನೆಗಳ ಸಮುಚ್ಚಯವನ್ನು ರೂಪಿಸಿದೆ. ಅಂದಿನ ಕಾಲಘಟ್ಟದಲ್ಲಿ ಚಾಲ್ತಿಯಲ್ಲಿದ್ದ ಇಂತಹ ವರ್ತನೆಗಳನ್ನೇ ಮನುಸ್ಮೃತಿ ದಾಖಲಿಸಿ, ಅದಕ್ಕೆ ಕಟ್ಟಲೆಗಳ ಅಧಿಕಾರ ಸ್ವರೂಪವನ್ನು ನೀಡಿದೆ. ಹಾಗಾಗಿ ಭೂಸುರರ ವರ್ತನೆಗಳು ಉಳಿದವರಿಗೆ ಒಂದು ಮಾದರಿಯನ್ನು ರೂಪಿಸಿದವು. ಮುಖ್ಯವಾಗಿ ಅಸ್ಪೃಶ್ಯರೆಂಬ ಪಂಚಮ ವರ್ಣದವರೊಡನೆ ಉಳಿದೆಲ್ಲರ ವರ್ತನೆ ಬ್ರಾಹ್ಮಣರ ವರ್ತನೆಗಳ ಸಮುಚ್ಚಯವನ್ನು ಅನುಸರಿಸಿತ್ತು. ಬ್ರಾಹ್ಮಣ ಸಮುದಾಯ ಶೂದ್ರರು, ಅವರೊಳಗಿನ ವಿವಿಧ ಜಾತಿಗಳು, ಅಸ್ಪೃಶ್ಯರು ಇವರೊಡನೆ ತೋರುವ ವರ್ತನೆಗಳ ಬಗ್ಗೆ ಅಲ್ಲಲ್ಲಿ ಪ್ರಾಸಂಗಿಕವಾಗಿ ಕೇಳಿದ್ದೇವೆ ಅಥವಾ ಓದಿದ್ದೇವೆ. ಆದರೆ ಸಮಾಜ ಶಾಸ್ತ್ರೀಯ ಅಧ್ಯಯನಗಳ ಮೂಲಕ ಇಂತಹ ಎಲ್ಲ ವರ್ತನೆಗಳ ಸಮಗ್ರ ಪಟ್ಟೀಕರಣ ಮಾಡಲಾಗಿಲ್ಲ. ಅವು ವರ್ಣ ವ್ಯವಸ್ಥೆಯ ವಿಚಾರಗಳ ಪ್ರಸರಣಕ್ಕೆ ಮತ್ತು ವರ್ತನೆಗಳ ಕಲಿಕೆಯ ಮೇಲೆ ಬೀರಿದ ಪರಿಣಾಮ ಕುರಿತ ಅಧ್ಯಯನಗಳು ನಡೆಯಬೇಕಿದೆ.

ಅಧ್ಯಾಯ ಹನ್ನೊಂದು

ದೇವಾಲಯಗಳೆಂಬ ಜಾತಿ ವ್ಯವಸ್ಥೆಯ ಬಹಿರಂಗ ಘೋಷಣೆ

ಸ್ಮೃತಿ, ಶಾಸ್ತ್ರ ಗ್ರಂಥಗಳ ನಿಯಮಗಳು ಹಾಗೂ ಸೂತ್ರಗಳು ಅವುಗಳನ್ನು ಅಧ್ಯಯನ ಮಾಡುವ ಬ್ರಾಹ್ಮಣ ಪುರೋಹಿತ ವರ್ಗಕ್ಕೆ ಮತ್ತು ಅವರ ಮಾರ್ಗದರ್ಶನವನ್ನು ಅನುಸರಿಸುವ ರಾಜರು ಮತ್ತು ಆಡಳಿತಾಧಿಕಾರಿಗಳಿಗೆ ಹೆಚ್ಚು ಪ್ರಸ್ತುತವಾಗಿತ್ತು. ಆದರೆ "ಹಿಂದೂಗಳಿಗೆ (ಹಿಂದೂ ಬ್ರಾಹ್ಮಣರಿಗೆ, ಅದರಲ್ಲೂ ಬನಾರಸಿನಲ್ಲಿ) ತಮ್ಮ ಪವಿತ್ರ ಗ್ರಂಥಗಳ ಬಗ್ಗೆ ಇರುವ ಕಥೆಗಳು ಅವರ ಆಳವಾದ ಅಜ್ಞಾನವನ್ನು ಪ್ರದರ್ಶಿಸುತ್ತವೆ. ಭಾರತೀಯ ಸಂಸ್ಕೃತಿಯ ಪ್ರೀಸ್ಟ್‌ಗಳೆಂದು ಕರೆಯಲ್ಪಟ್ಟ ಬ್ರಾಹ್ಮಣರಿಗೇ ಇಂಥ ಅಜ್ಞಾನವಿರುವಾಗ ಈ 'ಪವಿತ್ರ ಗ್ರಂಥ'ಗಳ ಕುರಿತು ಇತರ 'ಹಿಂದೂ'ಗಳಿಗೆ ಇರುವ ಅಜ್ಞಾನದ ಕುರಿತು ನಾವು ಏನು ಹೇಳಬಹುದು?" ಎನ್ನುವ ಬಾಲಗಂಗಾಧರ್‌ರವರು ಮತ್ತವರ ತಂಡ ಸಾಮಾನ್ಯ ಜನರಿಗೆ ಸಂಸ್ಕೃತ ಭಾಷೆಯಲ್ಲಿರುವ ಈ ವಿಚಾರಗಳು ಗೊತ್ತಿರಲು ಸಾಧ್ಯವೇ ಇಲ್ಲ, ಆದ್ದರಿಂದ ವರ್ಣ ವ್ಯವಸ್ಥೆ ಮತ್ತು ಜಾತಿ ವ್ಯವಸ್ಥೆಯಾಗಿ ಅದು ಪುನರ್ರೂಪ ಪಡೆದುದಕ್ಕೆ ಈ ಗ್ರಂಥಗಳ ವಿಚಾರಗಳು ಕಾರಣ ಎಂಬುದು ಸುಳ್ಳು ಎಂಬ ಒಂದು ವಾದವನ್ನು ಮಂಡಿಸುತ್ತಿದೆ.[70] ಪುರಾಣಗಳು ಮತ್ತು ಅವುಗಳನ್ನನುಸರಿಸಿದ ದೇವಾಲಯಗಳನ್ನು ಮೇಲಿನ ಎರಡು ವರ್ಗಗಳು ಜನಸಾಮಾನ್ಯರ ನಡುವೆ ನಿಯಮಗಳು, ಈ ಧಾರ್ಮಿಕ ಕಟ್ಟಲೆಗಳನ್ನು

ಪಸರಿಸುವ ಸಾಧನವಾಗಿ ಬಳಸಿಕೊಂಡರು. ತಮ್ಮ ಪ್ರಭುತ್ವಕ್ಕೆ ಅವಶ್ಯವಾದ ಸಾಮಾಜಿಕ ರಚನೆಯನ್ನು ರೂಪಿಸಲು ಹಾಗೂ ರಾಜ್ಯಾಡಳಿತಕ್ಕೆ ವಿಧೇಯತೆಯನ್ನೂ ಪಡೆಯಲು ದೇವಾಲಯಗಳ ನಿರ್ಮಾಣ ಬಹಳ ಸಹಕಾರಿಯಾದವು.

ದೇವಾಲಯಗಳ ಬೃಹದಾಕಾರ ಮತ್ತು ಕಲಾ ವೈಭವ ಜನರನ್ನು ಆಕರ್ಷಿಸುವ, ಬೆಚ್ಚಿ ಬೀಳಿಸುವ ಆ ಮೂಲಕ ತಮ್ಮ ರಾಜತ್ವವನ್ನು ಮೆರೆಸಿ, ಅದನ್ನು ಪ್ರತಿಷ್ಠಾಪಿಸುವ ಉತ್ತಮ ಸಾಧನಗಳಾದವು. ಅದೇ ಸಮಯದಲ್ಲಿ ಈ ದೇವಾಲಯಗಳು ಈ ರಾಜವಂಶಗಳ ಮೂಲ ಬುಡಕಟ್ಟು/ಕುಲದ ನಿಷ್ಠೆಯನ್ನು ಅಭಿವ್ಯಕ್ತಿಸುವ 'ಅಮ್ಮ' ಗಳಾಗಲೀ ಅಥವಾ ಬುಡಕಟ್ಟು ವೀರರಾಗಲಿ ಆಗಿರಲಿಲ್ಲ. ಮೇಲೆ ವಿವರಿಸಿದಂತೆ ಪಿತೃ ಪ್ರಧಾನ ವ್ಯವಸ್ಥೆಯನ್ನು ಸ್ಥಾಪಿಸಲು ಪೌರಾಣಿಕ ಧರ್ಮ ರೂಪಿಸಿದ್ದ ಶಿವ ಮತ್ತು ವಿಷ್ಣುವಿನ ದೇವಾಲಯ ಗಳಾಗಿದ್ದವು. ಈ ದೇವಾಲಯಗಳು ರಾಜರುಗಳನ್ನು ದೇವತ್ವದೊಂದಿಗೆ ಸಮೀಕರಿಸುವ ಮೂಲಕ ಜನ ಸಮುದಾಯದಲ್ಲಿ ದೈವ ಭಕ್ತಿ ಹಾಗೂ ರಾಜ ಭಕ್ತಿಯನ್ನೂ ಸಮೀಕರಿಸುವ ಸಲಕರಣೆಗಳಾದವು. ಸಾಮಾನ್ಯವಾಗಿ ರಾಜರ ಪಟ್ಟಾಭಿಷೇಕಗಳೂ ದೇವಾಲಯಗಳಲ್ಲಿ ಜರುಗುತ್ತಿದ್ದಿತು. ಇದಕ್ಕೆ ಪಟ್ಟದಕಲ್ಲು ಎಂಬ ದೇವಾಲಯ ಸಮುಚ್ಛಯವೇ ಉದಾಹರಣೆಯಾಗಿದೆ. ಇಂತಹ ಪಟ್ಟಾಭಿಷೇಕಗಳು ದೇವರು ಮತ್ತು ರಾಜನ ಸಮೀಕರಣಕ್ಕೆ ಹಾಗೂ ಜನ ಸಮುದಾಯಗಳ ವಿಧೇಯತೆಯನ್ನು ಪಡೆಯಲು ಪರಿಣಾಮಕಾರಿ ಸಾಧನಗಳಾಗಿದ್ದುವು. ಇವು ಒಂದೊಂದು ಬುಡಕಟ್ಟಿಗೂ ಒಂದೊಂದು ದೇವತೆ ಅಥವಾ ದೈವದ ಆರಾಧನೆಗೆ ಬದಲಾಗಿ ಬಹಳಷ್ಟು ಬುಡಕಟ್ಟುಗಳು/ಕುಲಗಳು ಒಟ್ಟಿಗೆ ಪೂಜಿಸುವ, ಆ ಮೂಲಕ ವಿವಿಧ ಬುಡಕಟ್ಟುಗಳನ್ನು ಹಾಗೂ ಕೃಷಿ ಕುಲಗಳನ್ನು ಒಂದು ವ್ಯವಸ್ಥೆಯಾಗಿ ಬೆಸೆಯುವಲ್ಲಿ ಬಹಳ ಮಹತ್ವದ ಪಾತ್ರವನ್ನು ನಿರ್ವಹಿಸಿದವು.

ದೇವಾಲಯವೆಂಬ ಕಟ್ಟಡದ ವಿನ್ಯಾಸವೇ ಒಂದು ವರ್ಣ–ಜಾತಿ ವ್ಯವಸ್ಥೆಗೆ ಬದ್ಧವಾದ ಮತ್ತು ಅದರ ಕಟ್ಟಲೆಗಳನ್ನು ಹಲವು ರೀತಿಯಲ್ಲಿ ಪ್ರಸರಣ ಮಾಡುವ ಒಂದು ಸಾಧನ. ಯಾರು ಬೇಕಾದರೂ ತಾವೇ ಪೂಜೆ ಮಾಡಬಹುದಾದ ಜಾನಪದ ದೈವಗಳ ಸರಳ ಗುಡಿಗಳಿಗೂ/ದೈವಗಳಸ್ಥಾನಗಳಿಗೂ ಮತ್ತು ವರ್ಣ ವ್ಯವಸ್ಥೆಯ ಮೇಲು ಕೀಳುಗಳನ್ನು ಸಾರುವ ದೇವಾಲಯಗಳಿಗೂ ಅಜಗಜಾಂತರ ವ್ಯತ್ಯಾಸವಿದೆ. ಗುಡಿಗಳು/ದೈವಸ್ಥಾನಗಳೆಂಬ ನೆಲೆಗಳ ಮುಂದೆ ಯಾರ ಪ್ರವೇಶವನ್ನೂ ನಿರ್ಬಂಧಿಸಲಾಗದ ವಿಶಾಲವಾದ ಬಯಲು ಇರುವುದು. ದೇವಸ್ಥಾನಗಳ ಸುತ್ತಲೂ ಕೋಟೆ ಗೋಡೆ, (ಕೆಲವೊಮ್ಮೆ ಹಲವು ಸುತ್ತಿನ ಕೋಟೆ ಕೂಡ) ಹಾಗೂ ಮಹಾದ್ವಾರಗಳಿರುವುವು. ಅಲ್ಲದೇ ಗರ್ಭಗುಡಿ, ವಿವಿಧ ಪ್ರಾಂಗಣಗಳಿಂದ ಕೂಡಿದ ಈ ರಚನೆಗಳ ವಿನ್ಯಾಸದಲ್ಲಿಯೇ ಯಾವ ವರ್ಣ–ಜಾತಿಯವರು ಎಲ್ಲಿಯವರೆಗೂ ಪ್ರವೇಶ ಮಾಡಬಹುದು ಎಂಬ ನಿಬಂಧನೆ ಅಡಕವಾಗಿದೆ.

ದೇವಾಲಯ ನಿರ್ಮಾಣ ಆರಂಭವಾಗುವುದಕ್ಕೆ ಹಲವು ಶತಮಾನ ಮೊದಲೇ ಇಲ್ಲಿ ಬಂದು ನೆಲೆಸಿದ್ದ ಬ್ರಾಹ್ಮಣರು, ಆರ್ಯ ಮತ್ತು ಆರ್ಯೇತರ, ದ್ವಿಜ ಮತ್ತು

ದ್ವಿಜೇತರ ಎಂಬ ವಿಂಗಡಣೆ ಹಾಗೂ ವರ್ಣ ವ್ಯವಸ್ಥೆಯ ಮೇಲು ಕೀಳು ಕಟ್ಟಲೆಗಳಿಗೆ ಅನುಗುಣವಾಗಿ ತಮ್ಮ ಮನೆ, ವಾಸ ಸ್ಥಾನಗಳಲ್ಲಿ ಯಾರು ಎಲ್ಲಿಯವರೆಗೆ ಬರಬಹುದು ಎಂಬ ಕಟ್ಟಲೆಗಳನ್ನು ರೂಪಿಸಿಕೊಂಡಿರುವ ಸಾಧ್ಯತೆಯ ಬಗ್ಗೆ ಆರಂಭಿಕ ಘಟ್ಟದ ಬಗೆಗಿನ ಪ್ರಬಂಧದಲ್ಲಿ ವಿವರಿಸಲಾಗಿದೆ. ವೈದಿಕ ಗ್ರಂಥಗಳಲ್ಲಿ ಮುಖ್ಯವಾಗಿ ಬ್ರಾಹ್ಮಣಗಳು, ನಂತರ ಮನುಸ್ಮೃತಿ ಮೊದಲಾದ ಧರ್ಮಶಾಸ್ತ್ರಗಳು ಯಜ್ಞ ಶಾಲೆಗೆ ಯಾರಿಗೆ ಪ್ರವೇಶ ಅವಕಾಶವಿತ್ತು ಮತ್ತು ಯಾರ ಇಣುಕು ನೋಟ ಕೂಡ ಅಮಾನ್ಯವಾಗಿತ್ತು ಎಂಬ ವಿಚಾರಗಳ ಕುರಿತು ಬಿಗಿ ಕಟ್ಟಲೆಗಳನ್ನು ರೂಪಿಸಿವೆ. ದೇವಾಲಯಗಳ ನಿರ್ಮಾಣದಲ್ಲಿಯೂ ಈ ಕಟ್ಟಲೆಗಳನ್ನು ಆಮದು ಮಾಡಲಾಯಿತು. ಮೂಲ ನಕ್ಷೆ ಮತ್ತು ಯೋಜನೆಗಳಲ್ಲಿ, ನಂತರ ಅವುಗಳ ನಿರ್ವಹಣೆ ಮತ್ತು ಪೂಜೆಗಳಲ್ಲಿ ವಿವಿಧ ಹುದ್ದೆಗಳಲ್ಲಿದ್ದ ಬ್ರಾಹ್ಮಣರು ಪ್ರಧಾನ ಪಾತ್ರ ವಹಿಸುತ್ತಿದ್ದರು. ಇದೇ ಇಂತಹ ಕಟ್ಟಲೆಗಳನ್ನು ರೂಪಿಸಲು ಅವರಿಗೆ ಅವಕಾಶ ನೀಡಿತ್ತು.

ರಾಜರುಗಳು ಹಾಗೂ ದೇವಾಲಯ ನಿರ್ಮಾಣ ಆಸಕ್ತರಾದ ಇತರ ಅಧಿಕಾರಿಗಳು, ಭೂ ಒಡೆಯರು ಬ್ರಾಹ್ಮಣ ವರ್ಣದವರ ಸಲಹೆ, ಸೂಚನೆಗಳನ್ನು ಅನುಸರಿಸಿದರು. ಈ ಮೂಲಕ ಅಂತಹ ವರ್ಣ ವ್ಯವಸ್ಥೆಯ ಕಟ್ಟಲೆಗಳನ್ನು ದೇವಾಲಯಗಳ ಮೇಲೆ ಹೇರಲು ಕಾರಣವಾದರು. ದೇವರು ಎಲ್ಲರಿಗೂ ಸೇರಿದವನು ಎನ್ನಲಾದರೂ, ದೇವಾಲಯ ಎಂಬ ಸಾರ್ವಜನಿಕ ವಲಯದ ಪ್ರವೇಶಕ್ಕೆ ವಿವಿಧ ಜಾತಿಗಳಿಗೆ ಇದ್ದ ನಿರ್ಬಂಧವೇ ವರ್ಣ ವ್ಯವಸ್ಥೆಯ ಶ್ರೇಣೀಕರಣದ ಒಂದು ಸ್ಪಷ್ಟ ಘೋಷಣೆಯಾಗಿತ್ತು. ಇಡೀ ಸಮಾಜಕ್ಕೆ ಆಯಾ ವರ್ಣ–ಜಾತಿಯ ಸ್ಥಾನಮಾನಗಳು ಹಾಗೂ ಅವರೊಡನೆ ನಡೆದುಕೊಳ್ಳಬೇಕಾದ ರೀತಿಗೆ ಒಂದು ಮಾದರಿಯನ್ನು ಮುಂದಿಡುವ ಕೆಲಸವೂ ಆಗಿತ್ತು. ಆದರೆ ಈ ಬಗ್ಗೆ ದೇವಸ್ಥಾನಗಳ ವಿಪುಲ ಶಾಸನಗಳ ರಚನೆಗೆ ಕಾರಣರಾದವರು ಯಾರೂ ದಾಖಲಿಸುವ ಗೋಜಿಗೆ ಹೋಗಿಲ್ಲ. ಸಾಹಿತ್ಯದಲ್ಲಿಯೂ ಪ್ರಸ್ತಾಪಗೊಂಡಿಲ್ಲ. ಶಿವಶರಣರ ವಚನಗಳಲ್ಲಿ ಹರಿಹರನ ರಗಳೆಗಳಲ್ಲಿ ಮಾತ್ರ ಕೆಲ ಪ್ರಸ್ತಾಪಗಳಿವೆ. ಕನಕದಾಸರಿಗೆ ಉಡುಪಿಯ ಕೃಷ್ಣ ದೇವಾಲಯದ ಪ್ರವೇಶ ನಿರಾಕರಣೆಗೆ ಸಂಬಂಧಿಸಿದ ~~ಐತಿಹ್ಯದಲ್ಲಿ ಮೂಲಕ ಈ~~ ನಿಷೇಧಗಳ ಬಗ್ಗೆ ಅಲ್ಪ ಸ್ವಲ್ಪ ತಿಳಿಯ ಬರುವುದು. ಎಲ್ಲಕ್ಕಿಂತ ಮುಖ್ಯವಾಗಿ ಇಂದಿಗೂ ವ್ಯಾಪಕವಾಗಿ ಮತ್ತು ಕಟ್ಟುನಿಟ್ಟಾಗಿ ಆಚರಣೆಯಲ್ಲಿರುವ ವಿವಿಧ ಜಾತಿಗಳವರಿಗೆ ವಿಧಿಸಿದ ದೇವಾಲಯ ಪ್ರವೇಶ ನಿಷೇಧ ಮಾತ್ರವಲ್ಲ ಅಸ್ಪೃಶ್ಯರಿಗೆ ದೇವಾಲಯಗಳಿರುವ ದಾರಿಗೂ ಪ್ರವೇಶ ನೀಡದ ಸ್ಥಿತಿಯೇ ವರ್ಣ ವ್ಯವಸ್ಥೆಯ ಬಗ್ಗೆ ದೇವಾಲಯಗಳ ಪಾತ್ರದ ಬಗ್ಗೆ ಬಹಳಷ್ಟು ಮಾಹಿತಿ ನೀಡುತ್ತದೆ.

ಕ್ರಿಸ್ತ ಶಕದ ಎರಡನೇ ಶತಮಾನದಿಂದಲೇ ಆರಂಭವಾದ ದೇವಾಲಯಗಳ ನಿರ್ಮಾಣ ಎಂಟನೆಯ ಶತಮಾನದ ನಂತರ ಸಾವಿರಗಟ್ಟಲೆ ಬೆಳೆದುದನ್ನು ಶಾಸನಗಳು ದಾಖಲಿಸಿವೆ. ಕ್ರಿಸ್ತ ಶಕದ ಮೊದಲನೆಯ ಸಹಸ್ರಮಾನದಲ್ಲಿ ೬೦೦ಕ್ಕಿಂತ ಹೆಚ್ಚು ದೇವಾಲಯಗಳು ಕಟ್ಟಲ್ಪಟ್ಟ ಬಗ್ಗೆ ಶಾಸನಗಳು ದಾಖಲಿಸುತ್ತವೆ. ಇವುಗಳಲ್ಲಿ ೩೨೮

ಕ್ಕೂ ಹೆಚ್ಚು ಶಿವನ ದೇವಾಲಯಗಳಾಗಿದ್ದುವು.[71] ಈ ಸಂಖ್ಯೆ ಕೇವಲ ಶಾಸನಗಳಲ್ಲಿ ದಾಖಲಾದ ದೇವಾಲಯಗಳು ಮಾತ್ರ. ಆದರೆ ಹಾಗೆ ದಾಖಲಾಗದ ದೇವಾಲಯಗಳು ಹಲವು ಪಟ್ಟು ಎಂಬ ಬಗ್ಗೆ ಅನುಮಾನವೇ ಇಲ್ಲ. ಒಂದೇ ಊರಿನಲ್ಲಿ ಒಂದಕ್ಕಿಂತ ಹೆಚ್ಚು ದೇವಸ್ಥಾನಗಳು ನಿರ್ಮಾಣವಾಗಿವೆ. ಪಟ್ಟಣ ಮತ್ತು ನಗರಗಳಲ್ಲಂತೂ ಪ್ರತಿಯೊಂದರಲ್ಲೂ ಹಲ ಹಲವು ದೇವಸ್ಥಾನಗಳು ಅಸ್ತಿತ್ವಕ್ಕೆ ಬಂದವು. ಈ ಬಗ್ಗೆ ಇಂದಿಗೂ ಅಸ್ತಿತ್ವದಲ್ಲಿರುವ ದೇವಾಲಯಗಳ ವಿವರಗಳು, ಪ್ರಾಕ್ತನ ಸಂಶೋಧನೆ ಮತ್ತು ಶಾಸನಗಳು ದಾಖಲಿಸಿವೆ.

ಯಾವ ದೇವರುಗಳಿಗೆ ಈ ಆಲಯಗಳನ್ನು ಕಟ್ಟಲಾಯಿತು ಎಂಬುದು ಇಲ್ಲಿ ಮತ್ತೊಂದು ಮುಖ್ಯ ವಿಚಾರ. ಏಕೆಂದರೆ ಈ ರೀತಿಯ ಅಸಂಖ್ಯ ದೇವಾಲಯಗಳನ್ನು ಕರ್ನಾಟಕದಲ್ಲಿ ವಾಸವಾಗಿದ್ದ ಬುಡಕಟ್ಟುಗಳು/ಕುಲಗಳ ದೇವರುಗಳಿಗಂತೂ ಕಟ್ಟಲಾಗಿಲ್ಲ. ಹಾಗೆ ವೇದಗಳ ಪ್ರಧಾನ ದೇವತೆಗಳಿಗೂ ಅಲ್ಲ. ಬದಲಾಗಿ ಮೇಲೆ ವಿವರಿಸಿದಂತೆ ಕ್ರಿಸ್ತ ಪೂರ್ವದ ಕೊನೆಯ ಮತ್ತು ಕ್ರಿಸ್ತಶಕದ ಮೊದಲ ಶತಮಾನಗಳಲ್ಲಿ ಪ್ರಚಲಿತವಾದ ದೇವರುಗಳಿಗಾಗಿ ಈ ಆಲಯಗಳನ್ನು ನಿರ್ಮಿಸಲಾಯಿತು ಎಂಬುದು ಮೇಲಿನ ಶಿವ ದೇವಾಲಯಗಳ ಸಂಖ್ಯೆ ಸಾಬೀತುಪಡಿಸುತ್ತದೆ. ಈ ಹೊಸ ದೇವರುಗಳ ಪೂಜೆ ಕೂಡ ವರ್ಣ–ಜಾತಿ ವ್ಯವಸ್ಥೆಯ ಅಸ್ತಿತ್ವಕ್ಕೆ ಸಂಬಂಧಪಟ್ಟುದಾಗಿದೆ. ಈ ದೇವಾಲಯಗಳ ಬಾಹುಳ್ಯ ವರ್ಣ ವ್ಯವಸ್ಥೆಯ ವಿಚಾರಗಳು ಹರಡಿದುದರ ಬಾಹುಳ್ಯದ ಸೂಚನೆಯೂ ಆಗಿದೆ. ದೇವಾಲಯಗಳು ಕೇವಲ ಪೂಜೆ ಪುನಸ್ಕಾರಗಳಿಗೆ ಮಾತ್ರ ಸೀಮಿತವಾಗಿರಲಿಲ್ಲ. ಅವು ಸಾಮಾನ್ಯ ಜನರಿಗೆ ಪುರಾಣ, ಪ್ರವಚನಗಳನ್ನು ನಡೆಸುವ ಕೇಂದ್ರಗಳೂ ಆಗಿದ್ದವು.

ರಾಮಾಯಣ, ಮಹಾಭಾರತ ಕಾವ್ಯಗಳು ಮತ್ತು ಭಾಗವತದಂತಹ ಪುರಾಣಗಳಲ್ಲಿ ವರ್ಣ ವ್ಯವಸ್ಥೆ ಚೆನ್ನಾಗಿ ನೆಲೆಯೂರಿದ ಸಮಾಜದ ಚಿತ್ರಣವೇ ಕಾಣುವುದು. ಇವುಗಳಲ್ಲಿನ ಜನ ಜೀವನದ ಸುಖ ದುಃಖಗಳ ಚಿತ್ರಣ ಜನರ ಮನಸ್ಸನ್ನು ಸೆಳೆಯುವುದರಿಂದ ವರ್ಣ ವ್ಯವಸ್ಥೆಯ ವಿಚಾರಗಳನ್ನು ಹರಡಲು ಒಳ್ಳೆಯ ಸಾಧನಗಳೂ ಆಗಿವೆ. ಮಹಾಕಾವ್ಯಗಳು ಮತ್ತು ಪುರಾಣಗಳನ್ನು ಉಪಯೋಗಿಸಿ ಜನರ ನಡುವೆ ಮಾಡಿದ ಕಥಾ ಕಾಲಕ್ಷೇಪ/ಹರಿಕಥೆ/ಪುರಾಣ ಪ್ರವಚನಗಳು ವರ್ಣ ವ್ಯವಸ್ಥೆಯ ವಿಚಾರಗಳನ್ನು ಜನರ ನಡುವೆ ಬಿತ್ತುವಲ್ಲಿ ಬಹು ಮುಖ್ಯ ಪಾತ್ರವಹಿಸಿವೆ. ರಾಮಾಯಣ, ಮಹಾಭಾರತ ಕಾವ್ಯಗಳು ಮತ್ತು ೧೮ ಪುರಾಣಗಳು, ಸ್ಮೃತಿಗಳಲ್ಲಿ ಪಾರಂಗತರಾದ ಬ್ರಾಹ್ಮಣರ ಬಗ್ಗೆ, ದೇವಾಲಯಗಳ ಅಧಿಕಾರಿಗಳು ಇವುಗಳಲ್ಲಿ ಕೋವಿದರಾಗಿದ್ದ ಬಗ್ಗೆ ಹಲವು ಶಾಸನಗಳಲ್ಲಿ ಉಲ್ಲೇಖಗೊಂಡಿದೆ.[72] ದೇವಸ್ಥಾನಗಳು ಇಂತಹ ಚಟುವಟಿಕೆಗಳ ಮುಖ್ಯ ಕೇಂದ್ರಗಳಾಗಿ ದ್ದವು. ಅವುಗಳ ನಿರ್ಮಾಣ ಹೆಚ್ಚಿದಂತೆಲ್ಲಾ ಈ ಪುರಾಣ, ಹರಿಕಥೆಗಳನ್ನು ನಡೆಸುವ ಕೇಂದ್ರಗಳ ಸಂಖ್ಯೆ ಸಹ ಬೆಳೆದಿದೆ. ಇವುಗಳ ಜೊತೆಗೆ ಅಲ್ಲಲ್ಲಿ ಸ್ಥಾಪನೆಯಾಗಿದ್ದ ಅಗ್ರಹಾರ ಮತ್ತು ಬ್ರಹ್ಮಪುರಿಗಳು, ಅದರಲ್ಲಿ ವಾಸವಾಗಿದ್ದ

ಬ್ರಾಹ್ಮಣ ವರ್ಣದವರು ಸುತ್ತಲಿನ ಊರುಗಳಲ್ಲಿ ಪೌರೋಹಿತ್ಯದ ಕೆಲಸಗಳ ಜೊತೆಗೆ ಪುರಾಣ ಪ್ರವಚನಗಳನ್ನು ನಡೆಸುತ್ತಿದ್ದ ಸಾಧ್ಯತೆಗಳೂ ಇವೆ. ಹಳ್ಳಿಗಳಲ್ಲಿದ್ದ ಸೇವಬೋವ, ಕುಲಕರಣಿಕರುಗಳು ಇಂತಹ ಪಾತ್ರವನ್ನು ಸೀಮಿತವಾಗಿ ನಿರ್ವಹಿಸಿರುವ ಸಾಧ್ಯತೆ ಇದೆ. ಕೆಲವು ಬ್ರಾಹ್ಮಣರು ಊರಿಂದೂರಿಗೆ ಪ್ರವಾಸ ಮಾಡುತ್ತ ಪುರಾಣ ಮಾಡುವುದನ್ನೇ ತಮ್ಮ ಪ್ರಧಾನ ವೃತ್ತಿಯಾಗಿಸಿಕೊಂಡಿರುವ ಸಾಧ್ಯತೆಯನ್ನೂ ಅಲ್ಲಗಳೆಯಲಾಗುವುದಿಲ್ಲ. ಶಾಸನಗಳು ರಾಜಾಸ್ಥಾನದ ಬ್ರಾಹ್ಮಣ ಅಧಿಕಾರಿಗಳು, ಪುರೋಹಿತರು, ಬ್ರಹ್ಮದೇಯ, ಅಗ್ರಹಾರಗಳು ಮತ್ತು ದೇವಸ್ವಗಳ ಪ್ರಯೋಜನ ಪಡೆದ ಉಚ್ಚ ಬ್ರಾಹ್ಮಣರ ಬಗ್ಗೆ ಮಾತ್ರ ದಾಖಲಿಸಿವೆ. ಕೆಳ ವರ್ಗದ ಬ್ರಾಹ್ಮಣರ ಇಂತಹ ಪಾತ್ರಗಳನ್ನು ದಾಖಲಿಸುವ ಪ್ರಮೇಯ ರಾಜರುಗಳು, ಮತ್ತವರ ಅಧಿಕಾರಿ ವರ್ಗಕ್ಕೆ ಬಂದಿರಲಾರದು. ಆಧುನಿಕಪೂರ್ವ ಕಾಲದಲ್ಲಿ ವಾಸ್ತವವಾಗಿ ನಡೆಯುತ್ತಿದ್ದ ಪುರಾಣ ಪ್ರಸಂಗಗಳನ್ನು ಗಮನಿಸಿದರೆ ಇಂತಹ ಸಾಧ್ಯತೆಗಳು ಕಾಣುತ್ತವೆ.

ವಿಪ್ರ ಮೊದಲು ಅಂತ್ಯಜ ಕಡೆಯಾದ ಹದಿನೆಂಟು ಜಾತಿಗಳು

ಹದಿನೆಂಟು ಜಾತಿಗಳು, ಅಷ್ಟಾದಶ ಜಾತಿಗಳು, ವಿಪ್ರ ಮೊದಲಾಗಿ ಅಂತ್ಯಜ ಕಡೆಯಾಗಿ, ಬ್ರಾಹ್ಮಣ ಮೊದಲಾಗಿ ಶ್ವಪಚ ಕಡೆಯಾಗಿ ಎಂಬ ಮಾತುಗಳು ಕೆಲವು ಶಾಸನಗಳು ಮತ್ತು ಅದಕ್ಕಿಂತ ಹೆಚ್ಚಾಗಿ ಸಾಹಿತ್ಯದಲ್ಲಿ ಕಾಣಿಸಿಕೊಳ್ಳುತ್ತವೆ.[110] ಚಿದಾನಂದ ಮೂರ್ತಿಯವರು ಕೃತಿಯಾದ ಕನ್ನಡ ಶಾಸನಗಳ ಸಾಂಸ್ಕೃತಿಕ ಅಧ್ಯಯನ ಕೃತಿಯಲ್ಲಿ ಹದಿನೆಂಟು ಜಾತಿಗಳಲ್ಲಿ ಸಾಮಾನ್ಯವಾಗಿ ಸೇರಿಸಲಾಗುವ ಜಾತಿಗಳನ್ನು ಪ್ರತ್ಯೇಕವಾಗಿ ಹೆಸರಿಸುವರು. ಆದರೆ ಜಾತಿ ಪದ್ಧತಿಯ ಬಗ್ಗೆ ಯಾವ ಪ್ರಸ್ತಾಪವನ್ನೂ ಮಾಡುವುದಿಲ್ಲ.

ಈ ಪದ್ಧತಿಯ ಮೊದಲ ಪ್ರಸ್ತಾಪ ಲಕ್ಷ್ಮೇಶ್ವರದ ಸ್ತಂಭದ ಮೇಲಿರುವ ಎಂಟನೆಯ ಶತಮಾನದ ಶಾಸನವೊಂದರಲ್ಲಿ ೧೮ ಪ್ರಕೃತಿಗಳು ಎಂಬ ಹೆಸರಿನಲ್ಲಿ ಆಗಿದೆ. ಇದರಲ್ಲಿ ಬ್ರಾಹ್ಮಣರು ಮತ್ತು ವರ್ತಕರು ಸೇರಿಲ್ಲ. ಜಾತಿಗಳು ಎಂಬ ಹೆಸರನ್ನಾಗಲಿ ಅಥವಾ ವೃತ್ತಿ ಎಂಬ ಹೆಸರನ್ನಾಗಲೀ ಬಳಸಿಲ್ಲ.[111] ಪ್ರಕೃತಿ ಎಂಬುದು ಕೇವಲ ವೃತ್ತಿಗಳು ಎಂಬ ಅರ್ಥದಲ್ಲಿಯೇ ಬಳಸಿರಬಹುದಾದರೂ ಇದು ವಿಶೇಷವೆನಿಸುತ್ತದೆ. ಇಬ್ಬರು ವಚನಕಾರರು ಹದಿನೆಂಟು ಜಾತಿಗಳ ಎರಡು ಪಟ್ಟಿಗಳನ್ನು ನೀಡಿದ್ದಾರೆ.[112] ಚಿದಾನಂದ ಮೂರ್ತಿಯವರು ಹೇಳುವಂತೆ ಜಾತಿಗಳ ಸಂಖ್ಯೆ ಬಹು ದೊಡ್ಡದಾಗಿದ್ದರೂ ಹದಿನೆಂಟು ಎಂಬುದು ನಾಣ್ಣುಡಿಯಂತೆ ಬಳಕೆಯಗುತ್ತಾ ಬಂದಿದೆ. ಒಂದು ರಾಜ್ಯದಲ್ಲಿರಬಹುದಾದ ನೂರಾರು ಜಾತಿಗಳ ನಡುವೆ ಈ ಪದ್ಧತಿ ಒಂದು ಪ್ರದೇಶದಲ್ಲಿ ವಾಸಿಸುತ್ತಿರಬಹುದಾದ ಜಾತಿಗಳ ಸಂಖ್ಯೆಯನ್ನು ಸೂಚಿಸುತ್ತದೆ. ಈ ಜಾತಿಗಳ ಪಟ್ಟಿಯಲ್ಲಿ ಸಾಮಾನ್ಯವಾಗಿ ರೈತಾಪಿ ಜನಕ್ಕೆ ನಿತ್ಯ ಅಗತ್ಯವಾದ ಬಡಗಿ, ಕಮ್ಮಾರ, ನೇಕಾರ, ಕಂಬಾರ ಮೊದಲಾದ ಕುಶಲ ಕರ್ಮಿಗಳು ಮತ್ತು ನಾಯಿಂದ, ಅಗಸ ಮೊದಲಾದ ಸೇವೆಗಳು ಕಾಣುತ್ತವೆ. ಪಶುಸಂಗೋಪಕ ಜಾತಿಗಳು ಕಾಣುವುದಿಲ್ಲ. ನಗರದ ವೈವಿಧ್ಯಮಯ ವೃತ್ತಿಗಳ

ಹೆಸರುಗಳು ಕೂಡ ಇದರಲ್ಲಿ ಹೆಚ್ಚಾಗಿ ಕಾಣುವುದಿಲ್ಲ. ಹೀಗಾಗಿ ಇದು ಒಂದು ಗ್ರಾಮೀಣ ಪ್ರದೇಶದ ಅದರಲ್ಲಿಯೂ ಕೃಷಿಕರ ಅತ್ಯಗತ್ಯಗಳನ್ನು ಪೂರೈಸುವವರ ಪಟ್ಟಿಯಂತಿದೆ. ಈ ಪಟ್ಟಿ ಪ್ರದೇಶದಿಂದ ಪ್ರದೇಶಕ್ಕೆ ಅಲ್ಲಿನ ಅಗತ್ಯಗಳಿಗೆ ಅನುಗುಣವಾಗಿ ಬದಲಾಗುವ ಸಾಧ್ಯತೆಗಳನ್ನು ಸೂಚಿಸುತ್ತದೆ.

ಈ ಪದ್ಧತಿಯಲ್ಲಿ ಮುಖ್ಯವಾದುದೆಂದರೆ ಬ್ರಾಹ್ಮಣರು ಮೊದಲ ಸ್ಥಾನದಲ್ಲಿ ಹಾಗೂ ಹೊಲೆಯ ಮೊದಲಾದ ಅಸ್ಪೃಶ್ಯರು ಕೊನೆಯಾಗಿಯೇ ಬರುತ್ತಾರೆ. ಈ ಪದ್ಧತಿ ಮೊದಲು ನಮೂದಾದ ಲಕ್ಷ್ಮೇಶ್ವರದ ಶಾಸನದಲ್ಲಿ ಈ ಪ್ರಕೃತಿಗಳನ್ನು ಉತ್ತಮ, ಮಧ್ಯಮ, ಕನಿಷ್ಟ, ಕನೀಯಸ ಎಂದು ನಾಲ್ಕು ವಿಭಾಗಗಳನ್ನಾಗಿ ಮಾಡಲಾಗಿದೆ. ಅವರ ಆರ್ಥಿಕ ಸ್ಥಿತಿಗನುಗುಣವಾಗಿ ಈ ವಿಂಗಡಣೆ ಮಾಡಿರಬಹುದೆಂದು ಚಿದಾನಂದ ಮೂರ್ತಿಯವರು ಅಭಿಪ್ರಾಯ ಪಟ್ಟರೂ ಕೂಡ ಅದು ಸಾಮಾಜಿಕ ಮೇಲು ಕೀಳುಗಳನ್ನು ಸ್ಪಷ್ಟವಾಗಿಯೇ ಸೂಚಿಸುವಂತಿದೆ.[113]

ಹೀಗೆ ಒಂದು ನಿರ್ದಿಷ್ಟ ಪ್ರದೇಶದಲ್ಲಿ ವಿವಿಧ ಜಾತಿಗಳ ಸ್ಥಾನಗಳನ್ನು ಗುರುತಿಸಲೆಂದೇ ಈ ರೀತಿಯ ಪದ್ಧತಿ ವ್ಯಾಪಕವಾಗಿರುವಂತೆ ಕಾಣುತ್ತದೆ. ಇದು ಆ ಗ್ರಾಮದಲ್ಲಿರುವ ವಿವಿಧ ಜಾತಿಗಳ ಜನಸಂಖ್ಯೆಯನ್ನಾಗಲೀ, ಆಯಾ ಜಾತಿಗಳು ಅಲ್ಲಿಯ ಜನರ ಬದುಕಿಗೆ ನೀಡುವ ಕೊಡುಗೆಗಳನ್ನಾಗಲೀ ಆಧರಿಸಿದುದಲ್ಲ. ಬದಲಾಗಿ ಊರಿಗೆ ಒಂದೇ ಕುಟುಂಬ ಇದ್ದರೂ ಕೂಡ ಬ್ರಾಹ್ಮಣರೇ ಶ್ರೇಷ್ಠ ಎಂಬ ವರ್ಣ ವ್ಯವಸ್ಥೆಯ, ಮನುಸ್ಮೃತಿಯ ವಿಚಾರಗಳನ್ನು ಆಧರಿಸಿದೆ. ಸಾಮಾನ್ಯವಾಗಿ ಬ್ರಾಹ್ಮಣ ಮೊದಲಾಗಿ ಹೊಲೆಯ ಕಡೆಯಾಗಿ ಎಂದು ಅದನ್ನು ಹೆಸರಿಸುವ ರೀತಿಯೇ ಈ ಉದ್ದೇಶವನ್ನು ಸ್ಪಷ್ಟ ಪಡಿಸುತ್ತದೆ. ಚಾತುರ್ವರ್ಣ್ಯ ಪದ್ಧತಿಯ ಮೇಲು ಕೀಳು ತರತಮದ ಸಿದ್ಧಾಂತವನ್ನು ಸ್ಥಿರೀಕರಿಸಿ ಪಾಲಿಸುವ, ಜನಮನದಲ್ಲಿ ನೆಡುವ ಒಂದು ವಿಧಾನವಾಗಿ ಕಾಣುತ್ತದೆ. ಆ ಮೂಲಕ ವರ್ಣ-ಜಾತಿ ವ್ಯವಸ್ಥೆಯು ಹೆಚ್ಚು ಪರಿಣಾಮಕಾರಿಯಾಗಿ ಜಾರಿಗೊಳ್ಳುವುದಕ್ಕೆ ಸಾಧನವಾಗಿದೆ. ಪ್ರತಿಯೊಂದು ಜಾತಿಗೂ ತಮ್ಮ ಸ್ಥಾನವನ್ನು ಖಚಿತಪಡಿಸುವ ವಿಧಾನವಾಗಿದೆ. ಆ ಮೂಲಕ ಡಾ.ಅಂಬೇಡ್ಕರ್‌ರವರು, ಇ.ಎಂ.ಎಸ್. ನಂಬೂದರಿಪಾದ್ ಮೊದಲಾದ ಚಳುವಳಿಕಾರರು ಮತ್ತು ಪ್ರಮುಖ ಇತಿಹಾಸಕಾರರು ಗುರುತಿಸಿದಂತೆ ಪ್ರತಿ ಜಾತಿಗೂ ತಮ್ಮ ಕೆಳಗಿನ ಜಾತಿ ಸ್ಥಾನದಲ್ಲಿರುವ ಜಾತಿಗಳಿವು, ತಾವು ಅವುಗಳಿಗಿಂತ ಮೇಲೆ ಎಂಬ ತೃಪ್ತಿಯನ್ನು ಈ ವ್ಯವಸ್ಥೆ ನೀಡುತ್ತದೆ. ಜಾತಿ ವ್ಯವಸ್ಥೆಯ ಮೇಲು ಕೀಳು ನೀತಿಯಿಂದ ಬಾಧಿತರಾದವರಲ್ಲೂ ಒಪ್ಪಿಕೊಳ್ಳುವಿಕೆಯನ್ನು ಸೃಷ್ಟಿಸುತ್ತದೆ. ಊರೊಟ್ಟಿನ ಕೆಲಸಗಳಲ್ಲಿ, ಜಾತ್ರೆ ಮತ್ತು ಹಬ್ಬಗಳಲ್ಲಿ, ಊರ ಪಂಚಾಯಿತಿಗಳು ಸೇರಿ ನ್ಯಾಯ ತೀರ್ಮಾನಗಳನ್ನು ಕೈಗೊಳ್ಳುವ ಸಭೆಗಳಲ್ಲಿ ಆಯಾ ಜಾತಿಗಳ ಸ್ಥಾನಕ್ಕನುಗುಣವಾಗಿ ಅವರು ತಮ್ಮ ಪಾತ್ರವನ್ನು ನಿರ್ವಹಿಸಬೇಕಾಗುತ್ತದೆ. ಅವರವರ ಜಾತಿಯ ಎಲ್ಲೆಗಳನ್ನು

ಮೀರದಂತೆ ನೋಡಿಕೊಳ್ಳುವ ಹೊಣೆ ಮತ್ತು ಅಧಿಕಾರ ಊರಿನ ವಿವಿಧ ಜಾತಿಗಳ ಮುಖ್ಯಸ್ಥರು ಹಾಗೂ ಅಂತಿಮವಾಗಿ ಊರ ಗಾವುಂಡರದಾಗಿರುತ್ತದೆ. ಈ ವ್ಯವಸ್ಥೆ ಊರ ಪ್ರಭುಗಾವುಂಡರು, ಸೇನಬೋವ/ಪುರೋಹಿತರುಗಳು ಊರಿನ ಜನರನ್ನು ತಮ್ಮ ಅಧೀನದಲ್ಲಿಟ್ಟುಕೊಳ್ಳಲು ಹಾಗೂ ತಮ್ಮ ಜಮೀನುಗಳ ಕೃಷಿಗೆ ಮತ್ತು ಇತರ ಸಂಪತ್ತಿನ ವೃದ್ಧಿಗೆ ದುಡಿಸಿಕೊಳ್ಳಲು ಅನುಕೂಲಕರವಾಗಿದೆ. ರಾಜನಿಗೆ ಸಲ್ಲಬೇಕಾದ ತೆರಿಗೆಗಳ ಸಂಗ್ರಹ, ಬಿಟ್ಟಿ ದುಡಿಮೆಗಳನ್ನು ಪಡೆಯಲೂ ಕೂಡ ಮುಖ್ಯ ಸಾಧನವಾಗಿದೆ. ಆದ್ದರಿಂದ ರಾಜ ಪ್ರಭುತ್ವದ ಅಧಿಕಾರ ಬಲದ ಬೆಂಬಲವೂ ಈ ವ್ಯವಸ್ಥೆಯ ಹಿಂದಿದೆ.

ಹದಿನೆಂಟು ಜಾತಿಗಳು ಎನ್ನುವ ಈ ಪದ್ಧತಿ ಆಯಗಾರರು ಎಂದು ಕೆಲ ಜಾತಿಗಳನ್ನು ಹೆಸರಿಸುವ ಮತ್ತೊಂದು ಪದ್ಧತಿಗಿಂತ ಭಿನ್ನವಾಗಿದೆ.[114] ಗ್ರಾಮೀಣ ಅಧಿಕಾರಿಗಳು, ನೌಕರರು ಮತ್ತು ಅವರ ಜೊತೆಗೆ ಕುಶಲ ಕರ್ಮಿಗಳನ್ನು ಸೇರಿಸಿಕೊಳ್ಳುವ ಈ ಪಟ್ಟಿ ಮುಖ್ಯವಾಗಿ ಗ್ರಾಮದ ಕೆಲಸಗಳಿಗೆ ನೀಡುವ ವೇತನದ ರೂಪವನ್ನು ಆಧರಿಸಿದೆ. ಹದಿನೆಂಟು ಜಾತಿಗಳು ಎಂದು ಹೆಸರಿಸುವಾಗ ಇರುವ ಈ ಮೇಲು ಕೀಳು ಸ್ತರೀಕರಣ ಆಯಗಾರರು ಎನ್ನುವಾಗ ಮುಖ್ಯವಾಗುವುದಿಲ್ಲ. ಶಿವಣ್ಣನವರು ಒಂದು ಶಾಸನ ಮತ್ತು ರಾಮರಾಯನ ಬಖೈರಿನ ಆಧಾರದ ಮೇಲೆ ನೀಡಿರುವ ಎರಡು ಆಯಗಾರರ ಪಟ್ಟಿಗಳಲ್ಲಿಯೂ ಕೂಡ ಬ್ರಾಹ್ಮಣ ಎಂದು ವರ್ಣವನ್ನು ಹೆಸರಿಸಿಲ್ಲ. ಬದಲಿಗೆ ಶ್ಯಾನುಭೋಗ, ಜೋಯಿಸ, ಕುಲಕರ್ಣಿ ಎಂದು ಅವರ ವೃತ್ತಿಯ ಹೆಸರುಗಳನ್ನೇ ನಮೂದಿಸಲಾಗಿದೆ. ಈ ಹೆಸರುಗಳು ಕೂಡ ಪಟ್ಟಿಯ ಮಧ್ಯದಲ್ಲಿ ಎಲ್ಲೋ ನಮೂದಾಗಿದೆ. ಹಾಗಾಗಿ ಆಯಗಾರ ಪದ್ಧತಿಯ ಜೊತೆ ಹೋಲಿಸಿದರೆ ಹದಿನೆಂಟು ಜಾತಿಗಳು ಎನ್ನುವ ಪದ್ಧತಿಯಲ್ಲಿ ಮೇಲು ಕೀಳನ್ನು ನಿರ್ದೇಶಿಸುವ ಉದ್ದೇಶವಿರುವುದು ಮತ್ತಷ್ಟು ಸ್ಪಷ್ಟವಾಗುತ್ತದೆ.

ಅಧ್ಯಾಯ ಹನ್ನೆರಡು

ಆರಂಭ ಕಾಲದ ಕನ್ನಡ ಸಾಹಿತ್ಯದಿಂದ ವರ್ಣ-ಜಾತಿ ಬೇಧದ ವಿಚಾರಗಳ ಪ್ರಸರಣ

ಸಾಮಾನ್ಯ ಜನರು ತಮ್ಮ ಸುಖ-ದುಃಖಗಳ ಪ್ರತಿಫಲನವೆಂದು ಕಾಣುವ ವಸ್ತುವನ್ನು ಮಹಾಕಾವ್ಯಗಳು ಹಾಗೂ ಪುರಾಣಗಳು ಒಳಗೊಂಡಿದ್ದರಿಂದಾಗಿ ಮತ್ತು ದೇವರನ್ನು ಆರಾಧಿಸುವ ವಿಧಾನಗಳೆಂಬ ನಂಬಿಕೆಯಿಂದಾಗಿ ಇವುಗಳನ್ನಾಧರಿಸಿ ಹಲವು ಕಾವ್ಯಗಳು ರಚಿಸಲ್ಪಟ್ಟಿವೆ. ಜೊತೆಗೇ ಹಲವು ಗಾಯನ ಪರಂಪರೆಗಳು, ನಾಟಕ –ಯಕ್ಷಗಾನಗಳು ಮೊದಲಾದ ಹತ್ತಾರು ಕವಲುಗಳು, ರೂಪಗಳು ಹುಟ್ಟಿದವು. ವಿವಿಧ ಪ್ರದೇಶಗಳಿಗೆ ಮತ್ತು ಸಮುದಾಯಗಳಿಗೆ ಅನುಗುಣವಾಗಿ ರೂಪುಗೊಂಡ ಜಾನಪದ ರೂಪಗಳು ಕೂಡಾ ಹುಟ್ಟಿ ಕಾವ್ಯ-ಪುರಾಣಗಳ ಜನಪ್ರಿಯತೆಯನ್ನು ಉತ್ತುಂಗಕ್ಕೆ ಕೊಂಡೊಯ್ದುವು. ಇವುಗಳ ಜೊತೆಗೆ ಹತ್ತಾರು ಸಾವಿರ ಊರುಗಳಲ್ಲಿ ಸೀತೆ, ರಾಮ, ಕೃಷ್ಣ, ಮತ್ತು ಮಹಾಭಾರತದ ಪಾತ್ರಗಳಿಗೆ ಸಂಬಂಧಿಸಿದ ಐತಿಹ್ಯಗಳನ್ನು ವ್ಯಾಪಕವಾಗಿ ಕಾಣುತ್ತೇವೆ.[73] ಇಂದಿಗೂ ಜಾನಪದ ರಂಗಭೂಮಿ ಪ್ರಧಾನವಾಗಿ ಮಹಾಭಾರತ ಮತ್ತು ರಾಮಾಯಣ ಗಳಿಂದ ಪಡೆದ ತಿರುಳನ್ನೇ ಹೊಂದಿರುತ್ತದೆ. ಸಂಗೀತ, ಭರತ ನಾಟ್ಯಗಳಲ್ಲಿಯೂ ಕೂಡ ಈ ಎರಡು ಕಾವ್ಯಗಳ ಹಾಗು ಭಾಗವತ ಪುರಾಣದ ತುಣುಕುಗಳು ಪ್ರಧಾನವಾಗಿರುವುದನ್ನು ನೋಡುತ್ತೇವೆ. ಗ್ರಾಮೀಣ ಭಾಗದ ನಿರಕ್ಷರ ಜನರಲ್ಲಿಯೂ ಈ ಕಾವ್ಯಗಳ ಕಥೆ

ಗೊತ್ತಿಲ್ಲದ ಜನರೇ ಇಲ್ಲವೆಂಬಂತಹ ಪ್ರತೀತಿಗೆ ಹಾಗೂ 'ಅವರು ಕುರಿತೋದದೆಯೂ ಕಾವ್ಯ ಪ್ರಯೋಗ ಪರಿಣತರ್' ಆಗಿರುವುದಕ್ಕೆ ಇಂತಹ ಹರಿಕಥಾ ಕಾಲಕ್ಷೇಪಗಳು, ಜಾನಪದ ಗಾಯನ ಪರಂಪರೆ ಮತ್ತು ರಂಗ ಪ್ರದರ್ಶನಗಳೂ ಕಾರಣ. ಈ ಎಲ್ಲಾ ರೂಪಗಳು ರಾಜ್ಯವೆಂದರೆ ರಾಜ ಹಾಗೂ ರಾಜಪುರೋಹಿತ ಎಂಬ ಜೋಡಿ ಚಿತ್ರಣವನ್ನು ಜನಪ್ರಿಯಗೊಳಿಸಿವೆ. ಜೊತೆಗೆ ನೇರವಾಗಿ ವರ್ಣ-ಜಾತಿ ಬೇಧಗಳಿಗೆ ಸಂಬಂಧಿಸಿದ ಕರ್ಣ, ಏಕಲವ್ಯರ ಪ್ರಸಂಗಗಳು ಜನ ಸಾಮಾನ್ಯರಿಗೆ ಚೆನ್ನಾಗಿ ಗೊತ್ತಿರುವ ಸಂಗತಿಗಳೇ. ಇವುಗಳೊಂದಿಗೆ ಬೆರೆತ ವರ್ಣ-ಜಾತಿ ವ್ಯವಸ್ಥೆಯ ಮೌಲ್ಯಗಳು ಜನರ ನಡುವೆ ಪ್ರಸರಣಗೊಂಡಿವೆ. ಪುರಾಣಗಳಂತೂ ಮೇಲೆ ವಿವರಿಸಿದಂತೆ ನೇರವಾಗಿ ವರ್ಣ ವ್ಯವಸ್ಥೆಯ ರಚನೆಯನ್ನು ಪ್ರಸರಿಸುವ, ಸಮರ್ಥಿಸುವ ವಿಚಾರಗಳನ್ನು ಒಳಗೊಂಡಿವೆ. ಅಷ್ಟೇ ಮುಖ್ಯವಾದ ವಿಚಾರವೆಂದರೆ ೧೮ ಮಹಾಪುರಾಣಗಳು ಮತ್ತು ಮಹಾಕಾವ್ಯಗಳ ಹರಿಕಥೆ/ಪುರಾಣ ಪ್ರಸಂಗಗಳ ಮೂಲಕ ವರ್ಣ ವ್ಯವಸ್ಥೆಯ ತಾತ್ವಿಕ ಆಧಾರಗಳಾದ ಆತ್ಮ, ಪುನರ್ಜನ್ಮ, ಪಾಪ, ಪುಣ್ಯಗಳೆಂಬ ಪರಿಕಲ್ಪನೆಗಳು ಜನರಲ್ಲಿ ಹಬ್ಬಿದವು. ದೇವಾಲಯಗಳು ವರ್ಣ ವ್ಯವಸ್ಥೆಯ ವಿಚಾರಗಳನ್ನು ಪಸರಿಸಲು ಪ್ರಧಾನ ಸಾಧನಗಳಾದರೂ ಹಲವು ರೂಪದಲ್ಲಿ ಜನರನ್ನು ಈ ವಿಚಾರಗಳತ್ತ ಸೆಳೆಯಲು ಪ್ರಯತ್ನಿಸಲಾಗಿದೆ. ಸಾಹಿತ್ಯ, ಸಂಗೀತ, ನೃತ್ಯ, ಜಾನಪದ ಮತ್ತಿತರ ರೂಪಗಳಲ್ಲಿ ಪದೇ ಪದೇ ಜನರ ಮುಂದೆ ಇಡಲ್ಪಟ್ಟಿದೆ. ಮೇಲೆ ಉಲ್ಲೇಖಿಸಿದ ರಾಜರುಗಳಲ್ಲದೆ ಸೇವುಣರ ರಾಮಚಂದ್ರನು ವರ್ಣಾಶ್ರಮ ಧರ್ಮ ರಕ್ಷಕನೆಂದು ಶಾಸನವೊಂದು ಹೇಳುತ್ತದೆ. ಅವನ ಮಂತ್ರಿಯು ಪ್ರಜೆಗಳು ವರ್ಣ ಧರ್ಮಗಳನ್ನು ಅನುಸರಿಸುವಂತೆ ಶ್ರಮಿಸಿದನೆಂದು ಹೇಳಿದೆ. ಸೇವುಣರ ಕಾಲದಲ್ಲಿ ರಚಿಸಿದ ಜ್ಞಾನೇಶ್ವರಿಯಲ್ಲಿ ಬ್ರಾಹ್ಮಣನು ಎಷ್ಟೇ ಬಡವನಾಗಿದ್ದರೂ ಶೂದ್ರನ ಅಂಗಡಿಯ ಸಿಹಿ ತಿಂಡಿಯನ್ನು ತಿನ್ನಬಾರದೆಂದು ಹೇಳಿದೆ.[60] ಕೆಳದಿಯ ನೃಪ ವಿಜಯದಲ್ಲಿ "ವಿವಿಧ ಜಾತಿಗಳವರಿಗೆ ನಿವೇಶನಂಗಳಂ ಕಲ್ಪಿಸಿ, ಅವರ್ಗಳಂ ಸ್ಥಾಯಿಯಾಗಿ ನಿಲಿಸಿದ. ಬ್ರಹ್ಮ ಕ್ಷತ್ರಿಯಾದಿ ವರ್ಣಾಶ್ರಮ ಧರ್ಮಕರ್ಮಂಗಳಂ ಶ್ರುತಿ ಸ್ಮೃತ್ಯುಕ್ತ ಮಾರ್ಗೋಲ್ಲಂಗನ ಮಾಗದಂತು ನಡೆಯಿಸಿ ಶೈವ ವೈಷ್ಣವಾದಿ ಷಡ್ದರ್ಶನ ದರ್ಶಿಗಳಂ ತತ್ತದುಕ್ತ ಮಾರ್ಗದೊಳೆ ನಡೆವಂತು ನಿಯಾಮಕಂಗೈಸಿ ಸ್ವರಾಷ್ಟ್ರಸ್ಥಿತ ಸಮಸ್ತಜನದೊಳ್ ಜಾತಿ ಸಂಕರಮಾಗಿ ನಡೆಯದಂತಾಜ್ಞಾಪಿಸಿ ತಾಂ ಧರ್ಮದಿಂ ರಾಜ್ಯಭಾರಂ ವರ್ತಿಸುತ್ತಿಮಿರ್ದಂ" ಎಂದು ಶಿವಪ್ಪನಾಯಕನ ಆಳ್ವಿಕೆ ಕುರಿತು ವಿವರಿಸಿದೆ.[61] ಇದು ವೀರಶೈವ ಪ್ರಾಧಾನ್ಯತೆಯ ಶಿವಪ್ಪನಾಯಕನ ಆಳ್ವಿಕೆಯಲ್ಲಿ ಕೂಡಾ ಬಹಳ ಸ್ಪಷ್ಟವಾಗಿ ವರ್ಣಾಶ್ರಮ ಧರ್ಮ ಮತ್ತು ಜಾತಿ ಪದ್ಧತಿಯ ಪಾಲನೆಗೆ ನೀಡಿದ ಪ್ರಾಮುಖ್ಯತೆಯ ಬಗ್ಗೆ ಹೇಳಿದೆ.

ಕನ್ನಡದ ಮೊದಲ ಕೃತಿ ಎಂದು ಪ್ರಸಿದ್ಧವಾದ ಕವಿರಾಜ ಮಾರ್ಗದಲ್ಲಿ ಕೂಡ ಈ ಮೇಲಿನ ಚರ್ಚೆಗೆ ಪೂರಕವಾದ ಅಂಶಗಳಿವೆ.[೬೨]

ಪರದರ್ಗಾ ಪಾರ್ವರ್ಗಾ । ಯ್ತರಸರ್ಗಾ ಕುಡಿಯರಪ್ಪ ನಾಲ್ವರ್ಗಾಗಳ್ ।
ಸ್ಥಿರ ಗೋಪಾಧ್ಯಾಯ ಕ್ಷ್ಮಾ। ಪರಿಪಾಲ ಕ್ಷೇತ್ರಕರ್ಷಣಂಗರ್ಳ ಕ್ರಿಯೆಗಳ್". (ಕ್ರಿ.ಶ.೮೫೦)

ಇಲ್ಲಿ ನಾಲ್ಕು ವರ್ಣಗಳನ್ನು ವೈಶ್ಯ, ಬ್ರಾಹ್ಮಣ, ಕ್ಷತ್ರಿಯ, ಶೂದ್ರ ('ಕುಡಿಯ' ಎಂಬುದು ರೈತನನ್ನು ಹೇಳುತ್ತದೆ) ಈ ಅನುಕ್ರಮದಲ್ಲಿ ಹೇಳಿದೆ. ಪಶುಪಾಲನೆ (ಗೋಪ), ಅಧ್ಯಯನ, ರಾಜ್ಯಭಾರ (ಕ್ಷ್ಮಾಪರಿಪಾಲ್ಯ), ವ್ಯವಸಾಯಗಳು (ಕ್ಷೇತ್ರ ಕರ್ಷಣ) ಈ ವರ್ಣಗಳ ವೃತ್ತಿಗಳು ಎಂದಿದೆ.[63] ಕವಿ ಕುಮಾರವ್ಯಾಸನಂತೂ ಹೆಜ್ಜೆ ಹೆಜ್ಜೆಗೂ ಭೂಸುರರ ಕೀರ್ತನೆಯಲ್ಲಿ ತೊಡಗಿರುವನು. ಭೂಸುರರನ್ನು 'ಬುಧರಿಂದಧಿಕವಹ ದೈವವೆಂಬುದ ದಾವುದೈ' ಎಂದು ಒತ್ತಿ ಹೇಳಿದ್ದಾನೆ. 'ಜಾತಿ ಧರ್ಮವನನುಸರಿಸಿ ಅದುವೆ ಸುಕೃತಕ್ಕೆ ಕಡೆ' ಎನ್ನುತ್ತಾನೆ.[64]

ಚತುವರ್ಣಗಳನ್ನೂ ಮಾನವರಿಗಷ್ಟೇ ಅಲ್ಲದೆ ಪಶು, ಪಕ್ಷಿಗಳ ತಳಿಗಳಿಗಳಿಗೂ ಅನ್ವಯಿಸುವುದನ್ನು ಸಮಕಾಲೀನ ಸಾಹಿತ್ಯದಲ್ಲಿ ಕಾಣಬಹುದು. ಹನ್ನೆರಡನೆಯ ಶತಮಾನದ ಮೂರನೇ ಸೋಮೇಶ್ವರನಿಂದ ರಚಿತವಾದ ಮಾನಸೋಲ್ಲಾಸದಲ್ಲಿ ಪಾರಿವಾಳಗಳಲ್ಲಿ ನಾಲ್ಕು ವರ್ಣಗಳನ್ನು ಗುರುತಿಸುವುದು ಮಾತ್ರವಲ್ಲದೇ ಐದನೆಯದಾದ ಅಸ್ಪೃಶ್ಯ ವರ್ಣವೂ ಇದೆ ಎಂದಿದೆ. ಅವುಗಳಲ್ಲಿ ಮೂರು ವರ್ಣಗಳ ಪಾರಿವಾಳಗಳನ್ನು ಮಾತ್ರ ಅರಮನೆಗೆ ಸೇರಿಸಿಕೊಳ್ಳಬಹುದೆಂದು ಹೇಳಲಾಗಿದೆ.[65] ೧೪ನೇ ಶತಮಾನದ ಅಭಿನವ ಚಂದ್ರನ ಅಶ್ವಶಾಸ್ತ್ರ ಕೃತಿಯು ಕುದುರೆಗಳಲ್ಲಿ ಚತುರ್ವರ್ಣಗಳನ್ನು ವಿಂಗಡಿಸುತ್ತದೆ. ಹರಿಹರನ ಚತುರಂಗ ಎಂಬ ಮತ್ತೊಂದು ಕೃತಿಯಲ್ಲಿಯೂ ನಾಲ್ಕು ವರ್ಣಗಳಾಗಿ ಕುದುರೆಗಳನ್ನು ವಿಭಜಿಸಿದೆ. ಬ್ರಹ್ಮನ ಕಣ್ಣೀರನ್ನು ಐಶ್ವರ್ಯದಧಿದೇವತೆ ಲಕ್ಷ್ಮಿಯು ಶಿರ, ಎದೆ, ತೊಡೆ, ಪಾದಗಳಲ್ಲಿ ಧರಿಸಿದ್ದರಿಂದ ಕುದುರೆಗಳು ಜನ್ಮ ತಳೆದವು. ಇದೇ ಕುದುರೆಗಳ ವರ್ಣ ವಿಭಜನೆಯ ಮೂಲ ಎಂದು ಋಗ್ವೇದದ ಪುರುಷ ಸೂಕ್ತವನ್ನು ಅನುಸರಿಸಿದ ವಿವರಣೆಯನ್ನು ನೀಡಲಾಗಿದೆ.[66]

ಮಾನವನ ಬದುಕಿಗೆ ಅನಿವಾರ್ಯವಾದ ವೈದ್ಯಕೀಯ ಚಿಕಿತ್ಸೆಯನ್ನು ಕೂಡ ಚಾತುರ್ವರ್ಣ್ಯದ ಮನಸ್ಸು ನಿರ್ದೇಶಿಸಿರುವುದಕ್ಕೆ ಅನೇಕ ಉದಾಹರಣೆಗಳಿವೆ. ವೈದ್ಯರು ಕೂಡ ಮನುನಿಯಮಾದಿಗಳಿಗೆ ನಿಷ್ಠರಾಗಿರಬೇಕೆಂದು ಖಗೇಂದ್ರಮಣಿದರ್ಪಣವೆಂಬ ವಿಷ ಶಾಸ್ತ್ರದ ಕರ್ತೃ ಮಂಗರಾಜ ವಿಧಿಸುತ್ತಾನೆ.[67] ಹನ್ನೆರಡನೆ ಶತಮಾನದ ಕಲ್ಯಾಣಕಾರಕ ವೆಂಬ ವೈದ್ಯ ಗ್ರಂಥದ ಕರ್ತೃ ಜಗದ್ದಲ ಸೋಮನಾಥ. ಈತನು ನೃಪತುಂಗನ ಕಾಲದ ಜೈನ ಮುನಿ ಪೂಜ್ಯಪಾದ ಅಥವಾ ಉಗ್ರಾದಿತ್ಯನನ್ನು ಅನುಕರಿಸಿ 'ಶೂದ್ರನನ್ನು ಬಿಟ್ಟು ಇತರರಿಗೆ ಚಿಕಿತ್ಸೆಯನ್ನು ನೀಡಬೇಕು' ಎನ್ನುತ್ತಾನೆ.[68] ಇನ್ನು ವಸತಿಯ ವಿಚಾರದಲ್ಲಿ ಇದು ಮತ್ತಷ್ಟು ಸ್ಪಷ್ಟ ರೂಪವನ್ನು ತಳೆಯುತ್ತದೆ. ೧೧ನೇ ಶತಮಾನದ ಭೋಜದೇವನ ಸಮರಾಂಗಣ ಸೂತ್ರಧಾರ ನಗರಗಳ ನಿರ್ಮಾಣದಲ್ಲಿ ಜಾತಿಗಳಿಗನುಗುಣವಾಗಿ ವಾಸ

ಸ್ಥಾನದ ನಿರ್ದೇಶನವನ್ನು ನೀಡುತ್ತದೆ. ಈ ವಾಸ್ತು ಶಾಸ್ತ್ರದ ಗ್ರಂಥದಲ್ಲಿ ನಗರಗಳ ಯೋಜನೆ ಬಗ್ಗೆ ವಿವರಿಸುತ್ತಾ ಮುಖ್ಯವಾಗಿ ಮೂರು ಭಾಗಗಳೆಂದು ವಿಂಗಡಿಸುವುದು. ಅದರ ಪ್ರಕಾರ ರಾಜ, ಅವನ ಕುಟುಂಬ ವರ್ಗದವರು, ಪುರೋಹಿತರು, ಮಂತ್ರಿ, ಸೇನಾಧಿಪತಿಗಳು ಒಂದು ಭಾಗದಲ್ಲಿ ಮತ್ತು ಅವರ ಸೇವಕರಾದ ರಥಕಾರರು, ಮಾವುತರು, ಶ್ರಮಣರು ಮತ್ತೊಂದು ಭಾಗದಲ್ಲಿ ವಾಸಿಸಬೇಕು. ಮೂರನೆಯ ಭಾಗದಲ್ಲಿ ಕ್ಷೌರಿಕರು, ಕುಶಲ ಕರ್ಮಿಗಳು, ಹೆಂಡ ಇಳಿಸುವವರು, ಸೆರೆಮನೆಯ ಕೆಲಸಗಾರರು ಮೊದಲಾದವರು ಇರಬೇಕು. ಜೊತೆಗೆ ಕೋಟೆ ಗೋಡೆಯ ಬಲಿ ದಿಣ್ಣೆಯ ಮೇಲೆ ಅಸ್ಪೃಶ್ಯರಿಗೆ ವಾಸ ಎಂದು ಹೇಳುತ್ತದೆ.[69]

ವೈದಿಕರು ಬರೆದ ಸಾಹಿತ್ಯದಲ್ಲಿ ಹೀಗೆ ವರ್ಣ ವ್ಯವಸ್ಥೆ ಮತ್ತು ಜಾತಿ ವ್ಯವಸ್ಥೆಯ ವಿಚಾರಗಳು ಪದೇ ಪದೇ ಬಿಂಬಿಸಲ್ಪಟ್ಟಿವೆ. ವೈದ್ಯ ಗ್ರಂಥಗಳಲ್ಲಿ ಮನು ಮಾರ್ಗವನ್ನು ತಂದು ಶೂದ್ರರಿಗೆ ಚಿಕಿತ್ಸೆ ನಿರಾಕರಿಸುವ ಬಗ್ಗೆ ನೀಡಿರುವ ಸಲಹೆಯಂತೂ ವರ್ಣ ವ್ಯವಸ್ಥೆಯ ಬೇಧ ನೀತಿಯ ಗರಿಷ್ಠ ಸೂಚನೆಯಾಗಿದೆ. ವರ್ಣವ್ಯವಸ್ಥೆಯ ವಿಚಾರಗಳನ್ನು ಹರಡಲು ಇವರು ತಾವೇ ರಚಿಸಿದ ವೈದಿಕ ಸಾಹಿತ್ಯವನ್ನು ಉಪಯೋಗಿಸುವುದು ನಿರೀಕ್ಷಿತವೆನ್ನಬಹುದು. ಆದರೆ ವೈದ್ಯ ಮತ್ತು ಪಶುವೈದ್ಯದಂತಹ ಲೋಕಜ್ಞಾನದ ಗ್ರಂಥಗಳ ಮೂಲಕ ಈ ವಿಚಾರಗಳನ್ನು ಹರಡಲು ಪ್ರಯತ್ನಿಸಲಾಗಿದೆ. ಮನುಷ್ಯನ ಜೊತೆ ಒಡನಾಡುವ ಪ್ರಾಣಿಗಳನ್ನು ಮಾತ್ರವೇ ಅಲ್ಲದೇ ಎಲ್ಲಾ ಎಲ್ಲೆಗಳನ್ನೂ ಮೀರಿ ಹಾರುವ ಪಕ್ಷಿಗಳಲ್ಲಿಯೂ ವರ್ಣ ಬೇಧವನ್ನೆಣಿಸಿರುವುದು, ಅಂದಿನ ಜನಮಾನಸದಲ್ಲಿ ವರ್ಣ ಬೇಧದ ವಿಚಾರಗಳು ಎಷ್ಟು ಆಳವಾಗಿ ಹೊಕ್ಕಿತ್ತೆನ್ನುವುದರ ಸೂಚನೆ.

ಪಂಚತಂತ್ರದಂತಹ ಬಹು ಜನಪ್ರಿಯ ಕಥೆಗಳನ್ನು ಕೂಡ ವರ್ಣ ವ್ಯವಸ್ಥೆಯ ವಿಚಾರಗಳನ್ನು ಪಸರಿಸಲು ಬಳಸಿಕೊಳ್ಳಲಾಗಿದೆ. 'ಕಮ್ಮೆ ಕುಲ ಪ್ರದೀಪ'ನಾದ ದುರ್ಗಸಿಂಹನು ಪಂಚತತಂತ್ರದಲ್ಲಿ ಅಷ್ಟಾದಶ ಪುರಾಣ. ಶೃತಿ, ಸ್ಮೃತಿ, ರಾಮಾಯಣ, ಮಹಾಭಾರತಗಳನ್ನು ಹಾಗೂ ವಸಿಷ್ಠ, ಹಾರೀತ, ಯಾಜ್ಞವಲ್ಕ್ಯ ಮೊದಲಾದ ಮುನಿ ಮುಖ್ಯರ ವಿಚಾರಗಳನ್ನು ಪ್ರಸ್ತಾಪಿಸುತ್ತಾನೆ. ಚತುರ್ವರ್ಣದವರು ಅವರವರ ವರ್ಣಕ್ಕೆ ನಿಯಮಿಸಿದ ಧರ್ಮವನ್ನು ಪಾಲಿಸಬೇಕೆಂದು ಸ್ಪಷ್ಟಪಡಿಸುತ್ತಾ ಶೂದ್ರರು ಪಾದಜರು (ಪುರುಷನ/ಬ್ರಹ್ಮನ ಪಾದಗಳಿಂದ ಹುಟ್ಟಿದವರು) ಎನ್ನುತ್ತಾನೆ. ಸ್ವಧರ್ಮವನ್ನು ಪಾಲಿಸಬೇಕೆಂಬ ಮಾತು ಮತ್ತೆ ಮತ್ತೆ ಪ್ರಸ್ತಾಪವಾಗಿದೆ. ಒಂದು ಕಥೆಯಲ್ಲಂತೂ 'ಜಾತಿಯೊಳಗೇ ಮದುವೆ' ಎಂಬ ಕಟ್ಟಲೆಯನ್ನು ಸ್ಪಷ್ಟವಾಗಿ ಪ್ರತಿಪಾದಿಸಲಾಗಿದೆ. ಯಜ್ಞನೆಂಬ ಮುನಿ ಇಲಿಯೊಂದನ್ನು ಮನುಷ್ಯಳನ್ನಾಗಿ ಮಾಡಿದಾಗ 'ಯಾರು ಯಾರನ್ನು ಬೇಡಿದರೂ ಎಲ್ಲರೂ ಅವಳು ಇಲಿ ಜಾತಿಯವಳೆಂದು ಮದುವೆಯಾಗಲು ತಿರಸ್ಕರಿಸುತ್ತಾರೆ. ಆಗ ಮುನಿ ಇಲಿ ಕುಲದ ಮುಖ್ಯಸ್ಥನನ್ನು ಕರೆಸಿ ಮದುವೆಯಾಗಲು ಕೇಳಿದಾಗ ಆತ 'ನೀವೆನಗೆ ಕುಡುವ ಬಗೆಯುಳ್ಳೊಡೆಮ್ಮ ಜಾತಿ ಮಾಡಿಕೊಡಿ' ಎಂದು ಕೇಳಿಕೊಳ್ಳುತ್ತಾನೆ.[74]

ಜನಪದರಲ್ಲಿ ವರ್ಣ ವ್ಯವಸ್ಥೆಯ ಬೇಧಗಳು ಮತ್ತಷ್ಟು ಆಳವಾಗಿ ಬೇರೂರುವುದಕ್ಕೆ ಅನೇಕ ಜಾನಪದ ಕಾವ್ಯಗಳಲ್ಲಿ, ಕಥೆಗಳಲ್ಲಿ, ಗಾದೆಗಳಲ್ಲಿ ಕೂಡ ವರ್ಣ-ಜಾತಿವ್ಯವಸ್ಥೆಯ ಮೌಲ್ಯಗಳು ಹಾಸು ಹೊಕ್ಕಾಗಿರುವುದು ಕಾರಣವಾಗಿದೆ. ಕೆಲವಂತು ಈ ಉದ್ದೇಶದಿಂದಲೇ ಸೃಷ್ಟಿಯಾಗಿವೆ. ಮಾರಮ್ಮ ಎಂಬ ಗ್ರಾಮ ದೇವತೆ ಕರ್ನಾಟಕದ ಬಹು ಜನಪ್ರಿಯ ದೇವತೆಗಳಲ್ಲೊಂದು. ಅನೇಕ ಊರುಗಳಲ್ಲಿ ಮಾರಮ್ಮನೇ ಊರಮ್ಮನೂ ಕೂಡ. ಮಾರಮ್ಮನ ಜಾತ್ರೆಯಲ್ಲಿ ದೇವತೆಗೆ ಕೋಣನ ಬಲಿ ನೀಡಲಾಗುತ್ತದೆ. ಮಾರಮ್ಮನಲ್ಲದೆ ಇನ್ನೂ ಕೆಲವು ಗ್ರಾಮ ದೇವತೆಗಳಿಗೂ ಕೋಣನ ಬಲಿ ನೀಡಲಾಗುತ್ತದೆ. ಇಂತಹ ದೇವತೆಗಳ ಜಾತ್ರೆಗಳಲ್ಲಿ ಅದರ ಪೂಜೆಯ ಆಚರಣೆಗಳಲ್ಲಿ ಮುಖ್ಯ ಪಾತ್ರ ವಹಿಸುವವರು ಮತ್ತು ಕೋಣನ ಬಲಿ ನೀಡುವವರು ಆಸಾದಿಗಳೆಂಬ ಜಾನಪದ ಹಾಡುಗಾರರು. ಇವರು ಮಾರಮ್ಮನ ಬಗ್ಗೆ ಹಾಡುವ ಕಾವ್ಯದಲ್ಲಿ ಮಾರಮ್ಮ ಬ್ರಾಹ್ಮಣ ವರ್ಣಕ್ಕೆ ಸೇರಿದವಳು. ಅಸ್ಪೃಶ್ಯನೊಬ್ಬ ತನ್ನ ಜಾತಿಯನ್ನು ಮರೆಮಾಚಿ ಅವಳನ್ನು ಮದುವೆಯಾದನು. ಅದು ಬಹಳ ವರ್ಷಗಳ ನಂತರ ಮಾರಮ್ಮನಿಗೆ ತಿಳಿಯಿತೆಂದೂ ಹೇಳಲಾಗುತ್ತದೆ. ಹೀಗೆ ಬ್ರಾಹ್ಮಣ ಕನ್ಯೆಯನ್ನು ಅಸ್ಪೃಶ್ಯನೊಬ್ಬ ಮದುವೆಯಾದ ಕಾರಣಕ್ಕಾಗಿ ಬ್ರಾಹ್ಮಣಿತಿಯಾದ ಹೆಂಡತಿ ರೋಷಾವೇಶದಿಂದ ಗಂಡನನ್ನು ಕೋಣನನ್ನಾಗಿಸಿ ತನಗೆ ಬಲಿ ಕೊಡಬೇಕೆಂದು ಶಾಪ ನೀಡಿದಳು ಎಂದಿದೆ. ಈ ವಿಚಾರಗಳನ್ನು ಪ್ರತಿ ಜಾತ್ರೆಯಲ್ಲೂ ಈ ಕಾವ್ಯದ ಮೂಲಕ ಜನರ ಮುಂದೆ ಹೇಳಲಾಗುತ್ತದೆ. ಈ ಪುರಾಣವು ವರ್ಣ ವ್ಯವಸ್ಥೆಯ ವಿಚಾರಗಳನ್ನು ಮಾರಮ್ಮನನ್ನು ಪೂಜಿಸುವ ಅಶಿಕ್ಷಿತ ಕೆಳ ಜಾತಿಗಳು ಮತ್ತು ಅಸ್ಪೃಶ್ಯರ ನಡುವೆಯೂ ಪಸರಿಸುವ ವಿಧಾನಗಳಿಗೊಂದು ಸಶಕ್ತ ಉದಾಹರಣೆ.[75] ಮಾರಮ್ಮ (ಉತ್ತರ ಕರ್ನಾಟಕದಲ್ಲಿ ದ್ಯಾಮವ್ವ ಎಂಬ ಹೆಸರಿನಿಂದ ಪ್ರಚಲಿತವಾಗಿದೆ. ಈ ದೇವತೆಗಳಲ್ಲದೆ ಹಲವು 'ಅಮ್ಮ'ಗಳಿಗೆ ಕೋಣವನ್ನು ಬಲಿಕೊಡುವ ಪದ್ಧತಿಯಿದೆ. ಈ ದೇವತೆಗಳ ವಿಷಯದಲ್ಲಿಯೂ ಇದೇ ರೀತಿಯ ಪುರಾಣ ಪ್ರಚಲಿತವಾಗಿದೆ). ಇಂತಹ ಸೃಷ್ಟಿಗಳು ಜನ ಸಾಮಾನ್ಯರಲ್ಲಿ ಧಾರ್ಮಿಕ ಭಯವನ್ನು ಉಂಟುಮಾಡುವ ಮೂಲಕ ವರ್ಣ-ಜಾತಿ ವ್ಯವಸ್ಥೆಯ ಮೌಲ್ಯಗಳು ತಳವೂರುವಂತೆ ಮಾಡುವುವು. ಮುಖ್ಯವಾಗಿ ಮನುಸ್ಮೃತಿಯೂ ಸೇರಿದಂತೆ ಧರ್ಮಶಾಸ್ತ್ರ ಗ್ರಂಥಗಳು ವಿರೋಧಿಸುವ ವಿಲೋಮ ವಿವಾಹದ ನಿಷೇಧ, ಆ ಮೂಲಕ ಅಸ್ಪೃಶ್ಯ ಜಾತಿಗಳ ಕೀಳುತನ ಹಾಗೂ ಬ್ರಾಹ್ಮಣರ ಶ್ರೇಷ್ಠತೆಯನ್ನು ತಲೆತಲಾಂತರಗಳ ಕಾಲ ಇಡೀ ಸಮಾಜದ ಜನ ಮಾನಸದಲ್ಲಿ ನಾಟುವಂತೆ ಮಾಡಿವೆ.

ಜೈನ ಧರ್ಮ ಮತ್ತು ಸಾಹಿತ್ಯದಲ್ಲಿಯೂ

ವರ್ಣ ವ್ಯವಸ್ಥೆಯ ವಿಚಾರಗಳ ಪ್ರಸರಣ ಮತ್ತು ಸಮಾಜದ ಮೇಲೆ ಅದನ್ನು ಅನುಸರಿಸಲೇಬೇಕೆಂದು ಇದ್ದ ಒತ್ತಡಕ್ಕೆ ಕರ್ನಾಟಕದ ಜೈನ ಗ್ರಂಥಗಳು ಬಹಳ ಬಲವಾದ ಸಾಕ್ಷಿ. ಮಹಾವೀರ ಮತ್ತು ಅವರ ಜೊತೆಯ ಶ್ರಮಣರು ವೈದಿಕ ವಿಚಾರಗಳನ್ನು

ವಿರೋಧಿಸುತ್ತಾ ಭಿನ್ನ ವಿಚಾರ ಧಾರೆಯೊಂದನ್ನು ರೂಪಿಸಿದರು. ಅದರ ಆಧಾರದ ಮೇಲೆ ಜೈನ ಧರ್ಮವನ್ನು ಸ್ಥಾಪಿಸಿದರು. ಕರ್ನಾಟಕದಲ್ಲಿ ಜೈನ ಧರ್ಮದ ಶಾಖೆಗಳಲ್ಲಿ ಮೂಲನಿಷ್ಠವೆಂದು ಹೆಸರಾಂತ ದಿಗಂಬರ ಪಂಥವೇ ಮುಖ್ಯ ಧಾರೆಯಾಗಿ ವ್ಯಾಪಿಸಿತ್ತು. ಅವರೂ ಕೂಡ ವರ್ಣ ಭೇದದ ವಿಚಾರಗಳೊಂದಿಗೆ ಹೊಂದಾಣಿಕೆ ಮಾಡಿಕೊಂಡಿರುವುದನ್ನು, ವರ್ಣ–ಜಾತಿ ಭೇದ ಮತ್ತು ಅಸ್ಪೃಶ್ಯತೆಯ ವಿಚಾರಗಳನ್ನು ವೈದಿಕರಂತೆಯೇ ಸಹಜವೆಂದು ಸ್ವೀಕರಿಸಿರುವುದನ್ನು ಈ ಕಾಲಘಟ್ಟದಲ್ಲಿ ಕರ್ನಾಟಕದಲ್ಲಿ ರಚಿತವಾದ ಜೈನ ಧಾರ್ಮಿಕ ಗ್ರಂಥಗಳಲ್ಲಿ ನೋಡಬಹುದು. ಜೈನ ಧರ್ಮದ ಬೆಳವಣಿಗೆಯಲ್ಲಿ ರಾಷ್ಟ್ರಕೂಟ ದೊರೆ ನೃಪತುಂಗನ ಗುರುವೆಂದು ಹೆಸರಾದ ಎರಡನೇ ಜಿನಸೇನಚಾರ್ಯರದು ದೊಡ್ಡ ಹೆಸರು. ಇವರು ಜೈನ ಧರ್ಮದ ಸಿದ್ಧಾಂತದ ಬೆಳವಣಿಗೆಗೆ ಮಹತ್ವದ ಕಾಣಿಕೆ ನೀಡಿದ ಹಲವು ಗ್ರಂಥಗಳನ್ನು ರಚಿಸಿರುವವರು. ಅವರು ಸಂಸ್ಕೃತದಲ್ಲಿ ರಚಿಸಿದ, ಕರ್ನಾಟಕದಲ್ಲಿ ಮಾತ್ರವಲ್ಲ ದೇಶದಲ್ಲಿಯೇ ಪ್ರಸಿದ್ಧವಾದ ಆದಿಪುರಾಣ ಕಾವ್ಯ ಜೈನರ ಜಗತ್ತಿನಲ್ಲಿ ವರ್ಣ–ಜಾತಿಗಳ ಮೇಲು ಕೀಳು ಬೇಧಗಳ ಸೇರ್ಪಡೆಗೆ ಸ್ಪಷ್ಟ ಉದಾಹರಣೆ. ಇದರಲ್ಲಿ ಜೈನರ ಪ್ರಕಾರ ಜಗತ್ತನ್ನು ಸೃಷ್ಟಿ ಮಾಡಿದ ಜಗತ್ತಿನ ಆದಿ ಪುರುಷ ವೃಷಭನಾಥ ಹಾಗೂ ಅವನ ಮಗನಾಗಿ ಜಗತ್ತನ್ನು ಆಳಿದ ಭರತನ ಚರಿತ್ರೆಯನ್ನು ಹೇಳಲಾಗಿದೆ. ೯ನೆಯ ಶತಮಾನದ ಈ ಕೃತಿಯಲ್ಲಿ ಜೈನ ಆದಿಪುರುಷ ವೃಷಭನಾಥನೇ ವರ್ಣ ವ್ಯವಸ್ಥೆಯ ಸೃಷ್ಟಿಕರ್ತನೆಂದು ಚಿತ್ರಿಸಲಾಗಿದೆ. ಮುಂದೆ ಹತ್ತನೆಯ ಶತಮಾನದಲ್ಲಿ ಕನ್ನಡದ ಆದಿಕವಿಯೆಂದು ಹೆಸರಾಂತ ಪಂಪ ಕನ್ನಡದ ಆದಿಪುರಾಣದಲ್ಲಿಯೂ ಜಿನಸೇನರನ್ನೇ ಅನುಸರಿಸಿ ಈ ಪ್ರಸಂಗವನ್ನು ಪುನರ್ ಸೃಷ್ಟಿ ಮಾಡಿ ಕನ್ನಡಿಗರ ಮುಂದೆ ಬಿಂಬಿಸಿದ್ದಾನೆ. ಈ ಕಾವ್ಯದಲ್ಲಿ ವೃಷಭನಾಥನು 'ಮನು ಮಾರ್ಗ ನಿಪುಣ'ನೆಂದು ಪರಿಚಯಿಸಲ್ಪಟ್ಟಿದ್ದಾನೆ.[76] ಅವನು "ಷಟ್ಕರ್ಮಂಗಳುಮಂ ವರ್ಣಾಶ್ರಮವಿಭಾಗಗಳುಮಂ ...ಈ ಕರ್ಮಭೂಮಿಪ್ರಾರಂಭದೊಳೆಮಗೆ ನಿರಿಸಲ್ವೇಳ್ಕುಮೆಂದು ಮನದೊಳ್ ಬಗೆದು"[77] ....ಗ್ರಾಮಗಳನು "ಅವನಾಳ್ವ ತೆರಗೊಳ್ವ ಬಿಟ್ಟಿಬೆಸಕೆಯಿಸಿಕೊಳ್ವ"[78] ಭೋಗಿಗಳಾದ ರಾಜರುಗಳನ್ನು ನಿರ್ಮಿಸಿದನು ಎಂದಿದೆ. ನಂತರ "ಸಕಳ ಕ್ಷತ್ರಿಯವಣಿಕ್ಶೂದ್ರರೆಂಬ ಮೂರುವರ್ಣಂಗಳೊಳ್ ಕ್ಷತತ್ರಾಣಾದಿ ಗುಣೋಪೇತಮಪ್ಪ ಅಖಿಳಕ್ಷತ್ರಿಯಸಮೂಹಕ್ಕೆ ಶಸ್ತ್ರಕರ್ಮಮುಮಂ, ವಣಿಗ್ವಂಶಕ್ಕೆ ಪಾಶುಪಾಲ್ಯಕೃಷಿಪಣ್ಯಕರ್ಮಂಗಳುಮಂ, ಸ್ಪೃಶ್ಯಾಸ್ಪೃಶ್ಯಕಾರುಗಳುಮೆಂದಿರ್ತೆರದ ಶೂದ್ರ ಸಂತತಿಗೆ ಶುಶ್ರೂಷಾನಿಯೋಗಂಗಳುಮಂ ಯಥಾಯೋಗ್ಯಮುಪದೇಶಂಗೆಯ್ದು ವರ್ಣಸಂಕರಮಾಗಲೀಯದೆ ತಮ್ಮ ತಮ್ಮ ಜಾತಿಗಳೊಳ್ ನಣ್ಬುಮಂ ಕೊಳ್ಕೊಡೆಯುಮಂ ನಿಯೋಜಿಸಿ'ದನು ಎನ್ನುವುದು.[79]

ಜಿನಸೇನರನ್ನು ಅನುಸರಿಸಿದ ಈ ವಿವರಣೆ ಮನುಮಾರ್ಗ ನಿಪುಣನೆಂದು ಘೋಷಿಸಲ್ಪಟ್ಟವನಿಗೆ ತಕ್ಕುದಾಗಿಯೇ ಇದೆ. ವೈದಿಕ ಸಾಹಿತ್ಯದಲ್ಲಿ ನಿರೂಪಣೆಗೊಂಡು ಮನುಸ್ಮೃತಿಯಲ್ಲಿ ಮತ್ತಷ್ಟು ಕಟ್ಟಲೆಗಳ ಸೇರ್ಪಡೆಗಳನ್ನೂ ಒಳಗೊಂಡ ವರ್ಣ ವ್ಯವಸ್ಥೆಯೆಂಬ

ಸಾಮಾಜಿಕ ರಚನೆಯ ಅತ್ಯಂತ ನಿಷ್ಠ ಸಾರಾಂಶವಿದು. ಬಿಟ್ಟಿಯನ್ನು ಪಡೆಯುವ ಹಕ್ಕನ್ನು ಹೊಂದಿರುವ ಭೋಗಿ ರಾಜರು ಸ್ವತಃ ವರ್ಣ ವ್ಯವಸ್ಥೆಯನ್ನು ಸೃಷ್ಟಿಸುತ್ತಾರೆ. ಜಾತಿಗಳ ಒಳಗೇ ಮದುವೆಗಳಾಗುವಂತೆ, ಆಯಾ ಜಾತಿಗಳಿಗೆ ವಿಧಿಸಲ್ಪಟ್ಟ ಕೆಲಸಗಳನ್ನು ಮೀರದಂತೆ ನೋಡಿಕೊಳ್ಳುವ ಅಧಿಕಾರವನ್ನು ದೊರೆ ಹೊತ್ತುಕೊಂಡಿದ್ದಾನೆ. ವಿಶೇಷವಾಗಿ ಗಮನಿಸಬೇಕಾದುದೆಂದರೆ ಸ್ಪೃಶ್ಯತೆ–ಅಸ್ಪೃಶ್ಯತೆಯ ಆಧಾರದ ಮೇಲೆ ಎರಡು ತೆರನಾದ ಶೂದ್ರರನ್ನು ಸೃಷ್ಟಿಸಿದ ಎನ್ನುವ ಮೂಲಕ ಅಂದು ವಾಸ್ತವತೆಯಲ್ಲಿದ್ದ ವರ್ಣ ವ್ಯವಸ್ಥೆಯ ವಿವರವನ್ನು ಸ್ಪಷ್ಟವಾಗಿ ನಿರೂಪಿಸಲಾಗಿದೆ ಎಂಬುದು. ಇದರಲ್ಲಿ ಒಂದು ಅಂಶವನ್ನು ಮಾತ್ರ ಮಾರ್ಪಡಿಸಲಾಗಿದೆ. ಅದೆಂದರೆ ಚಾತುರ್ವರ್ಣ್ಯಕ್ಕೆ ಬದಲಾಗಿ ಮೂವರ್ಣಗಳ ರಚನೆ. ಬ್ರಾಹ್ಮಣ ವರ್ಣವನ್ನು ಉದ್ದೇಶಪೂರ್ವಕವಾಗಿ ಕೈಬಿಡಲಾಗಿದೆ. ಜೈನ ಧರ್ಮದ ಈ ಬೆಳವಣಿಗೆಯ ಬಗ್ಗೆ ಸಿ.ವೀರಣ್ಣನವರು ತಮ್ಮ ಕನ್ನಡ ಸಾಹಿತ್ಯ: ಚಾರಿತ್ರಿಕ ಬೆಳವಣಿಗೆ ಗ್ರಂಥದಲ್ಲಿ ಹೀಗೆ ಅಭಿಪ್ರಾಯಪಟ್ಟಿದ್ದಾರೆ. 'ಈ ಪುರಾಣ ರಚಿತವಾಗುವ ಕಾಲಕ್ಕೇ ಜೈನರು ಸ್ಪೃಶ್ಯಾಸ್ಪೃಶ್ಯತೆಯನ್ನು ಒಪ್ಪಿಕೊಂಡದ್ದಲ್ಲದೆ ವರ್ಣಸಂಕರವಾಗುವುದನ್ನು ತಡೆಯಲು ನೆರವಾಗಿದ್ದರೆಂದರೆ ಎಂಥ ವಿಪರ್ಯಾಸ! ಯಾರು ವರ್ಣಗಳ ನಾಶಕ್ಕೆ ಪಣತೊಟ್ಟರೋ ಅವರೇ ಅವುಗಳನ್ನು ಸಂರಕ್ಷಿಸಲು ನಿಂತರೆಂದಾಯಿತು' ಎನ್ನುತ್ತಾರೆ.[80]

ಇನ್ನೂ ಹಲವು ಜೈನ ಕೃತಿಗಳಲ್ಲಿ ಇಂತಹುದೇ ವರ್ಣ ವ್ಯವಸ್ಥೆಯ ಚಿತ್ರಣಗಳು ಯಥೇಚ್ಛವಾಗಿವೆ. ಜೈನನಾಗಿದ್ದು ನಂತರ ವೀರಶೈವನಾಗಿ, ಮತ್ತೆ ಜೈನ ಧರ್ಮಕ್ಕೆ ಮರಳಿದ ಬ್ರಹ್ಮಶಿವ ತನ್ನ ಸಮಯ ಚರಿತೆಯಲ್ಲಿ ಜಿನಸೇನಾಚಾರ್ಯನ ಕಥಾನಕವನ್ನೇ ಪುನರುಚ್ಚರಿಸಿದ್ದಾನೆ. ಜೊತೆಗೆ ಕ್ಷತ್ರಿಯನೆ ಧಾತ್ರಿಗೊಡೆಯಂ... ಕ್ಷತ್ರಿಯದರಿಂದೆ ಪಿರಿಯ ನೆಲ್ಲಂದದೊಳಂ ಎಂದು ಕ್ಷತ್ರಿಯರನ್ನು ವರ್ಣ ವ್ಯವಸ್ಥೆಯಲ್ಲಿ ಎಲ್ಲರಿಗಿಂತ ಶ್ರೇಷ್ಠರನ್ನಾಗಿ ಚಿತ್ರಿಸಿದ್ದಾನೆ.[81] ಹೀಗೆ ಜೈನರ ವರ್ಣ ವ್ಯವಸ್ಥೆ ಬ್ರಾಹ್ಮಣರನ್ನು ಹೊರತುಪಡಿಸಿದ, ರಾಜರನ್ನು ಎಲ್ಲರಿಗಿಂತ ಮೇಲಿಟ್ಟ ವರ್ಣ ವ್ಯವಸ್ಥೆಯ ಮಾದರಿಯಾಗಿದೆ. ಕರ್ನಾಟಕದ ಜೈನರಿಗೆ ಬ್ರಾಹ್ಮಣರ ಪ್ರಾಧಾನ್ಯತೆಯ ಬಗ್ಗೆ ವಿರೋಧವಿತ್ತೇ ಹೊರತು ವರ್ಣ ವ್ಯವಸ್ಥೆಯ ಬಗೆಗಲ್ಲ ಎಂಬುದು ಸ್ಪಷ್ಟವಾಗುತ್ತದೆ.

ಪ್ರಸಿದ್ಧ ಯಶಸ್ತಿಲಕ ಚಂಪುವಿನ ಕರ್ತೃವಾದ ಹತ್ತನೆಯ ಸೋಮದೇವ ಸೂರಿ ಬರೆದ, ಮಧ್ಯಕಾಲೀನ ಕರ್ನಾಟಕ ಮತ್ತು ಆಂಧ್ರ ರಾಜರ ಅರ್ಥಶಾಸ್ತ್ರವೆಂದು ಹೊಗಳಲ್ಪಟ್ಟ ನೀತಿ ವಾಕ್ಯಾಮೃತ ಎಂಬ ಗ್ರಂಥದ ವಿಚಾರಗಳು ಜೈನರು ವರ್ಣ ವ್ಯವಸ್ಥೆಯನ್ನು ವ್ಯಾಪಕವಾಗಿ ಅಂಗೀಕರಿಸಿರುವುದಕ್ಕೆ ಆಧಾರವಾಗಿದೆ. ಇದರಲ್ಲಿ ವರ್ಣ ವ್ಯವಸ್ಥೆಯ ಬಗ್ಗೆ ಮಂಡಿಸಿರುವ ವಿಚಾರ ಕೇವಲ ಮನುಸ್ಮೃತಿಯಂತಹ ಬ್ರಾಹ್ಮಣ ಧರ್ಮಶಾಸ್ತ್ರದ ಅನುಕರಣೆಯಾಗುಳಿದಿಲ್ಲ. ಅನೇಕ ವಿಷಯಗಳಿಗೆ ಸಂಬಂಧಿಸಿದಂತೆ ಮನುಸ್ಮೃತಿಯ ನಿರ್ದೇಶಗಳನ್ನು ಹಾಗೆಯೇ ಎತ್ತಿಕೊಂಡಂತಿದೆ.

ತ್ರಯೀತಃ ಖಲು ವರ್ಣಆಶ್ರಮಾಚರಣಾಂ ಧರ್ಮಾಧರ್ಮ ವ್ಯವಸ್ಥಾ[82]

ತ್ರಯೋ ವರ್ಣ ದ್ವಿಜಾತಯಃ[83]

ಸ್ವಧರ್ಮಾಸಂಕರ ಪ್ರಜಾನಾಂ ರಾಜಾನಂ ತ್ರಿವರ್ಗೇಣೋಪಸಂಧತ್ತೇ[84]

ಇವುಗಳಲ್ಲಿ ಮೊದಲನೆಯ ಅಂಶ, ತ್ರಯೀ ಎಂದು ಕರೆಯಲ್ಪಟ್ಟ ವೇದಗಳು, ವೇದಾಂಗಗಳು, ಪುರಾಣಗಳು, ಮಹಾಕಾವ್ಯ ಮೊದಲಾದವುಗಳಿಂದ ವರ್ಣಾಶ್ರಮ, ಧರ್ಮ, ಅಧರ್ಮಗಳ ತಿಳಿವಳಿಕೆ ಉಂಟಾಗುವುದು ಎಂದಿರುವುದು. ಹಾಗೇ ಎರಡನೆಯದು ಮೂರು ವರ್ಣದವರು ದ್ವಿಜರು ಮತ್ತು ಕೊನೆಯ ಮಹತ್ವದ ಅಂಶ ಪ್ರಜೆಗಳು ತಮ್ಮ ತಮ್ಮ ಧರ್ಮಗಳನ್ನು ಸಂಕರವಾಗದಂತೆ ನೋಡಿಕೊಂಡರೆ ರಾಜನು ಧರ್ಮ ಅರ್ಥ ಕಾಮಗಳ ಸಿದ್ಧಿಯನ್ನು ಪಡೆಯುತ್ತಾನೆ ಎನ್ನುವುದು. ಇದು ಜೈನರು ವರ್ಣ ವ್ಯವಸ್ಥೆಯ ಪ್ರತಿಪಾದಕರಾಗಿ ಬ್ರಾಹ್ಮಣೀಕರಣಗೊಂಡಿದ್ದುದಕ್ಕೆ ಬಲವಾದ ಸಾಕ್ಷಿಯಾಗಿದೆ. ಜೈನ ಧರ್ಮೀಯರು ಅಂದಿನ ಕಾಲದಲ್ಲೂ ಮತ್ತು ಇಂದೂ ಇದು ಬಹಳ ಮಹತ್ವದ ಕೃತಿಯೆಂದು ಬಣ್ಣಿಸುತ್ತಿದ್ದಾರೆ.[85] ಹಾಗೆ ಸೋಮದೇವನು ರಾಷ್ಟ್ರಕೂಟ ಮತ್ತು ವೆಂಗಿಯ ಚಾಲುಕ್ಯರಿಗೆ ಗುರುವಾಗಿದ್ದನೆಂಬುದನ್ನು, ಈ ಕೃತಿ ಮುಂದಿನ ಜೈನ ಕೃತಿಗಳನ್ನು ಪ್ರಭಾವಿಸಿತೆಂದು ಹೆಮ್ಮೆಯಿಂದ ಹೇಳಿಕೊಳ್ಳುತ್ತಿದ್ದಾರೆ.[86]

ವಡ್ಡಾರಾಧನೆ ಎಂಬ ಜೈನ ಧರ್ಮದ ಕಥೆಗಳ ಗುಚ್ಛದಲ್ಲಿ 'ಜಾತಿ ಪದ್ಧತಿಯ ಒಪ್ಪುವಿಕೆಯೂ ಬ್ರಾಹ್ಮಣ ದ್ವೇಷವು ಇದೆ' 'ಉತ್ತಮ ಕುಲದ ಶ್ರಾವಕರ ಬಸಿರೊಳ್ ಪುಟ್ಟುವುದು' ಹೆಮ್ಮೆಯ ಸಂಗತಿಯಾಗಿದೆ. ಹಾಗೆ ಹೊಲೆಯರ ಮನೆಯಲ್ಲಿ ಹುಟ್ಟುವುದು ಪಾಪವಾಗಿದೆ', ಇದು 'ಬ್ರಾಹ್ಮಣ ಮೌಲ್ಯಗಳಾದ ವರ್ಣಾಶ್ರಮಧರ್ಮ, ಪಂಚಮಹಾಪಾತಕ, ಅಸ್ಪೃಶ್ಯತೆಗಳನ್ನು ಒಪ್ಪಿಕೊಂಡಿರುವ ಆದರೆ ಧಾರ್ಮಿಕವಾಗಿ ಅವರನ್ನು ಎದುರಾಳಿ ಎಂದು ತಿಳಿದಿರುವ ಇಲ್ಲಿನ ಗ್ರಹಿಕೆ' ಎಂದು ರಹಮತ್ ತರೀಕೆರೆಯವರ ಅಭಿಪ್ರಾಯ ವಾಗಿದೆ. ವಡ್ಡಾರಾಧನೆಯ ಕಥೆಗಳು ವರ್ಣ ವ್ಯವಸ್ಥೆಯ ವಿಚಾರಗಳನ್ನು ಜನಮಾನಸದಲ್ಲಿ ಬಿತ್ತುವ ಕೆಲಸವನ್ನೇ ಮಾಡುತ್ತವೆ ಎಂಬುದನ್ನು ಈ ಸಂಗತಿಗಳು ಹೇಳುತ್ತದೆ. ಈ ಕೃತಿಯ ಪ್ರಕಾರ ಜೈನ ಭವಾವಳಿಯಲ್ಲಿ ಮಾದಿಗ ಜಾತಿಯಲ್ಲಿ ಹುಟ್ಟುವುದು ಘೋರ ಪಾಪ ಕರ್ಮದ ಅತ್ಯಂತ ಕೆಳತುದಿಯ ಫಲ. ಅಂತಹುದೊಂದು ಜನ್ಮ ಎತ್ತಿದ ಪೊಲತಿಯನ್ನು 'ದುರೂಪೆ, ದುರ್ಗಂಧೆ, ದುಸ್ವರೆ' ಎಂದು ವರ್ಣಿಸಲಾಗಿದೆ.[87] ಹೀಗೆ ವರ್ಣ-ಜಾತಿ ವ್ಯವಸ್ಥೆಯ ವಿಚಾರಗಳನ್ನು ಜನ್ಮಾಂತರದ ಕಥೆಗಳ ಮೂಲಕ ಒತ್ತಿ ಹೇಳಿದೆ ಆದರೆ ಚಾಂಡಾಲರಂತಹ ಕೆಳಜಾತಿಗಳೂ ಜೈನ ಧರ್ಮಕ್ಕೆ ಸೇರಿಕೊಳ್ಳುವ ಅವಕಾಶ ಇದೆ ಎಂಬ ಸೀಮಿತ ಮಟ್ಟದ ವ್ಯತ್ಯಾಸವನ್ನೂ ಕೆಲ ಕಥೆಗಳು ವ್ಯಕ್ತಪಡಿಸುತ್ತವೆ.[88]

ಕೇವಲ ಜೈನ ಸಾಹಿತ್ಯದಲ್ಲಿ ಬಿಂಬಿಸಲ್ಪಟ್ಟ ವೈದಿಕ ವರ್ಣ ವ್ಯವಸ್ಥೆಯ ವಿಚಾರಗಳು ಮಾತ್ರವೇ ಅಲ್ಲದೆ ಜೈನ ಸಮುದಾಯದ ನಡುವೆ ಬೇರು ಬಿಡುವ ಮೂಲಕ ಇಡೀ ಸಮಾಜವನ್ನು ಹೇಗೆ ವ್ಯಾಪಿಸಿತ್ತೆಂದು ತೋರಿಸುವ ಅನೇಕ ಉದಾಹರಣೆಗಳಿವೆ.

ಜೈನ ಧರ್ಮೀಯರೆಂದೇ ಖ್ಯಾತರಾದ– ತೀರ್ಥಹಳ್ಳಿ, ಸಾಗರ, ಕಳಸ ಪ್ರದೇಶಗಳನ್ನು ನಾಲ್ಕು ಶತಮಾನಗಳ ಕಾಲ ಆಳಿದ ಸಾಂತರ ರಾಜವಂಶದ ಅರಸ ತೊಲಾಪುರುಷ ವಿಕ್ರಮ ಸಾಂತರ ವೈದಿಕ ಯಾಗ ಯಜ್ಞಾದಿಗಳನ್ನು ಮಾಡುವ ಮೂಲಕ ಸ್ಥಾನಮಾನ ಹೆಚ್ಚಿಸಿ ಕೊಳ್ಳುವನು. ಈತ ಹೆಮ್ಮೆಯಿಂದ ತಾವು ೨೩ನೇ ಜೈನ ತೀರ್ಥಂಕರನಾದ ಪಾರ್ಶ್ವನಾಥನ ವಂಶಸ್ಥರೆಂದು ಹೇಳಿಕೊಳ್ಳುವ ಸಾಂತರ ವಂಶದ ಅರಸ ಎಂದು ಕರೆದುಕೊಳ್ಳುತ್ತಾನೆ. ಆದರೆ ಹಿರಣ್ಯ ಗರ್ಭ ಹಾಗೂ ತುಲಾಪುರುಷ ದಾನಗಳನ್ನು ಮಾಡಿದನೆಂದು ಪ್ರಸಿದ್ಧನಾಗಿದ್ದಾನೆ. ಇದೇ ವಂಶದ ಒಬ್ಬ ಮಾಂಡಲೀಕನಾದ ನನ್ನಿ ಸಾಂತರನು ಕೂಡ 'ವಿಪುಲ ತುಲಾಪುರುಷ ಹಿರಣ್ಯ ಗರ್ಭ ತ್ರ್ಯೋದ್ಯಧಿಕ' ದಾನ ಮಾಡಿದವನೆಂದು ಉಲ್ಲೇಖಿಸಲಾಗಿದೆ.[89] ಈ ರಾಜವಂಶವು ತನ್ನ ಪೂರ್ವಜರ ಮತ್ತು ರಾಜ್ಯಪ್ರಾಪ್ತಿ ಕುರಿತು ವೈದಿಕ ಪುರಾಣಗಳನ್ನು ಅನುಸರಿಸಿ ಈ ವಂಶದ ಮೂಲಪುರುಷ ರಾಕ್ಷಸರನ್ನು (ಆ ರೀತಿ ಅವರನ್ನು ಕರೆಯುವುದನ್ನು ಒಪ್ಪದ ಮತ್ತು ಅವರನ್ನು ಪ್ರತಿ ವಾಸುದೇವರೆನ್ನುವ ಜೈನ ನಂಬಿಕೆಗೆ ಹೊರತಾಗಿ) ಹತ್ಯೆ ಮಾಡಿದನೆಂದು, ಆಗ ಜೈನ ಯಕ್ಷಿ ಮೆಚ್ಚಿ ಅನುಗ್ರಹಿಸಿದಳೆಂದು ಹೇಳಿಕೊಂಡಿದೆ.[90] ಜೈನ ಧರ್ಮದ ಅನುಯಾಯಿಗಳು ತಮ್ಮ ಧರ್ಮದ ಮೂಲ ವಿಚಾರಗಳಿಗೆ ವಿರುದ್ಧವಾದ ವೈದಿಕ ವಿಚಾರಗಳನ್ನು ಅಂಗೀಕರಿಸುವ ಸಾಮಾಜಿಕ–ರಾಜಕೀಯ ಒತ್ತಡಕ್ಕೆ ಒಳಗಾದರು ಎಂಬುದು ಇವುಗಳಿಂದ ಸ್ಪಷ್ಟವಾಗುತ್ತದೆ. ವರ್ಣ–ಜಾತಿ ವ್ಯವಸ್ಥೆಯು ಇಲ್ಲಿ ಚಾತುರ್ವರ್ಣ್ಯ ಎಂಬ ಪೂರ್ಣ ರೂಪ ಪಡೆಯದಿದ್ದರೂ ಅದೇ ಮೇಲು ಕೀಳಿನ ಸಾಮಾಜಿಕ ಭೇದ ನೀತಿ, ಅಸ್ಪೃಶ್ಯತೆ ಮತ್ತು ಹುಟ್ಟಿನಿಂದಲೇ ನಿರ್ಧರಿತವಾದ ವರ್ಣ ವ್ಯವಸ್ಥೆಯನ್ನು ಮುಂದಿಟ್ಟಿದೆ. ಈ ಧರ್ಮವನ್ನು ಅಂಗೀಕರಿಸಿದ ರಾಜರು, ವಣಿಕರು ಈ ಹೊಂದಾಣಿಕೆಯನ್ನು ಮಾಡಿಕೊಳ್ಳದಿದ್ದರೆ ಅವರ ಅಸ್ತಿತ್ವಕ್ಕೇ ಊನವಾಗುವ ಸಾಮಾಜಿಕ ಪರಿಸ್ಥಿತಿಯಂತೂ ಅಂದಿನ ಕರ್ನಾಟಕದಲ್ಲಿ ನಿರ್ಮಾಣವಾಗಿದೆ. ಆ ನಂತರವೇ ಜೈನ ಧರ್ಮ ಗಂಗ ವಂಶದ ಕೊನೆಯ ರಾಜರುಗಳು, ರಾಷ್ಟ್ರಕೂಟರು, ನಂತರ ಕರಾವಳಿಯ ಕೆಲವು ಕಿರು ರಾಜವಂಶಗಳಿಗೆ ಅಂಗೀಕಾರಾರ್ಹ ವೆನಿಸಿದಂತೆ ಕಾಣುತ್ತದೆ. ಇದು ಅಂದಿನ ಪ್ರಭುತ್ವಗಳಿಗೆ ವರ್ಣ ವ್ಯವಸ್ಥೆಯ ಅನಿವಾರ್ಯತೆಯನ್ನು ಮತ್ತಷ್ಟು ಒತ್ತಿ ಹೇಳಿದಂತಾಗುತ್ತದೆ.

ಈ ಹೊಂದಾಣಿಕೆಯ ಜೊತೆಗೆ ಗಮನಿಸಬೇಕಾದ ಮುಖ್ಯವಾದ ಮತ್ತೊಂದು ಅಂಶವೆಂದರೆ ಜೈನ ಧರ್ಮದ ಎಲ್ಲ ಸಾಹಿತ್ಯವೂ ವಿವರಿಸುವ ಆತ್ಮ, ಕರ್ಮ, ಪಾಪ, ಪುಣ್ಯ, ಪುನರ್ಜನ್ಮ ಎಂಬ ಆ ಧರ್ಮದ ಪ್ರಮುಖ ಪರಿಕಲ್ಪನೆಗಳು.

ಜೀವಾಜಿವಾ ಯ ಬಂಧೋ ಯ ಪುಣ್ಣಂ ಪಾವಾಸವೆ ತಹಾ ।
ಸಂವರೋ ನಿಜ್ಜರಾ ಮೋಕ್ಖೋ,ಸಂತ್ತೆಏ ತಹಿಯಾ ನವ ॥

ಇದರ ಪ್ರಕಾರ ಜೀವದಲ್ಲಿ 'ಕರ್ಮ'ವು ಬರುತ್ತದೆ, ಈ ಬರುವಿಕೆಯೇ 'ಆಸ್ರವ' ತತ್ವವೆನಿಸುತ್ತದೆ. ಕರ್ಮವು ಬಂದು ಜೀವವನ್ನು ಬಂಧಿಸುತ್ತದೆ. ಇದು 'ಬಂಧ' ಎಂಬ

ತತ್ವ. ಹೊಸ ಹೊಸ ಕರ್ಮಗಳು ಆತ್ಮನನ್ನು ಪ್ರವೇಶಿದಂತೆ ತಡೆಯುವುದೇ 'ಸಂವರ' ತತ್ವವಾಗಿದೆ. ಈಗಾಗಲೇ ಸಂಚಿತವಾಗಿರುವ (ಆತ್ಮನಲ್ಲಿ ಸೇರಿಬಿಟ್ಟಿರುವ) ಕರ್ಮಗಳನ್ನು ಕಳೆದುಕೊಳ್ಳುವುದು 'ನಿರ್ಜರ' ತತ್ವವೆನಿಸುವುದು. ಯಾವಾಗ ಎಲ್ಲ ಕರ್ಮಗಳನ್ನು ಜೀವವು ಕಳೆದುಕೊಳ್ಳುವುದೋ ಆಗ 'ಮೋಕ್ಷ' ಪ್ರಾಪ್ತಿ ಎನ್ನುವುದು. ಜೊತೆಗೆ 'ಪುಣ್ಯ' ಮತ್ತು 'ಪಾಪ' ಎಂಬ ತತ್ವಗಳು ಇದರಲ್ಲಿ ಅಡಕವಾಗಿವೆ.[91] ಯಾವ ಆತ್ಮವು ಎಂಥ ಕರ್ಮಕ್ಕೆ ಅಧೀನವಾಗಿರುತ್ತದೆಯೋ ಅಂಥ ಗತಿಯಲ್ಲಿ ಹೋಗಿ ಅದು ಜನ್ಮವನ್ನು ಹೊಂದುತ್ತದೆ.[92] ಈ ತತ್ವಗಳನ್ನು ವಡ್ಡಾರಾಧನೆಯಂತಹ ಕೃತಿಗಳು ಹಾಗೂ ಜೈನ ಮುನಿಗಳ ಪ್ರವಚನಗಳು ಅನೇಕ ಕಥೆಗಳ ಮೂಲಕ ಆ ಕಾಲದ ಓದುಗ/ಕೇಳುಗರಲ್ಲಿ ಬಿತ್ತಿದವು.

ಈ ತತ್ವಗಳೇ ವರ್ಣ ವ್ಯವಸ್ಥೆಯ ಸಾಮಾಜಿಕ ರಚನೆಗೆ ಭದ್ರವಾದ ಬುನಾದಿ ಹಾಕಿದ ವೇದ, ಬ್ರಾಹ್ಮಣಗಳು, ಉಪನಿಷತ್ತುಗಳಲ್ಲಿ ವ್ಯಕ್ತವಾದ ವರ್ಣ ವ್ಯವಸ್ಥೆಯ ಸಿದ್ಧಾಂತಗಳೆಂದು ಆರಂಭಿಕ ಘಟ್ಟದ ಬಗೆಗಿನ ಪ್ರಬಂಧದಲ್ಲಿ ವಿವರಿಸಲಾಗಿದೆ. ಜೈನರಲ್ಲಿ ಅವೇ ತತ್ವಗಳು ಬೇರೊಂದು ತತ್ವಶಾಸ್ತ್ರೀಯ ರೂಪದಲ್ಲಿ ಪಸರಿಸಿವೆ. ಇದು ಅಸ್ಪೃಶ್ಯನೊಬ್ಬ ತನ್ನ ಅಸ್ಪೃಶ್ಯತೆಗೆ ತನ್ನ ಹಿಂದಿನ ಜನ್ಮಗಳ ಕರ್ಮಗಳ ಮೂಲಕ ತಾನೇ ಕಾರಣ ಎಂಬುದನ್ನು ಅವನಿಗೆ ಸಾಧಿಸಿ ತೋರಿಸಿದಂತಾಗುತ್ತದೆ. ಆದ್ದರಿಂದ ತನ್ನ ಸ್ಥಿತಿಯನ್ನು ಒಪ್ಪಿಕೊಳ್ಳುವಂತೆ ಮಾಡುವ ಕರ್ತವ್ಯವನ್ನು ನಿರ್ವಹಿಸುತ್ತದೆ. ಹೀಗೆ ಜೈನ ಧರ್ಮವೂ ವರ್ಣ ವ್ಯವಸ್ಥೆಯ ಮೇಲು ಕೀಳೆಂಬ ಶ್ರೇಣೀಕರಣವನ್ನು ವಿರೋಧಿಸುವುದಕ್ಕೆ ಬದಲಾಗಿ ಆ ವಿಚಾರಗಳನ್ನು ಹಬ್ಬಿಸಲು ಮತ್ತು ಸಮರ್ಥಿಸಲು ನೆರವಾಯಿತು ಎಂಬುದನ್ನು ಸಾಬೀತುಪಡಿಸುತ್ತದೆ.

ಜೈನ ಬಸದಿಗಳಲ್ಲಿ ಮೇಲ್ವರ್ಗದ ಶೂದ್ರರಿಗೆ ಪ್ರವೇಶವಿದ್ದಿರಬಹುದಾದ ಸಂಭವವಿರ ಬಹುದು. ಆದರೆ ಅಸ್ಪೃಶ್ಯರಿಗೆ ಬಸದಿಗಳಲ್ಲಿಯೂ ಪ್ರವೇಶ ದೊರೆತಿರಬಹುದಾದ ಸಾಧ್ಯತೆಗಳು ಕಾಣುವುದಿಲ್ಲ. ಏಕೆಂದರೆ ಇಂತಹ ಪದ್ಧತಿಯಿದ್ದುದಾದರೆ ಅದು ಬಹಳ ಪ್ರಧಾನವಾಗಿ ಜೈನ ಸಾಹಿತ್ಯದಲ್ಲಿ ಉಲ್ಲೇಖಗೊಂಡಿರುತ್ತಿತ್ತು (ನಂತರದ ವಚನ ಸಾಹಿತ್ಯದಲ್ಲಿ, ಕನಕದಾಸರ ಹಾಡುಗಳಲ್ಲಿ ಅಸ್ಪೃಶ್ಯತೆ, ಜಾತಿ ವ್ಯವಸ್ಥೆ ವಿರೋಧಿ ವಿಚಾರಗಳು ಪ್ರಸ್ತಾಪಗೊಂಡುದನ್ನು ಇಲ್ಲಿ ನೆನೆಯೋಣ). ಆದಿಪುರಾಣದಲ್ಲಿನ ವಿವರಣೆಯಂತೆ ವೃಷಭನಾಥನೇ ಅಸ್ಪೃಶ್ಯತೆಯನ್ನು ಸೃಷ್ಟಿಸಿದನೆಂದ ಮೇಲೆ ಬಸದಿಗಳು ಅದನ್ನು ಮೀರುವುದೆಂತು.

ವರ್ಣ ವ್ಯವಸ್ಥೆಯನ್ನು ಪುರಸ್ಕರಿಸದ, ವೈದಿಕವಲ್ಲದ ಧರ್ಮದಲ್ಲಿಯೂ ಕೂಡ ವರ್ಣ ವ್ಯವಸ್ಥೆಯ ವಿಚಾರಗಳು ಬೇರು ಬಿಟ್ಟ ಬಗೆಗಿನ ಸಂಗತಿಗಳು; ಮೇಲೆ ಉಲ್ಲೇಖಿಸಿದ ಧಾರ್ಮಿಕವಲ್ಲದ ಅಶ್ವಶಾಸ್ತ್ರ, ವೈದ್ಯಕೀಯ, ವಾಸ್ತುಶಾಸ್ತ್ರದ ಗ್ರಂಥಗಳಲ್ಲಿ, ಜಾನಪದದಲ್ಲಿ ಕೂಡ ವ್ಯಕ್ತವಾದ ಸಂಗತಿಗಳು ಪ್ರಾಚೀನ ಕರ್ನಾಟಕದಲ್ಲಿ ವರ್ಣ ವ್ಯವಸ್ಥೆಯ ವಿಚಾರಗಳು ವ್ಯಾಪಕವಾಗಿ ಹಬ್ಬಿತ್ತೆನ್ನುವುದನ್ನು ಸಾಬೀತುಪಡಿಸುತ್ತವೆ.

ಕರ್ನಾಟಕದ ಪ್ರಸಿದ್ಧ ಸಂಶೋಧಕರು, ಇತಿಹಾಸಕಾರರು ಮತ್ತು ಇತ್ತೀಚಿನ ಒಂದು ವಿದ್ವಾಂಸರ ಗುಂಪು ವರ್ಣ ವ್ಯವಸ್ಥೆ ಕುಸಿದು ಬಿದ್ದಿತ್ತು; ವರ್ಣ ವ್ಯವಸ್ಥೆಗೂ ಜಾತಿ ವ್ಯವಸ್ಥೆಗೂ ಸಂಬಂಧವೇ ಇಲ್ಲ; ಮನುಸ್ಮೃತಿಯ ವಿಚಾರಗಳು ಕರ್ನಾಟಕದ ಜನರಿಗೆ ಗೊತ್ತಿರಲು ಸಾಧ್ಯವಿಲ್ಲ. ಆದ್ದರಿಂದ ಇಲ್ಲಿ ರೂಪುಗೊಂಡ ಜಾತಿ ವ್ಯವಸ್ಥೆಗೆ ಮನುಸ್ಮೃತಿ ಕಾರಣವೆಂಬ ಆರೋಪ ದುರುದ್ದೇಶಪೂರ್ವಕವಾದುದು ಎಂದು ವಾದ ಹಚ್ಚಿದ್ದಾರೆ. ಮತ್ತೆ ಕೆಲ ವಿದ್ವಾಂಸರು ಮೊದಲ ಶತಮಾನದ ಶಾಸನಗಳಲ್ಲಿ ವರ್ಣ, ಜಾತಿ, ಕುಲಗಳ ಉಲ್ಲೇಖವೇ ಇಲ್ಲ. ಆದ್ದರಿಂದ ವರ್ಣ ವ್ಯವಸ್ಥೆಯು ಗ್ರಾಂಥಿಕ ಜ್ಞಾನವೋ ಅಥವಾ ವಾಸ್ತವ ವ್ಯವಸ್ಥೆಯೋ ಎಂಬ ವಾದಗಳನ್ನು ಮಂಡಿಸಿರುವ ಬಗ್ಗೆ ಆರಂಭಿಕ ಘಟ್ಟದ ಬಗೆಗಿನ ಪ್ರಬಂಧದಲ್ಲಿ ವಿವರಿಸಲಾಗಿದೆ. ಮೇಲೆ ಮಂಡಿಸಲಾಗಿರುವ ಅಂದಿನ ವಾಸ್ತವ ಸಂಗತಿಗಳು ಈ ಎಲ್ಲಾ ವಾದಗಳನ್ನು ಸುಳ್ಳು ಮಾಡುತ್ತವೆ. ಮನೆ ಮನೆಗೂ ವರ್ಣ-ಜಾತಿ ವ್ಯವಸ್ಥೆಯ ಮೇಲು ಕೀಳು ವಿಚಾರಗಳನ್ನು ಮುಟ್ಟಿಸುವ, ಮನಗಾಣಿಸುವ, ಜನರು ತಾವೇ ಈ ವಿಚಾರಗಳನ್ನು ಒಪ್ಪಿಕೊಳ್ಳುವಂತೆ ಮಾಡುವುದಕ್ಕೆ ರಾಜ ಪ್ರಭುತ್ವ-ಪುರೋಹಿತಶಾಹಿ ವ್ಯವಸ್ಥೆ ತನ್ನ ಸಂಪನ್ಮೂಲಗಳ ದೊಡ್ಡ ಭಾಗವನ್ನು ಹೂಡಿ ಹಲವು ವಿಧಾನಗಳನ್ನು ರೂಪಿಸಿತ್ತು.

ಅಷ್ಟು ಮಾತ್ರವಲ್ಲದೆ ಒಪ್ಪಲಿ ಒಪ್ಪದಿರಲಿ ಎಲ್ಲಾ ಜನರೂ ಕಟ್ಟುನಿಟ್ಟಾಗಿ ಆಚರಿಸುವಂತೆ ಮಾಡಲು ಅವಶ್ಯವಾದ ಆಡಳಿತ ವ್ಯವಸ್ಥೆ- ದಬ್ಬಾಳಿಕೆ, ಶಿಕ್ಷೆಯ ವ್ಯವಸ್ಥೆಯನ್ನೂ ಸಂಘಟಿಸಿತ್ತು.

ಅಧ್ಯಾಯ ಹದಿಮೂರು

ಗ್ರಾಮ ಪ್ರಭುತ್ವ - ಜಾತಿ ವ್ಯವಸ್ಥೆಯ ಕಾವಲು ಪಡೆ

ಕರ್ನಾಟಕದಲ್ಲಿ ಹುಟ್ಟಿದ ಹೊಸ ಪ್ರಭುತ್ವಗಳು ಬಹಳ ಸಣ್ಣ ಪ್ರಭುತ್ವಗಳಾಗಿದ್ದವು ಮತ್ತು ಕೃಷಿಗೆ ಅಷ್ಟೇನೂ ಅನುಕೂಲವಿಲ್ಲದ ಪ್ರದೇಶಗಳಲ್ಲಿ ಆರಂಭಗೊಂಡಂತವು. (ವನವಾಸಕ ಅಥವಾ ಬನವಾಸಿ ಪ್ರದೇಶ. ಇಲ್ಲಿನ ಭತ್ತವನ್ನು ಬೆಳೆಯುವ ಅಚ್ಚ ಹಸಿರು ಗದ್ದೆಗಳು ಪಂಪನ ಕಣ್ಣನ್ನು ಸೆಳೆದವು ನಿಜ. ಆದರೆ ಇದು ಆಗ ಮಾತ್ರವಲ್ಲ ಈಗಲೂ ರಾಜ್ಯದಲ್ಲಿಯೇ ಅತ್ಯಂತ ಕಡಿಮೆ ಕೃಷಿ ಭೂಮಿಯ ಪ್ರದೇಶ. ಗಂಗರ ಮೊದಲ ರಾಜಧಾನಿಯಾದ ಕುವಲಾಲಪುರದ ಸುತ್ತ ಮುತ್ತಲ ಪ್ರದೇಶವಂತೂ ಒಣ ಹವೆಯ ಹಲವು ಸಣ್ಣ ಗುಡ್ಡಗಳ ನಾಡು). ಈ ಪ್ರಭುತ್ವಗಳಿಗೆ ತಮ್ಮ ರಾಜ್ಯ ವಿಸ್ತರಣೆಗಾಗಿ ಅವಶ್ಯವಾದ ಸೈನ್ಯ ಶಕ್ತಿಯನ್ನು ಹೆಚ್ಚಿಸಿಕೊಳ್ಳಲು ಹೆಚ್ಚುವರಿ ಕೃಷಿ ಉತ್ಪಾದನೆ ಬಹಳ ಅಗತ್ಯವಾಗಿತ್ತು. ಕುಲಾಧಿಪತ್ಯದ ಕಾಲದಲ್ಲಿಯೇ ಆರಂಭವಾಗಿದ್ದ ಕೃಷಿ ವಿಸ್ತರಣೆಯ ಪ್ರಯತ್ನ ಪ್ರಭುತ್ವವಾಗಿ ಬದಲಾದ ನಂತರ ಸೈನ್ಯ ಬಲವೂ ಸೇರಿಕೊಂಡು ಮತ್ತಷ್ಟು ವೇಗವನ್ನು ಪಡೆದುಕೊಂಡಿತು. ಒಂದು ಕಡೆ ಕೃಷಿಯಲ್ಲಿ ಈಗಾಗಲೇ ತೊಡಗಿದ್ದ ಕುಲಾಧಿಪತಿಗಳ ಹಿಡಿತದಲ್ಲಿದ್ದ ಪ್ರದೇಶಗಳ ಮೇಲೆ ದಾಳಿ ಮಾಡಿ ಆಕ್ರಮಿಸಿಕೊಳ್ಳುವುದು, ಮತ್ತೊಂದು ಕಡೆ ಕೃಷಿಗೆ ಅನುಕೂಲವಾದ ಪ್ರದೇಶಗಳನ್ನು ವಶಪಡಿಸಿಕೊಂಡು ಅಲ್ಲಿ ವಾಸವಾಗಿದ್ದ

ಸಮುದಾಯಗಳನ್ನು ಅಧೀನಪಡಿಸಿಕೊಳ್ಳುವ ಮೂಲಕ ಅವರನ್ನು ಕೃಷಿಗೆ ಹಚ್ಚುವ ಕೆಲಸ ತ್ವರೆಗೊಂಡಿತು. ಇಂದಿನ ಕೋಲಾರ ಪ್ರದೇಶದಲ್ಲಿ ತಮ್ಮ ಮೊದಲ ರಾಜಧಾನಿ ಸ್ಥಾಪಿಸಿದ್ದ ಗಂಗರು ಬಹಳ ಬೇಗನೆ ತಮ್ಮ ರಾಜಧಾನಿಯನ್ನು ಮಣ್ಣೆ ಮತ್ತು ನಂತರ ಕಾವೇರಿ ನದಿ ತೀರದ ತಲಕಾಡಿಗೆ ಬದಲಾಯಿಸಿದರು. ರಾಜ್ಯ ಪ್ರಭುತ್ವವನ್ನು ಸ್ಥಾಪಿಸಿದ ನಂತರ ಅವರು ಕೈಗೊಂಡ ಕೃಷಿ ವಿಸ್ತರಣೆಯ ಜೊತೆಗೆ ರಾಜ್ಯದ ವಿಸ್ತಾರವೂ ಬೆಳೆಯಿತು. ನೀರಾವರಿ ಕೃಷಿಗೆ ಹೆಚ್ಚು ಅನುಕೂಲವಾದ ಪ್ರದೇಶಗಳನ್ನು ಅರಸುತ್ತಾ ರಾಜ್ಯ ವಿಸ್ತರಣೆ ನಡೆದುದನ್ನು ಈ ರಾಜಧಾನಿಗಳ ಬದಲಾವಣೆ ಸೂಚಿಸುತ್ತದೆ. ಕದಂಬರು ಕೂಡಾ ತಮ್ಮ ರಾಜ್ಯವನ್ನು ದಟ್ಟ ಅರಣ್ಯಗಳ ಪಶ್ಚಿಮ ಘಟ್ಟದ ಆಚೆ ಎರೆಮಣ್ಣಿನ ಬಯಲು ಪ್ರದೇಶದ ಕಡೆಗೆ ವಿಸ್ತರಿಸಿದುದರಲ್ಲಿ ಇದೇ ಪ್ರಕ್ರಿಯೆಯನ್ನು ಕಾಣಬಹುದು. ಎರೆಮಣ್ಣಿನ ಪ್ರದೇಶದ ಕೇಂದ್ರದಲ್ಲಿಯೇ ಚಾಲುಕ್ಯ ರಾಜ್ಯ ಸ್ಥಾಪನೆಯಾಗುವುದು ಮತ್ತು ಕದಂಬರು ಈ ಹೊಸ ರಾಜ್ಯಶಕ್ತಿಗೆ ಮಣಿಯಬೇಕಾಗಿ ಬಂದದ್ದು ಈ ಪ್ರದೇಶದ ಕೃಷಿ ಉತ್ಪಾದನೆಯ ಬಲದಿಂದಲೇ. ರಾಷ್ಟ್ರಕೂಟರು ತಮ್ಮ ರಾಜಧಾನಿಯನ್ನು ಮಾನ್ಯಖೇಟಕ್ಕೆ ಬದಲಾಯಿಸಿದ್ದು ಕೂಡ ಕೃಷಿಯ ವಿಸ್ತರಣೆಯ ಜೊತೆಗೆ ದಖನ್ನಿನ ಪೂರ್ವಕ್ಕೆ ಮತ್ತು ಉತ್ತರ ಭಾಗಗಳಿಗೆ ರಾಜ್ಯವನ್ನು ವಿಸ್ತರಿಸಿದ್ದೇ ಕಾರಣ.[93] ವ್ಯಾಪಾರ ಮತ್ತು ನಗರೀಕರಣದ ಭರಾಟೆ ಕುಗ್ಗಿದ ಸಂದರ್ಭದಲ್ಲಿ ಮೇಲೆ ಹೇಳಿದಂತೆ ಕೃಷಿ ಪ್ರದೇಶವನ್ನು ವಿಸ್ತರಿಸುವುದು, ಅದರಲ್ಲಿ ಹೆಚ್ಚು ಜನರನ್ನು ತೊಡಗಿಸುವುದು ಮತ್ತು ಈ ವಿಸ್ತಾರ ಪ್ರದೇಶದ ಉತ್ಪಾದನೆಯ ಮೇಲೆ ಹಿಡಿತ ಸ್ಥಾಪಿಸುವುದು ಈ ಪ್ರಭುತ್ವಗಳ ಆದಾಯದ ಮತ್ತು ಬಲದ ಮುಖ್ಯ ಆಧಾರವಾಗಿತ್ತು.

ಬಾದಾಮಿ ಚಾಲುಕ್ಯರು ಉತ್ತರದ ಹರ್ಷವರ್ಧನನನ್ನು ನರ್ಮದಾ ತೀರದಲ್ಲಿ ಹಿಮ್ಮೆಟ್ಟಿಸಲು, ಪಲ್ಲವರ 'ಕಂಚಿಯಾನ್ ಮೂಮೆ ಪರಾಜಿಸ'ಲು ಶಕ್ತವಾದ ಸೈನ್ಯವನ್ನು ಹೊಂದಲು ಸಾಧ್ಯವಾಗಿದ್ದು; ಅದರ ಸೂರೆಯಿಂದ ಐಹೊಳೆ, ಬಾದಾಮಿ, ಪಟ್ಟದಕಲ್ಲಿನ ಸುಂದರ ದೇವಸ್ಥಾನಗಳನ್ನು ನಿರ್ಮಿಸಲು ಕಾರಣವಾದದ್ದು; ರಕ್ಷಣೆಗೆ ಬೇಕಾದ ಬೃಹತ್ ಕೋಟೆಗಳನ್ನು ಕಟ್ಟಲು ರಾಷ್ಟ್ರಕೂಟರು ಉತ್ತರದ ಭಾರತಕ್ಕೆ ಹಲವು ಬಾರಿ ದಂಡೆತ್ತಿ ಹೋಗಿದ್ದು; ಎಲ್ಲೋರಾದ ಗುಹಾಲಯಗಳೂ ಸೇರಿದಂತೆ ಅಸಂಖ್ಯ ದೇವಾಲಯಗಳನ್ನು ನಿರ್ಮಿಸಿದ್ದು ಹಾಗೂ ರಾಜರ ಅರಮನೆಗಳ ವೈಭವದ ಜೀವನ, ಯಾಗ ಯಜ್ಞಗಳು–ಮಹಾದಾನಗಳು, ಬ್ರಹ್ಮದೇಯದ ಕೊಡುಗೆಗಳು ಇವೆಲ್ಲದರ ಮೂಲಾಧಾರ ಈ ಪ್ರದೇಶದ ಕೃಷಿ ಉತ್ಪಾದನಾ ಹೆಚ್ಚಳದಿಂದ ಮತ್ತು ಅದರ ಮೇಲೆ ಈ ಪ್ರಭುತ್ವಗಳು ಸಾಧಿಸಿದ ಹಿಡಿತವೇ ಆಗಿದೆ. ಇದನ್ನು ಸಾಧಿಸುವ ಹಾದಿಯಲ್ಲಿ ಈ ಪ್ರದೇಶಗಳ ಸಾಮಾಜಿಕ ರಚನೆ ರೂಪುಗೊಂಡಿತು. ಚಾಲುಕ್ಯ ಎಂಬ ಹೆಸರಿನ ಮೂಲ ಎಂದು ಕೆಲವು ಇತಿಹಾಸಕಾರರು ಅಭಿಪ್ರಾಯ ಪಡುವ ಸಲ್ಕಿ ಮತ್ತು ರಾಷ್ಟ್ರಕೂಟರ ಹಲವು ಶಾಸನಗಳಲ್ಲಿ ಕಾಣುವ ಮೇಟಿಯ ಗುರುತು[94] ಕೃಷಿಯ ವಿಸ್ತರಣೆ ಈ ರಾಜ್ಯಗಳ ಸಂಪತ್ತಿನ ಪ್ರಧಾನ ಮೂಲವಾಗಿತ್ತು ಎಂಬುದನ್ನು ಎತ್ತಿ ತೋರಿಸುತ್ತದೆ.

ಚಾಲುಕ್ಯ, ರಾಷ್ಟ್ರಕೂಟ ಕುಲಗಳು ಪ್ರಭುತ್ವಗಳಾಗಿ ಬದಲಾಗುವ ಮೊದಲು ಅವರ ಹಿಡಿತದಲ್ಲಿದ್ದ ಪ್ರದೇಶದ ಸುತ್ತಮುತ್ತ ಕೃಷಿ ಕೈಗೊಂಡ ಇತರ ಕುಲಗಳನ್ನೂ ಗೆದ್ದುಕೊಂಡವು. ಆ ಕುಲಗಳ ಪ್ರಮುಖರನ್ನು ರಾಜ್ಯ ವ್ಯವಸ್ಥೆಯ ಭಾಗವನ್ನಾಗಿ ಮಾಡಿಕೊಂಡವು. ಈ ಕುಲಗಳ ಪ್ರಮುಖರಿಗೆ ಮಂತ್ರಿ, ಸೇನಾಧಿಪತಿ, ವಿಷಯಾಧಿಕಾರಿಕ ಎಂಬ ಕೆಲ ಹುದ್ದೆಗಳನ್ನು ನೀಡುವ, ರಾಜ್ಯ ವಿಸ್ತಾರದ ಆಕ್ರಮಣಗಳಲ್ಲಿ ಅವರನ್ನು ತೊಡಗಿಸಿಕೊಳ್ಳುವ ಮೂಲಕ ತಮ್ಮ ಪ್ರಭುತ್ವದ ನೇರ ನಿಯಂತ್ರಣದ ಭಾಗವಾಗಿಸಿಕೊಳ್ಳುವ ಒಂದು ಕ್ರಮವನ್ನು ಅನುಸರಿಸಿದರು. ಇಂತಹ ನೇರ ನಿಯಂತ್ರಣದಲ್ಲಿದ್ದ ಪ್ರದೇಶಗಳನ್ನು ರಾಜ ಕುಮಾರರಿಗೆ ಮತ್ತು ರಾಣಿಯರಿಗೆ 'ಕುಮಾರ ವೃತ್ತಿ'ಗಳನ್ನಾಗಿ ಆಡಳಿತದ ಉಸ್ತುವಾರಿ ವಹಿಸಲಾಗುತ್ತಿತ್ತು. ಇಂತಹ ನೇರ ಆಡಳಿತದ ಪ್ರದೇಶಗಳಲ್ಲಿ ಸಾಮಾನ್ಯವಾಗಿ ಮೇಲಿನ ಅಧಿಕಾರಿಗಳು ರಾಜನ ನೇಮಕಾತಿಗಳೇ ಆಗಿರುತ್ತಿದ್ದರು. ಅವರ ಹುದ್ದೆಗಳಿಗೆ ನೀಡಿದ ದೇಶಾಧಿಪತಿ, ವಿಷಯಪತಿ, ಭೋಗಿಕ, ರಾಷ್ಟ್ರಕೂಟ, ಗ್ರಾಮಕೂಟ ಎಂಬ ಸಂಸ್ಕೃತ ಹೆಸರುಗಳೇ ಅದಕ್ಕೆ ಗುರುತಾಗಿವೆ.[101] ಇನ್ನೂ ಹೆಚ್ಚು ಕೃಷಿ ವಿಸ್ತಾರಗೊಳ್ಳದ ಪರಿಸ್ಥಿತಿಯ ಕದಂಬ, ಗಂಗ ಮತ್ತು ಬಾದಾಮಿ ಚಾಲುಕ್ಯರ ರಾಜ್ಯ ವ್ಯವಸ್ಥೆಯಲ್ಲಿ ನೇರ ನಿಯಂತ್ರಣದ ಪಾತ್ರ ಹೆಚ್ಚಾಗಿತ್ತು.

ಮತ್ತೊಂದು ಕ್ರಮವೆಂದರೆ ಆಯಾ ಕುಲಗಳ ಅಧೀನದಲ್ಲಿದ್ದ ಪ್ರದೇಶದ ಆಡಳಿತದಲ್ಲಿ ಆಯಾ ಕುಲ ಪ್ರಮುಖರಿಗೆ ಆಡಳಿತ ವಹಿಸಿ, ಅವರಿಗೆ ಮಹಾ ಮಂಡಲೇಶ್ವರ, ಮಂಡಲೇಶ್ವರ, ಸಾಮಂತ, ನಾಡಗಾವುಂಡ ಎಂಬ ಪದವಿಗಳನ್ನು ನೀಡುವುದು; ಅವರಿಂದ ಕಪ್ಪ, ಕಾಣಿಕೆ, ಕಂದಾಯದ ಭಾಗ, ಆಗಾಗ್ಗೆ ಸೈನ್ಯಬಲವನ್ನಷ್ಟೇ ಪಡೆಯುವುದಕ್ಕೆ ಸೀಮಿತವಾಗುವುದು. ಈ ಪ್ರಕ್ರಿಯೆಯಲ್ಲಿ ನೇರ ನಿಯಂತ್ರಣದ ಪ್ರಭುತ್ವವನ್ನು ಕೊಸಾಂಬಿಯವರು ಮೇಲಿನಿಂದ ರೂಪಿತವಾದ ಪಾಳೆಯಗಾರಿ ವ್ಯವಸ್ಥೆ (ಫ್ಯೂಡಲಿಸಂ ಫ್ರಂ ಎಬೊವ್) ಮತ್ತು ನೇರ ಹಿಡಿತದಲ್ಲಿದ್ದ ಪ್ರದೇಶ ಕುಗ್ಗಿ ಸ್ಥಳೀಯ ನಾಯಕರು ಆಳಲಾರಂಬಿಸಿದ ಪ್ರಭುತ್ವ ಸ್ವರೂಪವನ್ನು ಕೆಳಗಿನಿಂದ ರೂಪಿತವಾದ ಪಾಳೆಯಗಾರಿ ವ್ಯವಸ್ಥೆ (ಫ್ಯೂಡಲಿಸಂ ಫ್ರಂ ಬಿಲೊ) ಎಂದು ಕರೆದಿದ್ದಾರೆ.[98] ಭಾರತದ ಸಾಮಾಜಿಕ, ರಾಜಕೀಯ ಇತಿಹಾಸದಲ್ಲಿ ಈ ಬೆಳವಣಿಗೆ ಒಂದು ಮುಖ್ಯ ಹಂತ. ಬೆಟ್ಟ ಗುಡ್ಡಗಳ ಪ್ರದೇಶಗಳನ್ನು ಹೊರತುಪಡಿಸಿ ಬಯಲು ಪ್ರದೇಶಗಳಲ್ಲಿ ಕೃಷಿ ಬಹಳಷ್ಟು ವಿಸ್ತಾರಗೊಂಡು ಅಲ್ಲಿ ಬೇಟೆಗಾರಿಕೆಯ ಹಂತದಲ್ಲಿದ್ದ ಬಹಳಷ್ಟು ಬುಡಕಟ್ಟುಗಳು ರಾಜ ಪ್ರಭುತ್ವಗಳಡಿಯ ಸಾಮಾಜಿಕ ವ್ಯವಸ್ಥೆಗೆ ಸರಿ ಸುಮಾರು ಸಂಪೂರ್ಣವಾಗಿ ಸೆಳೆಯಲ್ಪಟ್ಟ ಹಂತ.

ರಾಷ್ಟ್ರಕೂಟರ ಕಾಲಕ್ಕೆ ಬರುತಿದ್ದಂತೆ ಇಂತಹ ಬೆಳವಣಿಗೆಯನ್ನು ಕಾಣುತ್ತೇವೆ. ಅವರ ಕಾಲದಲ್ಲಿ ರಾಜರುಗಳ ನೇರ ಹಿಡಿತಲ್ಲಿದ್ದ ಪ್ರದೇಶದ ಪ್ರಮಾಣ ಕಡಿಮೆಯಾಗುತ್ತಾ ಹೋಯಿತು. 'ನಿಜದಲ್ಲಿ ರಾಷ್ಟ್ರಕೂಟರು ನೇರವಾಗಿ ಆಳಿದ್ದು ಬಹು ಸಣ್ಣ ಪ್ರದೇಶವನ್ನು,

ಸಾಮ್ರಾಜ್ಯದ ಮಿಕ್ಕ ಭಾಗದಲ್ಲಿ ವಿವಿಧ ಸ್ಥಳೀಯ ನಾಯಕರು ಆಳುತ್ತಿದ್ದರು.'[95] ಈ ಕಾಲಘಟ್ಟದಲ್ಲಿ ಕದಂಬ ಎಂಬ ಹೆಸರನ್ನು ತಳೆದ ೧೩ ವಂಶಗಳು,[96] ಸಿಂದ ಹೆಸರಿನ ೧೧ ವಂಶಗಳು,[97] ಹಲವು ಗಂಗ, ಶಿಲಾಹಾರ, ಚಾಲುಕ್ಯ ಹೆಸರಿನ ಕುಟುಂಬಗಳು, ಗುತ್ತರು, ಸಾಂತರರು, ಸಾಳ್ವರು, ಅಳುಪರು, ಚೆಂಗಾಳ್ವ, ಕೊಂಗಾಳ್ವರು ಮೊದಲಾದ ಅನೇಕ ಕಿರು ರಾಜ ವಂಶಗಳ ಹೆಸರನ್ನು ಕರ್ನಾಟಕದ ಚರಿತ್ರೆಯಲ್ಲಿ ನೋಡುತ್ತೇವೆ. ಈ ಸ್ಥಳೀಯ ಆಳ್ವಿಕೆಗಾರರು ಯಾರೂ ಕ್ಷತ್ರಿಯರಾಗಿರಲಿಲ್ಲ. ಅಶ್ವಮೇಧ, ಹಿರಣ್ಯ ಗರ್ಭದಾನ ಯಜ್ಞಗಳನ್ನು ಆಚರಿಸಿ ಕ್ಷತಿಯ ವರ್ಣವನ್ನು ಪಡೆದುಕೊಂಡವರೂ ಆಗಿರಲಿಲ್ಲ. ಅದರಲ್ಲಿ ಕೆಲವರು ಮಾತ್ರ ತಾವು ಬ್ರಾಹ್ಮಣರೆಂದೋ, ಕ್ಷತ್ರಿಯರೆಂದೋ ಹೇಳಿಕೊಂಡಿದ್ದಾರಷ್ಟೆ. ಇವರುಗಳಲ್ಲಿ ಬಹಳಷ್ಟು ಆಯಾ ಪ್ರದೇಶಗಳಲ್ಲಿ ಕೃಷಿ ಕೈಗೊಂಡಿದ್ದ ಪ್ರಬಲ ಕುಲ ಮೂಲದವರು. ರಾಜ ಪ್ರಭುತ್ವಗಳು ಚಂದ್ರ ವಂಶ, ಸೂರ್ಯ ವಂಶದ ಗೋತ್ರಗಳ ಹೆಸರನ್ನು ಧರಿಸಿ ತಮ್ಮ ಮೇಲ್ಮೆಯನ್ನು ಘೋಷಿಸಿಕೊಂಡಂತೆ ಈ ಕಿರು ರಾಜ ವಂಶಗಳು ಹಿರಿಯ ರಾಜ, ಮಹಾರಾಜರ ವಂಶಗಳ ಹೆಸರುಗಳಾದ ಕದಂಬ, ಸಿಂದ, ಚಾಲುಕ್ಯ, ಗಂಗ ವಂಶಗಳು ಮತ್ತಿತರ ಹೆಸರುಗಳನ್ನು ಯಾವ ಯಾಗ ಯಜ್ಞಗಳ ಗೊಡವೆಯಿಲ್ಲದೆ ತಮ್ಮ ಅಧಿಕಾರದ ಮೇಲ್ಮೆಯ ಗುರುತಾಗಿ ಧರಿಸಿದಂತೆ ಕಾಣುತ್ತದೆ. ಈ ಕಿರು ರಾಜರಿಗೆ ತಮ್ಮ ಪ್ರದೇಶಗಳ ಆಳ್ವಿಕೆಯಲ್ಲಿ ಗಣನೀಯವಾದ ಸ್ವಾಯತ್ತ ಅಧಿಕಾರವಿದ್ದುದನ್ನು ನೋಡುತ್ತೇವೆ.

ಇಂತಹ ಬೆಳವಣಿಗೆ ಅಂದಿನ ಕಾಲಘಟ್ಟದಲ್ಲಿ ಉತ್ತರ ಕರ್ನಾಟಕದ ಕಪ್ಪು ಎರೆಮಣ್ಣಿನ ಬಯಲಿನ ಕೃಷಿಯ ಸಾಧ್ಯತೆಗಳಿಂದಾಗಿ ಉನ್ನತ ಹಂತವನ್ನು ತಲುಪಿತ್ತು. ಹೆಚ್ಚು ಹೆಚ್ಚು ಗ್ರಾಮಗಳು ಸ್ಥಾಪನೆಯಾದವು. ಪಶುಸಂಗೋಪನೆ ಸೀಮಿತವಾಗಿ ಕೃಷಿಗೆ ಅವಶ್ಯವಾದ ಒಂದು ಪೂರಕ ವ್ಯವಸ್ಥೆ ಮಾತ್ರವಾಯಿತು. ಬೇಟೆಗಾರ ಬುಡಕಟ್ಟುಗಳಲ್ಲಿ ಬಹಳಷ್ಟು ಕೃಷಿಗೆ ಸೆಳೆಯಲ್ಪಟ್ಟು ಕೃಷಿಕರಿಗೆ ಅಧೀನ ಕುಲಗಳಾದವು. ಕೃಷಿಗೆ ಪೂರಕವಾಗಿ ಕುಶಲ ಕರ್ಮಗಳು ಬೆಳೆದವು. ನಗರಗಳ ಬೆಳವಣಿಗೆಯಾಗತೊಡಗಿತು. ಬುಡಕಟ್ಟುಗಳು ಕುಲಗಳಾಗಿ, ಜಾತಿ ಉಪಜಾತಿಗಳಾಗಿ ರೂಪುಗೊಂಡವು.

ಮುಂದೆ ಹಲವು ಶತಮಾನಗಳ ಕಾಲಾವಧಿಯಲ್ಲಿ ದಕ್ಷಿಣ ಕರ್ನಾಟಕದ, ಪೂರ್ವ ಕರ್ನಾಟಕಗಳ ಏರು ಇಳುವಿನ ಒಣ ಬಯಲು ಪ್ರದೇಶದಲ್ಲಿ ಕೃಷಿ ವಿಸ್ತರಣೆಯ ಸಾಧ್ಯತೆಗಳು ಕಂಡಂತೆಲ್ಲಾ ಇಂತಹ ಬೆಳವಣಿಗೆ ವಿಜಯನಗರ ಕಾಲ ಮತ್ತು ನಂತರದಲ್ಲಿ ಅಮರ ನಾಯಕತನ ಅಥವಾ ಪಾಳೆಯಗಾರ ಪದ್ಧತಿಯಾಗಿ ರೂಪು ತಳೆಯಿತು. ಕರಾವಳಿ ಮತ್ತು ಪಶ್ಚಿಮ ಘಟ್ಟಗಳಲ್ಲಿ ಮಾತ್ರವೇ ಬಹುಕಾಲ ಬೇಟೆಗಾರ, ಆಹಾರ ಸಂಗ್ರಹಣೆಯ ಹಂತದ ಬುಡಕಟ್ಟುಗಳು ಅಸ್ತಿತ್ವವನ್ನು ಉಳಿಸಿಕೊಂಡಿವೆ. ಈ ಪ್ರಾದೇಶಿಕ ವೈವಿಧ್ಯತೆ ಅಲ್ಲಲ್ಲಿಯ ಜಾತಿ ವ್ಯವಸ್ಥೆಯ ಒಳ ರಚನೆಗಳ ಮೇಲೆ ಗಣನೀಯ ಪರಿಣಾಮ ಬೀರಿದೆ.

ಕರ್ನಾಟಕದಲ್ಲಿ ಮೊದಲು ಕೃಷಿ ಕೈಗೊಂಡ ಕುಲಗಳು ಕುಲಾಧಿಪತ್ಯಗಳಾಗಿ ಮುಂದೆ ಅವುಗಳಲ್ಲಿ ಕೆಲವು ರಾಜಪ್ರಭುತ್ವಗಳಾದವು. ಮುಂದೆ ಕೃಷಿಯನ್ನು ಕೈಗೊಂಡು ವಿವಿಧ ಪ್ರದೇಶಗಳಲ್ಲಿ ನೆಲೆಗೊಂಡ ಕೃಷಿ ಕುಲಗಳಲ್ಲಿ ಕೆಲವು ಪ್ರಬಲ ಕುಲಗಳು ಕಿರಿ ರಾಜ ವಂಶಗಳು ಅಥವಾ ಪಾಳೆಯಗಾರ ವಂಶಗಳಿಗೆ ಆಧಾರವಾದವು. ಈ ಕಿರು ರಾಜ ವಂಶಗಳು, ಪಾಳೆಯಗಾರರ ಅಧೀನದಲ್ಲಿ ಈ ಪದವಿಗೇರದ ಕೃಷಿ ಕುಲಗಳು ಗ್ರಾಮ ಹಾಗೂ ನಾಡುಗಳ ಮಟ್ಟದಲ್ಲಿ ಆಡಳಿತ ನಡೆಸಿದವು. ಈ ನಾಡ ಗಾವುಂಡರು, ಗ್ರಾಮ ಗಾವುಂಡರುಗಳು ಕೂಡ ತಮ್ಮ ಮಟ್ಟದಲ್ಲಿ ಭೂಮಿ ಮತ್ತು ತೆರಿಗೆಗಳ ವಸೂಲಿ ವಿನಾಯತಿಗಳ ಅಧಿಕಾರವನ್ನು ಪಡೆದಿದ್ದರು. ಇವರ್‍ಯಾರೂ ಕೂಡಾ ಕ್ಷತ್ರಿಯರೆಂದು ಪರಿಗಣಿತರಾಗಿಲ್ಲ.

ಇಂತಹ ನೂರಾರು ಕುಲಗಳ ಹೆಸರುಗಳು ಶಾಸನಗಳಲ್ಲಿ ನಮೂದಾಗಿವೆ. ಅವುಗಳಲ್ಲಿ ಕೆಲವು ಕುಲಗಳ ಹೆಸರುಗಳನ್ನು ಎಸ್.ಎಸ್.ಹಿರೇಮಠರು ಪಟ್ಟಿ ಮಾಡಿದ್ದಾರೆ. ಅವು ಇಂತಿವೆ. ಮೋರಕ ಕುಲ, ಬೈಸಕುಳ, ತೊರಹರು, ಪಾಪಕಲ್ಲ ಕುಲ, ಖಚರ ಕುಲ, ಬೈರುಂಬರ ಕುಲ, ಭರಣಿಗರ ಸಂತತಿ, ನಾಬಳದ ವಂಶ, ಬಿಳಿಕುಲ, ಹಟ್ಟಗರ ಕುಲ, ಅಣ್ಣಿಯ ಕುಲ, ಕುಳಿಕಿ ಮಾಳೆಯರ ಕುಲ, ಕೊಮ್ಮೆಯರ ಕುಲ, ಬೆಳ್ಳಿಯರು, ವಣ್ಣಾಕರು, ಗುದಿಯರ ಕುಲ, ಮದುರೆಯ ಕುಲ, ತೆಳ್ಳರ ಕುಲ, ಎಮ್ಮೆಯರ ಕುಲ, ಎಮ್ಮಾವುರ ಕುಲ, ಸಂಕಿಯರ ಕುಲ, ಹೊರಲಾದಿ ಕುಲ, ಪರಮೆಯರ ಕುಲ, ಬಟಾರಿ ಕುಲ, ಬಳರಿ ಮಕ್ಕಳು, ಕೋವಳೆಯ ಕುಲ, ಕೋವರು, ಕಮ್ಮೆ ಕುಲ, ಸೆಳರ ಕುಲ, ಶಳಾರ ಕುಲ, ಶಿಳಾರ ಕುಲ, ಗುಜ್ಜರು, ವೇಳರು, ಕುಣಿಂದರು, ನಲೊಡೆಯರು, ತೆಳ್ಳರು, ಚೆಳ್ಳಿಯರ ಕುಲ.[99] ಈ ಕುಲಗಳಲ್ಲದೆ ಬಳಿ, ವಂಶ ಎಂಬ ಹೆಸರಿನಲ್ಲಿ ಕೂಡ ಕುಲಗಳಿಗೆ ಸಮಾನವಾದ ಅಥವಾ ಸಮೀಪವಾದ ಹಲವು ಸಮುದಾಯಗಳ ಹೆಸರುಗಳು ಶಾಸನಗಳಲ್ಲಿ ಉಲ್ಲೇಖಿತವಾಗಿವೆ. ಅವುಗಳ ಹೆಸರು ಹೀಗಿವೆ “ಉಡುವರ ಬಳಿ, ತೊಳಹರ ಬಳಿ, ಗೊಜಂಡೆಯ ಬಳಿ, ಅರಿಯ ಬಳಿ, ಕೀಳಾ ಬಳಿ, ಬಳ್ಳಾ ಬಳಿ, ಕೊಂಗ ಬಳಿ, ಪೆಣ್‌ವಳಿ ಬಳಿ, ನಾಬಳದ ವಂಶ, ಬಾಯರ ವಂಶ, ಶಿಳಾರ ವಂಶ.”[100]

ದಕ್ಷಿಣ ಕನ್ನಡ ಮತ್ತು ಉಡುಪಿಯ ಬಂಟರ ಅಧ್ಯಯನದಲ್ಲಿ ಕೂಡ ಶಾಸನಗಳಲ್ಲಿ ಭೂ ಒಡೆಯರಾಗಿ ೫೫ ಬಳಿಗಳು ನಮೂದಿತವಾಗಿವೆ. ಈಗ ರೂಢಿಯಲ್ಲಿರುವ ಬಳಿಗಳ ವಿವರವಾದ ಅಧ್ಯಯನ ಮಾಡಿದ ಇಂದಿರಾ ಹೆಗ್ಡೆಯವರು ‘ಈ ಎರಡು ಜಿಲ್ಲೆಗಳ ವಿವಿಧ ಪ್ರದೇಶಗಳಲ್ಲಿ ೬೫ ಬಳಿಗಳು ಕೃಷಿಕೊಂಡು ನೆಲಸಿದ್ದಾರೆಂದು ದಾಖಲಿಸಿದ್ದಾರೆ’. ನಾಡವರು, ಮೊರಸು ಒಕ್ಕಲಿಗರ, ಕುಂಚಿಟಿಗ ಮುಂತಾದ ಕೃಷಿಕ ಮನೆತನಗಳ ಬಳಿಗಳ ಬಗ್ಗೆ ಈ ಅಧ್ಯಯನದ ಮೊದಲ ಭಾಗದಲ್ಲಿ ಉಲ್ಲೇಖಿಸಲಾಗಿದೆ. ಶಾಸನಗಳ ವಿವರವಾದ ಅಧ್ಯಯನ ಮತ್ತೂ ಹಲವು ಕುಲಗಳ, ಬಳಿಗಳ ಹೆಸರುಗಳನ್ನು ಹೊರತರಬಹುದು ಎನ್ನುತ್ತಾರೆ ಹಿರೇಮಠರು ಹಾಗೂ ಇಂದಿರಾ ಹೆಗ್ಡೆಯವರು. ಹೀಗೆ

ಕರ್ನಾಟಕದಾದ್ಯಂತ ಬುಡಕಟ್ಟುಗಳು ಅಸಂಖ್ಯ ಕುಲಗಳಾಗಿ ರೂಪುಗೊಂಡಿರ ಬಹುದು. ಈ ಕುಲಗಳು ಹಲವು ಒಂದರೊಡನೊಂದು ಮಿಳಿತವಾಗಿ ಜಾತಿಯಾಗುವುದು, ಮಿಳಿತವಾಗದೆ ಉಪಜಾತಿಗಳಾಗಿ ರೂಪುಗೊಳ್ಳುವ ಕ್ರಿಯೆ ಬಹು ಸಂಕೀರ್ಣವಾದದ್ದು. ಇದನ್ನು ಮುಂದಿನ ಅಧ್ಯಾಯದಲ್ಲಿ ವಿವರಿಸಲಾಗಿದೆ.

ಹೀಗೆ ಒಂದು ಪ್ರದೇಶದಲ್ಲಿ ಊರುಗಳನ್ನು ಕಟ್ಟಿಕೊಂಡು ನೆಲೆಯೂರಿದ ಕುಲಗಳು ಆ ಊರುಗಳ ಆಳ್ವಿಕೆಯನ್ನು ತಮ್ಮದೇ ರಚನೆಗನುಸಾರವಾಗಿ ನಡೆಸುತ್ತಿದ್ದವು. ಗಾವುಂಡರು, ಪ್ರಭು ಗಾವುಂಡರು ಮತ್ತು ನಾಡ ಗಾವುಂಡರು ಕುಲಮೂಲದ ಮುಖ್ಯಸ್ಥರಾಗಿ ರಾಜ್ಯಾಡಳಿತಕ್ಕೆ ಗ್ರಾಮ ಮಟ್ಟದ ಕೊಂಡಿಯಾಗಿದ್ದರು. ಇವರು ವಂಶ ಪಾರಂಪರ್ಯದ ಅಧಿಕಾರಿಗಳು ಎಂಬ ಅಂಶವನ್ನು ಶಾಸನಗಳು ಹೇಳುತ್ತವೆ.[102] ಗ್ರಾಮ ಮಟ್ಟದ ಅಧಿಕಾರಿಗಳಿಗೂ ಪ್ರಭು ಗಾವುಂಡರೆಂಬ ಹೆಸರನ್ನು ಶಾಸನಗಳು ಬಳಸುತ್ತವೆ. ಅವರನ್ನು ವಿವರಿಸಲು ಶಾಸನಗಳು ಬಳಸಿದ 'ಧರ್ಮ ಪ್ರತಿಪಾಳನಾಪರರಪ್ಪ ಪ್ರಭುಗಾವುಂಡಗಳು', 'ಗ್ರಾಮಾಧಿಪರು', 'ಊರೊಡೆಯ ಗೌಂಡುಗಳು' ಎಂಬ ಪದಗಳ ಬಳಕೆಯನ್ನು ಮತ್ತು ಅವರ ಬಗೆಗಿನ ಹೊಗಳಿಕೆಗಳನ್ನು[103] ಗಮನಿಸಿದರೆ ಇವರು ತಮ್ಮ ಮಟ್ಟದಲ್ಲಿ ಪ್ರಭುಗಳೇ ಆಗಿದ್ದರು ಎಂಬುದು ಗೊತ್ತಾಗುತ್ತದೆ. ಊರೊಡೆಯ, ಪ್ರಭು ಎಂಬೆಲ್ಲಾ ಪದಗಳ ಬಳಕೆ ಊರಿನ ಭೂಮಿಗೂ ಅವರು ಒಡೆಯರಾಗಿದ್ದುದನ್ನು ಸ್ಪಷ್ಟ ಪಡಿಸುತ್ತವೆ. ಒಂದು ಊರಿನಲ್ಲಿ ಒಬ್ಬರಿಗಿಂತ ಹೆಚ್ಚು ಗಾವುಂಡುಗಳಿರುವ ಬಗ್ಗೆಯೂ ಶಾಸನಗಳಲ್ಲಿ ವರದಿಯಾಗಿದೆ. ಈ ಸಂಗತಿಗಳು ಊರಿನ ಭೂಮಿ ಇಂತಹ ಕೆಲವೇ ಜನರ ಕೈಯಲ್ಲಿತ್ತು ಎಂಬ ವಿಷಯವನ್ನು ಹೇಳುತ್ತವೆ.

ಈಗಾಗಲೇ ವಿವರಿಸಿರುವಂತೆ ಮಧ್ಯಕಾಲೀನ ಸಮಾಜದಲ್ಲಿ ಈ ಪ್ರಭು ಗಾವುಂಡರು ತಾವೇ ಅನೇಕ ದೇವಾಲಯಗಳ ಹಾಗೂ ಮತ್ತಿತರ ಧಾರ್ಮಿಕ ಸಂಸ್ಥೆಗಳ, ಲೌಕಿಕವಾದ ಕೆರೆ ಕಟ್ಟೆಗಳ ನಿರ್ಮಾಣದಲ್ಲಿ ರಾಜರುಗಳಿಗಿಂತ ಹೆಚ್ಚು ಪಾತ್ರ ವಹಿಸಿದ್ದಾರೆ. ಇವು ಊರ ಗಾವುಂಡರು ಭೂ ಒಡೆಯರಾಗಿ ಮತ್ತು ಗ್ರಾಮಾಧಿಕಾರಿಗಳಾಗಿ ಗಳಿಸಿದ ಸಂಪತ್ತಿನ ಪ್ರಮಾಣವನ್ನು ಹೇಳುತ್ತವೆ. ಊರಿನ ಮೇಲೆ ಕಳ್ಳಕಾಕರ, ದರೋಡೆಕಾರರ ಆಕ್ರಮಣಗಳಿಂದ ಮತ್ತು ಪರರಾಜರಿಂದ ನಡೆಯುವ ದಾಳಿ ಮೊದಲಾದವುಗಳ ಪ್ರಾಥಮಿಕ ರಕ್ಷಣೆಯಲ್ಲಿ ಇವರ ಪಾತ್ರ ಮುಖ್ಯವಾಗಿತ್ತು. ಹೀಗೆ ಗ್ರಾಮ ಎಂಬುದು ಒಂದು ಖಾಯಂ ಘಟಕವಾಗಿತ್ತು. ನಾಡು, ಮಂಡಲ, ರಾಜ್ಯ ಮಟ್ಟಗಳಲ್ಲಿ ಅಧಿಕಾರಿಗಳು ಬದಲಾಗುತ್ತಲೇ ಇದ್ದುದು ಅಂದಿನ ಅನಿವಾರ್ಯತೆಯಾಗಿತ್ತು. ಯಾವಾಗ ಯಾವ ರಾಜ ಯಾವ ಪ್ರದೇಶವನ್ನು ಆಕ್ರಮಿಸುತ್ತಾನೆ, ಗೆದ್ದುಕೊಳ್ಳುತ್ತಾನೆ, ಯಾವ ರಾಜವಂಶ ಅಳಿಯುತ್ತದೆ, ಯಾವ ಹೊಸ ರಾಜವಂಶ ಉದಯಿಸುತ್ತದೆ ಎಂಬುದು ಸಾಮಾನ್ಯ ಜನರಿಗೆ ತಿಳಿಯದ ಪರಿಸ್ಥಿತಿ ಇತ್ತು. ಅದರಲ್ಲಿಯೂ ರಾಜ್ಯಗಳ ಗಡಿ ಭಾಗದ ಗ್ರಾಮಗಳಿಗೆ ಇದು ಹೆಚ್ಚು ಅನ್ವಯವಾಗುತ್ತಿತ್ತು. ಆದ್ದರಿಂದ ಮೇಲಿನ ಹಂತಗಳ ಆಡಳಿತ ಆಗಾಗ್ಗೆ

ಬದಲಾಗುತ್ತಿದ್ದರೂ ಗ್ರಾಮಗಳ ಪ್ರಭು ಗಾವುಂಡಗಳ ಮಟ್ಟದಲ್ಲಿ ಹೆಚ್ಚು ಸ್ಥಿರತೆ ಇರುತ್ತಿತ್ತು. ಇಂತಹ ಪರಿಸ್ಥಿತಿ ಗ್ರಾಮಗಳ ಪ್ರಭು ಗಾವುಂಡರಿಗೆ ಗ್ರಾಮದ ರೈತಾಪಿ ಜನರು, ಕುಶಲ ಕರ್ಮಿಗಳು ಮೊದಲಾದವರ ಮೇಲೆ ಬಿಗಿಯಾದ ಹಿಡಿತವನ್ನು ನೀಡುತ್ತಿತ್ತು. ಕುಲ ಮೂಲದ ಅಧಿಕಾರಿಗಳಾದ್ದರಿಂದ ಇವರ ಅಧಿಕಾರಕ್ಕೆ ಅವರ ಕುಲದ ಒಗ್ಗಟ್ಟಿನ ಭದ್ರ ಬೆಂಬಲವೂ ಇರುತ್ತಿತ್ತು (ಸಾಹಿತ್ಯದಲ್ಲಿ ಹಾಗೂ ಜಾನಪದದಲ್ಲಿ ಕುಲಮದ ಎಂಬ ಪದದ ಬಳಕೆ ಸರ್ವೇ ಸಾಮಾನ್ಯವಾಗಿರುವುದನ್ನು ಈ ನಿಟ್ಟಿನಲ್ಲಿ ನೆನಪಿಸಿಕೊಳ್ಳಬೇಕು).

ಗಾವುಂಡರು ಊರ ಪ್ರಭುಗಳಾಗಿ ಅಥವಾ ಒಡೆಯರಾಗಿ ಊರಿನ ಕೃಷಿ ಜಮೀನಿನ ಹಕ್ಕುದಾರಿಕೆಯ ಮೇಲ್ವಿಚಾರಣೆಯನ್ನು ಮಾಡುತ್ತಿದ್ದರು. ಆಗ್ಗೆ ಗಣನೀಯವಾಗಿದ್ದ ಊರೊಟ್ಟಿನ ಒಡೆತನಕ್ಕೆ ಸೇರಿದ ಕೃಷಿಯೇತರ ಜಮೀನುಗಳಾದ ಗೋಮಾಳ, ಹುಲ್ಲುಗಾವಲು, ಊರಿನ ತೋಪು, ಗ್ರಾಮದ ಬಳಿಯ ಅರಣ್ಯ ಹಾಗೂ ದೇವಸ್ಥಾನಗಳು, ಅದಕ್ಕೆ ಸೇರಿದ ಆಸ್ತಿಗಳ ಉಸ್ತುವಾರಿಯೂ, ಅದರ ಉತ್ಪತ್ತಿಗಳ ವಿತರಣೆಯ ಹೊಣೆಯೂ ಅವರಿಗೆ ಸೇರಿತ್ತು. ರಾಜಪ್ರಭುತ್ವಗಳ ಸ್ಥಾಪನೆಯಾದ ನಂತರ ಕುಲಮೂಲದ ಅಧಿಕಾರಕ್ಕೆ ರಾಜ್ಯಾಧಿಕಾರದ ಅಂಗೀಕಾರ ಮುದ್ರೆಯ ಬೆಂಬಲವೂ ಸೇರಿ ತಮ್ಮದೇ ಕುಲದ ಸಾಮಾನ್ಯ ಜನರ ಮೇಲಿನ ಅವರ ಅಧಿಕಾರ ಮತ್ತಷ್ಟು ಪುಷ್ಟಿಗೊಂಡಿರುವ ಸಾಧ್ಯತೆಗಳು ಹೆಚ್ಚಿವೆ.

ಗಾವುಂಡರಿಗೆ ಅವರ ಕರ್ತವ್ಯಗಳ ನಿರ್ವಹಣೆಯಲ್ಲಿ ಮುಖ್ಯವಾಗಿದ್ದದ್ದು ಭೂಮಿಯ ಆಡಳಿತ ಮತ್ತು ಕಂದಾಯದ ಸಂಗ್ರಹ. ಈ ಕಂದಾಯದ ಎತ್ತುಗೆಯಲ್ಲಿ ಸಹಾಯಕರಾಗಿ ಸೇನಬೋವ ಅಥವಾ ಕರಣರು, ಕುಲಕರಣಿಗಳು ಎಂಬ ರೂಪದಲ್ಲಿ ಗ್ರಾಮ ಮಟ್ಟದ ಬ್ರಾಹ್ಮಣ ಅಧಿಕಾರಿಗಳ ಜೊತೆಯೂ ಇರುತ್ತಿತ್ತು.[104] ಇದೂ ಕೂಡ ವಂಶ ಪಾರಂಪರ್ಯವಾದ ಹುದ್ದೆಯಾಗಿ ಪರಿಣಮಿಸಿತ್ತು. ಅನೇಕ ಊರುಗಳಿಗೆ ಒಬ್ಬನೇ ಸೇನಬೋವ ಇರುತ್ತಿದ್ದ ಸಂಗತಿಯ ಬಗೆಗೂ ಶಾಸನಗಳು ಹೇಳಿವೆ.[105] ಸೇನಬೋವರಿಗೆ ಆ ಊರುಗಳಲ್ಲಿ ಭೂಮಿಯನ್ನೂ ನೀಡಲಾಗಿರುತ್ತಿತ್ತು. ಗ್ರಾಮಗಳ ಪ್ರಭು ಗಾವುಂಡುಗಳು ಕುಲಮೂಲ ದವರಾದರೆ ಸೇನಬೋವರು ಸ್ಥಳೀಯ ಕುಲಮೂಲದರಂತೂ ಅಲ್ಲ. ಊರಿಗೆ ಒಂದೋ ಎರಡೋ ಕುಟುಂಬಗಳು ಮಾತ್ರ ಇರುತ್ತಿದ್ದ ಇವರು ರಾಜಪ್ರಭುತ್ವದ ವಿವಿಧ ಹಂತಗಳ ಅಧಿಕಾರಿಗಳಿಂದ ನೇಮಿತರಾಗಿರುವ ಸಂಭವವೇ ಹೆಚ್ಚು. ಗ್ರಾಮಗಳಿಗೆ ಹತ್ತಿರದ ಪಟ್ಟಣಗಳು, ಅಗ್ರಹಾರಗಳಿಂದ ಇವರನ್ನು ನೇಮಿಸಿಕೊಂಡು ವಿವಿಧ ಗ್ರಾಮಗಳಿಗೆ ನಿಯೋಜಿಸಲಾಗುತ್ತಿತ್ತೇ ಎಂಬ ಬಗ್ಗೆ ವಿವರಗಳು ಲಭ್ಯವಾಗುವುದಿಲ್ಲ. ಆದರೆ ಇವರು ಗ್ರಾಮಗಳ ಭೂಮಿ, ಮನೆಗಳ ಬಗೆಗಿನ ದಾಖಲೆಗಳನ್ನು, ವಿವಿಧ ತೆರಿಗೆಗಳ ಲೆಕ್ಕಗಳನ್ನು ಇಡುತ್ತಿದ್ದರು. ವಸೂಲಾತಿಯಲ್ಲಿ ಗಾವುಂಡನಿಗೆ ಸಹಾಯ ಮಾಡುತ್ತಿದ್ದರು. ಊರಿನ ಜಮೀನುಗಳ ಅಳತೆ ಮುಂತಾದವುಗಳಲ್ಲಿ ಜಮೀನುಗಳ ವ್ಯಾಜ್ಯಗಳ ಪರಿಹಾರದಲ್ಲಿ ಕೂಡ ಇವರ ಪಾತ್ರ ಅನಿವಾರ್ಯವಾಗಿರುತ್ತಿತ್ತು.

ಊರಿನ ದೇವಾಲಯಗಳ, ಅದರ ಸ್ವತ್ತುಗಳ ನಿರ್ವಹಣೆಯಲ್ಲಿಯೂ ಅವರ ಪಾತ್ರ ಗಣನೀಯವಾಗಿತ್ತು. ಹೀಗೆ ಅವರ ಆಡಳಿತಾತ್ಮಕವಾದ ಪಾತ್ರ ಊರಿನ ರೈತಾಪಿ ಜನರ ಮೇಲೆ ಹಿಡಿತವನ್ನು ನೀಡುತ್ತಿತ್ತು. ಜೊತೆಗೆ ಊರಿನ ಹಲವು ವಿಷಯಗಳಿಗೆ ಸಂಬಂಧಿಸಿದಂತೆ ಗಾವುಂಡುಗಳಿಗೆ ಸಲಹೆಯನ್ನೂ ನೀಡುತ್ತಿದ್ದರು. ಊರಿನ ನ್ಯಾಯ ಪಂಚಾಯತಿಗಳಲ್ಲಿ ಗಾವುಂಡುಗಳು ಮತ್ತು ಇತರ ಜಾತಿ ಮುಖ್ಯಸ್ಥರೊಡನೆ ಪಂಚರಾಗಿ ಮುಖ್ಯ ಪಾತ್ರ ವಹಿಸುತ್ತಿದ್ದರು.

ಈ ಎಲ್ಲಾ ಅಧಿಕಾರ ಮತ್ತು ಪಾತ್ರಗಳ ನಿರ್ವಹಣೆಯಲ್ಲಿ ವಿವಿಧ ರೂಪಗಳಲ್ಲಿ ವರ್ಣ–ಜಾತಿ ವ್ಯವಸ್ಥೆಯ ಮೇಲುಕೀಳಿನ ನಿಯಮಗಳು, ಅಸ್ಪೃಶ್ಯತೆಯ ಕಟ್ಟಳೆಗಳು ಅಂತರ್ಗತವಾಗಿರುತ್ತಿದ್ದವು. ಜಮೀನುಗಳ ಒಡೆತನ ಮತ್ತು ಉಪಭೋಗದ ನಿರ್ಣಯದಲ್ಲಿ, ಊರೊಟ್ಟಿನ ಸಂಪನ್ಮೂಲಗಳಾದ ಹುಲ್ಲುಗಾವಲು, ಅರಣ್ಯ, ಗೋಮಾಳ ಮೊದಲಾದವು ಗಳ ಉತ್ಪನ್ನಗಳ ಹಂಚಿಕೆಯಲ್ಲಿ, ಊರಿನ ರಚನೆಯಲ್ಲಿ ಈ ಕಟ್ಟಲೆಗಳ ವ್ಯಕ್ತ ಮತ್ತು ಅವ್ಯಕ್ತ ಪಾತ್ರವಿರುತ್ತಿತ್ತು. ಮೇಲೆ ವಿವರಿಸಿದಂತೆ ಸ್ಮೃತಿ, ಕಾವ್ಯ, ಪುರಾಣಗಳಲ್ಲಿನ ವರ್ಣ–ಜಾತಿ ವ್ಯವಸ್ಥೆಯ ಕಟ್ಟಲೆಗಳ ವಿಚಾರಗಳನ್ನು ಊರಿನ ಜನರಿಗೆ ಪಸರಿಸುವಲ್ಲಿ ಕೂಡ ಅವರ ಪಾತ್ರ ಗಣನೀಯವಾಗಿರುತ್ತಿತ್ತು. ಕುಲಮೂಲದ ಕಟ್ಟಲೆಗಳು ಅಲ್ಲಿಯ ಜನರಿಗೆ ಪರಿಚಿತವಾಗಿರುತ್ತಿದ್ದವು. ಆದರೆ ವರ್ಣ–ಜಾತಿ ಪದ್ಧತಿಯ ನಿಯಮಗಳ ತಿಳಿವಳಿಕೆಗೆ ಊರಿಗೆ ಹೊರಗಿನಿಂದ ನೇಮಿಸಲ್ಪಟ್ಟ ಸೇನಬೋವರು ಮುಖ್ಯ ಆಕರವಾಗಿದ್ದರು. ಅವರಿಗೆ ಕೊಡಮಾಡಲ್ಪಟ್ಟಿದ್ದ ಅಧಿಕಾರವೂ ಕೂಡ ವರ್ಣ ವ್ಯವಸ್ಥೆಯನ್ನು ಇಲ್ಲಿ ಅಸ್ತಿತ್ವಕ್ಕೆ ತರಲು ಸಹಕಾರಿಯಾಗಿದೆ. ಆದರೆ ಗಾವುಂಡರು ಜೊತೆಗೂಡದೆ ಈ ಕೆಲಸ ಸಾಧ್ಯವಿರಲಿಲ್ಲವೆಂಬುದನ್ನೂ ಗಮನಿಸಬೇಕಾಗಿದೆ.

ಕುಲಗಳು ನೆಲಸಿ ಕೃಷಿ ಮಾಡಿದ ಜಮೀನುಗಳ ಬಗ್ಗೆ ರಾಜ್ಯಾಧಿಕಾರ ಸ್ಥಾಪನೆಯ ಮೊದಲು ಕುಲಗಳ ನಡುವೆಯೇ ಪರಸ್ಪರ ಕಿತ್ತಾಟ, ಕದನಗಳು ನಡೆದಿರಬಹುದಾದ ಸಾಧ್ಯತೆಗಳಿವೆ. ರಾಜ ಪ್ರಭುತ್ವಗಳ ಸ್ಥಾಪನೆಯ ನಂತರ ಈ ಊರ ಮೇರೆ, ಆ ಊರ ಮೇರೆ ಎಂದು ಕೃಷಿ ಮತ್ತು ಕೃಷಿಯೇತರ ಜಮೀನುಗಳನ್ನು ಸೇರಿಸಿ ಗಡಿ ಗುರುತುಗಳನ್ನು ನಿರ್ಧರಿಸಿ ಕೊಟ್ಟಿರಬಹುದಾದ ಸಾಧ್ಯತೆಗಳಿವೆ. ಆ ಮೂಲಕ ಒಂದು ರಾಜ್ಯದೊಳಗೆ ಕೃಷಿಕರ ಜೀವನದಲ್ಲಿ ಸ್ಥಿರತೆ ಮೂಡಿರಬಹುದು. ಕೃಷಿ ಕುಲಗಳು ರಾಜ ಪ್ರಭುತ್ವವನ್ನು ಒಪ್ಪಿಕೊಳ್ಳುವುದಕ್ಕೆ ಇದೊಂದು ಮುಖ್ಯ ಕಾರಣವಾಗಿರಬಹುದು. ಕೆಲವು ಶಾಸನಗಳು ಊರ ಮೇರೆಯ ಗುರುತುಗಳ ಬಗ್ಗೆ ನಮೂದು ಮಾಡಿವೆ. ಈ ಮೇರೆಯನ್ನು ಗುರುತಿಸಲು ಸೀಮೆ ಕಲ್ಲುಗಳ ವ್ಯಾಪಕ ಬಳಕೆಯನ್ನು ಶಾಸನವೊಂದು ವಿವರವಾಗಿ ನೀಡುತ್ತದೆ.[106] ಗ್ರಾಮ ದೇವತೆಗಳ ಹಬ್ಬಗಳ ಚರಗ ಅಥವಾ ಹುಲುಸು ಚೆಲ್ಲುವಂತಹ ಕೆಲ ಜಾನಪದ ಆಚರಣೆಗಳು ಊರ ಜನರಿಗೆ ಅವರವರ ಊರಿನ ಮೇರೆ, ಊರಿನ ಹೊಲಗಳ ಬಗ್ಗೆ ಸ್ಪಷ್ಟವಾಗಿ ಗೊತ್ತಿತ್ತು ಎಂಬ ಸೂಚನೆಗಳನ್ನು

ನೀಡುತ್ತವೆ. ಅಂದು ಊರುಗಳ ಮೇಲೆ ಪರರಾಜ್ಯದ ಸೇನೆಗಳು, ಅಡವಿಯಲ್ಲಿನ್ನೂ ಜೀವಿಸುತ್ತಿದ್ದ ಕೆಲ ಸಮುದಾಯಗಳು ದಾಳಿ ಮಾಡುತ್ತಲಿದ್ದ ಸನ್ನಿವೇಶದಲ್ಲಿ ಊರ ಸುತ್ತ ಕೋಟೆಗಳು ಅಥವಾ ದೊಡ್ಡ ಬೇಲಿ ಮತ್ತು ಊರಿಗೊಂದು ಹೆಬ್ಬಾಗಿಲು (ಅಗಸೆ ಬಾಗಿಲು) ಇರುತ್ತಿದ್ದ ಊರುಗಳು ಹೆಚ್ಚಾಗಿದ್ದವು.[107]

ಊರಿನ ರಚನೆಯ ಸ್ವರೂಪವೂ ಜಾತಿ ವ್ಯವಸ್ಥೆಯ ಅಧ್ಯಯನಕ್ಕೆ ಒಂದು ಮುಖ್ಯ ಆಕರವಾಗಿದೆ. ಏಕೆಂದರೆ ಊರೊಳಗೆ ವಿವಿಧ ಜಾತಿಗಳಿಗೆ ಒಂದೊಂದು ಕೇರಿ ಅಥವಾ ಓಣಿ ನಿಗದಿತವಾಗಿರುವ ಜಾತಿ ಬದ್ಧ ಗ್ರಾಮ ರಚನೆ ಕಾಣುತ್ತದೆ. ಕೋಟೆಗಳ ಅಥವಾ ಬೇಲಿಯ ಹೊರಗೆ ಅವುಗಳ ರಕ್ಷಣೆ ಅಲಭ್ಯವಾದ ಪರಿಸ್ಥಿತಿಯಲ್ಲಿಯೇ ಅಸ್ಪೃಶ್ಯರಿಗೆ ನೆಲೆ ನೀಡಲಾಗಿರುತ್ತಿತ್ತು. ಅವರ ಗುಡಿಸಲುಗಳ ಮೇಲಿನಿಂದ ಊರಿನ ಕಡೆಗೆ ಗಾಳಿ ಬೀಸಲಾರದ ದಿಕ್ಕಿನಲ್ಲಿ ಅವರ ನೆಲೆಗಳಿದ್ದವು.[108] ಅಸ್ಪೃಶ್ಯತೆಯನ್ನು ಗಾಳಿಗೂ ಅನ್ವಯಿಸುವ ಈ ರೀತಿಯ ವಸತಿ ನಿರ್ದೇಶನವು ವರ್ಣ–ಜಾತಿ ಪದ್ಧತಿಯ ಕಟ್ಟು ಕಟ್ಟಲೆಗಳ ಕಾಠಿಣ್ಯವನ್ನು ಸೂಚಿಸುತ್ತವೆ. ಗ್ರಾಮಮಟ್ಟದಲ್ಲಿ ಮನುಸ್ಮೃತಿಯ ವಿಚಾರಗಳ ಅನುಸರಣೆಯ ದಾಖಲೆಯಂತಿವೆ. ಗಾವುಂಡರ ಮತ್ತು ಸೇನಬೋವರ ಅಧಿಕಾರದ ಹೊಣೆಗಳನ್ನು ಗಮನಿಸಿದರೆ ಸಾಮಾನ್ಯವಾಗಿ ಇಬ್ಬರೂ ಕೂಡಿ ಈ ನಿರ್ದೇಶನಗಳನ್ನು ನೀಡುತ್ತಿದ್ದರೆಂದು ಭಾವಿಸಬಹುದು.

ರಾಜವಂಶಗಳು, ಸಾಮಂತರು ಅಥವಾ ಕುಲಾಧಿಕಾರಿಗಳ ಹಿಡಿತದಲ್ಲಿದ್ದ ಭೂಮಿ ಯನ್ನು, ಆ ಭೂಮಿಯನ್ನು ವಶಪಡಿಸಿಕೊಂಡ ಕುಲಗಳ ಜನರು ರೈತರಾಗಿ ಕೃಷಿ ಮಾಡುತ್ತಿದ್ದರು. ಕುಲಾಧಿಕಾರಿಗಳು ತಮ್ಮ ಭೂಮಿಯನ್ನು ಗೇಣೀದಾರ ರೈತರು, ಕೂಲಿಕಾರರ ಮೂಲಕ ಕೃಷಿ ಮಾಡಿಸುತ್ತಿದ್ದ ಸಾಧ್ಯತೆಗಳು ಹೆಚ್ಚಿವೆ. ಇದಕ್ಕೆ ಬ್ರಹ್ಮದೇಯ ಗಳೆಂದು, ದೇವಸ್ವಗಳೆಂದು ಇತ್ತ ಗ್ರಾಮಗಳು, ಭೂಮಿಯ ಬಗೆಗೆ ಶಾಸನಗಳು ನೀಡುವ ಕೆಲ ವಿವರಗಳು ಪುಷ್ಟಿ ಕೊಡುತ್ತವೆ. ಬ್ರಹ್ಮದೇಯಗಳೆಂದು ಕೊಟ್ಟ ಬಹಳಷ್ಟು ಭೂಮಿ ಈಗಾಗಲೇ ಕೃಷಿಗೊಳಗಾಗಿತ್ತು. ಅವುಗಳನ್ನು ರೈತರ ಸಮೇತ ದಾನವಾಗಿ ಕೊಡಲಾಗುತ್ತಿತ್ತು. ಆ ಭೂಮಿಯನ್ನು ಪಡೆದ ಬ್ರಾಹ್ಮಣರಿಗೆ ಅಥವಾ ದೇವಾಲಯಗಳಿಗೆ ರೈತರು ಗೇಣಿದಾರರಾಗಿ ಬೆಳೆಯಲ್ಲಿನ ಮುಖ್ಯ ಭಾಗವನ್ನು ಕೊಡಬೇಕಾಗಿತ್ತು ಎಂಬುದನ್ನು ಇದು ಸೂಚಿಸುತ್ತದೆ. ಒಂದು ಪ್ರದೇಶದ ಭೂಮಿಯ ಮೇಲೆ ಒಡೆತನವನ್ನು ಸ್ಥಾಪಿಸಿದ ಕುಲಗಳ ಸಾಮಾನ್ಯಜನರು ಸ್ವತಂತ್ರ ರೈತರಾಗಿದ್ದಿರಬಹುದು. ಒಡೆತನ ಸ್ಥಾಪಿಸಿದ ಕುಲಗಳು ನೆರೆಯ ಕುಲಗಳ ಮೇಲೆ ಆಕ್ರಮಣ ಮಾಡಿ ಅಧೀನ ಮಾಡಿಕೊಂಡ ಕೃಷಿ ಕುಲಗಳವರು ಗೇಣಿದಾರ ರೈತರಾಗಿರುವ ಸಾಧ್ಯತೆಗಳು ಹೆಚ್ಚಾಗಿವೆ.

ಈ ಕುಲಗಳು ಮತ್ತು ರಾಜರುಗಳು ನೆರೆಯ ಅರಣ್ಯಗಳನ್ನು ಆಕ್ರಮಿಸಿ ಕೃಷಿಗೊಳಪಡಿಸಿ ದಾಗ ಅದನ್ನು ಅವಲಂಬಿಸಿದ್ದ ಬೇಟೆಗಾರ ಮತ್ತು ಆಹಾರ ಸಂಗ್ರಹಕಾರಿ ಬುಡಕಟ್ಟುಗಳನ್ನು ಊರ ಹೊರಗಿರಿಸಿ ಅಸ್ಪೃಶ್ಯ ಜೀತಗಾರರನ್ನಾಗಿ,

ಕೂಲಿಕಾರರನ್ನಾಗಿ ದುಡಿಸಿಕೊಳ್ಳುತ್ತಿದ್ದುದು ಮೇಲೆ ಉಲ್ಲೇಖಿಸಿದ ಸಾಹಿತ್ಯ ಮೊದಲಾದ ಆಕರಗಳಿಂದ ತಿಳಿಯುತ್ತದೆ. ಇವರು ಊರಿನ ಭೂಮಿಯನ್ನು ಸಾಗು ಮಾಡಲು ಅವಕಾಶ ನೀಡಲಾಗುತ್ತಿರಲಿಲ್ಲ. ಮನೆಯನ್ನು ಕಟ್ಟಿಕೊಳ್ಳಲೂ ಕೂಡ ಸರಿಯಾದ ಜಾಗ ಮತ್ತು ಅನುಕೂಲಗಳಿಲ್ಲದೆ ಗುಡಿಸಲುಗಳಲ್ಲಿ ವಾಸ ಮಾಡುವ ಸ್ಥಿತಿ ಇವರದಾಗಿತ್ತು. ಒಂದು ಕನಿಷ್ಠ ಮಟ್ಟದ ಊಟ ಮತ್ತು ಬಟ್ಟೆಗಳಷ್ಟೇ ಇವರ ದುಡಿಮೆಗೆ ಪ್ರತಿಫಲವಾಗಿ ಸಿಕ್ಕುತ್ತಿದ್ದುದು. ಈ ಬಗ್ಗೆ ಮೇಲೆ ಸಾಹಿತ್ಯದ ಆಕರಗಳಿಂದ ಉದಾಹರಿಸಿದ ಕೆಲವು ಉದಾಹರಣೆಗಳು ಆಧಾರವನ್ನೊದಗಿಸುತ್ತವೆ. ಸ್ವಲ್ಪ ಹೆಚ್ಚು ಕಡಿಮೆಯಾದರೂ ಕಠಿಣ ಶಿಕ್ಷೆ ಕಾದಿರುತ್ತಿತ್ತು. ಮನೆದೊತ್ತು ಎಂದು ವಂಶ ಪಾರಂಪರ್ಯವಾಗಿ ದುಡಿಯುತ್ತಿದ್ದ ಜೀತಗಾರರೂ ಇದ್ದರು. ಇವರಲ್ಲಿ ಕೆಲ ಕುಟುಂಬಗಳು ಗಾವುಂಡರು, ಸೇನಬೋವರಿಗೆ ಅವರ ತೆರಿಗೆ ಸಂಗ್ರಹ ಮೊದಲಾದ ಅಧಿಕಾರ ನಿರ್ವಹಣೆಯ ಕಾಲಾಳುಗಳಾಗಿ ಕುಳವಾಡಿ, ತಳಾರ ಎಂಬ ಕೆಲಸಗಳನ್ನು ಮಾಡುತ್ತಿದ್ದುದು ಕಾಣುತ್ತದೆ. ಹೀಗೆ ಒಂದು ಗ್ರಾಮವೆಂದರೆ ಗಾವುಂಡುಗಳು, ಸೇನಬೋವರು, ಸ್ವತಂತ್ರ ರೈತರು ಮತ್ತು ಗೇಣಿದಾರ ರೈತರು, ಅಸ್ಪೃಶ್ಯ ಜೀತಗಾರರು ಪ್ರಧಾನ ಭಾಗವಾಗಿದ್ದರು. ಕುಶಲಕರ್ಮಿಗಳು ಕೃಷಿಗೆ ಅತ್ಯಗತ್ಯವಾದರೂ ಊರುಗಳಲ್ಲಿ ಅವರ ನೆಲಸುವಿಕೆ ಊರಿನ ಜನಸಂಖ್ಯೆ ಹಾಗೂ ಕೃಷಿ ಕೆಲಸಗಳ ಸಾಂದ್ರತೆಯನ್ನವಲಂಬಿ ಸಿತ್ತು.

ಕೃಷಿ ಕೆಲಸಗಳಿಗೆ ಅಗತ್ಯವಾದ ಸಲಕರಣೆಗಳನ್ನು ಮಾಡುವ ಬಡಗಿ, ಕಮ್ಮಾರ, ಚಮ್ಮಾರ ಮೊದಲಾದ ಕುಶಲಕರ್ಮಿಗಳ ಕೆಲ ಕುಟುಂಬಗಳು, ಅಗಸರು, ಹಡಪದವರು/ಕ್ಷೌರಿಕರು ಮೊದಲಾದ ಸೇವೆಗಳನ್ನು ಒದಗಿಸುವವರು ಊರುಗಳಲ್ಲಿ ನೆಲಸಿರುತ್ತಿದ್ದರು. ತೀರಾ ಸಣ್ಣ ಗ್ರಾಮಗಳಲ್ಲಿ ಅವರ ಜೀವನ ನಿರ್ವಹಣೆಯಾಗದಿದ್ದರೆ ದೊಡ್ಡ ಊರುಗಳಲ್ಲಿ ನೆಲಸಿ ನೆರೆಯ ಊರುಗಳಿಗೂ ತಮ್ಮ ಸೇವೆಯನ್ನು ಒದಗಿಸುತ್ತಿದ್ದರು. ಕುಶಲಕರ್ಮಿಗಳು ಮತ್ತು ಇತರ ಸೇವೆಗಳನ್ನು ಒದಗಿಸುವವರು ಊರಿನ ರೈತರಿಂದ ವರ್ಷಕ್ಕೊಮ್ಮೆ ಧಾನ್ಯಗಳ ರೂಪದಲ್ಲಿ ತಮ್ಮ ಸೇವೆಗೆ ಪ್ರತಿಫಲವನ್ನು ಪಡೆಯುತ್ತಾ ಆಯಗಾರರು ಅಥವಾ ಹಡದಿಗಾರರು ಎಂಬ ಹೆಸರು ಪಡೆದಿದ್ದರು. ಕೃಷಿಕ ರೈತರ ಮೇಲೆ ಅವಲಂಬಿ ಗಳಾಗಿ ಜೀವಿಸುತ್ತಿದ್ದರು. ಜೊತೆಗೆ ರಾಜರಿಗೆ ವಿವಿಧ ತೆರಿಗೆಗಳನ್ನು ತೆರಬೇಕಾಗಿತ್ತು. ಕುಶಲಕರ್ಮಿಗಳಲ್ಲಿ ಕೆಲವರಿಗೆ ಮಾತ್ರ ಸ್ವಲ್ಪ ಸಾಗು ಭೂಮಿ ಇರುತ್ತಿತ್ತು. ರೈತರಂತೆ ಇವರೂ ಶೂದ್ರರಾಗಿದ್ದರೂ ಕುಶಲಕರ್ಮಿಗಳನ್ನು ಭೂಮಿ ಸಾಗುಮಾಡುತ್ತಿದ್ದ ರೈತರಿಗಿಂತ ಕೀಳು ಜಾತಿಗಳೆಂದು ಪರಿಗಣಿಸಲಾಗಿತ್ತು.

ಜೀತಗಾರರು, ಮನೆದೊತ್ತುಗಳು, ಆಯಗಾರರ ಈ ಪದ್ಧತಿಗಳು ವರ್ಣ-ಜಾತಿ ಪದ್ಧತಿಯೊಂದಿಗೆ ಬಿಡಿಸಲಾಗದಂತೆ ಹೆಣೆದುಕೊಂಡಿದ್ದವು. ಜನಸಂಖ್ಯೆಯ ಬಹುದೊಡ್ಡ ಸಮುದಾಯವನ್ನು ಅಸ್ಪೃಶ್ಯರೆಂದು, ಕೀಳು ಜಾತಿಗಳೆಂದು ಪರಿಗಣಿಸಿದ್ದುದು, ಅವರು ಭೂಹೀನರಾಗಿದ್ದುದು, ಅವರಿಗೆ ಕಡಿಮೆ ಪ್ರತಿಫಲ ನೀಡಿ ಅವರ ದುಡಿಮೆಯನ್ನು

ಪಡೆದುಕೊಳ್ಳಲು ಅವಕಾಶ ನೀಡಿತ್ತು. ರೈತ ಸಮುದಾಯಕ್ಕೆ ಒಟ್ಟಾಗಿ ಇದರಿಂದ ಅನುಕೂಲವಾಗುತ್ತಿತ್ತು. ಆದ್ದರಿಂದ ಇಂತಹದೊಂದು ವ್ಯವಸ್ಥೆಗೆ ಅವರ ಕ್ರಿಯಾಶೀಲ ಬೆಂಬಲವಿತ್ತು. ವರ್ಣ-ಜಾತಿ ಪದ್ಧತಿಯ ಮತ್ತು ಅಸ್ಪೃಶ್ಯತೆಯ ಕಟ್ಟಲೆಗಳ ಸಾಮೂಹಿಕ ಆಚರಣೆ, ಅವುಗಳನ್ನು ಉಲ್ಲಂಘಿಸಿದರೆ ಕೊಡುವ ಶಿಕ್ಷೆಗಳು, ನ್ಯಾಯ ಪಂಚಾಯ್ತಿಗಳಲ್ಲಿ ಇಂತಹ ಶಿಕ್ಷೆಗಳಿಗೆ ರೈತರು ನೀಡುತ್ತಿದ್ದ ಬೆಂಬಲ ಇತ್ಯಾದಿಗಳಲ್ಲಿ ಇದು ವ್ಯಕ್ತವಾಗುತ್ತದೆ.

ಹೀಗೆ ವರ್ಣ-ಜಾತಿ ವ್ಯವಸ್ಥೆಯನ್ನು ಜೀವಂತವಾಗಿಡುವುದರಲ್ಲಿ ಗ್ರಾಮ ಮಟ್ಟದಲ್ಲಿ ಗಾವುಂಡರು ಮತ್ತು ಸೇನಬೋವರ ಜೋಡಿಯ ಪಾತ್ರ ಬಹಳ ಮಹತ್ವದ್ದು. ಗ್ರಾಮ ಮಟ್ಟದಲ್ಲಿ ವರ್ಣ ವ್ಯವಸ್ಥೆಯ ಹುಟ್ಟಿನಿಂದಲೇ ನಿರ್ಧಾರಿತವಾದ ಮೇಲು ಕೀಳು ವಿಚಾರಗಳನ್ನು ಬಿತ್ತುವುದರಲ್ಲಿ ಸೇನಬೋವರುಗಳು, ಗ್ರಾಮಗಳಲ್ಲಿ ಕಟ್ಟಲ್ಪಟ್ಟ ಹಲವು ದೇವಸ್ಥಾನಗಳ ಪೂಜಾರಿಕೆ, ದೊಡ್ಡ ಊರುಗಳಲ್ಲಿ ಜ್ಯೋತಿಷ್ಯ, ಪೌರೋಹಿತ್ಯಗಳಲ್ಲಿ ತೊಡಗಿದ ಬ್ರಾಹ್ಮಣರು ಕೂಡ ಇವರೊಡನೆ ಕೈಜೋಡಿಸಿದ್ದಾರೆ. ರಾಜ ಪ್ರಭುತ್ವದ ಹಂತವನ್ನು ಬಿಟ್ಟರೆ ಗಾವುಂಡ-ಸೇನಬೋವರ ಜಂಟಿ ಆಳ್ವಿಕೆಗೆ ಈ ವಿಷಯದಲ್ಲಿ ಹೆಚ್ಚಿನ ಮಹತ್ವ ಎಂಬುದು ಜನಜೀವನದ ವಾಸ್ತವವಾಗಿತ್ತು. ಇವೆಲ್ಲ ಸಂಗತಿಗಳು ವರ್ಣ-ಜಾತಿ ವ್ಯವಸ್ಥೆಯು ಕೇವಲ ರಾಜ ಪ್ರಭುತ್ವಕ್ಕೆ ಮಾತ್ರವೇ ಆಧಾರವಾಗಿರಲಿಲ್ಲ. ಅದರೊಂದಿಗೆ ರಾಜ್ಯಾಧಿಕಾರದ ಬುನಾದಿಯಾಗಿದ್ದ ಗಾವುಂಡ-ಸೇನಬೋವ ಜೋಡಿಯ ಸಾಮಾಜಿಕ-ಆರ್ಥಿಕ-ರಾಜಕೀಯ ಅಧಿಕಾರದ ಅಗತ್ಯವೂ ಆಗಿತ್ತು ಎಂಬುದನ್ನು ಎತ್ತಿ ತೋರಿಸುತ್ತವೆ.

ಆದರೆ ರಾಜರುಗಳಿಗೆ, ರಾಜ ವಂಶಸ್ತರಿಗೆ, ರಾಜರುಗಳಿಂದ ಭೂರಿ ಭೂದಾನ ಪಡೆದ ಬ್ರಾಹ್ಮಣರಿಗೆ, ರಾಜಪ್ರಭುತ್ವದ ಅಧಿಕಾರಿಗಳಿಗೆ ವರ್ಣ-ಜಾತಿ ಪದ್ಧತಿಯ ಅತಿ ಹೆಚ್ಚು ಲಾಭ ದಕ್ಕುತ್ತಿತ್ತು. ರೈತರಲ್ಲಿ ಕೂಡ ದೊಡ್ಡ ವಿಭಾಗ ಈ ಎಲ್ಲ ಭೂ ಒಡೆಯರ ಭೂಮಿಗಳಲ್ಲಿ ಗೇಣಿದಾರರಾಗಿ ದುಡಿಯುತ್ತಿದ್ದರು. ಬೆಳೆದ ಫಸಲಿನ ದೊಡ್ಡ ಭಾಗವನ್ನು ಗೇಣಿಯಾಗಿ, ತೆರಿಗೆಯಾಗಿ ಕೊಡಬೇಕಾಗಿತ್ತು. ಇದರಿಂದಾಗಿ ಈ ಭೂ ಒಡೆಯರಲ್ಲಿ ಸಂಪತ್ತಿನ ಶೇಖರಣೆಯಾಗುತ್ತಿತ್ತು. ಇವರು ಐಷಾರಾಮಿ ನಡೆಸಲು ಸಾಧ್ಯವಾಗುತ್ತಿತ್ತು. ಈ ಸುಖಿ ಜೀವನದ ಹಲವು ಚಿತ್ರಗಳು ಚಾಲುಕ್ಯರ ದೇವಾಲಯಗಳ ಗೋಡೆಗಳ ಮೇಲಿನ ಭಿತ್ತಿ ಶಿಲ್ಪಗಳಲ್ಲಿ, ವರ್ಣ ಚಿತ್ರಗಳಲ್ಲಿ ಅವರ ಉಡುಪು, ತೊಡವುಗಳ, ಆಮೋದ ಪ್ರಮೋದಗಳ ಚಿತ್ರಣದಲ್ಲಿ ಕಾಣುತ್ತದೆ.[109] ಮೇಲೆ ವಿವರಿಸಿದಂತೆ ಅವರು ಮಾಡುತ್ತಿದ್ದ ದಾನಗಳು, ದೇವಾಲಯ ನಿರ್ಮಾಣಗಳಲ್ಲಿ ವ್ಯಕ್ತವಾಗುತ್ತದೆ.

ಆದ್ದರಿಂದ ವರ್ಣ-ಜಾತಿ ಪದ್ಧತಿ ಮತ್ತು ಅಸ್ಪೃಶ್ಯತೆಗಳನ್ನು ಅಸ್ತಿತ್ವಕ್ಕೆ ತರುವುದು ಮತ್ತು ಪಾಲಿಸುವಂತೆ ಮಾಡುವುದು ರಾಜಪ್ರಭುತ್ವ ಮತ್ತು ಪುರೋಹಿತ ವರ್ಗಕ್ಕೆ ಇಬ್ಬರಿಗೂ ಅತ್ಯವಶ್ಯವಾಗಿತ್ತು. ರಾಜನಿಂದ ಭೂಮಿಯನ್ನು ಪಡೆದ ಬ್ರಾಹ್ಮಣರು, ದೇವಾಲಯಗಳಿಗೆ ಎಲ್ಲಾ ತೆರಿಗೆಗಳಿಂದ ವಿನಾಯತಿ ಇತ್ತು. ಹೀಗೆ ತೆರಿಗೆಗಳಿಂದ

ವಿನಾಯತಿ ಇದ್ದದ್ದು ರಾಜರು, ರಾಜ್ಯ ವ್ಯವಸ್ಥೆಯ ಅಧಿಕಾರಿಗಳು ಮತ್ತು ಬ್ರಾಹ್ಮಣರಿಗೆ ಮಾತ್ರ. ಇದು ಕೂಡ ಈ ಎರಡೂ ವರ್ಗಗಳು ಒಟ್ಟಾಗಿ ಪ್ರಭುತ್ವದ ಭಾಗವಾಗಿದ್ದರೆಂಬುದನ್ನು ಸೂಚಿಸುತ್ತದೆ. ಏಕೆಂದರೆ ಉಳಿದೆಲ್ಲಾ ರೈತರು ಗ್ರಾಮಗಳ ಆಡಳಿತಾಧಿಕಾರಿಗಳಿಂದ ಆರಂಭವಾಗಿ ರಾಜನವರೆಗೆ ಹಲವು ಸ್ತರಗಳ ಅಧಿಕಾರಿಗಳ ವೈಭವದ ಜೀವನಕ್ಕೆ ಸಾಕಾಗುವಷ್ಟು ಮತ್ತು ರಾಜನ ಸೈನ್ಯ, ಅವನ ದಾನಗಳು, ದೇವಾಲಯಗಳ, ಕೋಟೆಗಳ ನಿರ್ಮಾಣ, ಯುದ್ಧಗಳು, ಆಡಳಿತ ಯಂತ್ರ ಮತ್ತಿತರ ವೆಚ್ಚಗಳನ್ನೆಲ್ಲ ಭರಿಸುವಷ್ಟು ತೆರಿಗೆಗಳನ್ನು ನೀಡಬೇಕಾಗುತ್ತಿತ್ತು. ಈ ಎಲ್ಲ ಹಂತಗಳವರಿಗೆ ಬಿಟ್ಟಿ ಕೆಲಸಗಳ ಸೇವೆಯನ್ನೂ ಸಲ್ಲಿಸಬೇಕಾಗಿತ್ತು.

ಹೀಗೆ ವರ್ಣ-ಜಾತಿ ವ್ಯವಸ್ಥೆಯನ್ನು ಅಸ್ತಿತ್ವಕ್ಕೆ ತರುವಲ್ಲಿ ಮತ್ತು ಅದನ್ನು ಕಟ್ಟುನಿಟ್ಟಾಗಿ ಜಾರಿಗೊಳಿಸುವಲ್ಲಿ ರಾಜ್ಯ ಪ್ರಭುತ್ವದ ಮಟ್ಟದಲ್ಲಿ ರಾಜರುಗಳು ಮತ್ತು ರಾಜಪುರೋಹಿತರು ಗಳು, ಅಡಿಪಾಯದ ಮಟ್ಟದಲ್ಲಿ ಗ್ರಾಮ ಗಾವುಂಡರು ಮತ್ತು ಸೇನಬೋವರುಗಳು ಕೀಲಕ ಪಾತ್ರ ವಹಿಸಿದ್ದರು.

ಅಧ್ಯಾಯ ಹದಿನಾಲ್ಕು

ಕರ್ನಾಟಕದ ವರ್ಣ-ಜಾತಿ ವ್ಯವಸ್ಥೆಯ ಸ್ವರೂಪ

ಕರ್ನಾಟಕದ ಪ್ರದೇಶದಲ್ಲಿ ಕ್ರಿಸ್ತಪೂರ್ವಕ್ಕೂ ಮೊದಲಿನ ಹಲವು ಹತ್ತು ಸಹಸ್ರಮಾನಗಳ ಕಾಲ ಸ್ವತಂತ್ರವಾಗಿ ಜನ ಜೀವನ ಬೆಳೆದು ಬಂದಿತ್ತು. ಬುಡಕಟ್ಟುಗಳಾಗಿ ಜೀವಿಸುತ್ತಿದ್ದವರು ಕ್ರಿಸ್ತಪೂರ್ವ ಮೊದಲ ಸಹಸ್ರ ಮಾನದಲ್ಲಿ ಪಶು ಸಂಗೋಪನೆ, ಕೃಷಿಯನ್ನು ಕೈಗೊಳ್ಳಲು ಪ್ರಾರಂಭಿಸಿದ್ದರು. ಕೃಷಿಯ ಅಗತ್ಯಗಳಿಗೆ ಅನುಗುಣವಾಗಿ ವಲಸೆಯನ್ನು ಕೈ ಬಿಟ್ಟು ಒಂದು ಕಡೆ ನೆಲೆ ನಿಲ್ಲಲಾರಂಭಿಸಿದರು ಮತ್ತು ಬುಡಕಟ್ಟುಗಳು ಸೇರಿ ಕುಲಗಳಾಗಿ ರೂಪುಗೊಳ್ಳುವ ಪ್ರಕ್ರಿಯೆ ಆರಂಭವಾಗಿತ್ತು. ಕುಲಗಳ ನಡುವೆ ತಮ್ಮ ಹಿಡಿತದಲ್ಲಿನ ಪ್ರದೇಶಗಳ ವಿಸ್ತರಣೆಗಾಗಿ ಕಲಹಗಳೂ ಆರಂಭವಾಗಿ ಕುಲಾಧಿಪತ್ಯಗಳು ಬೆಳೆಯಲಾರಂಭಿಸಿದ್ದುವು. ಈ ಪ್ರಕ್ರಿಯೆಯನ್ನು ಆರಂಭಿಕ ಘಟ್ಟದ ಲೇಖನದಲ್ಲಿ ವಿವರವಾಗಿ ವಿಶ್ಲೇಷಿಸಲಾಗಿದೆ.

ಈ ಹಂತದಲ್ಲಿ ಗಂಗಾ ನದಿ ಬಯಲಿನ ಬ್ರಾಹ್ಮಣರನೇಕರು ವಲಸೆ ಬಂದು ಈ ಪ್ರದೇಶಗಳಲ್ಲಿ ನೆಲಸಲಾರಂಭಿಸಿದರು. ಅಗಸ್ತ್ಯ, ವಾತಾಪಿ–ಇಲ್ವಲ, ಕಾವೇರಿ, ವಸಿಷ್ಠ–ಅರುಂಧತಿಯವರ ಬಗೆಗಿನ ಐತಿಹ್ಯಗಳು ಇದಕ್ಕೆ ಸಾಕ್ಷಿಯಾಗಿದೆ. ಅವರು ಇಲ್ಲಿ ನೆಲಸಲಾರಂಭಿಸಿದ ಸಮಯದಲ್ಲಿ ಇಲ್ಲಿದ್ದ ಬುಡಕಟ್ಟುಗಳು ಮತ್ತು ಕುಲಗಳೂ ಅವರು ರೂಢಿಸಿಕೊಂಡಿದ್ದ

ವೈದಿಕ ದೃಷ್ಟಿಗೆ ಶೂದ್ರರಾಗಿ ಕಂಡರು. ಅವರೊಡನೆ ಮಡಿ, ಮೈಲಿಗೆಗಳ ವರ್ತನೆಯನ್ನು ಆರಂಭಿಸಿದರು. ಪ್ರತ್ಯೇಕವಾಗಿ ಆಶ್ರಮಗಳಲ್ಲಿ ಅಥವಾ ಅಗ್ರಹಾರ ಗಳಲ್ಲಿ ಜೀವಿಸಲಾರಂಭಿಸಿದರು. ಅಲ್ಲಿ ತಮ್ಮ ಜೀವನ ವಿಧಾನವಾದ ವೇದಗಳ ಪಠನ, ಯಜ್ಞ–ಯಾಗ, ಹೋಮ ಹವನಗಳನ್ನು ಅನುಸರಿಸಿದರು. ಇವುಗಳಿಂದ ಈ ಎಲ್ಲ ಬುಡಕಟ್ಟು ಹಾಗೂ ಕುಲಗಳ ಜನರನ್ನು ದೂರ ವಿಟ್ಟರು. ಏಕೆಂದರೆ ಅವರ ಗ್ರಂಥಗಳಾದ ವೇದ–ಬ್ರಾಹ್ಮಣಗಳು ಇದನ್ನೇ ಸಾರಿದ್ದವು. ಈ ಮೂಲಕ ಮೊದಲ ಬಾರಿಗೆ ಈ ಪ್ರದೇಶಕ್ಕೆ ವರ್ಣ ವ್ಯವಸ್ಥೆಯ ಮೇಲು ಕೀಳುಗಳ ವಿಚಾರಗಳ ಪ್ರವೇಶವಾಯಿತು. ಬ್ರಾಹ್ಮಣರು ವಿವಿಧ ಕಾಲಘಟ್ಟಗಳಲ್ಲಿ ವಲಸೆ ಬರುತ್ತಲೇ ಇದ್ದರು. ಮುಂದೆ ರಾಜಪ್ರಭುತ್ವಗಳು ಸ್ಥಾಪನೆಗೊಂಡ ಮೇಲೆ ಮತ್ತಷ್ಟು ಬ್ರಾಹ್ಮಣರನ್ನು ಆಹ್ವಾನಿಸಿ ಭೂದಾನಗಳನ್ನು ನೀಡಲಾಯಿತು. ಹೆಚ್ಚು ಹೆಚ್ಚು ಅಗ್ರಹಾರಗಳನ್ನು ನಿರ್ಮಿಸಿಕೊಡಲಾಯಿತು. ಈ ಎಲ್ಲರೂ ಬ್ರಾಹ್ಮಣರೇ ಆದರೂ ವಿವಿಧ ಕಾಲಘಟ್ಟಗಳಲ್ಲಿ ಬಂದು ಬೇರೆ ಬೇರೆ ಪ್ರದೇಶಗಳಲ್ಲಿ ನೆಲಸಿ ಬೇರೆ ಬೇರೆ ಗುಂಪಾದರು.

ಹೀಗೆ ಬಂದವರೆಲ್ಲಾ ಪತ್ನಿ ಸಮೇತರಾಗಿ ಬರುವ ಸಾಧ್ಯತೆಗಳಿರಲಿಲ್ಲ. ಅವರುಗಳು ಇಲ್ಲಿನ ಬುಡಕಟ್ಟುಗಳ/ಕುಲಗಳ ಹೆಣ್ಣುಗಳೊಡನೆ ವಿವಿಧ ರೀತಿಯ ಸಂಬಂಧಗಳನ್ನು ಬೆಳೆಸಿದರು. ಕೆಲವೊಮ್ಮೆ ಒಂದು ಇಡೀ ಬುಡಕಟ್ಟಿನೊಂದಿಗೆ ಅಥವಾ ಕುಲಗಳ ಕೆಲ ಜನರೊಂದಿಗೆ ಈ ಸಂಬಂಧಗಳಿಂದ ಸ್ಥಳೀಯ ಬ್ರಾಹ್ಮಣ ಸಮುದಾಯಗಳು ಉದಯ ವಾದವು. ಬ್ರಾಹ್ಮಣರು ಇತಿಹಾಸದ ಪ್ರಾಚೀನ ಮತ್ತು ಮಧ್ಯಕಾಲೀನ ಕಾಲಘಟ್ಟಗಳ ವಿವಿಧ ಸಮಯದಲ್ಲಿ ಕರ್ನಾಟಕದ ವಿವಿಧ ಭಾಗಗಳಲ್ಲಿ ನೆಲಸಿದರು. ಅಲ್ಲಿಯ ವಿವಿಧ ಬುಡಕಟ್ಟು ಮತ್ತು ಕುಲಗಳ ಜನರೊಡನೆ ಸಂಬಂಧಗಳನ್ನು ಬೆಳೆಸಿದರು. ಇದರಿಂದ ವಿವಿಧ ಸ್ಥಳೀಯ ಬ್ರಾಹ್ಮಣ ಪಂಗಡಗಳು ಉದ್ಭವಿಸಿದವು.

ಇವುಗಳಲ್ಲಿ ಗಂಗಾ ನದಿ ಬಯಲಿನಿಂದ ಬಂದ ಬ್ರಾಹ್ಮಣರು ತಾವು ಶುದ್ಧವೆಂದೂ, ಶ್ರೇಷ್ಠವೆಂದೂ ಭಾವಿಸಿದರು. ಸ್ಥಳೀಯ ಬ್ರಾಹ್ಮಣರು ಕೆಳಗಿನ ಸ್ತರದವರೆಂದು ಪರಿಗಣಿಸಿದರು. ಸ್ಥಳೀಯ ಪಂಗಡಗಳಲ್ಲಿಯೂ ಶುದ್ಧತೆ, ಮಡಿ–ಮೈಲಿಗೆಗಳು, ವಿವಿಧ ಧರ್ಮಶಾಸ್ತ್ರಗಳ ಅನುಸರಣೆ, ವಿವಿಧ ಸ್ಥಳೀಯ ಆಚರಣೆಗಳ ಸ್ವೀಕರಿಸುವಿಕೆ ಇವುಗಳ ಮಾನದಂಡಗಳ ಮೇಲೆ ಪರಸ್ಪರ ತಾವು ಶ್ರೇಷ್ಠ, ತಾವೇ ಶ್ರೇಷ್ಠ ಎಂದು ವಾದಿಸುವ ಪ್ರವೃತ್ತಿಯನ್ನು ನೋಡುತ್ತೇವೆ. ಇಂತಹ ಕಾರಣಗಳಿಂದ ಬ್ರಾಹ್ಮಣರೆಲ್ಲಾ ಒಂದೇ ವರ್ಣದವ ರೆಂದು ಘೋಷಿಸಿಕೊಂಡರೂ ಕೂಡ ತಮ್ಮೊಳಗೆ ವೈವಾಹಿಕ ಸಂಬಂಧಗಳನ್ನು ತಮ್ಮ ಪಂಗಡಗಳಿಗೆ ಮಾತ್ರ ಸೀಮಿತಗೊಳಿಸಿಕೊಂಡರು. ಹೀಗೆ ಬ್ರಾಹ್ಮಣ ವರ್ಣದ ಒಳಪಂಗಡ ಗಳ ಮೇಲು ಕೀಳು ವರ್ಗೀಕರಣದ ಮೂಲಕ ವರ್ಣ ವ್ಯವಸ್ಥೆಯ ಒಳಗೇ ಜಾತಿ–ಉಪಜಾತಿ ಪದ್ಧತಿಯ ಉದಯವಾಯಿತು

ಬ್ರಾಹಣರು ಶೂದ್ರರೆಂದು ಪರಿಗಣಿಸಿದ ಜನ ಸಮುದಾಯಗಳು ತಮ್ಮನ್ನು ತಾವು ಕೇವಲ ಬುಡಕಟ್ಟುಗಳು ಅಥವಾ ಕುಲಗಳೆಂದು ಪರಿಗಣಿಸಿಕೊಂಡಿದ್ದರು. ಬುಡಕಟ್ಟು

ಮತ್ತು ಕುಲದೇವತೆಗಳನ್ನು ಪೂಜಿಸುತ್ತಿದ್ದರು. ಕೃಷಿ ವಿಸ್ತರಣೆಯಾಗುತ್ತಾ ಬುಡಕಟ್ಟು ಮತ್ತು ಕುಲಗಳವರು ಗ್ರಾಮಗಳಾಗಿ ಜೀವಿಸಲಾರಂಭಿಸಿದರು. ಕುಲಾಧಿಪತಿಗಳು ರೂಪುಗೊಂಡರು. ಅವರ ನಡುವೆ ಕದನ, ಗೆಲುವು, ಸೋಲು, ಆಕ್ರಮಣಗಳ ಮೂಲಕ ರಾಜಪ್ರಭುತ್ವಗಳು ಸ್ಥಾಪನೆಯಾದವು. ಗಂಗಾ ನದಿಯ ಬಯಲಿನಲ್ಲಿ ಸ್ಥಾಪನೆಯಾಗಿದ್ದ ರಾಜಪ್ರಭುತ್ವಗಳ ಅನುಭವದೊಂದಿಗೆ ಇದರಲ್ಲಿ ಬ್ರಾಹ್ಮಣರು ಗಣನೀಯ ಪಾತ್ರ ವಹಿಸಿದರು. ಆಡಳಿತದ ವಿವಿಧ ಹಂತಗಳನ್ನು ಆವರಿಸಿದರು. ಅವರು ತಮ್ಮ ಪಂಚಾಂಗಗಳು ಮತ್ತು ಗಂಗಾ ನದಿ ಬಯಲಿನ ಬೆಳೆ, ತಳಿಗಳ ಜ್ಞಾನದಿಂದ ಕೃಷಿಯ ವಿಸ್ತರಣೆಯಲ್ಲಿ ಯಲ್ಲಿಯೂ ಕೆಲ ಮಟ್ಟದ ಪಾತ್ರ ವಹಿಸಿದರು. ಆ ವೇಳೆಗೆ ಅವರು ರೂಪಿಸಿದ್ದ ದೇವಾಲಯ ಕೇಂದ್ರಿತ ಪೌರಾಣಿಕ ಧರ್ಮದ ಹಾಗೂ ವರ್ಣ ವ್ಯವಸ್ಥೆಯ ವಿಚಾರಗಳನ್ನು ರಾಜಪ್ರಭುತ್ವಗಳು ಅಂಗೀಕರಿಸಿದುವು. ದೇವಾಲಯಗಳು, ಮಹಾಕಾವ್ಯಗಳು, ಪುರಾಣಗಳ ಮೂಲಕ ಪ್ರಚುರಪಡಿಸಿದವು. ಪ್ರಭುತ್ವದ ಅಧಿಕಾರ ಬಲದಿಂದ ಕಟ್ಟುನಿಟ್ಟಾಗಿ ಜಾರಿಗೊಳಿಸಿದವು.

ಈ ಜನ ಸಮುದಾಯಗಳು ಬುಡಕಟ್ಟುಗಳು ಅಥವಾ ಕುಲಗಳಾಗಿದ್ದ ಸಂದರ್ಭದಲ್ಲಿ ಪ್ರತಿಯೊಂದೂ ತಮ್ಮದೇ ದೇವತೆಗಳು ಮತ್ತು ಸರಳ ಆಚರಣೆಗಳೊಂದಿಗೆ ಪ್ರತ್ಯೇಕವಾಗಿ ಜೀವಿಸುತ್ತಿದ್ದವು. ಆ ಬುಡಕಟ್ಟು ಅಥವಾ ಕುಲಗಳ ಒಳಗೇ ವಿವಾಹ ಎಂಬ ಕಟ್ಟಳೆಯನ್ನು ಪಾಲಿಸುತ್ತಿದ್ದವು. ಈ ಪ್ರತ್ಯೇಕತೆ ಮತ್ತು ಒಳವಿವಾಹ ಪದ್ಧತಿಯನ್ನೇ ಉಲ್ಲೇಖಿಸುತ್ತಾ ಕೆಲವು ಇತಿಹಾಸಕಾರರು ಮತ್ತು ವರ್ಣ ವ್ಯವಸ್ಥೆಯ ಸಮರ್ಥಕರು ಈ ಪ್ರದೇಶಗಳಲ್ಲಿ ಜಾತಿ ಪದ್ಧತಿ ಈ ಪ್ರದೇಶಗಳಿಗೆ ಬ್ರಾಹ್ಮಣರು ವಲಸೆ ಬರುವ ಮೊದಲಿನಿಂದಲೇ ಇತ್ತು ಎಂದು ಅಭಿಪ್ರಾಯಪಟ್ಟಿದ್ದಾರೆ. ಸೂರ್ಯನಾಥ ಕಾಮತರು 'ಕರ್ನಾಟಕದ ಜಾತಿಗಳು ಬುಡಕಟ್ಟು ಮೂಲದವು. ವರ್ಣಾಶ್ರಮದ ಫಲವಾಗಿ ಮೂಡಿ ನಿಂತ ವರ್ಗೀಕರಣಕ್ಕೂ ಅವರಿಗೂ ಸಂಬಂಧವೇ ಇಲ್ಲ' ಎಂಬ ಅಭಿಪ್ರಾಯ ವ್ಯಕ್ತಪಡಿಸಿದ್ದಾರೆ.[115] ಆದರೆ ಬುಡಕಟ್ಟು ಅಥವಾ ಕುಲಗಳ ಹಂತದಲ್ಲಿ ಇದು ಮೇಲು ಮತ್ತು ಮತ್ತೊಂದು ಕೀಳು ಎಂಬ ವಿಂಗಡಣೆ ಉದ್ಭವಿಸಿರಲಿಲ್ಲ; ಆ ಎಲ್ಲ ಕುಲಗಳೂ ಬುಡಕಟ್ಟುಗಳೂ ಸಮಾನವಾಗಿದ್ದವು; ವೃತ್ತಿಗೂ ಹುಟ್ಟಿಗೂ ಸಂಬಂಧ ಕಲ್ಪಿಸಿರಲಿಲ್ಲ; ಒಂದೇ ಕುಲ ಅಥವಾ ಬುಡಕಟ್ಟಿನಲ್ಲಿ ವಿವಿಧ ವೃತ್ತಿಯ ಹೊಣೆಗಾರಿಕೆಯನ್ನು ನಿರ್ವಹಿಸುವವರಿದ್ದರು. ಬುಡಕಟ್ಟುಗಳ ದೇವರಗುಡ್ಡ, ತಮ್ಮಡಿ, ಒಡೇರು ಎಂಬ ಹೆಸರಿನ ಪುರೋಹಿತರು, ಗೌಡ, ಯಜಮಾನ ಎಂಬ ಕುಲದ ಮುಖ್ಯಸ್ಥರು, ಬೇಟೆಗಾರರು, ಆಯುಧಗಳನ್ನು ತಯಾರಿಸುವವರು, ಮರಗೆಲಸ, ಬುಟ್ಟಿ ಹೆಣೆಯುವ, ಮಡಿಕೆ ಮಾಡುವ ಮೊದಲಾದ ಕೌಶಲವನ್ನು ಬೆಳೆಸಿಕೊಂಡವರು ಇರುತ್ತಿದ್ದರು; ಯಾರು, ಯಾವಾಗ ಬೇಕಾದರೂ, ಯಾವ ಕೌಶಲವನ್ನಾದರೂ ಕಲಿಯುತ್ತಿದ್ದರು, ಬದಲಾಯಿಸಿಕೊಳ್ಳುತ್ತಿದ್ದರು; ಈ ವೃತ್ತಿಗಳಿಗೆ ಮೇಲು ಕೀಳು ಎಂಬ ಭೇದಗಳು ಅಂಟಿರಲಿಲ್ಲ. ಹುಟ್ಟಿನಿಂದಲೇ ಮೇಲು ಕೀಳುಗಳೆಂಬ ಭೇದಭಾವ ಸರ್ವಥಾ ಇರಲಿಲ್ಲ;

ಬುಡಕಟ್ಟು ಅಥವಾ ಕುಲದ ಯಜಮಾನನ್ನು, ದೇವರಗುಡ್ಡರನ್ನು ಆಯಾ ಬುಡಕಟ್ಟು ಮತ್ತು ಕುಲಗಳ ಎಲ್ಲ ವಯಸ್ಕ ಗಂಡಸರೂ ಹೆಂಗಸರೂ ಸೇರಿ ಆರಿಸುತ್ತಿದ್ದರು, ಅವಶ್ಯವಿದ್ದರೆ ಬದಲಾಯಿಸುತ್ತಿದ್ದರು; ವಂಶಪಾರಂಪರ್ಯ ಹುದ್ದೆಗಳೂ ವೃತ್ತಿಗಳೂ ಇರಲಿಲ್ಲ. ಈಗಲೂ ಬುಡಕಟ್ಟುಗಳಾಗಿಯೇ ಜೀವಿಸುತ್ತಿರುವ ಹಲವು ಬುಡಕಟ್ಟುಗಳ ಒಳಗೆ ಮತ್ತು ಅವುಗಳ ನಡುವೆ ಕೂಡ ವರ್ಣ ವ್ಯವಸ್ಥೆಯ ಭೇದಗಳಿಲ್ಲದಿರುವುದನ್ನು ಕಾಣಬಹುದು.

ವರ್ಣ–ಜಾತಿ ವ್ಯವಸ್ಥೆಯ ಮೂಲ ಬೇರಾಗಿರುವ, ವೇದ, ಬ್ರಾಹ್ಮಣ ಗ್ರಂಥಗಳ ಕಾಲದಲ್ಲಿಯೇ ಸ್ಪಷ್ಟವಾಗಿ ಉಲ್ಲೇಖಿತವಾದ, ನಂತರ ಪುರಾಣ, ಮನುಸ್ಮೃತಿಗಳ ಮೂಲಕ ವಿಸ್ತರಿಸಲ್ಪಟ್ಟ ವರ್ಣ ವ್ಯವಸ್ಥೆಯ ವಿಚಾರಗಳಿವು:

೧. ವೃತ್ತಿಗಳನ್ನು ಮೇಲುಕೀಳು ಎಂದು ವಿಭಜಿಸುವುದು;

೨. ಹುಟ್ಟಿನೊಡನೆ ವೃತ್ತಿಯನ್ನು ಮತ್ತು ಅದಕ್ಕಂಟಿದ ಮೇಲು ಕೀಳುಗಳನ್ನು ಬೆಸೆಯುವುದು;

೩. ವರ್ಣದೊಳಗೇ ಒಳ ವಿವಾಹ ಪದ್ಧತಿಯ ಮೂಲಕ ಮೇಲುಕೀಳು ವಿಭಜನೆಯನ್ನು ಖಾಯಂಗೊಳಿಸುವುದು;

೪. ಮಡಿ–ಮೈಲಿಗೆಯ ಹಲ ಹಲವು ಕಟ್ಟಳೆಗಳು, ಮೇಲು ವರ್ಣಗಳು, ಮುಖ್ಯವಾಗಿ ಬ್ರಾಹ್ಮಣರಿಂದ ಅವುಗಳ ಕಟ್ಟುನಿಟ್ಟಿನ ಆಚರಣೆ, ಈ ಆಚರಣೆಗಳ ಮೂಲಕ ಒಂದು ಸಾಮಾಜಿಕ ಮಾದರಿಯ ಸೃಷ್ಟಿ.

೫. ಸಸ್ಯಾಹಾರ ಶ್ರೇಷ್ಠ, ಮಾಂಸಾಹಾರ ಕೀಳು, ಗೋಮಾಂಸ ಮೊದಲಾದ ಕೆಲವು ಮಾಂಸಾಹಾರ ಮತ್ತಷ್ಟು ಕೀಳು,

೬. ಬುಡಕಟ್ಟು ಹಾಗೂ ಕುಲಮೂಲದ ಹಲವು ಧಾರ್ಮಿಕ ಆಚರಣೆಗಳೂ ಕೀಳು, ವೈದಿಕ, ಪೌರಾಣಿಕ ಮೂಲದ ಆಚರಣೆಗಳು ಮಾತ್ರ ಶ್ರೇಷ್ಠ ಎಂಬ ಪರಿಗಣನೆ.

೭. ಭೂಒಡೆಯರಾದ ಕುಲಮೂಲದ ದೇವತೆಗಳ ಸಂಸ್ಕೃತೀಕರಣ, ಪುರಾಣೀಕರಣ. ಆ ಮೂಲಕ ಅ ಕುಲಗಳನ್ನು ಉನ್ನತೀಕರಿಸಿ ಶೂದ್ರ ವರ್ಣವಾಗಿ ಸಾಮಾಜಿಕ ವ್ಯವಸ್ಥೆಯೊಳಕ್ಕೆ ಜಾತಿಗಳಾಗಿ ಸೇರ್ಪಡೆ.

೮. ಈ ಅಂಶಗಳನ್ನು ಬಳಸಿ ಈ ಮೇಲುಕೀಳು ಭಾವನೆಯನ್ನು ಮತ್ತಷ್ಟು ತೀವ್ರಗೊಳಿಸಿ ಚಂಡಾಲರು, ಅಸ್ಪೃಶ್ಯರೆಂಬ ಪಂಚಮರ ಸೃಷ್ಟಿ; ಈ ಸಮುದಾಯಗಳಿಗೆ ಭೂಮಿಯೂ ಸೇರಿದಂತೆ ಸಂಪತ್ತುಗಳ ಒಡೆತನದ ನಿರಾಕರಣೆ ಗುಲಾಮಿ, ಅರೆಗುಲಾಮಿ ಜೀವನದ ಹೇರಿಕೆ.

೯. ಇಂತಹ ವಿಭಜನೆಗೆ ಜನರು ಮಣಿಯುವಂತೆ ಮಾಡಲು ಪಾಪ, ಪುಣ್ಯ, ಪುನರ್ಜನ್ಮ ಕರ್ಮ ಸಿದ್ಧಾಂತಗಳನ್ನು ರೂಪಿಸಿದ್ದು ಮತ್ತು

ಜನಜನಿತವಾಗುವಂತೆ ಹಲ ಹಲವು ವಿಧಾನಗಳಿಂದ ಪ್ರಚಾರ ಮಾಡುವುದು.

ವೈದಿಕ ಸಂಸ್ಕೃತಿಯ ಜನರು ಈ ಪ್ರದೇಶದಲ್ಲಿ ನೆಲಸಲಾರಂಭಿಸಿದ ಮೇಲೆ ಮಾತ್ರವೇ ಈ ವರ್ಣವ್ಯವಸ್ಥೆಯ ವಿಚಾರಗಳು ಈ ಪ್ರದೇಶದಲ್ಲಿ ಹರಡಿ ಸಾಮಾಜಿಕ ಬೆಳವಣಿಗೆಯ ಮೇಲೆ ಪ್ರಭಾವ ಬೀರಿದವು. ಬುಡಕಟ್ಟು/ಕುಲಗಳ ಹಂತವನ್ನು ದಾಟಿದ ರಾಜಪ್ರಭುತ್ವಗಳ ಘಟ್ಟದಲ್ಲಿ ಈ ವಿಚಾರಗಳು ವರ್ಣ-ಜಾತಿ ವ್ಯವಸ್ಥೆಯ ಜಟಿಲ ಸಾಮಾಜಿಕ ರಚನೆಗೆ ಕಾರಣವಾದವು. ಈಗಲೂ ಬುಡಕಟ್ಟುಗಳಾಗಿಯೇ ಜೀವಿಸುತ್ತಿರುವ ಗಣನೀಯ ಸಂಖ್ಯೆಯ ಜನರ ನಡುವೆ ಕಿತ್ತಾಟ, ಸ್ಪರ್ಧೆಗಳಿರಬಹುದಾದರೂ ವರ್ಣ-ಜಾತಿ ವ್ಯವಸ್ಥೆಯ ಮೇಲು ಕೀಳು ಭೇದಭಾವಗಳು, ಹುಟ್ಟನಿಂದಲೇ ವೃತ್ತಿ ಮೊದಲಾದ ನಿರ್ಬಂಧಗಳಿಲ್ಲ. ಆದ್ದರಿಂದ ಈ ಎಲ್ಲ ಸಂಗತಿಗಳು ವರ್ಣ-ಜಾತಿ ವ್ಯವಸ್ಥೆ ವೈದಿಕ ಮತ್ತು ನಂತರದ ಪೌರಾಣಿಕ ಧರ್ಮದ ಭಾಗವಾಗಿ ಬೆಳೆಯಿತು ಎಂಬುದಕ್ಕೆ ಸ್ಪಷ್ಟ ಪುರಾವೆಗಳಾಗಿವೆ.

ವೈದಿಕ ಧರ್ಮದ ಮೇಲುಕೀಳಿನ ವರ್ಣ ವ್ಯವಸ್ಥೆ ವಿಚಾರಗಳು ಮತ್ತು ಆಚರಣೆಗಳು ಇಲ್ಲಿಯ ಜನ ಸಮುದಾಯಗಳನ್ನು ಶೂದ್ರ ಜನರನ್ನಾಗಿ ಪರಿಗಣಿಸಿದುವು. ಹೀಗೆ ಬ್ರಾಹ್ಮಣರು ಮತ್ತು ರಾಜಪ್ರಭುತ್ವಗಳ ದೃಷ್ಟಿಯಲ್ಲಿ ಅವರು ವೈದಿಕ ಶಿಕ್ಷಣ, ಹೋಮ ಹವನಗಳ ನಿಷೇಧ, ದೇವಾಲಯಗಳ ಸೀಮಿತ ಪ್ರವೇಶ ಅಥವಾ ಪೂರ್ಣ ನಿಷೇಧ ಇತ್ಯಾದಿಗಳ ಮೂಲಕ ಈ ಜನ ಸಮುದಾಯಗಳು ಶೂದ್ರ ವರ್ಣವೆಂದು ಬಿಂಬಿತವಾದವು. ರಾಜಪ್ರಭುತ್ವದ ದಂಡದಡಿ ಅಧೀನವಾದ ಕುಲಗಳು ತಮ್ಮ ಮೂಲ ಸ್ವರೂಪದ ಕೆಲವು ಅಂಶಗಳನ್ನು ಉಳಿಸಿಕೊಂಡು ಮಿಳಿತವಾದುವು. ಮೇಲೆ ಉಲ್ಲೇಖಿಸಿದ ಸಾವಿರಾರು ಕುಲಗಳು, ಬಳಿಗಳು ತಮ್ಮ ಕುಲಮೂಲವನ್ನು ಉಳಿಸಿಕೊಂಡೇ ವಿವಿಧ ಜಾತಿಗಳಾಗಿ ಮಿಳಿತವಾದ ಪ್ರಕ್ರಿಯೆಯ ಭಾಗ. ಹೀಗೆ ಕುಲಗಳು ಜಾತಿಗಳಾಗಿ ಮಿಳಿತವಾಗುವ ಪ್ರಕ್ರಿಯೆಯಲ್ಲಿ ವರ್ಣ ವ್ಯವಸ್ಥೆ ಬಿತ್ತಿದ ಹುಟ್ಟಿನಿಂದಲೇ ವೃತ್ತಿಯ ನಿರ್ಧಾರ, ವೃತ್ತಿಯಾಧಾರಿತ ಮೇಲುಕೀಳುಗಳು, ಜಾತಿಯೊಳಗೆ ಮದುವೆ ಮುಂತಾದ ವರ್ಣ ವ್ಯವಸ್ಥೆಯಡಿಪಾಯದ ಮೇಲೆ ಪೌರಾಣಿಕ ಧರ್ಮದ ಕಾಲದಲ್ಲಿ ವರ್ಣ-ಜಾತಿ ವ್ಯವಸ್ಥೆಯಾಗಿ ರೂಪುದಳೆಯಿತು.ಈ ಜಾತಿ ವ್ಯವಸ್ಥೆ ಕರ್ನಾಟಕದಲ್ಲಿ ಎಲ್ಲ ಕಡೆಯೂ ಒಂದೇ ರೀತಿಯ ರಚನೆಯನ್ನು ಹೊಂದಿಲ್ಲ. ಭೌಗೋಳಿಕ ಪರಿಸ್ಥಿತಿಯಿಂದಾಗಿ ಕೃಷಿ ಮಾಡುವಲ್ಲಿ ವ್ಯತ್ಯಾಸಗಳು, ಮೇಲ್ಮೈ ಸ್ವರೂಪಗಳಿಂದ ಮಿತಿಗೊಳಗಾದ ಸಂಪರ್ಕ ಸಾಧನಗಳು ಬುಡಕಟ್ಟು/ಕುಲಗಳು ಜಾತಿ ವ್ಯವಸ್ಥೆಯೊಳಕ್ಕೆ ಸೆಳೆಯಲ್ಪಟ್ಟ ಕಾಲಘಟ್ಟ ಇವು ಜಾತಿ ವ್ಯವಸ್ಥೆಯ ವೈವಿಧ್ಯಮಯ ಸ್ವರೂಪವನ್ನು ನಿರ್ಧರಿಸುವಲ್ಲಿ ಮಹತ್ವದ ಅಂಶಗಳಾಗಿವೆ. ಜಾತಿಗಳಲ್ಲಿ ಮತ್ತೆ ಉಪಜಾತಿಗಳು ಉಂಟಾಗುವಲ್ಲಿ ಕೂಡ ಈ ಅಂಶಗಳು ಕಾರಣವಾಗಿವೆ.

ಜಾತಿ ವ್ಯವಸ್ಥೆಯ ಸ್ವರೂಪದ ವೈವಿಧ್ಯತೆಯ ಮೇಲೆ ಭೌಗೋಳಿಕ ಪರಿಸ್ಥಿತಿಯ ಪ್ರಭಾವ

ಕೃಷಿ ವಿಸ್ತರಣೆಯಾದ ಪ್ರದೇಶಗಳಲ್ಲಿ ಗ್ರಾಮಗಳು ರೂಪುಗೊಂಡ ನಂತರ ಬೇರೆ ಬೇರೆ ಪ್ರದೇಶಗಳಲ್ಲಿ ಬೇರೆ ಬೇರೆ ಕುಲಗಳು ಕೃಷಿ ಕೈಗೊಂಡರೂ ಅವರು ಬೆಳೆಯುವ ಬೆಳೆಗಳು, ಸಾಕುವ ಪಶುಗಳ ತಳಿಗಳು ಇವುಗಳ ವ್ಯಾಪಾರ ವಿನಿಮಯಕ್ಕಾಗಿ ದೇವರುಗಳ ಜಾತ್ರೆಗಳು, ಯಾತ್ರಾ ಸ್ಥಳಗಳಿಗೆ ಪ್ರವಾಸ ಮೊದಲಾದ ಕಾರಣಗಳಿಗಾಗಿ ಸಂಪರ್ಕಗಳು ಮತ್ತು ಸಂಬಂಧಗಳು ಏರ್ಪಟ್ಟವು. ಈ ಸಂಬಂಧಗಳು ಅವರನ್ನು ಕುಲಗಳನ್ನು ಮೀರಿದ ಸಂಬಂಧಗಳನ್ನಾಗಿ ಬೆಸೆದವು.

ಈ ಸಂಬಂಧಗಳು ಭೌಗೋಳಿಕ ಮಿತಿಗಳಿಗೆ ಒಳಗಾಗಿದ್ದವು. ಪಶ್ಚಿಮ, ಪೂರ್ವ ಘಟ್ಟಗಳು, ಮಳೆಯ ಪ್ರಮಾಣ, ಎರೆಮಣ್ಣಿನ ಸಮತಟ್ಟಾದ ಬಯಲು ಪ್ರದೇಶ, ಕೆಂಪು ಮಣ್ಣಿನ ಏರು ಇಳುವಿನ ಬಯಲು, ಕೃಷ್ಣಾ, ಭೀಮಾ, ತುಂಗಭದ್ರ, ಕಾವೇರಿ ನದಿ ಬಯಲುಗಳು ಇಂತಹ ಅಂಶಗಳು ಹಲವು ಶತಮಾನಗಳ ಕಾಲದಲ್ಲಿ ಬೇರೇ ಬೇರೇ ಪ್ರದೇಶಗಳಲ್ಲಿ ಬೇರೆ ಬೇರೆ ಸಮಯಗಳಲ್ಲಿ ಕೃಷಿ ವಿಸ್ತರಣೆಯಾಗಲು ಕಾರಣವಾದವು. ಇದರಿಂದಾಗಿ ವಿವಿಧ ಪ್ರದೇಶಗಳಲ್ಲಿ ಗ್ರಾಮಗಳ ಸ್ವರೂಪವೂ ಬೇರೆ ಬೇರೆಯೇ ಆಯಿತು. ಆದ್ದರಿಂದ ಬುಡಕಟ್ಟುಗಳು/ಕುಲಗಳು ತಮ್ಮ ಸ್ವರೂಪವನ್ನು ಬದಲಾಯಿಸಿ ಗ್ರಾಮಗಳು ಮತ್ತು ಜನಪದವಾಗಲೂ ಕೂಡ ಹಲವು ಶತಮಾನಗಳ ಕಾಲವೇ ಹಿಡಿಯಿತು. ಆದ್ದರಿಂದ ಜನರ ನಡುವಣ ಸಂಬಂಧಗಳೂ ಭೌಗೋಳಿಕ ಮಿತಿಗಳಿಗೆ, ಕೃಷಿ ವಿಸ್ತರಣೆಯ ಕಾಲಘಟ್ಟ ಹಾಗೂ ಬೆಳೆಗಳ ಸ್ವರೂಪದ ಪ್ರಭಾವಕ್ಕೆ ಒಳಪಟ್ಟವು.

ಈ ಮಿತಿ ಹಾಗೂ ಪ್ರಭಾವಗಳಲ್ಲಿ ಏರ್ಪಟ್ಟ ಸಂಪರ್ಕ, ಸಂಬಂಧಗಳ ತೀವ್ರತೆಯಲ್ಲಿ ಒಂದು ಸೀಮಿತ ಪ್ರದೇಶದ ಕೃಷಿಕ ಕುಲಗಳು ಬೆರೆತು ವೈವಾಹಿಕ ಸಂಬಂಧಗಳನ್ನು ಏರ್ಪಡಿಸಿಕೊಂಡು ಒಂದು ಜಾತಿಯಾದವು. ದಾಟಲಾಗದ ಒಂದು ನದಿ, ಪರ್ವತ ಶ್ರೇಣಿ ಅಥವಾ ದಟ್ಟ ಅರಣ್ಯ ಇಂತಹ ಕೃಷಿಕ ಮತ್ತಿತರ ಜಾತಿಗಳ ಮೇರೆಗಳಾಗಿವೆ. ಹೀಗೆ ತಮ್ಮೊಳಗೆ ಒಳಸಂಬಂಧಗಳನ್ನುಳ್ಳ ಹಲವು ಕೃಷಿಕ ಜಾತಿಗಳು ರೂಪುಗೊಂಡವು. ಇಂತಹ ಕೆಲ ಉದಾಹರಣೆಗಳು ಹೀಗಿವೆ. ಅವುಗಳೆಂದರೆ, ಪಂಚಮಶಾಲೀ, ಗಂಗಡಿಕಾರ, ನೊಣಬ, ಕುಂಚಿಟಿಗ, ಮೊರಸು, ಹೊಸದೇವರ ಒಕ್ಕಲಿಗರು, ಬಂಟರು, ನಾಡವರು, ನಾಮಧಾರಿಗಳು, ಅರೆಭಾಷೆಯ ಗೌಡರು, ಕುಡುಒಕ್ಕಲಿಗರು ಮುಂತಾದವು. ವಿಸ್ತಾರವಾದ ಎರೆಮಣ್ಣಿನ ಬಯಲಿನಲ್ಲಿ ಪಂಚಮಶಾಲಿಗಳು, ಕಾವೇರಿ ನದಿ ಬಯಲಿನಲ್ಲಿನ ಗಂಗಡಿಕಾರರು ಹೆಚ್ಚು ಜನಸಂಖ್ಯೆಯುಳ್ಳ ಕೃಷಿಕ ಜಾತಿಗಳಾಗಿವೆ. ಇದು ಆ ಪ್ರದೇಶಗಳಲ್ಲಿ ಕೃಷಿಗೆ ಒದಗಿದ ಅನುಕೂಲ ಪರಿಸ್ಥಿತಿ ಮತ್ತು ಹೆಚ್ಚು ಅಡೆತಡೆಯಿಲ್ಲದ ಸಂಪರ್ಕ ಸಾಧ್ಯತೆಗಳ ಫಲವಾಗಿ ಈ ಜನಸಮುದಾಯಗಳ ನಡುವೆ ಹೆಚ್ಚಿದ ಸಂಬಂಧಗಳು, ಆಡಳಿತದ ಸ್ಥಿರತೆ ಇವೆಲ್ಲಾ ಈ ಎರಡು ಜಾತಿಗಳಲ್ಲಿ ಹೆಚ್ಚು ಹೆಚ್ಚು ಕುಲಗಳು ಮಿಳಿತವಾಗಲು ಅವಕಾಶ ನೀಡಿವೆ. ಈ ಜಾತಿಗಳ ಜನಸಂಖ್ಯೆ ಬೇರೆ

ಕೃಷಿಕ ಜಾತಿಗಳಿಗಿಂತ ಹೆಚ್ಚಿದೆ. ಈ ಜಾತಿಗಳು ತಮ್ಮ ನೆರೆಯ ಪಶ್ಚಿಮ ಘಟ್ಟಗಳ ಗಿರಿಕಾನನಗಳನ್ನು ದಾಟಲಿಲ್ಲ ಎಂಬುದು ಭೌಗೋಳಿಕ ಮೇರೆಗಳು ಹೇರುವ ಸಂಪರ್ಕ, ಸಂವಹನಗಳ ಮಿತಿಗಳಿಗೆ ಎದ್ದು ಕಾಣುವ ಉದಾಹರಣೆಗಳು. ಅದೇ ಸಮಯದಲ್ಲಿ ಕೃಷಿಗೆ ಅಷ್ಟೊಂದು ಸೂಕ್ತವಲ್ಲದ ಗುಡ್ಡಬೆಟ್ಟಗಳ, ಕಲ್ಲುಬಂಡೆಗಳ ಪ್ರದೇಶದ ಕೋಲಾರ, ಚಿಕ್ಕಬಳ್ಳಾಪುರ, ಬೆಂಗಳೂರು, ತುಮಕೂರು ಮೊದಲಾದ ಕೆಲ ಜಿಲ್ಲೆಗಳ ಒಕ್ಕಲಿಗರು ಮೊರಸು, ನೊಣಬ, ಚೇಳೂರು, ದಾಸ, ಕುಂಚಿಟಿಗ ಮೊದಲಾದ ಒಕ್ಕಲಿಗರು ಇನ್ನು ಕುಲ/ಬುಡಕಟ್ಟು ಸಂಪ್ರದಾಯಗಳು ಮತ್ತು ಆಚರಣೆಗಳನ್ನು ಉಳಿಸಿಕೊಂಡ ಹಲವು ಸಣ್ಣ ಸಣ್ಣ ಉಪಜಾತಿಗಳ ಸಮುದಾಯ ವಾಗಿದೆ.

ಪಶ್ಚಿಮ ಘಟ್ಟಗಳು, ಅರಣ್ಯಗಳು ನಾಗರಿಕತೆ ಮತ್ತು ಕೃಷಿಯ ಬೆಳವಣಿಗೆಯನ್ನು ವಿಳಂಬಗೊಳಿಸಿವೆ, ವಿಶಿಷ್ಟಗೊಳಿಸಿವೆ. ಕರಾವಳಿಯಲ್ಲಿ ಪಶ್ಚಿಮಕ್ಕೆ ಹರಿಯುವ ಹಲವು ನದಿಗಳು ಭೌಗೋಳಿಕ ಮೇಲ್ಮೈಯನ್ನು ವಿಭಜಿಸಿ ಜನರ ಸಂಪರ್ಕಕ್ಕೆ ಅಡೆತಡೆಯನ್ನೊಡ್ಡಿವೆ. ಅದರಿಂದಾಗಿ ಈ ಪ್ರದೇಶಗಳಲ್ಲಿ ಹೆಚ್ಚು ಬುಡಕಟ್ಟು ಅಂಶಗಳನ್ನು ಉಳಿಸಿಕೊಂಡ ಹಾಗೂ ಕಡಿಮೆ ಜನಸಂಖ್ಯೆಯ ಹಲವು ಜಾತಿಗಳು ರೂಪುಗೊಂಡಿವೆ.

ಕರಾವಳಿಯಲ್ಲಿ ದಕ್ಷಿಣ ಕನ್ನಡ, ಉಡುಪಿಗಳಲ್ಲಿ ಬಂಟರು, ಉತ್ತರ ಕನ್ನಡದಲ್ಲಿ ನಾಡವರು ಮೊದಲಾದ ಕೃಷಿಕ ಜಾತಿಗಳು ರೂಪುಗೊಂಡಿವೆ. ಉಳಿದಂತೆ ಈ ಪ್ರದೇಶಗಳ ವಿವಿಧ ಜಾತಿಗಳಿಗೂ ಬಯಲುನಾಡಿನ ಜಾತಿಗಳಿಗೂ ಸಂಬಂಧವೇ ಇಲ್ಲವೆನ್ನುವಷ್ಟು ಭಿನ್ನವಾಗಿವೆ. ಈ ಪ್ರದೇಶದಲ್ಲಿಯೇ ಅಂದು ದಾಟಲಾಗದ ನದಿ, ಹೊಳೆಗಳ ಮೇರೆಗಳು ಅಲ್ಲಿಯ ವಿವಿಧ ಜಾತಿ–ಉಪಜಾತಿಗಳ ಮೇರೆಗಳೂ ಆಗಿವೆ. ಇದು ಕುಲಗಳು ಜಾತಿಗಳಾಗಿ ಮಿಳತವಾಗುವುದರ ಮೇಲೆ ಪರಿಣಾಮ ಬೀರುವ ಅಂಶಗಳ ಬಗ್ಗೆ ಕೆಲ ಸೀಮಿತ ಉದಾಹರಣೆಗಳಷ್ಟೇ ಆಗಿವೆ. ಕರ್ನಾಟಕದ ವಿವಿಧ ಪ್ರದೇಶಗಳ ಜಾತಿಗಳ ಬಗ್ಗೆ, ಅದರಲ್ಲಿಯೂ ಉತ್ತರ ಕರ್ನಾಟಕದ ವಚನ ಚಳುವಳಿಯ ಪೂರ್ವದ ಜಾತಿ ಸಮುದಾಯಗಳ ಸ್ವರೂಪ, ಬೆಳವಣಿಗೆ ಮತ್ತು ಅವುಗಳಲ್ಲಿ ಮಿಳಿತವಾಗಿರಬಹುದಾದ ಕುಲಗಳು, ಬಳಿಗಳು, ಮನೆ ದೇವರುಗಳು, ಆಚರಣೆಗಳು ಇವುಗಳ ಬಗ್ಗೆ ಪ್ರತ್ಯೇಕ ಅಧ್ಯಯನಗಳು ನಡೆಯಬೇಕಾಗಿವೆ.

ಕೃಷಿಯನ್ನವಲಂಬಿಸದೆ ಪಶುಸಂಗೋಪನೆಯಲ್ಲಿಯೇ ಮುಂದುವರಿದ ಕುಲಗಳು ಬಯಲು ಪ್ರದೇಶದ ಹುಲ್ಲುಗಾವಲುಗಳಲ್ಲಿ ಸಂಚರಿಸುತ್ತಾ ತಾವು ಸಾಕುವ ಪ್ರಾಣಿಗಳ ಆಧಾರದ ಮೇಲೆ ಕುಲಗಳನ್ನು ಮೀರಿದ ಸಂಪರ್ಕವನ್ನು ಸಾಧಿಸಿ ಕುರುಬ, ಗೊಲ್ಲ, ಕಾಡುಗೊಲ್ಲ, ಹಂದಿಗೊಲ್ಲ, ಹಳ್ಳಿಕಾರ್ ಮೊದಲಾದ ಜಾತಿಗಳಾಗಿ ರೂಪುಗೊಂಡರು. ಶಿಲಾಯುಗದಲ್ಲಿಯೇ ವಿಶೇಷಜ್ಞತೆಯನ್ನು ಬೆಳೆಸಿಕೊಂಡು ಶಿಲಾಯುಧಗಳ ತಯಾರಿಕೆ, ಕಬ್ಬಿಣದ ತಯಾರಿಕೆ ಮೊದಲಾದ ಕುಶಲಕರ್ಮಗಳನ್ನು ಅವಲಂಬಿಸಿದವರು ಇಡೀ

ಕುಲವೇ ಒಂದು ಜಾತಿಯಾಗಿ ರೂಪುಗೊಂಡರು. ಕೃಷಿ ಕುಲಗಳ ಭಾಗವಾಗಿ ಬಡಗಿ, ಆದಿಮ ಕಟ್ಟಡ ನಿರ್ಮಾಣಗಳಲ್ಲಿ, ಮೇದಾರಿಕೆ ಮುಂತಾದವುಗಳಲ್ಲಿ ತೊಡಗಿದವರು ನಗರಗಳ ಬೆಳವಣಿಗೆ ಮತ್ತು ಹಲವು ಪ್ರದೇಶಗಳಲ್ಲಿ ಈ ಕೌಶಲ್ಯಗಳ ಅಗತ್ಯಗಳ ಹಿನ್ನೆಲೆಯಲ್ಲಿ ಕೃಷಿ ಕುಲಗಳಿಂದ ಪ್ರತ್ಯೇಕಗೊಂಡು ತಮ್ಮ ಕುಶಲ ಕರ್ಮದ ಆಧಾರದ ಮೇಲೆ ಪರಸ್ಪರ ಸಂಪರ್ಕ ಬೆಳೆಸಿಕೊಂಡರು. ಪ್ರತ್ಯೇಕ ಜಾತಿಗಳಾದರು.

ಕೃಷಿಗೆ ಹೆಚ್ಚು ಅನುಕೂಲವಲ್ಲದ ಕರ್ನಾಟಕದ ಪೂರ್ವದ ಘಟ್ಟಗಳು ಬಹಳ ದೀರ್ಘಕಾಲ ಬೇಟೆಯನ್ನವಲಂಬಿಸಿದ ಬುಡಕಟ್ಟು, ಕುಲಗಳ ಅಸ್ತಿತ್ವಕ್ಕೆ ಕಾರಣವಾಯಿತು. ಕೇವಲ ಇತ್ತೀಚಿನ ಐದಾರು ಶತಮಾನಗಳ ಕಾಲದಲ್ಲಿ ಅ ಪ್ರದೇಶಗಳಲ್ಲಿ ಕೃಷಿಯ ವಿಸ್ತರಣೆಯಿಂದಾಗಿ ಕುಲಾಧಿಪತ್ಯದ ಪಾಳೆಯಪಟ್ಟುಗಳಾಗಿ ಬೇಡ ಎಂಬ ಜಾತಿಯಾಗಿ ರೂಪುಗೊಂಡಿತು.

ಕರ್ನಾಟಕದಲ್ಲಿ ಅಸ್ತಿತ್ವಕ್ಕೆ ಬಂದ ಮೂರು ವರ್ಣಗಳ ಜಾತಿ ವ್ಯವಸ್ಥೆ

ಎಲ್ಲಾ ಪ್ರದೇಶಗಳಲ್ಲಿಯೂ ಕೃಷಿಯ ಸಾಧ್ಯತೆಗಳಿಗನುಗುಣವಾಗಿ ರೈತರು ಮತ್ತು ಅಸ್ಪೃಶ್ಯರ ಜನಸಂಖ್ಯೆ ವ್ಯತ್ಯಸ್ತವಾಗುತ್ತದೆ. ಅಸ್ಪೃಶ್ಯ ಜನಸಮುದಾಯ ಎಲ್ಲಾ ಪ್ರದೇಶ ಗಳಲ್ಲಿಯೂ ಗಣನೀಯ ಜನಸಂಖ್ಯೆಯಲ್ಲಿ ಅಸ್ತಿತ್ವ ಪಡೆದಿದೆ, ವರ್ಣವೆಂದು ಪರಿಗಣಿತವಾಗದ, ಪಂಚಮ ವರ್ಣವೆಂದು ಕೆಲ ಕಡೆಗಳಲ್ಲಿ ಸಂಬೋಧಿಸಲ್ಪಟ್ಟ ಈ ವರ್ಣವನ್ನು, ವರ್ಣ ವ್ಯವಸ್ಥೆಯ ಅವಿಭಾಜ್ಯ ಅಂಗವಾಗಿ ಪರಿಗಣಿಸಬೇಕಾಗಿದೆ. ಅಸ್ಪೃಶ್ಯತೆಯ ಪರಿಕಲ್ಪನೆ ಮತ್ತು ಗಣನೀಯ ವಿಭಾಗದ ಜನರನ್ನು ಅಸ್ಪೃಶ್ಯರೆಂದು ಭೂ ವಂಚಿತರನ್ನಾಗಿ, ಸಾಮಾಜಿಕ-ಧಾರ್ಮಿಕ, ರಾಜಕೀಯ ಹಕ್ಕುಗಳಿಗೆ ಬಾಹ್ಯರನ್ನಾಗಿ ಪರಿಗಣಿಸಿದ್ದು ಶೂದ್ರರೆಂದು ಪರಿಗಣಿತವಾದ ಜಾತಿಗಳು ಮುಖ್ಯವಾಗಿ ಕೃಷಿಕ ಜಾತಿಗಳು ಅವರ ಮೇಲೆ ತಮ್ಮ ಹಿಡಿತವನ್ನು ಸ್ಥಾಪಿಸಲು ಅವಕಾಶ ನೀಡಿದೆ. ವರ್ಣ-ಜಾತಿ ವ್ಯವಸ್ಥೆ ಒದಗಿಸಿದ ಈ ಅವಕಾಶ ಕೃಷಿಕ ಜಾತಿಗಳು ತಮ್ಮ ಶೂದ್ರತ್ವವನ್ನು ತಾವೇ ಒಪ್ಪಿಕೊಳ್ಳಲು ಒಂದು ಮುಖ್ಯ ಕಾರಣವಾಗಿದೆ. ಹೀಗೆ ಅಸ್ಪೃಶ್ಯತೆ ವರ್ಣ-ಜಾತಿ ವ್ಯವಸ್ಥೆಯ ಒಂದು ಮುಖ್ಯ ಅಂಗವಾಗಿದೆ.

ಹೀಗೆ ಕರ್ನಾಟಕದ ಸಾಮಾಜಿಕ ರಚನೆಯಲ್ಲಿ ಚಾತುರ್ವರ್ಣ್ಯ ವ್ಯವಸ್ಥೆಯ ಭಾಗವಾಗಿದ್ದ ಎರಡು ವರ್ಣಗಳನ್ನು ಅಂದರೆ ಬ್ರಾಹ್ಮಣ ಮತ್ತು ಶೂದ್ರ ವರ್ಣಗಳನ್ನು ಸ್ಪಷ್ಟವಾಗಿ ಗುರುತಿಸಬಹುದಾಗಿದೆ. ಆರ್.ಎಸ್.ಶರ್ಮರವರ ಸಂಶೋಧನೆಯನ್ನು ಉಲ್ಲೇಖಿಸುತ್ತಾ ಸುವೀರಾ ಜಯಸ್ವಾಲ್‌ರವರು ದಕ್ಷಿಣ ಭಾರತದಲ್ಲಿ ಬ್ರಾಹ್ಮಣ ಮತ್ತು ಶೂದ್ರ ಎಂಬ ಎರಡು ವರ್ಣಗಳು ಮಾತ್ರ ಅಸ್ತಿತ್ವದಲ್ಲಿತ್ತೆಂದು ಅಭಿಪ್ರಾಯ ಪಟ್ಟಿದ್ದಾರೆ. ಇದನ್ನು ಎರಡು ವರ್ಣ ವ್ಯವಸ್ಥೆಯೆಂದು ಗುರುತಿಸುತ್ತಾರೆ.[116] ಬ್ರಾಹ್ಮಣ ಮತ್ತು ಶೂದ್ರ ವರ್ಣಗಳನ್ನು ಹೊರತುಪಡಿಸಿದರೆ ಸ್ಪಷ್ಟವಾಗಿ ಗುರುತಿಸಬಹುದಾದ ಸಮುದಾಯ ಎಂದರೆ ಅಸ್ಪೃಶ್ಯರು. ಶೂದ್ರರು ವರ್ಣ ವ್ಯವಸ್ಥೆಯ ಒಳಗಿನವರಾಗಿ ಸಾಮಾಜಿಕವಾಗಿ

ಅಸ್ಪೃಶ್ಯರಿಗಿಂತ ಮೇಲಿನ ಹಂತದವರಾಗಿದ್ದರು. ಮನುಸ್ಮೃತಿ ಮೊದಲಾದ ಧರ್ಮಶಾಸ್ತ್ರ ಮತ್ತು ಸ್ಮೃತಿ ಗ್ರಂಥಗಳಲ್ಲಿನ ಸೂಚನೆಯಂತೆ ಅಸ್ಪೃಶ್ಯರನ್ನು ಅತ್ಯಂತ ಕೆಳಸ್ತರದಲ್ಲಿ ಚಾಂಡಾಲರೆಂದು ಪರಿಗಣಿಸಿ ಊರ ಹೊರಗೆ ಇಡಲಾಗಿತ್ತು. ಶೂದ್ರ ಕೃಷಿಕರು ಕೂಡ ಅವರನ್ನು ನಿತ್ಯ ಅವಮಾನ ಮತ್ತು ಶಿಕ್ಷೆಗೆ ಗುರಿಮಾಡುತ್ತಿದ್ದರು.

ಹಿಂದೆ ವಿವರಿಸಿರುವಂತೆ ರಾಜರುಗಳು, ರಾಜವಂಶಗಳು, ಸಾಮಂತರು, ಮಾಂಡಳಿಕರು, ನಾಡಗೌಡರು, ಗ್ರಾಮಾಧಿಪತಿಗಳು ಮೊದಲಾದ ರಾಜ್ಯಾಡಳಿತದಲ್ಲಿ ನಿರತರಾದ ವಂಶಗಳು ಇದ್ದರೂ ಅವರುಗಳೆಲ್ಲ ಕ್ಷತ್ರಿಯ ವರ್ಣಕ್ಕೆ ಸೇರಿದವರಾಗಿರಲಿಲ್ಲ. ಬೆರಳೆಣಿಕೆಯ ಕೆಲವುರಾಜ, ಮಹಾರಾಜರುಗಳು ಮಾತ್ರ ಹಿರಣ್ಯ ಗರ್ಭ ಯಜ್ಞ ಮೊದಲಾದ ಶಾಸ್ತ್ರ ಬದ್ಧ ಕ್ರಮಗಳಿಂದ ಕ್ಷತ್ರಿಯರಾದರು. ಇನ್ನು ವ್ಯಾಪಾರಿಗಳ ಗಣನೀಯ ವಿಭಾಗ ಮೊದಲು ಜೈನರಾಗಿದ್ದರು. ನಂತರದ ಕಾಲದಲ್ಲಿ ಈ ವಿಭಾಗದ ಹೆಚ್ಚಿನವರು ಲಿಂಗಾಯತರಾದರು. ವೈಶ್ಯರು ದ್ವಿಜ ವರ್ಣದವರೆಂದು ತಮ್ಮನ್ನು ಹಿರಣ್ಯ ಗರ್ಭ ಯಜ್ಞಗಳ ಮೂಲಕ ಪರಿವರ್ತಿಸಿಕೊಂಡ ಉದಾಹರಣೆಗಳು ದಾಖಲಾಗಿಲ್ಲ. ಈ ವೃತ್ತಿಯನ್ನು ಅನುಸರಿಸಿದವರು ತಮ್ಮದೇ ಕುಲಮೂಲದ ದೇವತೆಗಳನ್ನು ಪೂಜಿಸುತ್ತಿದ್ದರು. ಹೋಮ ಹವನ, ಯಜ್ಞ-ಯಾಗಗಳನ್ನು ಆಚರಿಸಿದ್ದು ಕೂಡ ಕಂಡುಬರುವುದಿಲ್ಲ. ತಮ್ಮದೇ ದೇವತೆಗಳಿಗೆ ದೇವಾಲಯಗಳ ನಿರ್ಮಾಣ, ಇತರೆಲ್ಲರ ದೇವಾಲಯಗಳ ನಿರ್ಮಾಣಕ್ಕೆ ಕಾಣಿಕೆಗಳನ್ನು ಅರ್ಪಿಸಿರುವುದಕ್ಕೆ ಶಾಸನಗಳು ಪುರಾವೆ ಒದಗಿಸುತ್ತವೆ. ಈ ಶಾಸನಗಳಲ್ಲಿ ಅವರು ಗೋತ್ರಗಳಿಂದ ಗುರುತಿಸಲ್ಪಡುವುದು ಕಂಡುಬಂದಿಲ್ಲ.

ಆದ್ದರಿಂದ ಕರ್ನಾಟಕದಲ್ಲಿ ವರ್ಣ ವ್ಯವಸ್ಥೆ ಮೇಲೆ ಉಲ್ಲೇಖಿಸಲಾದ ಮುಖ್ಯ ವಿಚಾರಗಳನ್ನು ಒಳಗೊಂಡಿದ್ದರೂ ಅದರ ಮೂಲ ಚಾತುರ್ವರ್ಣ್ಯ ರೂಪಕ್ಕನುಗುಣವಾಗಿ ಅಸ್ತಿತ್ವ ಪಡೆಯಲೇ ಇಲ್ಲ. ಆರಂಭದಲ್ಲಿ ಬ್ರಾಹ್ಮಣ ವರ್ಣ ಮತ್ತು ಶೂದ್ರ ವರ್ಣವೆಂದು ಅವರು ಪರಿಗಣಿಸಿದ ಹಲವಾರು ಬುಡಕಟ್ಟುಗಳು ಮತ್ತು ಕೃಷಿಕ ಕುಲಗಳು ಮಾತ್ರವೇ ಇಲ್ಲಿನ ವರ್ಣ ಬದ್ಧ ಸಾಮಾಜಿಕ ರಚನೆಯ ತಿರುಳಾಗಿದೆ. ಕೃಷಿಯ ವಿಸ್ತರಣೆ, ರಾಜ್ಯಗಳ ಸ್ಥಾಪನೆಯ ಸಂದರ್ಭದಲ್ಲಿ ಬುಡಕಟ್ಟು ಮತ್ತು ಕುಲಗಳು ಶೂದ್ರ ಮತ್ತು ಅಸ್ಪೃಶ್ಯವರ್ಣವಾಗಿ ವಿಭಜನೆಗೊಳಪಟ್ಟವು ಮತ್ತು ಅಸ್ಪೃಶ್ಯ ಸಮುದಾಯವು ಹಲವು ಪಟ್ಟು ವೃದ್ಧಿಸಿತು. ಹೀಗೆ ಚಾತುರ್ವರ್ಣ್ಯದೊಳಗಿನ ಎರಡು ಹಾಗೂ ಹೊರಗಿನ ಅಸ್ಪೃಶ್ಯ ವರ್ಣ ಸೇರಿದಂತೆ ಕರ್ನಾಟಕದಲ್ಲಿ ಮೂರು ವರ್ಣದ ವ್ಯವಸ್ಥೆ ರೂಪುಗೊಂಡದ್ದನ್ನು ಕಾಣಬಹುದು. ಬ್ರಾಹ್ಮಣ ವರ್ಣವೂ ಸೇರಿದಂತೆ ಈ ಮೂರೂ ವರ್ಣಗಳ ಒಳಗೆ ವಿವಿಧ ಕಾಲಘಟ್ಟದಲ್ಲಿ ಒಳಗೊಂಡ ವಿವಿಧ ಸಮುದಾಯಗಳು ಜಾತಿಗಳಾಗಿ ರೂಪುಗೊಂಡವು.

ಶೂದ್ರರಲ್ಲಿಯೇ ಎರಡು ಸ್ತರಗಳು ರೂಪುಗೊಂಡಿವೆ ಎಂದು ಭಾರತದ ಹಲವು ವಿದ್ವಾಂಸರು ವಿವರಿಸಿದ್ದಾರೆ. ರಾಜ್ಯಾಧಿಕಾರಿಗಳಾದ ಒಂದು ವರ್ಗ ಮತ್ತು ಕೆಳಜಾತಿಗಳ ಮತ್ತೊಂದು ವರ್ಗ. ಸತ್ ಶೂದ್ರ ಮತ್ತು ಅಸತ್ ಶೂದ್ರರೆಂದು ಈ ಸ್ತರಗಳನ್ನು ಭಾರತದ ಹಲವೆಡೆ ಗುರುತಿಸಲಾಗಿದೆ. ಕರ್ನಾಟಕದ ಶೂದ್ರರನ್ನು ಹೀಗೆ

ಎರಡು ಗುಂಪುಗಳನ್ನಾಗಿ ವಿಂಗಡಿಸಿರುವುದು ಶಾಸನಗಳು, ಸಾಹಿತ್ಯದ ಆಕರಗಳು ಮೊದಲಾದವು ಗಳಲ್ಲಿ ಕಂಡುಬಂದಿಲ್ಲ. ಆದರೆ ರಾಜವಂಶಗಳವರು, ಸಾಮಂತರು, ಕಿರುರಾಜವಂಶಗಳು, ಮಂಡಲಾಧಿಪತಿ, ವಿಷಯಾಧಿಪತಿ ಮೊದಲಾದ ಮಧ್ಯಮ ಅಧಿಕಾರಿಗಳು, ಗ್ರಾಮಗಳ ಪ್ರಭುಗಾವುಂಡರುಗಳು ಪ್ರಭುತ್ವದ ಅಧಿಕಾರವನ್ನು ಹಂಚಿಕೊಂಡಿದ್ದರು. ಇವರುಗಳಲ್ಲಿ ಕೆಲ ಬ್ರಾಹ್ಮಣರು ಬಿಟ್ಟರೆ ಉಳಿದವರೆಲ್ಲಾ ಶೂದ್ರರೇ ಆಗಿದ್ದರು. ಈ ಅಧಿಕಾರಿಗಳಿಗೆ ಉಳಿದ ಸ್ವತಂತ್ರ ಮತ್ತು ಗೇಣಿದಾರ ರೈತರು, ಕುಶಲಕರ್ಮಿಗಳು ಮೊದಲಾದ ಕೆಳ ಶೂದ್ರ ಜಾತಿಗಳು ಸೇವೆ ಸಲ್ಲಿಸಬೇಕಾಗಿತ್ತು. ಹೀಗೆ ಎರಡು ಸ್ತರವನ್ನು ಗುರುತಿಸಬಹುದು. ಆದರೆ ಧಾರ್ಮಿಕ ಅಧಿಕಾರ, ಮಡಿ, ಮೈಲಿಗೆ ಮೊದಲಾದ ವರ್ಣ ವ್ಯವಸ್ಥೆಯ ಸ್ಥಾನ ಗಳಿಗನುಗುಣವಾಗಿ ಈ ಎರಡು ಸ್ತರಗಳೂ ಶೂದ್ರ ವರ್ಣದವರೇ ಆಗಿದ್ದರು. ಮೂರು ವರ್ಣಗಳ ಒಳಗೇ, ವರ್ಣ ವ್ಯವಸ್ಥೆಯ ಮೂಲಾಂಶಗಳನ್ನು ಆಧರಿಸಿ ಜಾತಿ ವ್ಯವಸ್ಥೆ ರೂಪುಗೊಂಡಿದೆ. ಇದನ್ನು ವರ್ಣ–ಜಾತಿ ವ್ಯವಸ್ಥೆಯೆಂದು ಈ ಪ್ರಬಂಧಧಲ್ಲಿ ವಿವರಿಸ ಲಾಗಿದೆ.

ಚಾತುರ್ವರ್ಣ್ಯದ ಎರಡೇ ವರ್ಣಗಳು ಸ್ಪಷ್ಟವಾಗಿ ಅಸ್ತಿತ್ವಕ್ಕೆ ಬಂದಿವೆ ಎಂದ ಮಾತ್ರಕ್ಕೆ ಚಿದಾನಂದ ಮೂರ್ತಿಯವರು ಹೇಳುವಂತೆ 'ವರ್ಣ ವ್ಯವಸ್ಥೆಯು ಕುಸಿದು ಹೋಗಿದ್ದಿತು' ಎಂದಲ್ಲ.[117] ಇನ್ನು ಶೆಟ್ಟರ್ ಅವರು ಮೊದಲ ಸಹಸ್ರಮಾನದ ಕನ್ನಡ ಶಾಸನಗಳಲ್ಲಿ ಈ ಬಗ್ಗೆ ಆಕರಗಳು ದೊರಕಿಲ್ಲ ಎಂದ ಮಾತ್ರಕ್ಕೆ 'ವರ್ಣ ವ್ಯವಸ್ಥೆಯು ಗ್ರಾಂಥಿಕ ಜ್ಞಾನವೋ ಅಥವ ವಾಸ್ತವ ವ್ಯವಸ್ಥೆಯೋ ಎಂಬ ಭೂತಾಕಾರದ ಪ್ರಶ್ನೆ' ಎಂದು ಅನುಮಾನ ವ್ಯಕ್ತಪಡಿಸುವುದು ಅದಕ್ಕೆ ಸಂಬಂಧಿಸಿದ ಉಳಿದೆಲ್ಲಾ ಐತಿಹಾಸಿಕ ಸಂಗತಿಗಳನ್ನು ಕಡೆಗಣಿಸಿದಂತಾಗುತ್ತದೆ.

ಎಲ್ಲಕ್ಕಿಂತ ಮುಖ್ಯವಾಗಿ ಇಂದೂ ನಮ್ಮ ಕಣ್ಣೆದುರಿನಲ್ಲಿರುವ ಜಾತಿ–ಉಪಜಾತಿಗಳ ಸಾಮಾಜಿಕ ರಚನೆಯ ನಿರಾಕರಿಸಲಾಗದ ವಾಸ್ತವವೇ ವರ್ಣ–ಜಾತಿ ವ್ಯವಸ್ಥೆಯ ಅಸ್ತಿತ್ವಕ್ಕೆ ಬಲವಾದ ಆಧಾರವಾಗಿದೆ. ಇಂದು ಕಾಣುತ್ತಿರುವ ವಿವಿಧ ಜಾತಿ–ಉಪಜಾತಿಗಳು, ಅವುಗಳ ನಡುವಣ ಸಂಬಂಧಗಳನ್ನು ವಿಸ್ತೃತ ಅಧ್ಯಯನಕ್ಕೊಳಪಡಿಸಬೇಕು. ನಂತರ ಕಾಲಯಾನದಲ್ಲಿ ಹಿಂದಕ್ಕೆ ಸಾಗುತ್ತ ವಿವಿಧ ಕಾಲಘಟ್ಟದಲ್ಲಿ ಈ ಜಾತಿ–ಉಪಜಾತಿಗಳು ತಳೆದ ಸ್ವರೂಪವನ್ನು ಅಧ್ಯಯನ ಮಾಡುತ್ತಾ ಕೊನೆಗೆ ಈ ರಚನೆಗಳ ಉಗಮದ ಬಗೆಗೆ ಶೋಧಿಸುವುದು, ಕರ್ನಾಟಕದ ಸಾಮಾಜಿಕ ಇತಿಹಾಸದಲ್ಲಿ ಅದರ ಬೇರುಗಳನ್ನು ಅಗೆದು ಬಿಡಿಸುತ್ತಾ ಹೋಗುವುದೊಂದೇ ಈ ಎಲ್ಲಾ ಭೂತಾಕಾರದ ಅನುಮಾನಗಳಿಗೆ ಪರಿಹಾರ. ಸಾಮಾಜಿಕ ಬೆಳವಣಿಗೆಯ ಎಲ್ಲ ಅಂಶ ಮತ್ತು ಆಯಾಮಗಳನ್ನು ಸಮಗ್ರವಾಗಿ ಪರಿಗಣಿಸುವ, ಅವುಗಳ ಅಂತರ್‌ಸಂಬಂಧಗಳನ್ನು ಬೆದಕುವ ವೈಜ್ಞಾನಿಕ ವಿಧಾನ ಮಾತ್ರ ಇವುಗಳಿಗೆ ಉತ್ತರ ನೀಡಬಲ್ಲದು.

ವರ್ಣ–ಜಾತಿ ವ್ಯವಸ್ಥೆಯ ಅಸ್ತಿತ್ವ ಅನಾದಿಯಲ್ಲ. ಕರ್ನಾಟಕದಲ್ಲಿ ಅದು ಇತಿಹಾಸದ ಒಂದು ಕಾಲಘಟ್ಟದಲ್ಲಿ ಇಲ್ಲಿಯ ಸಾಮಾಜಿಕ ಪ್ರಕ್ರಿಯೆಗಳು ಹಾಗೂ ಹೊರಗಿನ

ಪ್ರಭಾವಗಳ ಸಮ್ಮಿಲನದೊಂದಿಗೆ ಅಸ್ತಿತ್ವಕ್ಕೆ ಬಂದಿದೆ ಎಂಬುದನ್ನು ಸರಿಸುಮಾರು ಎಲ್ಲ ಇತಿಹಾಸಕಾರರೂ ಒಪ್ಪುತ್ತಾರೆ. ಆದರೆ ಆ ಪ್ರಕ್ರಿಯೆಯ ಬಗ್ಗೆ ಯಾವುದೇ ತೀರ್ಮಾನಗಳಿಗೆ ನೆಗೆಯುವ ಮೊದಲು ಕೂಲಂಕಶವಾಗಿ, ಹಂತಹಂತವಾಗಿ ಈ ವ್ಯವಸ್ಥೆಯ ಬೆಳವಣಿಗೆಯ ಘಟ್ಟಗಳನ್ನು ಪರಿಶೀಲಿಸಬೇಕು. ಕರ್ನಾಟಕದಲ್ಲಿನ ವರ್ಣ-ಜಾತಿ ವ್ಯವಸ್ಥೆಯ ಬಗ್ಗೆ ಎರಡು ವಾದಗಳನ್ನು ಕಾಣಬಹುದು. ಈ ಎರಡೂ ರೀತಿಯ ವಾದಗಳಿಗೂ ಸಾಮಾನ್ಯವಾಗಿರುವ ಒಂದು ಮುಖ್ಯ ಕೊರತೆ ವರ್ಣ ವ್ಯವಸ್ಥೆ ಎಂದರೆ ಚಾತುರ್ವರ್ಣ ವ್ಯವಸ್ಥೆ ಎಂದೇ ಪರಿಭಾವಿಸಿರುವುದು.

ಕರ್ನಾಟಕದ ಬಹುಪಾಲು ಇತಿಹಾಸಕಾರರು ವರ್ಣ ವ್ಯವಸ್ಥೆಯನ್ನು ಚಾತುರ್ವರ್ಣ್ಯ ವ್ಯವಸ್ಥೆ ಎಂದೇ ಪರಿಗಣಿಸಿ ಗಂಗಾ ನದಿ ಬಯಲಿನಲ್ಲಿ ಅಸ್ತಿತ್ವಕ್ಕೆ ಬಂದಂತೆ ತನ್ನ ಪೂರ್ಣ ಸ್ವರೂಪದಲ್ಲಿ ಕರ್ನಾಟಕದಲ್ಲಿಯೂ ಅಸ್ತಿತ್ವದಲ್ಲಿದೆ ಎಂದೇ ವಾಖ್ಯಾನಿಸಿದ್ದಾರೆ. ಭಿನ್ನ ಅಭಿಪ್ರಾಯ ಹೊಂದಿದವರು ಇಲ್ಲಿ ವರ್ಣ ವ್ಯವಸ್ಥೆ ಚಾತುರ್ವರ್ಣ್ಯ ವ್ಯವಸ್ಥೆಯಾಗಿ ಅಸ್ತಿತ್ವ ಪಡೆದುಕೊಂಡಿಲ್ಲ. ಆದ್ದರಿಂದ ವೈದಿಕ ಗ್ರಂಥಗಳಲ್ಲಿ ಉಲ್ಲೇಖಿಸಿದಂತೆ ವರ್ಣ ವ್ಯವಸ್ಥೆ ಕರ್ನಾಟಕದಲ್ಲಿ ಅಸ್ತಿತ್ವಕ್ಕೆ ಬಂದೇ ಇಲ್ಲ ಅಥವಾ ಕುಸಿದು ಬಿದ್ದಿದೆ ಎಂಬ ಅಭಿಪ್ರಾಯ ವ್ಯಕ್ತಪಡಿಸಿದ್ದಾರೆ. ಮತ್ತೊಂದು ಮುಖ್ಯ ಕೊರತೆ ವರ್ಣ ವ್ಯವಸ್ಥೆ ಮತ್ತು ಜಾತಿ ವ್ಯವಸ್ಥೆಯ ನಡುವಣ ಸಂಬಂಧಗಳ ನಡುವಣ ಸಂಬಂಧದ ಕಠಿಣ ಪ್ರಶ್ನೆಯನ್ನು ಬಿಡಿಸುವುದರಲ್ಲಿದೆ. ಇತಿಹಾಸಕಾರರ ಪ್ರಧಾನ ಧಾರೆಯ ಪ್ರಯತ್ನ ಇಲ್ಲಿಯ ಅಸಂಖ್ಯ ಜಾತಿಗಳನ್ನು ವೃತ್ತಿಗಳ ಆಧಾರದ ಮೇಲೆ ನಾಲ್ಕು ವಿಭಾಗ ಮಾಡಿ ವರ್ಣ ವ್ಯವಸ್ಥೆಯ ಚೌಕಟ್ಟಿನೊಳಗೆ ಕೂಡಿಸುವಲ್ಲಿ (ತುರುಕುವಲ್ಲಿ ಎಂದೂ ಹೇಳಬಹುದು) ಕಂಡುಬರುವುದು. ಈ ಅವೈಜ್ಞಾನಿಕ ವಿವರಣೆ ಜಾತಿ ವ್ಯವಸ್ಥೆಯ ವಿಶಿಷ್ಟತೆಯನ್ನು ಮತ್ತು ಲಕ್ಷಣಗಳನ್ನು ಗೌಣಗೊಳಿಸುವುದು. ಅದೇ ಸಮಯದಲ್ಲಿ ಸೂರ್ಯನಾಥ ಕಾಮತ್, ಚಿದಾನಂದ ಮೂರ್ತಿ ಮೊದಲಾದವರು ಜಾತಿ ವ್ಯವಸ್ಥೆಯನ್ನು ಪ್ರಧಾನವಾಗಿಸಿ ವರ್ಣ ವ್ಯವಸ್ಥೆಯ ಪಾತ್ರವನ್ನು ಹಾಗೂ ಅದು ಇಲ್ಲಿ ಅಸ್ತಿತ್ವಕ್ಕೆ ಬಂದ ನಿರ್ದಿಷ್ಟ ರೂಪ, ಕಾರಣಗಳು ಮತ್ತು ರೀತಿಯನ್ನು ಗೌಣಗೊಳಿಸಿದ್ದಾರೆ. ಚಿದಾನಂದ ಮೂರ್ತಿಯವರು ಶಾಸನಗಳಲ್ಲಿ ಮತ್ತು ಸಾಹಿತ್ಯದಲ್ಲಿ ಆಗಾಗ್ಗೆ ಕಂಡ ಹದಿನೆಂಟು ಜಾತಿ ಎಂಬ ಸಾಮಾಜಿಕ ರಚನೆಗೆ ಹೆಚ್ಚು ಒತ್ತು ನೀಡಿದ್ದಾರೆ. ಈ ಅಧ್ಯಯನಕಾರರು, ಮೇಲೆ ವಿಶದವಾಗಿ ವಿವರಿಸಿರುವಂತೆ ವರ್ಣ ವ್ಯವಸ್ಥೆಯ ಬಗ್ಗೆ ಅಸಂಖ್ಯ ರೀತಿಯ ವಿವರಣೆಗಳು ಜೈನ ಪುರಾಣ ಹಾಗೂ ಸಾಹಿತ್ಯದಲ್ಲಿ, ವೈದ್ಯಶಾಸ್ತ್ರ, ಕುದುರೆ, ಪಾರಿವಾಳಗಳಲ್ಲಿಯೂ, ವಾಸ್ತು ಶಾಸ್ತ್ರಗಳಲ್ಲಿಯೂ ವರ್ಣ ವಿಂಗಡಣೆ ಮಾಡುವ ಪ್ರಯತ್ನಗಳನ್ನು ಅವಗಣನೆ ಮಾಡಿರುವುದು ಸ್ಪಷ್ಟವಾಗುತ್ತದೆ.

ಈ ಎರಡೂ ವಾದಗಳೂ ಒಂದೊಂದು ಮಗ್ಗುಲಿಗೆ ಮಾತ್ರ ಪ್ರಾಮುಖ್ಯತೆ ನೀಡಿವೆ. ಆದರೆ ಕರ್ನಾಟಕದಲ್ಲಿ ಅಸ್ತಿತ್ವ ಪಡೆದ ಸಾಮಾಜಿಕ ರಚನೆ ಈ ಎರಡರ ಅಂಶಗಳನ್ನೂ

ಬೆಸೆದುಕೊಂಡಿರುವ ವ್ಯವಸ್ಥೆಯಾಗಿದೆ. ವೃತ್ತಿಗಳ ಮೇಲು ಕೀಳು ಸ್ತರೀಕರಣ, ಹುಟ್ಟಿನೊಂದಿಗೆ ವೃತ್ತಿ ಮತ್ತು ಮೇಲುಕೀಳುಗಳ ನಿರ್ಧಾರ, ವರ್ಣದೊಳಗಡೆಯೇ ವಿವಾಹ ಎಂಬ ವರ್ಣ ವ್ಯವಸ್ಥೆಯ ಪದ್ಧತಿಯನ್ನು ಬುಡಕಟ್ಟು/ಕುಲ ಮೂಲದ ಒಳ ವಿವಾಹ ಪದ್ಧತಿ ಮತ್ತಿತರ ಪದ್ಧತಿಗಳೊಂದಿಗೆ ಸೇರ್ಪಡೆಗೊಳಿಸಿ ಬೆರೆಸಲಾಗಿದೆ. ವರ್ಣ–ಜಾತಿ ಸಂಕರವೆಂಬದು ಅತ್ಯಂತ ದೊಡ್ಡ ಅಪಾಯವೆಂದು ಬಿಂಬಿಸಿ ಈ ವ್ಯವಸ್ಥೆಯನ್ನು ಸಂರಕ್ಷಿಸಿಕೊಳ್ಳಲು ನಡೆದ/ನಡೆಯುತ್ತಿರುವ ನಿರಂತರ ಪ್ರಯತ್ನಗಳು ಈ ವಿಚಾರಗಳು ಇಂದೂ ಪಡೆದಿರುವ ಅಸ್ತಿತ್ವ ಮತ್ತು ಪ್ರಾಮುಖ್ಯತೆಗೆ ಪ್ರಧಾನ ಪುರಾವೆಯಾಗಿದೆ. ಈ ಹಲವು ಅಂಶಗಳು ಜಾತಿ ವ್ಯವಸ್ಥೆಯ ನಿರ್ಧಾರಕ ಅಂಶಗಳೂ ಆಗಿವೆ. ಜೊತೆಗೆ ನಿರಂತರವಾಗಿ ವರ್ಣ ವ್ಯವಸ್ಥೆಯ ಕಟ್ಟು ಕಟ್ಟಲೆಗಳನ್ನು ಪುನರ್ ರೂಪಿಸುತ್ತಾ, ಅದರ ಮುಖ್ಯ ಅಂಶಗಳನ್ನು ಜನಮನದಲ್ಲಿ ಬೇರೂರಿಸಲು ಹೊಸ ವಿಧಾನಗಳನ್ನು ಕಂಡುಕೊಳ್ಳುವ, ಹೊಸ ಪುರಾಣಗಳನ್ನು ರಚಿಸುವ ಮೂಲಕವೂ ಜಾತಿ ವ್ಯವಸ್ಥೆಯನ್ನು ದೃಢಗೊಳಿಸಿದೆ.

ಅದೇ ಸಮಯದಲ್ಲಿ ಜಾತಿ ಪದ್ಧತಿಯು ಬ್ರಾಹ್ಮಣ ವರ್ಣವೂ ಸೇರಿದಂತೆ ಮೂರೂ ವರ್ಣಗಳಲ್ಲೂ ಕುಲ ಮೂಲದ ದೇವತೆಗಳನ್ನು ಪೂಜಿಸಲು, ಕುಲದ ಪದ್ಧತಿಗಳನ್ನು, ಆಚರಣೆಗಳನ್ನು ಪಾಲಿಸಲು ತನ್ನದೇ ಆದ ಒಳ ಆಡಳಿತದ ರಚನೆಗಳನ್ನು ಉಳಿಸಿಕೊಳ್ಳಲು ಅವಕಾಶ ನೀಡುವ ಅರೆ ಸ್ವಾಯತ್ತ ವ್ಯವಸ್ಥೆಯಾಗಿದೆ. ಆದ್ದರಿಂದ ಇದು ಕೇವಲ ಸಾಮಾಜಿಕ ವ್ಯವಸ್ಥೆ ಮಾತ್ರವಾಗಿರದೆ ಗ್ರಾಮ ಮತ್ತು ನಗರಗಳ ಆಡಳಿತದಲ್ಲಿ, ಆ ಮೂಲಕ ಹಳ್ಳಿಗಳ ಕಟ್ಟೆ ಪಂಚಾಯತಿಗಳ ಮೂಲಕ ರಾಜ್ಯಾಡಳಿತದಲ್ಲಿ ಗಣನೀಯ ಪಾತ್ರ ವಹಿಸುವ, ಜನ ಸಮುದಾಯವನ್ನು ನಿಯಂತ್ರಣದಲ್ಲಿಡಲು ಬಹಳ ಉಪಯುಕ್ತವಾದ ವ್ಯವಸ್ಥೆಯಾಗಿ ಬಳಸಿಕೊಳ್ಳಲು ಈ ಅರೆ ಸ್ವಾಯತ್ತತೆ ಅನುವು ಮಾಡಿಕೊಟ್ಟಿದೆ. ಹೀಗೆ ಬುಡಕಟ್ಟು ಹಾಗೂ ಕುಲಗಳ ಆಚರಣೆ, ನಂಬಿಕೆ ಹಾಗೂ ಪದ್ಧತಿಗಳ ಮೇಲೆ ವರ್ಣ ವ್ಯವಸ್ಥೆಯ ಮೇಲು ಕೀಳು ಭೇದ ಮೊದಲಾದ ಅಂಶಗಳನ್ನು ರಾಜಪ್ರಭುತ್ವದ ಬೆಂಬಲದಿಂದ ಹೇರಿದ್ದರಿಂದ ವರ್ಣ–ಜಾತಿ ವ್ಯವಸ್ಥೆ ರೂಪುಗೊಂಡಿದೆ. ಇದು ಒಂದು ಕಡೆ ಪ್ರಭುತ್ವ ವ್ಯವಸ್ಥೆಗೆ ಜನ ಸಮುದಾಯಗಳನ್ನು ಅಧೀನವಾಗಿಸಿ ಆಳುವ ಜನರ ಸಂಪತ್ತನ್ನು ವೃದ್ಧಿಸಲು ಆಧಾರ ಸ್ತಂಭವಾಗುವ ಸಾಧ್ಯತೆ ಮತ್ತೊಂದು ಕಡೆ ದೇಶಾದ್ಯಂತ ವಿಸ್ತಾರಗೊಳ್ಳುವ ಸಾಮರ್ಥ್ಯ ಎರಡನ್ನೂ ಪಡೆದ ಮೂರು ವರ್ಣದ ಸಾಮಾಜಿಕ–ಧಾರ್ಮಿಕ–ರಾಜಕೀಯ ರಚನೆಯಾಗಿ ರೂಪುಗೊಂಡಿದೆ. ಪ್ರಾದೇಶಿಕ ವೈವಿಧ್ಯತೆಗಳಿಗೆ ಅನುಗುಣವಾಗಿ ಕರ್ನಾಟಕದಲ್ಲಿ ವರ್ಣ–ಜಾತಿ ವ್ಯವಸ್ಥೆಯ ರಚನೆಯಲ್ಲಿಯೂ ವೈವಿಧ್ಯತೆಯನ್ನು ಕಾಣಬಹುದಾಗಿದೆ. ಆದರೆ ಅವೆಲ್ಲದರ ಮೂಲದ ಮೇಲು ಕೀಳು ವಿಚಾರಗಳ ತಿರುಳು ಒಂದೇ ಆಗಿವೆ. ಆದ್ದರಿಂದ ಸಾವಿರಾರು ವರ್ಷಗಳ ಕಾಲದ ಸಾಮಾಜಿಕ ಬದಲಾವಣೆಗಳನ್ನು ತನ್ನೊಳಗೆ ಅಂತರ್ಗತ ಗೊಳಿಸಿಕೊಳ್ಳುವ

ಹಿಗ್ಗುವಿಕೆಯ ಸಾಮರ್ಥ್ಯವನ್ನೂ, ಅದೇ ಕಾಲಕ್ಕೆ ಮೂಲ ತಿರುಳಿಗೆ ದಕ್ಕೆ ಬಾರದಂತೆ ಕಾಯ್ದುಕೊಳ್ಳುವ ಕಂದಾಚಾರದ ಕಟ್ಟಲೆಗಳನ್ನೂ ಉಳಿಸಿಕೊಂಡಿದೆ.

ಮುಂದುವರಿಯಬೇಕಾದ ಅಧ್ಯಯನ

ಈ ಅಧ್ಯಯನ ಕರ್ನಾಟಕದಲ್ಲಿ ವರ್ಣ-ಜಾತಿ ವ್ಯವಸ್ಥೆ ಅಸ್ತಿತ್ವಕ್ಕೆ ಬಂದ ಮತ್ತು ದೃಢಗೊಂಡ ಹಂತವನ್ನು ಮಾತ್ರ ಒಳಗೊಂಡಿದೆ. ಈ ಹಂತದ ಕರ್ನಾಟಕದ ಸಾಮಾಜಿಕ ರಚನೆಯ ಸಮಗ್ರ ತಿಳಿವಳಿಕೆಗಾಗಿ ಹಲವು ಆಯಾಮಗಳ ಅಧ್ಯಯನಗಳನ್ನು ಕೈಗೊಳ್ಳಬೇಕಾಗಿದೆ. ಈ ಬಗ್ಗೆ ಈ ಪ್ರಬಂಧದ ಒಡಲಿನಲ್ಲಿಯೇ ಆಯಾ ಸಂದರ್ಭದಲ್ಲಿ ಅಭಿಪ್ರಾಯಗಳನ್ನು ವ್ಯಕ್ತಪಡಿಸಲಾಗಿದೆ. ಇಲ್ಲಿ ರೂಪುಗೊಂಡ ಮೂರು ವರ್ಣಗಳ ವ್ಯವಸ್ಥೆಯಲ್ಲಿ ಈ ಮೂರು ವರ್ಣಗಳ ಸಾಮಾಜಿಕ, ಆರ್ಥಿಕ, ರಾಜಕೀಯ ಪಾತ್ರ, ಈ ವರ್ಣಗಳ ನಡುವಣ ಭಿನ್ನತೆಗಳು ಮತ್ತು ಸಂಬಂಧಗಳ ಸ್ವರೂಪಗಳ ಬಗ್ಗೆ ಅಧ್ಯಯನಗಳನ್ನು ಕೈಗೊಳ್ಳಬೇಕಾಗಿದೆ. ಬುಡಕಟ್ಟು ದೇವತೆಗಳು, ಕುಲ ದೇವತೆಗಳು, ಮನೆ ದೇವರುಗಳು ಅವುಗಳಿಗೆ ಸಂಬಂಧಿಸಿದ ಆಚರಣೆಗಳು, ಇವುಗಳ ಮೂಲಕ ವಿವಿಧ ಜಾತಿಗಳು ಒಳಕೊಂಡ ಕುಲ/ಬುಡಕಟ್ಟುಗಳ ಬಗ್ಗೆ ಅಧ್ಯಯನಗಳನ್ನು ಕೈಗೊಳ್ಳಬೇಕಾಗಿದೆ. ಅಸ್ಪೃಶ್ಯತೆ ರೂಪುಗೊಳ್ಳಲು ಕಾರಣವಾದ ಪ್ರಕ್ರಿಯೆಯನ್ನು ಹಾಗೂ ಸಾಮಾಜಿಕ ರಚನೆಯ ಹಿನ್ನೆಲೆಯನ್ನು ಪ್ರತ್ಯೇಕವಾಗಿ ವಿವರವಾದ ಪರಿಶೀಲನೆಗೆ ಒಳಪಡಿಸಬೇಕಾಗಿದೆ. ಅಂತಹ ಶೋಧವಿಲ್ಲದೆ ವರ್ಣ-ಜಾತಿ ವ್ಯವಸ್ಥೆಯ ಅಧ್ಯಯನ ಅಪೂರ್ಣ. ಇದು ಇಡೀ ಸಮಾಜ ರಚನೆಯನ್ನು ಅದರ ವಿವಿಧ ಆಯಾಮಗಳೊಡನೆ ಅನಾವರಣಗೊಳಿಸಲಿದೆ.

ಇತಿಹಾಸಪೂರ್ವ ಕಾಲ ಮತ್ತು ಮೊದಲ ರಾಜಪ್ರಭುತ್ವಗಳ ಕಾಲಘಟ್ಟದ ನಂತರದ ಆಡಳಿತಗಳಲ್ಲಿ ವರ್ಣ-ಜಾತಿ ವ್ಯವಸ್ಥೆಯಲ್ಲುಂಟಾದ ಬದಲಾವಣೆಗಳು, ಈ ವ್ಯವಸ್ಥೆಯ ವಿರುದ್ಧವಾಗಿ ಎದ್ದ ದನಿಗಳು, ಧಾರ್ಮಿಕ ರೂಪದ ವಚನ ಚಳುವಳಿ, ಅದ್ವೈತ, ದ್ವೈತ, ವಿಶಿಷ್ಟಾದ್ವೈತ ಮೊದಲಾದ ವೇದಾಂತದ ವಿವಿಧ ಪಂಥಗಳು, ದಾಸ ಪಂಥ ಮೊದಲಾದ ಬೆಳವಣಿಗೆಗಳ ಪರಿಣಾಮವನ್ನು ವಿಶ್ಲೇಷಿಸಬೇಕಾಗಿದೆ. ಆಧುನಿಕ ಕಾಲಘಟ್ಟದ ಕೈಗಾರಿಕೆಗಳು, ಶಿಕ್ಷಣ ಸಂಸ್ಥೆಗಳು, ಪ್ರಜಾಪ್ರಭುತ್ವ ವ್ಯವಸ್ಥೆಯ ಸಮಾನತೆಯ ವೈಚಾರಿಕತೆಯ ಗಂಭೀರ ಸವಾಲುಗಳನ್ನೂ ಎದುರಿಸಿ ಅಸ್ತಿತ್ವವನ್ನು ಉಳಿಸಿಕೊಂಡಿರುವ ರೀತಿಯ ಬಗ್ಗೆ, ಹಾಗೂ ಪ್ರಜಾಪ್ರಭುತ್ವದ ಆಧಾರಭೂತ ತತ್ವಗಳಾದ ಸಮಾನತೆ, ಸೋದರತ್ವಗಳು ಜನಮಾನಸದಲ್ಲಿ ನೆಲೆಗೊಳ್ಳಲು ಅಡ್ಡಿಯಾಗಿರುವ ಬಗ್ಗೆ, ಜಾತೀವಾದವೆಂಬ ರಾಜಕೀಯ ರೂಪ ತಳೆದು ಪ್ರಜಾಪ್ರಭುತ್ವವನ್ನು ವಿರೂಪಗೊಳಿಸುತ್ತಿರುವ ಬಗ್ಗೆ ಅಧ್ಯಯನ ಕೈಗೊಳ್ಳಬೇಕಾಗಿದೆ. ಭಾರತದಲ್ಲಿ ಅಸ್ತಿತ್ವದಲ್ಲಿರುವ ಪ್ರಜಾಪ್ರಭುತ್ವ ಉಳಿಯಲು ಮತ್ತು ನೈಜ ಪ್ರಜಾಪ್ರಭುತ್ವವಾಗಿ ಅರಳಲು ಈ ಅಧ್ಯಯನಗಳು ಮೂಡಿಸಬಹುದಾದ ಅರಿವು ಅತ್ಯಾವಶ್ಯಕ.

ಅಡಿ ಟಿಪ್ಪಣಿಗಳು

1 ಈ ದಿಶೆಯಲ್ಲಿ ಕೆಲವು ಪ್ರಮುಖ ಅಧ್ಯಯನಗಳೆಂದರೆ., ಡಿ.ಡಿ.ಕೊಸಾಂಬಿ, 2011, ಪ್ರಾಚೀನ ಭಾರತದ ಸಂಸ್ಕೃತಿ ಮತ್ತು ನಾಗರೀಕತೆ, ಚಿಂತನ ಪುಸ್ತಕ, ಪುಟ.265–267; R. C. Hajra, 1987, Studiesin Puranic Records an Hindu rites and customs, ಇಡೀ ಪುಸ್ತಕ ನೋಡಿ. Introduction; Romila Thapar, 2002, Early India From the Origin to 1300, Penguin Books, Pp.275-278; ಎಸ್. ನಾಗರಾಜು., 1975, ಧರ್ಮ, ಸಮಾಜ ಕನ್ನಡ ಸಾಹಿತ್ಯ ಚರಿತ್ರೆ,. ಮೈಸೂರು ವಿಶ್ವವಿದ್ಯಾಲಯ, ಪುಟ.361–363 ಮುಂತಾದವು.

2 ಕೆ.ಸಂಪದ್ಗಿರಿರಾವ್., 1992, "ವೈಷ್ಣವ ಧರ್ಮ", ಕರ್ನಾಟಕ ಪರಂಪರೆ ಸಂಪುಟ 1, ಕರ್ನಾಟಕ ಸರ್ಕಾರ, ಪುಟ. 190; Bairabhiprasad Sahu, 2016, Society and Culture in post Mauryan India, Colombia Press, P.27.

3 D.D Kosambi, 1962, Myth and reality ಇಡೀ ಪುಸ್ತಕವೆ ಈ ವಿಚಾರದ ಪ್ರಮುಖ ಆಕರ. ನಿರ್ದಿಷ್ಟವಾಗಿ ಈ 2 ರಿಂದ 11 ಮತ್ತು 20 ರಿಂದ 33ರವರೆಗಿನ ಪುಟಗಳನ್ನು ಉಲ್ಲೇಖಿಸಬಹುದು. ಅವರದೇ, ಇನ್ನಿತರ ಕೃತಿಗಳಾದ ಪ್ರಾಚೀನ ಭಾರತದ ಸಂಸ್ಕೃತಿ ಮತ್ತು ನಾಗರಿಕತೆ–ಚಾರಿತ್ರಿಕ ರೂಪುರೇಷೆಯ (2011) ಪುಟ.184–193 ಮತ್ತು 262–276; An Introduction to the study of Indian History (1956) ಕೃತಿಯ ಪುಟ.115–141 ಮತ್ತು 290–292 ಈ ಮೇಲ್ಕಂಡ ವಿಚಾರಗಳನ್ನು ಗಮನಿಸಬಹುದು.

4 ಬಾಲಗೋಪಾಲ್ ಕೆ. (ಅನು: ಶ್ರೀಮತಿ ಎಚ್.ಎಸ್.), 1998, ಪ್ರಾಚೀನ ಭಾರತದ ಚರಿತ್ರೆ, ಬೆಳ್ಳಿಚುಕ್ಕಿ ಬುಕ್ ಟ್ರಸ್ಟ್, ಪುಟ. 273–276.

5 ಆರ್.ಸಿ.ಹಜ್ರಾ., 1970, "ಪುರಾಣಗಳು", ಎಸ್. ರಾಧಾಕೃಷ್ಣನ್ (ಸಂ),

ಯುಗಯಾತ್ರೀ ಭಾರತೀಯ ಸಂಸ್ಕೃತಿ ಸಂಪುಟ 2, ಮೈಸೂರು ವಿಶ್ವ ವಿದ್ಯಾನಿಲಯ, ಪುಟ.177 ಮತ್ತು 179.

6 ಷ. ಶೆಟ್ಟರ್., 1978, "ಭಾರತೀಯ ಹಿನ್ನೆಲೆಯಲ್ಲಿ ಕರ್ನಾಟಕದ ಧಾರ್ಮಿಕ ಸಾಮಾಜಿಕ ಜೀವನ", ಸಮಗ್ರ ಕನ್ನಡ ಸಾಹಿತ್ಯ ಚರಿತ್ರೆ, ಸಂಪುಟ 3, ಬೆಂಗಳೂರು ವಿಶ್ವವಿದ್ಯಾಲಯ, ಪುಟ.28.

7 S. Settar, 1991, Hoysala Temples, Vol.1, Kalayatra Publications, P.47.

8 ಆರ್.ಸಿ. ಹಜ್ರಾ., 1970, ಪೂರ್ವೋಕ್ತ, ಪುಟ.181.

9 ಅದೇ ಪುಟ. 182.

10 B.N.S. Yadav, 2002, ``The Account of Kali Age and the Social Transiton from antiquirty to the Middle Ages'' in D.N.Jha (ed.) The Feudal order, Pp.80-83.

11 ಆರ್.ಎಸ್. ಶರ್ಮ, 2006, ಪ್ರಾಚೀನ ಭಾರತದಲ್ಲಿ ಶೂದ್ರರು, ನವಕರ್ನಾಟಕ ಪ್ರಕಾಶನ, ಪು.128.

12 ಬಿ.ಎನ್.ಎಸ್ ಯಾದವ, 2002, ಪೂರ್ವೋಕ್ತ, ಪುಟ – 102–103.

13 ಶಂಕರಾಚಾರ್ಯ., (ಅನು) ಸ್ವಾಮಿ ಗಂಭೀರಾನಂದ, 1993, ಬ್ರಹ್ಮಸೂತ್ರ ಭಾಷ್ಯ, ಅದ್ವೈತ ಆಶ್ರಮ, ಪುಟ.233–234 ಮತ್ತು ಜಿ.ರಾಮಕೃಷ್ಣ., 1994, ದೇವೀಪ್ರಸಾದ್ ಚಟ್ಟೋಪಾಧ್ಯಾಯ ಮತ್ತು ಲೋಕಾಯತ ದರ್ಶನ, ನವಕರ್ನಾಟಕ, ಬೆಂಗಳೂರು, ಪುಟ.52–53 ಹಾಗೂ ಸ್ವಾಮಿ ಆದಿದೇವಾನಂದ., 2011, ಬ್ರಹ್ಮಸೂತ್ರಗಳು, ರಾಮಕೃಷ್ಣಾಶ್ರಮ, ಪುಟ.143.

14 ಆರ್.ಸಿ. ಹಜ್ರಾ., 1970, "ಹೇಮಾದ್ರಿ, ಚತುರ್ವರ್ಗ ಚಿಂತಾಮಣಿ, ವ್ರತಖಂಡ," ಬಿಬ್ಲಿಯೋಥೇಕಾ ಇಂಡಿಕಾ, ಕೊಲ್ಕಾತ, ಪುಟ.22 ಮತ್ತು 1970, "ಪುರಾಣಗಳು" ಪೂರ್ವೋಕ್ತ, ಪುಟ.183.

15 ರಾಜಾರಾಮ ಹೆಗ್ಗಡೆ ಮತ್ತು ಆಶೋಕ ಶೆಟ್ಟರ್., 2001, ಮಲೆ ಕರ್ನಾಟಕದ ಅರಸು ಮನೆತನಗಳು, ಕನ್ನಡ ವಿಶ್ವವಿದ್ಯಾಲಯ, ವಿದ್ಯಾರಣ್ಯ, ಪುಟ. 1.

16 ಪಾಂಡುರಂಗ ವಾಮನ ಕಾಣೆ., ಧರ್ಮಶಾಸ್ತ್ರದ ಇತಿಹಾಸ, ಸಂಪುಟ 1, ಭಾಗ–1, ಕನ್ನಡ ಅಧ್ಯಯನ ಸಂಸ್ಥೆ, ಮೈಸೂರು ವಿಶ್ವವಿದ್ಯಾಲಯ, ಪುಟ.187.

17 ಶಂಕರಾಚಾರ್ಯ., (ಅನು) ಸ್ವಾಮಿ ಗಂಭೀರಾನಂದ 1993, ಪೂರ್ವೋಕ್ತ, ಪುಟ.233.

18 ಪಾಂಡುರಂಗ ವಾಮನ ಕಾಣೆ., ಪೂರ್ವೋಕ್ತ, ಪುಟ.181.

19 ಜಿ.ರಾಮಕೃಷ್ಣ., 1994, ಪೂರ್ವೋಕ್ತ, ಪುಟ – 51.

---

20 ಕೆ.ಎಮ್. ಶ್ರೀಮಾಲಿ., 2015, ಕಬ್ಬಿಣದ ಯುಗ ಮತ್ತು ಧಾರ್ಮಿಕ ಕ್ರಾಂತಿ, ಚಿಂತನ ಪುಸ್ತಕ, ಪುಟ.142–143.

21 ವಿ.ಎ. ರಾಮಸ್ವಾಮಿ ಶಾಸ್ತ್ರಿ, 1970, "ಧರ್ಮಸೂತ್ರಗಳು ಮತ್ತು ಧರ್ಮಶಾಸ್ತ್ರಗಳು" ಎಸ್ ರಾಧಾಕೃಷ್ಣನ್ (ಸಂ)., ಯುಗಯಾತ್ರೀ ಭಾರತೀಯ ಸಂಸ್ಕೃತಿ, ಸಂಪುಟ 2, ಮೈಸೂರು

ವಿಶ್ವವಿದ್ಯಾಲಯ, ಮೈಸೂರು, ಪುಟ.225.

22 ಅದೇ 272.

23 ಅದೇ 270.

24 ಅದೇ 222–223.

25 ಅದೇ 225.

26 ಷ. ಶೆಟ್ಟರ್., 2014, ಹಳೆಗನ್ನಡ ಲಿಪಿ, ಲಿಪಿಕಾರ, ಲಿಪಿ ವ್ಯವಸಾಯ, ಅಭಿನವ, ಬೆಂಗಳೂರು. ಪುಟ.14.

27 ವಿ.ಎ. ರಾಮಸ್ವಾಮಿ ಶಾಸ್ತ್ರಿ, 1970, ಪೂರ್ವೋಕ್ತ, ಪುಟ– 221.

28 ಅದೇ. 231

29 ಕೆ.ಎಮ್. ಶ್ರೀಮಾಲಿ, ಪೂರ್ವೋಕ್ತ, ಪುಟ.162.

30 ಶೇಷ ನವರತ್ನ (ಅನು.) 1998, ಮನುಸ್ಮೃತಿ, ಸಮಾಜ ಪುಸ್ತಕಾಲಯ ಶ್ಲೋಕ ಸಂಖ್ಯೆ, 1–102.

31 ಅದೇ. 1–87.

32 ಅದೇ. 1–88.

33 ಚಿದಾನಂದ ಮೂರ್ತಿ., 1966, ಕನ್ನಡ ಶಾಸನಗಳ ಸಾಂಸ್ಕೃತಿಕ ಅಧ್ಯಯನ, ಮೈಸೂರು ವಿಶ್ವವಿದ್ಯಾಲಯ ಪು. 434.

34 ಮನುಸ್ಮೃತಿ. ಅದೇ 1–89.

35 ಅದೇ. 1–90.

36 ಅದೇ. 1–91.

37 ಅದೇ. 1–100.

38 ಅದೇ. 2–31.

39 ಅದೇ, 7–79, 82, 84,85.

40 ಅದೇ. 7–133.

41 ಅದೇ. 7–142.

42 ಅದೇ. 7–17.

43 ಅದೇ. 7–24.

44 ಅದೇ. 7–35.

45 Suvira Jayaswal, 2005, Castes, Manohar publications, P.14.

---

46 S.Settar, 1978, Dec, ``Roots, Relations, Relevance: The Chalukyan Backdrop", in MulkRaj Anand (ed) in praise of Badami, Aihole,

Pattadakal. Marg, Vol.32, P.23.

47 ಷ. ಶೆಟ್ಟರ್., 2014, ಕೊನೆ ಟಿಪ್ಪಣಿ.26, ಪುಟ –345.

48 D.D. Kosambi, 1956, An Introduction to the study of Indian History, Popular prakasan, P.318; ಷ. ಶೆಟ್ಟರ್., 2014, ಪೂರ್ವೋಕ್ತ, ಪುಟ – 346.

49 Fleet, J.F., 1881 April, ``Sanskrit and old Kanarese Inscritions" in J.Burgess (ed.), Indian Antiquary, Vol.10, P.103. ಉದ್ಧೃತ: ಶೀಲಾಕಾಂತ ಪತ್ತಾರ, ಬಾದಾಮಿ–ಸಾಂಸ್ಕೃತಿಕ ಅಧ್ಯಯನ, ಕನ್ನಡ ವಿಶ್ವವಿದ್ಯಾಲಯ, ಪು..78.

50 Vijay Nath, 2002, ``Mahadana, The Dyanamics of Gift economy and feudal milieu" in D.N.Jha (ed.), Feudal Order, P.412.

51 ಅದೇ, 418.

52 K.R. Basavaraja, 1983, ``Central Government under the Chalukyas of Kalyana" In Nagaraja Rao M.S. (ed) The Chalukyas of Kalyana, Mythic Society, P.105.

53 ಅದೇ, 109.

54 ಎನ್. ಸುಬ್ರಮಣಿಯನ್, 1979, ಸಂಗಮ್ ರಾಜಕೀಯ ಸಾಮಾಜಿಕ ವ್ಯವಸ್ಥೆ, ಕನ್ನಡ ಅಧ್ಯಯನ ಸಂಸ್ಥೆ, ಮೈಸೂರು ವಿಶ್ವವಿದ್ಯಾಲಯ, ಪುಟ. 318.

55 ಡಿ.ಡಿ.ಕೊಸಾಂಬಿ., 1956, ಪೂರ್ವೋಕ್ತ, ಪುಟ – 251.

55ಎ. ಷ. ಶೆಟ್ಟರ್., 2014, ಹಳೆಗನ್ನಡ ಲಿಪಿ, ಲಿಪಿಕಾರ, ಲಿಪಿ ವ್ಯವಸಾಯ, ಈ ಪುಸ್ತಕದಲ್ಲಿ ನೀಡಿರುವ ಅಂಕಿ ಅಂಶಗಳ ಆಧಾರದಲ್ಲಿ ತಯಾರಿಸಿದ ಪಟ್ಟಿ..

56 ಬಾಲಗೋಪಾಲ್ ಕೆ., 1998, ಪೂರ್ವೋಕ್ತ, ಪುಟ. 270.

57 ರಾಜಾರಾಮ ಹೆಗ್ಗಡೆ., 2001, ಲೌಕಿಕ–ಅಲೌಕಿಕ, ಆನಂದ ಕಂದ ಗ್ರಂಥಮಾಲೆ, ಪುಟ..109

58 ಅದೇ. 113.

59 Romila Thapar, 1969, Proceedings of Indian History Congress (PIHC), 31st Session, P.21.

---

60 ಎ.ವಿ.ನರಸಿಂಹಮೂರ್ತಿ., 2010, ಕರ್ನಾಟಕದ ಸೇವುಣರ ಇತಿಹಾಸ, ತಳುಕಿನ ವೆಂಕಣ್ಣಯ್ಯ ಸ್ಮಾರಕ ಗ್ರಂಥಮಾಲೆ, ಮೈಸೂರು, ಪುಟ – 91.

61 ಲಿಂಗಣ್ಣ ಕವಿ, ಆರ್.ಶ್ಯಾಮಾಶಾಸ್ತ್ರಿ(ಸಂ), 1973, ಕೆಳದಿ ನೃಪ ವಿಜಯಂ, ಮೈಸೂರು ವಿಶ್ವವಿದ್ಯಾಲಯ, ಪುಟ. 95.

62 ಶ್ರೀವಿಜಯ, ಟಿ.ವಿ. ವೆಂಕಟಾಚಲ ಶಾಸ್ತ್ರಿ. (ಸಂ)., 2011, ಕವಿರಾಜಮಾರ್ಗಂ, ತುಮಕೂರು ವಿಶ್ವವಿದ್ಯಾಲಯ, 1–65. ಪುಟ – 15.

63 ಅದೇ.

64 ಕುವೆಂಪು ಮತ್ತು ಮಾಸ್ತಿ ವೆಂಕಟೇಶ ಅಯ್ಯಂಗಾರ್., 1958, ಕುಮಾರವ್ಯಾಸ

ಮಹಾಕವಿಯ ಕರ್ನಾಟಕ ಭಾರತ ಕಥಾಮಂಜರಿ, ಮೈಸೂರು ಸಂಸ್ಥಾನದ ಸಾಹಿತ್ಯ ಮತ್ತು ಸಂಸ್ಕೃತಿ. ಅಭಿವೃದ್ಧಿ ಇಲಾಖೆ, ಪುಟ – 318.

65 ಜಿ. ರಾಮಕೃಷ್ಣ, 2006, ಭಾರತೀಯ ವಿಜ್ಞಾನದ ಹಾದಿ, ಕನ್ನಡ ಮತ್ತು ಸಂಸ್ಕೃತಿ ಇಲಾಖೆ, ಪುಟ – 359.

66 ಅದೇ. 285.

67 ಅದೇ. 382.

68 ಅದೇ. 364.

69 ಅದೇ. 342.

70 ಎಸ್.ಎನ್.ಬಾಲಗಂಗಾಧರ್., ರಾಜಾರಾಮ ಹೆಗಡೆ (ಅನು)., 2010, ಸ್ಮೃತಿ–ವಿಸ್ಮೃತಿ : ಭಾರತೀಯ ಸಂಸ್ಕೃತಿ. ಅಕ್ಷರ ಪ್ರಕಾಶನ, ಪುಟ – 438.

71 ಷ.ಶೆಟ್ಟರ್, ಕೊನೆ ಟಿಪ್ಪಣಿ.7, ಪು.45

72 ಚಿದಾನಂದಮೂರ್ತಿ., 1985, ಮಧ್ಯಕಾಲೀನ ಕನ್ನಡ ಸಾಹಿತ್ಯ ಮತ್ತು ಅಸ್ಪೃಶ್ಯತೆ, ಕರ್ನಾಟಕ ವಿಶ್ವವಿದ್ಯಾಲಯ ಧಾರವಾಡ, ಪುಟ – 232 ಮತ್ತು 433.

73 ಆರ್.ಎಸ್. ಪಂಚಮುಖಿ, 1992, "ಐತಿಹ್ಯಗಳು ಮತ್ತು ಆಖ್ಯಾನಗಳು", ಕರ್ಣಾಟಕದ ಪರಂಪರೆ. ಸಂ.–1, ಕನ್ನಡ ಮತ್ತು ಸಂಸ್ಕೃತಿ ಇಲಾಖೆ, ಪುಟ – 113.

74 ಸಿ.ವೀರಣ್ಣ, 1986, ಕನ್ನಡ ಸಾಹಿತ್ಯ ಚಾರಿತ್ರಿಕ ಬೆಳವಣಿಗೆ, ಪ್ರಾಚೀನ ಕರ್ನಾಟಕ ಸಂಪುಟ 1, ನವಕರ್ನಾಟಕ ಪ್ರಕಾಶನ, ಪುಟ.291–303.

75 ಜಿ.ಎನ್.ನಾಗರಾಜ್. 2015, ಸಂ.13, ಸಂಚಿಕೆ 11, ಸಂವಾದ ಮಾಸ ಪತ್ರಿಕೆ, ಪುಟ.30–31.

76 ಕೆ.ಎಲ್ ನರಸಿಂಹಶಾಸ್ತ್ರಿ (ಅನು)., 1980, ಆದಿಪುರಾಣಂ, ಕನ್ನಡ ಸಾಹಿತ್ಯ ಪರಿಷತ್ತು, ಬೆಂಗಳೂರು, ಪುಟ.334.

77 ಅದೇ– 380.

78 ಅದೇ – 382.

79 ಅದೇ – 383.

80 ಸಿ.ವೀರಣ್ಣ., ಕೊನೆ ಟಪ್ಪಣಿ.73, ಪುಟ.122.

81 ಬ್ರಹ್ಮಶಿವ, ಟಿ.ವಿ ವೆಂಕಟಾಚಲ ಶಾಸ್ತ್ರಿ ಮತ್ತು ಕೆ. ರಾಘವೇಂದ್ರರಾವ್ (ಸಂ), ವೃತ್ತವಿಲಾಸ ಸಂಪುಟ 9, ಪುಟ.28.

82 ಕಮಲಾ ಹಂಪನಾ, 2012, ನೀತಿ ವಾಕ್ಯಾಮೃತ, ಸಪ್ನ ಬುಕ್ ಹೌಸ್, ಶ್ಲೋಕ ಸಂಖ್ಯೆ–203.

83 ಅದೇ. ಶ್ಲೋಕ ಸಂಖ್ಯೆ 207.

84 ಅದೇ. ಶ್ಲೋಕ ಸಂಖ್ಯೆ 209.

85 ಅದೇ. ಮುನ್ನುಡಿ.

86 Nagarajaiah Hampa., 2014, Rashtrakutas, Re-Revisited, P.162-165.

87 ಚಿದಾನಂದ ಮೂರ್ತಿ. ಕೊನೆ ಟಿಪ್ಪಣಿ. 71, ಪುಟ.42.

88 ಸಿ.ವೀರಣ್ಣ, 1986, ಕೊನೆ ಟಿಪ್ಪಣಿ.73, ಪುಟ – 92.

89 ಸರ್ವಮಂಗಳ.ಜಿ., 2001, "ಹೊಂಬುಜದ ಸಾಂತರರು", (ಸಂ.) ರಾಜಾರಾಮ ಹೆಗಡೆ, ಅಶೋಕ ಶೆಟ್ಟರ್, ಮಲೆ ಕರ್ನಾಟಕದ ಅರಸು ಮನೆತನಗಳು, ಪ್ರಸಾರಾಂಗ, ಕನ್ನಡ ವಿಶ್ವವಿದ್ಯಾಲಯ, ಪುಟ.53–54.

90 ಅದೇ. 50.

91 ಮಿರ್ಜಿ ಅಣ್ಣಾರಾಯ, 1975, ತೀರ್ಥಂಕರ ಮಹಾವೀರ, ಭಗವಾನ್ ಮಹಾವೀರ 2,500ನೆಯ ನಿರ್ವಾಣೋತ್ಸವ ರಾಜ್ಯ ಸಲಹಾ ಸಮಿತಿ, ಬೆಂಗಳೂರು. ಪುಟ.67.

92 ಅದೇ. 70.

93 B.D. Chattopadhyaya, 1984, ``Political Processes and Structure of Politiy in Early Medieval India'', PIHC, Burdwan, and 1986, Urban Centres in Early Medieval India: An Overview'' in Sabyasachi Bhattacharya & Romila Thapar (ed.) Situating Indian History for Sarvepalli Gopal, P.112.

94 ಷ. ಶೆಟ್ಟರ್.,ಕೊನೆ ಟಿಪ್ಪಣಿ.26. ಪುಟ – 298 .

95 ಎಲಿಜಬೆತ್.ವಿ.ಎಸ್., 1997, "ರಾಷ್ಟ್ರಕೂಟ ಪ್ರಾಬಲ್ಯದ ಸಮಯದಲ್ಲಿದ್ದ ಕರ್ನಾಟಕ ರಾಜಕೀಯ ಸ್ವರೂಪ", ಸುರೇಂದ್ರ ರಾವ್ (ಸಂ)., ಕರ್ನಾಟಕ ಚರಿತ್ರೆ ಸಂಪುಟ –3, ಕನ್ನಡ ವಿಶ್ವವಿದ್ಯಾಲಯ, ವಿದ್ಯಾರಣ್ಯ, ಪುಟ –25.

96 ಬೋಜರಾಜ ಪಾಟೀಲ, 2001, "ಬಂದಳಿಕೆ ಅರಸರು", ರಾಜಾರಾಮ ಹೆಗಡೆ ಮತ್ತು ಅಶೋಕ ಶೆಟ್ಟರ್(ಸಂ) ., ಮಲೆಕರ್ನಾಟಕದ ಅರಸು ಮನೆತನಗಳು, ಪುಟ.80.

97 ಜಗದೀಶ್., 2001, "ಬೆಳಗುತ್ತಿ ಸಿಂದರು", ರಾಜಾರಾಮ ಹೆಗಡೆ ಮತ್ತು ಅಶೋಕ ಶೆಟ್ಟರ್(ಸಂ)., ಮಲೆಕರ್ನಾಟಕದ ಅರಸು ಮನೆತನಗಳು, ಪುಟ.109.

98 ಡಿ.ಡಿ. ಕೊಸಾಂಬಿ., ಕೊನೆ ಟಿಪ್ಪಣಿ.48, ಪುಟ – 295.

99 ಹಿರೇಮಠ ಎಸ್.ಎಸ್., 2001, ದಲಿತ ಸಂಸ್ಕೃತಿ, ಕನ್ನಡ ವಿಶ್ವವಿದ್ಯಾಲಯ, ವಿದ್ಯಾರಣ್ಯ, ಪುಟ – 66.

100 ಅದೇ.

101 ಸುಂದರ. ಅ (ಸಂ)., 1997, ಕರ್ನಾಟಕ ಚರಿತ್ರೆ –ಸಂಪುಟ 1, ಕನ್ನಡ ವಿಶ್ವವಿದ್ಯಾಲಯ, ವಿದ್ಯಾರಣ್ಯ, ಪುಟ – .464.

102 ಚಿದಾನಂದ ಮೂರ್ತಿ., ಶಾಸನಗಳ.... ಪು. 361 ಮತ್ತು K.S. Shivanna, 1983, Agrarian System of Karnataka 1336-1761, Prasaranga, Mysore university, P.70.

103 ಚಿದಾನಂದ ಮೂರ್ತಿ, ಮೇಲಿನದೇ, ಪುಟ. 357–358.

104 ಅದೇ, ಪುಟ – 361 ಮತ್ತು ಕೆ.ಎಸ್ ಶಿವಣ್ಣ., ಕೊನೆ ಟಿಪ್ಪಣಿ. 101, ಪುಟ.71.

105 ಕೆ.ಎಸ್ ಶಿವಣ್ಣ., ಅದೇ. ಪುಟ.70.

106 ಚಿದಾನಂದ ಮೂರ್ತಿ, ಎಂ., ಅದೇ, ಪುಟ – 351–352.

107 ಅದೇ. 356.

108 Thimmegowda T., An Insiders View" in T.Scarlet Epstein and Others, (ed.), VillageVoices, P.44.

109 ಶಿಲಾಕಾಂತ ಪತ್ತಾರ., 2000. ಬಾದಾಮಿ–ಸಾಂಸ್ಕೃತಿಕ ಅಧ್ಯಯನ, ಕನ್ನಡ ವಿಶ್ವವಿದ್ಯಾಲಯ, ವಿದ್ಯಾರಣ್ಯ. ಪುಟ. 90–122 .

110 ಅದೇ. 23.

111 ಅದೇ. 23 ಮತ್ತು 59.

112 ಚಿದಾನಂದ ಮೂರ್ತಿ.ಎಂ., ಅದೇ, ಪುಟ – 24–26.

113 ಅದೇ..

114 ಕೆ.ಎಸ್ ಶಿವಣ್ಣ., ಕೊನೆ ಟಿಪ್ಪಣಿ, 101, ಪುಟ – 124–125.

115 ಸೂರ್ಯನಾಥ ಕಾಮತ್ (ಸಂ)., "ಪ್ರಾಚೀನ ಕರ್ನಾಟಕದಲ್ಲಿ ಜನಜೀವನ, ಕರ್ನಾಟಕ" ಗೆಜೆಟಿಯರ್ ಸಂ.1, ಕರ್ನಾಟಕ ಸರ್ಕಾರ, ಪುಟ – 350–351.

116 ಸುವೀರಾ ಜಯಸ್ವಾಲ್, 2005, ಕೊನೆ ಟಿಪ್ಪಣಿ, 45, ಪುಟ – 69.

117 ಚಿದಾನಂದ ಮೂರ್ತಿ,ಎಂ., ಅದೇ, ಪುಟ – 432.

ಮೂರನೇ ಪ್ರಬಂಧ

ಕರ್ನಾಟಕದಲ್ಲಿ ಅಸ್ಪೃಶ್ಯತೆಯ ಉಗಮ

ಕಾರಣಗಳು

ಅಧ್ಯಾಯ– ಹದಿನೈದು

ಅಸ್ಪೃಶ್ಯತೆಯ ಅಧ್ಯಯನಕ್ಕೆ ಹೊಸ ವಿಧಾನಗಳ ಅಗತ್ಯ

ವರ್ಣ–ಜಾತಿ ವ್ಯವಸ್ಥೆಯ ಹುಟ್ಟು ಮತ್ತು ಬೆಳವಣಿಗೆಯ ಬಗೆಗಿನ ಅಧ್ಯಯನದಲ್ಲಿ ಅಸ್ಪೃಶ್ಯತೆಯ ಹುಟ್ಟು ಮತ್ತು ಸಮಾಜದಲ್ಲಿ ಅಸ್ಪೃಶ್ಯರ ಪಾತ್ರದ ವಿಶ್ಲೇಷಣೆ ಪ್ರಮುಖ ಅಂಗ. ಭಾರತದ ಹಾಗೂ ಕರ್ನಾಟಕದ ಇತಿಹಾಸ ರಚನೆಯಲ್ಲಿಯೂ ಇದನ್ನೊಂದು ಮುಖ್ಯ ಪ್ರಕ್ರಿಯೆಯಾಗಿ ಪರಿಗಣಿಸಬೇಕಾಗಿತ್ತು. ಆದರೆ ಹಾಗಾಗಿಲ್ಲ ಎಂಬುದು ವಿಷಾದಕರ. ವರ್ಣ ವ್ಯವಸ್ಥೆ ಅಸ್ತಿತ್ವಕ್ಕೆ ಬಂದ ಬಗ್ಗೆ, ಅದರಲ್ಲಿ ಕೆಳ ವರ್ಣವಾದ ಶೂದ್ರ ವರ್ಣದ ಬಗ್ಗೆಯೇ ಇತಿಹಾಸ ರಚನೆ ಗಮನ ನೀಡದಿರುವಾಗ ಚಾತುರ್ವರ್ಣ್ಯದ ಹೊರಗೆ ಎಂದು ಪರಿಗಣಿಸಲ್ಪಟ್ಟ ಅಸ್ಪೃಶ್ಯರ ಬಗ್ಗೆ ಗಮನ ನೀಡಬೇಕೆಂದು ನಿರೀಕ್ಷಿಸುವುದು ಅಸಹಜವೆನಿಸುತ್ತದೆ. ಶಾಸನಗಳಲ್ಲಿ ಈ ಬಗ್ಗೆ ಉಲ್ಲೇಖಗಳಿಲ್ಲ ಎಂಬ ಕಾರಣವನ್ನು ಅನೇಕ ಇತಿಹಾಸಕಾರರು ಮುಂದಿಟ್ಟಿದ್ದಾರೆ. ಭಾರತದ ಮಟ್ಟದಲ್ಲಿಯೂ ಕೂಡ ಈ ಬಗ್ಗೆ ವಿಸ್ತೃತ ಅಧ್ಯಯನಗಳು ಬಹಳ ಕಡಿಮೆ. ಅಸ್ಪೃಶ್ಯತೆಯ ಉಗಮದ ಬಗ್ಗೆ ಅಂಬೇಡ್ಕರ್‌ರವರು ಜಾತಿ ವ್ಯವಸ್ಥೆಯ ಬಗೆಗಿನ ಎರಡು ಪ್ರಬಂಧಗಳು ಮತ್ತು ಇತರ ಹಲವು ಪ್ರಬಂಧಗಳು, ಘುರ್ಯೆ, ಕೊಸಾಂಬಿ, ಆರ್.ಎಸ್. ಶರ್ಮ ಮುಂತಾದವರ ಇತಿಹಾಸ ಸಂಶೋಧನೆಗಳ ಒಳನೋಟಗಳ ಜೊತೆಗೆ ಸುವೀರಾ ಜಯಸ್ವಾಲ್, ಪ್ರಾಚೀನ ಭಾರತದಲ್ಲಿ ಅಸ್ಪೃಶ್ಯತೆಯ

ಉಗಮದ ಬಗ್ಗೆಯೇ ವಿಶೇಷ ಅಧ್ಯಯನ ಕೈಗೊಂಡ ವಿವೇಕಾನಂದ ಝಾರವರ ಸಂಶೋಧನೆಗಳನ್ನು ಗಮನಿಸ ಬೇಕಾಗಿದೆ.

ಕರ್ನಾಟಕದ ಎಲ್ಲ ಪ್ರದೇಶಗಳಲ್ಲೂ ಅಸ್ಪೃಶ್ಯ ಸಮುದಾಯಗಳ ಜನಸಂಖ್ಯೆ ಗಣನೀಯವಾಗಿದೆ. ಕರ್ನಾಟಕದ ಜನಸಂಖ್ಯೆಯ ಆರನೇ ಒಂದು ಭಾಗವಾಗಿರುವ ಪರಿಶಿಷ್ಟ ಜಾತಿಗಳ ಪ್ರಧಾನ ಭಾಗವಾಗಿದ್ದಾರೆ. ಇತ್ತೀಚೆಗೆ ನಡೆದಿರುವ ಜಾತಿ ಸಮೀಕ್ಷೆ, ೧೮೮೧ರಿಂದ ಕೈಗೊಂಡಿರುವ ಜನಗಣತಿಗಳಲ್ಲಿ ಸಿಗುವ ಮಾಹಿತಿಗಳು, ಸಮಾಜ ಶಾಸ್ತ್ರೀಯ, ಮಾನವ ಶಾಸ್ತ್ರೀಯ ಹಾಗೂ ಜಾನಪದ ಅಧ್ಯಯನಗಳನ್ನು ಆಧರಿಸಿ ಅಸ್ಪೃಶ್ಯ ಸಮುದಾಯ ಮತ್ತು ಅಸ್ಪೃಶ್ಯತೆಯ ಇತಿಹಾಸದ ಬಗ್ಗೆ ಸಂಶೋಧನೆಗಳನ್ನು ಕೈಗೊಳ್ಳಬೇಕಾಗಿದೆ. ಅಸ್ಪೃಶ್ಯರ ಬಗೆಗಿನ ಅಧ್ಯಯನದಲ್ಲಿ ಥರ್‌ಸ್ಟನ್, ವೆಂಕಟಾಚಾರಿ, ಅನಂತ ಕೃಷ್ಣ ಐಯ್ಯರ್‌ರವರ ಗ್ರಂಥಗಳು ಮುಖ್ಯ ಆಕರಗಳಾಗಿವೆ. ಚಿದಾನಂದ ಮೂರ್ತಿಯವರು ಮಧ್ಯಕಾಲೀನ ಸಾಹಿತ್ಯದಲ್ಲಿ ಅಸ್ಪೃಶ್ಯರ ಬಗೆಗಿನ ಚಿತ್ರಣದ ಬಗ್ಗೆ ನಡೆಸಿರುವ ಅಧ್ಯಯನ ಮುಖ್ಯವಾಗಿದೆ. ಎಸ್.ಎಸ್. ಹಿರೇಮಠರು ಕೂಡ ಗಮನಾರ್ಹ ಪ್ರಯತ್ನ ಮಾಡಿದ್ದರೂ ಕೂಡ ಅವರ ಹಲವು ಬಾರಿ ಅಗತ್ಯ ಆಧಾರವಿಲ್ಲದೆ ಆತುರದ ತೀರ್ಮಾನಗಳಿಗೆ ಧುಮುಕುವುದರಿಂದ ಎಚ್ಚರದಿಂದ ಅವರು ಒದಗಿಸುವ ಮಾಹಿತಿಯನ್ನು ಪರೀಶೀಲಿಸಿ ಪರಿಗಣಿಸಬೇಕಿದೆ. ಮತ್ತೊಂದು ಗಮನಾರ್ಹ ಅಧ್ಯಯನ ಸಾಕಿಯವರ ಮೇಕಿಂಗ್ ಹಿಸ್ಟರಿ. ಅವರ ಎಲ್ಲಾ ತೀರ್ಮಾನಗಳನ್ನೂ ಒಪ್ಪಲಾಗದಿದ್ದರೂ ಕರ್ನಾಟಕದ ಇತಿಹಾಸದ ರಚನೆಯಲ್ಲಿ ಅಸ್ಪೃಶ್ಯತೆಯ ಹಾಗೂ ಅಸ್ಪೃಶ್ಯರ ಬಗ್ಗೆ ಚರ್ಚಿಸುವುದು ಮುಖ್ಯವೆಂದು ಮನಗಂಡಿದ್ದಾರೆ ಮತ್ತು ಸಮಾಜದಲ್ಲಿ ಅವರ ಸ್ಥಾನ ಮತ್ತು ಪಾತ್ರವನ್ನು ಅಧ್ಯಯನ ಮಾಡುವ ದಿಸೆಯಲ್ಲಿ ಹೆಜ್ಜೆ ಹಾಕಿದ್ದಾರೆ ಎಂಬುದು ಗಮನಾರ್ಹ. (ಸಾಕಿ, ಮೇಕಿಂಗ್ ಹಿಸ್ಟರಿ ಸಂ.೧) ಅಸ್ಪೃಶ್ಯತೆಯ ಬಗ್ಗೆ ಮತ್ತು ಅಸ್ಪೃಶ್ಯರ ಬಗ್ಗೆ ಅಧ್ಯಯನ ಎಷ್ಟು ಸೀಮಿತವಾಗಿದೆ ಎಂಬುದನ್ನು ಎತ್ತಿ ತೋರಿಸುತ್ತವೆ. ಕರ್ನಾಟಕದ ಸಮಾಜದ ಬೆಳವಣಿಗೆಯಲ್ಲಿ ಮುಖ್ಯ ಪಾತ್ರವನ್ನು ವಹಿಸಿರುವ ಈ ಸಮುದಾಯದ ಇತಿಹಾಸದ ವಿವಿಧ ಆಯಾಮಗಳ ಬಗ್ಗೆ ಹಲವು ಅಧ್ಯಯನಗಳು ನಡೆಯಬೇಕಾಗಿದೆ.

ಅಸ್ಪೃಶ್ಯತೆಯ ಉಗಮ ಮತ್ತು ಇತಿಹಾಸದ ಬಗ್ಗೆ ಬಹಳ ವಿರಳ ಸಂಶೋಧನೆಗೆ ಒಂದು ಮುಖ್ಯ ಕಾರಣ ನಮ್ಮ ಸಾಮಾಜಿಕ ಸಂಶೋಧನೆಯಲ್ಲಿ ತೊಡಗಿರುವ ಸಂಸ್ಥೆಗಳು ಮತ್ತು ಸಂಶೋಧನಕಾರರ ಅಲಕ್ಷ್ಯ. ಈ ಸಂಸ್ಥೆಗಳ ಮುಖ್ಯಸ್ಥರುಗಳು ಮತ್ತು ಸಂಶೋಧನಕಾರರ ಸಾಮಾಜಿಕ ಸ್ಥಾನಮಾನಗಳು, ಅದರಿಂದ ಉದ್ಭವಿಸಿದ ಅಸ್ಪೃಶ್ಯತೆಯ ಬಗ್ಗೆ ಅವರ ದೃಷ್ಟಿಕೋನ ಒಂದು ಪ್ರಮುಖ ಕಾರಣ. ಮತ್ತೊಂದು ಆಕರಗಳ ಅಲಭ್ಯತೆ. ಆದರೆ ಆಕರಗಳೆಂದರೇನು? ಅವುಗಳ ಸೃಷ್ಟಿಕರ್ತರು ಯಾರು? ಈ ಪ್ರಶ್ನೆಗಳನ್ನು ಹಾಕಿಕೊಂಡರೆ ಅಲಭ್ಯತೆಗೆ ಕಾರಣ ತಂತಾನೆ ದೊರೆಯುತ್ತದೆ. ರಾಜರ ಶಾಸನಗಳು ಹೆಚ್ಚಾಗಿ ಅವರು ಬ್ರಾಹ್ಮಣರಿಗೆ, ದೇವಾಲಯಗಳಿಗೆ ನೀಡಿದ ದಾನ

ದತ್ತಿಗಳಿಗೆ ಸಂಬಂಧಿಸಿದುದು. ಅದರಲ್ಲಿ ಅಸ್ಪೃಶ್ಯರ ಬಗ್ಗೆ ಏನಾದರೂ ಮಾಹಿತಿಯನ್ನು ನಿರೀಕ್ಷಿಸಲಾಗುವುದೇ? ಇನ್ನು ವಿವಿಧ ಕಾಲ ಘಟ್ಟದ ಸಾಹಿತ್ಯಗಳು. ಅವೂ ಕೂಡಾ ರಾಜ ಪ್ರಭುತ್ವಗಳ ಆಶ್ರಯದಲ್ಲಿ, ಅವರ ಆಸ್ಥಾನ ಪಂಡಿತರುಗಳು, ತಂತಮ್ಮ ಧರ್ಮದ ಉಚ್ಚ ನಾಗರಿಕರುಗಳ ಸಂತೋಷಕ್ಕಾಗಿ ಬರೆದಂತಹವು. ಇವುಗಳಲ್ಲಿಯೂ ಪ್ರಾಸಂಗಿಕವಾಗಿ ಕೆಲವು ಎಳೆಗಳನ್ನಷ್ಟೇ ನಿರೀಕ್ಷಿಸಬಹುದಲ್ಲದೆ ಹೆಚ್ಚೇನೂ ನಿರೀಕ್ಷಿಸಲಾಗದು. ಆದರೆ ನಮ್ಮ ಬಹಳಷ್ಟು ಇತಿಹಾಸ ಸಂಶೋಧನೆ ಆಕರ ಕೇಂದ್ರಿತವಾದ ಸೀಮಿತ ದೃಷ್ಟಿಯುಳ್ಳದ್ದು. ಆದ್ದರಿಂದಲೇ ಹಳೆಯ ಮೈಸೂರು ರಾಜ್ಯದಲ್ಲಿ ಶಾಸನಗಳ ಶೋಧ, ಸಂಕಲನ ಮತ್ತು ಪ್ರಕಟಣೆಯಾಯಿತೆಂದು ಉತ್ತರ ಕರ್ನಾಟಕದ ಪ್ರಮುಖ ಇತಿಹಾಸಕಾರರೂ ಸೇರಿದಂತೆ ಇಡೀ ರಾಜ್ಯದ ಇತಿಹಾಸಕಾರರೆಲ್ಲಾ ಹಳೆಯ ಮೈಸೂರು ಭಾಗದ ಇತಿಹಾಸ ರಚನೆಗೆ ಮುಗಿ ಬಿದ್ದಿದ್ದಾರೆ. ಆಕರಗಳು ಲಭ್ಯವಿಲ್ಲವೆಂದು ವಚನ ಚಳುವಳಿಯ ಬಗ್ಗೆ ಐತಿಹಾಸಿಕ ಸಂಶೋಧನೆ ಕೈಗೆತ್ತಿಕೊಂಡವರನ್ನೇ ಕಾಣೆವು ಎನ್ನುವಷ್ಟು ಅಪರೂಪ. ಕೇವಲ ಸಾಹಿತಿಗಳಷ್ಟೇ ಗಮನ ಹರಿಸಿದ್ದಾರೆ. ಇಂತಹ ಹಲವು ಕಂದರಗಳು ನಮ್ಮ ರಾಜ್ಯದ ಇತಿಹಾಸ ರಚನೆಯಲ್ಲಿ ಎದ್ದು ಕಾಣುತ್ತದೆ. ಅದರಲ್ಲಿ ಅಸ್ಪೃಶ್ಯತೆಯ ಇತಿಹಾಸ ಪ್ರಮುಖವಾದುದು.

ಆದರೆ ಆಕರಗಳಿಲ್ಲವೆಂದು ಈ ಪ್ರಮುಖ ಸಮುದಾಯದ ಬಗ್ಗೆ ತಿಳಿಯದೇ ಅಜ್ಞಾನದ ಕತ್ತಲಲ್ಲಿಯೇ ಉಳಿಯಲಾದೀತೇ? ಸಂಶೋಧಕರು ಹೊಸ ಹೊಸ ವಿಧಾನಗಳನ್ನು ಅವಿಷ್ಕರಿಸಬೇಕು. ಇಂತಹ ಸೂಕ್ಷ್ಮ ಮತ್ತು ಕಠಿಣ ಕೆಲಸವನ್ನು ಒಂದು ಸವಾಲೆಂಬಂತೆ ಕೈಗೆತ್ತಿಕೊಳ್ಳಬೇಕು. ಅದರಲ್ಲಿ ಒಂದು ವಿಧಾನ. ಇಂದನ್ನು ಮುಖ್ಯ ಆಕರವಾಗಿಸಿಕೊಂಡು ಹಿಂದಕ್ಕೆ ಸಾಗುವುದು. ಅಸ್ಪೃಶ್ಯತೆಯ ಬಗ್ಗೆ ಆಧುನಿಕ ಕಾಲಘಟ್ಟದ ಸಾಹಿತ್ಯ ಮತ್ತು ಅಧ್ಯಯನಗಳು ನೀಡುವ ಮಾಹಿತಿ, ವಿವರಗಳನ್ನು ಉಪಯೋಗಿಸಿ ಕೊಂಡು ಇಂದು ರಾಜ್ಯದ ವಿವಿಧ ಭಾಗಗಳಲ್ಲಿ ಅಸ್ತಿತ್ವದಲ್ಲಿರುವ ಅಸ್ಪೃಶ್ಯತೆಯ ಸ್ವರೂಪದ ಸಮಗ್ರ ಚಿತ್ರಣ ಪಡೆಯಬೇಕು. ಈ ಚಿತ್ರಣದಲ್ಲಿ ಹಲವು ವಿವರಗಳು ಈ ಸಮುದಾಯಗಳ ಹಿಂದಣ ಬದುಕಿನ ಬಗ್ಗೆ ಸಾಮಾಜಿಕ ಪಳೆಯುಳಿಕೆಗಳಂತೆ ಹಲವು ವಿವರಗಳನ್ನು ನೀಡುತ್ತವೆ. ಈ ಮಾಹಿತಿ, ವಿವರಗಳ ಆಧಾರದ ಮೇಲೆ ಈ ಸಮುದಾಯಗಳು ಹಿಂದಣ ಚರಿತ್ರೆಯ ವಿವಿಧ ಘಟ್ಟಗಳಲ್ಲಿ ಬದುಕಿದ ಬಗೆಯನ್ನು ಶೋಧಿಸಬೇಕು. ಹೀಗೆ ಹಲವು ವಿಧಾನಗಳನ್ನು ರೂಪಿಸಿ ಅಸ್ಪೃಶ್ಯತೆಯ ಉಗಮ ಮತ್ತು ಸಮಾಜದಲ್ಲಿ ಅವರು ವಹಿಸಿದ ಪಾತ್ರದ ಬಗ್ಗೆ ಅಧ್ಯಯನ ಕೈಗೊಳ್ಳುವುದು ಅನಿವಾರ್ಯವಾಗಿದೆ.

ಅಧ್ಯಾಯ ಹದಿನಾರು

ಅಸ್ಪೃಶ್ಯತೆ-ಗುಲಾಮಗಿರಿಯ ಒಂದು ರೂಪ

ಸಾಹಿತ್ಯ, ಶಾಸನಗಳಲ್ಲಿ ಚಿತ್ರಣ

ಚಿದಾನಂದ ಮೂರ್ತಿಯವರ ಸಂಶೋಧನೆ ಮಧ್ಯ ಕಾಲೀನ ಸಮಾಜದಲ್ಲಿನ ಅಸ್ಪೃಶ್ಯರ ಪರಿಸ್ಥಿತಿಯನ್ನು ಲಭ್ಯವಾದ ಸಾಹಿತ್ಯಿಕ ಆಕರಗಳ ಆಧಾರದಲ್ಲಿ ವಿವರಿಸುತ್ತದೆ. ಇದರಿಂದಾಗಿ ಆಧುನಿಕ ಕಾಲಘಟ್ಟದ ನವೋದಯ ಸಾಹಿತ್ಯ ಮತ್ತು ಸಾಮಾಜಿಕ ಸಂಶೋಧನೆಗಳು ವಿವರವಾಗಿ ಮುಂದಿಟ್ಟ ಅಸ್ಪೃಶ್ಯರ ಇಂದಿನ ಜೀವನ ಪರಿಸ್ಥಿತಿ ಮಧ್ಯಕಾಲಿನ ಪರಿಸ್ಥಿತಿಯ ಮುಂದುವರಿಕೆಯೆಂಬುದು ಸ್ಪಷ್ಟವಾಗುತ್ತದೆ.

ಶಾಸನಗಳಲ್ಲಿ, ಕಾವ್ಯ, ವಚನ, ಜಾನಪದ ಮೊದಲಾದ ಸಾಹಿತ್ಯದಲ್ಲಿ, ತೀರಾ ಇತ್ತೀಚಿನವರೆಗಿನ ಸಾಮಾಜಿಕ ಅಧ್ಯಯನಗಳಲ್ಲಿ, ಕರ್ನಾಟಕದ ಎಲ್ಲಾ ಭಾಗಗಳಲ್ಲಿಯೂ ಮನೆದೊತ್ತು, (ಬಸವ ಪುರಾಣ ೫೫, ೩೩ ಚಿ.ಮೂ. ಅಸ್ಪೃಶ್ಯತೆ ೫೯) ಬಳಿದೊತ್ತು, ಬಳಗದೊತ್ತು, ವಂಶದೊತ್ತು, ಮನೆಮಗ, ಹುಟ್ಟಾಳು. (ಚಿ ಮೂ, ಬಸವಣ್ಣ– ಪು ೫೮) ಮೂಲದ ಹೊಲೆಯರು (ವಿವೇಕ ರೈ ತುಳು ಪು.೧೭೯) ಭೂಮಿ ಜಮ್ಮದಾಳುಗಳು, ಒಕ್ಕಲು ಜಮ್ಮದಾಳುಗಳು (ವಿಜಯ ಪೂಣಚ್ಚ–ಪಳಮೆ ಪು. ೮೯), ಹಳೆಮಕ್ಕಳು, (ಎಪ್ಸ್ಟೀನ್ ಪು. ೭೯) ಎಂಬ ವಿವಿಧ ಹೆಸರಿನಿಂದ ಕರೆಯಲ್ಪಟ್ಟ ಒಂದು ವರ್ಗವನ್ನು ಕಾಣುತ್ತೇವೆ. ಒಂದು ಮನೆತನಕ್ಕೆ ಅಥವಾ ಕೃಷಿ ಜಮೀನಿಗೆ ಅಂಟಿಕೊಂಡಂತೆ ಇರುವ ಶ್ರಮಿಕ ಜನರಿವರು. 'ದಕ್ಷಿಣ

ಕನ್ನಡ ಜಿಲ್ಲೆಯಲ್ಲಿ ಮೂಲದವರಾಗಿ ದುಡಿದವರು ಹೆಚ್ಚಾಗಿ ಮುಗೇರರೆಂಬ ಅಸ್ಪೃಶ್ಯ ಸಮುದಾಯ. ಯಾವುದಾದರೂ ಒಂದು ನಿರ್ದಿಷ್ಟ ಮನೆತನಕ್ಕೆ ಸೀಮಿತಗೊಂಡು ಅವರು ದುಡಿಯುತ್ತಿದ್ದರು. ಈ ಸಮುದಾಯದಲ್ಲಿ ಭೂ ಒಡೆತನ ಪಡೆದವರು ಬಹಳ ಕಡಿಮೆ.' (ಅಭಯ ಕೌಕ್ರಾಡಿ, ಪು. ೩೮) ಸಮಯದ ಮಿತಿ ಮತ್ತು ಕೆಲಸದ ನಿರ್ದಿಷ್ಟತೆಯಿಲ್ಲದೆ ತಮ್ಮ ಒಡೆಯರ ಮನೆ ಮತ್ತು ಕೃಷಿಯ ಎಲ್ಲಾ ಕೆಲಸಗಳನ್ನೂ ಮಾಡಬೇಕೆಂಬ ಕಟ್ಟಳೆಗೊಳಪಟ್ಟವರು. ಕೇವಲ ಒಬ್ಬ ವ್ಯಕ್ತಿ ಮಾತ್ರವಲ್ಲದೆ ಮಡದಿ ಮಕ್ಕಳು ಸಮೇತ ಇಡೀ ಕುಟುಂಬ ಒಡೆಯನ ಆಣತಿಗೊಳಪಡುವ ಪದ್ಧತಿ. 'ಮೂಲದ ಮಕ್ಕಳು ಬಾಲ್ಯದಲ್ಲಿಯೇ ಒಡೆಯನ ಮೂಲದ ಕೆಲಸಗಾರರಾಗಿ ಇರುತ್ತಿದ್ದರು' (ಇಂದಿರಾ ಹೆಗ್ಡೆ, ಪು. ೪೪೬) ಕೇವಲ ಕೃಷಿ ಮಾತ್ರವೇ ಅಲ್ಲದೆ ಒಡೆಯನ ಆಸ್ತಿ ಪಾಸ್ತಿ ರಕ್ಷಣೆಗಾಗಿ ಸ್ಥಾನಮಾನಗಳಿಗಾಗಿ ತಮ್ಮಂತೆಯೇ ಅಸ್ಪೃಶ್ಯರಾದ ಇತರ ಒಡೆಯರ ಮೂಲದವರೊಂದಿಗೆ ಕಾಳಗಗಳಲ್ಲಿ ಹೋರಾಡುವ ಕರ್ತವ್ಯವೂ ಇವರದಾಗಿತ್ತು. (ಅದೇ, ಪು. ೪೪೨). 'ಒಡೆಯರ ಹಿಂದೆ ಮೂಲದವರು ಇರುತ್ತಿದ್ದರು. ಒಡೆಯನು ನದಿಗಳನ್ನು ದಾಟುತ್ತಿದ್ದ ದಿನಗಳಲ್ಲಿ ಆತನ ಹಿಂದೆ ನಡೆಯುವ ಮೂಲದಾಳು ಒಡೆಯನ ಚಪ್ಪಲಿಗಳನ್ನು ಎತ್ತಿಕೊಳ್ಳುತ್ತಿದ್ದರು' (ಅದೇ-ಪು. ೪೪೩). ತೊತ್ತುಗಳನ್ನು ಮಾರಾಟ ಕೂಡ ಮಾಡಲಾಗುತ್ತಿತ್ತು ಎಂದು ಶಾಸನವೊಂದರಲ್ಲಿ ದಾಖಲಿಸಲಾಗಿದೆ(ಚಿ.ಮೂ. ಅಸ್ಪೃಶ್ಯತೆ ಪು. ೫೬). ಇನ್ನೂ ವಿಶೇಷವೆಂದರೆ ಮೂಲ ದಾಳುಗಳು ಬೇರೆಡೆಗೆ ಹೋಗಿ ಕೂಲಿ ಮಾಡಿ ಸಂಪಾದನೆ ಮಾಡಿದರೂ ಅದನ್ನು ಒಡೆಯನಿಗೆ ನೀಡುವ ಪದ್ಧತಿ ಇತ್ತು. (ಇಂದಿರಾ ಹೆಗ್ಡೆ- ಪು. ೪೪೫).

ಹೀಗೆ ತೊತ್ತಾಗಿ ದುಡಿಯುತ್ತಿದ್ದವರಿಗೆ ಅಪರೂಪಕ್ಕೊಮ್ಮೆ ಹಬ್ಬಗಳಲ್ಲಿ ಕೂಡ ಹೊಟ್ಟೆ ತುಂಬಾ ಉಣಲಿಕ್ಕಿದರೆ ಅವರು ಮತ್ತೆ ಇನ್ನೇನೋ ಬೇಡಿಕೆಗಳನ್ನು ಕೇಳಲಾರಂಭಿಸುತ್ತಾರೆಂದು ಭೂ ಒಡೆಯರು ಭಾವಿಸಿದ್ದರು. ಹಾಗೆ ಹೊಟ್ಟೆ ತುಂಬಾ ಉಣಲಿಕ್ಕಿದ್ದಕ್ಕಾಗಿ ಒಬ್ಬ ಒಡೆಯ ತನ್ನ ಹೆಂಡತಿಯನ್ನೇ ಸಾಯೆ ಬಡಿದಟ್ಟಿದನು ಎಂಬ, ಬೇಸಾಯ ಮಾಡಿಸುತ್ತಿದ್ದ ಸಾಮಂತರು ಕೂಲಿಕಾರರ ಹೆಣ್ಣುಗಳು ತಮ್ಮ ಕೂಸುಗಳಿಗೆ ಹಾಲೂಡಿಸಲು ಅವಕಾಶ ನೀಡದೆ ಅವರ ಮೊಲೆಯನ್ನು ಕಟ್ಟಿಸಿ ದುಡಿಸುತ್ತಿದ್ದರು ಎಂಬ ಚಿತ್ರಣಗಳು ವಡ್ಡಾರಾಧನೆಯಲ್ಲಿ ದೊರಕುತ್ತದೆ. (ಸಿ.ವೀರಣ್ಣ ಪು. ೧೦೦)

ಹೀಗೆ ವಂಶ ಪಾರಂಪರ್ಯ ತೊತ್ತುಗಳಾಗಿ ಬಹಳಮಟ್ಟಿಗೆ ಅಸ್ಪೃಶ್ಯರನ್ನೇ ಭೂ ಒಡೆಯರ ಮನೆಗಳಲ್ಲಿ, ಕೆಲ ರೈತರ ಮನೆಗಳಲ್ಲಿ ಕೂಡ ಇಟ್ಟುಕೊಳ್ಳಲಾಗಿತ್ತು. ತೊತ್ತುಗಳಾಗಿ ಅಲ್ಲದೆ ಕೂಲಿಕಾರರಾಗಿ ದುಡಿಯುವ ಅಸ್ಪೃಶ್ಯ ಸಮುದಾಯವೂ ಇದ್ದರು. ಅವರ ಸ್ಥಿತಿ ಮತ್ತು ಸಾಮಾಜಿಕ ಸ್ಥಾನ ತೊತ್ತುಗಳಿಗಿಂತ ಕೆಳಗಿನದಾಗಿರುತ್ತಿತ್ತು. ತೊತ್ತುಗಳನ್ನು ಮನೆ ಮಗ ಎಂದು ಕರೆಯುವ ಪರಿಪಾಠವೂ ಇತ್ತು ಮತ್ತು ಅವರು ತಮ್ಮ ಯಜಮಾನನ ಸಾವಿನ ಸಮಯದಲ್ಲಿ ಮಗನಂತೆಯೇ ಕೆಲ ಆಚರಣೆಗಳನ್ನು ಮಾಡಬೇಕಾಗುತ್ತಿತ್ತು ಎಂಬುದು ಇದಕ್ಕೊಂದು ಉದಾಹರಣೆ.

ಅಸ್ಪೃಶ್ಯರಲ್ಲದ ಬೇರೆ ಭೂಹೀನ ಸಮುದಾಯುಗಳವರೂ ಕೆಲವೊಮ್ಮೆ ಜೀತಗಾರರೆಂದು ದುಡಿಯುವ ಪದ್ಧತಿಯೂ ಇತ್ತು. ಸಾಮಾನ್ಯವಾಗಿ ಈಗಲೂ ಕರ್ನಾಟಕದ ಹಲವೆಡೆ ಇರುವ ಪದ್ಧತಿಯಂತೆ ಸಾಲದ ತೀರುವೆಗಾಗಿ ದುಡಿಯುವ ಪದ್ಧತಿ ಅದು. ಸಾಲ ಮೂಲದ ಈ ಜೀತಗಾರಿಕೆಯೇ ಅಮಾನವೀಯವೆನಿಸುವಾಗ ಇಡೀ ಸಮುದಾಯವೇ ಸಾವಿರಾರು ವರ್ಷಗಳ ಕಾಲ ತಲೆ ತಲಾಂತರ ಜೀತಗಾರರಾಗಿ ದುಡಿಯುವ ಅನಿ ವಾರ್ಯತೆಯ ಬಗ್ಗೆ, ಅವರ ಬದುಕಿನ ಬಗ್ಗೆ ವಿವರವಾಗಿ ಅನ್ವೇಷಿಸಬೇಕಾದ್ದು ಇತಿಹಾಸದ ಆದ್ಯ ಕರ್ತವ್ಯಗಳಲ್ಲೊಂದಾಗಿದೆ. ಈ ಬಗೆಗಿನ ಬಹಳಷ್ಟು ವಿವರಣೆಗಳೂ ಅಸ್ಪೃಶ್ಯ ಪುರುಷರಿಗೆ ಸಂಬಂಧಿಸಿದ್ದು ಎಂಬುದನ್ನು ಗಮನಿಸಬಹುದು. ಅಸ್ಪೃಶ್ಯ ಸ್ತ್ರೀಯರ ಸಂಕಟಗಳ ಬಗ್ಗೆ ವಿವರಗಳೇ ದೊರಕುವುದಿಲ್ಲ. ಪುರುಷರ ಜೊತೆ ಜೊತೆಗೆ ಅವರ ಕುಟುಂಬಗಳ ಮಹಿಳೆಯರೂ ತೊತ್ತಾಗಿ ಅತ್ಯಂತ ಶ್ರಮದ ದುಡಿಮೆ ಮಾಡುವುದರ ಜೊತೆಗೆ ಅವರ ಒಡೆಯರ ಲೈಂಗಿಕ ಕಿರುಕುಳ, ಅತ್ಯಾಚಾರ, ಹಿಂಸಾತ್ಮಕ ರತಿ ಮೊದಲಾದ ದೌರ್ಜನ್ಯಗಳಿಗೆ ತುತ್ತಾಗಬೇಕಾದ ದುಸ್ಥಿತಿಯ ಬಗ್ಗೆ ಊಹಿಸಿಕೊಳ್ಳಬೇಕಷ್ಟೆ. ಇದರಿಂದಾಗಿ ತಮ್ಮ ಪುರುಷರ ಅನುಮಾನ, ವ್ಯಂಗ್ಯಗಳು, ಕಿರುಕುಳಗಳಿಗೆ ಕೂಡಾ ಪರಿಸ್ಥಿತಿಯೂ ಅವರ ಜೀವನದ ಒಂದು ಭಾಗವೇ ಆಗಿತ್ತು. ಅಸ್ಪೃಶ್ಯ ಮಹಿಳೆಯರ ಬಗ್ಗೆ ಕೂಡಾ ಸಂಶೋಧನೆ ಗಮನ ಹರಿಸಬೇಕಾಗಿದೆ.

ರಾಜಪ್ರಭುತ್ವಗಳು ಮತ್ತು ಗ್ರಾಮಗಳ ಪ್ರಭು ಗಾವುಂಡರು ಸಮಾಜದ ಒಂದು ದೊಡ್ಡ ವಿಭಾಗವನ್ನು ತೊತ್ತುಗಳಾಗಿ ಕೃಷಿಯಲ್ಲಿ ತೊಡಗಿಸಲು ಸೈನ್ಯ ಬಲವನ್ನು ಬಳಸಿದರು. ಇವರನ್ನು ಅಸ್ಪೃಶ್ಯರೆಂದು ಪರಿಗಣಿಸಿ ಸಾಮಾಜಿಕ ರಚನೆಯಲ್ಲಿ ಅತ್ಯಂತ ಕೆಳಕ್ಕೆ ಅವರನ್ನು ದೂಡುವುದರಲ್ಲಿ ವೈದಿಕ ವರ್ಣ ವ್ಯವಸ್ಥೆಯ ಮೇಲು ಕೀಳು ವಿಚಾರಗಳ ಮನುಸ್ಮೃತಿ ಮೊದಲದ ಧರ್ಮಶಾಸ್ತ್ರ ಗ್ರಂಥಗಳ ಪಾತ್ರದ ಬಗ್ಗೆ ಹಾಗೂ ಈ ಸಮುದಾಯ ಗಳ ಮೇಲೆ ಅಸ್ಪೃಶ್ಯತೆಯನ್ನು ಆರೋಪಿಸಲು ಕಾರಣವಾದ ಅಂಶಗಳ ಬಗ್ಗೆ ಶೋಧ ನಡೆಸುವುದು ಅಗತ್ಯ.

ಅಸ್ಪೃಶ್ಯರ ಸಾಮಾಜಿಕ ಸ್ಥಾನಮಾನಗಳ ಬಗ್ಗೆ ಕನ್ನಡ ಕಾವ್ಯ ಮತ್ತು ಇತರ ಸಾಹಿತ್ಯಗಳಲ್ಲಿ, ಶಾಸನಗಳಲ್ಲಿ ಕೂಡ ಅಪರೂಪವಾದರೂ ಕೆಲ ಉಲ್ಲೇಖಗಳಿವೆ. ಕನ್ನಡದ ಆದಿ ಕವಿ ಎಂದು ಹೆಸರಾಂಥ ಪಂಪನ ಆದಿ ಪುರಾಣದಲ್ಲಿಯೇ ಅಸ್ಪೃಶ್ಯತೆಯ ಬಗ್ಗೆ ಸ್ಪಷ್ಟ ಉಲ್ಲೇಖವಿದೆ. ಇದರ ಪ್ರಕಾರ ಆದಿನಾಥನೆಂದು ಪ್ರಸಿದ್ಧನಾದ ಮೊದಲನೆಯ ತೀರ್ಥಂಕರ ವೃಷಭನಾಥನೇ ವರ್ಣ ವ್ಯವಸ್ಥೆಯನ್ನು ಸೃಷ್ಟಿ ಮಾಡಿದನು. ಅದರಲ್ಲಿ 'ಸ್ಪೃಶ್ಯಾಸ್ಪೃಶ್ಯಕಾರರು ಗಳುಮೆಂದಿರ್ತೆರದ ಶೂದ್ರ ಸಂತತಿಗೆ ಶುಶ್ರೂಷಾ ನಿಯೋಗಂಗಳುಮಂ ಯಥಾ ಯೋಗ್ಯಮುಪದೇಶಂಗೆಯ್ದು ವರ್ಣ ಸಂಕರಮಾಗಲೀಯದೆ ತಮ್ಮ ತಮ್ಮ ಜಾತಿಗಳೊಳ್ ನಣ್ಬುಮಂ ಕೊಳ್ಕೊಡೆಯುಮಂ ನಿಯೋಜಿಸಿದ' ಸ್ಪೃಶ್ಯ ಶೂದ್ರರಿಗೂ ಅಸ್ಪೃಶ್ಯ ಶೂದ್ರರಿಗೂ ಇತರರ ಸೇವೆಯೇ ಆದಿನಾಥ ನಿಯೋಜಿಸಿದ ಕರ್ತವ್ಯ.. ವಡ್ಡಾರಾಧನೆ ಎಂಬ ಜೈನ ಧರ್ಮದ ಕಥೆಗಳ ಗುಚ್ಛದಲ್ಲಿ

'ಉತ್ತಮ ಕುಲದ ಶ್ರಾವಕರ ಬಸಿರೊಳ್ ಪುಟ್ಟುವುದು' ಹೆಮ್ಮೆಯ ಸಂಗತಿಯಾಗಿದೆ. ಹಾಗೆಯೇ ಹೊಲೆಯರ ಮನೆಯಲ್ಲಿ ಹುಟ್ಟವುದು ಪಾಪವಾಗಿದೆ. ಈ ಕೃತಿಯ ಪ್ರಕಾರ ಜೈನ ಭವಾವಳಿಯಲ್ಲಿ ಮಾದಿಗ ಜಾತಿಯಲ್ಲಿ ಹುಟ್ಟುವುದು ಘೋರ ಪಾಪ ಕರ್ಮದ ತುತ್ತ ತುದಿಯ ಫಲ. ಅಂತಹುದೊಂದು ಜನ್ಮ ಎತ್ತಿದ ಪೊಲತಿಯನ್ನು 'ದುರೂಪೆ, ದುರ್ಗಂಧೆ, ದುಸ್ವರೆ' ಎಂದು ವರ್ಣಿಸುತ್ತದೆ.

ಅಸ್ಪೃಶ್ಯರ ಮನೆಗಳು ಊರ ಹೊರಗೆ ಇರುತ್ತಿದ್ದವೆಂಬ ಸೂಚನೆ ದಾನ ಮಾಡಿದ ಭೂಮಿಯ ಮೇರೆಗಳನ್ನು ವಿವರಿಸುವಾಗ ನೀಡಲಾಗಿದೆ. (ಚಿ.ಮೂ.ಅಸ್ಪೃಶ್ಯ ಪು. ೩೫. ಹಿರೇಮಠ ಎಸ್.ಎಸ್.) ಅವರು ಊರ ಹೊರಗೆ ಹೊಲೆಗೇರಿಗಳಲ್ಲಿ ವಾಸ ಮಾಡುತ್ತಿದ್ದರು. ಆ ಹೊಲೆಗೇರಿಗಳು 'ನರಕದ ನೆಲೆ, ಹೇಸಿಕೆಯ ಆಗರ, ಹೊಲಸು ತುಂಬಿದ ಗಾಳಿ ಅಲ್ಲಿಯದು' (ಕರ್ನಾಟಕ ಕಾದಂಬರಿ, ಚಿ.ಮೂ. ಅದೇ. ೪೪). ಹೊಲೆಗೇರಿಗಳನ್ನು ಹೀಗೆ ಕಾಣುವುದಕ್ಕೆ ಒಂದು ಮುಖ್ಯ ಕಾರಣ ಅವರ ಮಾಂಸಾಹಾರ–'ಹಸಿಯ ತೊಗಲು ಹೊರಗೆ ಒಣಹಾಕಿದೆ, ಒರಲಿ ಕೂಗಿಡುವ ನಾನಾ ಪ್ರಾಣಿಗಳ ಸದ್ದು ಕೇಳಿಬರುತ್ತದೆ' (ಹರಿಶ್ಚಂದ್ರ ಕಾವ್ಯ–ಚಿ.ಮೂ.ಅದೇ), 'ಹೊಲೆಗೇರಿಗಳು ಮೂಳೆಗಳಿಂದ ತುಂಬಿರುತ್ತವೆ, ವಾಸದ ಮನೆಗಳು ಕೊಳಕಾಗಿರುತ್ತವೆ' (ಧರ್ಮಾಮೃತ, ಚಿ.ಮೂ. ಅದೇ). ಹೊಲೆಯರ ವೈಯುಕ್ತಿಕ ಇರಸರಿಕೆಯ ವರ್ಣನೆ ಹೀಗಿದೆ: 'ಸ್ನಾನ ಮಾಡದ ಅಂಗ, ಹಲ್ಲು ತಿಕ್ಕಿಲ್ಲ, ತಲೆಯಲ್ಲಿ ಬಾಚದೆ ಸಿಕ್ಕು ಸಿಕ್ಕಾಗಿ ಬೆಳೆದ ಕೂದಲು, ತೊಗಲನ್ನು ಕುಯ್ಯುವಾಗ ಕತ್ತಿ ತಾಗಿದ ಗಾಯ, ಹರಕಲು ಗಡ್ಡ', (ಅದೇ ೪೫).

ಅವರ ಅಸ್ಪೃಶ್ಯತೆಯ ಬಗೆಗಿನ ವಿವರಗಳು ಬಹಳ ಸ್ಪಷ್ಟವಾಗಿಯೇ ಇವೆ. ಅವರು ಊರ ಒಳಗೆ ಬರುವಾಗ ಬೇರೆಯವರು ತಮ್ಮನ್ನು ಸ್ಪರ್ಶಿಸುವ ಪ್ರಸಂಗ ಬರದಿರಲೆಂದು ಅವರಿಗೆ ದೂರ ಹೋಗಲು ಎಚ್ಚರಿಕೆ ಕೊಡಲೆಂದು "ಸಂಬೋಳಿ, ಸಂಬೋಳಿ" ಎಂದು ಕೂಗುತ್ತಾ ಬರಬೇಕು, ಕೈಯಲ್ಲೊಂದು ಸಂಬಳಿಗೋಲು ಹಿಡಿದಿರಬೇಕು. ಅದನ್ನು ಕುಟ್ಟಿ ಸೂಚನೆ ಕೊಡುವುದು ಮತ್ತೊಂದು ವಿಧಾನ. ಚಾಂಡಾಲ ಕನ್ಯೆ 'ಸ್ಪರ್ಶವರ್ಜಿತೆ'. 'ಹೊಲೆಯರನ್ನು ಸ್ಪರ್ಶಿಸುವ ಮಾತಿರಲಿ ಅವರ ಹೆಸರು ಕಿವಿಗೆ ಬಿದ್ದರೂ ಬ್ರಾಹ್ಮಣರು ಉಣ್ಣುವುದನ್ನು ನಿಲ್ಲಿಸುತ್ತಾರೆ' (ಚಿಮೂ. ಪು. ೪೨). ಅವರು ಕೀಳು ಜಾತಿ. 'ಪೊಲೆಯನಂತೆ ವರ್ಣಕ್ಕೆ ಸಲ್ಲದು.' (ಪು. ೪೦) 'ಚಾತುರ್ವರ್ಣ್ಯಕ್ಕೆ ಹೊರಗಿನವರು. ಈ ಕೀಳು ಜಾತಿಗಳಿಗೆ ಸ್ವಲ್ಪ ಗೌರವ ತೋರಿಸಿದರೂ ಅವರು ಉಬ್ಬಿಹೋಗುತ್ತಾರೆ' (ಪು.೪೨). ಇದು ಚಿದಾನಂದ ಮುರ್ತಿಯವರು ಶಾಸನಗಳು ಮತ್ತು ಕಾವ್ಯಗಳಲ್ಲಿ ಸಿಗುವ ಸೀಮಿತ ಮಾಹಿತಿಯನ್ನು ಸಂಗ್ರಹಿಸಿ ಕೊಟ್ಟಿರುವುದರ ಸಾರಾಂಶ. ಕಲ್ಯಾಣ ಚಾಲುಕ್ಯ ಚಕ್ರವರ್ತಿ ಸೋಮೇಶ್ವರನಿಂದ ರಚಿತವಾದ ಮಾನಸೋಲ್ಲಾಸದಲ್ಲಿ ಸ್ವತಃ ಚಕ್ರವರ್ತಿಯೇ ಮನುಷ್ಯರಿರಲಿ ಪಕ್ಷಿಗಳಲ್ಲಿಯೂ ವರ್ಣ ಬೇಧ, ಅಸ್ಪೃಶ್ಯತೆಯನ್ನು ಎಣಿಸುತ್ತಾನೆ. ನಾಲ್ಕೂ ವರ್ಣಗಳ ಪಾರಿವಾಳಗಳ ಜೊತೆಗೆ ಅಸ್ಪೃಶ್ಯ ಪಾರಿವಾಳಗಳೂ ಇರುವುದಂತೆ. ಅದರಲ್ಲಿ ಕೊನೆಯ ಎರಡು ವರ್ಣಗಳು ಅಂದರೆ ಶೂದ್ರ ಮತ್ತು

ಅಸ್ಪೃಶ್ಯ ಪಾರಿವಾಳಗಳು ಮನೆಯೊಳಕ್ಕೆ ಬರಲು ಬಿಡಬಾರದಂತೆ. ವರ್ಣ ವ್ಯವಸ್ಥೆ ಮತ್ತು ಅಸ್ಪೃಶ್ಯ ಜಾತಿಯ ಬಗೆಗಿನ ವರ್ಣ ಬೇಧದ ಮೇಲು ಕೀಳಿನ ಮನಸ್ಥಿತಿ ಎಷ್ಟು ಕ್ಷುದ್ರತೆಯದೆಂದರೆ ಹಾರುವ ಹಕ್ಕಿಗಳನ್ನೂ ಬಿಡಲಾರದು.

ಅಸ್ಪೃಶ್ಯ ಸಮುದಾಯದವರ ಬಗ್ಗೆ ಸಮಾಜದಲ್ಲಿ ವ್ಯಾಪಿಸಿದ್ದ ಕೀಳು ಮನೋಭಾವದ ಬಗ್ಗೆ ಅತ್ಯಂತ ಕೆಳಮಟ್ಟದ ಉದಾಹರಣೆಗಳಾಗಿ ದೊರೆಯುವುದು ಶಾಸನಗಳ ಶಾಪಾಶಯಗಳಲ್ಲಿ. ಶಾಸನಗಳ ಮುಖ್ಯ ಭಾಗದಲ್ಲಿ ಸ್ಥಾನವಿಲ್ಲದ ಹೊಲೆಯ, ಮಾದಿಗ ಸಮುದಾಯವನ್ನು ಶಾಸನಗಳ ಕೊನೆಯ ಭಾಗದಲ್ಲಿ ಬರುವ ಶಾಪಗಳಲ್ಲಿ ಗಣನೀಯ ಸಂಖ್ಯೆಯಲ್ಲಿ ಉಲ್ಲೇಖಿಸಲಾಗಿದೆ.

ಮೊದಲಿನ ಶಾಸನಗಳಲ್ಲಿ, ಈ ಶಾಸನದಲ್ಲಿ ಬ್ರಾಹ್ಮಣರು, ದೇವಾಲಯಗಳಿಗೆ ಹಾಗೂ ಇತರರಿಗೆ ಕೊಟ್ಟ ಕೊಡುಗೆಯನ್ನು ಕೆಡಿಸಿದವನು ನಾಯಿಯಾಗಿ ಕತ್ತೆಯಾಗಿ ಚಾಂಡಾಲ ನಾಗಿ ಹುಟ್ಟಲಿ ಎಂಬ ಶಾಪಾಶಯಗಳು ಇದ್ದವು. ಮನುಸ್ಮೃತಿ ಮೊದಲಾದ ಧರ್ಮಶಾಸ್ತ್ರ ಗಳಲ್ಲಿ ಕೇವಲ ಚಾಂಡಾಲರನ್ನು ಮಾತ್ರ ಅಸ್ಪೃಶ್ಯರನ್ನಾಗಿ ಉಲ್ಲೇಖಿಸಿದ್ದರಿಂದ ಈ ಶಾಸನಗಳ ಕರ್ತೃಗಳು ಅವುಗಳನ್ನು ಅನುಸರಿಸಿದಂತೆ ಕಾಣುತ್ತದೆ. ನಂತರದ ಶತಮಾನಗಳಲ್ಲಿ ಹೆಚ್ಚು ಕನ್ನಡ ಶಾಪಾಶಯಗಳ ಬಳಕೆಯ ಜೊತೆ ಜೊತೆಗೆ ಅಸ್ಪೃಶ್ಯ ಸಮುದಾಯವನ್ನು ಗುರಿಮಾಡಿದ ಶಾಪಗಳನ್ನು ಕಾಣುತ್ತೇವೆ: 'ತಪ್ಪಿದವರ ಹೆಂಡಿರ ಹೋಲೇರು', 'ಈ ಧರ್ಮ ತಪ್ಪಿದರೆ ಹೆಂಡಿರ ಹೊಲೆ ಮಾದಿಗರು', 'ಅವನ ಹೆಂಡತಿಯ ಹೊಲೆಮಾದಿಗರಿಗೆ ಕೊಟ್ಟ ಹಾಗೆ', 'ತಮ್ಮ ದೇಹವನು ಹೋಲೇರು ಮಾದಿಗರಿಗೆ ಕೊಟ್ಟ ಹಾಗೆ', 'ಕಿರಾತಂ ಮ್ಲೇಚ್ಛ ಚಂಡಾಲ ಚಮ್ಮಕಾರಾತ್ಮಜಾಸ್ತುತೇ'.(ಎಸ್.ಎಸ್.ಹಿರೇಮಠ, ಪು. ೪೨). ಇವು ಸಾಮಾನ್ಯವಾಗಿ ಹಳ್ಳಿಗಳಲ್ಲಿ ಉಪಯೋಗಿಸುವ ಬಯ್ಗುಳಗಳ ಶಾಸನೀಕೃತ ರೂಪಗಳಾ ಗಿವೆ.

ಈ ಶಾಸನಗಳ ಈ ಉಲ್ಲೇಖಗಳು ಅಸ್ಪೃಶ್ಯ ಸಮುದಾಯಗಳು ಮನುಷ್ಯರೇ ಅಲ್ಲವೆಂಬಂತೆ ಪ್ರಾಣಿಗಳ ಸಮನಾಗಿ ಉಲ್ಲೇಖಿಸುವುದು, ಅವರ ಜೊತೆ ಲೈಂಗಿಕ ಸಂಬಂಧವೆಂಬುದು ಇತರ ಮೇಲ್ಜಾತಿಗಳನ್ನು ಊಹಿಸಿಕೊಳ್ಳಲಾಗದ ಕೆಳ ಸ್ಥಾನಕ್ಕೆ ತಳ್ಳುವುದೆಂಬ ಮನೋಭಾವನೆಯ ಪ್ರತಿಬಿಂಬವಾಗಿದೆ. ಮಾರಮ್ಮನ ಪುರಾಣದಲ್ಲಿ ಅಸ್ಪೃಶ್ಯನೊಬ್ಬ ವೇದಗಳನ್ನು ಕಲಿತಿದ್ದರೂ ಬ್ರಾಹ್ಮಣಿಯನ್ನು ಮದುವೆಯಾದ ಕಾರಣಕ್ಕಾಗಿ ಕೋಣನಾಗುವ ಶಾಪಕ್ಕೆ ತುತ್ತಾಗುವ, ಹೆಂಡತಿಗೆ ಈ ಕೋಣನಾದ ಗಂಡನ ತಲೆಯನ್ನು ಬಲಿಕೊಡುವ ಶಾಪದ ಪುರಾಣದ ಪ್ರತಿಬಿಂಬವೆಂಬಂತೆ ಕಾಣುತ್ತವೆ. ಮತ್ತೊಂದು ಮುಖ್ಯ ಸಂಗತಿ ಎಂದರೆ ಸತ್ಯ ಹರಿಶ್ಚಂದ್ರ ರಾಜ್ಯ ತ್ಯಾಗ ಮಾಡಿ ತನ್ನ ಹೆಂಡತಿ, ಮಕ್ಕಳ ಸಮೇತ ಹಲವು ಸಂಕಟಗಳನ್ನು ಅನುಭವಿಸುವುದು ಕೂಡಾ ಇಂತಹ ಅಸ್ಪೃಶ್ಯತೆಯ ಆಚರಣೆಯನ್ನು ಎತ್ತಿ ಹಿಡಿಯುವುದಕ್ಕಾಗಿ. ಈ ಕೆಳಗಿನ ಸಂಭಾಷಣೆಯನ್ನು ನೋಡಿ

ಹರಿಶ್ಚಂದ್ರ: ಹೊಲತಿಯರಾದ ನಿಮ್ಮ ಯೌವ್ವನದ ಸೊಕ್ಕು, ರೂಪು, ಜಾಣತನಕ್ಕೆ ಒಲಿದು ರಮಿಸಲಾಗುವುದೇ? ಶಿವ ಶಿವ ಈ ಮಾತೇ ಹೊಲಸಾದುದು.

"ನೀನೆಮಗೆ ವಲ್ಲಭನಾಗಿ ಚಿತ್ತದುಮ್ಮಳಿಕೆಯಂ ಕಳೆ" ಇದು ರಾಜ ತಲೆದೂಗುವಂತೆ ಹಾಡಿದ, ತಾಳ ಲಯಕ್ಕೆ ತಕ್ಕಂತೆ ತೊನೆದಾಡಿದ ಇಬ್ಬರು ಯುವತಿಯರ ಕೋರಿಕೆ. ಅದಕ್ಕೆ ಹರಿಶ್ಚಂದ್ರನ ಉತ್ತರ ಮೇಲಿನಂತೆ.

ಈ ಯುವತಿಯರು ಹರಿಶ್ಚಂದ್ರ ಕಾವ್ಯದ ಪ್ರಕಾರ ವಿಶ್ವಾಮಿತ್ರನ ಸೃಷ್ಟಿ. ಕಾಳ ರಾತ್ರಿಯ ಕನ್ನೆಯರು. ವಿಷದ ಹೊಗೆಯಿಂದ ಕಪ್ಪಾಗಿ ಕನಲಿದ ಜಲ ದೇವತೆಯರಂತೆ ಕಾಣುತ್ತಿದ್ದರು. ಕಾಡಿನಲ್ಲಿ ಬೇಟೆಯಿಂದ ಬಳಲಿದ ರಾಜ ಹರಿಶ್ಚಂದ್ರನಿಗೆ ತಮ್ಮ ನೃತ್ಯ, ಹಾಡಿನಿಂದ ಸಂತಸವನ್ನುಂಟು ಮಾಡಿದರು. ರಾಜ ಮೆಚ್ಚುಗೆಯಿಂದ ಆಭರಣಗಳನ್ನು ನೀಡಲು ಮುಂದಾದನು. ಅವರು ಅದರಿಂದ ತಮಗೇನೂ ಪ್ರಯೋಜನವಿಲ್ಲವೆಂದು ನಿರಾಕರಿಸಿ ಬಿಸಿಲಿನ ಬೇಗೆಯಿಂದ ರಕ್ಷಿಸಿಕೊಳ್ಳಲು ರಾಜನ ಬೆಳ್ಗೊಡೆಯನ್ನು ಬೇಡಿದರು. ತಳಸಮುದಾಯದ ಸರಳ ಬದುಕಿಗೆ ಸಹಜವಾದ ಚಿಂತನೆಯ ಅಭಿವ್ಯಕ್ತಿ ಅದು.

ಅದು ರಾಜ ಚಿಹ್ನೆ, ಕೊಡಲಾಗುವುದಿಲ್ಲ ಎಂದ ರಾಜ.

ಶಿಬಿ, ದಧೀಚಿ, ಬಲಿ ಮುಂತಾದವರು ಕೇಳಿದ ದಾನ ಕೊಟ್ಟಿಲ್ಲವೇ ನೀನೇಕೆ ಕೊಡಬಾರದು ಎಂದರು ಯುವತಿಯರು.

ಕೊನೆಗೆ

ಅದನ್ನು ಕೊಡಲಾಗದಿದ್ದರೆ ನೀನೆಮಗೆ ವಲ್ಲಭನಾಗು. ನಮ್ಮ ದುಷ್ಕುಲ ನಿನ್ನ ಸಂಗದಿಂದ ಪರಿಶುದ್ಧವಾಗುವುದೆಂಬ ಅಪೇಕ್ಷೆ ನಮ್ಮದು ಎಂದರು ಯುವತಿಯರು. ಇದು ಕೂಡಾ ತಮ್ಮ ಹುಟ್ಟಿನ ಕಾರಣಕ್ಕಾಗಿ ನಿರಂತರ ಅಪಮಾನದ ಬದುಕಿನಿಂದ ಬೇಸತ್ತವರ ಮಾನವ ಘನತೆಯ ಬದುಕಿನ ಬಯಕೆಯ ತೀವ್ರ ಅಭಿವ್ಯಕ್ತಿ.

ನಿಮಗೋಸ್ಕರ ಶ್ರೇಷ್ಠವಾದ ನನ್ನ ಸೂರ್ಯ ವಂಶವನ್ನು ಕೆಡಿಸಲೇ, ಕುಲ ಧರ್ಮಕ್ಕೆ ಇದು ಉಚಿತವಲ್ಲ. ಕೊಡ ಹಾಲು ಕೆಡಿಸುವುದಕ್ಕೆ ಎಷ್ಟು ಹುಳಿ ಬೇಕು. ಬಚ್ಚಲಿನ ನೀರದು ತಿಳಿಯಾದರೆ ಮೀಹಕ್ಕೆ ಯೋಗ್ಯವೇ ಎಂದ ಹರಿಶ್ಚಂದ್ರ.

ನಮ್ಮನ್ನು ಮೆಚ್ಚಿ ಮತ್ತೆ ಒಪ್ಪುವುದಿಲ್ಲ ಎಂದು ರಾಜ ಹೇಳುತ್ತಿರುವನು ಎಂದು ಇಳೆಯೊಳಗೆ ದೂರುತ್ತಾ ಸಾರುತ್ತಾ ಬರುತ್ತೇವೆ ಎಂದರು ಯುವತಿಯರು.

ಅದನ್ನು ಕೇಳಿ ತಾಳ್ಮೆ ತಪ್ಪಿದ ಹರಿಶ್ಚಂದ್ರನು ಘುಡು ಘುಡಿಸಿ ಎದ್ದು ಚಾವಟಿಯನ್ನು ಸೆಳೆದುಕೊಂಡನು. ಓಡಲು ಬಿಡದೆ ಬೆನ್ನಟ್ಟಿ ರಕ್ತ ಚಿಮ್ಮುವಂತೆ ಬಾರಿಸಿ ಹಿಂತಿರುಗಿದನು.

ಇದನ್ನು ಕೇಳಿದ ವಿಶ್ವಾಮಿತ್ರ ಋಷಿ ಕೋಪಗೊಂಡು ಆ ಅಬಲೆ, ಚೆನ್ನೆ ಕನ್ನೆಯರನ್ನು ಏಕೆ ಹೊಡೆದೆ ಎಂದು ಹರಿಶ್ಚಂದ್ರನನ್ನು ಕೇಳಿದ.

ಆಗ ಹರಿಶ್ಚಂದ್ರನು, ನಿಮ್ಮ ಮನೆಯವರೆಂದ ಕಾರಣ ಕರುಣಿಸಿ ಬಿಟ್ಟೆನು. ಇಲ್ಲದಿದ್ದರೆ

ಕೆಡಹಿ ಮೂಗನ್ನು ಕತ್ತರಿಸಿ ಹೆಂಟೆ ಹೊಡೆಯುವ ದಿಮ್ಮಿಗೆ ಕಟ್ಟಿ ಬಟ್ಟ ಬಯಲಿನಲ್ಲಿ ಎಳೆದಾಡಿಸಿಬಿಡುತ್ತಿದ್ದೆ ಎಂದನು.

ಸಾಧ್ಯವಿಲ್ಲ ಎಂದರೆ ಆಗುತ್ತಿರಲಿಲ್ಲವೇ, ಈ ರೀತಿ ಭಯಪಡುವಂತೆ ಹೊಡೆದುದು ಏಕೆ? ವಿಶ್ವಾಮಿತ್ರರ ಪ್ರಶ್ನೆ. ನನ್ನ ಕುಮಾರಿಯರನ್ನು ಮದುವೆಯಾಗು ನನ್ನ ಎಲ್ಲ ವಿರೋಧವನ್ನು ಬಿಟ್ಟುಬಿಡುವೆನು ಎಂದರು ಅವರು.

ಚಾಂಡಾಲ ಸತಿಯರ ಸಂಗ ಮಾಡಿ ಘೋರ ನರಕದಲ್ಲಿ ಬಿದ್ದು ಹೊರಳಾಡುವವನಲ್ಲ. ನಿರ್ಮಲ ರವಿ ಕುಲವನ್ನು ನೀರಿನಲ್ಲಿ ಮುಳುಗಿಸುವವನಲ್ಲ. ನನ್ನ ಸರ್ವ ರಾಜ್ಯವನ್ನಾದರೂ ಕೊಡಲು ಒಪ್ಪುವೆನು.

ಹರಿಶ್ಚಂದ್ರನು ರಾಜ್ಯ ತ್ಯಾಗ ಮತ್ತು ಇತರ ಕಷ್ಟ ಪರಂಪರೆಗೆ ಈಡಾದುದರ ಸಂಕ್ಷಿಪ್ತ ಹಿನ್ನೆಲೆ ಇದು.

ಈ ವಿವರಣೆ ಸತ್ಯ ಹರಿಶ್ಚಂದ್ರ ರಾಜ ಕುಲ ಶ್ರೇಷ್ಠತೆ, ಹೊಲೆಯ ಕುಲದ ಕೀಳು ಅಸ್ಪೃಶ್ಯತೆ ಎಂಬ ಮಹತ್ತರ ಸತ್ಯದ ರಕ್ಷಣೆಗಾಗಿ ರಾಜ್ಯವನ್ನು ಕಳೆದುಕೊಂಡು ಸಂಕಷ್ಟಗಳ ಮಾಲೆಯನ್ನು ಅನುಭವಿಸಿದ ಎಂಬುದನ್ನು ಸ್ಪಷ್ಟಪಡಿಸುತ್ತದೆ.

ಈ ಎಲ್ಲಾ ಕಷ್ಟಗಳನ್ನು ಅನುಭವಿಸುತ್ತಿರುವಾಗ ವಿಶ್ವಾಮಿತ್ರ ಋಷಿ, ಈಗಲೂ ಆ ಯುವತಿಯರನ್ನು ಮದುವೆಯಾಗಲು ಒಪ್ಪಿದರೆ ನಿನ್ನ ರಾಜ್ಯ, ಸಂಪತ್ತುಗಳನ್ನು ಹಿಂದಿರುಗಿಸುವೆನು ಎಂದು ಹೇಳಿದರೂ ಅದಕ್ಕೆ ಹರಿಶ್ಚಂದ್ರ ಒಪ್ಪಲಿಲ್ಲ ಎಂಬುದು ಹರಿಶ್ಚಂದ್ರನ ಸತ್ಯ ಯಾವುದು ಎಂಬುದನ್ನು ಸಂಶಯಕ್ಕೆಡೆಯಿಲ್ಲದಂತೆ ಸ್ಪಷ್ಟವಾಗಿಸುತ್ತದೆ.

ಆದರೆ ಸಂಗೀತದಿಂದ ರಾಜಾ ಹರಿಶ್ಚಂದ್ರನನ್ನು ಮೆಚ್ಚಿಸಿದ ಆ ಕನ್ಯೆಯರು ಕೇಳಿದ್ದು ಬಹಳ ಸರಳ ಬದುಕಿನ ಅಗತ್ಯ. ಬಿಸಿಲಿಗೆ ನೆರಳಾಗಲು ಕೊಡೆ. ಅದನ್ನು ಕೊಡಲಾಗು ವುದಿಲ್ಲವೆಂದ ಮೇಲೆ ಅವರ ಬೇಡಿಕೆ ತಮ್ಮ ದುಷ್ಕುಲವನ್ನು ಕಳೆಯಲು ಮದುವೆಯಾಗು ಎಂಬುದು. ಇದು ಎಷ್ಟೊಂದು ದೊಡ್ಡ ಮಹಾಪರಾಧವೆಂದರೆ ಯುವತಿಯರನ್ನು ರಾಜನು ತಾನೇ ಕೊರಡೆಯಿಂದ ಹೊಡೆಯುವಷ್ಟು. ಅಷ್ಟೇ ಅಲ್ಲ ಕೆಡಹಿ ಮೂಗನ್ನು ಕೊಯ್ಯುವುದಲ್ಲದೆ ಹೆಂಟೆ ಹೊಡೆಯುವ ದಿಮ್ಮಿಗೆ ಕಟ್ಟಿ ಬಯಲಿನಲ್ಲೆಲ್ಲಾ ಎಳೆದಾಡುವಷ್ಟು... ಕೊನೆಗೆ ರಾಜ್ಯವನ್ನೇ ತ್ಯಾಗ ಮಾಡಿ ಅಸ್ಪೃಶ್ಯ ವೀರಬಾಹುವಿನ ಆಳಾಗುವಷ್ಟು.

ಈ ಕಾವ್ಯ ಜಗತ್ತಿಗೆ ಸಾರಬಯಸುವ ಸತ್ಯವೆಂದರೆ ನಿನ್ನ ಎಲ್ಲಾ ಸಂಪತ್ತನ್ನು ಬಿಟ್ಟರೂ ಕೂಡ ಅಸ್ಪೃಶ್ಯರನ್ನು ಕೂಡಬೇಡ, ಅವರು ಕೀಳು ಎಂಬುದನ್ನು ಸ್ಥಾಪಿಸು ಎಂದು.

ಜನ ಮಾನಸದಲ್ಲಿ ಸಾಲ ತೀರಿಸಬೇಕೆಂಬ ಸತ್ಯವೇ ಹರಿಶ್ಚಂದ್ರನ ಸತ್ಯ. ಕೊಟ್ಟ ಮಾತನ್ನು ಉಳಿಸಿಕೊಳ್ಳಬೇಕೆಂಬುದೇ ಅವನ ಸತ್ಯ ಎಂದು ಬಿಂಬಿಸಲಾಗಿದೆ.

(ಉಭಯ ಕವಿ ಶರಭ ಭೇರುಂಡ ರಾಘವಾಂಕನ ಹರಿಶ್ಚಂದ್ರ ಚರಿತ್ರೆಯಿಂದ ಜಿ.ಕೃಷ್ಣಪ್ಪನವರು ಪ್ರಕಟಿಸಿದ ವಚನ ಹರಿಶ್ಚಂದ್ರ ಚಾರಿತ್ರದಿಂದ)

ಮಾರಮ್ಮನ ಪುರಾಣ ಮತ್ತು ಸತ್ಯ ಹರಿಶ್ಚಂದ್ರನ ಈ ಸತ್ಯ ಅಸ್ಪೃಶ್ಯತೆ ಎಂಬ ಕ್ರೌರ್ಯದ ಘೋರತೆಯನ್ನು ಕಣ್ಣಿಗೆ ಕಟ್ಟುವಂತೆ ಮಾಡುತ್ತದೆ. ಜಾತಿ–ವರ್ಣ ವ್ಯವಸ್ಥೆಯ ವಿಚಾರಗಳು ಜನ ಮಾನಸವನ್ನು ಎಷ್ಟು ಆಳವಾಗಿ ಹೊಕ್ಕಿದ್ದವೆಂಬುದರ ಸೂಚನೆಯಾಗಿದೆ.

ಅಸ್ಪೃಶ್ಯತೆಯ ಆಚರಣೆಗಳು ಎಷ್ಟು ಅಮಾನವೀಯವೆಂದರೆ ಜೀವನದ ಮುಖ್ಯ ಅಗತ್ಯವಾದ ನೀರು, ಆಹಾರ, ಮನೆಗೂ ತತ್ವಾರ ಹೇರಲಾಗಿದೆ.

ಅಸ್ಪೃಶ್ಯರು ಬೇರೆಯ ಮನೆಗಳಲ್ಲಿ ಕುಡಿಯುವ ನೀರು ಕೇಳಿದರೆ ಪಾತ್ರೆಗಳಲ್ಲಿ ನೀಡದೆ ಮೇಲಿನಿಂದ ಹೊಯ್ಯುವುದು, ಇಂತಹ ಪದ್ಧತಿಗಳ ಬಗ್ಗೆ ಮಧ್ಯಕಾಲೀನ ಶಾಸನಗಳು, ಸಾಹಿತ್ಯ ಕೃತಿಗಳಲ್ಲಿ ಈ ಬಗ್ಗೆ ಉಲ್ಲೇಖ ಸಿಗದಿರಬಹುದು. ಆದರೆ ಈ ಪದ್ಧತಿಗಳು ಅಸ್ಪೃಶ್ಯತೆಯ ಉಗಮದೊಂದಿಗೇ ಆರಂಭವಾಗಿವೆಯೆಂದು ಧೃಡವಾಗಿ ಹೇಳಬಹುದು. ಹೀಗೆ ಪ್ರತ್ಯೇಕ ನೀರಿನಾಸರೆ ಇಲ್ಲದ ಮತ್ತು ಕುಡಿಯುವ ನೀರಿಗೂ ಕೂಡ ಮೇಲ್ಜಾತಿಗಳನ್ನು ಬೇಡಿ ನೀರನ್ನು ಪಡೆಯಬೇಕಾದ ದುಸ್ಥಿತಿ ಇಪ್ಪತ್ತನೆಯ ಶತಮಾನದ ಆದಿಯಲ್ಲಿ ಕೂಡ ಅನೇಕ ಕಡೆ ಇದ್ದುದನ್ನು ಕಾಣುತ್ತೇವೆ. ನೀರಿನ ಕೊರತೆ ಹೆಚ್ಚಿಲ್ಲದ ಪ್ರದೇಶಗಳಲ್ಲಿ ಅಸ್ಪೃಶ್ಯರಿಗೆ ಪ್ರತ್ಯೇಕ ವ್ಯವಸ್ಥೆ ಇರುವ ಸಂಭವ ಹೆಚ್ಚಿದ್ದರೂ ಅಂತಹ ಪ್ರದೇಶಗಳಲ್ಲಿ ಕೂಡ ಸಾಮಾನ್ಯವಾಗಿ ಒಳ್ಳೆಯ ನೀರು ದೊರೆಯದ ದುಸ್ಥಿತಿ.

ಅಂದು ಜೀವನದ ಮುಖ್ಯ ಆಧಾರವಾದ ಭೂಮಿಯ ಬಗ್ಗೆ ಚಿದಾನಂದಮೂರ್ತಿಯವರು ಗಮನಿಸಿದ ಒಂದು ಮುಖ್ಯ ಅಂಶವೆಂದರೆ:

'ಕರ್ನಾಟಕದ ಯಾವ ಶಾಸನಗಳಲ್ಲಾಗಲಿ, ಸಾಹಿತ್ಯ ಕೃತಿಯಲ್ಲಾಗಲೀ ಹೊಲೆಯರು ಭೂಮಿಗೆ ಒಡೆಯರಾಗಿದ್ದರೆಂಬುದಕ್ಕೆ ಯಾವುದೇ ಸೂಚನೆಯೂ ಇಲ್ಲ. ವೃತ್ತಿಯಾಗಿ ವ್ಯವಸಾಯ ಅವರಿಗೆ ನಿಷಿದ್ಧ. ಈ ಕಾರಣದಿಂದಲೇ ಅವರು ಹಸು, ಎತ್ತುಗಳನ್ನು ಸಾಕುತ್ತಿದ್ದರೆಂಬ ಸೂಚನೆಗಳೂ ಇಲ್ಲ.' (ಪು. ೫೬–೫೭)

ಆದರೆ ಕೆಲ ಶಾಸನಗಳಲ್ಲಿ ತಳಾರಿಕೆ, ಮಾದಾರಿಕೆ ಎಂಬ ಗ್ರಾಮಗಳ ಸೇವಕರ ಉಲ್ಲೇಖಗಳಿವೆ. ಅವರಿಗೆ ಗಾವುಂಡುಗಳು, ಸೇನಬೋವರಿಗೆ ಕೊಟ್ಟಂತೆಯೇ ಆದರೆ ಅಷ್ಟು ಪ್ರಮಾಣವಲ್ಲದಿದ್ದರೂ ಸ್ವಲ್ಪ ಭೂಮಿಯನ್ನು ಕೊಡುವ ಪದ್ಧತಿ ಇರುವ ಸಂಭವ ಇದೆ. ಹಾಗೆಯೇ ದೇವಾಲಯದ ಪರೆಕಾರರಿಗೆ ಭೂಮಿಯನ್ನು ನೀಡಿದ ಉಲ್ಲೇಖಗಳೂ ಇವೆ. (ಹಿರೇಮಠ ಎಸ್.ಎಸ್. ಪು. ೫೧, ೬೦). ಆದರೆ ಇವು ಬಹಳ ಬಹಳ ಕಡಿಮೆ ಜನಕ್ಕೆ ಬಹಳ ಕಡಿಮೆ ಭೂಮಿ. ಭೂ ಸುಧಾರಣೆಗಳ ನಂತರವೂ ಇಪ್ಪತ್ತೊಂದನೆಯ ಶತಮಾನದ ಆದಿ ಭಾಗದಲ್ಲಿ ಕೂಡ ಅಸ್ಪೃಶ್ಯರು ಅತಿ ಹೆಚ್ಚು ಪ್ರಮಾಣದಲ್ಲಿ ಭೂ ರಹಿತರಾಗಿದ್ದಾರೆ. ಶಿವರಾಮ ಕಾರಂತರ ಚೋಮನ ದುಡಿ ಕಾದಂಬರಿಯಲ್ಲಿ ಈ ಭೂಹೀನತೆಯ ತೀವ್ರತೆ ಮತ್ತು ಭೂಮಿಯ ಬಗೆಗಿನ ಹಂಬಲವನ್ನು ಮನಮುಟ್ಟುವಂತೆ ವಿವರಿಸುತ್ತದೆ. ಭೂ ಒಡೆಯನಿಗೆ ಕೊನೆಗೊಂದು

ಬಾರಿ ಕರುಣೆ ಬಂದು ಚೋಮನಿಗೆ ಕೊಡಲು ಮನಸ್ಸು ಮಾಡಿದರೂ ಧಾರ್ಮಿಕ ಕಟ್ಟಳೆಗಳು ಅವರ ತಾಯಿಯ ಮುಖಾಂತರ ಅಡ್ಡಿಯಾದವು. ಅಂಬೇಡ್ಕರ್‌ರವರು ಗುರುತಿಸಿರುವಂತೆ ಬ್ರಿಟಿಷ್ ಆಡಳಿತ ಬರುವುದಕ್ಕೆ ಮುಂಚೆ ಭಾರತದ ವಿವಿಧ ಪ್ರದೇಶಗಳಲ್ಲಿ ಜಾರಿಯಲ್ಲಿದ್ದ ಕಾನೂನುಗಳು ಕೂಡಾ 'ಅಸ್ಪೃಶ್ಯರು ಭೂಮಿಯ ಒಡೆಯರಾಗಬಾರದು' ಎಂದು ಹೇಳಿದ್ದವು. ಭೂಮಿ ಖರೀದಿಸಲು ಅಸ್ಪೃಶ್ಯರಿಗೆ ಅನುಮತಿ ನೀಡುವುದು ಎಂದರೆ ನಮ್ಮ ಮಟ್ಟಕ್ಕೆ ಏರಲು ಅನುಮತಿ ನೀಡಿ ದಂತೆ' ಎಂದು ಸವರ್ಣೀಯರು ಭಾವಿಸಿದ್ದಾರೆ'. ಸುಖದೇವ್ ಥೋರಾತ್ ಮೊದಲಾದ ಸಂಶೋಧಕರು ಇಂದಿನ ಭಾರತದಲ್ಲಿ ಭೂಮಿ ಮೊದಲಾದ ಸ್ವತ್ತುಗಳಲ್ಲಿ ದಲಿತರ ಸ್ಥಿತಿಯ ಬಗ್ಗೆ ಅಧ್ಯಯನ ನಡೆಸಿ ಇಂದೂಕೂಡಾ ದಲಿತರಲ್ಲಿ ಬಹುಭಾಗ ಕೂಲಿಕಾರ ರಾಗಿರುವುದಕ್ಕೆ ಕಾರಣ ಅವರಲ್ಲಿ ಅತಿ ಹೆಚ್ಚು ಭೂಹೀನರು. ಭೂಮಿ ಇರುವವರ ಬಳಿಯೂ ಒಂದು ಎಕರೆಗಿಂತ ಕಡಿಮೆ ಹಿಡುವಳಿಯ ಬರಡು ಒಣ ಭೂಮಿ ಎಂದಿದ್ದಾರೆ. ಇಪ್ಪತ್ತನೆಯ ಶತಮಾನದಲ್ಲಿಯೇ ಇಂತಹ ಪರಿಸ್ಥಿತಿಯೆಂದರೆ ಇನ್ನು ಪ್ರಾಚೀನ ಮತ್ತು ಮಧ್ಯಕಾಲೀನ ಪರಿಸ್ಥಿತಿಯಲ್ಲಿ ಅಸ್ಪೃಶ್ಯರಿಗೆ ಭೂಮಿಯ ಒಡೆತನಕ್ಕೆ ಅವಕಾಶ ನೀಡಬಾರದು, ಅದು ಶಾಸ್ತ್ರ ವಿರುದ್ಧ ಎಂಬ ಭಾವನೆ ಪ್ರಬಲವಾಗಿದ್ದಾಗ ಇಲ್ಲವೇ ಇಲ್ಲವೆಂಬಷ್ಟು ಕಡಿಮೆ. ಚಿದಾನಂದ ಮೂರ್ತಿಯವರ ಅಭಿಪ್ರಾಯ ಮಧ್ಯಕಾಲೀನ ಕರ್ನಾಟಕದಲ್ಲಿನ ಸ್ಥಿತಿಯನ್ನು ಬಿಚ್ಚಿಡುತ್ತದೆ. ಭೂಮಿಯ ಒಡೆತನ ಕೇವಲ ಒಂದು ಆಸ್ತಿಯ ಪ್ರಶ್ನೆ ಮಾತ್ರವಾಗಿರಲಿಲ್ಲ. ಅದು ಸಾಮಾಜಿಕ ಘನತೆಯ ಪ್ರಶ್ನೆಯೂ ಆಗಿತ್ತು.

ಕುವೆಂಪುರವರ ಎರಡೂ ಕಾದಂಬರಿಗಳು ಮತ್ತು ಕೆಲವು ಕಥೆಗಳಲ್ಲಿ ಅಸ್ಪೃಶ್ಯ ಜೀತದಾಳುಗಳು ಮತ್ತು ಕೂಲಿಯಾಳುಗಳ ಬದುಕಿನ ಅಸಹನೀಯ ಪರಿಸ್ಥಿತಿಯನ್ನು, ಅರೆಗುಲಾಮಿ ಅಸ್ವಾತಂತ್ರ್ಯವನ್ನು ವಾಸ್ತವಿಕವಾಗಿ ಮತ್ತು ಮನಮುಟ್ಟುವಂತೆ ಬಣ್ಣಿಸುತ್ತದೆ. ದಲಿತ ಹೆಣ್ಣುಗಳು ಭೂಮಾಲೀಕರ ಕಾಮ ತೃಷೆಗೆ ಬಲಿಯಾಗಬೇಕಾದ ದುಸ್ಥಿತಿ, ಗಂಡ ಹೆಂಡತಿಯರ ಆಯ್ಕೆಯೂ ಭೂ ಒಡೆಯರ ಮರ್ಜಿಗೆ ತಕ್ಕಂತೆ ಎನ್ನುವ ಅಸ್ವಾತಂತ್ರ್ಯ ಗುತ್ತಿ ತಿಮ್ಮಿಯರ ಪ್ರೇಮದ ಸಂದರ್ಭದಲ್ಲಿ ಸ್ಪಷ್ಟವಾಗುತ್ತದೆ. ಕೇವಲ ಒಂದು ಆಳು ಕಡಿಮೆಯಾಗುತ್ತದೆಂಬ ಕಾರಣಕ್ಕಾಗಿ ಹೆಣ್ಣಿನ ಅಣ್ಣನಿಗೆ ರಕ್ತ ಬರುವಂತೆ ಹೊಡೆಯುವ ದೌರ್ಜನ್ಯ, ತಮ್ಮದೇ ಜಾತಿಯವರನ್ನು ಕೂಡಾ ತಮ್ಮ ಇಚ್ಛೆಯಂತೆ ಮದುವೆಯಾಗಲು ಆ ಪ್ರದೇಶವನ್ನೇ ತೊರೆದು ಪರಾರಿಯಾಗಬೇಕಾದ ಅನಿವಾರ್ಯತೆಯನ್ನು ಅಲ್ಲಿ ಕಾಣುತ್ತೇವೆ. ಇದು ಇಪ್ಪತ್ತನೆಯ ಶತಮಾನದ ಆದಿಯಲ್ಲಿನ ಪರಿಸ್ಥಿತಿ

ಅಸ್ಪೃಶ್ಯರು ಭೂರಹಿತ ಜೀತದಾಳುಗಳಾಗಿ ಒಡೆಯರ ಕೈಗಾವಲು ಬಂಟರ ಚಡಿಯೇಟುಗಳಿಗೆ ಈಡಾಗುತ್ತಿದ್ದರು. ಅವರ ಇಡೀ ಕುಟುಂಬವೇ ಜೀತದಾಳುಗಳಾಗಿ ದುಡಿಯಬೇಕಾಗಿತ್ತು. ಪ್ರತಿಯೊಂದು ಸಾಮಾಜಿಕ ರೀತಿ ರಿವಾಜುಗಳಲ್ಲಿಯೂ ಅಸ್ಪೃಶ್ಯರ ಕೆಳ ಸ್ಥಾನವನ್ನು ಒತ್ತಿ ಹೇಳಲಾಗುತ್ತಿತ್ತು. ಅಸ್ಪೃಶ್ಯತೆಯನ್ನು- ಕುಡಿಯುವ ನೀರು,

ನಡೆಯುವ ಹಾದಿ, ಅಂತ್ಯಕ್ರಿಯೆ ಮಾಡುವ ಸ್ಮಶಾನ, ಕ್ಷೌರಿಕ, ಮಡಿವಾಳರ ಸೇವೆಗಳ ನಿರಾಕರಣೆ ಇಂತಹ ಅನೇಕ ವಿಧದಲ್ಲಿ ಆಚರಿಸಲಾಗುತ್ತಿತ್ತು ಎಂಬುದನ್ನು ನವೋದಯ ಕಾಲದ ಕತೆ, ಕಾದಂಬರಿ, ಕವನಗಳು ತಿಳಿಸುತ್ತವೆ. ದಲಿತ–ಬಂಡಾಯ ಸಾಹಿತ್ಯ ಮತ್ತು ಅದರ ಭಾಗವಾಗಿ ರಚನೆಯಾದ ದಲಿತ ಆತ್ಮಕಥೆಗಳು ಅಸ್ಪೃಶ್ಯರ ಜೀವನದ ಹಲವು ಮುಖಗಳನ್ನು ಚಿತ್ರಿಸಿದೆ. ಡಾ. ಅಂಬೇಡ್ಕರ್‌ರವರು ನೆರೆಯ ಮಹಾರಾಷ್ಟ್ರದ ಬಗ್ಗೆ ಮಾಡಿದ ಅಸ್ಪೃಶ್ಯತೆಯ ಆಚರಣೆಗಳ ಯಾದಿ ಬಹು ಮಟ್ಟಿಗೆ ಕರ್ನಾಟಕಕ್ಕೂ ಅನ್ವಯಿಸುತ್ತವೆ. ಅಸ್ಪೃಶ್ಯತೆಯ ಆಚರಣೆಗಳ ಬಗ್ಗೆ ಅವರು ನೀಡಿದ ಪಟ್ಟಿ ಇಂತಿದೆ:

೧. ಅಸ್ಪೃಶ್ಯರು ಹಿಂದೂ ಸವರ್ಣೀಯರ ವಾಸಸ್ಥಾನಗಳಿಂದ ದೂರದಲ್ಲಿ ಪ್ರತ್ಯೇಕ ಜಾಗದಲ್ಲಿ ವಾಸಿಸಬೇಕು.

೨. ಅಸ್ಪೃಶ್ಯರು ಹಳ್ಳಿಯ ದಕ್ಷಿಣ ದಿಕ್ಕಿನಲ್ಲಿ ವಾಸಿಸಬೇಕು. ಏಕೆಂದರೆ ನಾಲ್ಕು ದಿಕ್ಕುಗಳ ಪೈಕಿ ಹಿಂದೂ ಸವರ್ಣೀಯರಿಗೆ ದಕ್ಷಿಣವು ಅಮಂಗಲವಾದುದು.

೩. ಅಸ್ಪೃಶ್ಯರ ನೆರಳು ಹಿಂದೂ ಸವರ್ಣೀಯರಿಗೆ ಸೋಂಕಬಾರದು. ಅವರು ಸ್ಪರ್ಶಕ್ಕೆ ಯೋಗ್ಯರಲ್ಲ.

೪. ಅಸ್ಪೃಶ್ಯರು ಭೂಮಿ, ದನ ಇತ್ಯಾದಿ ಸಂಪತ್ತನ್ನು ಹೊಂದಬಾರದು.

೫. ಅಸ್ಪೃಶ್ಯರು ಹೆಂಚಿನ (ಉತ್ತಮ) ಮನೆ ಹೊಂದಬಾರದು.

೬. ಅಸ್ಪೃಶ್ಯರು ಶುಭ್ರವಾದ ಬಟ್ಟೆ, ಪಾದರಕ್ಷೆ, ಗಡಿಯಾರ, ಚಿನ್ನದ ಆಭರಣ, ಅಲಂಕಾರ ವಸ್ತುಗಳನ್ನು ತೊಡಬಾರದು.

೭. ಅಸ್ಪೃಶ್ಯರು ತಮ್ಮ ಮಕ್ಕಳಿಗೆ ಸುಂದರವಾದ, ಅರ್ಥಪೂರ್ಣವಾದ, ಆಕರ್ಷಕವಾದ ಹೆಸರುಗಳನ್ನು ಇಡಬಾರದು.

೮. ಅಸ್ಪೃಶ್ಯರು ಹಿಂದೂ ಸವರ್ಣೀಯರ ಎದುರಿಗೆ ಕುಳಿತುಕೊಳ್ಳಬರದು.

೯. ಅಸ್ಪೃಶ್ಯರು ಮದುವೆ ಇತ್ಯಾದಿ ಸಮಾರಂಭಗಳಲ್ಲೂ ಕುದುರೆಸವಾರಿ ಮಾಡಬಾರದು.

೧೦. ಅಸ್ಪೃಶ್ಯರು ಹಳ್ಳಿಯ ಬೀದಿಗಳಲ್ಲಿ ಯಾವುದೇ ಶುಭ/ಅಶುಭ ಸಂದರ್ಭಗಳ ಭಾಗವಾಗಿ ಮೆರವಣಿಗೆ ಹಮ್ಮಿಕೊಳ್ಳಬಾರದು.

೧೧. ಅಸ್ಪೃಶ್ಯರು ತಮ್ಮ ಎದುರಿಗೆ ಬರುವ ಬಾಲಕರೂ ಸೇರಿದಂತೆ ಎಲ್ಲ ವಯೋಮಾನದ ಹಿಂದೂ ಸವರ್ಣೀಯರಿಗೆ ನಮಸ್ಕಾರ ಮಾಡಬೇಕು. ಆದರೆ ಅವರೊಂದಿಗೆ ಮಾತನಾಡಬಾರದು. ಅವರ ಮಾತು ಕೂಡಾ ಸವರ್ಣೀಯರನ್ನು ಮಲಿನಗೊಳಿಸುತ್ತದೆ.

೧೨. ಅಸ್ಪೃಶ್ಯರು ಹಿಂದೂಸವರ್ಣೀಯರಂತೆ ಉಡುಪು, ಧಾರ್ಮಿಕ ಚಿಹ್ನೆ ಧರಿಸಬಾರದು.

೧೩. ಒಟ್ಟಿನಲ್ಲಿ ಅಸ್ಪೃಶ್ಯರು ಹಿಂದೂ ಸವರ್ಣೀಯರಿಗಿಂತ ಕಡಿಮೆ ಮಟ್ಟದಲ್ಲಿ ಜೀವಿಸಬೇಕು.

೧೪. ಅಸ್ಪೃಶ್ಯರು ಇವುಗಳಲ್ಲಿ ಯಾವೊಂದನ್ನು ಉಲ್ಲಂಘಿಸುವುದೂ ಅಪರಾಧವಾಗುತ್ತದೆ.

ಈ ಯಾದಿ ಕೇವಲ ಒಂದು ಸ್ಯಾಂಪಲ್ ಪಟ್ಟಿಯಷ್ಟೇ. ಏಕೆಂದರೆ ಅದೇ ಪುಸ್ತಕದಲ್ಲಿ ಅಂಬೇಡ್ಕರರು ನೀಡುವ ಹಲವು ಉದಾಹರಣೆಗಳಲ್ಲಿಯೇ ಕುಡಿಯುವ ನೀರಿನ ಬಾವಿ, ಕೆರೆಗಳ ಉಪಯೋಗಕ್ಕೆ ನಿಷೇಧ, ಕುಡಿಯುವ ನೀರನ್ನು ಇಟ್ಟಿರುವ ಮಡಿಕೆಯನ್ನೂ ಮುಟ್ಟಲು ನಿಷೇಧ, ಸ್ಮಶಾನವನ್ನು ಕೂಡಾ ಉಪಯೋಗಿಸುವಂತಿಲ್ಲ. ದೇವಾಲಯ ಗಳಿಗಂತೂ ಪ್ರವೇಶದ ಪ್ರಶ್ನೆಯೇ ಇಲ್ಲ, ದೂರದಲ್ಲಿ ನಿಂತು ಪ್ರಸಾದ ಎಸೆಯವುದನ್ನು ಪಡೆಯಬೇಕಷ್ಟೇ. ದೇವಾಲಯಗಳಿರುವ ಬೀದಿಗೂ ಪ್ರವೇಶ ನಿಷೇಧ ಹೀಗೆ ಮತ್ತೆ ಹಲವು ನಿಷೇಧಗಳು ಕಾಣುತ್ತವೆ.

ಇತ್ತೀಚೆಗೆ ಅಸ್ಪೃಶ್ಯತೆಯು ಬಗೆಗೆ ಕರ್ನಾಟಕ, ತಮಿಳುನಾಡು, ಆಂಧ್ರ ಪ್ರದೇಶಗಳಲ್ಲಿ ನಡೆದ ಕೆಲವು ಸಮೀಕ್ಷೆಗಳು ನೂರಿಪ್ಪತ್ತಕ್ಕೂ ಹೆಚ್ಚು ರೀತಿಯ ಅಸ್ಪೃಶ್ಯತೆಯ ಅಚರಣೆಗಳನ್ನು ಪಟ್ಟಿ ಮಾಡಿವೆ. ಅವುಗಳಲ್ಲಿ ಹಲವು ಬಹಳ ವಿಚಿತ್ರ ಮತ್ತು ಅಸ್ಪೃಶ್ಯರ ಕೀಳು ಸ್ಥಾನವನ್ನು ಮತ್ತೆ ಮತ್ತೆ ಒತ್ತಿ ತೋರಿಸುತ್ತಾ ಅವರನ್ನು ಹತೋಟಿಯಲ್ಲಿಟ್ಟುಕೊಳ್ಳುವ ದುರುದ್ದೇಶವನ್ನು ಎತ್ತಿ ತೋರಿಸುತ್ತವೆ. ಉದಾಹರಣೆಗೆ ಅಸ್ಪೃಶ್ಯರು ಗಂಡು ನಾಯಿಗಳನ್ನು ಸಾಕುವಂತಿಲ್ಲ ಎಂಬ ಕಟ್ಟಳೆ. ಮೇಲ್ಜಾತಿಯವರ ಹೆಣ್ಣು ನಾಯಿಗಳು ದಲಿತರ ಗಂಡು ನಾಯಿಗಳನ್ನು ಹತ್ತಿಸಿಕೊಂಡು ಬಿಡುತ್ತವೋ ಮತ್ತು ಮೇಲ್ಜಾತಿಯವರ ಮನೆಯಲ್ಲಿ ದಲಿತರ ಮನೆಯ ಗಂಡು ನಾಯಿಗಳಿಗೆ ಹುಟ್ಟಿದ ಮರಿಗಳು ಓಡಾಡಿ ಮೈಲಿಗೆ ಉಂಟು ಮಾಡುತ್ತವೋ ಎಂಬ ಅತಿ ಮಡಿ. (ದಲಿತ ಹಕ್ಕುಗಳ ಸಮಿತಿ ನಡೆಸಿದ ಸಮೀಕ್ಷೆ) ಇಂದಿನ ದಿನಗಳಲ್ಲಿ ಕಾಣುವ ಅಸ್ಪೃಶ್ಯತೆಯ ಈ ಚಿತ್ರಣವೂ ಕೂಡ ಅಸ್ಪೃಶ್ಯತೆಯ ಇತಿಹಾಸ ರಚನೆಯಲ್ಲಿ ನೆರವಾಗುತ್ತವೆ. ಅವುಗಳಲ್ಲಿ ಹೋಟೆಲುಗಳಲ್ಲಿ, ಶಾಲೆಗಳಲ್ಲಿ ಪ್ರವೇಶ ನಿರಾಕರಣೆ ಎಂಬಂತಹ ಒಂದೆರಡು ಕಟ್ಟಲೆಗಳು ಹಳೆಯ ಅಸ್ಪೃಶ್ಯ ಆಚರಣೆಗಳ ಹೊಸ ಮುಖ ಎನ್ನಬಹುದು. ಆದರೆ ಬಹು ಸಂಖ್ಯೆಯ ಆಚರಣೆಗಳು ಅಸ್ಪೃಶ್ಯತೆಯ ಆರಂಭ ಕಾಲದಿಂದಲೂ ಅಸ್ತಿತ್ವದಲ್ಲಿರುವ ಆಚರಣೆಗಳಾಗಿ ಮೇಲ್ನೋಟಕ್ಕೇ ಕಾಣುತ್ತವೆ. ಈ ಸಮೀಕ್ಷೆಗಳು ನಡೆದ ಇಪ್ಪತ್ತನೆಯ ಶತಮಾನದ ಕೊನೆಯ ಭಾಗದ ಮತ್ತು ಇಪ್ಪತ್ತೊಂದನೆಯ ಶತಮಾನದ ಮೊದಲಿನ ಕಾಲದಲ್ಲಿಯೇ ಹೀಗಾದರೆ ಪ್ರಾಚೀನ ಮತ್ತು ಮಧ್ಯಕಾಲೀನ ಕರ್ನಾಟಕದ ಪರಿಸ್ಥಿತಿ ಮತ್ತಷ್ಟು ತೀವ್ರವಾಗಿಯೇ ಇದ್ದಿತೆಂಬುದರಲ್ಲಿ ಸಂಶಯವಿಲ್ಲ.

ಅಸ್ಪೃಶ್ಯತೆಯ ಬಗ್ಗೆ ವಿವೇಚಿಸಿದ ಹಲವು ಸಂಶೋಧನಕಾರರು ಮತ್ತು ಸಾಮಾಜಿಕ ಚಳುವಳಿಕಾರರು ಜಾತಿ ವ್ಯವಸ್ಥೆಯ ಭಾಗವಾಗಿ ಅಸ್ಪೃಶ್ಯತೆ ಗುಲಾಮಗಿರಿಯ ಮತ್ತೊಂದು

ರೂಪ ಎಂದು ಅಭಿಪ್ರಾಯ ಪಟ್ಟಿದ್ದಾರೆ. ಹತ್ತೊಂಬತ್ತನೆಯ ಶತಮಾನದಲ್ಲಿ ಮೊತ್ತ ಮೊದಲು ಜಾತಿ ವ್ಯವಸ್ಥೆಯ ಬೇಧ ನೀತಿ ಮತ್ತು ಅನ್ಯಾಯಗಳ ವಿರುದ್ಧ ದನಿ ಎತ್ತಿದ ಜ್ಯೋತಿಬಾ ಫುಲೆಯವರು ಗುಲಾಮಗಿರಿ ಎಂಬ ಪ್ರಬಂಧವನ್ನೇ ಬರೆದು ವಿಶ್ವದ ವಿವಿಧ ನಾಗರಿಕತೆಗಳ ಜೊತೆ ಜಾತಿ ವ್ಯವಸ್ಥೆಯನ್ನು ತುಲನೆ ಮಾಡಿದ್ದಾರೆ. ಅಸ್ಪೃಶ್ಯತೆ ಮಾತ್ರವಲ್ಲ ಶೂದ್ರರ ಸ್ಥಿತಿಯೂ ಗುಲಾಮರ ಸ್ಥಿತಿಯೇ ಎಂದು ಅಭಿಪ್ರಾಯ ಪಟ್ಟಿದ್ದಾರೆ. ಆ ಮೂಲಕ ಜಾತಿ ವ್ಯವಸ್ಥೆಯಲ್ಲಿ ಶೂದ್ರತ್ವದ ಬಗೆಗೆ ಹೊಸ ಕಣ್ಣೋಟವನ್ನು ನೀಡಿದ್ದಾರೆ. ಡಾ ಅಂಬೇಡ್ಕರ್‌ರವರು ತಮ್ಮ ಹಲವು ಪ್ರಬಂಧಗಳಲ್ಲಿ ಅಸ್ಪೃಶ್ಯತೆಯು ಗುಲಾಮಗಿರಿಗಿಂತ ಕೀಳಾದದು. ಹೆಚ್ಚು ನಿರ್ಬಂಧಗಳನ್ನು, ಅಸ್ವಾತಂತ್ರ್ಯವನ್ನು ಒಳಗೊಂಡದ್ದು ಎಂಬುದನ್ನು ವಿವರವಾದ ವಿಶ್ಲೇಷಣೆಯ ಮೂಲಕ ಎತ್ತಿ ತೋರಿಸಿದ್ದಾರೆ. ಹಲವು ಇತಿಹಾಸಕಾರರು ಮತ್ತು ಸಮಾಜ ಶಾಸ್ತ್ರಜ್ಞರುಗಳು ಭಾರತದಲ್ಲಿ ಗುಲಾಮಗಿರಿ ಇರಲೇ ಇಲ್ಲ ಎಂದು ಹೆಮ್ಮೆಯಿಂದ ಮಾಡುತ್ತಿದ್ದ ಪ್ರತಿಪಾದನೆಗೆ ಉತ್ತರ ನೀಡಿದ್ದಾರೆ. ಇ.ಎಂ.ಎಸ್ ನಂಬೂದರಿ ಪಾದ್‌ರವರೂ ಕೂಡಾ ಅಸ್ಪೃಶ್ಯತೆಯನ್ನೊಳಗೊಂಡ ಜಾತಿ ವ್ಯವಸ್ಥೆ ಗುಲಾಮಗಿರಿಯ ಸ್ಥಿತಿಯನ್ನು ತನ್ನ ಒಡಲೊಳಗೆ ಹುದುಗಿಸಿಕೊಂಡಿದೆ ಎಂದು ವಿಶ್ಲೇಷಿಸಿದ್ದಾರೆ.

ಅಧ್ಯಾಯ ಹದಿನೇಳು

ಅಸ್ಪೃಶ್ಯರೆಂದು ಪರಿಗಣಿಸಲು ಕಾರಣಗಳು

ಜನ ಸಮುದಾಯದ ಒಂದು ದೊಡ್ಡ ವಿಭಾಗವನ್ನು ಅಸ್ಪೃಶ್ಯರು ಎಂದು ಪರಿಗಣಿಸಿದುದರ ಮೂಲ ಕಾರಣಗಳು ಮತ್ತು ಸಂದರ್ಭದ ಬಗ್ಗೆ ಅನ್ವೇಷಣೆ ನಡೆಯಬೇಕಾಗಿದೆ. ಹಿಂದಿನ ಪ್ರಬಂಧಗಳಲ್ಲಿ ಧರ್ಮ ಶಾಸ್ತ್ರವಾದ ಮನುಸ್ಮೃತಿ ಮಾತ್ರವಲ್ಲ ಲೋಕ ವ್ಯವಹಾರದ ಗ್ರಂಥವಾದ ಅರ್ಥಶಾಸ್ತ್ರವೂ ಕೂಡ ಅಂದಾಗಲೇ ಅಸ್ತಿತ್ವದಲ್ಲಿದ್ದ ಅಸ್ಪೃಶ್ಯತೆಯನ್ನು ದಾಖಲಿಸಿ ಕಟ್ಟಲೆಗಳನ್ನು ರೂಪಿಸಿದ್ದರ ಬಗ್ಗೆ ಹಿಂದಿನ ಪ್ರಬಂಧಗಳಲ್ಲಿ ವಿವರಿಸಲಾಗಿದೆ. ಮಹಾಭಾರತದಲ್ಲಿ ಮತ್ತು ಪುರಾಣಗಳಲ್ಲಿ ಈ ಕಟ್ಟಲೆಗಳನ್ನು ಸೇರಿಸಿ ಕಥೆಗಳನ್ನು ಹೆಣೆದು ಜನಪ್ರಿಯಗೊಳಿಸಲಾಯಿತು. ಇವುಗಳಲ್ಲಿ ಹೆಸರಿಸಲಾದ ಚಾಂಡಾಲರು ಯಾರು, ಅವರು ಕರ್ನಾಟಕದಲ್ಲಿ ಇದ್ದರೆ ಎಂಬ ಪ್ರಶ್ನೆ ಏಳುತ್ತದೆ. ಮೊದಲ ಸಹಸ್ರಮಾನದ ಶಾಪಾಶಯಗಳಲ್ಲಿ ಮೇಲೆ ವಿವರಿಸಿದಂತೆ ಚಾಂಡಾಲ ಜನ್ಮವನ್ನು ನಾಯಿ, ಹಂದಿಗಳ ಜನ್ಮದಷ್ಟು ಕೀಳು ಎಂದು ಪರಿಗಣಿಸಲಾಗಿದೆ. ಮುಂದಿನ ಸಹಸ್ರಮಾನದ ಕೆಲ ಶಾಸನಗಳಲ್ಲಿ ಚಾಂಡಾಲರ ಜೊತೆಗೆ ಕಿರಾತ, ಚಮ್ಮಕಾರರ ಹೆಸರುಗಳು ಪ್ರಸ್ತಾಪವಾಗಿವೆ. ಮುಂದಿನ ಹಲವು ಶಾಸನಗಳಲ್ಲಿ ಈ ಹೆಸರುಗಳಿಗೆ ಬದಲಾಗಿ ಹೊಲೆ ಮಾದಿಗ ಎಂಬ ಹೆಸರುಗಳು ಪ್ರಸ್ತಾಪವಾಗ ತೊಡಗುತ್ತವೆ. ಈಗ ಕರ್ನಾಟಕದ ವಿವಿಧ ಭಾಗಗಳಲ್ಲಿ ಇರುವ ಅಸ್ಪೃಶ್ಯ ಜನ ವಿಭಾಗಗಳನ್ನು ಗಮನಿಸಿದಾಗ

ಕೂಡ ಅವರಲ್ಲಿ ಹೊಲೆಯರು ಮತ್ತು ಮಾದಿಗ ಸಮುದಾಯ ಪ್ರಧಾನವಾಗಿವೆ. ಇವುಗಳ ಜೊತೆಗೆ ಮೋಚಿ, ಸಮಗಾರ, ಚಮ್ಮಾರ, ಚೆಲುವಾದಿ, ಮುಗೇರರು, ಮನ್ಸರು, ದಕ್ಕಲಿಗರು, ಡೋಹರು ಮೊದಲಾದ ಸಮುದಾಯಗಳು ಅಸ್ಪೃಶ್ಯವೆಂದು ಪರಿಗಣಿತವಾಗಿವೆ. ಇನ್ನೂ ಬಿಡುಗಡೆಯಾಗದಿರುವ ಜಾತಿ ಸಮೀಕ್ಷೆಯ ಬಗೆಗಿನ ಪತ್ರಿಕಾ ವರದಿಗಳು ಕರ್ನಾಟಕದಲ್ಲಿ ಇಂದು ೧೦೧ ಪರಿಶಿಷ್ಟ ಜಾತಿ ಸಮುದಾಯ ಗಳಿವೆಯೆಂದು ವರದಿ ಮಾಡಿವೆ. ಗಂಗಾ ನದಿಯ ಬಯಲು ಮೊದಲಾದ ಬೇರೆಡೆಗಳಿಂದ ವಲಸೆ ಬಂದ ಕೆಲವೇ ಬ್ರಾಹ್ಮಣ ವಂಶಗಳನ್ನು ಹೊರತುಪಡಿಸಿದರೆ ಬಹುತೇಕ ಬ್ರಾಹ್ಮಣರೂ ಸೇರಿದಂತೆ ಕರ್ನಾಟಕದ ವಿವಿಧ ಜನ ಸಮುದಾಯಗಳೆಲ್ಲವೂ ಸ್ಥಳೀಯ ಬುಡಕಟ್ಟು ಮೂಲದಿಂದಲೇ ಬಂದಂತಹವು. (ಮೊದಲನೆಯ ಪ್ರಬಂಧದಲ್ಲಿ ಈ ಬಗ್ಗೆ ವಿವರಿಸಲಾಗಿದೆ.) ವಿವಿಧ ಕಾಲಘಟ್ಟದಲ್ಲಿ ಬುಡಕಟ್ಟು ಜೀವನ ರೀತಿಯಿಂದ ಮಾತ್ರವಲ್ಲ ಆಚರಣೆಗಳಿಂದಲೂ ಬೇರೆ ಬೇರೆ ಪ್ರಮಾಣದಲ್ಲಿ ದೂರ ಸರಿಯುತ್ತ ಬಂದವು. ಆದರೆ ಸ್ವತಃ ಇನ್ನೂ ಬುಡಕಟ್ಟುಗಳಾಗಿ ಬದುಕು ಸಾಗಿಸುತ್ತಿರುವ ಕೆಲ ಸಮುದಾಯಗಳನ್ನು ಬಿಟ್ಟರೆ ಬೇರೆಲ್ಲ ಜಾತಿ ಸಮುದಾಯಗಳಿಗಿಂತ ಬುಡಕಟ್ಟು ಜೀವನ ಪದ್ಧತಿಗೆ ಹತ್ತಿರ ವಾದವರು ಅಸ್ಪೃಶ್ಯರು ಎಂಬುದು ಅವರು ಪೂಜಿಸುವ ದೇವತೆಗಳು, ಅವರ ಆಚರಣೆಗಳು, ಜೀವನ ವಿಧಾನಗಳು ಇವುಗಳಿಂದ ಸ್ಪಷ್ಟವಾಗುತ್ತವೆ.

ರಾಜಪ್ರಭುತ್ವಗಳಿನ್ನೂ ಸ್ಥಾಪನೆಯಾಗದ ಸಮಯದಲ್ಲಿಯೇ ಕೃಷಿಯನ್ನು ಅವಲಂಬಿಸಲಾರಂಭಿಸಿ ಕುಲಗಳಾಗಿ ರೂಪುಗೊಂಡ ಸಮುದಾಯಗಳು ಕೃಷಿಯ ವಿಸ್ತರಣೆಗಾಗಿ ಸುತ್ತಲಿನ ಅರಣ್ಯ ಮತ್ತು ಹುಲ್ಲುಗಾವಲುಗಳನ್ನು ಆಕ್ರಮಿಸಿದವು. ಈ ಭೂಮಿಯಲ್ಲಿ ದುಡಿಯಲು ಈ ಪ್ರದೇಶದ ಮೇಲೆ ಅವಲಂಬಿಸಿದ್ದ ಬುಡಕಟ್ಟು ಜನರನ್ನು ತಮ್ಮ ಅಧೀನರಾಗಿ ಮಾಡಿಕೊಂಡರು. ಅವರನ್ನು ತೊತ್ತುಗಳಾಗಿ ಮಾಡಿಕೊಂಡರು. ತಮ್ಮ ಆಕ್ರಮಣಕ್ಕಾಗಿ ಅವಶ್ಯವಾದ ಸೈನ್ಯ ವಿಸ್ತರಣೆಗಾಗಿ ಕೂಡಾ. ಈ ಪ್ರಕ್ರಿಯೆಯಲ್ಲಿ ಕುಲಾಧಿಪತಿಗಳಾದರು. ಕರ್ನಾಟಕದ ಸಮಾಜ ನಿರ್ಮಾಣದಲ್ಲಿ ಕುಲಗಳ ಪಾತ್ರ ಬಹಳ ದೊಡ್ಡದು. ಇವರು ತಾವು ಆಕ್ರಮಿಸಿದ ಪ್ರದೇಶಗಳಲ್ಲಿ ಬೇರೆಯವರು ಬಂದು ಕೃಷಿ ಮಾಡಲು ಅವಕಾಶ ಮಾಡಿಕೊಡುತ್ತಿರಲಿಲ್ಲ.

ಕದಂಬ, ಗಂಗ, ಚಾಲುಕ್ಯ ರಾಜ ಪ್ರಭುತ್ವಗಳ ಸ್ಥಾಪನೆ ಮತ್ತು ಬೇರೆ ಬಲಿಷ್ಠ ರಾಜ್ಯಗಳ ಮೇಲೆ ದಾಳಿ ಮಾಡುವಷ್ಟು ಸೈನ್ಯ ಬಲದ ಹೆಚ್ಚಳದ ಮುಂದೆ ಬುಡಕಟ್ಟುಗಳು ಮತ್ತಷ್ಟು ಬಲಹೀನವಾದವು. ಅರಣ್ಯಗಳನ್ನು ಕಡಿದು ಕೃಷಿಯ ವಿಸ್ತರಣೆ ಮಾಡುವ ಕ್ರಿಯೆ ಬಹಳ ವೇಗಗೊಂಡಿತು. ರಾಜ ಪ್ರಭುತ್ವಗಳ ಸ್ಥಾಪನೆಯ ಮೊದಲು ಕುಲಾಧಿಪತಿ ಗಳು ಅರಣ್ಯವನ್ನು ಆಕ್ರಮಿಸಿದಾಗ ಅದನ್ನು ಅವಲಂಬಿಸಿದ್ದ ಬುಡಕಟ್ಟುಗಳು ಇನ್ನೂ ವಿಪುಲವಾಗಿದ್ದ ಅರಣ್ಯ ಪ್ರದೇಶಗಳಿಗೆ ವಲಸೆ ಹೋಗುವ ಅವಕಾಶಗಳು ತೆರೆದಿದ್ದುವು. ಆದರೆ ಹೆಚ್ಚು ಹೆಚ್ಚು ಭೂಮಿ ಕೃಷಿಗೊಳ್ಳುತ್ತಾ ಮೈದಾನ ಪ್ರದೇಶವನ್ನೆಲ್ಲ ಆವರಿಸಿದಾಗ ಈ ಬೇಟೆಗಾರ ಬುಡಕಟ್ಟುಗಳಿಗೆ ಆಕ್ರಮಣಕಾರೀ ಪ್ರಭುತ್ವಗಳು ಮತ್ತು ಕುಲಗಳ

ಹಿಡಿತದಿಂದ ತಪ್ಪಿಸಿಕೊಳ್ಳುವ ಹಾದಿ ಗಣನೀಯವಾಗಿ ಮುಚ್ಚಿದಂತಾಯಿತು. ಕಾಡು ಕಡಿದು ಭೂಮಿ ಹಸನು ಮಾಡಿ ನಡೆಯಬೇಕಾದ ಕೃಷಿಯ ವಿಸ್ತರಣೆಗೆ ಬಹು ದೊಡ್ಡ ಪ್ರಮಾಣದ ಶ್ರಮ ಶಕ್ತಿಯ ಅಗತ್ಯವಾಯಿತು. ಮಾನವ ಶಕ್ತಿಯ ಜೊತೆಗೆ ಅದರ ಹಲವು ಪಟ್ಟು ಹೆಚ್ಚು ಶ್ರಮ ಬೇಡುವ ಕೆಲಸಗಳಿಗೆ ಪ್ರಾಣಿ ಶಕ್ತಿಯ ಅಗತ್ಯವೂ ಉಂಟಾ ಯಿತು. ಅದರಿಂದಾಗಿ ಗೋಪೂಜ್ಯತೆ ಮತ್ತು ಗೋವಧೆಯ ನಿಷೇಧಗಳನ್ನು ಪುರಾಣಗಳು ಧರ್ಮಶಾಸ್ತ್ರಗಳು ಹೇರತೊಡಗಿದ್ದುವು. ಇಂತಿರುವಾಗ ಮಾನವ ಶ್ರಮದ ಅಗತ್ಯದ ಹೆಚ್ಚಳವನ್ನು ವಿವರಿಸಬೇಕಿಲ್ಲ.

ಕಾಡುಗಳಲ್ಲಿ ವಾಸಿಸುತ್ತಿದ್ದ ಬುಡಕಟ್ಟುಗಳನ್ನು ಬೆನ್ನಟ್ಟಿ ವಶಪಡಿಸಿಕೊಳ್ಳುವ ಶಕ್ತಿ ಪ್ರಭುತ್ವಕ್ಕೆ ದೊರಕಿತ್ತು. ಆಗ ತಾವು ಆಕ್ರಮಿಸಿಕೊಂಡು ಕಡಿದ ಕಾಡುಗಳನ್ನು ಅವಲಂಬಿಸಿದ್ದ ಬೇಟೆಗಾರ ಬುಡಕಟ್ಟುಗಳು, ಬೇಟೆಗಾರಿಕೆ, ಸೀಮಿತ ಪಶು ಸಂಗೋಪನೆ, ಶಿಲಾಯುಗದ ಆದಿಮ ಕೃಷಿಯನ್ನೇ ಇನ್ನೂ ಅನುಸರಿಸುತ್ತಿದ್ದ ಸಮುದಾಯಗಳು. ರಾಜಪ್ರಭುತ್ವಗಳು ಈ ಬುಡಕಟ್ಟು ಸಮುದಾಯಗಳನ್ನು ಹಲವುಪಟ್ಟು ವ್ಯಾಪಕವಾಗಿ ತಮ್ಮ ಅಧೀನಪಡಿಸಿ ಕೊಂಡು ತಮ್ಮ ತೊತ್ತುಗಳನ್ನಾಗಿ ಮಾಡಿಕೊಂಡಿರುವ ಸಾಧ್ಯತೆಗಳು ಹೆಚ್ಚು. ಕೆಲವಾದರೂ ಬುಡಕಟ್ಟುಗಳು ಈ ಆಕ್ರಮಣದಿಂದ ಮತ್ತು ಭೂ ಒಡೆಯರ ತೊತ್ತಾಗುವುದರಿಂದ ತಪ್ಪಿಸಿಕೊಳ್ಳಲು ಗುಡ್ಡ, ಬೆಟ್ಟಗಳ ಪ್ರದೇಶಗಳಿಗೆ ಹೋಗಿ ಅಲೆಮಾರಿ ಬೇಟೆಗಾರ ಜೀವನವನ್ನೇ ಮುಂದುವರಿಸಿರಲಿಕ್ಕೂ ಸಾಕು. ಮತ್ತೊಂದೆಡೆಯಲ್ಲಿ ಬುಡಕಟ್ಟುಗಳಲ್ಲಿ ಕೆಲವಾದರೂ ಅರಣ್ಯ ನಾಶ ಮತ್ತು ಆಹಾರದ ಅಲಭ್ಯತೆ, ಅನಿಶ್ಚಿತತೆಗಳ ಕಾರಣಕ್ಕಾಗಿ ಹಸಿವಿನಿಂದ ಬಳಲಿ ಬೆಂಡಾಗಿ ತಾವಾಗಿಯೇ ಆಹಾರಕ್ಕಾಗಿ ಗ್ರಾಮಗಳನ್ನರಸಿ ಬಂದು ಕೃಷಿಕ ಸಮುದಾಯಗಳ ಅಧೀನವಾಗಿ ಬಾಳಲಾರಂಭಿಸಿರುವ ಸಾಧ್ಯತೆಗಳನ್ನೂ ಪೂರ್ಣ ವಾಗಿ ಅಲ್ಲಗಳೆಯಲಾಗುವುದಿಲ್ಲ.

ರಾಜ ಪ್ರಭುತ್ವಗಳ ಸಮಯದಲ್ಲಿ ಇಲ್ಲಿ ಅಸ್ತಿತ್ವಕ್ಕೆ ತರಲಾದ ವರ್ಣ ವ್ಯವಸ್ಥೆಯ ಭೇದಗಳು, ಮೇಲು ಕೀಳುಗಳು ಈ ಅಧೀನ ಸಮುದಾಯಗಳನ್ನು ಭೂಮಿಯ ಒಡೆಯರಾಗಲು ಅನರ್ಹಗೊಳಿಸುವ ಮೂಲಕ ಭೂಹೀನರಾಗಿಸಿತು. ಅವರನ್ನು ವರ್ಣ ವ್ಯವಸ್ಥೆಯ ಹೊರಗಿಟ್ಟು, ಊರಿನ ಮತ್ತು ಸಾಮಾಜಿಕ ಸಂಬಂಧಗಳ ಹೊರಗಿಟ್ಟು ಅಸ್ಪೃಶ್ಯರನ್ನಾಗಿಸಲಾಯಿತು.

ಈ ಜನ ಸಮುದಾಯಗಳಲ್ಲಿ ಹಲವರು ತಮ್ಮ ಬುಡಕಟ್ಟು ಜೀವನದ ಕಾಲದಿಂದಲೇ ಬೇಟೆಯಾಡಿದ ಪ್ರಾಣಿಗಳ ಚರ್ಮ ಹದ ಮಾಡುವುದೇ ಮೊದಲಾದ ಕೌಶಲಗಳನ್ನು ರೂಢಿಸಿಕೊಂಡಿದ್ದರು. ಈ ಕೌಶಲ ಕೃಷಿಯ ವಿಸ್ತರಣೆ, ನಗರಗಳ ಸ್ಥಾಪನೆ ಹೆಚ್ಚಿದಂತೆಲ್ಲಾ ಹೆಚ್ಚು ಹೆಚ್ಚು ಅಗತ್ಯವಾಯಿತು. ಆದರೆ ಬೇಟೆಯ ಪ್ರಾಣಿಗಳ ಕೊರತೆ ಹೆಚ್ಚಿದಂತೆಲ್ಲಾ ಸಾಕುಪ್ರಾಣಿಗಳಾದ ದನ, ಎಮ್ಮೆ ಕುರಿಗಳ ಚರ್ಮದಿಂದ ಪಾದರಕ್ಷೆ, ನೀರೆತ್ತುವ ಕಪಿಲೆ ಮೊದಲಾದ ಅಗತ್ಯ ವಸ್ತುಗಳನ್ನು ತಯಾರಿಸಿದರು. ಗೋ ಹತ್ಯೆ ಮಹಾಪಾಪ ಎಂಬ ಭಾವನೆಯನ್ನು ವರ್ಣ ವ್ಯವಸ್ಥೆಯ ಭಾಗವಾಗಿ ಹರಡಿದಂತೆಲ್ಲಾ ಇದು ಕೀಳು

ಉದ್ಯೋಗವಾಯಿತು. ಈ ಸಮುದಾಯಗಳನ್ನೂ ಅಸ್ಪೃಶ್ಯರೆಂದು ಪರಿಗಣಿಸಲಾಯಿತು. ಗ್ರಾಮಗಳು ದೊಡ್ಡದಾದಂತೆ, ನಗರ, ಪಟ್ಟಣಗಳು ಬೆಳೆದಂತೆ ಅವುಗಳ ಸ್ವಚ್ಛತೆಯನ್ನು ಯಾರ ಮೇಲೆ ಹೇರಲಾಯಿತೋ ಅವರೆಲ್ಲಾ ಕೀಳು, ಗ್ರಾಮ, ನಗರಗಳ ಹೊರಗೆ ವಾಸಿಸಬೇಕಾದ ಅಸ್ಪೃಶ್ಯರೆಂದು ಪರಿಗಣಿಸಲಾಯಿತು. ನಗರ, ಪಟ್ಟಣಗಳು ವಿಸ್ತಾರವಾಗಿ ಬೆಳೆದಂತೆ ಮಲ ಮೂತ್ರಗಳ ವಿಸರ್ಜನೆಗಾಗಿ ಮನೆಗಳ ಬಳಿಯೇ ವ್ಯವಸ್ಥೆಗಳನ್ನು ರೂಪಿಸಿಕೊಂಡರು. ಅದನ್ನು ಹೊತ್ತು ಊರ ಹೊರಗೆ ಸಾಗಿಸುವ ಅತ್ಯಂತ ಮುಖ್ಯ ಕೆಲಸ ಅತ್ಯಂತ ಕೀಳು ಎಂದು ಪರಿಗಣಿಸಿ ಅಸ್ಪೃಶ್ಯರಲ್ಲಿಯೇ ಅತ್ಯಂತ ಕೀಳು ಎಂದು ಪರಿಗಣಿಸಲಾಯಿತು. ಹೀಗೆ ಅಸ್ಪೃಶ್ಯ ಸಮುದಾಯಗಳಿಗೆ ಮತ್ತಷ್ಟು ಇನ್ನಷ್ಟು ಸಮುದಾಯಗಳ ಸೇರ್ಪಡೆಯಾಯಿತು. ಜೊತೆಗೇ ಅಸ್ಪೃಶ್ಯ ಸಮುದಾಯಗಳ ಒಳಗೇ ತರತಮವನ್ನು ಸೃಷ್ಟಿಸಿ ವಿಭಜಿಸಲಾಯಿತು.

ಈ ಸಮುದಾಯಗಳನ್ನು ಅಸ್ಪೃಶ್ಯರೆಂದೇಕೆ ಪರಿಗಣಿಸಲಾಯಿತು? ಅಸ್ಪೃಶ್ಯ–ಸ್ಪರ್ಶ ಮಾಡಬಾರದವರು– ಎಂಬ ಪದವೇ ಕಾರಣವನ್ನು ಸ್ಪಷ್ಟಪಡಿಸುತ್ತದೆ. ಮಧ್ಯಕಾಲೀನ ಸಾಹಿತ್ಯದಲ್ಲಿನ ಅಸ್ಪೃಶ್ಯರ ಬಗೆಗಿನ ಚಿತ್ರಣದಲ್ಲಿ ಅಸ್ಪೃಶ್ಯತೆಯ ಕಾರಣಗಳನ್ನು ಕಂಡುಕೊಳ್ಳಲು ಸಾಧ್ಯವೇ ಎಂಬುದನ್ನು ಪರಿಶೀಲಿಸಬೇಕು. ಅಸ್ಪೃಶ್ಯರು ವಾಸ ಮಾಡುವ ಪ್ರದೇಶ 'ನರಕದ ನೆಲೆ, ಹೇಸಿಗೆಯ ಆಗರ, ಹೊಲಸು ತುಂಬಿದ ಗಾಳಿ' ಇದು ಮಧ್ಯಕಾಲೀನ ಬಹಳ ಸಾಹಿತ್ಯ ಕೃತಿಗಳಲ್ಲಿ ನೀಡಲಾಗಿರುವ ಪ್ರಾತಿನಿಧಿಕ ಚಿತ್ರಣ. ಇದು ವಿವಿಧ ಬ್ರಾಹ್ಮಣ ಗ್ರಂಥಗಳಲ್ಲಿ ಆರಂಭವಾಗಿ ಧರ್ಮಶಾಸ್ತ್ರ ಗ್ರಂಥಗಳಲ್ಲಿ, ಅರ್ಥಶಾಸ್ತ್ರದಂತಹ ಗ್ರಂಥಗಳಲ್ಲಿಯೂ ತೋರಿದ ಮಡಿ, ಮೈಲಿಗೆಯ ಮನೋಭಾವದ ಪ್ರತಿಧ್ವನಿಯಂತಿದೆ. ಬ್ರಾಹ್ಮಣ ಗ್ರಂಥಗಳಲ್ಲಿ ಮಡಿ ಮೈಲಿಗೆಗಳನ್ನು ಶೂದ್ರರಿಗೆ ಅನ್ವಯಿಸಿದ್ದರೆ ಮನುಸ್ಮೃತಿಯಂತಹ ಗ್ರಂಥಗಳಲ್ಲಿ ಚಾಂಡಾಲರಂತಹ ಅಸ್ಪೃಶ್ಯರ ವಿಷಯದಲ್ಲಿ ಮತ್ತಷ್ಟು ತೀಕ್ಷ್ಣವಾಗಿ ಪ್ರತಿಪಾದಿಸಲ್ಪಟ್ಟಿದೆ.

ಮನುಸ್ಮೃತಿಯಲ್ಲಿ ಶೂದ್ರರ ಬಗೆಗೆ ವಿಧಿಸಲಾಗಿರುವ ಕಟ್ಟಲೆಗಳು ಮತ್ತು ಹೇಳಲಾಗಿರುವ ವಿಷಯಗಳು ನಂತರದ ಕಾಲದಲ್ಲಿ ಬಹವಾಗಿ ಅಸ್ಪೃಶ್ಯರಿಗೆ ಮತ್ತಷ್ಟು ಹೆಚ್ಚಿನ ಪ್ರಮಾಣದಲ್ಲಿ ಅನ್ವಯಿಸುತ್ತವೆ. ಇಂತಹ ಧರ್ಮ ಶಾಸ್ತ್ರ ಗ್ರಂಥಗಳಲ್ಲಿ ಅಸ್ಪೃಶ್ಯ ಎಂಬ ಪದದ ಬಳಕೆಯನ್ನು ಕಾಣದಿದ್ದರೂ ಮೇಲೆ ಹೇಳಿದಂತೆ ಚಾಂಡಾಲ ಎಂಬ ಪದದ ಬಳಕೆಯಾಗಿದೆ. ಯಾಜ್ಞವಲ್ಕ್ಯ ಸ್ಮೃತಿ ಮೊದಲಾದ ಕೆಲವು ಗ್ರಂಥಗಳಲ್ಲಿ ಅಂತ್ಯಜ ಎಂಬ ಪದವನ್ನು ಬಳಸಲಾಗಿದೆ.

ಮನುಸ್ಮೃತಿಯಲ್ಲಿ ಚರ್ಮಕಾರ್ಯ ಮಾಡುವವರು, ಉಡ ಮುಂತಾದುವನ್ನು ಕೊಂದು ಜೀವಿಸುವವರಿಗೆ

ಚೈತ್ರದ್ರುಮಸ್ಮಶಾನೇಷು ಶೈಲೇಷುಪವನೇಷು ಚ/
ವಸೇಯರೇತೇ ವಿಜ್ಞಾನಾ ವರ್ತಯಂತಃ ಸ್ವಕರ್ಮಭಿಃ// (೧೦–೫೦)

ಇವರೆಲ್ಲರ ಸಮೀಪದಲ್ಲಿರುವ ಮರದ ಕೆಳಗೆ ಅಥವಾ ಸ್ಮಶಾನ, ಬೆಟ್ಟ, ಕಾಡುಗಳಲ್ಲಿ ವಾಸಿಸುತ್ತಾ ತಂತಮ್ಮ ಜಾತಿಗೆ ವಿಧಿಸಿದ ಕರ್ತವ್ಯವನ್ನು ಮಾಡುತ್ತ ಜೀವಿಸಬೇಕು.

ಚಾಂಡಾಲರಿಗೆ ಸಂಬಂಧಿಸಿದಂತೆ–

ಚಾಂಡಾಲಶ್ವಪಚಾನಂ ತು ಬಹಿರ್ಗ್ರಾಮಾತ್ಪ್ರತಿಶ್ರಯಂ/
ಅಪಪಾತ್ರಾಶ್ಚ ಕರ್ತವ್ಯಾ ಧನಮೇಷಾಂ ಶ್ವಗರ್ದಭಂ//(೧೦–೫೧)

ಚಾಂಡಾಲರು, ಶ್ವಪಚರು ಊರ ಹೊರಗೆ ವಾಸಿಸಬೇಕು. ಒಳ್ಳೆಯ ಪಾತ್ರೆಗಳಲ್ಲಿ ಅಡುಗೆ ಮಾಡುವಂತಿಲ್ಲ, ಉಣ್ಣುವಂತಿಲ್ಲ. ಇವರ ಸಂಪತ್ತೆಂದರೆ ಕೇವಲ ನಾಯಿಗಳು ಮತ್ತು ಕತ್ತೆಗಳು. ಬೇರಾವ ಸಂಪತ್ತನ್ನೂ ಹೊಂದುವಂತಿಲ್ಲ.

ವಾಸಾಂಸಿ ಮೃತ ಚೇಲಾನಿ ಭಿನ್ನಭಾಂಡೇಷು ಭೋಜನಮ್/
ಕಾರ್ಷ್ಣಾಯಸಮಲಂಕಾರಃ ಪರಿವ್ರಜ್ಯಾ ಚ ನಿತ್ಯತಃ//(೧೦–೫೨)

ಒಡಕು ಮಣ್ಣಿನ ಪಾತ್ರೆಗಳಲ್ಲಿಯೆ ಉಣ್ಣಬೇಕು, ಹೆಣದ ಮೆಲಿನ ಬಟ್ಟೆಗಳನ್ನಷ್ಟೇ ತೊಡಬೇಕು. ಕಬ್ಬಿಣದ ಬಳೆ ಮಾತ್ರ ಇವರ ಆಭರಣ, ಇವರು ಸದಾ ಅಂಡಲೆ ಯುತ್ತಲಿರಬೇಕು.

ನ ತೈಃ ಸಮನ್ವಿಚ್ಛೇತ್ ಪುರುಷೋ ಧರ್ಮಾಚರನ್/
ವ್ಯವಹಾರೋ ಮಿಥಸ್ತೇಷಾಂ ವಿವಾಹಃ ಸದೃಶೈಃ ಸಹ//(೧೦–೫೩)

ಧರ್ಮಕಾರ್ಯಗಳನ್ನು ಮಾಡುವಾಗ ಇವರು ನೋಡಬಾರದು, ಯಾರೂ ಇವರುಗಳನ್ನು ಮಾತನಾಡಿಸಬಾರದು. ಇವರ ವಿವಾಹ ಮೊದಲಾದ ಕಾರ್ಯಗಳನ್ನು ಅವರವರೇ ಮಾಡಿಕೊಳ್ಳಬೇಕು. ಬ್ರಾಹ್ಮಣರು ಅವುಗಳನ್ನು ನಡೆಸಬಾರದು.

ಅವರು ರಾತ್ರಿ ವೇಳೆ ಊರೊಳಕ್ಕೆ ಪ್ರವೇಶ ಮಾಡಬಾರದು. ಹಗಲಿನಲ್ಲಿ ಯಾರ ಮೈ ಮೇಲೆ ರಾಜನ ಅಧಿಕಾರಿಗಳು ಒತ್ತಿದ ಅನುಮತಿಯ ಚಿಹ್ನೆ ಇರುತ್ತದೋ ಅವರು ಮಾತ್ರ ಪ್ರಾಣಿಗಳ ಮತ್ತು ಅನಾಥ ಮನುಷ್ಯರ ಶವಗಳನ್ನು ಕೊಂಡೊಯ್ಯಲು ಊರೊಳಕ್ಕೆ ಬರಬೇಕು ಹೀಗೆ ಹಲವು ಕಟ್ಟಳೆಗಳನ್ನು ವಿಧಿಸಲಾಗಿದೆ. ಸ್ಮೃತಿಯಲ್ಲಿ ವಿಧಿಸಿದ ಕಟ್ಟಳೆಗಳನ್ನು ಉಲ್ಲಂಘಿಸಿದರೆ ತೀವ್ರ ಶಿಕ್ಷೆ. ಹಲವು ಪ್ರಕರಣಗಳಲ್ಲಿ ವಧಾ ದಂಡನೆ.

ಮನುಸ್ಮೃತಿಯ ಈ ಕಠೋರ ನಿಯಮಗಳು ಮೇಲೆ ವಿವರಿಸಿದ ಅಸ್ಪೃಶ್ಯತೆಯ ವಿವಿಧ ಅಚರಣೆಗಳು, ಡಾ. ಅಂಬೇಡ್ಕರರು ಪಟ್ಟಿ ಮಾಡಿದ ಕಟ್ಟಳೆಗಳಂತೆಯೇ ಇವೆ. ಈ ಜನ ಸಮುದಾಯಗಳು ಊರ ಹೊರಗಡೆಯೇ ವಾಸ ಮಾಡಬೇಕು ಏಕೆಂದರೆ ಧರ್ಮ ಕಾರ್ಯಗಳನ್ನು ಮಾಡುವ ಇವರು ಅವುಗಳನ್ನು ನೋಡಲೂ ಕೂಡದು, ಮಂತ್ರ ಘೋಷಗಳನ್ನು ಕೇಳಕೂಡದು. ಊರೊಳಗೆ ವಾಸಿಸಿದರೆ ಇವುಗಳು ಕಣ್ಣಿಗೆ ಬೀಳುತ್ತವೆ. ಆದ್ದರಿಂದ ಅಶುದ್ಧಿ ಉಂಟಾಗುತ್ತದೆ.

ಮನುಸ್ಮೃತಿ ಮೊದಲಾದ ಅನೇಕ ಸ್ಮೃತಿಗಳು, ಇತರ ಧರ್ಮಶಾಸ್ತ್ರದ ಗ್ರಂಥಗಳು ಈ ಅಂಶಗಳನ್ನು ಪದೇ ಪದೇ ಒತ್ತುಕೊಟ್ಟು ಹೇಳುವುದರಿಂದ, ಈ ಶುದ್ಧ-ಅಶುದ್ಧ, ಮಡಿ ಮೈಲಿಗೆ ಎಂಬ ಪರಿಕಲ್ಪನೆಯನ್ನು ಕರ್ನಾಟಕದ ಸಮಾಜದೊಳಗೆ ಬಿತ್ತಿದವರು ಈ ಗ್ರಂಥಗಳನ್ನು ಬಲ್ಲ ಬ್ರಾಹ್ಮಣರು ಎಂದು ಭಾವಿಸುವುದು ಅತ್ಯಂತ ಸಹಜವೇ. ಅವರು ಇಲ್ಲಿ ನೆಲೆಸಲಾರಂಭಿಸಿದ ಕ್ರಿ.ಪೂರ್ವಕಾಲದಿಂದಲೇ ತಮ್ಮ ವರ್ತನೆಯಿಂದ ಈ ಬೇಧಭಾವಗಳನ್ನು ರೂಢಿಗೆ ತಂದರು. ರಾಜ ಪ್ರಭುತ್ವಗಳ ಸ್ಥಾಪನೆಯ ನಂತರ ಈ ಬೇಧಭಾವದ ವರ್ತನೆಗಳನ್ನು ಪ್ರಭುತ್ವದ ಬಲದಿಂದ ಮತ್ತಷ್ಟು ವಿಸ್ತರಿಸಿ ಹೇರಲಾಯಿತು. ಅಗ್ರಹಾರಗಳಿಗೆ, ಬ್ರಹ್ಮದೇಯಗಳ ವಸತಿಗಳಿಗೆ, ಅರಮನೆ, ದೇವಾಲಯಗಳಿಗೆ ಪ್ರವೇಶ, ಪೂಜಾ ಅವಕಾಶದ ನಿರಾಕರಣೆ ಇತ್ಯಾದಿಗಳ ಮೂಲಕ ಅಸ್ಪೃಶ್ಯತೆಯನ್ನು ಇಡೀ ಸಮಾಜ ಅನುಸರಿಸಬೇಕಾದ ಕಟ್ಟಲೆಯೆಂಬಂತೆ ಬಿಂಬಿಸಲಾಯಿತು. ಅಸ್ಪೃಶ್ಯತೆಯ ಆಚರಣೆಗಳು, ನಗರ ಗ್ರಾಮಗಳಿಗೂ ಅನ್ವಯಿಸಿತು. ಹೀಗೆ ಅಸ್ಪೃಶ್ಯತೆ ಸಾರ್ವತ್ರಿಕವಾದ ಆಚರಣೆಯಾಯಿತು.

ಅಸ್ಪೃಶ್ಯತೆಗೆ ಕಾರಣವಾಗಿ ಈ ಸಮುದಾಯಗಳ ವೈಯುಕ್ತಿಕ ಕೊಳಕುತನ, ಮನೆ-ವಸತಿ ಸ್ಥಾನಗಳ ಅಸ್ವಚ್ಛತೆ ಕಾರಣ ಎಂದು ಅಂದಿನ ಸಾಹಿತ್ಯದಲ್ಲಿ ಮಾತ್ರವಲ್ಲ, ಇಂದಿನ ಸಾಮಾಜಿಕ ಪ್ರಜ್ಞೆಯಲ್ಲಿ ಕೂಡ ಹಾಸು ಹೊಕ್ಕಾಗಿದೆ. ಮಾಂಸಾಹಾರ ಮತ್ತೊಂದು ಮುಖ್ಯ ಕಾರಣವೆಂದು ಬಿಂಬಿಸಲಾಗಿದೆ. ಅದರಲ್ಲಿಯೂ ಬೇರೆ ಶೂದ್ರ ಮಾಂಸಾಹಾರಿಗಳು ತಿನ್ನುವುದನ್ನು ಕೈಬಿಟ್ಟ ಕಾಡು ಪ್ರಾಣಿಗಳು, ಇಲಿಗಳು, ಹಲವಾರು ಪಕ್ಷಿಗಳು, ಬದುಕಿದ್ದ ದನ ಮಾತ್ರವಲ್ಲದೆ ಸತ್ತ ದನ, ಎಮ್ಮೆಗಳನ್ನು ಇವುಗಳನ್ನು ಕೂಡ ಆಹಾರವಾಗಿ ಬಳಸುತ್ತಾರೆ ಎಂಬುದು ಅವರನ್ನು ಕೀಳೆಂದು ಪರಿಗಣಿಸಲು ಕಾರಣವೆಂದು ಹೇಳಲಾಗುತ್ತದೆ. ಅವರ ಭಾಷೆ, ವರ್ತನೆ, ಅವರ ದೇವರುಗಳು ಮತ್ತು ಅವುಗಳಿಗೆ ಸಂಬಂಧಿಸಿದ ಆಚರಣೆಗಳು ಕೂಡ ಅವರನ್ನು ಅಸ್ಪೃಶ್ಯರೆಂದು ದೂರವಿಡಲು ಕಾರಣವೆಂದು ಸಾಮಾಜಿಕವಾಗಿ ಭಾವಿಸಲಾಗಿದೆ. ಇಂತಹ ಸೂಚನೆಗಳು ಮೇಲೆ ವಿವರಿಸಿದಂತೆ ಹಿಂದಿನ ಕೆಲ ಸಾಹಿತ್ಯ ಕೃತಿಗಳಲ್ಲಿ ವ್ಯಕ್ತವಾಗಿವೆ. ನವೋದಯದ ನಂತರದ ಸಾಹಿತ್ಯ ಕೃತಿಗಳಲ್ಲಿ ಅದರಲ್ಲಿಯೂ ದಲಿತ-ಬಂಡಾಯ ಚಳುವಳಿಯ ಕೃತಿಗಳಲ್ಲಿ ಹಾಗೂ ದಲಿತ ಆತ್ಮ ಚರಿತ್ರೆಗಳಲ್ಲಿ ವಿವರವಾಗಿ ಚಿತ್ರಿಸಲ್ಪಟ್ಟಿವೆ. ಇವೆಲ್ಲವೂ ಅಸ್ಪ್ರಶ್ಯತೆಯ ಭಾವನೆಗಳು ಸಾವಿರಾರು ವರ್ಷಗಳಿಂದ ತಲೆಮಾರಿನಿಂದ ತಲೆಮಾರಿಗೆ ಸಾಗುತ್ತ ಬಂದಿರುವುದನ್ನು ಸೂಚಿಸುತ್ತವೆ. ವೇದಗಳ ನಂತರದ ಬ್ರಾಹ್ಮಣಗಳು ಮೊದಲಾದ ಅನೇಕ ಧಾರ್ಮಿಕ ಗ್ರಂಥಗಳಲ್ಲಿ ಜನರನ್ನು ಶೂದ್ರ ವರ್ಣವೆಂದು ಪರಿಗಣಿಸುವುದಕ್ಕೂ ಇದೇ ಕಾರಣಗಳನ್ನೇ ಹೇಳಲಾಗಿದೆ. ಮೊದಲಿನ ಈ ಗ್ರಂಥಗಳಲ್ಲಿ ಅಸ್ಪೃಶ್ಯರ ಪ್ರಸ್ತಾಪ ಇಲ್ಲ. ಆದರೆ ಅದರಲ್ಲಿ ಮುಂದೆ ಕೆಲವು ಕುಶಲಕರ್ಮಿಗಳು ಶೂದ್ರ ಜಾತಿಗಳೆಂದು ಮತ್ತು ಕೆಲವು ಅಸ್ಪೃಶ್ಯವೆಂದು ಪರಿಗಣಿತವಾದ ಹಲವು ಮಿಶ್ರಜಾತಿ ಸಮುದಾಯಗಳ ಪ್ರಸ್ತಾಪ ಇದೆ. ಆದ್ದರಿಂದ

ಈ ಅಂಶಗಳು ಅಸ್ಪೃಶ್ಯತೆಗೆ ಹಾಗೂ ಶೂದ್ರತ್ವಕ್ಕೆ ನೈಜ ಐತಿಹಾಸಿಕ ಕಾರಣಗಳೇ ಎಂಬುದನ್ನು ವಿಶ್ಲೇಷಿಸಬೇಕಾಗಿದೆ. ಇದೇ ಅಂಶಗಳೇ ಬ್ರಾಹ್ಮಣರು ತಮ್ಮನ್ನು ಇತರ ವರ್ಣಗಳಿಂದ ಬೇರೆಯಾಗಿ ಪರಿಗಣಿಸಿಕೊಳ್ಳುವುದಕ್ಕೂ ಮತ್ತು ಶೂದ್ರತ್ವ ಮತ್ತು ಅಸ್ಪೃಶ್ಯತೆ ಎರಡನ್ನೂ ಉಳಿದ ಮೇಲ್ವರ್ಣಗಳಿಂದ ಪ್ರತ್ಯೇಕವಾಗಿ ಗುರುತಿಸುವುದಕ್ಕೂ ಕಾರಣವಾಗಿವೆ. ಆದ್ದರಿಂದ ಅಸ್ಪೃಶ್ಯತೆಯ ಬಗ್ಗೆ ವಿಶ್ಲೇಷಿಸುವಾಗಲೇ ಶೂದ್ರತ್ವದ ಬಗ್ಗೆ ಮತ್ತು ಅಸ್ಪೃಶ್ಯರು ಶೂದ್ರರಿಗಿಂತ ಅತ್ಯಂತ ಕೀಳಾಗಿ ಕಾಣಲ್ಪಟ್ಟಿದ್ದಕ್ಕೆ ಕಾರಣಗಳೇನು ಎಂಬುದನ್ನು ಅನ್ವೇಷಿಸಬೇಕಾಗಿದೆ.

ಹೀಗೆ ವಿವಿಧ ವರ್ಣಗಳ ನಡುವೆ ಭೇದವನ್ನು ಮಾಡಲು ಮುಖ್ಯವಾದ ಅಂಶಗಳಾಗಿ ಪರಿಗಣಿತವಾದವು

೧. ಮಡಿ–ಮೈಲಿಗೆ,

೨. ಆಹಾರ ಪದ್ಧತಿಗಳು,

೩. ದೇವ–ದೇವತೆಗಳ ಪೂಜೆ ಮತ್ತು ಆಚರಣೆಗಳು

ಈ ಅಂಶಗಳು ಕರ್ನಾಟಕದಲ್ಲಿ ಜಾತಿ ವ್ಯವಸ್ಥೆಯ ಉಗಮ ಎಂಬ ಪ್ರಬಂಧದಲ್ಲಿ ವಿವರಿಸಲಾದಂತೆ ಕರ್ನಾಟಕದಲ್ಲಿ ಬ್ರಾಹ್ಮಣ, ಶೂದ್ರ ಮತ್ತು ಅಸ್ಪೃಶ್ಯ ಎಂಬ ಮೂರು ವರ್ಣಗಳ ವಿಭಜನೆ ರೂಪುಗೊಳ್ಳಲು ನಿರ್ಣಾಯಕವಾದವು.

ಅಧ್ಯಾಯ ಹದಿನೆಂಟು

ಸ್ವಚ್ಛತೆ ಮತ್ತು ಮಡಿ-ಮೈಲಿಗೆ

ಬ್ರಾಹ್ಮಣರ ಮಡಿ–ಮೈಲಿಗೆಯ ಪರಿಕಲ್ಪನೆ, ಸಸ್ಯಾಹಾರ, ಅಗ್ನಿ ಪ್ರಧಾನ ಧಾರ್ಮಿಕ ಆಚರಣೆಗಳು, ಸಂಸ್ಕೃತ ಮಂತ್ರಗಳು, ಸ್ಥಳೀಯ ಭಾಷೆಯೇ ಮಾತೃ ಭಾಷೆಯಾದರೂ ಸಂಸ್ಕೃತ ಭೂಯಿಷ್ಠ ಪದಪುಂಜಗಳು ಮತ್ತು ಉಚ್ಚಾರ ಇವುಗಳ ಬಗ್ಗೆ ಹೆಚ್ಚು ವಿವರಿಸಬೇಕಾಗಿಲ್ಲ. ಗಂಗಾ ನದಿ ಬಯಲ ನಿಂದ ವಲಸೆ ಬಂದ, ಸೀಮಿತ ಸಂಖ್ಯೆಯಲ್ಲಿದ್ದ ಅವರು ನೀರಿನ ಆಸರೆಗಳಿಗೆ ಹತ್ತಿರವಾದ ವಸತಿಗಳನ್ನು ಹುಡುಕಿ ವಾಸ ಮಾಡಲಾರಂಭಿಸಿದರು. ಮುಂದೆ ರಾಜ ಪ್ರಭುತ್ವಗಳ ಕಾಲದಲ್ಲಿ ಅವರಿಗೆ ಬ್ರಹ್ಮದೇಯಗಳು, ಅಗ್ರಹಾರಗಳನ್ನು ನದಿ, ಉಪನದಿಗಳ ಬದಿಯಲ್ಲಿಯೇ ಹೆಚ್ಚಾಗಿ ನೀಡಲ್ಪಟ್ಟಿರುವುದನ್ನು ಗಂಗರ ಬಗ್ಗೆ ಅಧ್ಯಯನ ಮಾಡಿದ ಶೇಕ್ ಅಲಿ ಮೊದಲಾದ ಅನೇಕ ಇತಿಹಾಸಕಾರರು ಗುರುತಿಸಿದ್ದಾರೆ. ಇವುಗಳ ಜೊತೆಗೆ ಬ್ರಾಹ್ಮಣರು ಮುಖ್ಯ ಪಾತ್ರ ವಹಿಸುತ್ತಿದ್ದ ದೇವಾಲಯಗಳ ಪಕ್ಕದಲ್ಲೇ ಒಳ್ಳೆಯ ನೀರಿನ ಆಸರೆಗಳನ್ನು–ಬಾವಿ, ಕಲ್ಯಾಣಿ ಮತ್ತು ಕೆರೆಗಳನ್ನು ನಿರ್ಮಾಣ ಮಾಡಿಕೊಡಲಾಗುತ್ತಿತ್ತು ಎಂಬುದು ಅನೇಕ ದೇವಾಲಯಗಳ ಸುತ್ತು ವಲಯವನ್ನು ಪರಿಶೀಲಿಸಿದರೆ ತಂತಾನೆ ತಿಳಿಯುತ್ತದೆ. ಇದು ಬ್ರಾಹ್ಮಣ ವರ್ಣದ ಬಹಳಷ್ಟು ಸಮುದಾಯಗಳಿಗೆ ದೈನಂದಿನ ಸ್ವಚ್ಛತೆಗೆ ಅಗತ್ಯವಾದ ಜೀವನ ಪದ್ಧತಿಗಳಿಗೆ ನೀರಿನ ಕೊರತೆ ಸಮಸ್ಯೆ ಯಾಗದಂತೆ ನಿವಾರಿಸುತ್ತಿತ್ತು. ಅವರ ಮನೆಗಳ ಸ್ವಚ್ಛತೆಗೂ

ನೆರವಾಗುತ್ತಿತ್ತು. ರಾಜ ಪ್ರಭುತ್ವದ ಉದಾರ ಕೊಡುಗೆಗಳ ಸಹಾಯದಿಂದ ಬ್ರಾಹ್ಮಣರು ತಮ್ಮ ಶಾಸ್ತ್ರ ಪ್ರಕಾರ ಆರಿಸಿದ ಜಾಗದಲ್ಲಿ ಮತ್ತು ಅವುಗಳ ಕಟ್ಟಲೆಗಳ ಪ್ರಕಾರವೇ ಕಟ್ಟಿಸಿಕೊಂಡ ವಿಶಾಲ ಮನೆಗಳಲ್ಲಿ ವಾಸಿಸಲು ಅವಕಾಶ ದೊರೆತಿತ್ತು. ಇಂತಹ ವಸತಿ ಪ್ರದೇಶವು ಆರೋಗ್ಯಕರವಾದ ಜಾಗದಲ್ಲಿ ಅತ್ಯಂತ ಯೋಜಿತ ರೀತಿಯಲ್ಲಿ ರೂಪುಗೊಂಡ ವಿಸ್ತರಣವಾಗಿರುತ್ತಿದ್ದರಲ್ಲಿ ಸಂಶಯವಿಲ್ಲ. ಇಂದೂ ಅಸ್ತಿತ್ವದಲ್ಲಿರುವ ಅಗ್ರಹಾರ ಮತ್ತು ಬ್ರಹ್ಮಪುರಿಗಳ ಯೋಜನೆಯನ್ನು ಅಂದಿನ ಇತರ ನಿವಾಸಗಳ ಜೊತೆ ತುಲನೆ ಮಾಡಿ ಅಧ್ಯಯನ ಮಾಡಿದರೆ ಈ ವಿಷಯ ಸ್ಪಷ್ಟಪಡುತ್ತದೆ.

ಬ್ರಾಹ್ಮಣರು ಶಾಸನಗಳು ಪದೇ ಪದೇ ಹೇಳುವಂತೆ ಅಧ್ಯಯನ, ಅಧ್ಯಾಪನ, ಮೊದಲಾದ ಬೌದ್ಧಿಕ ಕರ್ಮಗಳಲ್ಲಿ ತೊಡಗಿದ್ದರು. ಆಡಳಿತ ಯಂತ್ರದ ಭಾಗವಾಗಿದ್ದರು. ಪಶು ಸಂಗೋಪನೆ, ಕೃಷಿ, ಕುಶಲ ಕರ್ಮಗಳಲ್ಲಿ ತೊಡಗುವ ಸಂಭನೀಯತೆಯಂತೂ ಇಲ್ಲವೇ ಇಲ್ಲವೆನ್ನುವಷ್ಟು ಬಹಳ ಕಡಿಮೆ. ಹೆಚ್ಚೆಂದರೆ ದಾನವಾಗಿ ಪಡೆದ ಭೂಮಿಯ ಉಸ್ತುವಾರಿ ಮತ್ತು ಅವುಗಳ ಫಸಲನ್ನು, ಫಲವನ್ನು ಶೇಖರಿಸುವಷ್ಟಕ್ಕೆ ಸೀಮಿತವಾಗಿತ್ತು. ಆದ್ದರಿಂದ ಮನೆ ಮತ್ತು ವಸತಿಗಳ ಸ್ವಚ್ಛತೆ ಮತ್ತು ವೈಯುಕ್ತಿಕ ಸ್ವಚ್ಛತೆಗಳಿಗಾಗಲೀ ಇತರ ಸಮುದಾಯಗಳು ಎದುರಿಸುವ ಸಮಸ್ಯೆಗಳು ಎದುರಾಗುತ್ತಿರಲಿಲ್ಲ.

ಸ್ವಚ್ಛತೆ, ಮನೆ ಇವುಗಳಿಗೆ ಸಂಬಂಧಿಸಿ ಶೂದ್ರರ ಪರಿಸ್ಥಿತಿ ಎಂತು? ಶೂದ್ರರಿಗೆ ನೀರಿನಾಸರೆಗಳಿಗೆ ಪ್ರವೇಶ ನಿಷೇಧವಿಲ್ಲದಿದ್ದರೂ ವರ್ಷದುದ್ದಕ್ಕೂ ಹರಿಯುವ ನದಿಗಳ ತೀರದ ಊರುಗಳು ಮತ್ತು ಮಲೆನಾಡಿನ ಹೊರತಾಗಿ ನೀರಿನ ಲಭ್ಯತೆ ಯಥೇಚ್ಛ ವಾಗೇನೂ ಇರುತ್ತಿರಲಿಲ್ಲ. ಕೃಷಿ, ಪಶು ಸಂಗೋಪನೆಗಳ ಶ್ರಮದ ಕೆಲಸಗಳ ಜೊತೆಗೆ ಮನೆಗಳಿಗೆ ದೂರವಾದ ಕೆರೆ, ಭಾವಿಗಳಿಂದ ನೀರನ್ನು ತರುವುದು ಶ್ರಮದಾಯಕವಾದ ಕೆಲಸವೇ ಆಗಿರುತ್ತಿತ್ತು. ಬೇಸಗೆಯ ದಿನಗಳಲ್ಲಿ ಮತ್ತಷ್ಟು ಕಷ್ಟ ಮತ್ತು ಕೆಲವೊಮ್ಮೆ ತೀವ್ರ ಕೊರತೆ ಕೂಡ. ಈ ಎಲ್ಲ ಪರಿಸ್ಥಿತಿಯಲ್ಲಿ ದುಡಿಯುವುದರಲ್ಲಿಯೇ ಮುಳುಗಿದ ಶೂದ್ರರು ಕೂಡ ದೈನಂದಿನ ಸ್ನಾನ ಮೊದಲಾದ ಶೌಚ ಕ್ರಿಯೆಗಳನ್ನು ಅನುಸರಿಸಲಾಗುತ್ತಿರಲಿಲ್ಲ. ಜಾನಪದ ಧಾರ್ಮಿಕ ಆಚರಣೆಗಳಲ್ಲಿ–ವೆಂಕಟೇಶ್ವರ ಮನೆ ದೇವರಾಗುಳ್ಳವರು ಶನಿವಾರ, ಶಿವನನ್ನು ಮನೆ ದೇವರಾಗುಳ್ಳವರು ಸೋಮವಾರ–ಹೀಗೆ ವಾರದಲ್ಲೊಂದು ದಿನವನ್ನು ವೈಯುಕ್ತಿಕ ಸ್ನಾನ ಮೊದಲಾದ ಸ್ವಚ್ಛತೆಯ ಕೆಲಸಗಳಿಗೆ ನಿಶ್ಚಿತಗೊಳಿಸುವ ಪದ್ಧತಿ ಇರುವುದನ್ನು, ಅವುಗಳನ್ನು ಧಾರ್ಮಿಕ ಆಚರಣೆಗಳ ಜೊತೆಗೂಡಿಸಿರುವುದನ್ನು ನೋಡುತ್ತೇವೆ. ರೈತರು ಕೃಷಿಯಲ್ಲಿ ಮತ್ತು ಅದಕ್ಕಾಗಿಯೇ ಪಶುಸಂಗೋಪನೆಯಲ್ಲಿಯೂ ತೊಡಗುತ್ತಿದ್ದುದರಿಂದ ಅಸ್ಪೃಶ್ಯರಿಗೆ ಹೋಲಿಸಿದರೆ ಹೆಚ್ಚು ಸ್ಥಳಾವಕಾಶವಿರುವ ಮನೆ ಇದ್ದರೂ ಕೂಡ ಅವರ ಮನೆಗಳಲ್ಲಿ ಕೃಷಿ ಉಪಕರಣಗಳು, ಸಾಕುವ ಪ್ರಾಣಿಗಳು, ಹುಲ್ಲು ಕಸ ಕಡ್ಡಿಗಳಿಂದ ತುಂಬಿರುತ್ತಿದ್ದುದು ಸಹಜವೇ ಅಗಿತ್ತು . ಪ್ರಾಣಿ ಸಾಕಣೆ, ಕೃಷಿ, ಕುಶಲ ಕರ್ಮಗಳೇ ಮೈಲಿಗೆಯೆನ್ನುವ, ಅವುಗಳನ್ನು ಕೈಗೊಳ್ಳದಿರುವ ಬ್ರಾಹ್ಮಣರು ತಮ್ಮನ್ನು

ಮತ್ತು ತಮ್ಮ ಮನೆಗಳನ್ನು ಸ್ವಚ್ಛತೆಯ ಮಾನದಂಡವೆಂದು ಪರಿಗಣಿಸಿದ್ದು ಮತ್ತು ಅದರ ಆಧಾರದ ಮೇಲೆ ಇತರೆಲ್ಲರನ್ನೂ ಕೀಳೆಂದು ಪರಿಗಣಿಸಿದ್ದು ವಿಪರ್ಯಾಸವೇ ಸರಿ.

ಅವರ ಮಾನದಂಡಗಳಿಗೆ ಸ್ವಲ್ಪಮಟ್ಟಿಗೆ ಸರಿದೂಗಬಹುದಾಗಿದ್ದವರು ದೊಡ್ಡ ವಾಡೆಗಳು ಎಂದು ಕರೆಯಲಾಗುವ ಗ್ರಾಮೀಣ ಅರಮನೆಗಳು ಎನ್ನಬಹುದಾದ ನಿವಾಸಗಳಲ್ಲಿ ವಾಸಿಸುತ್ತಿದ್ದ ಗಾವುಂಡರು, ಪ್ರಭು ಗಾವುಂಡುಗಳು, ನಾಡಗಾವುಂಡರು ಮೊದಲಾದ ಭೂ ಒಡೆಯರು ಮಾತ್ರ. ಅವರು ಮನೆಯೊಳಗೇ ತಮ್ಮದೇ ಸ್ವಂತ ನೀರಿನ ಭಾವಿಗಳನ್ನು ಕೆಲವೊಮ್ಮೆ ಸಣ್ಣ ಕೆರೆಗಳನ್ನು ಕೂಡ ಹೊಂದಿರುತ್ತಿದ್ದರು. ತಮ್ಮ ಕೃಷಿ, ಪಶು ಸಂಗೋಪನೆ ಮತ್ತಿತರ ಅಗತ್ಯಗಳಿಗೆ ನಿವಾಸಕ್ಕಿಂತ ಬೇರೆಯಾದ ಕಟ್ಟಡಗಳನ್ನು ಹೊಂದಿದ್ದರು ಹಾಗೂ ಈ ಕೆಲಸಗಳನ್ನು ನಿರ್ವಹಿಸುವ ಜೀತಗಾರರೂ ಇರುತ್ತಿದ್ದರು. ಆದ್ದರಿಂದ ನಿತ್ಯ ಸ್ವಚ್ಛತೆಯ ಮೇಲು ವರ್ಣದ ಮಾನದಂಡಗಳಿಗೆ ಸರಿದೂಗುವಂತೆ ಜೀವನ ಮಾಡುವುದು ಸಾಧ್ಯವಾಗುತ್ತಿತ್ತು. ಆದರೆ ಆಹಾರದ ವಿಷಯದಲ್ಲಿ ಮಾಂಸಾಹಾರಿಗಳಾಗಿ, ಆಗಾಗ್ಗೆ ಬೇಟೆಗಳಲ್ಲಿ ತೊಡಗುವವರಾಗಿ ಶೂದ್ರರಾಗಿಯೇ ಪರಿಗಣಿತರಾಗಿದ್ದರು.

ಅಂದು ಮಳೆಗಾಲದಲ್ಲಿ ಹರಿವ ನೀರಿನ ಆಸರೆಯನ್ನು ಬಿಟ್ಟರೆ ಕರ್ನಾಟಕದಲ್ಲಿ ಕಟ್ಟಿಸಲಾಗುತ್ತಿದ್ದ ಕೆರೆಗಳೇ ಹಲವೆಡೆ ನೀರಿನ ಮುಖ್ಯ ಆಸರೆ. ಜಾತಿ ವ್ಯವಸ್ಥೆ ಕರ್ನಾಟಕದಲ್ಲಿ ಅಸ್ತಿತ್ವಕ್ಕೆ ಬಂದ ಮೊದಲ ಎಂಟೊಂಬತ್ತು ಶತಮಾನಗಳಲ್ಲಿ ಕೆರೆ ನಿರ್ಮಾಣ ಬಹಳ ಅಪರೂಪವಾಗಿತ್ತು, ನಂತರದ ಶತಮಾನಗಳಲ್ಲಿಯೇ ವ್ಯಾಪಕವಾಗಿ ಸಾವಿರಾರು ಕೆರೆಗಳ ನಿರ್ಮಾಣ ಕೈಗೊಂಡದ್ದು. ಅಂದು ಬಾವಿಗಳೂ ಕೂಡ ಅಪರೂಪ. ಮಳೆ ಕೊರತೆಯ ಉತ್ತರ ಮತ್ತು ದಕ್ಷಿಣ ಕರ್ನಾಟಕದ ಹಲವು ಪ್ರದೇಶಗಳಲ್ಲಿ ಇಂದು ಕೂಡ ಕಾಣುವ, ಹಲವು ಹಳೇ ಕಾಲದ ಬಹಳ ಆಳವಾದ ಮತ್ತು ಸುತ್ತ ಗಟ್ಟಿಯಾದ ಕಲ್ಲು ಕಟ್ಟಡದ ಬಾವಿಗಳನ್ನು ನೋಡಿದರೆ ಈ ಮಾತು ಅರಿವಿಗೆ ಬರುತ್ತದೆ. ಅಂದು ನೀರಿಗಾಗಿ ಸಾಮಾನ್ಯ ಜನರು ಕೂಡ ಎಷ್ಟು ಕಷ್ಟ ಅನುಭವಿಸಬೇಕಾಗುತ್ತಿತ್ತು ಎಂಬುದರ ಅರಿವಾಗುತ್ತದೆ. ಈ ಬಾವಿಗಳು ಮತ್ತು ಕೆರೆಗಳಲ್ಲಿ ಅಸ್ಪೃಶ್ಯರಿಗೆ ಪ್ರವೇಶವಿರಲಿಲ್ಲ. ಇನ್ನು ಅಸ್ಪೃಶ್ಯರಿಗೇ ಪ್ರತ್ಯೇಕವಾಗಿ ಅಂತಹ ದುಬಾರಿ ವೆಚ್ಚದ ಭಾವಿಗಳನ್ನು ಯಾರು ಕಟ್ಟಿಸಿಕೊಡುತ್ತಿದ್ದರು? ಇಂದು ಪ್ರಜಾಪ್ರಭುತ್ವ ಕಾಲದ ಕಠಿಣ ಅಸ್ಪೃಶ್ಯತೆ ವಿರೋಧಿ ಕಾನೂನುಗಳ ಕಾಲದಲ್ಲಿಯೂ ಕೂಡ ಅಪ್ಪಿ ತಪ್ಪಿ ಯಾರಾದರೊಬ್ಬ ಅಸ್ಪೃಶ್ಯ ಮಾನವೀಯ ತುರ್ತಿಗಾಗಿ ಊರ ಕೆರೆ, ಮೇಲ್ಜಾತಿಯವರ ಬಾವಿ ಮೊದಲಾದ ನೀರಿನಾಸರೆಗಳನ್ನು ಬಳಸಿದರೆ ದೊಡ್ಡ ದೌರ್ಜನ್ಯಗಳೇ ಘಟಿಸುವುದನ್ನು ಕಾಣುತ್ತೇವೆ. ಇನ್ನು ನೀರಿಗಾಗಿ ನೀರಿನಾಸರೆಗಳು ಹೆಚ್ಚು ಸೃಷ್ಟಿಯಾಗದ ಮಧ್ಯಕಾಲೀನ ಪರಿಸ್ಥಿತಿಯಲ್ಲಿ ಅಸ್ಪೃಶ್ಯರು ಎದುರಿಸುತ್ತಿದ್ದ ನೀರಿನ ಬವಣೆಯನ್ನು ಮಾತ್ರವಲ್ಲ ಎಂತಹ ಕಠಿಣ ಪರಿಸ್ಥಿತಿ ಇದ್ದಿರಬಹುದು ಎಂದು ಕಲ್ಪಿಸಿಕೊಳ್ಳಬಹುದು. ನದಿ, ಹೊಳೆ, ಹಳ್ಳಗಳಲ್ಲಿಯೂ ನಿರ್ಬಂಧಗಳು. ಮೇಲ್ಜಾತಿಯವರು ನದಿಯನ್ನು ಬಳಸುವ ಊರಿಗೆ ಹತ್ತಿರವಾದ

ಜಾಗಗಳನ್ನು ಬಿಟ್ಟು ದೂರದ ಕೆಳಗಿನ ಭಾಗಗಳೇ ಇವರಿಗೆ ಮೀಸಲಾಗಿರುತ್ತಿತ್ತು. ಮೇಲ್ಜಾತಿಯವರ ನೀರನ್ನು ಬಳಸಿದ ನಂತರದ ಮಲಿನತೆಯೆಲ್ಲ ಹರಿಯುವ ಜಾಗಗಳಲ್ಲಿಯೇ ಅಸ್ಪೃಶ್ಯರಿಗೆ ನದಿ, ಹೊಳೆಗಳ ಉಪಯೋಗಕ್ಕೆ ಅವಕಾಶ. ಕೆರೆ, ಭಾವಿಗಳಿಗಂತೂ ಪ್ರವೇಶವೇ ಇಲ್ಲ. ಕುಡಿಯುವ ನೀರಿಗಾಗಿ ಕೂಡ ಭಾವಿಗಳು ಮತ್ತು ಕೆರೆಗಳ ಬಳಿ ಶೂದ್ರರೂ ಸೇರಿದಂತೆ ಇತರ ಜಾತಿಗಳನ್ನು ಕೇವಲ ಒಂದೆರಡು ಕೊಡ ನೀರಿಗಾಗಿ ದೈನ್ಯದಿಂದ ಬೇಳಡಬೇಕಾಗುತ್ತಿತ್ತು.

ಅಂದ ಮೇಲೆ ದೈನಂದಿನ ಸ್ನಾನಾದಿ ಶೌಚ ಕ್ರಿಯೆಗಳಿಗೆ ನೀರಿನ ಕೊರತೆ ಅವರನ್ನು ಕಾಡಿರುವುದು ಸಹಜವೇ. ಹೀಗೆ ಅಸ್ಪೃಶ್ಯರು ವೈಯುಕ್ತಿಕ ನೈರ್ಮಲ್ಯವನ್ನು ಅನುಸರಿಸಲಾಗದ ಪರಿಸ್ಥಿತಿಯನ್ನು ನಿರ್ಮಿಸಿರುವುದನ್ನು ಕಾಣುತ್ತೇವೆ.

ಅಸ್ಪೃಶ್ಯರ ಮನೆಗಳು, ವಾಸ ಸ್ಥಾನಗಳು ಕೂಡ ಸ್ವಚ್ಛವಾಗಿರುವುದಿಲ್ಲ. ಅಸ್ಪೃಶ್ಯರ ವಾಸಕ್ಕೆ ಊರುಗಳ ಹೊರಗೆ ಮಾತ್ರ ಅವಕಾಶವಿರುತ್ತಿದ್ದುದನ್ನು ಶಾಸನಗಳು ಗುರುತಿಸಿವೆ. ಅಂದಿನ ವಾಸ್ತು ಶಿಲ್ಪದ ಕೃತಿಗಳು ಕೂಡ ಅಸ್ಪೃಶ್ಯರಿಗೆ ಕೋಟೆಯ ಹೊರಗೆ ದಿಣ್ಣೆಯ ಮೇಲೆ ವಾಸ ಮಾಡಲು ಅವಕಾಶ ಕೊಡಬೇಕೆಂದು ವಿಧಿಸಿವೆ. ಬಹಳಷ್ಟು ಅನಾರೋಗ್ಯಕರ ವಾದ ತಗ್ಗು ಪ್ರದೇಶಗಳಲ್ಲಿ ಅಥವಾ ನೀರು ಸಿಗದ ದಿಣ್ಣೆಯ ಮೇಲೆ ಅವರಿಗೆ ಜಾಗ ನೀಡಲಾಗಿರುತ್ತಿತ್ತು. ಅಂತಹ ಊರ ಹೊರಗಿನ ಪ್ರದೇಶದಲ್ಲಿ ಬಯಲು ವಿಸ್ತಾರವಾಗಿ ರುತ್ತಿದ್ದರೂ ಕೂಡಾ ಈ ಸಮುದಾಯಗಳಿಗೆ ಅವರ ಜನ ಸಂಖ್ಯೆಗೆ ಹೋಲಿಸಿದರೆ ಬಹಳ ಬಹಳ ಇಕ್ಕಟ್ಟಿನ ಸೀಮಿತ ಪ್ರದೇಶ ಮಾತ್ರ ನೀಡಲಾಗುತ್ತಿತ್ತು. ಕುವೆಂಪುರವರ ಎರಡು ಕಾದಂಬರಿಗಳೂ ಸೇರಿದಂತೆ ಹಲವು ಕಾದಂಬರಿಗಳು ಅವರ ವಾಸ ಸ್ಥಾನಗಳನ್ನು ಕಣ್ಣಿಗೆ ಕಟ್ಟುವಂತೆ ವಿವರಿಸಿವೆ. ವಿಸ್ತಾರವಾದ ಮನೆ ಕಟ್ಟಿಕೊಳ್ಳಲು ಅವಶ್ಯವಾದ ಕಟ್ಟಡ ಸಾಮಗ್ರಿ ಮತ್ತು ಸಂಪನ್ಮೂಲಗಳಿಗೂ ಕೊರತೆ. ಗಾಳಿ, ಬೆಳಕುಗಳೂ ಆಡದ ಸಣ್ಣ ಗುಡಿಸಲುಗಳಲ್ಲಿ ಒಂದೇ ಕೊಠಡಿಯ ನಿವಾಸ. ಅದರಲ್ಲಿಯೇ ಅವರ ಸಂಸಾರಗಳು, ಸಾಕು ಪ್ರಾಣಿಗಳು ಮತ್ತು ಅವರೆಲ್ಲ ಉಪಕರಣಗಳು. ಅಸ್ಪೃಶ್ಯರ ಇಂತಹ ಜೀವನ ಪರಿಸ್ಥಿತಿಯಲ್ಲಿ ಸ್ವಚ್ಛತೆಯನ್ನು ಕಾಯ್ದುಕೊಳ್ಳುವುದು ಕಠಿಣವಾದದ್ದು ಎಂಬುದು ಅರಿವಾಗುತ್ತದೆ.

ಅಧ್ಯಾಯ ಹತ್ತೊಂಬತ್ತು

ಆಹಾರ ಮತ್ತು ಅಸ್ಪೃಶ್ಯತೆ

ಇನ್ನು ಆಹಾರದ ವಿಷಯಕ್ಕೆ ಬಂದರೆ ಬ್ರಾಹ್ಮಣರು ಕರ್ನಾಟಕಕ್ಕೆ ಪ್ರವೇಶಿಸುವ ಸಮಯದ ವೇಳೆಗೆ ಸಸ್ಯಾಹಾರಿಗಳಾಗಿದ್ದರೆಂದು ಕಾಣುತ್ತದೆ. ಏಕೆಂದರೆ ಇವರ ಮಾಂಸಾಹಾರ ಪದ್ಧತಿಯ ಬಗ್ಗೆ ಯಾವ ಆಕರಗಳೂ ಸೂಚನೆ ನೀಡುವುದಿಲ್ಲ. ಬದಲಾಗಿ ಸಸ್ಯಾಹಾರದ ಬಗ್ಗೆ ಸಾಹಿತ್ಯ ಕೃತಿಗಳಲ್ಲಿ ಯಥೇಚ್ಚ ಸೂಚನೆಗಳು ಸಿಗುತ್ತವೆ. ರಾಜ ಪ್ರಭುತ್ವದ ಸ್ಥಾಪನೆಯ ನಂತರ ಬ್ರಹ್ಮಸ್ವ ಮತ್ತು ದೇವಸ್ವಗಳೇ ಮೊದಲಾದ ಭೂದಾನಗಳನ್ನು ಯಥೇಚ್ಚವಾಗಿ ಪಡೆದು, ಅವುಗಳನ್ನು ಸಾಗು ಮಾಡಿ ಬೆಳೆಗಳ ಫಸಲನ್ನು ಒಪ್ಪಿಸಲು ಗೇಣಿದಾರ ಒಕ್ಕಲುಗಳನ್ನೂ ಪಡೆದಿದ್ದ ಬ್ರಾಹ್ಮಣರು ಸಸ್ಯಾಹಾರವನ್ನು ಅವಲಂಬಿಸಿದ್ದರು. ಆ ಮೂಲಕ ಇಲ್ಲಿದ್ದ ಬೇರೆಲ್ಲ ಜನರಿಗಿಂತ ಪ್ರತ್ಯೇಕವಾಗಿ ದ್ದರು. ಮಾನವ ಶರೀರ ಮತ್ತು ಮೆದುಳಿನ ಬೆಳವಣಿಗೆಗೆ ಅನೇಕ ಪ್ರಾಣಿ ಮೂಲದ ಪ್ರೋಟೀನುಗಳು ಮತ್ತು ಮೇದಸ್ಸು ಮತ್ತಿತರ ಪೋಷಕಾಂಶಗಳು ಅತ್ಯಗತ್ಯ. ಇವುಗಳನ್ನು ಅವರು ತಾವು ಪಡೆದ ಗೋಸಾಸ (ವೈದಿಕ ಧರ್ಮಗ್ರಂಥಗಳಲ್ಲಿ ಪದೇ ಪದೇ ಉಲ್ಲೇಖವಾದ ಗೋ ಸಹಸ್ರ ದಾನ) ಗಳ ಕೊಡುಗೆಗಳ ವಿಫುಲ ಗೋವುಗಳಿಂದ ಹಾಲು, ಮೊಸರು, ತುಪ್ಪಗಳ ಮೂಲಕ ಪಡೆದುಕೊಳ್ಳುತ್ತಿದ್ದರು. ಧರ್ಮ ಗ್ರಂಥಗಳಲ್ಲಿ ಗೋದಾನಕ್ಕೆ ಹಾಗೂ ಬ್ರಾಹ್ಮಣರ ಆಹಾರದಲ್ಲಿ ಹಾಲು, ಮೊಸರು ಮತ್ತು ತುಪ್ಪಗಳಿಗೆ ಇರುವ ಅತಿ ಪ್ರಾಮುಖ್ಯತೆಯೂ ಇದನ್ನು ಸೂಚಿಸುತ್ತದೆ.

ವಚನ ಚಳುವಳಿಗೆ ಮೊದಲಿನ ಕಾಲದಲ್ಲಿ ಬ್ರಾಹ್ಮಣರನ್ನು ಬಿಟ್ಟು ಉಳಿದೆಲ್ಲರೂ ಮಾಂಸಾಹಾರಿಗಳಾಗಿದ್ದರು. ಬುಡಕಟ್ಟು ಮೂಲದ ಪರಿಸ್ಥಿತಿಯಲ್ಲಿ ಇವರೆಲ್ಲರೂ ವಿವಿಧ ಪ್ರಾಣಿ–ಪಕ್ಷಿಗಳನ್ನು ಆಹಾರವಾಗಿ ತಿನ್ನುತ್ತಿದ್ದರು. ಶಿಲಾಯುಗಗಳ ವಿವಿಧ ಹಂತಗಳಲ್ಲಿ ಅವುಗಳಲ್ಲಿ ಇತಿಹಾಸ ಪೂರ್ವ ಕಾಲಕ್ಕೆ ಸೇರುವ ಬೃಹತ್ ಶಿಲಾಯುಗ ಮತ್ತು ಕಬ್ಬಿಣ ಯುಗಗಳ ಬಗ್ಗೆ ಕೈಗೊಂಡಿರುವ ಶೋಧಗಳು ಅವರುಗಳು ತಿನ್ನುತ್ತಿದ್ದ ಮಾಂಸಾಹಾರದ ವಿವರಗಳನ್ನು ನೀಡುತ್ತವೆ. ಅವು ವಿವಿಧ ರೀತಿಯ ದನಗಳು, ಕಾಡೆಮ್ಮೆ–ಕೋಣಗಳು, ಜಿಂಕೆ–ಸಾರಂಗಗಳು, ಹಂದಿ, ವಿವಿಧ ರೀತಿಯ ಹಲ್ಲಿ, ಉಡಗಳು, ಆಮೆ, ಮೀನುಗಳು ಹಾಗೂ ಪಕ್ಷಿಗಳು ಅವರ ಆಹಾರವಾಗಿದ್ದವು. ಕೃಷಿ ಆರಂಭಗೊಂಡ ನಂತರವೂ ಈ ಮಾಂಸಾಹಾರಗಳನ್ನು ಅವರು ತಿನ್ನುತ್ತಿದ್ದುದನ್ನು ಈ ಸಂಶೋಧನೆಗಳು ಹೇಳುತ್ತವೆ. (ರವಿ ಕೋರಿಶೆಟ್ಟರ್, ಕರ್ನಾಟಕ ಚರಿತ್ರೆ ಸಂಪುಟ. ೧.)

ನಂತರದ ದಿನಗಳಲ್ಲಿ ಕೃಷಿಯಾಧಾರಿತ ಆಹಾರ ಹೆಚ್ಚಾಯಿತು. ಆದರೆ ಜೊತೆ ಜೊತೆಗೆ ಪಶು ಸಂಗೋಪನೆಯನ್ನೂ ಪ್ರಧಾನ ಉದ್ಯೋಗವನ್ನಾಗಿ ಮಾಡಿಕೊಂಡ ಸಮುದಾಯಗಳೂ ಇದ್ದವು. ಕೃಷಿಯ ಅಗತ್ಯಗಳಿಗಾಗಿ ಹಾಗೂ ಕೃಷಿಯ ಉಪ ಉತ್ಪನ್ನಗಳಾದ ಹುಲ್ಲು ಹೊಟ್ಟುಗಳನ್ನು ಬಳಸಿಕೊಳ್ಳಲು ರೈತಾಪೀ ಜನರೂ ಸೀಮಿತ ಪಶುಸಂಗೋಪನೆಯಲ್ಲಿ ತೊಡಗುತ್ತಿದ್ದರು. ರೈತರಾದ ಶೂದ್ರರು ತಾವು ಬೆಳೆಗಳನ್ನು ಸ್ವತಃ ಬೆಳೆದರೂ ಅವುಗಳ ಗಣನೀಯ ಪಾಲನ್ನು ಕಂದಾಯವಾಗಿ ಕೊಡಬೇಕಾಗಿತ್ತು, ಜೊತೆಗೆ ಹಲವು ರೀತಿಯ ತೆರಿಗೆಗಳನ್ನು, ಗೊಬ್ಬರಗಳ ತಿಪ್ಪೆಯ ಮೇಲೆ ಕೂಡ ತೆರಿಗೆ ನೀಡಬೇಕಾಗುತ್ತಿತ್ತು. ಸಂತೆಗೊಯ್ದ ಫಸಲುಗಳ ಮೇಲೆ ಮತ್ತು ಇತರ ಹಲವಾರು ರೀತಿಯ ತೆರಿಗೆಗಳನ್ನು ನೀಡಬೇಕಾಗಿತ್ತು. ಇವುಗಳು ಎಷ್ಟು ಭಾರವಾಗಿರುತ್ತಿತ್ತೆಂದರೆ ರಾಜರುಗಳಿಗೆ ತೆರಿಗೆಗಳನ್ನು ಕಡಿಮೆ ಮಾಡಲು ಬೇಡಿಕೊಳ್ಳುವ ಪರಿಸ್ಥಿತಿ ಇರುತ್ತಿತ್ತು. ಕೆಲವೊಮ್ಮೆ ಈ ತೆರಿಗೆಗಳ ಭಾರ ಸಹಿಸಲಾಗದೆ ಬೇರೆ ರಾಜ್ಯಗಳಿಗೆ ವಲಸೆ ಹೋಗುವ ಸಂಭವಗಳೂ ಇರುತ್ತಿತ್ತು. ಈ ತೆರಿಗೆಗಳ ಜೊತೆಗೆ ಗೇಣಿದಾರ ರೈತರು ಬೆಳೆಯ ಅರ್ಧಕ್ಕಿಂತ ಹೆಚ್ಚು ಭಾಗವನ್ನು ಗೇಣಿಯನ್ನು ತಮ್ಮ ಭೂ ಒಡೆಯರಿಗೆ ನೀಡಬೇಕಾಗಿತ್ತು. ಬರಗಾಲಗಳಲ್ಲಿ ಬೆಳೆಯಾಗದೇ ಇದ್ದರೂ ಕಂದಾಯ, ಇತರ ತೆರಿಗೆಗಳು, ಗೇಣಿ ಇವೆಲ್ಲವನ್ನು ಪೂರೈಸಬೇಕಾದ ಸಂದರ್ಭ ಅವರನ್ನು ಹಣ್ಣು ಹಣ್ಣು ಮಾಡುತ್ತಿತ್ತು. ಇವೆಲ್ಲಾ ಒಂದು ಕಡೆಯಾದರೆ ಕೃಷಿಯ ಶ್ರಮದ ದುಡಿಮೆಯ ಜೊತೆಗೆ ಆಗಾಗ್ಗೆ ಗಾವುಂಡರಿಂದ ರಾಜರವರೆಗೂ ವಿವಿಧ ಹಂತದ ಅಧಿಕಾರಿಗಳ ಅಗತ್ಯಗಳನ್ನು, ಯುದ್ಧಕಾಲದ ಸೈನ್ಯದ ಅಗತ್ಯಗಳನ್ನು ಪೂರೈಸಲು ಬಿಟ್ಟಿ ಎಂಬ ದುಡಿಮೆ ಅವರ ಶ್ರಮವನ್ನು ಹೆಚ್ಚಿಸುತ್ತಿತ್ತು. ಅದಕ್ಕಾಗಿ ಹೆಚ್ಚು ಪೋಷಕಾಂಶದ ಆಹಾರದ ಅಗತ್ಯವೂ ಇತ್ತು. ಈ ಎಲ್ಲ ಕಾರಣಗಳಿಂದ ಶೂದ್ರರೂ ಮಾಂಸಾಹಾರವನ್ನು ಅವಲಂಬಿಸಿದ್ದರು. ಸಾಕು ಪ್ರಾಣಿಗಳಲ್ಲದೆ ಬೇಟೆಯಾಡಿಯೂ ಕಾಡಿನ ಪ್ರಾಣಿಗಳನ್ನೂ ಆಹಾರವಾಗಿ ಬಳಸುತ್ತಿದ್ದರು. ರೈತರಲ್ಲದ ಭೂರಹಿತ ಕುಶಲ ಕರ್ಮಿ ಶೂದ್ರರುಗಳು ಸ್ವಂತ ಬೆಳೆಯೂ

ಇಲ್ಲದೆ ರೈತರು ವರ್ಷಕ್ಕೊಮ್ಮೆ ನೀಡುವ ಸೀಮಿತ ಆಯವನ್ನು ಅವಲಂಬಿಸಿಯೇ ಬದುಕಬೇಕಾಗಿತ್ತು. ಅದು ಕೂಡ ಮಳೆಯನ್ನವಲಂಬಿಸಿದ ಬೆಳೆಯ ಒಂದು ಸಣ್ಣ ಪಾಲಾಗಿದ್ದುದರಿಂದ ಸೀಮಿತವಾಗಿತ್ತು. ಈ ಕಾರಣದಿಂದಾಗಿ ಮತ್ತು ಕುಶಲ ಕರ್ಮಿಗಳ ಕಠಿಣ ದುಡಿಮೆಯಿಂದಾಗಿ ಬೇಟೆ ಮೊದಲಾದ ಮೂಲಗಳಿಂದ ಮಾಂಸಾಹಾರ ಅನಿವಾರ್ಯವಾಗಿತ್ತು.

ಆದರೆ ಕಾಲಕ್ರಮೇಣ ಕೃಷಿ ಕೈಗೊಂಡು ನೆಲೆಗೊಂಡ ಸಮಾಜಗಳಲ್ಲಿ ಸಸ್ಯಾಹಾರ ಮೇಲು, ಮಾಂಸಾಹಾರ ಕೀಳು ಎಂಬ ಪೂರ್ವಗ್ರಹಗಳನ್ನು ಬೆಳೆಸಲಾಯಿತು. ವಿವಿಧ ಜಾನಪದ ಅಧ್ಯಯನಗಳಲ್ಲಿ ಕಾಣುವ ಮಾಂಸಾಹಾರದ ಬಗ್ಗೆ ಬಳಕೆಗೆ ಬಂದ ಕಟ್ಟಳೆಗಳು, ಈ ಪೂರ್ವಗ್ರಹಗಳು ತಳೆದ ವಿವಿಧ ರೂಪಗಳನ್ನು ತಿಳಿಸುತ್ತವೆ. ವಾರದಲ್ಲಿ ಕೆಲ ದಿನಗಳು ದೇವರ ವಾರಗಳು. ಆ ದಿನಗಳಲ್ಲಿ ಮಾಂಸಾಹಾರ ವರ್ಜಿತ. ಉದಾಹರಣೆಗೆ ಶಿವನ ವಾರವಾದ ಸೋಮವಾರ, ವೆಂಕಟೇಶ್ವರನ ವಾರವಾದ ಶನಿವಾರ. ಎರಡೂ ದೇವರುಗಳು ಸ್ವತಃ ಬೇಟೆಗಾರ ಮಾಂಸಾಹಾರೀ ದೇವರುಗಳು. ಅವರಿಗೆ ಅನೇಕ ಸಂದರ್ಭಗಳಲ್ಲಿ ಮಾಂಸಾಹಾರದ ಎಡೆಗಳನ್ನು ಇಡುವ ಪದ್ಧತಿಯೂ ಇದೆ. ಆದರೂ ಕೂಡ ಅವರ ಪೂಜೆಗೆ ಮೀಸಲಾದ ದಿನಗಳಲ್ಲಿ ಮಾಂಸಾಹಾರ ನಿಷಿದ್ಧವೆಂಬ ನಂಬಿಕೆ ವ್ಯಾಪಕವಾಗಿದೆ. ಇದೇ ರೀತಿಯ ಕಟ್ಟಲೆಯ ಮತ್ತೊಂದು ರೂಪವಾಗಿ ಹಬ್ಬಗಳ ದಿನಗಳಲ್ಲಿ ಮಾಂಸಾಹಾರ ನಿಷೇಧವಾಗಿದೆ. ಉಗಾದಿಯಂತಹ ಹಬ್ಬಗಳಲ್ಲಿ ಬೇಟೆ ಒಂದು ಮುಖ್ಯ ಅಂಗವೆಂದು ಜಾನಪದ ಅಧ್ಯಯನಗಳು ಹೇಳುತ್ತವೆ. ಆದರೂ ಕೂಡ ಹಬ್ಬದ ದಿನ ಸಿಹಿ ಅಡುಗೆಗಳಿಗೆ ಸೀಮಿತವಾಗಿದೆ. ಅಂದು ಮಾಂಸಾಹಾರ ನಿಷೇಧಿತವಾಗಿ ವರುಷದೊಡಕು ಎಂದು ಕರೆಯಲ್ಪಡುತ್ತಿರುವ ವರುಷತೊಡುಗುವ ದಿನದ ಮರುದಿನಕ್ಕೆ ಮುಂದೂಡಲ್ಪಟ್ಟಿದೆ. ಇತರ ಹಬ್ಬದ ದಿನಗಳಲ್ಲಿಯೂ ಸಸ್ಯಾಹಾರವೇ ಶ್ರೇಷ್ಠ ಮತ್ತು ಮಾಂಸಾಹಾರ ಕರಿ ಎಂದು ಕರೆಯಲಾಗುವ ಮರುದಿನಕ್ಕೆ ಸೀಮಿತವಾಗಿದೆ. ಮದುವೆ, ನಾಮಕರಣ ಇತ್ಯಾದಿ ಶುಭ ಕೆಲಸಗಳ ಸಂದರ್ಭದಲ್ಲಿಯೂ ಮಾಂಸಾಹಾರ ವರ್ಜ್ಯವಾಗಿದೆ. ಈ ಸಂದರ್ಭಗಳು ಸ್ನಾನ, ಮಡಿ, ದೇವರ ಪೂಜೆ, ದೇವಸ್ಥಾನಗಳ ಭೇಟಿ, ಬ್ರಾಹ್ಮಣರ ನೇತೃತ್ವದ ಆಚರಣೆಗಳಿಗೆ ಸಂಬಂಧಿಸಲ್ಪಟ್ಟವುಗಳೆಂಬುದನ್ನು ಗಮನಿಸ ಬೇಕು. ದೇವಸ್ಥಾನಗಳಿಗೆ ಹೋಗಬೇಕಾದರೆ ಮಾಂಸಾಹಾರ ವರ್ಜ್ಯ. ಅದೇ ರೀತಿಯಲ್ಲಿ ಮನೆಯ ಒಳಗೆ ಮಾಂಸದ ಅಡುಗೆ ಮಾಡಬಾರದು, ಮಾಂಸಾಹಾರದ ಊಟ ಕೂಡ ಮನೆಯ ಹೊರಗೆ ಮಾಡಬೇಕೆಂಬ ಕಟ್ಟಲೆಗಳು ಕೂಡ ಇವೆ. ಇದೂ ಕೂಡ ಮಾಂಸಾಹಾರ ತಿಂದ ಮೇಲೆ ದೇವಸ್ಥಾನದ ಒಳಗೆ ಪ್ರವೇಶಿಸಬಾರದು ಎಂಬ ಕಟ್ಟಲೆಯ ವಿಸ್ತರಣೆಯಾಗಿದೆ. ಹೀಗೆ ಮಾಂಸಾಹಾರವನ್ನು ಕೀಳ್ಗಳೆಯುವ ಕಟ್ಟಲೆಗಳನ್ನು ದೇವರು, ಧಾರ್ಮಿಕ ಆಚರಣೆಗಳ ಭಾಗವಾಗಿಸಿದ್ದು ಮಾಂಸಾಹಾರಿಗಳನ್ನೂ ಕೀಳ್ಗಳೆಯುವ ಸಾಧನವಾಗಿದೆ. ಮಾಂಸಾಹಾರಿಗಳನ್ನು ಶೂದ್ರ ಅಥವಾ ಅದಕ್ಕಿಂತ ಕೀಳು ಎಂದು

ಪರಿಗಣಿಸುವ ನಿಕಷವಾಗಿದೆ. ಅಷ್ಟೇ ಅಲ್ಲದೆ ಮಾಂಸಾಹಾರಿಗಳ ಒಳಗೆ ಕೂಡ ಮೇಲು ಕೀಳು ವಿಭಜನೆಯನ್ನು ಮಾಡುವ ಸಾಧನವಾಗಿದೆ. ವೈದಿಕ ವಿಚಾರಗಳು ಮಾತ್ರವೇ ಅಲ್ಲದೆ ಕರ್ನಾಟಕದಲ್ಲಿ ಸೀಮಿತವಾಗಿಯಾದರೂ ಸಮಾಜದ ಪ್ರಬಲ ವರ್ಗಗಳ ಜನರಲ್ಲಿ ಪ್ರಚಲಿತವಾಗಿದ್ದ ಜೈನ ಧರ್ಮದ ಅಹಿಂಸೆಯ ವಿಚಾರಗಳೂ ಕೂಡ ಮಾಂಸಾ ಹಾರದ ವಿರುದ್ಧ ಭಾವನೆಗಳನ್ನು ಹರಡುವುದಕ್ಕೆ, ಸಸ್ಯಾಹಾರವೇ ಶ್ರೇಷ್ಠ, ಅದರ ಮುಂದುವರಿಕೆಯಾಗಿ ಸಸ್ಯಾಹಾರಿಗಳು ಶ್ರೇಷ್ಠ ಎಂಬ ಭೇದ ವ್ಯಾಪಕವಾಗಲು ಗಣನೀಯ ಕೊಡುಗೆ ನೀಡಿರುವುದರಲ್ಲಿ ಅನುಮಾನವಿಲ್ಲ. ವಡ್ಡಾರಾಧನೆಯ ಕತೆಗಳಲ್ಲಿ ಮತ್ತು ಅನೇಕ ಜೈನ ಸಾಹಿತ್ಯ ಗ್ರಂಥಗಳಲ್ಲಿ ಪ್ರಾಣಿ ಬಲಿಯ ವಿರುದ್ಧದ ಪ್ರಸಂಗಗಳ ಚಿತ್ರಣ ಇದಕ್ಕೆ ಉದಾಹರಣೆ.

ಆಹಾರಕ್ಕಾಗಿ ಕೃಷಿಯ ಮೇಲೆ ಹೆಚ್ಚು ಅವಲಂಬಿತವಾದ ಸಮುದಾಯಗಳಿಗೆ ಒಂದು ಕಡೆ ಸಸ್ಯಾಹಾರದ ಲಭ್ಯತೆ ಹೆಚ್ಚಾಯಿತು. ಪಶುಸಂಗೋಪನೆಯಿಂದಾಗಿ ಮಾಂಸಾಹಾರಕ್ಕಾಗಿ ಕೂಡಾ ಶ್ರಮಪೂರಿತ ಮತ್ತು ಅನಿಶ್ಚಿತವಾದ ಬೇಟೆಯಲ್ಲಿ ತೊಡಗಬೇಕಾದ ಅಗತ್ಯ ನಿವಾರಣೆಯಾಯಿತು. ಈ ಪರಿಸ್ಥಿತಿಯಲ್ಲಿ ಆಹಾರಕ್ಕಾಗಿ ಬಳಸುವ ಪ್ರಾಣಿಗಳಲ್ಲಿಯೇ ಶ್ರೇಷ್ಠ–ಕನಿಷ್ಠ, ಪವಿತ್ರ–ಅಪವಿತ್ರ ಎಂಬ ಭಾವನೆಗಳನ್ನು ಬೆಳೆಸಲಾಯಿತು. ಸಾಕು ಪ್ರಾಣಿಗಳಾದ ಕೋಳಿ, ಕುರಿ, ಮೇಕೆಗಳು ಮಾಂಸಾಹಾರ ಗಳಲ್ಲಿಯೇ ಶ್ರೇಷ್ಠ, ಕೃಷಿಗೆ ಅಗತ್ಯವಾದ ಹಸು, ಎತ್ತುಗಳು ಪೂಜ್ಯ ಆದ್ದರಿಂದ ಅವುಗಳನ್ನು ಆಹಾರಕ್ಕಾಗಿ ಬಲಿಕೊಡುವುದು ಪಾಪಕರ ಎಂಬ ಭಾವನೆಗಳನ್ನು ಬಿತ್ತಲಾಯಿತು. ವೈದಿಕ ಮೂಲದ ಗೋವು ಪೂಜ್ಯ ಎಂಬ ಭಾವನೆಯಂತೂ ಸಾವಿರಾರು ಶಾಸನಗಳಲ್ಲಿನ ಶಾಪಾಶಯಗಳ ಅನಿವಾರ್ಯ ಭಾಗವಾಗಿದೆ (ಅದರ ಒಂದು ಉದಾಹರಣೆ: ಗೋವನೂ ಬ್ರಾಹ್ಮಣನನೂ ವಾರಣಾಸಿಯಲಿ ಕೊಂದ ಪಾಪಕ್ಕೆ ಹೋದರು. ಶೆಟ್ಟರ್ ಷ., ಪು.೩೯೪.) ಇವುಗಳನ್ನು ಹೊರತುಪಡಿಸಿದ ವೈವಿಧ್ಯಮಯವಾದ ಪ್ರಾಣಿಗಳನ್ನು ಆಹಾರವನ್ನಾಗಿ ಬಳಸುವುದು ಮತ್ತು ಬಳಸುವವರು ಕೀಳು ಎಂಬ ಭಾವನೆಯನ್ನು ವ್ಯಾಪಕಗೊಳಿಸ ಲಾಯಿತು. ಇದು ಮಾಂಸಾಹಾರಿಗಳಲ್ಲಿಯೇ ಕೆಲವರು ಉಳಿದವರಿಗಿಂತ ಮೇಲು ಎಂದು ಬಿಂಬಿಸಲು ಕಾರಣವಾಯಿತು. ತಾವು ಅಸ್ಪೃಶ್ಯರಂತೆ ಕೀಳಲ್ಲ ಎಂದು ಗಣಿಸಲ್ಪಡಲೆಂದೇ ಹಲವು ಸಮುದಾಯಗಳು ಮುಖ್ಯವಾಗಿ ಸಸ್ಯಾಹಾರ ಹೆಚ್ಚು ಲಭ್ಯವಾಗದ ಭೂಹೀನ ಕುಶಲ ಕರ್ಮಿಗಳು ಕೂಡಾ ಕೆಲವು ಪ್ರಾಣಿಗಳ ಮಾಂಸವನ್ನು ಬಳಸುವುದನ್ನು ಕೈಬಿಡುವ ಒತ್ತಾಯಕ್ಕೊಳಗಾಗಿವೆ.

ತೊತ್ತುಗಳು, ಕೂಲಿಕಾರರು ಮತ್ತು ಇತರ ಕೀಳೆಂದು ಪರಿಗಣಿಸಲ್ಪಟ್ಟ ಚರ್ಮಕಾರ ಮೊದಲಾದ ಕುಶಲ ಕರ್ಮಿಗಳಾಗಿದ್ದ ಭೂಹೀನ ಅಸ್ಪೃಶ್ಯರಿಗೆ ದುಡಿಮೆ ಹೆಚ್ಚು ಮತ್ತು ಭೂ ಒಡೆಯರು ಮತ್ತು ರೈತರ ಮನೆಯಲ್ಲಿ ಉಳಿದ ತಂಗಳು, ಹಳಸಿದ ಆಹಾರಕ್ಕೇ ಬಹಳಷ್ಟು ದಿನಗಳು ಸೀಮಿತ. ಒಡೆಯರ ಪ್ರೀತಿಗೆ ಪಾತ್ರರಾಗಿದ್ದ ಕೆಲ

ಭಂಟರ ಹೊರತಾಗಿ. ಸ್ವಂತ ಭೂಮಿಯೂ ಇಲ್ಲದ ಮತ್ತು ಪ್ರಾಣಿಗಳನ್ನು ಸಾಕಲು ಕೂಡ ಗುಡಿಸಲುಗಳ ಬಳಿ ಸ್ಥಳಾವಕಾಶವೂ ಇಲ್ಲದ ಇವರ ಆಹಾರದ ಅಗತ್ಯಗಳನ್ನು ಪೂರೈಸಲು ಪಡುತ್ತಿದ್ದ ಕಷ್ಟಗಳ ಪರಿಯನ್ನು ಯಾವ ರಾಜ ಶಾಸನಗಳೂ ಮತ್ತು ಸಾಹಿತ್ಯಕ ಆಕರಗಳೂ ವಿವರಿಸದಿರುವುದರಿಂದ ಊಹಿಸಿಕೊಳ್ಳಬೇಕಷ್ಟೆ. ಕೃಷಿಗೊಂಡ ಬಯಲು ಪ್ರದೇಶಗಳಲ್ಲಿ ಅರಣ್ಯಗಳೂ ಸೀಮಿತವಾದ್ದರಿಂದ ಬೇಟೆಯಿಂದ ಆಹಾರ ದೊರಕುವುದು ಕಠಿಣವಾಗುತ್ತಿತ್ತು. ಬೇಟೆಯ ಮೇಲೆ ಕೂಡ ಸ್ಥಳೀಯ ಅಧಿಕಾರಿಗಳು, ಭೂ ಒಡೆಯರು ಹಕ್ಕು ಚಲಾಯಿಸುತ್ತಿದ್ದರು. ಆದ್ದರಿಂದ ಇವರು ಹಂದಿ, ಇಲಿ, ಮೊಲ, ಅಳಿಲು, ಉಡ, ವಿವಿಧ ಹಾವುಗಳು, ಕಾಡು ಹಕ್ಕಿಗಳು ಮೊದಲಾದವುಗಳ ಮೇಲೆ ಅವಲಂಬಿಸಬೇಕಾಗುತ್ತಿತ್ತು. ಕೇವಲ ಕೆಲ ಸೀಮಿತ ಸಂಖ್ಯೆಯ ಸಸ್ಯಗಳು ಮತ್ತು ಪ್ರಾಣಿಗಳ ಮೇಲೆ ಅವಲಂಬಿಸಿದ ಬ್ರಾಹ್ಮಣ ಮತ್ತು ಶೂದ್ರರ ಆಹಾರಕ್ಕೆ ಹೋಲಿಸಿದರೆ ಇವರ ಆಹಾರದ ಬುಟ್ಟಿ ವೈವಿಧ್ಯಮಯವಾದ ನೂರಾರು ಸಸ್ಯ ಮತ್ತು ಪ್ರಾಣಿಗಳನ್ನು ಒಳಗೊಂಡಿತ್ತು. ಬುಡಕಟ್ಟು ಮೂಲದ ಆಹಾರವನ್ನು ಅವರು ಉಳಿಸಿಕೊಳ್ಳಬೇಕಾದ ಅನಿವಾರ್ಯತೆ ಅಸ್ಪೃಶ್ಯರ ಬದುಕನ್ನು ಆವರಿಸಿತ್ತು. ಈ ಸಣ್ಣ ಪ್ರಾಣಿಗಳು ಕೆಲ ಜನರಿಗೆ ಮಾತ್ರ ಬಹಳ ಸೀಮಿತವಾದ ಆಹಾರವನ್ನಷ್ಟೇ ಒದಗಿಸುತ್ತಿತ್ತು. ಆದ್ದರಿಂದ ನವಶಿಲಾಯುಗ, ಬೃಹತ್ ಶಿಲಾಯುಗ ದಲ್ಲಿಯೂ ಕೂಡ ಬುಡಕಟ್ಟುಗಳು ಕರ್ನಾಟಕದಲ್ಲಿ ಮಾತ್ರವಲ್ಲ, ಇಡೀ ವಿಶ್ವದಲ್ಲಿ ಆನೆ, ಕಾಡೆಮ್ಮೆ, ದನಗಳು, ಜಿಂಕೆ, ಸಾರಂಗ ಮೊದಲಾದ ದೊಡ್ಡ ಪ್ರಾಣಿಗಳನ್ನು ಒಟ್ಟಾಗಿ ಬೇಟೆಯಾಡುತ್ತಿದ್ದರು ಮತ್ತು ಬೇಟೆ ಸಿಕ್ಕ ನಂತರ ಎಲ್ಲರೂ ಸೇರಿ ಕೂಡಿ ಹಬ್ಬದಂತೆ ಆಚರಿಸಿ ತಿನ್ನುತ್ತಿದ್ದರು. ಕುಡಿದು, ಹಾಡಿ, ಕುಣಿದು ಸಂತೋಷ ಪಡುತ್ತಿದ್ದರು. ಇಂತಹ ಆಚರಣೆಗಳ ಅವಶೇಷಗಳು ವೇದಕಾಲೀನ ಯಜ್ಞ, ಯಾಗಗಳಲ್ಲಿಯೂ ಉಳಿದುಕೊಂಡಿವೆ. ನಾಗರಿಕರೆನಿಸಿಕೊಂಡ ಇತರ ಸಮುದಾಯಗಳು ಇಂತಹ ಬದುಕಿನಿಂದ ದೂರ ಸಾಗಿ ರಾಜನ್ಯರು ಮಾತ್ರ ಆಚರಿಸಲಾಗುವ ವೈಭವೋಪೇತ ಅಶ್ವಮೇಧ, ವಾಜಪೇಯ ಯಜ್ಞಗಳನ್ನಾಗಿಸಿದರು. ಇಂದು ಆ ನೆನಪನ್ನೂ ಅಳಿಸಿಹಾಕಲು ಇನ್ನಿಲ್ಲದ ಪ್ರಯತ್ನಗಳನ್ನು ಪಡುತ್ತಿದ್ದಾರೆ, ಅಸ್ಪೃಶ್ಯ ಸಮುದಾಯಗಳು ತಮ್ಮ ಜೀವನ ಸ್ಥಿತಿಯಿಂದಾಗಿ ಅವುಗಳನ್ನು ಬಹುಕಾಲ ಉಳಿಸಿಕೊಂಡಿದ್ದಾರೆ. ಇಂತಹ ಬೃಹತ್ ಪ್ರಾಣಿಗಳನ್ನು ಎಲ್ಲರೂ ಕೂಡಿ ತಿನ್ನುವುದು ಅವರ ಸಾಮುದಾಯಿಕ ಬದುಕಿನ ಭಾಗವಾಗಿತ್ತು. "ಕೋಣ(ಎಮ್ಮೆ) ಮತ್ತು ಗೋವುಗಳ ಮಾಂಸವನ್ನು ದೊಡ್ಡಬಾಡು ಎಂಬ ರೂಢಿಗತ ಹೆಸರಿನಿಂದ ಕರೆಯುತ್ತಾರೆ. ಮದುವೆ, ಶೋಭನ, ಪ್ರಸ್ತ, ಹುಟ್ಟು, ಸಾವುಗಳ ಆಚರಣೆಯಲ್ಲಿ ದೊಡ್ಡಬಾಡು ಹೆಚ್ಚು ಬಳಕೆಯಲ್ಲಿದೆ. ತಮ್ಮ ಮನೆಯ ಹಬ್ಬ-ಜಾತ್ರೆಗಳಲ್ಲಿ ನೆಂಟರಿಷ್ಟರಿಗೆ ಹೆಂಡ ಬಾಡು ನೀಡಿ ಸತ್ಕರಿಸಿ ಆನಂದಿಸುವ ಮಾದಿಗರು ಮುದುಕ ಮುದುಕಿಯರಿಗೆ ಮೆತ್ತಗಿರುವ ಒಳ್ಳೊಳ್ಳೆ ಬಾಡಿನ ತುಂಡುಗಳನ್ನು ಆಯ್ದು ತಿನ್ನಿಸುವಲ್ಲಿ ತುಂಬಾ ಔದಾರ್ಯ ತೋರಿಸುತ್ತಾರೆ." (ವಡ್ಡಗೆರೆ ನಾಗರಾಜಯ್ಯ, ಆದಿ ಜಾಂಬವರು. ಪು ೧೨೪). ಆದ್ದರಿಂದ "ಈ

ಕೋಣನ ಮಾಂಸಕ್ಕೆ ಸಿಕ್ಕಿರುವ ರಾಜ ಮರ್ಯಾದೆ ಬೇರಾವುದಕ್ಕೂ ಸಿಕ್ಕಿಲ್ಲವೆಂದೇ ಹೇಳಬೇಕು. ಮಾಂಸಗಳಲ್ಲಿಯೇ ಅದು ರಾಜ ಮಾಂಸ." (ಕೋಟಿಗಾನಹಳ್ಳಿ ರಾಮಯ್ಯ, ಸಿಂದ್ ಮಾದಿಗರ ಸಂಸ್ಕೃತಿ. ಪು.೩೫). ಅವರ ಪುರಾಣಗಳಲ್ಲಿ ಈ ದೊಡ್ಡಬಾಡುಗಳ ಮತ್ತು ಅವುಗಳನ್ನು ಕರುಣಿಸುವ ಪ್ರಾಣಿಗಳ ಉಲ್ಲೇಖ ಪದೇ ಪದೇ ಬರುತ್ತದೆ. (ವಡ್ಡಗೆರೆ ೧೨೩–೧೨೬; ರೋಷಾಂಬುಕ್ಲೌ, ಚಮ್ಮಾಳಿಗೆ ದಾರಿಗುಂಟ ಪು. ೩೫–೩೭.). 'ಅರಂಜ್ಯೋತಿ ಕಲ್ಯಾಣ' ಎಂಬ ಅರುಂಧತಿ–ವಸಿಷ್ಠರ ಮದುವೆಯ ಪ್ರಸಂಗದ ಪುರಾಣದಲ್ಲಿ ಹೆಮ್ಮೆಯಿಂದಲೇ ವರ್ಣಿಸಿಕೊಳ್ಳುವಂತೆ ಅವರ ಮನೆಯಲ್ಲಿನ ಮಾಂಸದ ದರ್ಬಾರಿನ ವಿವರಣೆ ಹೀಗಿದೆ: "ಅರಂಜ್ಯೋತಿಯನ್ನು ಮದುವೆ ಮಾಡಿ ಕೊಳ್ಳಲು ಬ್ರಾಹ್ಮಣರ ವಸಿಷ್ಠನು ಮಾದಿಗರ ಹಟ್ಟಿ ಪ್ರವೇಶಿಸಿದಾಗ ಅರಂಜ್ಯೋತಿಯು ಬ್ರಹ್ಮದೇವನನ್ನು ಪ್ರಾರ್ಥಿಸಿ ಮನೆ ತುಂಬ ದನದ ಮಾಂಸವನ್ನು ಕರುಣಿಸುವಂತೆ ಕೇಳಿಕೊಳ್ಳುತ್ತಾಳೆ. ಮನೆತುಂಬಾ ದನದ ಮಾಂಸ ಉದ್ಭವವಾಗುತ್ತದೆ. ಪಡಸಾಲೆಯಲ್ಲಿ ಗಲ್ಲೆಬಾನಿ ಹೊರಗೆ ಗೋವಿನ ಧರ್ಮ, ಎಮಕೆಗಳ ಗುಡ್ಡೆಯೂ, ನಡುಮನೆಯಲ್ಲಿ ಈಲಿ–ದೊಮ್ಮೆಗಳ ತೋರಣವೂ, ಗುಂಡಿಗೆಗಳ ಗುತ್ತಿಗಳೂ, ಕರುಳುಗಳ ಸರಮಾಲೆಯೂ ಹೀಗೆ ತುಂಬಿಕೊಳ್ಳುತ್ತವೆ. ಮಾದಿಗರು ದನಗಳ ಚರ್ಮ ಸುಲಿದು ತೋರಣ ಕಟ್ಟಿರುವ ವರ್ಣಮಯ ದೃಶ್ಯಾವಳಿಗಳಿಂದ ಆ ಮನೆ ತುಂಬಿರುತ್ತದೆ. ಸುಗ್ಗಿ ಕಾಲದಲ್ಲಿ ರೈತರ ಮನೆಗಳಲ್ಲಿ ಎಲ್ಲೆಂದರಲ್ಲಿ ದವಸ ಧಾನ್ಯ ಹುಲ್ಲು, ಕಾಳುಕಡ್ಡಿ ಕಂಡುಬರುವಂತೆ ಆ ಮನೆಯಲ್ಲಿ ಎಲ್ಲೆಂದರಲ್ಲಿ ಮಾಂಸದ ಭಾಗಗಳು ಕಂಡುಬರುತ್ತವೆ." (ವಡ್ಡಗೆರೆ ಪು. ೧೨೫). ಸಂಸ್ಕೃತದ ಹಾಗೂ ಕನ್ನಡದ ಕಾದಂಬರಿಯ, ವೀರೇಶ ಚರಿತೆ, ಹರಿಶ್ಚಂದ್ರ ಕಾವ್ಯ, ಧರ್ಮಾಮೃತಗಳ ಕರ್ತೃಗಳು ವರ್ಣಿಸಿದ ಹಾಗೂ ಮಾದಿಗರ ಅರಂಜ್ಯೋತಿ ಕಲ್ಯಾಣ ವರ್ಣಿಸಿದ ಅಸ್ಪೃಶ್ಯರ ಮನೆ, ಕೇರಿಗಳಿಗೂ ವಾಸ್ತವತೆಯಲ್ಲಿ ವ್ಯತ್ಯಾಸವೇನಿಲ್ಲ. ವ್ಯತ್ಯಾಸವಿರುವುದೆಲ್ಲ ನೋಡುವ ಕಣ್ಣುಗಳು ಮತ್ತು ಅವುಗಳ ಹಿಂದಿನ ಮನೋಧರ್ಮದಲ್ಲಿ ಮಾತ್ರ ಎಂಬುದು ಸ್ಪಷ್ಟವಾಗುತ್ತದೆ. ಯಜುರ್ವೇದ, ಬ್ರಾಹ್ಮಣಗಳಲ್ಲಿ, ರಾಮಾಯಣದಲ್ಲಿ ವಿವರಿಸಿದ ಅಶ್ವಮೇಧ ಯಾಗದಲ್ಲಿ ಕುದುರೆ ಮತ್ತು ಇತರ ಸಾವಿರಾರು ಪ್ರಾಣಿಗಳ ವಧೆಯ ನಂತರದ ದೃಶ್ಯಗಳನ್ನು ಮನಸ್ಸಿಗೆ ತಂದುಕೊಂಡರೆ ಅರಂಜ್ಯೋತಿ ಕಲ್ಯಾಣದ ಮಾದಿಗರ ಮನೆಯ ದೃಶ್ಯಕ್ಕಿಂತ ಭಿನ್ನವಾಗಿರಲು ಸಾಧ್ಯವಿಲ್ಲ ಎಂಬುದನ್ನೂ ಗಮನಿಸಬೇಕು. ಇಲ್ಲಿ ಪ್ರಾಣಿ ವಧೆಯನ್ನು ಮತ್ತು ಅವುಗಳ ವಿವಿಧ ಭಾಗಗಳನ್ನು ಹೊರತೆಗೆದು ಅಗ್ನಿಗೆ ಮಂತ್ರ ಪೂರ್ವಕ ಅರ್ಪಿಸುವ ಕೆಲಸವನ್ನು ಅದಕ್ಕಾಗಿ ನಿರ್ದೇಶಿತವಾದ ಬ್ರಾಹ್ಮಣರ ಪಂಗಡಗಳೇ ಮಾಡುತ್ತಿದ್ದರು ಎಂಬುದನ್ನೂ ನೆನಪಿಸಿಕೊಳ್ಳೋಣ.

ಆದರೆ ಕೃಷಿಯ ವಿಸ್ತರಣೆ ಮತ್ತು ಅರಣ್ಯ ನಾಶದ ನಂತರ ಇಂತಹ ದೊಡ್ಡಬಾಡಿನ ಕಾಡು ಪ್ರಾಣಿಗಳು ಬೇಟೆಯಾಗಿ ದೊರಕುವ ಅವಕಾಶಗಳು ಮಲೆನಾಡಿನ ಹೊರತಾಗಿ ಬಯಲು ಪ್ರದೇಶಗಳಲ್ಲಿ ತಪ್ಪಿ ಹೋದವು. ಭೂ ಹೀನರಾಗಿರಿಸಲ್ಪಟ್ಟ ಅಸ್ಪೃಶ್ಯರಿಗೆ ಎಮ್ಮೆ,

ದನಗಳನ್ನು ಸಾಕುವ ಅವಕಾಶವೂ ಬಹುಮಟ್ಟಿಗೆ ಇಲ್ಲದಾಯಿತು. (ವಿಶ್ವದ ಅನೇಕ ದೇಶಗಳಿಗೆ ಹೋಲಿಸಿದರೆ ನಮ್ಮ ದೇಶದಲ್ಲಿ ಹಸುಗಳ ಮತ್ತು ಎಮ್ಮೆಗಳ ಮಾಂಸದ ತಳಿಗಳ ಬೆಳವಣಿಗೆಯಾಗಲೇ ಇಲ್ಲವೆಂಬುದನ್ನು ಗಮನಿಸಬೇಕು.) ಡಾ.ಬಾಬಾಸಾಹೇಬ್ ಅಂಬೇಡ್ಕರ್‌ರವರು ಗೋಮಾಂಸ ಭಕ್ಷಣೆಯ ನಿಷೇಧವೇ ಅಸ್ಪೃಶ್ಯತೆಯ ಆರಂಭದ ನಿರ್ಣಾಯಕ ಎಂದು ಗುರುತಿಸುತ್ತಾರೆ. ಗೋವಧೆ ನಿಷೇಧದ ನಂತರವೂ ಗೋಮಾಂಸ ಸೇವನೆಯನ್ನು ಮುಂದುವರಿಸಿದವರು ಅನಿವಾರ್ಯವಾಗಿ ಸತ್ತ ದನಗಳನ್ನು ತಿನ್ನಬೇಕಾಯಿತು. ಇಂತವರನ್ನು ಅಸ್ಪೃಶ್ಯರೆಂದು ಪರಿಗಣಿಸಲಾರಂಭವಾಯಿ ತೆಂದು ಅವರ ಅಭಿಪ್ರಾಯದ ಮತಿತಾರ್ಥ. ಗುಪ್ತರ ಕಾಲದಲ್ಲಿ ಬೌದ್ಧ ಧರ್ಮವನ್ನು ಹಿಂದೂಡಿ ಮತ್ತೆ ವೈದಿಕ ಧರ್ಮಕ್ಕೆ ಲಭಿಸಿದ ರಾಜ ಮನ್ನಣೆಯ ಫಲವಾಗಿ ಈ ಕಟ್ಟಲೆ ಆರಂಭವಾಗಿರಬಹುದು. ಆದ್ದರಿಂದ ಕ್ರಿ.ಶ. ನಾಲ್ಕನೆಯ ಶತಮಾನದಿಂದ ಅಸ್ಪೃಶ್ಯತೆ ಆರಂಭವಾಗಿದೆ ಎಂದು ಅವರು ಅಭಿಪ್ರಾಯ ಪಡುತ್ತಾರೆ.

ಗೋವಧೆ ನಿಷೇಧದ ಬಗೆಗಂತೂ ಸಾವಿರಾರು ಶಾಸನಗಳಲ್ಲಿನ ಶಾಪಾಶಯಗಳು ನಿಚ್ಚಳವಾಗಿ ಸಾರುತ್ತವೆ. ಆದ್ದರಿಂದ ಒಡೆಯರ ಮನೆಗಳಲ್ಲಿ ಅಸ್ಪೃಶ್ಯರೇ ಸಾಕುವ ಹಾಗೂ ಇತರ ರೈತರ ಮನೆಗಳ ದನ, ಎಮ್ಮೆಗಳು ಸತ್ತ ಮೇಲೆ ಮಾತ್ರ ಇವರಿಗೆ ಲಭ್ಯ. ಹಾಗೊಮ್ಮೆ ಸತ್ತ ದನ ಎಮ್ಮೆಗಳೇನಾದರೂ ದೊರಕಿದರೆ ಇಡೀ ಅಸ್ಪೃಶ್ಯರ ಕೇರಿಗೇ ಹಬ್ಬ. ಹಲವು ದಲಿತ ಆತ್ಮ ಚರಿತ್ರೆಗಳಲ್ಲಿ ಈ ದೃಶ್ಯವನ್ನು ಮನಸ್ಸಿಗೆ ತಟ್ಟುವಂತೆ ವಿವರಿಸಿರುವುದನ್ನು ಕಾಣಬಹುದು. ಯಾವುದೇ ಪ್ರಾಣಿಗಳ ಮಾಂಸದಲ್ಲಿಯೂ ಕೂಡ ಶೂದ್ರರು ತ್ಯಾಜ್ಯವೆಂದು ಬಿಸಾಡುವ ವಿವಿಧ ಭಾಗಗಳನ್ನು ಕೂಡ ಅಸ್ಪೃಶ್ಯರು ಉಪ ಯೋಗಿಸುತ್ತಿದ್ದರು. ಹೆಚ್ಚಾದ ಮಾಂಸವನ್ನು ಒಣಗಿಸಿ ಕೊರಬಾಡು ಮಾಡಿಕೊಂಡು ಹಲವು ದಿನಗಳ ಕಾಲ ತಿನ್ನುತ್ತಿದ್ದರು. ಆದ್ದರಿಂದ ಇವರ ಗುಡಿಸಲುಗಳ ಸೀಮಿತ ಜಾಗಗಳಲ್ಲಿ ಮತ್ತು ಗುಡಿಸಲುಗಳ ಹೊರಗೆ ಕೇರಿಯಲ್ಲಿ ಇಂತಹ ಪ್ರಾಣಿಗಳ ಮಾಂಸಗಳನ್ನು ಒಣಗಿಸುವ ಅಥವ ಒಣಗಿಸಿದ ಮಾಂಸವನ್ನು ಶೇಖರಿಸಿದ ದೃಶ್ಯಗಳು ಸಾಮಾನ್ಯ ವಾಗಿದ್ದುದರಲ್ಲಿ ಆಶ್ಚರ್ಯವೇನಿಲ್ಲ. ಸತ್ತ ಎಮ್ಮೆ, ದನಗಳ ಮಾಂಸವನ್ನೂ ಬಿಡದೆ ಉಪಯೋಗಿಸುವ, ಇಲಿಗಳು, ಈಚಲ ಹುಳು ಮೊದಲಾದ ಹುಳು, ಹುಪ್ಪಡಿಗಳನ್ನು ಕಷ್ಟಪಟ್ಟು ಹುಡುಕಿ ತಿನ್ನುವ ಇವರ ದುಸ್ಥಿತಿಯನ್ನು ಗಮನಿಸಿದರೆ ಹಸಿವನ್ನು ನೀಗಿಸಿ ಕೊಳ್ಳಲು ಮತ್ತು ತಮ್ಮ ದುಡಿಮೆಗೆ ಅವಶ್ಯವಾದ ಪೋಷಕಾಂಶಗಳನ್ನು ದೊರಕಿಸಿಕೊಳ್ಳಲು ಇವರು ಪಡುತ್ತಿದ್ದ ಪರಿಪಾಟಲು ಅರಿವಾಗುತ್ತದೆ. ಇಂತಹ ಪರಿಸ್ಥಿತಿಗೆ ತಮ್ಮ ಆಹಾರವನ್ನು ತಾವೇ ಬೆಳೆದುಕೊಳ್ಳಬಹುದಾದ ಕೃಷಿ ಭೂಮಿಯ ಒಡೆತನ ನಿರಾಕರಿಸಿದ್ದು ಒಂದು ಕಾರಣ. ಅಷ್ಟೇ ಅಲ್ಲದೇ ಕನಿಷ್ಠ ಅವಶ್ಯಕತೆಗಳನ್ನೂ ಪೂರೈಸುವಂತಹ ಎಮ್ಮೆ, ದನಗಳನ್ನು ಸಾಕಲು ಅಗತ್ಯವಾದ ಕನಿಷ್ಠ ಉದ್ದಗಲಗಳ ಮನೆಗಳನ್ನು ಕೂಡ ಕಟ್ಟಿಕೊಳ್ಳಲು ಕೂಡ ಅವಕಾಶ ನೀಡದ ವಸತಿ ನಿರಾಕರಣೆಯೇ ಮೂಲವೆಂಬುದನ್ನು ನಾವು ಕಾಣಬೇಕಾಗಿದೆ. ಇಂತಹ ಅನಿವಾರ್ಯತೆಯಲ್ಲಿ

ಸತ್ತ ದನಗಳ ಮಾಂಸವನ್ನು ತಿನ್ನಲಾರಂಭಿಸಿದುದನ್ನೇ ಇವರನ್ನು ಅಸ್ಪೃಶ್ಯರೆಂದು ಕೀಳ್ಗಳೆಯಲು ಬಳಸಿಕೊಳ್ಳಲಾಯಿತು.

ಮಾಂಸಾಹಾರಿಗಳು ಕೀಳು ಎಂಬ ವರ್ಗೀಕರಣ ಕೇವಲ ಮನುಷ್ಯ ಮಾತ್ರದವರಿಗೆ ಮಾತ್ರವಲ್ಲ ದೇವತೆಗಳಿಗೂ ಅನ್ವಯಿಸಿತು. ಬುಡಕಟ್ಟು ಮೂಲದ ಪ್ರಾಚೀನ ಕಾಲದಿಂದ ಪ್ರಾಣಿ ಬಲಿ, ಮಾಂಸದ ಎಡೆ ನೀಡಲಾಗುತ್ತಿದ್ದ ದೇವತೆಗಳು ಕೂಡ ಕೀಳು, ಕೀಳು ಜನರ ದೈವಗಳು ಎಂದು ಪರಿಗಣಿಸಲ್ಪಟ್ಟವು. ಅವುಗಳಲ್ಲಿಯೂ ಕೂಡ ಎರಡು ವರ್ಗಗಳು– ಕುರಿ, ಆಡು, ಕೋಳಿಗಳನ್ನು ಬಲಿ ನೀಡಲಾಗುವ ದೇವತೆ, ದೇವರುಗಳು ಮತ್ತು ಕೋಣ ಬಲಿ ನೀಡಲಾಗುವ ದೇವತೆಗಳು. ಎರಡನೆಯ ವರ್ಗಕ್ಕೆ ಸೇರಿದ ದೇವತೆಗಳು ಎಲ್ಲಕ್ಕಿಂತ ಕೀಳು. ಬೇರೆ ಶೂದ್ರ ಸಮುದಾಯಗಳು ಈ ದೇವತೆಗಳಿಗೆ ಪೂಜೆ ಸಲ್ಲಿಸಿದರೂ ಕೂಡ ಅವು ಅಸ್ಪೃಶ್ಯರ ದೇವತೆಗಳಾದುವು. ಶಿವ ಬೇಟೆಗಾರ ದೇವತೆಯಾಗಿ ಮಾಂಸಾಹಾರಿಯಾದರೂ ನಂತರ ಇವನ ಭಕ್ತರು ಶಿವನನ್ನು ಸಸ್ಯಾಹಾರಿಗಳ ಮುಖ್ಯ ದೇವತೆಯನ್ನಾಗಿಸಿದ್ದಾರೆ. ಅದೇ ದೇವರಿಗೆ, ಶಿವನ ಪರಿವಾರ ದೇವತೆಗಳಿಗೆ, ಶಿವನ ಪತ್ನಿಯರು, ಪತ್ನಿಯ ವಿವಿಧ ರೂಪಗಳೆಂದು ಪರಿಗಣಿತವಾದ ಹಲವು ಮಾತೃ ದೇವತೆಗಳಿಗೆ ಹಲವು ಭಕ್ತ ಸಮುದಾಯಗಳು ಮಾಂಸದ ಎಡೆಗಳನ್ನು ನೀಡುವುದು ಸಾಮಾನ್ಯವಾಗಿದೆ. ಹೀಗೆ ದೇವರುಗಳ ಆಹಾರದ ವಿಷಯದಲ್ಲಿಯೂ ದ್ವಂದ್ವ ಎದ್ದು ಕಾಣಿಸುವಂತಿದ್ದರೂ ಕೂಡ ಮಾಂಸಾಹಾರಿ ಮಾನವ ಸಮುದಾಯಗಳ ವಿಷಯದಲ್ಲಿ ಕೀಳು ಭಾವನೆ ಸ್ಪಷ್ಟವಾಗಿದೆ.

ಅಧ್ಯಾಯ ಇಪ್ಪತ್ತು

ದೇವರುಗಳೂ, ಪೂಜಾ ಪದ್ಧತಿಗಳೂ

ಬ್ರಾಹ್ಮಣರು ಈಗಾಗಲೇ ವಿವರಿಸಿರುವಂತೆ ಮೊದಲಿಗೆ ಅಗ್ನಿ ಪ್ರಧಾನ ವಾದ, ವೈದಿಕ ಮಂತ್ರಗಳ ಮೇಲೆ ಆಧಾರಿತವಾದ ದೈನಂದಿನ ಹೋಮ, ಹವನಗಳು, ವಿಶೇಷ ಸಂದರ್ಭಗಳಲ್ಲಿ ಯಜ್ಞ ಯಾಗಗಳನ್ನು ಆಚರಿಸು ತ್ತಿದ್ದರು. ಇವು ಇಲ್ಲಿನ ಬೇರೆಲ್ಲ ಜನ ಸಮುದಾಯಗಳಿಗಿಂತ ಭಿನ್ನವಾದ ಆಚರಣೆಗಳಾಗಿದ್ದವು. ಈ ಪ್ರದೇಶಕ್ಕೆ ಬ್ರಾಹ್ಮಣರು ವಲಸೆ ಬಂದು ನೆಲಸಲಾರಂಭಿಸಿದ ಹಲವು ಶತಮಾನಗಳ ಕಾಲ ಈ ರೀತಿಯ ಹೋಮ ಹವನಗಳೇ ಬಹುಕಾಲ ಇವರ ಆರಾಧನಾ ವಿಧಾನವಾಗಿತ್ತು. ನಂತರದ ಕಾಲದಲ್ಲಿ ಮೇಲೆ ವಿವರಿಸಿದಂತೆ ಭಾರತದ ಹಲವು ಭಾಗಗಳಲ್ಲಿ ಶಿವ, ವಿಷ್ಣು ದೇವಾಲಯಗಳ ನಿರ್ಮಾಣ ಆರಂಭವಾದ ಮೇಲೆ ಅವರು, ದೈನಂದಿನ ವೈದಿಕ ವಿಧಾನಗಳ ಜೊತೆಗೆ, ಶಿವ, ವಿಷ್ಣುಗಳ ವಿವಿಧ ರೂಪಗಳನ್ನು, ಅವರ ಪರಿವಾರ ದೇವತೆಗಳನ್ನು ಪೂಜಿಸಲಾರಂಭಿಸಿದರು. ದೇವಾಲಯಗಳಲ್ಲಿ ಧಾರ್ಮಿಕ ಆಚರಣೆಗಳ ನಿರ್ದೇಶನ ಮತ್ತು ಅನುಸರಣೆಗಳ ಮೂಲಕ ಬೇರೆಲ್ಲರಿಗಿಂತ ವಿಶೇಷ ಸ್ಥಾನವನ್ನು ಪಡೆದಿದ್ದರು.

ಇತಿಹಾಸ ಪೂರ್ವದ ಸಮಾಜದಲ್ಲಿ ಬ್ರಾಹ್ಮಣರನ್ನು ಬಿಟ್ಟು ಉಳಿದವರೆಲ್ಲ ಬುಡಕಟ್ಟು ಮೂಲದವರಾಗಿ "ಅಮ್ಮ"ಗಳನ್ನು, ಬುಡಕಟ್ಟು ವೀರರನ್ನು ಪೂಜಿಸುತ್ತಿದ್ದರು. ಕುಲದೇವತೆಗಳ ಪೂಜೆ ಪ್ರಮುಖವಾಗಿತ್ತು.

ಬಯಲಿನಲ್ಲಿ ಮರಗಳ ಕೆಳಗೆ ಆಕಾರವಿಲ್ಲದ ಸರಳವಾದ ಕಲ್ಲುಗಳು ಮತ್ತಿತರ ವಸ್ತುಗಳ ರೂಪದಲ್ಲಿ ಪೂಜಿಸುತ್ತಿದ್ದರು. ಅಲೆಮಾರಿಗಳಾಗಿ ಬುಟ್ಟಿ, ಪೆಟ್ಟಿಗೆಗಳಲ್ಲಿ, ಮಣ್ಣಿನ ಕೊಡಗಳ ರೂಪದಲ್ಲಿ ದೇವರನ್ನು ಹೊತ್ತು ಪಯಣಿಸುತ್ತಿದ್ದರು. ಬೆಟ್ಟ ಗುಡ್ಡಗಳ ಮೇಲಿನ ಬುಡಕಟ್ಟುಗಳ ಅಂದಿನ ವಾಸಸ್ಥಾನಗಳಲ್ಲಿಯೇ ಅವರ ದೇವತೆಗಳ ಪೂಜಾಸ್ಥಾನಗಳಿರುತ್ತಿದ್ದವು. ಯಾರು ಬೇಕಾದರೂ ಪೂಜಿಸಬಹು ದಾದ, ನಮಿಸಬಹುದಾದ ರೂಪದಲ್ಲಿ ಈ ದೇವರುಗಳ ಸ್ಥಾನ ಇರುತ್ತಿದ್ದವು ಎಂಬುದು ಇಂದಿಗೂ ಇರುವ ಬುಡಕಟ್ಟುಗಳ ದೇವರುಗಳು, ಅವುಗಳ ಪೂಜಾ ವಿಧಾನಗಳು, ಆಚರಣೆಗಳನ್ನು ಹಾಗೂ ದೇವಾಲಯ ಪದ್ಧತಿಯ ಪೂಜಾ ವಿಧಾನ, ಆಚರಣೆಗಳನ್ನು ಹೋಲಿಸಿದರೆ ತಿಳಿಯುತ್ತದೆ. ಸಾವಿರಾರು 'ಅಮ್ಮ'ಗಳ ಪೂಜೆಯ ವಿಧಾನಗಳು ಹಾಗೂ ಕರಾವಳಿಯ ಭೂತಗಳ ಉಗಮ ಮತ್ತು ಬೆಳವಣಿಗೆಯ ಅಧ್ಯಯನ, ಬುಡಕಟ್ಟು ಪೂಜಾ ವಿಧಾನಗಳು ಮತ್ತು ನಂತರದ ಬೆಳವಣಿಗೆಯಾದ ದೇವಾಲಯಗಳ ಪೂಜಾ ವಿಧಾನಗಳ ನಡುವಣ ಕೊಂಡಿಯಾಗಿ ಇಂತಹ ತುಲನಾತ್ಮಕ ಅಧ್ಯಯನಕ್ಕೆ ನೆರವಾಗುತ್ತದೆ.

ಬುಡಕಟ್ಟುಗಳು ಕೃಷಿಯನ್ನವಲಂಬಿಸಿ ಕುಲಾಧಿಪತ್ಯಗಳಾದ ನಂತರದ ಹಲವು ಶತಮಾನಗಳ ಕಾಲದಲ್ಲಿ ತಮ್ಮ ಬುಡಕಟ್ಟು ಆರಾಧನಾ ವಿಧಾನಗಳನ್ನೇ ಕೆಲವು ಮಾರ್ಪಾಡುಗಳೊಡನೆ ಅನುಸರಿಸಿರುವ ಸಂಭವನೀಯತೆ ಹೆಚ್ಚು. ವಿವಿಧ ಬುಡಕಟ್ಟುಗಳ ದೇವತೆಗಳಾದ ಅಮ್ಮಗಳು ಅಕ್ಕ ತಂಗಿಯರೆಂದು ಪರಿಗಣಿತವಾಗಿವೆ. ನಂತರ ರಾಜ ಪ್ರಭುತ್ವದ ಸ್ಥಾಪನೆಯಾದ ನಂತರ ಒಂದು ಕಡೆ ಯಜ್ಞ ಯಾಗಾದಿಗಳ ಅಪ್ಪಟ ವೈದಿಕ ಪದ್ಧತಿಯನ್ನು ಅನುಸರಿಸುವಾಗಲೇ ರಾಜರುಗಳು ಹೊಸ ದೇವತೆಗಳಾದ ಶಿವ ಮತ್ತು ವಿಷ್ಣು ಮತ್ತು ಅವರ ಪರಿವಾರ ದೇವತೆಗಳ ಆರಾಧನೆಗಳನ್ನು ರೂಢಿಗೆ ತಂದರು. ರಾಜರುಗಳು ಮತ್ತು ಇತರ ಅಧಿಕಾರಿಗಳು ನಿರ್ಮಾಣ ಮಾಡಿದ ಅಸಂಖ್ಯ ಶಿವನ ಮತ್ತು ವಿಷ್ಣುವಿನ ಅವತಾರಗಳ ದೇವಾಲಯಗಳು ಒಂದು ಕಡೆ, ಬುಡಕಟ್ಟು ಮೂಲದ ಅಮ್ಮಗಳಿಗೆ ಅಥವಾ ಬುಡಕಟ್ಟು ವೀರರಿಗೆ ರಾಜರುಗಳು ಮತ್ತು ಅಧಿಕಾರಿಗಳು ದೇವಾಲಯಗಳನ್ನು ನಿರ್ಮಿಸುವ ಬಗ್ಗೆ ಯೋಚಿಸಲಿಲ್ಲ ಎಂಬುದು ಮತ್ತೊಂದು ಕಡೆ, ಹೊಸ ದೇವತೆಗಳ ಆರಾಧನೆ ರಾಜಪ್ರಭುತ್ವಗಳ ಅಧಿಕಾರ ಸ್ಥಾಪಿಸಲು ಅತ್ಯಾವಶ್ಯಕ ವಾಗಿತ್ತು ಎಂಬುದನ್ನು ಸಾಬೀತು ಮಾಡುತ್ತವೆ. ವಿಶೇಷವೆಂದರೆ ತಮ್ಮನ್ನು ಹಾರೀತಿ ಪುತ್ರರು ಎಂದು ಕದಂಬರು ಹಾಗು ಬಾದಾಮಿ ಚಾಲುಕ್ಯರು ಬಣ್ಣಿಸಿಕೊಂಡರೂ ಕೂಡ ಬುಡಕಟ್ಟು ಮೂಲದ "ಅಮ್ಮ"ನ ಸಂಸ್ಕೃತ ರೂಪವಾಗಿರಬಹುದಾದ ಈ ತಮ್ಮ ತಾಯಿಗಾಗಿ ದೇವಾಲಯ ನಿರ್ಮಾಣ ಮಾಡಿದ್ದು ದಾಖಲಾಗಿಲ್ಲ. ಈ ವಂಶಗಳು ಸಪ್ತ ಮಾತೃಕಾ ವರಪ್ರಸಾದರಾದರೂ ಈ ಸಪ್ತಮಾತೃಗಳಿಗೆ ಈ ಮುಖ್ಯ ದೇವರುಗಳ ದೇವಾಲಯಗಳ ಒಂದು ಮೂಲೆ ಮಾತ್ರ ಮೀಸಲಾಯಿತು. ದೇವಾಲಯಗಳ ನಿರ್ಮಾಣ ಆರಂಭವಾದ ಮೇಲಂತೂ ದೇವಾಲಯವೆಂದರೆ ಶಿವನ ಮತ್ತು ವಿಷ್ಣುವಿನ

ಅಥವಾ ಅವರ ಪರಿವಾರದ ಅಥವಾ ಅವತಾರಗಳ ದೇವಾಲಯಗಳೇ ಆಗಿವೆ.

ಈ ಹೊಸ ದೇವರುಗಳನ್ನು ಬುಡಕಟ್ಟು/ಕುಲಮೂಲದ ದೇವತೆಗಳನ್ನು ಪೂಜಿಸುತ್ತಿದ್ದ ಕೃಷಿಕರು ಒಪ್ಪಿಕೊಳ್ಳುವಂತೆ ಮಾಡಲು ಸ್ಥಳೀಯ ದೇವತೆಗಳನ್ನು ಪೌರಾಣಿಕ ದೇವತೆಗಳೊಂದಿಗೆ ತಳುಕು ಹಾಕುವುದು, ಅವುಗಳನ್ನು ಹೊಸ ದೇವರುಗಳ ರೂಪಗಳನ್ನಾಗಿ ಪರಿವರ್ತಿಸುವುದು ಬಹಳ ಪ್ರಬಲವಾದ ವಿಧಾನ. ಅನೇಕ ಗ್ರಾಮ ದೇವತೆಗಳು ಶಿವನ ಪತ್ನಿಯರೆಂದು ಅಥವಾ ಕೃಷ್ಣನ/ವಿಷ್ಣುವಿನ ಹೆಂಡತಿಯರೆಂದು ಅಥವಾ ಅವರ ರೂಪವೆಂದು ಪರಿಗಣಿತವಾದರು. ವಿಷ್ಣುವಿನ ದಶಾವತಾರ ಅನೇಕ ಕುಲಗಳ/ಬುಡಕಟ್ಟುಗಳ ಕುಲದೇವತೆ(ಟೋಟೆಂ)ಗಳಾಗಿದ್ದ ಮೀನು, ಆಮೆ, ಹಂದಿಗಳನ್ನು ಒಳಗೊಂಡಿತು. ಚಾಲುಕ್ಯರು, ವಿಜಯನಗರದರಸರ ಲಾಂಛನ ವರಾಹ, ಗಂಗರ ಲಾಂಛನ ನಂದಿ ಎಂಬುದನ್ನು ಇಲ್ಲಿ ನೆನಪಿಸಿಕೊಳ್ಳಬಹುದು. ಗಣಪತಿ, ಷಣ್ಮುಖ, ಗಂಗೆ, ನಾಗರಾಜ, ಬಸವ/ನಂದಿಗಳನ್ನು ದೇವತೆಗಳಾಗಿ ಪೂಜಿಸುತ್ತಿದ್ದ ಬುಡಕಟ್ಟುಗಳು ಶಿವನನ್ನು ಒಪ್ಪಿಕೊಂಡು ಅವನ ಭಕ್ತರನ್ನಾಗಿಸುವ ಸಾಧನವಾಗಿ ಆ ದೇವತೆಗಳನ್ನು ಶಿವನ ಕುಟುಂಬವನ್ನಾಗಿ/ಪರಿವಾರ ದೇವತೆಗಳನ್ನಾಗಿ ರೂಪಿಸಲಾಯಿತು. ಪ್ರಸಿದ್ಧ ಇತಿಹಾಸಕಾರರಾದ ಡಿ.ಡಿ.ಕೊಸಾಂಬಿಯವರು ತಮ್ಮ ವಿಶಿಷ್ಟ ಕೃತಿ 'ಪುರಾಣ ಮತ್ತು ವಾಸ್ತವ'ದಲ್ಲಿ ಈ ಪ್ರಕ್ರಿಯೆಯನ್ನು ವಿವರಿಸುವ ಹೊಸ ಹಾದಿ ಹಾಕಿಕೊಟ್ಟಿದ್ದಾರೆ. ಅನೇಕ ಬುಡಕಟ್ಟು ವೀರರು ಶಿವನ ರೂಪವಾದರು ಅಥವಾ ಅವನ ಪರಿವಾರ ದೇವತೆಗಳಲ್ಲಿ ಒಬ್ಬರಾದರು ಅಥವಾ ಅಸಂಖ್ಯ ಶಿವನ ಗಣಗಳಲ್ಲಿ ಸೇರಿ ಹೋದರು. ಮೈಲಾರ ಲಿಂಗ, ಭೈರವೇಶ್ವರ, ಮಲ್ಲಿಕಾರ್ಜುನ, ವೀರಭದ್ರ, ಬಸವಣ್ಣ, ಮಾದೇಶ್ವರ, ಮಂಟೇಸ್ವಾಮಿ ಇವು ಅಂತಹ ದೇವತೆಗಳಲ್ಲಿ ಕೆಲವರು. ಮೇಲುಕೋಟೆ ಚೆಲುವರಾಯ, ತಿರುಪತಿ ತಿಮ್ಮಪ್ಪ, ಎಲ್ಲಮ್ಮ/ರೇಣುಕೆ, ಹಟ್ಟಿ ಲಕ್ಕಮ್ಮ ಮುಂತಾದವರು ವಿಷ್ಣುವಿನ ರೂಪ ಅಥವಾ ಅವನ ಪತ್ನಿಯರ ರೂಪವೆಂದು ಪರಿಗಣಿತವಾದರು. ಹೀಗೆ ಹಲವಾರು ಉದಾಹರಣೆಗಳನ್ನು ನೀಡಬಹುದು. ಈ ವಿಧಾನ ಹಲವು ಸ್ವತಂತ್ರ ಬುಡಕಟ್ಟುಗಳು, ಕುಲಗಳನ್ನು ಒಂದು ಸಾಮಾಜಿಕ ರಚನೆಯ ಭಾಗವಾಗಿಸಲು ನೆರವಾಯಿತು.

ರಾಜರುಗಳು ಮತ್ತು ಕಿರು ರಾಜ ವಂಶಗಳು, ಅದಕ್ಕೂ ಪೂರ್ವದಲ್ಲಿ ಕುಲಾಧಿಪತಿಗಳು ಸೈನ್ಯ ಬಲದಿಂದ ಅಧೀನಗೊಳಿಸಿದ ಕುಲಗಳು ಮತ್ತು ಬುಡಕಟ್ಟುಗಳನ್ನು ಮೇಲು ಕೀಳಿನ ಮಾನಸಿಕ ಅಧೀನತೆಗೆ ಸಿದ್ಧಪಡಿಸಲು ಪುರಾಣಗಳು, ಮನುಸ್ಮೃತಿಗಳ ಮೂಲಕ ಪುರೋಹಿತಶಾಹಿ ರೂಪಿಸಿದ ಪೌರಾಣಿಕ ಧರ್ಮ ನೆರವಾಯಿತು. ಈ ಪ್ರಕ್ರಿಯೆಯನ್ನು ಭಾರತದ ಇತಿಹಾಸದ ಮತ್ತು ಜಾತಿ ವ್ಯವಸ್ಥೆ ರೂಪುಗೊಳ್ಳುವುದಕ್ಕೆ ಕಾರಣವಾದ ಪ್ರಧಾನ ಕ್ರಿಯೆಯಾಗಿ ಗುರುತಿಸಲಾಗಿದೆ. ಈ ಪ್ರಕ್ರಿಯೆಯಲ್ಲಿಯೇ ಬ್ರಾಹ್ಮಣ ಮತ್ತು ರಾಜನ್ಯರುಗಳು ಅವರನ್ನು ಮೇಲು ಕೀಳು ವರ್ಣಗಳಾಗಿ, ಜಾತಿಗಳನ್ನಾಗಿ ವಿಭಜಿಸಿದರು. ಹೀಗೆ ರಾಜ ಪ್ರಭುತ್ವಗಳು ಮತ್ತು ಬ್ರಾಹ್ಮಣ್ಯ ಪರಸ್ಪರ ಪೂರಕವಾಗಿ ತಮ್ಮ ಅಸ್ತಿತ್ವಕ್ಕೆ ಅವಶ್ಯವಾದ ಸಾಮಾಜಿಕ ರಚನೆಯನ್ನು ರೂಪಿಸಿಕೊಂಡವು.

ಬುಡಕಟ್ಟು ದೇವರುಗಳನ್ನು ಶಿವ, ವಿಷ್ಣುವಿನ ರೂಪ ಅಥವಾ ಪರಿವಾರ ದೇವತೆಗಳ ರೂಪವನ್ನಾಗಿಸಿದ ಪ್ರಕ್ರಿಯೆ ಕೃಷಿಯನ್ನು ಅವಲಂಬಿಸಿದ ಕುಲಗಳು ಹೊಸ ದೇವರುಗಳನ್ನು ಒಪ್ಪಿಕೊಳ್ಳುವುದರಲ್ಲಿ ಪ್ರಧಾನ ಪಾತ್ರ ವಹಿಸಿತು. ಇದು ಈ ಹೊಸ ದೇವರುಗಳ ಜನಪ್ರಿಯತೆಗೆ ಕಾರಣವಾಯಿತು. ದೇವಾಲಯಗಳಲ್ಲಿ ಪೂಜೆ ಮೊದಲಾದ ಆಚರಣೆಗಳಲ್ಲಿ ಬ್ರಾಹ್ಮಣರು ವಹಿಸುತ್ತಿದ್ದ ಪಾತ್ರ ಮತ್ತು ಅವುಗಳಿಗೆ ಸಿಕ್ಕ ರಾಜ ಮಾನ್ಯತೆ ಕೂಡ ರಾಜ್ಯಾಡಳಿತದ ಭಾಗವಾದ ಭೂ ಒಡೆಯರೂ, ಅವರ ಕುಲಗಳೂ ಅವುಗಳನ್ನು ಅನುಕರಿಸುವಂತೆ ಪ್ರಭಾವ ಬೀರಿದೆ. ಅದೇ ಸಮಯದಲ್ಲಿ ಶಿವನ, ವಿಷ್ಣುವಿನ ರೂಪವೆಂದು ಪರಿಗಣಿತವಾದರೂ ಕೂಡ ಬುಡಕಟ್ಟು ಮೂಲದ ದೇವತೆಗಳು ಎರಡನೇ ದರ್ಜೆಯ ದೇವತೆಗಳೆಂದೇ ಅಥವಾ ಪರಿವಾರ ದೇವತೆಗಳೆಂದೇ ಪರಿಗಣಿತವಾದವು. ಈ ರೂಪಗಳು ಶೂದ್ರರೆಂದು ಪರಿಗಣಿತವಾದ ಸಮುದಾಯಗಳ ಪೂಜೆಗೆ ಮಾತ್ರ ಒಳಪಟ್ಟುವು.

ಶೂದ್ರರೆಂದು ಪರಿಗಣಿತವಾದ ಸಮುದಾಯಗಳು ಹೊಸ ದೇವರುಗಳ ಆರಾಧನೆಯನ್ನು ಒಪ್ಪಿಕೊಂಡದ್ದೆಂಬುದು ಕೇವಲ ದೇವರುಗಳ ಆರಾಧನೆಗೆ ಮಾತ್ರ ಸೀಮಿತಗೊಳ್ಳಲಿಲ್ಲ. ಅದು ಸಾಮಾಜಿಕ ರಚನೆಯ ಮೇಲೆ ಹಲವು ರೀತಿಯ ಪರಿಣಾಮಗಳನ್ನು ಬೀರಿತು. ಅದರಲ್ಲಿ ಕೆಲವನ್ನು ಮೇಲೆ ವಿವರಿಸಲಾಗಿದೆ. ಆದರೆ ಒಂದು ಮುಖ್ಯ ಸಂಗತಿಯೆಂದರೆ ದೇವಾಲಯದ ಹೊರಗೆ ಕೂಡ ಜನರ ಜೀವನದಲ್ಲಿ ಪುರೋಹಿತಶಾಹಿಯ ಪಾತ್ರ. ಊರುಗಳಲ್ಲಿ ನೆಲೆಸಿದ ಕೃಷಿಕ ಶೂದ್ರರು ಈ ಮೊದಲು ತಮ್ಮ ದೇವರುಗಳನ್ನು ತಾವೇ ಪೂಜೆ ಮಾಡುತ್ತಿದ್ದರು. ವಿಶೇಷ ಸಂದರ್ಭಗಳಲ್ಲಿ ಬುದ್ವಂತ/ದೇವರಗುಡ್ಡ ಮೊದಲಾದ ತಮ್ಮದೇ ಬುಡಕಟ್ಟಿನ ಮತ್ತು ಬುಡಕಟ್ಟಿನ ಸಮುದಾಯದ ಜನರೇ ಆರಿಸಿಕೊಂಡ ವ್ಯಕ್ತಿಗಳ ಮೂಲಕವೇ ತಮ್ಮ ಬುಡಕಟ್ಟು ದೇವತೆಗಳನ್ನು ಪೂಜೆ ಮಾಡುತ್ತಿದ್ದರು. ಇವರೇ ಬುಡಕಟ್ಟಿನ ಜನರ ಜೀವನದ ಆಚರಣೆಗಳ ನೇತೃತ್ವ ವಹಿಸುತ್ತಿದ್ದರು. ಆದರೆ ಹೊಸ ಪರಿಸ್ಥಿತಿಯಲ್ಲಿ ಹಲವು ಶೂದ್ರ ಸಮುದಾಯಗಳು ಹೊಸ ದೇವರುಗಳ ಪೂಜೆಗೆ ಬ್ರಾಹ್ಮಣರು ಅನಿವಾರ್ಯವೆಂದು ಭಾವಿಸತೊಡಗಿದರು. ಇದು ದೇವರುಗಳ ಪೂಜೆಗೆ ಮಾತ್ರ ಸೀಮಿತವಾಗದೆ ನಾಮಕರಣ, ವಿವಾಹ, ಗೃಹಪ್ರವೇಶ ಮೊದಲಾದನೇಕ ತಮ್ಮ ಜೀವನದ ವಿವಿಧ ಹಂತಗಳ ಆಚರಣೆಗಳಲ್ಲಿ ಪುರೋಹಿತರ ಪಾತ್ರವನ್ನು ವಿವಿಧ ಪ್ರಮಾಣದಲ್ಲಿ ಮಾನ್ಯ ಮಾಡತೊಡಗಿದರು. ಆರನೆಯ ಶತಮಾನದ ವರಾಹಮಿಹಿರನ ಬೃಹತ್ಸಂಹಿತೆ ಜ್ಯೋತಿಷ್ಯ, ಶಕುನಗಳನ್ನು ಆಧರಿಸಿದ ಆಚರಣೆಗಳು ಮತ್ತು ಕಟ್ಟಳೆಗಳು ರೂಢಿಗೆ ಬಂದಿದ್ದುದನ್ನು ದಾಖಲಿಸುತ್ತದೆ. ಈ ಗ್ರಂಥವನ್ನೇ ಆಧರಿಸಿದ ಎರಡನೇ ಚಾವುಂಡರಾಯನ ಲೋಕೋಪಕಾರ ಕನ್ನಡದಲ್ಲಿ ಮೊತ್ತಮೊದಲ ವೈದಿಕ ಪುರೋಹಿತಶಾಹಿ ಶಾಸ್ತ್ರಗಳು, ಆಚರಣೆಗಳ ಗ್ರಂಥವಾಗಿದೆ. ಇದು ವರಾಹಮಿಹಿರನ ಕಾಲದಿಂದಲೇ ರಾಜ ಮಹಾರಾಜರುಗಳಿಗೆ ಮತ್ತು ಇತರ ಶ್ರೀಮಂತ ವರ್ಗಕ್ಕೆ ಅವರ

ಯುದ್ಧ, ವ್ಯಾಪಾರ ಮತ್ತನೇಕ ಕೆಲಸಗಳಿಗೆ, ವಿವಾಹ, ನಾಮಕರಣ, ಮನೆ ಕಟ್ಟುವುದು ಮೊದಲಾದ ಕೆಲಸಗಳಿಗೆ ಪುರೋಹಿತಶಾಹಿ ಅನಿವಾರ್ಯವಾಗಿತ್ತೆಂಬುದನ್ನು ವಿವರಿಸುತ್ತದೆ. ೧೧ನೇ ಶತಮಾನದ ಆರಂಭದ ಕಾಲಕ್ಕೆ ಬಹಳ ವಿಸ್ತೃತವಾದ ಮತ್ತು ಗಡುಸಾದ ಆಚರಣೆಗಳು, ಕಟ್ಟಳೆಗಳು ಅಸ್ತಿತ್ವಕ್ಕೆ ಬಂದಿದ್ದುದರ ಸೂಚನೆ ನೀಡುತ್ತದೆ. ಹೀಗೆ ವರ್ಣ ವ್ಯವಸ್ಥೆಯ ಒಂದು ಮುಖ್ಯ ಅಂಶ– ಪುರೋಹಿತಶಾಹಿ ಕೆಲಸಗಳು ಒಂದು ವರ್ಣಕ್ಕೆ ಮೀಸಲಾಯಿತು. ಆ ಮೂಲಕ ಒಂದು ಮಧ್ಯವರ್ತಿಯ ಅಸ್ತಿತ್ವ, ರಾಜ ಮಹಾರಾಜರುಗಳ ನಡುವೆ ಮಾತ್ರವೇ ಅಲ್ಲದೆ ಜನ ಸಾಮಾನ್ಯರ ಜೀವನದಲ್ಲಿಯೂ ಹೀಗೆ ಕಾರ್ಯ ರೂಪಕ್ಕೆ ಬಂದಿತು. ಇದು ಹಿಂದಿನ ಬುಡಕಟ್ಟುಗಳು ಮತ್ತು ಕುಲಗಳು ಒಂದು ಕಡೆ ಹೊಸ ದೇವರುಗಳು ಮತ್ತು ದೇವಾಲಯಗಳನ್ನು ಮತ್ತು ಬ್ರಾಹ್ಮಣ ವರ್ಣದವರ ಪೌರೋಹಿತ್ಯವನ್ನು ಅಂಗೀಕರಿಸುವ ಮೂಲಕ ತಮ್ಮ ಶೂದ್ರತ್ವವನ್ನು ತಾವೇ ಒಪ್ಪಿಕೊಂಡಂತಾಯಿತು. ಹೊಸ ದೇವರುಗಳು ಒಂದು ಕಡೆ ಬ್ರಾಹ್ಮಣರಿಗೂ ಮತ್ತೊಂದು ಕಡೆ ಶೂದ್ರರಿಗೂ ಮಾನ್ಯವಾಯಿತು. ಬ್ರಾಹ್ಮಣರ ಜೀವನಕ್ಕೆ ಒಂದು ಮುಖ್ಯ ಆಧಾರವಾಯಿತು.

ಆದರೆ ಅದೇ ಸಮಯದಲ್ಲಿ ಹಿಂದಿನಿಂದ ತಾವು ಪೂಜಿಸುತ್ತಾ ಬಂದ ಅಮ್ಮಗಳು, ಬುಡಕಟ್ಟು ವೀರರು ಮತ್ತು ದೈವಗಳ ಸ್ಥಾನಗಳ ಆರಾಧನೆಯನ್ನು ಶೂದ್ರ ಸಮುದಾಯಗಳು ಬಿಟ್ಟುಕೊಡಲಾಗಲಿಲ್ಲ. ರಾಜ ಮಹಾರಾಜರುಗಳು, ಇತರ ರಾಜ್ಯಾಧಿಕಾರಿಗಳು ಕಟ್ಟಿಸಿದ ಬೃಹತ್ ವೆಚ್ಚದ, ಸುಂದರ ಶಿಲ್ಪಗಳ ಸಾವಿರಾರು ದೇವಾಲಯಗಳು ಕರ್ನಾಟಕದಾದ್ಯಂತ ಪಾಳು ಬಿದ್ದಿವೆ. ಆದರೆ ಅದೇ ಸಮಯದಲ್ಲಿ ಸರಳ ಕಟ್ಟಡಗಳಲ್ಲಿನ, ಬಹಳ ಹಿಂದಿನ ಬುಡಕಟ್ಟು ಮತ್ತು ಕುಲಮೂಲದ ದೇವತೆಗಳ ಸ್ಥಾನಗಳು ಇಂದಿಗೂ ಲಕ್ಷಗಟ್ಟಲೆ ಜನರನ್ನು ಆಕರ್ಷಿಸುತ್ತಿವೆ. ಈ ದೇವರುಗಳ ಬಗೆಗಿನ ಆಚರಣೆಗಳನ್ನು, ಪ್ರಾಣಿ ಬಲಿ ಮುಂತಾದವುಗಳನ್ನು ವೈಯುಕ್ತಿಕವಾಗಿ ಮತ್ತು ಜಾತ್ರೆ ಮುಂತಾದವುಗಳಲ್ಲಿ ಸಾಮೂಹಿಕವಾಗಿ ಮುಂದುವರಿಸಲಾಗುತ್ತಿದೆ. ಈ ದೇವರುಗಳ ಆಚರಣೆಗಳಲ್ಲಿ ಬುಡಕಟ್ಟು ಅಥವಾ ಕುಲಗಳ ಆರಾಧನಾ ಪದ್ಧತಿಗಳ ಜೊತೆಗೆ ಈ ಅಚರಣೆಗಳ ನೇತೃತ್ವವನ್ನೂ ಗಣನೀಯವಾಗಿ ಬುಡಕಟ್ಟುಗಳ, ಕುಲಗಳ ಆಚರಣೆಗಳ ಮುಖ್ಯಸ್ಥರಾಗಿದ್ದ ದೇವರಗುಡ್ಡ, ಬುದ್ವಂತ, ತಮ್ಮಡಿ, ದಾಸಪ್ಪ, ಜೋಗಪ್ಪ, ಒಡೆಯ, ತಮ್ಮಡಿ, ಗುರ್ಕಾರ ಮಾತ್ರವಲ್ಲದೆ ಮಾತಂಗಿ, ದೇವದಾಸಿ, ಜೋಗತಿ ಎಂಬ ಮಹಿಳೆಯರು ಸೇರಿದಂತೆ ಇತ್ತೀಚಿನವರೆಗೂ ವಹಿಸುತ್ತಿದ್ದರು. ಈಗಲೂ ಹಲವೆಡೆ ಈ ಪದ್ಧತಿ ಮುಂದುವರಿದಿದೆ. ಆದರೆ ಈ ಸ್ಥಾನಗಳನ್ನೂ ಕೀಳುಗೊಳಿಸಲಾಗಿದೆ. ದೇವದಾಸಿ ಪದ್ಧತಿಯನ್ನಂತೂ ಬುಡಕಟ್ಟು ಆಚರಣೆಗಳ ಮುಖ್ಯಸ್ಥ ಸ್ಥಾನದಿಂದ ಲೈಂಗಿಕ ದೌರ್ಜನ್ಯದ ಅಡಿಯಾಳಾಗಿಸಲಾಗಿದೆ. ಅವರು ಎಲ್ಲಮ್ಮ ಮೊದಲಾದ ಅಮ್ಮಗಳ ಜಾತ್ರೆ ಮೊದಲಾದ ಸಮಯದಲ್ಲಿ ಮಾತ್ರ ಕೆಲ ಘಳಿಗೆ ಎಂಬಂತೆ ಅವರು ಕೆಲ ಆಚರಣೆಗಳ ನೇತೃತ್ವ ವಹಿಸುವುದನ್ನು ಇಂದಿಗೂ ಕಾಣಬಹುದು. ಬೃಹತ್ ದೇವಾಲಯಗಳ

ಒಳಗಿನ ಹೊಸ ದೇವರುಗಳು ಶೂದ್ರ ಸಮುದಾಯಕ್ಕೆ ಕೇವಲ ಕ್ಷಣ ಮಾತ್ರದ ದರ್ಶನ ರೂಪವಾಗಿದ್ದುದು ಮತ್ತು ಅದರ ಆರಾಧನೆಯಲ್ಲಿ ಉಪಯೋಗಿಸುತ್ತಿದ್ದ ಪದ್ಧತಿಗಳು, ಮಂತ್ರಗಳು ಶೂದ್ರರಿಗೆ ಅಪರಿಚಿತವಾಗಿ ದೂರವಾಗಿದ್ದುದು ಒಂದು ಕಾರಣವಿರಬಹುದು.

ಸುವರ್ಣಕಾರರು, ಕಂಚುಗಾರರು, ಕಮ್ಮಾರರು, ಬಡಗಿಗಳು, ಕಲ್ಲುಕುಟಿಗರು ಸೇರಿದಂತೆ ಹಲವು ಕುಶಲಕರ್ಮಿಗಳು ದೇವಾಲಯ ನಿರ್ಮಾಣದಲ್ಲಿ ಮತ್ತು ನಂತರದಲ್ಲಿಯೂ ವಿವಿಧ ಹಂತಗಳಲ್ಲಿ ತಮ್ಮ ಪಾತ್ರವನ್ನು ವಹಿಸುವುದು ಅನಿವಾರ್ಯವಾಯಿತು. ಅವರಿಗೆ ದೇವಾಲಯ ನಿರ್ಮಾಣ ಜೀವನದ ವಿಫುಲ ಅವಕಾಶಗಳನ್ನು ಒದಗಿಸಿತು. ಹೊಸ ದೇವರುಗಳು ಮತ್ತು ಅವುಗಳ ಆರಾಧನಾ ಪದ್ಧತಿಗಳನ್ನು ಅವರು ಬಹಳ ಹತ್ತಿರದಿಂದ ನೋಡುವ ಅವಕಾಶ ದೊರಕಿತು. ಆದರೂ ದೇವಾಲಯ ನಿರ್ಮಾಣಗೊಂಡ ನಂತರ ಅವರಿಗೇನೂ ಅದರಲ್ಲಿ ಪಾತ್ರವಿರಲಿಲ್ಲ. ತಾವೇ ಆಸ್ಥೆಯಿಂದ, ಬಹು ಶ್ರಮದಿಂದ ನಿರ್ಮಿಸಿದ ದೇವರುಗಳು, ದೇವಾಲಯಗಳು ಅವರ ಗಾಢ ಭಕ್ತಿ, ಆರಾಧನೆಗಳನ್ನು ಪಡೆಯಲಿಲ್ಲ ಎಂಬುದು ವಿಶೇಷವೇ ಸರಿ. ಅವರು ಬಹುಮಟ್ಟಿಗೆ ತಮ್ಮ ಬುಡಕಟ್ಟು ಮೂಲದ ಕಾಳಮ್ಮ ಮೊದಲಾದ ದೇವತೆಗಳ ಆರಾಧನೆಯನ್ನೇ ಮುಂದುವರಿಸಿದ ರೆಂಬುದು ಜಾನ್ ಬ್ರೌವರ್ ಎಂಬುವರು ಕಮ್ಮಾರರ ಧಾರ್ಮಿಕ ಆಚರಣೆಗಳ ಬಗ್ಗೆ ಮಾಡಿದ ಅಧ್ಯಯನದಿಂದ ಸ್ಪಷ್ಟವಾಗುತ್ತದೆ.

ಈ ದೇವಾಲಯಗಳ ನಿರ್ಮಾಣ ಮತ್ತು ಆರಾಧನೆ ವರ್ಣ ವ್ಯವಸ್ಥೆಯ ಭಾಗವಾಗಿ ಜನ ಸಮುದಾಯಗಳನ್ನು ಹೊರದೂಡುವ ಸಾಮಾಜಿಕ ಮಾದರಿಯ ಬಗೆಗಿನ ವಾಖ್ಯೆಯಾಗಿದೆ.

ಯಾವುದೇ ನಗರ ಪಟ್ಟಣ, ಗ್ರಾಮಗಳಲ್ಲಿ ದೇವಾಲಯಗಳ ಅಸ್ತಿತ್ವವೇ ವರ್ಣ–ಜಾತಿ ವ್ಯವಸ್ಥೆ ಮಾತ್ರವಲ್ಲ ಅಸ್ಪೃಶ್ಯತೆಯ ಬಗೆಗಿನ ಬೃಹತ್ತಾದ ಬಹಿರಂಗ ಘೋಷಣೆ. ಈ ದೇವರುಗಳ ಕೋಪತಾಪಗಳೂ ಅದರ ಘೋರ ಪರಿಣಾಮಗಳೂ ಈ ಘೋಷಣೆಗೆ ಆರೋಪಿಸಲ್ಪಟ್ಟು ಈ ಕಟ್ಟಳೆಗಳು ಉಕ್ಕಿನ ಸರಪಳಿಯಷ್ಟೇ ಗಟ್ಟಿಯಾದವು.

ಶೂದ್ರರು ಒಂದು ಕಡೆ ವೈದಿಕ ನೇತೃತ್ವದ ಆರಾಧನೆಗಳು, ಮತ್ತೊಂದು ಕಡೆ ಬುಡಕಟ್ಟು ಆಚರಣೆಗಳು ಎಂಬ ಎರಡು ನೆಲೆಯಲ್ಲಿ ತಮ್ಮ ಧಾರ್ಮಿಕ ಆಚರಣೆಗಳನ್ನು ನಡೆಸಿದರು. ಅದೇ ಸಮಯದಲ್ಲಿ ಅಸ್ಪೃಶ್ಯರೆಂದು ಪರಿಗಣಿಸಲ್ಪಟ್ಟು ಊರ ಹೊರಗಿಡಲ್ಪಟ್ಟವ ರನ್ನು ವೈದಿಕ ನೇತೃತ್ವದ ದೇವಾಲಯಗಳಿಂದ ಕೂಡ ಹೊರಗಿಡಲಾಯಿತು. ಈ ದೇವಾಲಯಗಳಲ್ಲಿನ ಶಿವ, ವಿಷ್ಣುಗಳ ಆರಾಧನೆಗೆ ಕೂಡ ಅವಕಾಶವನ್ನು ನಿರಾಕರಿಸ ಲಾಯಿತು. ಶಿವ ಸ್ವತಃ ಬೇಟೆಗಾರ ಮೂಲದವನು, ಹಲವು ರೀತಿಯ ಮಾಂಸಾಹಾರ ತಿನ್ನುವುದಕ್ಕೆ ಯಾವುದೇ ಆಕ್ಷೇಪಣೆಯಿಲ್ಲದವನು, ಬುಡಕಟ್ಟು ಆಚರಣೆಗಳನ್ನು ಅನುಸರಿಸುತ್ತಿದ್ದವನು ಎಂಬುದು ಅವನ ಬಗೆಗಿನ ಐತಿಹ್ಯಗಳಿಂದ ಸ್ಪಷ್ಟವಾಗಿರುವಾಗಲೂ ಅವನ ದೇವಾಲಯಗಳಿಗೆ ಮತ್ತು ಆರಾಧನೆಗೆ ಹಲವು ಬೇಟೆಗಾರ

ಬುಡಕಟ್ಟು ಮೂಲದ ಮಾಂಸಾಹಾರಿ ಅಸ್ಪೃಶ್ಯರಿಗೆ ಅವಕಾಶ ನಿರಾಕರಿಸಲಾಯಿತು. ಮೀನು, ಆಮೆ, ಹಂದಿ, ನರಸಿಂಹ ಮೊದಲಾದ ವಿಷ್ಣುವಿನ ಹಲವು ಅವತಾರಗಳು ಕೂಡ ಬೇರೆ ಬೇರೆ ಪ್ರದೇಶಗಳ ಬುಡಕಟ್ಟು ಮೂಲದವಾದರೂ ಕೂಡ ಬುಡಕಟ್ಟುಗಳಿಗೇ ಈ ದೇವರುಗಳ ಪೂಜೆಯ ಅವಕಾಶವನ್ನು ನಿರಾಕರಿಸಲಾಯಿತು. ಹೀಗೆ ಪ್ರವೇಶ ನಿರಾಕರಿಸಲ್ಪಟ್ಟ ಅಸ್ಪೃಶ್ಯರು ಮತ್ತು ಅಸ್ಪೃಶ್ಯರಲ್ಲದ ಕೆಲ ತಳ ಸಮುದಾಯಗಳೂ ತಮ್ಮ ಮೂಲದ ಬುಡಕಟ್ಟುಗಳ ದೇವರುಗಳ ಪೂಜೆ ಮತ್ತು ಆಚರಣೆಗಳನ್ನೇ ಮುಂದುವರಿಸಿದರು. ಬುಡಕಟ್ಟು ಯಜಮಾನರುಗಳು, ದೇವರಗುಡ್ಡ, ಕಟ್ಟೆಮನೆ ಗೌಡರು ಮುಂತಾದವರೇ ಅವರ ಧಾರ್ಮಿಕ ಮುಖ್ಯಸ್ಥರಾಗಿ ಮುಂದುವರಿದರು.

ಈ ಬುಡಕಟ್ಟು ಮೂಲದ ಅನೇಕ "ಅಮ್ಮ"ಗಳು ಮತ್ತು ಇತರ ಬುಡಕಟ್ಟು ವೀರರಾದ ದೇವರುಗಳನ್ನು ಶೂದ್ರರು ಮತ್ತು ಅಸ್ಪೃಶ್ಯರು ಇಬ್ಬರೂ ಪೂಜಿಸಿದರು. ಈ ದೇವತೆಗಳು ಕೇವಲ ಪೂಜಿಸಲ್ಪಡುವುದಕ್ಕೆ ಮಾತ್ರ ಸೀಮಿತವಾಗಿರಲಿಲ್ಲ. ಈ ಸಮುದಾಯಗಳಿಗೆ ಮನೆ ದೇವರುಗಳು/ಕುಲದೇವತೆಗಳೂ ಆಗಿದ್ದವು. ಈ ಸಮುದಾಯಗಳ ಜೀವನದ ಹಲವು ಹಂತಗಳಲ್ಲಿ ಈ ದೇವರುಗಳು ಹಾಸು ಹೊಕ್ಕಾಗಿವೆ. ಈ ಸಂಗತಿಗಳಿಗೆ ಮಾರಮ್ಮ, ದ್ಯಾಮವ್ವ, ಎಲ್ಲಮ್ಮ ಮೊದಲಾದ ಅನೇಕ ಜಾನಪದ ದೈವಗಳ ಆಚರಣೆಗಳು, ಜಾತ್ರೆಗಳು ಸಾಕ್ಷಿಯಾಗಿವೆ. ಇವೆಲ್ಲಾ ಚಾತುರ್ವರ್ಣ್ಯದಲ್ಲಿ ಕೊನೆಯ ವರ್ಣದವರೆಂದು ಪರಿಗಣಿಸಲ್ಪಟ್ಟ ಶೂದ್ರರೂ ಮತ್ತು ಚಾತುರ್ವರ್ಣ್ಯದ ಹೊರಗಿನ ಪಂಚಮ ವರ್ಣದವರೆಂದು ಪರಿಗಣಿಸಲ್ಪಟ್ಟ ಅಸ್ಪೃಶ್ಯರೂ ಒಂದೇ ಬುಡಕಟ್ಟು ಮೂಲದವರೆಂಬುದನ್ನು ಈ ಸಂಗತಿಗಳು ಋಜುವಾತು ಪಡಿಸುತ್ತವೆ. ದಕ್ಷಿಣ ಕನ್ನಡ ಜಿಲ್ಲೆಯ ಭೂತಾರಾಧನೆಗಳು ಮತ್ತು ಅದಕ್ಕೆ ಸಂಬಂಧಿಸಿದ ಪಾಡ್ದನಗಳ ಅಧ್ಯಯನದಿಂದ ಈ ಸಂಗತಿ ಮತ್ತಷ್ಟು ನಿಚ್ಚಳವಾಗಿ ಕಾಣುತ್ತವೆ. ಇಂದಿರಾ ಹೆಗ್ಡೆಯವರು ತಮ್ಮ ಬಂಟರು ಮತ್ತು ಆದಿ ಆಲಡೆ ಕೃತಿಗಳಲ್ಲಿ ದಾಖಲಿಸಿದ್ದಾರೆ. ಈ ಮೊದಲು ವಿವರಿಸಿದಂತೆ ಬ್ರಾಹ್ಮಣರಲ್ಲಿಯೂ ಹಲವು ಸ್ಥಳೀಯ ಜಾತಿಗಳು ಅಥವಾ ಸಮುದಾಯಗಳು ಬುಡಕಟ್ಟು ಮೂಲದ ದೇವರುಗಳನ್ನು ತಲೆ ತಲಾಂತರದಿಂದ ಪೂಜಿಸುತ್ತಾರೆ, ಮನೆ ದೇವರಾಗಿ ಕೂಡ ಹೊಂದಿದ್ದಾರೆ. ಇದು ಈ ವರ್ಣದವರೂ ಕೂಡ ಬುಡಕಟ್ಟು ಮೂಲದವರೆಂದು ಸಾಬೀತು ಮಾಡುತ್ತವೆ.

ಹೀಗೆ ಒಂದೇ ರೀತಿಯ ಬುಡಕಟ್ಟು/ಕುಲಗಳ ಮೂಲದವರಾದರೂ, ಒಂದೇ ರೀತಿಯ ಆರಾಧನೆಯ ಪದ್ಧತಿಗಳನ್ನು ಅನುಸರಿಸುತ್ತಿದ್ದವರಾದರೂ ಈ ಸಮುದಾಯ ಗಳಲ್ಲಿ ಒಂದು ವಿಭಾಗ ಶೂದ್ರರೆಂದೂ ಮತ್ತೊಂದು ವಿಭಾಗ ಅಸ್ಪೃಶ್ಯರೆಂದೂ ಪರಿಗಣಿತ ವಾಯಿತೆಂಬುದು ಒಂದು ಚೋದ್ಯ. ದೇವಾಲಯಗಳಲ್ಲಿ ಪೂಜೆಯ ಅವಕಾಶ ಮತ್ತು ಪ್ರವೇಶಾವಕಾಶವೆಂಬುದೇ ಈ ವಿಭಜನೆಯ ನಿಕಷವಾಯಿತು. ದೇವಾಲಯಗಳಲ್ಲಿ ಪೂಜೆಯ ಅವಕಾಶ ಪಡೆದವರು, ಪೂಜೆಯ ವಿಧಾನ, ಆಚರಣೆಗಳನ್ನು ನಿರ್ಧರಿಸುವ ಮತ್ತು ನಡೆಸುವ ಅಧಿಕಾರ ಪಡೆದವರು ಬ್ರಾಹ್ಮಣ ವರ್ಣದವರು. ತಮ್ಮ ಬುಡಕಟ್ಟು

ಮೂಲದ ಆರಾಧನಾ ಪದ್ಧತಿಗಳಲ್ಲಿದ್ದಂತೆ ಸ್ವತಃ ತಾವೇ ದೇವರ ಪೂಜೆ ಮಾಡುವ ಅವಕಾಶ ನಿರಾಕರಣೆಯಾದರೂ ದೇವಾಲಯದೊಳಕ್ಕೆ ಪ್ರವೇಶಿಸಿ ದರ್ಶನ ಮಾಡುವ, ಪೂಜಾರಿಗಳ ಮೂಲಕ ಪೂಜೆ ಸಲ್ಲಿಸುವ ಅವಕಾಶ ದೊರೆತ ರಾಜ್ಯಗಳ ಸಾಮಂತ, ಮಾಂಡಲಿಕರು, ಬ್ರಾಹ್ಮಣೇತರ ಅಧಿಕಾರಿಗಳು, ನಾಡ ಗಾವುಂಡರು, ಗ್ರಾಮಗಳ ಗಾವುಂಡರು, ಕುಲಗಳ ಮುಖ್ಯಸ್ಥರು, ಇತರ ಭೂಮಿಯ ಒಡೆಯರು, ಕೃಷಿಯಲ್ಲಿ ತೊಡಗಿದ ರೈತರು, ಕುಶಲ ಕರ್ಮಿಗಳು ಶೂದ್ರರೆಂದು ಪರಿಗಣಿತರಾದರು. ಇವರುಗಳಲ್ಲಿ ಅನೇಕರು ತಮ್ಮ ಮೂಲದ ಬುಡಕಟ್ಟು ದೈವಗಳ ಪೂಜೆಯನ್ನು ಬಿಡದಿದ್ದರೂ ಹೊಸತಾಗಿ ರಾಜ ಪ್ರೋತ್ಸಾಹದಿಂದ ಪ್ರಚಲಿತರಾದ ದೇವರುಗಳಾದ ಶಿವ, ವಿಷ್ಣುವಿನ ವಿವಿಧ ರೂಪಗಳನ್ನೇ ಹೆಚ್ಚು ಹೆಚ್ಚು ನೆಚ್ಚಿದರು, ಪೂಜಿಸಿದರು. ಈ ಮೂಲಕ ಬೇರೆ ತಳ ಸಮುದಾಯಗಳು ಮತ್ತು ಅಸ್ಪೃಶ್ಯರಿಗಿಂತ ತಮ್ಮ ಮೇಲ್ಮೆಯನ್ನು ಮೆರೆದರು. ಅನೇಕ ಬುಡಕಟ್ಟು ದೈವಗಳನ್ನು ಮುಂದೆ ಶೂದ್ರರೆಂದು ಪರಿಗಣಿತರಾದವರೂ, ಅಸ್ಪೃಶ್ಯರೆಂದು ಪರಿಗಣಿತರಾದವರೂ ಒಟ್ಟಿಗೇ ಪೂಜಿಸುತ್ತಿದ್ದರು. ದೈವಗಳು ಮುಖ್ಯವಾಗಿ ಕೃಷಿಯನ್ನವಲಂಬಿಸಿ ಭೂ ಒಡೆಯರಾದ ಕುಲಗಳ ದೈವಗಳು ಪುರಾಣೀಕರಣಗೊಂಡು ಶಿವ, ವಿಷ್ಣುವಿನ ರೂಪವೆಂತಲೋ ಅಥವಾ ಅವರ ಪರಿವಾರ ದೇವತೆಗಳೆಂತಲೋ ಪರಿವರ್ತನೆಗೊಂಡಾಗ ಈ ದೈವಗಳ ಪೂಜೆಯನ್ನೂ ವೈದಿಕರು ವಹಿಸಿಕೊಂಡರು. ಆಗ ಈ ದೇವತೆಗಳಿಗೆ ಗರ್ಭ ಗುಡಿ, ಪ್ರಾಂಗಣ, ಗೋಪುರ, ಪ್ರದಕ್ಷಿಣಾ ವಲಯ, ಪ್ರವೇಶ ದ್ವಾರ ಮೊದಲಾದುವು ನಿರ್ಮಾಣಗೊಂಡಾಗ ತಮ್ಮದೇ ದೇವರನ್ನು ತಾವೇ ಪೂಜೆ ಮಾಡುವ ಹಕ್ಕನ್ನು ಮಾತ್ರವಲ್ಲದೆ ಆ ದೇವಾಲಯದೊಳಗೆಯೆ ಪ್ರವೇಶ ಮಾಡುವ ಅವಕಾಶವನ್ನು ಅಸ್ಪೃಶ್ಯರು, ಗರ್ಭಗುಡಿಯೊಳಗೆ ಪ್ರವೇಶವನ್ನು ಶೂದ್ರರೂ ಕಳೆದುಕೊಂಡರು. ಹೀಗೆ ದೇವಾಲಯಗಳ ನಿರ್ಮಾಣ ಮತ್ತು ಅದರೊಳಗೆ ಪ್ರವೇಶಕ್ಕೆ ನಿರಾಕರಣೆ ಅಸ್ಪೃಶ್ಯತೆಯನ್ನು ನಿರ್ಧರಿಸುವಲ್ಲಿ ಮುಖ್ಯವಾಯಿತು.

ಅಧ್ಯಾಯ ಇಪ್ಪತ್ತೊಂದು

ಅಸ್ಪೃಶ್ಯರ ಪ್ರತ್ಯೇಕತೆಯ ಸಾಂಸ್ಕೃತಿಕ ಪರಿಣಾಮ

ಇವೆಲ್ಲವುಗಳ ಜೊತೆಗೆ ಪರಿಗಣಿಸಬೇಕಾದ ಒಂದು ಮುಖ್ಯವಾದ ವಿಚಾರವೆಂದರೆ ಊರ ಹೊರಗೆ ಹೊಲಗೇರಿ ಎಂಬ ಪದ್ಧತಿಯ ಮೂಲಕ ಗ್ರಾಮಗಳ ಸಾಮಾಜಿಕ ಜೀವನದಲ್ಲಿ ಭಾಗವಹಿಸುವುದರಿಂದ ದೂರವಿಟ್ಟದ್ದು. ಇದರಿಂದಾಗಿ ಅಸ್ಪೃಶ್ಯ ಮೊದಲಾದ ತಳ ಸಮುದಾಯಗಳ ಮೇಲಾದ ಸಾಮಾಜಿಕ ಮತ್ತು ಸಾಂಸ್ಕೃತಿಕ ಪರಿಣಾಮ. ಊರಿನ ಒಳಗಡೆ ಆಗುತ್ತಿದ್ದ ವ್ಯವಹಾರಗಳು, ಚರ್ಚೆಗಳು ಹೊಲಗೇರಿಗಳಿಗೆ ತಲುಪುತ್ತಿರಲಿಲ್ಲ. ಅಲ್ಲಿಗೆ ಬಂದು ಹೋಗುತ್ತಿದ್ದ ಅಧಿಕಾರಿಗಳು, ಧಾರ್ಮಿಕ ಮುಖಂಡರು, ಸಂಚರಿಸುತ್ತಿದ್ದ ವಿವಿಧ ವೃತ್ತಿಗಳವರು ಇತ್ಯಾದಿಗಳು ಹೊಲೆಗೇರಿಗಳ ಕಡೆಗೆ ಮುಖ ಕೂಡಾ ಮಾಡುತ್ತಿರಲಿಲ್ಲ. ಹೀಗೆ ಗ್ರಾಮಗಳಿಗೂ ಹೊರ ಜಗತ್ತಿಗೂ ಇರುತ್ತಿದ್ದ ಯಾವ ಸಂಬಂಧವೂ ಅಸ್ಪೃಶ್ಯರ ಮೇಲೆ ಪರಿಣಾಮ ಬೀರುತ್ತಿರಲಿಲ್ಲ. ಊರಿನ ನ್ಯಾಯ ಪಂಚಾಯತಿಗಳಲ್ಲಿ, ಜಾತ್ರೆ, ಊರ ಹಬ್ಬ ಮೊದಲಾದ ಸಂದರ್ಭಗಳಲ್ಲಿ ಈ ಜಾತಿಗಳ ಕೆಲ ಮುಖ್ಯಸ್ಥರು ಭಾಗವಹಿಸುತ್ತಿದ್ದರು ಎಂಬುದಷ್ಟೇ ಊರಿನ ಜೊತೆಗೆ ಇವರ ಸಂಬಂಧ. ಸಮಾಜದಲ್ಲಿ ಅವರ ಮೇಲಾಗುತ್ತಿದ್ದ ದೌರ್ಜನ್ಯ, ದಮನಗಳು ಒಂದು ಕಡೆ, ತಮ್ಮ ಮತ್ತು ಕುಟುಂಬದ ಹೊಟ್ಟೆ ಹೊರೆಯಲು ಕೂಡಾ ಸಾಧ್ಯವಾಗದ ಬಡತನ ಮತ್ತೊಂದು ಕಡೆ ಅವರನ್ನು ದೈನ್ಯದ ಸ್ಥಿತಿಗೆ ದೂಡಿತ್ತು. ಬ್ರಾಹ್ಮಣರು ಮಾತ್ರವೇ ಅಲ್ಲದೆ ಭೂಮಾಲಕ ಕುಟುಂಬಗಳ

ಬಾಲಕರೂ ಕೂಡಾ ಈ ಸಮುದಾಯಗಳ ವಯಸ್ಕರು, ವೃದ್ಧರನ್ನು ಏಕ ವಚನದಲ್ಲಿ ಮಾತನಾಡಿಸುವ, ಅಪಮಾನಿಸುವ ಅವಕಾಶ ನೀಡಿತ್ತು. ಇವೆಲ್ಲವೂ ಅವರನ್ನು ವ್ಯಂಗ್ಯ, ಹಾಸ್ಯಗಳಿಗೆ ಗುರಿ ಮಾಡುತ್ತಿತ್ತು. ಹೀಗಾಗಿ ಈ ಸಮುದಾಯಗಳ ಸಾಮಾಜಿಕ ಒಡನಾಟ ನೆರೆಯ ಊರುಗಳ ತಮ್ಮಂತಹುದೇ ಅಸ್ಪೃಶ್ಯ ಸಮುದಾಯಗಳೊಡನೆಯೇ ಹೆಚ್ಚಾಗಿ ಅವರದೇ ಒಂದು ಲೋಕವಾಯಿತು. ಇದರ ಪರಿಣಾಮವಾಗಿ ಅಸ್ಪೃಶ್ಯರ ಭಾಷೆ, ನಡವಳಿಕೆ, ವಿಚಾರ, ಚಿಂತನೆಗಳು, ಊರ ಒಳಗೆ ವಾಸಿಸುತ್ತಿದ್ದವರಿಗಿಂತ ಪ್ರತ್ಯೇಕವಾದವು. ಅವರ ಸಾಂಸ್ಕೃತಿಕ ಅಭಿವ್ಯಕ್ತಿ, ಜಾನಪದ, ಪುರಾಣ ಕಲ್ಪನೆಗಳು ಕೂಡಾ. ಬೇರೆ ಜಾತಿಗಳಲ್ಲಿಯೂ ತಂತಮ್ಮ ಸಂಬಂಧಗಳು, ಸಂಪರ್ಕಗಳ ಪ್ರತ್ಯೇಕ ಲೋಕ ಮತ್ತು ಅದರಿಂದಾಗಿ ಪ್ರತಿ ಜಾತಿಗೂ ಅದರದೇ ವಿಶಿಷ್ಟ ಸಾಂಸ್ಕೃತಿಕ ಭಿನ್ನತೆ ಇದ್ದರೂ ಅಸ್ಪೃಶ್ಯ ಸಮುದಾಯಗಳ ಪ್ರತ್ಯೇಕತೆ ಬೇರೆಯೇ ಸ್ತರದ್ದು.

ಅಸ್ಪೃಶ್ಯ ಸಮುದಾಯಗಳು ಕಾಡು, ಮೇಡು, ಬೆಟ್ಟ, ಗುಡ್ಡ ವಿವಿಧ ರೀತಿಯ ಪಶು, ಪಕ್ಷಿಗಳಿಗೆ ಹತ್ತಿರವಾದರು. ಅವರು ಮಾಡುತ್ತಿದ್ದ ಕೆಲಸಗಳ ಕಾರಣವಾಗಿ ಚರ್ಮ ಹದ ಮಾಡುವುದು, ಚಪ್ಪಲಿ ಮೊದಲಾದ ಹಲವು ಚರ್ಮ ವಸ್ತುಗಳನ್ನು ತಯಾರಿಸುವುದು, ಕೆರೆಗಳನ್ನು, ಕೋಟೆಗಳನ್ನು ಕಟ್ಟುವುದು, ವಿವಿಧ ಬೆಳೆಗಳ ಕೃಷಿ ವಿಧಾನ, ತಳಿಗಳನ್ನು ಗುರುತು ಹಿಡಿಯುವುದು, ಅದರ ಶುದ್ಧ ಬೀಜಗಳನ್ನು ಆರಿಸುವುದು, ಕಾಪಿಡುವುದು, ದನಗಳ, ಕುರಿ ಮೊದಲಾದ ಪ್ರಾಣಿಗಳ ಸಾಕಣೆ, ಅವುಗಳ ರೋಗಗಳು, ಚಿಕಿತ್ಸೆ, ಅವುಗಳ ತಳಿಗಳ ಸಂವರ್ಧನೆ, ಮನುಷ್ಯರ ರೋಗಗಳ ಚಿಕಿತ್ಸೆಗೆ ಸಹಾಯಕವಾದ ಗಿಡ ಮೂಲಿಕೆಗಳು ಇತ್ಯಾದಿಗಳ ಹಲವು ವಿಷಯಗಳ ಬಗ್ಗೆ ಅವರ ಜ್ಞಾನ ವೃದ್ಧಿಸಿತು. ಇವುಗಳಲ್ಲಿ ಹಲವು ವಿಷಯಗಳಲ್ಲಿ ಅವರಿಗಿದ್ದಷ್ಟು ಜ್ಞಾನ ಬೇರೆ ಯಾರಿಗೂ ಇರುವ ಸಾಧ್ಯತೆ ಕಡಿಮೆ ಎಂಬಷ್ಟು ವಿಶೇಷವಾದ ತಿಳುವಳಿಕೆ ಅವರದಾಗಿತ್ತು. ಆದರೆ ಅಸ್ಪೃಶ್ಯರು ಮತ್ತು ವಡ್ಡರು ಮೊದಲಾದ ಇತರ ತಳ ಸಮುದಾಯಗಳನ್ನೂ, ಅವರು ಮಾಡುತ್ತಿದ್ದ ಈ ಎಲ್ಲ ಕೆಲಸಗಳನ್ನು, ಕೀಳು, ನೀಚವೆಂದು ಕಾಣಲಾಗುತ್ತಿತ್ತು. ಹೀಗಾಗಿ ಭಾರತದ ಅಪೂರ್ವ ಜ್ಞಾನ ಸಂಪತ್ತು ಗಣನೀಯವಾಗಿ ನಷ್ಟವಾಯಿತು.

ಇಂದಿನ ಜನಗಣತಿಗಳ ಪ್ರಕಾರ ಪರಿಶಿಷ್ಟ ಜಾತಿಗಳ ಪ್ರಮಾಣ ವಿವಿಧ ಜಿಲ್ಲೆಗಳಲ್ಲಿ ಜನಸಂಖ್ಯೆಯ ಇಪ್ಪತ್ತನೇ ಒಂದು ಭಾಗದಿಂದ ಕಾಲು ಭಾಗದವರೆಗೆ ಏರು ಪೇರಾಗುತ್ತದೆ. ಪರಿಶಿಷ್ಟರೆಂದು ಪಟ್ಟಿ ಮಾಡಲ್ಪಟ್ಟಿರುವ ಜಾತಿಗಳೆಲ್ಲ ಅಸ್ಪೃಶ್ಯರಲ್ಲ. ಭಾರತದಲ್ಲಿ ರಾಜ್ಯದಿಂದ ರಾಜ್ಯಕ್ಕೆ ಈ ಪಟ್ಟಿಯಲ್ಲಿ ಯಾರನ್ನು ಸೇರಿಸಲಾಗಿದೆ ಎಂಬುದರ ಬಗ್ಗೆ ಬಹಳ ವ್ಯತ್ಯಾಸಗಳಿವೆ. ಒಂದೇ ಸಮುದಾಯ ಒಂದು ರಾಜ್ಯದಲ್ಲಿ ಪರಿಶಿಷ್ಟ ಜಾತಿ ಮತ್ತೊಂದರಲ್ಲಿ ಪರಿಶಿಷ್ಟ ಪಂಗಡ ಇತ್ಯಾದಿ ವ್ಯತ್ಯಾಸಗಳಿಂದಾಗಿ ಕೂಡ ಈ ಏರುಪೇರು ಸಂಭವಿಸಿದೆ. ಜೊತೆಗೆ ಸಾವಿರಾರು ವರ್ಷಗಳ ಕಾಲದ ಹರಿವಿನಲ್ಲಿ ಒಂದು ಪ್ರದೇಶದಲ್ಲಿ ವಾಸಿಸುತ್ತಿರುವ ಜನ ಸಮುದಾಯದಲ್ಲಿ ಬಹಳ ಬದಲಾವಣೆಗಳಾಗಿರುವುದು ಸಹಜ. ಒಳವಲಸೆ–ಹೊರವಲಸೆಗಳು, ಧಾರ್ಮಿಕ ಪಂಥಗಳ ಬದಲಾವಣೆಗಳು ಇತ್ಯಾದಿ.

ಆದರೂ ವಿವಿಧ ಪ್ರದೇಶಗಳ ನಡುವೆ ಅಸ್ಪೃಶ್ಯರ ಪ್ರಮಾಣದಲ್ಲಿನ ಗಣನೀಯ ವ್ಯತ್ಯಾಸ ಒಂದು ಪ್ರದೇಶದಲ್ಲಿ ಹಲವು ಬುಡಕಟ್ಟುಗಳು ಶೂದ್ರರೆಂದು ಪರಿಗಣಿತವಾಗಿದ್ದರೆ ಮತ್ತೊಂದು ಪ್ರದೇಶದಲ್ಲಿ ಇಂತಹವೇ ಬುಡಕಟ್ಟುಗಳು ಗಣನೀಯ ಪ್ರಮಾಣದಲ್ಲಿ ಅಸ್ಪೃಶ್ಯರೆಂದು ಪರಿಗಣಿಸ ಲ್ಪಟ್ಟಿರುವಂತೆ ಕಾಣುತ್ತದೆ. ಮತ್ತೂ ಒಂದು ಪ್ರದೇಶದಲ್ಲಿ ಇವೇ ಬುಡಕಟ್ಟುಗಳು ಸಾಮಾಜಿಕ ವ್ಯವಸ್ಥೆಯಿಂದ ದೂರ ಉಳಿದು ಬುಡಕಟ್ಟುಗಳಾಗಿಯೇ ಬಹು ಕಾಲ ಮುಂದುವರಿದಿರು ವಂತೆ ಕಾಣುತ್ತದೆ.

ಕರ್ನಾಟಕದ ಪ್ರಾದೇಶಿಕ ವೈವಿಧ್ಯ, ಆಯಾ ಪ್ರದೇಶದ ಭೌಗೋಳಿಕ ಸ್ವರೂಪ ಮತ್ತು ಅದರ ಫಲವಾಗಿ ಕೃಷಿ ಕೈಗೊಳ್ಳುವುದಕ್ಕೆ ಅನುಕೂಲಕರ ಅಥವಾ ಅನನುಕೂಲಕರ ಪರಿಸ್ಥಿತಿ ಇದರಲ್ಲಿ ನಿರ್ಣಾಯಕ ಪಾತ್ರ ವಹಿಸಿರುವಂತೆ ಕಾಣುತ್ತಿದೆ. ಈ ಬಗ್ಗೆ ವಿಷದವಾದ ಅಧ್ಯಯನಗಳನ್ನು ಕೈಗೊಳ್ಳಬೇಕಾಗಿದೆ.

ಒಟ್ಟಿನಲ್ಲಿ, ಕರ್ನಾಟಕದಲ್ಲಿ ಸಾವಿರಾರು ವರ್ಷಗಳ ಕಾಲ ಬುಡಕಟ್ಟುಗಳಾಗಿ ಜೀವಿಸುತ್ತಿದ್ದ ಜನ ಸಮುದಾಯಗಳ ಮೂಲದಿಂದಲೇ ಇಲ್ಲಿಯ ಸ್ಥಳೀಯ ಬ್ರಾಹಣರು, ರಾಜ ವಂಶಗಳು, ಶೂದ್ರ ಮತ್ತು ಪಂಚಮ ವರ್ಣವೆಂಬ ಅಸ್ಪೃಶ್ಯರು ಉದ್ಭವಿಸಿದ್ದಾರೆ. ಮತ್ತೆ ಕೆಲವು ಬುಡಕಟ್ಟುಗಳು ವರ್ಣ ವ್ಯವಸ್ಥೆಯ ಸುಳಿಯಲ್ಲಿ ಸಿಲುಕಿಕೊಳ್ಳದೆ ಇಂದೂ ಕೂಡ ಬುಡಕಟ್ಟು ಸ್ವರೂಪವನ್ನೇ ಉಳಿಸಿಕೊಂಡಿವೆ. ಈ ಬುಡಕಟ್ಟುಗಳ ಸೀಮಿತ ಸಂಖ್ಯೆಯ ಜನರು ಸ್ಥಳೀಯ ಬ್ರಾಹ್ಮಣರಾದ, ಕುಲಾಧಿಪತ್ಯಗಳಾದ, ನಂತರ ರಾಜ ವಂಶಗಳಾದ ಪ್ರಕ್ರಿಯೆಯನ್ನು ಮೊದಲ ಪ್ರಬಂಧದಲ್ಲಿ ವಿವರಿಸಲಾಗಿದೆ.

ಈ ಬುಡಕಟ್ಟುಗಳಲ್ಲಿ ಪಶು ಸಂಗೋಪನೆ ಮತ್ತು ಕೃಷಿಯ ಅಳವಡಿಕೆ, ಭೂಮಿಯ ಮೇಲೆ ಪಡೆದುಕೊಂಡ ಹಿಡಿತಗಳ ಕಾರಣವಾಗಿ ಶೂದ್ರ ಕುಲಾಧಿಪತ್ಯಗಳಾದವು. ವಿವಿಧ ಕೌಶಲವನ್ನು ಪಡೆದ ಕೆಲ ಬುಡಕಟ್ಟು ಸಮುದಾಯಗಳು ಈ ಕುಲಾಧಿಪತ್ಯಗಳನ್ನು, ಕೃಷಿಕರನ್ನು ಅನಿವಾರ್ಯವಾಗಿ ಅವಲಂಭಿಸಿ ಇತರ ಶೂದ್ರ ಜಾತಿಗಳಾದವು. ಈ ಕುಲಾಧಿಪತ್ಯಗಳು ಮತ್ತು ರಾಜ ಪ್ರಭುತ್ವಗಳು ಕೃಷಿಗೆ ಅಗತ್ಯವಾದ ಭೂಮಿಯನ್ನು ವಶಪಡಿಸಿಕೊಳ್ಳಲು ಅರಣ್ಯವನ್ನು ಆಕ್ರಮಿಸಿದರು. ಈ ಅರಣ್ಯವನ್ನು ಅವಲಂಬಿಸಿ ಬೇಟೆಯಲ್ಲಿಯೇ ಹಲ ಕಾಲ ಮುಂದುವರಿದಿದ್ದ ಬುಡಕಟ್ಟುಗಳನ್ನು ವಶಪಡಿಸಿಕೊಂಡು ತೊತ್ತುಗಳಾಗಿ, ದಾಸರಾಗಿ ಬಳಸಿಕೊಂಡವು. ರಾಜ ಪ್ರಭುತ್ವಗಳು ಮತ್ತು ವೈದಿಕರು ಜೊತೆಗೂಡಿ ಅಸ್ತಿತ್ವಕ್ಕೆ ತಂದ ಮೇಲು ಕೀಳಿನ ವರ್ಣ ವ್ಯವಸ್ಥೆ, ಗೋ ಹತ್ಯೆಯ ನಿಷೇದ, ದೇವಾಲಯ ಕೇಂದ್ರಿತ ಪೌರಾಣಿಕ ಧರ್ಮ ಈ ಸಮುದಾಯಗಳನ್ನು ನಿರಂತರವಾಗಿ ತಮ್ಮ ಅಧೀನದಲ್ಲಿ ತೊತ್ತುಗಳಾಗಿ, ಇತರ ದುಡಿಮೆಯಾಳುಗಳನ್ನಾಗಿ ಸುವರ್ಣಾವಕಾಶವನ್ನು ಒದಗಿಸಿತು. ಹೀಗೆ ಬುಡಕಟ್ಟುಗಳ ಬಹು ದೊಡ್ಡ ಸಂಖ್ಯೆಯ ಜನರು ಶೂದ್ರರು ಮತ್ತು ಅಸ್ಪೃಶ್ಯರು ಎಂಬ ಎರಡು ವರ್ಣವಾಗಿ ವಿಭಜಿತಗೊಂಡವು. ಶೂದ್ರ ಎಂಬುದು ಮೂಲ ವರ್ಣ ವ್ಯವಸ್ಥೆಯ ಚತುರ್ಥ ವರ್ಣ ಮತ್ತು ಮೂಲ

ಚಾತುರ್ವರ್ಣ್ಯ ವ್ಯವಸ್ಥೆ ರೂಪುಗೊಂಡ ಹಲವು ಶತಮಾನಗಳ ನಂತರ ಅಸ್ತಿತ್ವಕ್ಕೆ ತರಲ್ಪಟ್ಟ ಅಸ್ಪೃಶ್ಯರು ಎಂಬುದು ಪಂಚಮ ವರ್ಣ. ವೈದಿಕ ಗ್ರಂಥಗಳಲ್ಲಿ, ಮನುಸ್ಮೃತಿ ಮೊದಲಾದ ಧರ್ಮಶಾಸ್ತ್ರದ ಕಟ್ಟಲೆಗಳ ಗ್ರಂಥಗಳಲ್ಲಿ ಶೂದ್ರ ವರ್ಣದವರ ಮೇಲೆ ಹೇರಲಾದ ಬಹಳಷ್ಟು ಕಟ್ಟಳೆಗಳನ್ನು, ಕೀಳು ಸ್ಥಿತಿಯನ್ನು, ದಾಸ್ಯತ್ವವನ್ನು ಈ ಪಂಚಮ ವರ್ಣಕ್ಕೆ ವರ್ಗಾಯಿಸಲು ಈ ವಿಭಜನೆ ಸಾಧನವಾಯಿತು. ಹಿಂದೆ ಬ್ರಾಹ್ಮಣ, ಕ್ಷತ್ರಿಯ ಮತ್ತು ವೈಶ್ಯರೆಂಬ ಮೂರೇ ವರ್ಣಗಳ ವ್ಯವಸ್ಥೆಯಲ್ಲಿ ನಂತರದ ಶೂದ್ರ ವರ್ಣದ ಕೆಲಸಗಳನ್ನು ವೈಶ್ಯರೇ ನಿರ್ವಹಿಸಬೇಕಾಗಿತ್ತು. ನಂತರ ಆರ್ಯೇತರ ಬುಡಕಟ್ಟು ಮತ್ತು ಕುಲಗಳನ್ನು ವಶಪಡಿಸಿಕೊಂಡು ದಾಸ ಮತ್ತು ದಸ್ಯುಗಳೆಂದು ಪರಿಗಣಿಸಿದ ಸಮಯದಲ್ಲಿ ವೈಶ್ಯರು ಮಾಡಬೇಕಾಗಿದ್ದ ಕೃಷಿ, ಪಶುಸಂಗೋಪನೆ, ಮೇಲಿನೆರಡು ವರ್ಣಗಳ ಸೇವೆಯನ್ನು ಶೂದ್ರರಿಗೆ ವರ್ಗಾಯಿಸಲಾಯಿತೆಂಬುದನ್ನು, ವೈಶ್ಯರು ವ್ಯಾಪಾರಿ ಗಳಾಗಿ ಹೊಸ ಅಂತಸ್ತನ್ನು ಪಡೆದುಕೊಂಡರೆಂಬುದನ್ನು ನೆನಪಿಸಿಕೊಳ್ಳೋಣ. ಈಗ ಅಸ್ಪೃಶ್ಯರೆಂಬ ಪಂಚಮ ವರ್ಣವನ್ನು ಅಸ್ತಿತ್ವಕ್ಕೆ ತಂದ ಕಾರಣ ಶೂದ್ರರು ಭೂಮಾಲೀಕರಾಗಿ ಹೊಸ ಅಂತಸ್ತನ್ನು ಪಡೆದುಕೊಂಡರು. ಅವರ ಮೇಲೆ ಹೇರಿದ್ದ ಕೀಳುತನ, ಶ್ರಮದ ಸೇವೆಗಳು ಈ ಹೊಸ ಪಂಚಮ ವರ್ಣಕ್ಕೆ ವರ್ಗಾಯಿಸಲ್ಪಟ್ಟವು.

ಈ ವರ್ಣ–ಜಾತಿ ವ್ಯವಸ್ಥೆಯ ಮೇಲು ಕೀಳು ಭೇದದ ಧಾರ್ಮಿಕ ಸಿದ್ಧಾಂತ ಅಸ್ಪೃಶ್ಯರೆಂದು ಪರಿಗಣಿತರಾದವರ ಮೇಲೆ ಅತ್ಯಂತ ಕೀಳು ಎಂದು ಪರಿಗಣಿಸಿದ್ದ ಕೆಲಸಗಳನ್ನು ಹೇರಲಾಯಿತು. ಅದನ್ನೇ ಅವರನ್ನು ಮತ್ತಷ್ಟು ಕೀಳು ಸ್ಥಿತಿಗೆ ತಳ್ಳಲು ಬಳಸಿಕೊಳ್ಳಲಾಯಿತು. ಈ ಕೀಳು ಸ್ಥಾನ ಅಸ್ಪೃಶ್ಯರಿಗೆ ಭೂಮಿ, ಮತ್ತಿತರ ಸಂಪನ್ಮೂಲಗಳ ವಂಚನೆ, ಆರೋಗ್ಯಕರ ವಸತಿ ಮತ್ತಿತರ ವಂಚನೆಗಳನ್ನು ಎಸಗಲು ನೆಪವಾಗಿ ಬಳಸಿಕೊಳ್ಳಲಾಯಿತು. ಅವರ ಮೇಲೆ ಹಿಂಸೆ, ದೌರ್ಜನ್ಯಗಳ, ದೈನ್ಯದ, ಅವಮಾನಕರವಾದ ಬದುಕನ್ನು ಹೇರಲಾಯಿತು. ಪಾಪ ಪುಣ್ಯ, ಪುನರ್ಜನ್ಮದ ಕರ್ಮ ಸಿದ್ಧಾಂತವನ್ನು ಜಾನಪದ ಕಲೆ, ಹಾಡು ಕತೆಗಳು, ಮಾರಮ್ಮನಂತಹ ಪುರಾಣಗಳ ಮೂಲಕ ಪಸರಿಸಿ ತಮ್ಮ ಈ ದಯನೀಯ ಸ್ಥಿತಿಗೆ ತಾವೇ ಕಾರಣರೆಂದು ನಂಬಿಸಲಾಯಿತು. ಆ ಮೂಲಕ ಏಳಬಹುದಾಗಿದ್ದ ಪ್ರತಿರೋಧವನ್ನು ತಡೆಗಟ್ಟಲಾಯಿತು.

ಈ ಪ್ರಬಂಧವು ಆಕರ, ಮಾಹಿತಿಗಳು, ಅಧ್ಯಯನಗಳ ತೀವ್ರ ಕೊರತೆಯ ಹಿನ್ನೆಲೆಯಲ್ಲಿ ಮಾಡಿದ ಆರಂಭಿಕ ಅಧ್ಯಯನ. ಕರ್ನಾಟಕದ ಇತಿಹಾಸಕಾರರು, ಸಮಾಜ ಶಾಸ್ತ್ರಜ್ಞರು, ಸಾಹಿತ್ಯ, ಜಾನಪದಗಳ ಸಂಶೋಧಕರು ಅಸ್ಪೃಶ್ಯತೆಯ ಉಗಮದ ಹಲವು ಆಯಾಮಗಳ ಬಗ್ಗೆ, ಇಲ್ಲಿ ಎತ್ತಲಾಗಿರುವ ಹಲವು ಪ್ರಶ್ನೆಗಳ ಬಗ್ಗೆ ಸಂಶೋಧನೆ, ಅಧ್ಯಯನಗಳನ್ನು ಕೈಗೊಂಡು ಅಸ್ಪೃಶ್ಯತೆಯ ಅಧ್ಯಯನವನ್ನು ಒಂದು ಮುಖ್ಯ ಶಿಸ್ತನ್ನಾಗಿ ಬೆಳೆಸುವರೆಂದು ಮತ್ತು ಅಸ್ಪೃಶ್ಯತೆ ಮತ್ತು ಜಾತಿ ವ್ಯವಸ್ಥೆಯ ಬಗ್ಗೆ ಹೊಸ ಬೆಳಕು ಚೆಲ್ಲುವರೆಂದು ಆಶಿಸುತ್ತೇನೆ.

ಪರಾಮರ್ಶನ ಗ್ರಂಥಗಳು ಮತ್ತು ಆಕರಗಳು

- ಅಂಬೇಡ್ಕರ್, ಬಿ.ಆರ್., ಭಾರತದಲ್ಲಿ ಜಾತಿಗಳು–ಉಗಮ, ಕಾರ್ಯವಿಧಾನ ಮತ್ತು ವಿಕಾಸ, ಜಾತಿ ವ್ಯವಸ್ಥೆ, ಉಗಮ, ವಿಕಾಸ, ವಿನಾಶ, ಅನು. ರಾಹು. ಸುಮೇಧ ಪ್ರಕಾಶನ, ಗುಲ್ಬರ್ಗ
- ಅಂಬೇಡ್ಕರ್, ಬಿ.ಆರ್., ಜಾತಿ ವಿನಾಶ, ಅದೇ
- ಅಂಬೇಡ್ಕರ್, ಬಿ.ಆರ್., ಅಸ್ಪೃಶ್ಯತೆ–ಹುಟ್ಟು, ವ್ಯಾಪ್ತಿ ಮತ್ತು ಪರಿಣಾಮ, ಅನು. ಮಂಗ್ಳೂರ ವಿಜಯ, ಸಂಬುದ್ಧ ಪ್ರಕಾಶನ, ಬೆಂಗಳೂರು
- ಅಂಬೇಡ್ಕರ್, ಬಿ.ಆರ್., ಅಸ್ಪೃಶ್ಯತೆ–ಅದರ ಮೂಲ, ಡಾ.ಅಂಬೇಡ್ಕರ್‌ರವರ ಆಯ್ದ ಬರಹಗಳು ಸಂ. ಡಾ.ಸಿದ್ಧಲಿಂಗಯ್ಯ, ಕುವೆಂಪು ಭಾಷಾ ಭಾರತಿ ಪ್ರಾಧಿಕಾರ, ಬೆಂಗಳೂರು.
- ಅಂಬೇಡ್ಕರ್, ಬಿ.ಆರ್., ಅಸ್ಪೃಶ್ಯರು ಎದುರಿಸಬೇಕಾದ ಸಂಗತಿಗಳು, ಅದೇ
- ಅಂಬೇಡ್ಕರ್, ಬಿ.ಆರ್., ಅಪವಿತ್ರರು ಮತ್ತು ಅಸ್ಪೃಶ್ಯರು, ಅದೇ
- ಅಂಬೇಡ್ಕರ್, ಬಿ.ಆರ್., ಹತಾಶರಾದ ಜನರು ಅಸ್ಪೃಶ್ಯರಾದದ್ದು ಯಾವಾಗ?, ಅದೇ.
- ಡಾ.ಅಭಯ ಕೌಕ್ರಾಡಿ, ಮುಗೇರರು–ಜನಾಂಗ ಜಾನಪದ ಅಧ್ಯಯನ, ಕನ್ನಡ ಮತ್ತು ಸಂಸ್ಕೃತಿ ಇಲಾಖೆ, ಬೆಂಗಳೂರು.
- ಎಮ್ಮಾ ರೋಃಶಾಂಬುಕ್ಲೌ, ಚಮ್ಮಾಳಿಗೆ ದಾರಿಗುಂಟ, ಅನು. ಹೆಚ್. ಕೆ.ನರಸಿಂಹಮೂರ್ತಿ, ಅನ್ನಪೂರ್ಣ ಪಬ್ಲಿಷಿಂಗ್ ಹೌಸ್, ಬೆಂಗಳೂರು.
- ಚಿದಾನಂದ ಮೂರ್ತಿ ಎಂ,(ಚಿ.ಮೂ.) ಮಧ್ಯಕಾಲೀನ ಕನ್ನಡ ಸಾಹಿತ್ಯ ಮತ್ತು ಅಸ್ಪೃಶ್ಯತೆ, ಪ್ರಸಾರಾಂಗ, ಕರ್ನಾಟಕ ವಿ.ವಿ., ಧಾರವಾಡ
- ಎಸ್.ಎಸ್.ಹಿರೇಮಠ, ದಲಿತ ಸಂಸ್ಕೃತಿ, ಪ್ರಸಾರಾಂಗ ಕನ್ನಡ ವಿ.ವಿ.ಹಂಪಿ.
- ಗೋವಿಂದರಾಜು. ಟಿ., ಚನ್ನಾದೇವಿ ಅಗ್ರಹಾರ–ಜಾನಪದೀಯ ಅಧ್ಯಯನ, ಪುಸ್ತಕ ಜೇನು, ದೊಡ್ಡಬಳ್ಳಾಪುರ

- ಮೋಹನಕೃಷ್ಣ ರೈ.ಕೆ., ತುಳು ಸಂಸ್ಕೃತಿ–ಚತುರ್ಮುಖಿ ಅಧ್ಯಯನ, ಪ್ರಸಾರಾಂಗ, ಕನ್ನಡ ವಿ.ವಿ.ಹಂಪಿ.
- ಸ್ಕಾರ್ಲೆಟ್ ಎಪ್‌ಸ್ಟೀನ್ ಮತ್ತಿತರರು, ಗ್ರಾಮ್ಯ ಧ್ವನಿಗಳು, ಅನು. ಕುಮುದಿನಿ ಸಿ.ಕೆ., ಜೆ.ಬಾಲಕೃಷ್ಣ, ಕನ್ನಡ ಅಧ್ಯಯನ ವಿಭಾಗ, ಕೃಷಿವಿ.ವಿ., ಬೆಂಗಳೂರು.
- ವಿಜಯ್ ಪೂಣಚ್ಚ ತಂಬಂಡ, ಪಳಮೆ, ಪ್ರಸಾರಾಂಗ, ಕನ್ನಡ ವಿವಿ, ಹಂಪಿ
- ವಿವೇಕ ರೈ, ಬಿ.ಎ. ತುಳು ಜನಪದ ಸಾಹಿತ್ಯ, ಕನ್ನಡ ಸಾಹಿತ್ಯ ಪರಿಷತ್ತು, ಬೆಂಗಳೂರು.
- ಕೃಷ್ಣಯ್ಯ, ಡಿ.ಎನ್., ಕೊಡಗಿನ ಇತಿಹಾಸ, ಪ್ರಸರಾಂಗ, ಮೈಸೂರು ವಿ.ವಿ., ಮೈಸೂರು
- ಹೆಗಡೆ, ಎಲ್.ಆರ್., ಮುಕರಿ ಮತ್ತು ಹೊಲೆಯರ ಪದಗಳು, ಬೆಂಗಳೂರು ವಿ.ವಿ., ಬೆಂಗಳೂರು.
- ಜಿ.ಕೃಷ್ಣಪ್ಪ, ರಾಘವಾಂಕ ಮಹಾಕವಿಯ ವಚನ ಹರಿಶ್ಚಂದ್ರ ಚಾರಿತ್ರ, ವಂಶಿ ಪಬ್ಲಿಕೇಷನ್ಸ್, ನೆಲಮಂಗಲ.
- Jyothiba Phuley, Slavery, selected writings of Jotirao Phule, G.P.Deshapande(ed.), left Words Books, New Delhi.
- Namboodiripad, E.M.S., Kerala Society and politics, National Book Centre, New Delhi.
- Namboodiripad, E.M.S., History, Society and Land relations, Left Words books, New Delhi.
- Ranadive, B.T., Caste, Class and Property Relations, National Book Agency, Calcutta.
- Sukhadeo Thorat, Caste, Economic Exclusion and Poverty: Dalit deprivation in India, iids@dalitstudies.org
- Sukhadeo Thorat, Caste and Economic Discrimination: Theory and evidence on Rural labour Market, iids@dalitstudies.org.
- Sampath, P., Survey in 1800 villages, Fire Against Untouchability, Indian Universities Press, Chennai.
- Scarlett Epstien, A.P.Suryanarayana, T.Thimmegowda, Village Voices, SAGE Publications, New Delhi.